സംവത്സരങ്ങൾ

samvathsarangal
novel
•
s e james
•
first chintha edition
january 2011
•
typesetting
sailasree
•
published
chintha publishers, thiruvananthapuram
•

•
cover
shahul aliyar
•

വിതരണം
ദേശാഭിമാനി ബുക്ക് ഹൗസ്
H O തിരുവനന്തപുരം–695 001

ബ്രാഞ്ചുകൾ
ഓവർബ്രിഡ്ജ് തിരുവനന്തപുരം • കെ എസ് ആർ ടി സി ബസ് സ്റ്റേഷൻ ആലപ്പുഴ • കെ എസ് ആർ ടി സി ബസ് സ്റ്റേഷൻ എറണാകുളം • കലൂർ കൊച്ചി • ഐ ജി റോഡ് കോഴിക്കോട് • മാവൂർ റോഡ് കോഴിക്കോട് • എൻ ജി ഒ യൂണിയൻ ബിൽഡിങ് കണ്ണൂർ • സെൻട്രൽ ബസ് ടെർമിനൽ കോംപ്ലക്സ് താവക്കര കണ്ണൂർ • മച്ചിങ്ങൽ ലെയ്ൻ തൃശൂർ

CO - 1538 / 2623

സംവത്സരങ്ങൾ

നോവൽ

എസ് ഇ ജെയിംസ്

ചിന്ത പബ്ലിഷേഴ്സ്
തിരുവനന്തപുരം-695 001

എസ് ഇ ജെയിംസ്

1952 ൽ ജനിച്ചു. തിരുവനന്തപുരം ആർട്സ് കോളേജ്, മധുര ഗാന്ധിഗ്രാം യൂണിവേഴ്സിറ്റി കോളേജ് എന്നിവിടങ്ങളിൽ പഠിച്ചു. 1978 ൽ ഒന്നാം ക്ലാസോടെ എം എ ജയിച്ചു. യൂണിവേഴ്സിറ്റി കോളേജ് യൂണിയൻ ചെയർമാനായിരുന്നു. 1980 ൽ കോഴിക്കോട് മലബാർ ക്രിസ്ത്യൻ കോളേജിൽ മലയാളം അധ്യാപകനായി. 2004 ൽ പിരിഞ്ഞു. ഒരേ ഒരു മകൻ മാത്രം. എം ബി എ കഴിഞ്ഞ് മദിരാശി *ടൈംസ് ഓഫ് ഇന്ത്യ*യിൽ ജോലി ചെയ്യുന്നു. *കമ്മാട്ടിപുരത്തെ ചുക്കാൻ, മൂവന്തിപ്പൂക്കൾ, വൈദ്യൻകുന്ന്* തുടങ്ങിയവയാണ് നോവലുകൾ.

വിലാസം : 'അമ്മു'
മേരിക്കുന്ന് പി ഒ
കോഴിക്കോട് 12

ഫോൺ : 9446400605

1

സംവത്സരങ്ങൾ അനാദിയാണ്!

സംവത്സരങ്ങളെപ്പോലെതന്നെ അനാദിയായി മറ്റൊന്നുകൂടിയുണ്ട്– മാറാന്തടം!

അനാദിയായ സംവത്സരങ്ങളുടെ ഏതോ ഒരനിവാര്യസന്ധിയിലാണ് ദാനിയേലുപദേശി മാറാന്തടത്തിലെത്തിപ്പെട്ടത്. നിഗൂഢമായ ഒരു ദൗത്യത്തിനുവേണ്ടിയുള്ള നിരന്തരമായ വിളി. ആ വിളിയുടെ സ്രോതസ്സു തേടിയെത്തിയ ഉപദേശിയെ, മാറാന്തടം ഉൽകണ്ഠയോടെ ഏറ്റുവാങ്ങി. ദിനരാത്രങ്ങളുടെ കാവൽക്കാരനെപ്പോലെ അയാൾ മാറാന്തടത്തിന്റെ പൊറ്റകളും താഴ്വാരങ്ങളും ചതുപ്പുകളും ചവിട്ടിക്കടന്നു. ഉണ്മയുടെ നനുത്ത വെട്ടത്തിനുവേണ്ടിയുള്ള നോവുമായി, അയാൾ താഴ്വാരങ്ങളിലേക്കു പുളഞ്ഞിറങ്ങുന്ന പടുവാലികളുടെ ഉള്ളറകളിലലഞ്ഞു നടന്നു. സംവത്സരങ്ങളായി നീറിപ്പിടിച്ചുകൊണ്ടിരിക്കുന്ന തീയുമായി അയാൾ മാറാന്തടത്തിന്റെ വിസ്തൃതികൾക്കുമേൽ പടർന്നു കയറി.

ദൈവനിയോഗമാണിത്!

ദുർലഭമായ ഏകാന്തവേളകളിൽ ഉപദേശി അറിഞ്ഞു. പ്രവാചകരായ മോശയുടേയും ഏലിയാവിന്റേയും ഇയോബിന്റേയുമൊക്കെ നിയോഗങ്ങളുടെ ചരിത്രം അയാളോർത്തുപോകാറുണ്ട്. അതിനെതിരെ കിളിർത്തു വളർന്ന കാട്ടുചെടികളുടെ കഥയെന്തായിത്തീർന്നു? ഉപദേശിയുടെ ഉള്ളൊന്നു പിടഞ്ഞു. പൊടുന്നനെ നിയോഗത്തിന്റെ നടത്തിപ്പിനായി അയാൾ സ്വർഗത്തേക്കു കണ്ണുകളുയർത്തും. സ്വർഗം അതിന്റെ കരുണപൊലിയുന്ന കരങ്ങളെ അയാളിലേക്കു നീട്ടുന്നു.

"ആദിയിൽ വചനമുണ്ടായി, ആ വചനം രൂപമായി."

പണിക്കൻപൊറ്റയുടെ തലപ്പത്ത്, മാറാന്തടത്തിന്റെ നിശാരക്ഷകനെപ്പോലെ എഴുന്നുനിൽക്കുന്ന മരണപ്പാറയുടെ ഉച്ചിയിൽ ചവിട്ടിനിന്നുകൊണ്ട് ദാനിയേലുപദേശി പ്രഖ്യാപിച്ചു. താഴെ പാതിരാവിന്റെ നിസ്സംഗമായ ക്രൂരതയിൽ തടഞ്ഞുകിടന്നിരുന്ന മാറാന്തടം, ഉപദേശിയുടെ അരുളപ്പാടിനായി കാതു കൊടുത്തു. താഴ്‌വാരത്തിലെ കുടികളിൽ, മുനിഞ്ഞു കത്തിക്കൊണ്ടിരുന്ന ഓട്ടു വിളക്കുകൾ, അരുളപ്പാടിന്റെ അപരിചിതമായ ദുരൂഹതയ്ക്കു നേരെ തുറിച്ചു നോക്കി. അകലെ കാട്ടുകുളക്കരയിലെ ഭഗവതിക്കാവും, നീലകേശിയുടെ മുടിപ്പുരയും അരുളപ്പാടിന്റെ ധാർഷ്ട്യത്തിനെതിരെ കാതുകളെപ്പൊത്തി.

ഉപദേശി തുടർന്നു!

ഉൽപ്പത്തിയുടെ ഒന്നാം പുറമാകെ, ആ നിൽപ്പിൽ നിന്നുകൊണ്ടയാൾ കാണാതെ ചൊല്ലി. ആ രാവിന്റെ സ്വാസ്ഥ്യത്തെ അയാൾ തകർത്തുകളഞ്ഞു. എല്ലാം കേട്ടുകൊണ്ട് അയ്യാവുവാത്തി കുടിയുടെ എറയത്തു കിടന്നു. അരുളപ്പാടിന്റെ ഓരോ വിരാമത്തിലും ചാടിയെഴുന്നേൽക്കാനായി അയാൾ ശ്രമിച്ചു. കാലുകൾ കുഴഞ്ഞു പോകുന്നു. കൈവിരലുകൾക്കു തളർവാതം. വീണ്ടും വീണ്ടും, അങ്ങനെ നിരവധി തവണ വീണ്ടും അയാൾ പിന്നാക്കം മലച്ചുവീണു. ആ കിടപ്പിൽ കിടന്നുകൊണ്ടയാൾ കാതോർത്തു. അരിശത്തോടെ പുറത്തേക്കു കാർക്കിച്ചുതുപ്പി. ചുറ്റുപാടുകളെ പ്രാകി. എന്നിട്ട് ഇരുളിന്റെ തൊങ്ങലുകൾക്കായി കൈയെത്തിച്ചു. പിടിച്ചുയരാനെന്നോണം ആയാസപ്പെട്ടു.

"ആകയാൽ പ്രിയമുള്ളവരെ,"

മരണപ്പാറയിൽ നിന്നും ഇടയന്റെ രാത്രിഗീതംപോലെ ഉപദേശിയുടെ ശബ്ദം മാറാന്തടമാകെയൊഴുകി.

രാത്രി ചെവിയോർത്തു.

"നിങ്ങളറിഞ്ഞുകൊള്ളുവിൻ, ആദിയും അന്തവുമായി അവൻ മാത്രമാകുന്നു. പിതാവും പുത്രനും പരിശുദ്ധനുമായ അവനല്ലോ ഈ മാറാന്തടത്തിനും ഉടയവൻ. യാഹ് എന്ന യഹോവേ. സകലതിനും ആധാരമായവൻ."

അയ്യാവുവാത്തി പിടഞ്ഞെണീറ്റു. ചെറ്റയുടെ അരുമ്പിൽ അള്ളിപ്പിടിച്ചുകൊണ്ട് വാത്തി പുറത്തേക്ക് എത്തിച്ചവുട്ടി. പുറമുറ്റത്തെ മൂടുന്ന കനത്ത ഇരുട്ട്. ഇരുട്ട്, പണിക്കൻപൊറ്റയാകെ ഒരു പടുനിശ്ശബ്ദതയായി വളർന്നുകിടക്കുന്നു. അലംബിയ ചുവട്ടടികളോടെ അയാൾ, കുടിക്കു പിന്നിലെ ചുടലത്തെങ്ങിനു നേരെ നീങ്ങി.

"അടങ്ങൊപതേസീ, അടങ്ങ്."

ചുടലത്തെങ്ങിനെ കെട്ടിപ്പുണർന്നുകൊണ്ട് അയ്യാവുവാത്തി അലറി. അയാളുടെ പതർച്ചയിൽ ചുറ്റുപാടുകൾ ദൈന്യംപൂണ്ടു. കഫം കുരുങ്ങിയ ഒച്ചയിൽ അയാൾ വീണ്ടും അലറി:

"ഇതിനു ഞങ്ങളെ നീലകേശി പകരം വീട്ടും. കട്ടായം."

മാറാന്തടത്തിനു കിഴക്കുംപുറത്താണ് നീലകേശിയുടെ മുടിപ്പുര. മാറാന്തടത്തിന്റെ ഉടയവന്മാരായ ആദിനായന്മാരുടെ കുലദൈവമായിരുന്നു, ചോരയിറ്റുന്ന നാവും തീക്കണ്ണുകളും എട്ടുകരങ്ങളുമുള്ള നീലകേശി. അയ്യാവുവാത്തിയാണ് നീലകേശിയുടെ പുരോഹിതൻ. അയാൾക്കും പതിനാറു പരമ്പര മുമ്പാണ്, ആദ്യമായി പണിക്കന്മാർ നീലകേശിയുടെ പരിചാരകന്മാരായിത്തീർന്നത്. അന്നു തുടങ്ങിയുള്ള വിശ്വാസമാണ്. മാറാന്തടത്തിന് ആദിയില്ല. മാറാന്തടത്തിനു ചുറ്റും, എണ്ണിയാലൊടുങ്ങാത്തത്ര ഗ്രാമങ്ങളാണ്. അവയ്ക്കെല്ലാം ഒരു തുടക്കവും തുടക്കത്തിനു മുന്നിലെ കഥകളുമുണ്ട്. പ്രപഞ്ചോൽപ്പത്തിക്കുശേഷമുള്ള ഏതോ ഒരപൂർവമുഹൂർത്തത്തിൽ അവ ഒന്നടങ്കം ജന്മം കൊണ്ടു.

"പണ്ടുപണ്ട് ഇവിടം വെറുമൊരു കുന്നായിരുന്നു. ഒടുവിലൊരു പേമാരിയിൽ, കെടുതികൾ വിതച്ച ഒരു ഭൂകമ്പത്തിൽ, ആ കുന്നിടിഞ്ഞു നിരന്നുണ്ടായതാണ് ഈ പരപ്പും മൈതാനവും വയലേലകളുമൊക്കെ."

അയൽഗ്രാമങ്ങളിലെ പൈതങ്ങൾ ആ കഥ കേട്ടു വളരുന്നു. അവർ അതുമാത്രം വിശ്വസിച്ചു. മാറാന്തടത്തിന്റെ കുട്ടികളോ? അവർ നീലകേശിയുടെ പുരേഹിതന്മാരുടെ വെളിപാടുകളിൽ, തങ്ങളുടെ അമ്മയുടെ തുടക്കമില്ലാത്ത ഉൽപ്പത്തിയെ ശ്രവിച്ചു. കൗതുകത്തോടെ എല്ലാം വിശ്വസിച്ചു.

മാറാന്തടം അനാദിയാണ്?

മാറാന്തടം മാത്രമല്ല. കിഴക്കുംപുറത്തെ നീലകേശിയും അനാദിയായവളാണ്. അതിനെ മറുത്തുള്ള ഏതൊരു ചൊല്ലും കളവാണ്. മാറാന്തടത്തിലെ നിരക്ഷരരായ പുലയരും ഊരാളികളും അതിനു കീഴ്വഴങ്ങിവന്നു. കൊല്ലുംകൊലയുമായി മാറാന്തടത്തെ അടക്കിവാണിരുന്ന അധിപന്മാരായ നായന്മാർപോലും ആ വിശ്വാസത്തിനു പോറലേൽപ്പിക്കുവാൻ തുനിഞ്ഞില്ല. ആണ്ടൊരിക്കൽ നീലകേശിയുടെ തിരുനടയിൽ, പച്ചോലപ്പുരകെട്ടി, പച്ചോലത്തോരണമിട്ട്, പച്ചോലത്തടുക്കിലിരുന്നുകൊണ്ട്, സ്തുതിപ്പാട്ടുപാടിവന്നിരുന്ന പാണ്ടികൾ ഭക്തന്മാരെ അനുസ്മരിപ്പിച്ചു.

*"ഇന്തപെരു ഉലഹത്തുക്കു ആതിയില്ലെ
ഇന്ത പെരു ഉലഹം അഴിയമാട്ടേൻ
ഇന്ത മാറാന്തത്തുക്കും ആതിയില്ലെ
ഇന്ത മാറാന്തടമും അഴിയമാട്ടേൻ
നമ്മ മാരിയമ്മനും ആതിയില്ലെ
നമ്മ മാരിയമ്മനും അഴിയമാട്ടേൻ."

പട്ടച്ചാരായത്തിന്റെ ലഹരിപിടിച്ച ശീലുകൾ ഭക്തന്മാരുടെ ഉള്ളങ്ങളെ കുളിരണിയിക്കുന്നു. മാറാന്തടത്തിന്റെയും നീലകേശിയുടെയും മഹിമകളോർത്ത് അവർ രോമാഞ്ചം കൊള്ളുന്നു.

---

* ഈ വലിയ ലോകം അനാദിയാണ്, ഈ വലിയ ലോകത്തിനു നാശമില്ല.

മുടിപ്പുരയുത്സവത്തിന്, നിറദീപവും നനുത്ത മണവുമായി നീങ്ങുന്ന താലപ്പൊലിക്കു മുമ്പിലായി, നീലകേശിയുടെ തിരുമുടിയും ചൂടി പാണ്ടി മേളക്കാരുടെ തിമിർക്കുന്ന താളത്തിനു ചുവടൊപ്പിച്ചു നീങ്ങുമ്പോൾ അയ്യാവുവാത്തിമാർ ദിക്കുകൾ നടുങ്ങുംവണ്ണം അലറുന്നു:

“ദാരികന്റെ കുരലറുത്ത
കാളിയമ്മയ്ക്കാദിയില്ല
കുരലറുത്ത്, കുടലെടുത്തു
നിണം കുടിച്ച
കാളിയമ്മയ്ക്കാദിയില്ല.”

സംവത്സരങ്ങൾ എല്ലാം കണ്ടുനിന്നു. നിറഞ്ഞ നിസ്സംഗതയോടെ. പരിഹാസ്യമായ അലസതയോടെ. ആരുമതു ശ്രദ്ധിച്ചിരുന്നില്ല.

തങ്ങളുടെ ഗ്രാമവും, തങ്ങളുടെ പരദേവതയും മാറാന്തടക്കാർക്ക് എല്ലാമായിരുന്നു. എന്തിനും ഞങ്ങൾക്കമ്മയുണ്ട്. നീലകേശി! അയൽഗ്രാമങ്ങൾക്കു മീതെ മഹാമാരികൾ മരണം വിതയ്ക്കുന്ന നാളുകളിൽ അവർ അമ്മയെ നോക്കി ഭക്തി പാരവശ്യത്തോടെ, അതീവ പ്രണയത്തോടെ കേണു:

“അമ്മേ, അനാദിയായവളേ, കാത്തുകൊള്ളുക.”

മഹാമാരികൾ മാറാന്തടത്തിന്റെ സീമകൾക്കിപ്പുറം എത്തിനോക്കാൻപോലും അറയ്ക്കുന്നു. പകർച്ചവ്യാധികൾ അനാദിയായവളുടെ രൗദ്രത കണ്ടു പിന്തിരിഞ്ഞോടുന്നു. ഋതുതെറ്റിയ കാലവർഷം എങ്ങാനുമൊന്നറച്ചുപോയാൽ അവർ തൃപ്പാദങ്ങളിലേക്കു വീഴുന്നു. പ്രീതിക്കായി പൂവൻകോഴികളെ കുരുതി കഴിക്കുന്നു. നാളികേരമുടച്ചു പൊങ്കാല നിവേദിക്കുന്നു. അടുത്ത പകൽ പുലരുന്നതിനുമുമ്പ്, പടിഞ്ഞാറേമാനത്ത് മിന്നലുകൾ പുളഞ്ഞിറങ്ങുന്നു. ഇടിയൊച്ചയാൽ മാറാന്തടത്തിനും മനം കുളിരുന്നു. മഴ തുടങ്ങുകയായി!

മണ്ണിന്റെ വരണ്ടുപോയ കരുത്തിനും പുതുവെള്ളം ഉന്മാദം പകരുന്നു. മഴയുടെ സംഘഗാനം അമ്മയ്ക്ക് സങ്കീർത്തനങ്ങളായിത്തീരുന്നു. മഴയ്ക്കും വെയിലിനും ഉടയവളായ അമ്മ എല്ലാം കേട്ടു പുളകമണിയുന്നു.

അനാദിയായ സംവത്സരങ്ങൾ.
അനാദിയായ നീലകേശി.
അനാദിയായ മാറാന്തടം.

ദാനിയേലുപദേശി അവിശ്വസിച്ചു. അവിശ്വാസിയുടെ ദാർഢ്യത്തോടെ ഏവരും കേൾക്കെ അയാൾ ചോദിച്ചു: മാറാന്തടത്തിന് ആദിയില്ലെന്ന് ആരു പറഞ്ഞു? മാറാന്തടത്തിനു മാത്രമല്ല, ഈ മഹാപ്രപഞ്ചത്തിനുപോലും ആദിയുണ്ട്. അതിന്റെ അസംഖ്യം ഉൾപ്പിരിവുകളിലൊന്നുമാത്രമാണ് ഈ കൊച്ചു ഗ്രാമം. താരതമ്യം ചെയ്തു നോക്കിയാൽ ഒരു ചവിട്ടുകല്ലോളംപോലും വലിപ്പമുണ്ടാവില്ല. ഉപദേശി കൂട്ടിച്ചേർത്തു: അനാദിയായി ഒന്നേയുള്ളൂ: പിതാവും പുത്രനും പരിശുദ്ധനുമായ ഏക

ത്രയം. യഹോവയായ ദൈവം. സൃഷ്ടിസ്ഥിതി സംഹാരങ്ങളുടെ ലയമായ യാഹ്. ജലത്തിനുമീതെ, ഒരു വചനത്തിൽ തിരുശക്തിയെ ആവാഹിച്ച സർവശക്തൻ. അറ്റമില്ലാത്ത ഈ ആകാശവും, നീലാകാശത്തിലെ അസംഖ്യം നക്ഷത്രങ്ങളും സൂര്യചന്ദ്രന്മാരും ഉൽക്കകളും കേതുക്കളും ഭൂമിയും സമുദ്രവും ഭൂമിയിലെ എണ്ണമറ്റ പറവകളും ഇഴജന്തുക്കളും മനുഷ്യനും സമുദ്രഗർഭത്തിലെ കോടാനുകോടി ജലജീവികളും എല്ലാം എല്ലാം അവന്റെ വചനത്തിൽ നിന്നും ഉരുവായതിനാൽ, ആദിയായി അവൻ മാത്രമേയുള്ളു.

"ആകയാൽ പ്രിയമുള്ളവരെ,"

മരണപ്പാറയ്ക്കുമീതെ നിന്നുകൊണ്ട് ദാനിയേലുപദേശി അരുളിച്ചെയ്തു. മാറാന്തടത്തിലെത്തിച്ചേർന്നതിനുശേഷമുള്ള എല്ലാ വെള്ളിയാഴ്ച രാത്രികളിലും മരണപ്പാറയിൽ നിന്നും ഉപദേശിയുടെ പ്രഭാഷണമുണ്ടാകാറുണ്ട്. ആദ്യമാദ്യം അത്ഭുതത്തോടെയും കൗതുകത്തോടെയുമായിരുന്നു ഗ്രാമവാസികൾ അതു ശ്രദ്ധിച്ചിരുന്നത്. രാത്രിയുടെ ഗംഭീരമൗനത്തെ തുരന്നുകൊണ്ടെത്തുന്ന സ്ഫുടവും, ആഴമേറിയതുമായ വചനങ്ങൾ, അവരുടെ നിദ്രകളെ ആട്ടിയകറ്റി. എന്താണ് ഈ വാക്കുകളുടെ ഉൾപ്പൊരുൾ? അവർ അതിനുമുന്നിൽ ആശങ്കയോടെ നിന്നു, എങ്കിലും അതു കേൾക്കുവാനായി അവർ കൊതിച്ചു. എല്ലാ വെള്ളിയാഴ്ചകളിലും, അത്താഴം കഴിയുമ്പോൾത്തന്നെ അതിനായി അവർ തയാറെടുത്തു തുടങ്ങും.

"ഞാൻ അൽഫായും ഒമേഗയുമത്രേ."

മേഘമൊഴിഞ്ഞു പ്രശാന്തമായ രാവിൽ, ചെവിയരുകിൽനിന്നുള്ള സ്നേഹഗീതം പോലെ ആ ശബ്ദം താഴ്വാരങ്ങളിലേക്കിറങ്ങിവന്നു. കുടികൾ മൗനം പാലിച്ചു. നക്ഷത്രങ്ങൾ ചിമ്മാതെയായി. രാത്രി നിതാന്തമായ ജാഗ്രതയെ പുലർത്തി. താഴെ പണിക്കൻപൊറ്റയിലൊരു കുടിയിലെ ഇരുട്ടുമാത്രം ക്രുദ്ധമായിത്തീർന്നു. അയ്യാവുവാത്തി ചാണകംമെഴുകിയ തിണ്ണയിലേക്കിഴഞ്ഞുവന്നു. അയാളുടെ നഖവിടവുകളിൽപ്പോലും വാറ്റുചാരായത്തിന്റെ തീക്ഷ്ണഗന്ധം മുറ്റി നിന്നിരുന്നു.

"ആകയാൽ എനിക്കു ശേഷമുള്ളതെല്ലാം, എന്നിൽനിന്നും ഉൽപ്പത്തിയായവയത്രേ."

"ഫാം! കഴുവേറീ!"

അയ്യാവുവാത്തി ഉത്തരത്തുണിൽ പിടിച്ചെണീറ്റു. ആടുന്ന ചുവട്ടടികളിലേറി അയാൾ മുറ്റമിറങ്ങി. എന്നിട്ട് ഉയരെ മരണപ്പാറയുടെ നിഴലിനെ നോക്കി അലറി:

"അടങ്ങൊപതേസീ അടങ്ങ്. ഈ അഹമ്മതിക്ക് നീലകേശി പകരം ചോദിക്കും."

അയാളുടെ അലർച്ച ക്രമേണ തളർന്നടങ്ങി. കയറ്റം കയറുന്ന ഭാരവണ്ടിയുടെ വിലാപംപോലെ അതു വികൃതമായിത്തുടങ്ങി. രാവിന്റെ ആഴ

ങ്ങളിലേക്ക് അതു താണുതാണുപോയി. ഇങ്ങിനി മടങ്ങിവരാത്തവണ്ണം.

"വരട്ട്, കാണിച്ചുകൊടുത്തേക്കാം. കുരുപ്പെറിഞ്ഞു."

രാവിലെ ദാമോദരൻനായരുടെ ചായക്കടയുടെ മൺതിട്ടയിലിരുന്നുകൊണ്ട് അയ്യാവുവാത്തി പറഞ്ഞു. "ആരെ? എന്തിന്?" പുലർച്ചപ്പറ്റുകാരായി എത്തിയവർ സംശയത്തോടെ പുറത്തേക്കു നോക്കി. ആരെയും കണ്ടില്ല. ഒടുവിൽ അടുക്കളയുടെ കിളിവാതിലിൽ ദാവീദിന്റെ തല കണ്ടു. വാത്തിയുടെ കണ്ണിൽപ്പെടാതിരിക്കുവാനായിരുന്നു ദാവീദ് കടയുടെ പിന്നാമ്പുറത്തേക്കു വന്നത്. അടുത്തകാലത്തായി വാത്തി സകല ലക്കും വിട്ട ലക്ഷണമാണ്. എവിടെവച്ചൊരു ക്രിസ്ത്യാനിയെ കണ്ടാലും അയാൾ വെറുതേവിടാറില്ല. വാതോരാതെ പുലഭ്യംപറയും, ഭീഷണിപ്പെടുത്തും. അതൊഴിവാക്കുവാൻ ആരുംതന്നെ ശ്രമിച്ചിരുന്നു. ദാനിയേലുപദേശിയുടെ നിർദേശവും അതുതന്നെയായിരുന്നു. പോരെങ്കിൽ വാത്തിക്ക് ദാവീദിനോടു പ്രത്യേകിച്ചൊരു വൈരംകൂടിയുണ്ട്. മാറാന്തടത്തിലെ ആദ്യത്തെ ക്രിസ്ത്യാനിയാണ് അയാൾ. ദാവിദ് മതംമാറിയതോടെയാണ്, പടിഞ്ഞാറ്റുമുറിയിലേയും കാട്ടകുളത്തേയും പുലയന്മാർ കൂട്ടത്തോടെ ക്രിസ്തുമതം സ്വീകരിച്ചു തുടങ്ങിയത്. ഉപദേശി മാറാന്തടത്തിലെത്തിപ്പെടുമ്പോൾ ദാവീദ് ഗോവിന്ദനായിരുന്നു. കോന്നനെന്നു വിളിക്കപ്പെട്ടിരുന്ന ഗോവിന്ദൻ.

"ആരന്റോടി വാത്തീ ഈ കെടന്നു ചെലക്കണെത്?"

പറ്റുകാരിലൊരാൾ ചോദിച്ചു. ആരെക്കുറിച്ചാണെന്ന് അയാൾക്കറിയുമായിരുന്നു.

"ക്രിസ്ത്യാനികളോടിത്തന്നെ. ദിക്കാരം കൊറേ കൂടിപ്പോണ്. അദികം വേണ്ടെന്നു പറഞ്ഞേരെ." വാത്തിയുടെ സ്വരം ക്രുദ്ധമായിരുന്നു.

"അതിന് അവര് ഇന്നും ഇന്നലേം തൊടങ്ങിയതോ?"

"ഉപദേശി വന്നകാലത്തെ കദകള് നിങ്ങക്കറിഞ്ഞൂടേ?"

പറ്റുകാർ ആ വാചകത്തിന്റെ വിദൂരാർഥങ്ങളെ ചികഞ്ഞു. അവർക്കതറിയം. ദാനിയേലുപദേശി മാറാന്തടത്തിൽ വന്നുചേർന്നതുമുതൽ ഇന്നുവരെയുള്ള എല്ലാ കഥകളും ആർക്കും അത്രവേഗം മറക്കാൻ കഴിയുന്നതായിരുന്നില്ല അവയൊന്നുംതന്നെ. അയ്യാവുവാത്തിയും പോയകാലത്തിന്റെ പുറങ്ങളിലായിരുന്നു.

"പച്ചേ, അത് അന്തകാലം. ഇപ്പോ കാലം വേറെ."

"അതിന് നിങ്ങളെന്തെര് ചെയ്യാമ്പോണ്?"

ദാവീദ് ഒന്നും കേട്ടില്ലെന്നു നടിച്ചു. അതു വാത്തിയെ ഏറെ ചൊടിപ്പിച്ചു. അയാൾ പുറത്തേക്ക് ഉറക്കെ ഏവരേയും അറിയിച്ചു.

"നീലകേശീനെക്കൊണ്ട് കുരുപ്പെറിയിക്കും. വെന്തുപഴുത്തളിഞ്ഞു ചാവണ കുരുപ്പ്."

"അയിന് ക്രിസ്യാനികക്ക് മാത്രമായിട്ടു കുരുപ്പു വീഴുമോ? വന്നാ എല്ലാരിക്കും വീഴും. എല്ലാരും അനുപവിക്കും."

കൂടിയിരുന്ന പറ്റുകാരിലൊരാൾ സന്ദേഹം പ്രകടിപ്പിച്ചു.

വാത്തീ അതിനു സമാധാനം പറഞ്ഞില്ല. അയാൾക്കും ആ സംശയം തോന്നാതിരുന്നിട്ടില്ല. അമ്മ കോപിച്ചെറിയുന്ന വിത്തുകൾ ക്രിസ്ത്യാനികളുടെ പുറത്തുമാത്രം എങ്ങനെ വീഴും? വേനൽക്കാലങ്ങളിൽ മാവിലകളിൽ പിഴച്ചുവീണ കുരുപ്പുകൾ കുരുടുപിടിച്ചു തിണർത്തുകിടക്കുന്നതു കണ്ടിട്ടുണ്ട്. അയാളുടെ മുത്തപ്പനൊരു വാത്തി പണ്ടു വസൂരിവന്നു പഴുത്തു ചത്തതു പറഞ്ഞുകേട്ടിട്ടുമുണ്ട്. വാത്തിമിണ്ടിയില്ല. ആരേയും പഴിക്കാനില്ലാതെ ആറിത്തണുത്ത ചായയിൽ കണ്ണുകളൂന്നി അയാൾ ഇരുന്നു.

"ആ വരത്തനൊപതേസിക്ക് നമ്മളെ മാറാന്തടത്തെപ്പെറ്റി പറയാനെന്തദികാരം?"

"അയാളുടെ ദിക്കാരമെന്നല്ലേ പറയേണ്ടത്?"

"ആരും ചോദിക്കാനില്ലെന്ന നെഹളമല്ലേയിത്?"

"ചോദിക്കാനൊണ്ടോയെന്നു കാണിച്ചുകൊടുക്കാം."

"ആ ഉപദേശീനെ അടക്കി നിർത്തണം. അതിനെന്തൊരു വഴിയൊണ്ടെന്നു പറയിൻ."

നീലകേശിയുടെ നടയിലെ സമാജത്തറയിലിരുന്നുകൊണ്ട് കരയിലെ നായന്മാർ പരസ്പരം ആലോചിച്ചു. അവർക്കുമീതെ ഒരു പൂവരശ് പന്തലിച്ചു കുടപിടിച്ചു നിന്നിരുന്നു. അതിനുംമീതെ പണിക്കൻപൊറ്റയുടെ നട്ടുച്ചിയിൽ, എഴുന്നുനിൽക്കുന്ന മരണപ്പാറ. ഒരു കൂറ്റൻ ശവപ്പെട്ടിപോലെ അത് അറപ്പുളവാക്കുന്നു.

"മരണപ്പാറ വെടിവച്ചു പൊട്ടിച്ചേക്കാം. അതിന്റെ പൊറത്തു കേറി നിന്നല്ലേ അയാള് വേണ്ടാതനങ്ങള് വിളിച്ചു പറയണത്."

"അതു വേണ്ട." ഒരു കാരണവർ വിലക്കി.

"പിന്നെന്തൊരു വേണമെന്നു പറയീൻ."

"നമുക്കദികാരിയെ കാണാം."

"എങ്കിൽ അങ്ങിനെത്തന്നെ."

കാരണവരുടെ നേതൃത്വത്തിൽ ഒറ്റവരിയുള്ള ജാഥയായി സമാജക്കാർ അംശം അധികാരിയുടെ പടിക്കലെത്തി. അവർ വരുന്ന വിവരം അയാളറിഞ്ഞതുപോലെയുണ്ട്. കുറേനാളായി കേൾക്കാൻ തുടങ്ങിയതല്ലേ ഉപദേശിയെക്കുറിച്ചുള്ള പരാതികൾ. പലതിനും കഴമ്പില്ലെന്ന കാര്യം അധികാരിക്കറിയാം. അവയുടെ പിന്നിൽ പലപ്പോഴും യുക്തിക്കുനിരക്കാത്ത ഹേതുക്കളാണുണ്ടാവുക. അധികാരി അപ്പോഴൊക്കെ ആലോചിക്കാറുണ്ട്. ഉപദേശി കിഴക്കുംപുറത്തെ നായന്മാരുടെയോ മറ്റു ഹിന്ദുക്കളുടേയോ കാര്യങ്ങളിലിടപെട്ടതായി അറിവില്ല. അയാൾക്ക് അയാളുടെ സ്വന്തം ജനങ്ങളും അവരുടെ അനവധി വ്യവഹാരങ്ങളുമുണ്ട്.

"സ്വന്തം ജനങ്ങളെന്നു പറഞ്ഞാ, അയ്യാള് ശീമേന്ന് എറക്കുമദിചെയ്തവരോ?"

അധികാരിയുടെ പൂമുഖത്തിരുന്നുകൊണ്ട് അമ്പലത്തറയിൽ ചെല്ലോംപിള്ള ചോദിച്ചു. ആ ചോദ്യം കുറിക്കു കൊണ്ടതായി കുടിയിരു

ന്നവർ ചെല്ലോംപിള്ളയെ അറിയിച്ചു. അധികാരി എന്തെങ്കിലും പറയുമെന്നു കരുതി അവർ മിണ്ടാതിരുന്നു.

അധികാരി ശബ്ദിച്ചില്ല. സമാജക്കാരെ ആകെയുഴിഞ്ഞുനോക്കിയിട്ട്, അയാൾ ചാരുകസേരയിലേക്കു ചരിഞ്ഞു.

"ആദ്യം ഗോവിന്ദനെ ക്രിസ്ത്യാനിയാക്കി. ആരെങ്കിലും വെലക്കിയോ? ഇല്ല. ആരെ കൈമണിയായിരുന്നു ഗോവിന്ദൻ? വെലക്കാൻ പാടില്ലായിരുന്നോ? അതീപ്പിന്നെ അവൻ ഏലായിലെറങ്ങീട്ടൊണ്ടോ? പിന്നീട് ആ കൊച്ചു കുട്ടീനേം, അവന്റെ പുലച്ചീനേം ക്രിസ്ത്യാനികളാക്കി. അവൻ പിന്നെ ഏണീം വാക്കത്തീം എടുത്തിട്ടൊണ്ടോ? ഇപ്പോ അയ്യാളെ പള്ളീലെത്ര ആളായെന്ന് ഇവുടത്തേക്കറിയാമോ? ഒന്നുപോയി നോക്കീം. അപ്പോ കാണാം."

വങ്ങേനി ഏലായിൽനിന്നും ഇളനെല്ലിൻതലപ്പുകളെ തഴുകിയെത്തിയിരുന്ന അപരാഹ്നക്കാറ്റേറ്റ് അധികാരി മയങ്ങിപ്പോയി. സമാജക്കാരുടെ മർമരങ്ങൾ തുടർന്നു. ചെല്ലോംപിള്ള തിളയ്ക്കുവാൻ തുടങ്ങിയപ്പോഴേക്കും അധികാരി കൂർക്കംവലി ആരംഭിച്ചിരുന്നു.

മാറാന്തടം അനാദിയല്ലെന്ന വിശ്വാസം നാൾക്കുനാൾ പ്രബലമായിക്കൊണ്ടിരുന്നു. നീലകേശി ആരുമല്ല. തടിയിൽ കൊത്തിയെടുത്ത ഒരു രൂപം മാത്രം. ആദ്യകാലങ്ങളിൽ അതു വിശ്വസിക്കുവാൻ മതം മാറിയ പുലയന്മാർക്കു ബുദ്ധിമുട്ടായി. ഉപദേശി ആവർത്തിച്ചു പറഞ്ഞു. യഹോവയുടെ അത്ഭുതപ്രവൃത്തികളുടെ നിരവധികഥ പറഞ്ഞു. ഒടുവിൽ മടിച്ചുമടിച്ചാണെങ്കിലും അവർ സമ്മതിച്ചു. നീലകേശി ആരുമല്ല. ഒരു വിഗ്രഹം മാത്രം. യഹോവ, അതേ യഹോവമാത്രമാണ് ജീവനുള്ള ദൈവം. എങ്കിലും ചില രാവുകളിൽ രഹസ്യമായി അവർ നീലകേശിയോട് എല്ലാത്തിനും മാപ്പുചോദിച്ചിരുന്നു. മാറാന്തടവും നീലകേശിയും അനാദികളല്ലെന്ന് അയ്യാവുവാത്തിയുടെ കുടുംബവൈരികളായ ചില ഊരാളികളും വിശ്വസിച്ചു.

മുനമ്പത്തുവീട്ടിൽ ശേഖരപിള്ളയായിരുന്നു അതു വിശ്വസിച്ച ആദ്യത്തെ നായർ.

ഒരു വെള്ളിയാഴ്ച രാത്രി മരണപ്പാറയിൽ നിന്നും ഇടയസങ്കീർത്തനം താഴ്വാരമിറങ്ങിയപ്പോൾ ശേഖരപിള്ള ഭാര്യയോടായിപ്പറഞ്ഞു:

"ഉപദേശി പറയണതിലും സത്യമുണ്ടെന്നു തോന്നുന്നു."

എറയത്തിരുന്നുകൊണ്ട് സുഭദ്രപ്പിള്ള ഒന്നു മൂളുകമാത്രം ചെയ്തു. എല്ലാമറിയുന്ന രാവിനോടായി അവർ ചോദിച്ചു:

"ആയിരം കണ്ണുകളുള്ള രാവേ, നീ നിന്റെ ആയിരം നാവുകൾകൊണ്ടു പറയൂ, ആരിലിരിക്കുന്നു സത്യം?"

രാവു മിഴിച്ചുനിന്നു.

അന്തിക്ക് വങ്ങേനി ഏലയിലെ മുപ്പറക്കണ്ടത്തിൽപ്പോയി മടങ്ങുമ്പോൾ, മുന്നിലായി തപ്പിത്തടഞ്ഞു നടക്കുന്ന മോനായിയോടായി ദാനിയേലുപദേശി ചോദിച്ചു:

"ഏറ്റവും മഹത്തായ ഗ്രന്ഥമേത്?"

"ബൈബിൾ" — സംശയമേശാതെ മോനായി പറഞ്ഞു.

"ബൈബിളിൽ എത്ര പുസ്തകങ്ങളുണ്ട്?"

"അറുപത്തിയാറ്."

"ഒന്നാം പുസ്തകമേത്?"

"ഉൽപ്പത്തി."

"ഉൽപ്പത്തിയിലെ ആദ്യവചനം പറയു."

"ആദിയിൽ ദൈവം ആകാശത്തേയും ഭൂമിയേയും സൃഷ്ടിച്ചു."

ഉയരങ്ങിലേക്കു കണ്ണുകളെറിഞ്ഞുകൊണ്ടായിരുന്നു മോനായി, ആദ്യവചനത്തിന്റെ അക്ഷരങ്ങളെ കൊത്തിപ്പെറുക്കിയത്. ഇടയ്ക്കു വരമ്പു തെറ്റി വീഴാതിരിക്കുവാനായി അവൻ വലിയപ്പച്ചന്റെ കൈയിൽ പിടിമുറുക്കി. ആ കൈ ബലമുള്ളതാണന്നു കണ്ടു. വചനം പറഞ്ഞുതീർന്ന അവൻ മുഖം താഴ്ത്തി. അവന്റെ കണ്ണുകൾ ചെന്നുപെട്ടത് അപാരതയിലേക്കാണ്. മാനത്തിന്റെ ചരിവിൽ ഇരുണ്ട നീലിമ മൂടിക്കിടന്നിരുന്നു. നക്ഷത്രക്കണ്ണുകൾ തെളിഞ്ഞുവരുന്നു. അനന്തമായ വയൽപ്പരപ്പുകൾക്കു മീതെ അനുസ്യൂതം പെയ്തു വീഴുന്ന രാത്രി. വയൽപ്പരപ്പുകൾക്കപ്പുറത്തുനിന്നും അപാരതയുടെ സംഗീതംപോലെ കടലിന്റെ ഇരമ്പം.

മോനായിയിൽ ഉൽപ്പത്തിയെക്കുറിച്ചുള്ള ചിന്ത ജാഗരുകമാവാൻ തുടങ്ങി.

2

സംവത്സരങ്ങൾക്കുമുമ്പ് ഇടതൂർന്ന വനമായിരുന്നു മാറാന്തടം. താഴ്വാരങ്ങളിലും പൊറ്റയിലും ചെരിവുകളിലും വൻതരുക്കൾ മാനം മുട്ടെ വളർന്നുനിന്നിരുന്നു. വെളിച്ചം മടിച്ചുമടിച്ചെത്തിനോക്കിയിരുന്ന വനാന്തരഭാഗങ്ങളിൽ ഹിംസ്രമൃഗങ്ങളും ഇഴജന്തുക്കളും സ്വതന്ത്രമായി വിഹരിച്ചിരുന്നു. തെക്കുവടക്കായിട്ടാണ് മാറാന്തടത്തിന്റെ കിടപ്പ്. പടിഞ്ഞാറും കിഴക്കും ചരിവുകളാണ്. ചരിവുകളിൽനിന്നും ഒരേ വേഗതയിൽ മുകളിലേക്കു കയറുന്ന ഭൂപ്രകൃതി ഒരു ചെറുകുന്നോളം വരും. മുഴച്ചുനിൽക്കുന്ന കുന്നിന്റെ നെറുക. നെറുകയ്ക്കു ചുറ്റും നിബിഡമായ കാടായിരുന്നു. ആ കാടിന്റെ ബലിഷ്ഠമായ മുളപ്പുപോലെ, ഉച്ചിയിൽ മരണപ്പാറ എഴുന്നുനിന്നിരുന്നു. ഇന്നു കാടില്ല. കാട് നിലവിലിരുന്ന മറുകുകൾ പോലുമില്ല. കാടിന്റെ തടങ്ങൾ നിരവധി സംവത്സരങ്ങളുടെ നൊമ്പരമേറ്റു രൂപാന്തരപ്പെട്ടിരിക്കുന്നു. വൻ വൃക്ഷങ്ങളും ജന്തുമൃഗാദികളും ഇന്നൊരു ഓർമ മാത്രമാണ്. അവയുടെ സ്ഥാനത്ത് ഇന്നു മാറാന്തടം എട്ടുകെട്ടുകളും ആറുകാൽപ്പുരകളും ചെറ്റക്കുടികളും കൊണ്ടു നിറഞ്ഞിരിക്കുന്നു. എവിടെയും മനുഷ്യരാണ്. സ്നേഹിക്കുകയും വെറുക്കുകയും കലഹിക്കുകയും തമ്മിൽ കണ്ടാൽ തലതല്ലിപ്പൊളിക്കുകയും ചെയ്യുന്ന മനുഷ്യർ.

മാറ്റമില്ലാതെ ഒന്നു മാത്രമുണ്ടായിരുന്നു:

മരണപ്പാറ!

കാലത്തിന്റെ നിദ്രാരഹിതനായ പടയാളിയെപ്പോലെ, സംവത്സരങ്ങളുടെ ഒടുക്കമില്ലാത്ത യാത്രയുടെ നിയന്താവിനെപ്പോലെ, ചരിത്രത്തിന്റെ നിരന്തരമായ താക്കീതെന്നപോലെ, ഒരു കൊച്ചുപോറലുമേൽക്കാതെ മരണപ്പാറ അതിന്റെ അനന്തമായ നിലപാടു തുടരുന്നു.

സംവത്സരങ്ങൾക്കു മുമ്പ് അടിയാളരുമായി, അനൽപ്പമായ കരുത്തിന്റെ ഉടയവനായ ഒരു നായർ മാറാന്തടത്തിലെത്തിപ്പെട്ടു. അയാളോടൊപ്പം, അയാൾക്കു വേണ്ടി ആത്മാഹുതിചെയ്യാൻപോലും ഒരുങ്ങിപ്പുറപ്പെട്ട ഒരുകൂട്ടം അടിയാളന്മാരുമുണ്ടായിരുന്നു. അവർ കാടു വെട്ടിത്തെളിച്ചു. കുറഞ്ഞൊരുകാലത്തിനുള്ളിൽ മാറാന്തടം ഒന്നടങ്കം നായർ ദേഹണ്ഢിച്ചു. സംവത്സരങ്ങളോളം മാറാന്തടത്തിന്റെ മുടിചൂടാമന്നന്മാർ വാണിരുന്ന വിളക്കെന്നിത്തറവാടു സ്ഥാപിച്ചു.

അടിയാളരായ പുലയന്മാർ കിഴക്കേച്ചെരുവിൽ നിന്നാണ് കാടുതെളിക്കാൻ തുടങ്ങിയത്. കരുത്തൻ അവർക്കു നിർദേശങ്ങളും നൽകിക്കൊണ്ടു മാറിനിന്നു. കത്തിയെരിയുന്ന വേനൽക്കാലമായിരുന്നു. ചോരയൊന്നാകെ തണ്ണീരാക്കുന്ന കൊടും വേനൽ. എല്ലാം മറന്നുകൊണ്ട് അടിയാളർ കാടിന്റെ ധാർഷ്ട്യത്തിനെതിരെ നിരുപാധികം പൊരുതി. വൻവൃക്ഷങ്ങൾ കടയറ്റു നിലംപതിച്ചു. ചുറ്റിപ്പിണഞ്ഞു മാർഗതടസമുണ്ടാക്കിയിരുന്ന വല്ലികളെ അരിഞ്ഞുമാറ്റിക്കൊണ്ട്, അവർ മുന്നേറി. ഇടയ്ക്കിടെ ചെറിയ പാറകളുണ്ടായിരുന്നു. പാറകളുടെ വിടവിൽനിന്നും ചെറുപാമ്പുകൾ അവരെ എതിരിട്ടിരുന്നു. അരിവാൾകൊണ്ടരിഞ്ഞും കല്ലെറിഞ്ഞുവീഴ്ത്തിയും അവർ പാമ്പുകളെ ഒന്നാകെയൊടുക്കി. ശേഷിച്ചവ മുകളിലേക്ക് അതിശീഘ്രം ഇഴഞ്ഞുപോയി. കാടകന്നു സൂര്യവെളിച്ചം വീണ ഭൂമിയിൽനിന്നും നായർ ഒരുപിടി മണ്ണുവാരി. കറുത്തു പശിമയുള്ള മണ്ണ്. അയാൾ മനസുനിറഞ്ഞാഹ്ലാദിച്ചു. ദൂരബാധിച്ച കണ്ണുകളോടെ അയാൾ മുകൾപ്പരപ്പിലേക്കു നോക്കി. ആത്മാവിനു തീ പിടിച്ച പോരാളികളെപ്പോലെ അടിയാളന്മാർ യുദ്ധം തുടരുന്നു. അവരുടെ കവിളുകളിലൂടെ ചോരപൊടിയുവാൻ തുടങ്ങി. അവരുടെ കൈവെള്ളയിലെ കരിന്തൊലി പൊട്ടിയടർന്നു. അവരുടെ കാൽപ്പത്തിയിലും കാൽവണ്ണകളിലും ചേരട്ടകൾ കടിച്ചുതൂങ്ങി. അവർ വേദനയെ മറന്നു. വേദന അവർക്ക് ലഹരിയായിരുന്നു. ബോധമറ്റവരെപ്പോലെ അവർ അമ്മയുടെ മാറിടത്തെ ചീന്തുന്നു. ആർത്തിയോടെ കുത്തിയൊഴുകുന്ന ചോര കുടിക്കുന്നു.

സർവംസഹയായ അമ്മ സ്വന്തം ഉറവകളിലൂടെ കണ്ണീരൊഴുക്കുക മാത്രം ചെയ്തു.

അതാ ഒരു പാറ!

കാടു തുരന്നു മുന്നിലെത്തിയ ഒരാൾ വിളിച്ചു പറഞ്ഞു. മറ്റുള്ളവരോടിക്കൂടി. അത്ഭുതകരമായ ഒരു കാഴ്ച. അവർ അതിനുചുറ്റും തുള്ളിനടന്നു. പാറയുടെ അറ്റമെവിടെ എന്നറിയുവാനായി അവർ വളരെയേറെ

പരിതപിച്ചു. അവിടെ, അവിടെ എന്നു ചിലർ ചൂണ്ടിക്കാട്ടി. അവിടെയല്ലെന്നറിഞ്ഞുകൊണ്ടുതന്നെ മറ്റുള്ളവർ അവിടേക്കു നോക്കി.

പാറയ്ക്ക് മരണത്തിന്റെ നിറമായിരുന്നു. പാറയ്ക്കുമീതെ പായൽ പിടിച്ചിരുന്നു. വഴുപ്പാർന്ന പാറയുടെ ഉപരിതലത്തിൽ ചില ചെടികളും, ചെടികൾക്കിടയിൽ ചില പക്ഷിക്കൂടുകളുമുണ്ടായിരുന്നു.

പാറയ്ക്ക് മരണത്തിന്റെ ഗന്ധം!

പാറയുടെ കറുത്ത മൗനത്തിന് മരണത്തിന്റെ ഗാംഭീര്യം.

പാറയുടെ വീതിയേറിയ വിടവുകളിൽ മരണം പതിയിരുന്നു. അവിടെയിരുന്നുകൊണ്ട് മരണം അടിയാളന്മാരെ നോക്കി പുഞ്ചിരിച്ചു. വിളർത്ത ചിരി. ശബ്ദമില്ലാതെ അറപ്പുളവാക്കുന്ന ഹീനമായ ചിരി.

ആരോരുമറിയാതെ അടിയാളന്മാരുടെ മൂമ്പാളൻ പാറയിലേക്കു വലിഞ്ഞു കയറി. പാറ, വഴുപ്പാർന്ന അതിന്റെ ഉപരിതലത്തെ അയാൾക്കായി പരുപരുപ്പുള്ളതാക്കിത്തീർത്തു. അവിടെയുമിവിടെയും എത്തിപ്പിടിച്ചുകൊണ്ട്, മൂമ്പാളൻ കയറിക്കൊണ്ടേയിരുന്നു.

താഴ്‌വാരത്തിൽ ഓലക്കുട ചൂടി നിന്നിരുന്ന നായരുടെ ചാരത്തേക്ക് ഒരടിയാളൻ ഓടിയെത്തി.

"തലപ്പെലേൻ ചത്തു."

അടിയാളൻ നിന്നു കിതച്ചു.

"എങ്ങനെ?"

തീരെ ലാഘവത്തോടെ ഒരന്വേഷണം.

"അയ് പാറേന്നു താഴെ വീഴുന്നു ചത്തു."

"ഒടനെ ചത്തോ?"

"തല ചെതറിപ്പോയി."

"എങ്കി വാരിക്കൂട്ടി കുഴിച്ചുമൂടിന്. അവന്റോടി ആരെങ്കിലും പറഞ്ഞോ പാറേൽക്കയറുവാൻ?"

ഉത്തരമില്ലാതെ അടിയാളൻ തളർന്നിരുന്നു. പണി നിർത്താൻ നായർ ആജ്ഞാപിച്ചു. പാറയുടെ ഓരത്ത് ചത്ത പുലയന്റെ ശവം മറവുചെയ്തു. മരണപ്പാറ സംഹരിച്ച ആദ്യത്തെ മനുഷ്യജീവൻ. അന്നുതൊട്ട് അനേകം ജീവിതങ്ങളെ ഈ പാറ വിഴുങ്ങിയിട്ടുണ്ട്. ഏതോ പ്രഹേളികയുടെ ഉത്തരവും തേടി അനവധി മനുഷ്യർ തങ്ങളുടെ നരുന്തുജീവിതങ്ങളെ മരണപ്പാറയ്ക്കു സമർപ്പിച്ചിട്ടുണ്ട്. എല്ലാ ജീവിതങ്ങളേയും നിറഞ്ഞ പ്രസാദത്തോടെ ഈ നല്ല പാറ ഏറ്റുവാങ്ങിയിരുന്നു.

ആ പാറമേൽ ചവിട്ടി നിന്നുകൊണ്ടാണ് സംവത്സരങ്ങൾക്കുശേഷം ദാനിയേലുപദേശിതന്നെ ഗിരി പ്രഭാഷണം തുടർന്നു വന്നിരുന്നത്.

കാടുതെളിച്ചു താഴേക്കിറങ്ങിയ അടിയാളന്മാർ പടിഞ്ഞാറേ താഴ്‌വാരത്തിൽ അസംഖ്യം ഉറവകളെ കണ്ടെത്തുകയുണ്ടായി. കണ്ണീരുപോലെ നിർമലമായ തെളിനീർ ഈ ഉറവകളിൽനിന്നും കുമിഞ്ഞൊഴുകിയിരുന്നു. മണ്ണടർന്നവേരുകളിലും, വഴിമുടക്കുന്ന കല്ലുകളിലും തടഞ്ഞൊഴുകിയിരുന്ന നീരൊഴുക്കുകളുടെപാട്ട് അപൂർവമായ ഒരനുഭൂതിയായിരുന്നു.

ഉറവകൾക്കു താഴെ കണ്ണെത്താത്ത ദൂരത്തോളം ചതുപ്പായിരുന്നു. ആഴമറിയാത്തവണ്ണം ചേറു പുതഞ്ഞു കിടന്നിരുന്ന ചതുപ്പുകൾ. കാലൊന്നമർത്തിയാൽ അടിയിലേക്കാഴ്ന്നുപോയതുതന്നെ. ചേറിന്റെ വെള്ളമുറഞ്ഞ ഉപരിതലത്തിൽ കൂത്താടിക്കളിക്കുന്ന അട്ടകളുടെ സൈന്യം. ചോരയുടെ ഗന്ധമേറ്റാൽ മതി, അവ തിമിർത്തുകൊണ്ട് അരിച്ചു കൂടുന്നു. ആയിരങ്ങളും പതിനായിരങ്ങളുമായി. വിളർത്ത വായ പിളർന്നുകൊണ്ട് അവ നിഷ്കരുണം ആക്രമിച്ചു തുടങ്ങും. മനുഷ്യരേയും മൃഗങ്ങളേയും ഒരുപോലെ അവ കൊന്നൊടുക്കിയിരുന്നു.

"എത്ര അടിയാളന്മാരെയാണ് അട്ടകൾ ചോരയൂറ്റിക്കുടിച്ചു വകവരുത്തിയിട്ടുള്ളത്! എത്രയെത്ര അടിയാളന്മാരാണ് ആ ചതുപ്പിൽ താണിറങ്ങി വൻ കുമിളകളായി അടർന്നു പൊട്ടിയിട്ടുള്ളത്!"

വികാരരഹിതനായിക്കൊണ്ട് ദാനിയേലുപദേശി പറഞ്ഞു. മോനായി മൂളിക്കേട്ടു. അതാണ് നിബന്ധന. ഉപദേശി എന്തു പറഞ്ഞാലും മൂളിക്കേട്ടോളണം. ഒരിക്കലെങ്കിലും മുറിത്തേങ്ങൽപോലെയുള്ള ആ ശബ്ദം ഉണ്ടായില്ലെങ്കിൽ ഉപദേശി ചൂണ്ടാണിവിരൽകൊണ്ടു തലയ്ക്കു പിന്നിൽ കുത്തുന്നു. പൊടുന്നനെ ആ ശബ്ദം പൊട്ടിവീഴുന്നു. സാധാരണ മോനായി അതു മറക്കാറില്ല. പക്ഷേ, തോടിന്റെ കരയിലൂടെ സന്ധ്യയെ ഏറ്റുവാങ്ങുന്ന തോടിന്റെ സാന്ദ്ര നിസ്സംഗതയും നോക്കി നടക്കുന്ന മോനായി ചിലപ്പോൾ അതു മറന്നുപോകുന്നു. വീടെത്തുംവരെ ഉപദേശി പുരാവൃത്തം തുടരും. മാറാന്തടത്തിന്റെ ഗതകാലങ്ങളിലേക്ക് ഉപദേശി തന്റെ കൊച്ചുമകനെ കൈപിടിച്ചിറക്കുന്നു. ഉദ്വേഗമുളവാക്കുന്ന സംഭവങ്ങളാണ് ഏറെയും. എല്ലാം മോനായി ശ്രദ്ധിച്ചുകേൾക്കും. ഇടയ്ക്കിടയ്ക്ക് വലിയപ്പച്ചൻ ചോദ്യങ്ങൾ ചോദിക്കാറുണ്ട്. മറുപടി നിർബന്ധമാണ്. അത്തരം സന്ദർഭങ്ങളിലാണ് അവൻ അപാരതയുടെ സംഗീതത്തെ മറക്കുന്നത്. നക്ഷത്രങ്ങളുടെ ചിനുക്കത്തേയും കൈതപ്പൊന്തകളിൽ അടയിരിക്കുന്ന കുളക്കോഴികളേയും അവൻ മറക്കുന്നു. അവന് എന്നും പ്രിയങ്കരങ്ങളായിരുന്ന മിന്നാമിനുങ്ങുകളുടെ സൗഹൃദത്തെപ്പോലും അവൻ മറന്നുപോകുന്നു.

മാറാന്തടത്തിന്റെ കിഴക്കേച്ചരിവ് വങ്ങേനി ഏലായിലും പടിഞ്ഞാറേച്ചരിവ് കുമിളി ഏലായിലുമാണ് വീണിറങ്ങുന്നത്. വങ്ങേനി ഏലാ വിസ്തൃതവും അപാരതയോളം വളർന്നതുമാണ്. ഏലായുടെ വിശാലതയെ വകഞ്ഞു കീറിക്കൊണ്ട് വങ്ങേനിത്തോടൊഴുകുന്നു. മാറാന്തടത്തിനും കുറേ വടക്ക് ഈ തോടിന് മറ്റെന്തോ പേരാണ്. തോടെന്നു പറയുന്നതു ശരിയല്ല. ഒരു ചെറു നദിയോളം തന്നെ വലിപ്പമുണ്ട്. കുറഞ്ഞത് നൂറ്റിയമ്പതെണ്ണുംമുമ്പ് തോട് ചവിട്ടിക്കടക്കാൻ ആർക്കും കഴിയുന്നതല്ല. വർഷകാലങ്ങളിൽ നിറഞ്ഞൊഴുകുന്ന തോട്, നദികളെ ഓർമിപ്പിക്കുന്നു. തോടിനു വരമ്പുകളില്ലെന്നു തന്നെ പറയാം. എത്രയോ സംവത്സരങ്ങളായി ഒഴുക്കുവെള്ളത്തിന്റെ വാത്സല്യമേറ്റ് അലിഞ്ഞുകൊണ്ടിരിക്കുന്ന

കരകളാണ്. വേനൽക്കാലങ്ങളിൽ തോട് തീരെ ശുഷ്കിച്ചുപോകുന്നു. ചിലപ്പോൾ നീണ്ട കാലത്തോളം വറ്റിപ്പോയെന്നുവരാം. എത്രയോ ആവൃത്തി അതൊക്കെയുണ്ടായിരിക്കുന്നു. അത്തരം വേനലുകളെ മാറാന്തടം എന്നും ഓർമിക്കാറുണ്ട്.

വരണ്ട്, തണ്ണീരിനായി ദാഹിച്ചു വിണ്ടുകീറിയ പാടശേഖരങ്ങളും ശൂന്യമായ വങ്ങേനിത്തോടും മാറാന്തടത്തിന്റെ കിഴക്കുംപുറത്തിന് എന്നുമൊരു താക്കീതായിരുന്നു. മാറാന്തടത്തിന്റെ അധിദേവതയായ നീലകേശിയുടെ താക്കീത്.

മാറാന്തടം നില മറന്നാൽ കുരു വാരിയെറിയും. മനുഷ്യനും മൃഗങ്ങളും ഒരുപോലെ കുരു പൊങ്ങി പഴുത്തു ചാകും. നിത്യപൂജയ്ക്കും ആണ്ടറുതിയിലെ കുരുതിക്കും പിഴവു വരുത്തിയാൽ താഴ്വാരത്തിലെ ഉറവകളെ പിൻവലിച്ച് തീക്ഷ്ണമായ ഉഷ്ണത്തെ കെട്ടഴിച്ചുവിടും. ഉഷ്ണം വങ്ങേനിയെ കുടിച്ചു വറ്റിക്കുന്നു. വിളകളും വൃക്ഷങ്ങളും കരിഞ്ഞുപോകുന്നു. ഉഷ്ണം അഗ്നിയായി അസ്ഥികളിലേക്കു പടർന്നുകയറുകയും അവയെ ഉരുക്കുകയും ചെയ്യുന്നു. മാറാന്തടം നിലമറന്ന കാലമുണ്ടായിരുന്നു. മാറാന്തടം പിഴവുവരുത്തിയ സംവത്സരങ്ങളുണ്ടായിരുന്നു. അന്നൊക്കെ മാറാന്തടത്തിന്റെ കുലദേവതയായ നീലകേശി കോപാവിഷ്ടയായിക്കൊണ്ട് കൊടുംവേനലിനേയും മഹാമാരിയേയും വിളിച്ചു വരുത്തിയിട്ടുണ്ട്. ഓർമയിൽപ്പോലും നീറ്റലുണ്ടാക്കുന്ന ക്രൂരമായ കെടുതികളുടേയും വറുതിയുടേയും കഥകളാണവ.

കുമിളി ഏലാ നിത്യമായ കുളുർമയുടേയും ഹരിതാഭയുടേയും താഴ്വാരമാണ്. ആണ്ടിലുടനീളം പച്ചച്ചു നിൽക്കുന്ന, ആരേയും പ്രലോഭിപ്പിക്കുന്ന പ്രകൃതി. കുമിളിക്കുചുറ്റും കുനിഞ്ഞുനിൽക്കുന്ന ചതുപ്പുകളപ്പാടെ അപ്രത്യക്ഷമായിരുന്നു. അട്ടകൾ കൂട്ടത്തോടെ ചത്തൊടുങ്ങുകയും ചെയ്തു. കുമിളി ഏലാ അവസാനിക്കുന്നത് വടവുക്കരിയിലെ ജലാശയത്തിന്റെ വക്കിലാണ്. കുമിളിത്തലയ്ക്കൽ നിന്നും ഏലായുടെ വടക്കരുകിലൂടെ ഒരു കൈത്തോട് വടവുക്കരിയിലേക്ക് ഒഴുകുന്നുണ്ട്. നന്മയുടെ വറ്റാത്ത ഉറവപോലെ തോട് എക്കാലവും ഒഴുകിക്കൊണ്ടിരുന്നു. വർഷകാലങ്ങളിൽ നിറഞ്ഞൊഴുകുന്ന കൈത്തോടിന്റെ ധാരാളിത്തത്തെ ഒന്നടങ്കം വടവുക്കരി ഏറ്റുവാങ്ങുന്നു. വടവുക്കരിയിലെ വെള്ളത്തിനും ദാമോദരൻനായരുടെ ചായയ്ക്കും ഒരേ നിറമെന്നാണ് മാറാന്തടക്കാർ പറയാറ്.

ആദിയിൽ പടിഞ്ഞാറേച്ചരിവിലുണ്ടായിരുന്ന എല്ലാ ഉറവകൾക്കും മീതെ മണ്ണിടിഞ്ഞു വീണു. അതോടെ ഉറവകൾ മുഖമിടിഞ്ഞില്ലാതെയായി. അവ അടങ്ങിയിരുന്നില്ല. ഭൂമിയുടെ ഉള്ളറകളിലൂടെ അരിച്ചു നീങ്ങി, പരസ്പരം കണ്ടുമുട്ടിയും ഇണചേർന്നും പെരുകി ഒരു വലിയ ഉറവയായി പൊട്ടി പുറത്തേക്കു വന്നു. മണ്ണിനടിയിൽ നിന്നും, ഒരു ജലധാരായന്ത്രത്തിൽ നിന്നെന്നപ്പോലെ മാനത്തേക്ക് കുതിച്ചുയരുന്ന കുമിളി അത്ഭുതകരമായ ഒരു ദൃശ്യമാണ്. കുമിഞ്ഞു ചിതറുന്ന ജലത്തോടൊപ്പം

മണൽത്തരികളുമുണ്ടായിരുന്നു. നാനാവർണങ്ങളുള്ള ഈ മണൽത്തരികൾ ജലധാരയ്ക്കു പകിട്ടേറ്റി. ഉറവ താഴേക്കൊലിച്ചിറങ്ങി. ഊക്കോടെ താഴേക്കൊഴുകിയ ഉറവ ഇരുവശങ്ങളിൽ നിന്നും കരയെ കവർന്നെടുത്തു. ക്രമേണ അവിടെയൊരു വൻകിടങ്ങുണ്ടായി. വടവുക്കരിയിലേക്കൊഴുകുന്ന തോട് ഈ കിടങ്ങിന്റെ വീതികുറഞ്ഞ വാലായിരുന്നു. കിടങ്ങിനും കുമിളിയുടെ വൃത്താകാരത്തിനും മീതെ കാട്ടുതെച്ചിയും മൂടില്ലാത്താളിയും കിടങ്ങിന്റെ ഉള്ളറകളിലേക്ക് ജഡപിടിച്ചു തൂങ്ങി. ഉള്ളറയിൽ ഇരുട്ടുവീണു. സംവത്സരങ്ങൾ കഴിയുന്തോറും പൊന്തകൾ ഇടതൂർന്നുകൊണ്ടിരുന്നു. അങ്ങനെ കുമിളിപ്പൊയ്ക നിത്യമായ ഇരുളിലാണ്ടു. കാലാന്തരത്തിൽ പടിഞ്ഞാറ്റുമുറിയിലെ പുലക്കുട്ടികളേയും, പണിക്കൻപൊറ്റയിലെ ഊരാളിപ്പുരകളേയും പേടിപ്പെടുത്തിയിരുന്ന അനേകം കഥകളെ ഈ ഇരുൾഗഹ്വരം ഗർഭംധരിക്കുകയുണ്ടായി.

കിഴക്കുംപുറത്ത് നീലകേശി കോപിച്ചു തള്ളുന്ന കൊടുംവേനലിലും കുമിളി കനിഞ്ഞിരുന്നു. വടവുക്കരയിൽനിന്നും മാറാന്തടത്തിന്റെ മുകൾപ്പരപ്പിലേക്കു വീശിയെത്തുന്ന കാറ്റിന് കുളുർമയുണ്ടാവാൻ കാരണമിതായിരുന്നു. ആ കാറ്റേറ്റാണ് മോനായി വളർന്നത്. ആ കാറ്റുമായി കുറഞ്ഞൊരുകാലത്തിനുള്ളിൽ ശക്തമായ ഒരു സൗഹൃദം മോനായി സ്ഥാപിച്ചു. വല്യപ്പച്ചനിൽനിന്നും കേട്ടിരുന്ന കഥകൾ അവൻ ആ കാറ്റിനോടു പറഞ്ഞിരുന്നു. എല്ലാംതന്നെ മാറാന്തടത്തിന്റെ മരണമില്ലാക്കഥകൾ. കാറ്റ് എല്ലാം കേൾക്കുന്നു. എന്നിട്ട് അവന്റെ കാതുകളിൽ പറയുന്നു:

"കേട്ടോ മോനായി, ഈ കഥകൾ നീ എന്നോടു പറയുന്നതിരിക്കട്ടെ. അല്ലെങ്കിൽ നിന്റെ കളിക്കൂട്ടുകാരോടും പറയുന്നതിരിക്കട്ടെ. ഇന്നു കേട്ട് ഇന്നുതന്നെ മറക്കുന്ന സ്വഭാവമാണെനിക്ക്. പക്ഷേ, കുമിളിപ്പൊയ്കയിലെ മാനത്തുകണ്ണികളോടുമാത്രം പറയരുത്. ഇതെല്ലാം കേട്ടാൽ അവ പൊട്ടിക്കരയും. കാരണമെന്തെന്നോ? മരണമില്ലാത്ത ഈ മാനത്തുകണ്ണികൾ അപമൃതിപ്പെട്ട അടിയാളന്മാരുടെ പുനർജനികളാണ്. ആദിനായർക്കുവേണ്ടി മാറാന്തടം വെട്ടിത്തെളിക്കവേ, ചതുപ്പിന്റെ അഗാധതയിലേക്കാണ്ടുപോയ പുലയന്മാരുടെ ആത്മാവുകളാണവറ്റ."

രഹസ്യമായിട്ടാണെങ്കിലും കാട്ടുകുളത്തേയും പടിഞ്ഞാറ്റമുറിയിലേയും ഏകദേശം പുലയരും അതു വിശ്വസിച്ചുവരുന്നു. തങ്ങളുടെ പൂർവികന്മാരുടെ പുനർജന്മങ്ങളാണു കുമിളിപ്പൊയ്കയിലെ മാനത്തുകണ്ണികൾ. പരമ്പരകളോടുള്ള പകയുടെ ഉള്ളുനീറ്റവുമായി, അവ മോക്ഷം കാത്തുകിടക്കുകയാണ്. ആണ്ടറുതിക്കു കാട്ടുകുളം ഭഗവതിക്കാവിൽ കുരുതി നടക്കുന്ന രാത്രി, ഈ മാനത്തുകണ്ണികൾ തങ്ങളുടെ പങ്കുപറ്റുന്നതിനായി അശരീരികളായിക്കൊണ്ട് കരയേറുന്നു. അന്നു പുലയക്കുടികൾക്കുമുമ്പിലും പിതൃക്കൾക്കായി പടുക്ക* വിരിച്ചിരിക്കുന്നതു കാണാം.

---

* തെക്കൻ ഭാഗങ്ങളിലെ ഒരുതരം നിവേദ്യം.

മറ്റാരോടും മോനായി കഥകൾ പറഞ്ഞിരുന്നില്ല. പള്ളിത്തറയിലെ വല്യവീട്ടിൽ അവനൊറ്റയ്ക്കായിരുന്നു. കുറേക്കഴിഞ്ഞപ്പോൾ കാറ്റിനോടുപോലും കിന്നാരം പറയുന്നത് അവൻ നിർത്തി. അവന്റെ മനസിലെ കുഞ്ഞുകയങ്ങൾ നിറയെ മാനത്തുകണ്ണികളായിരുന്നു. അവ ഇടവേളയില്ലാതെ അവനു ചുറ്റും കൂപ്പുകുത്തി. അവൻ തീരുമാനിച്ചു. എന്നെങ്കിലുമൊരിക്കൽ കുമിളിപ്പൊയ്കയിലിറങ്ങണം. മാനത്തുകണ്ണികളോടെല്ലാം പറയണം. എന്നിട്ട് അവയുടെ കരച്ചിൽ മതിയാവോളം കേട്ടിരിക്കണം.

3

ഉപദേശി പുരാവൃത്തം തുടർന്നു.

വങ്ങേനി ഏലായുടെ പടിഞ്ഞാറ്ററുകിലായിരുന്നു വിളക്കെന്നിത്തറവാട് നിലനിന്നിരുന്നത്. വിസ്തൃതമായ മനയും എടുപ്പുകളും ഒന്നിലേറെ പത്തായപ്പുരകളുമുള്ള കൂറ്റൻ തറവാട്. കണിമുറ്റം ചുറ്റിവരുന്ന വിശാലമായ എടുപ്പുമനകളുടെ മേൽക്കൂരയിൽപ്പോലും ചിത്രപ്പണികളുള്ള മോട്ടടപ്പുകളും കോടിഗോപുരങ്ങളുമുണ്ടായിരുന്നു. കാതങ്ങളോളം ചുറ്റളവിൽ വിളക്കെന്നിക്കു സമാനമായി വിളക്കെന്നി മാത്രമേ ഉണ്ടായിരുന്നുള്ളു. മാറാന്തടമെന്ന സാമ്രാജ്യമൊന്നടങ്കം വിളക്കെന്നിക്കു ചേർന്നതായിരുന്നു. വിളക്കിത്തലയന്മാർ ചെരഞ്ഞ് മിനുസമാക്കിയ താടികൊണ്ടുഴിഞ്ഞാണ്, കാരണവന്മാർ തങ്ങളുടെ വിശാലമായ പ്രവിശ്യയ്ക്ക് അതിരുകൾ കൽപ്പിച്ചിരുന്നത്. അവരുടെ നിശ്ചയങ്ങൾക്കെതിരായി താഴ്വാരത്തെപ്പൊതിഞ്ഞു വീശുന്ന കാറ്റിനുപോലും ചരിക്കുവാൻ കഴിഞ്ഞിരുന്നില്ല. കരയിലെ സകലനായന്മാരും അവരുടെ ആശ്രിതന്മാരായി. സകല പുലയന്മാരും അവരുടെ അടിയാളന്മാരായി. അവരുടെ കളങ്ങളിൽ മരണപ്പാറയേക്കാളുയരത്തിൽ കറ്റകൾ വന്നു കുമിഞ്ഞു. അവരുടെ ചാപ്പകളിൽ നിറഞ്ഞുകിടന്നിരുന്ന നാളികേരങ്ങൾക്കു മുളപ്പുവന്നു വേരിറങ്ങി.

അവരെപ്പറ്റി നിരവധി ചൊല്ലുകൾ മാറാന്തടത്തിൽ പ്രചരിപ്പിക്കപ്പെട്ടിരുന്നു. അവരുടെ നിലവറകളിലും, ഇരുൾവാഴുന്ന പത്തായപ്പുരകളിലും രാപ്പകലുകൾക്കു ഭേദമില്ലായിരുന്നത്രേ. അവരുടെ നിശ്വാസങ്ങൾ ആജ്ഞകളായി ഭവിച്ചിരുന്നു. അവരുടെ നോട്ടങ്ങൾ, അഭിലാഷങ്ങളായോ വിധിതീർപ്പുകളായോ മാറി. ചുരുക്കത്തിൽ കൊല്ലും കൊലയും അവർക്കു സ്വന്തമായിരുന്നുവെന്നു പറഞ്ഞാൽ മതിയല്ലോ. ഇക്കാലങ്ങളിൽ അങ്ങനെയൊരു തറവാടും, അക്കൂട്ടരെപ്പോലെ ചില കാരണവന്മാരേയും കണ്ടെത്തുക തീരെ അസാധ്യം.

എന്നാൽ അവർക്കായി കാടരങ്ങുകയും, ചതുപ്പുകളിൽ അമ്പിയടിയുകയും, ചേട്ടറകളുടെ സൈന്യങ്ങളോട് അടിയറവുപറയുകയും ചെയ്ത പുലയരുടെ കഥ എന്തായി? കാരണവന്മാരനുവദിച്ച കാണിവട്ടം സ്ഥലങ്ങളിൽ ഓലക്കുടികൾ കെട്ടി അവർ പാർത്തുവന്നിരുന്നു. അവർക്കു സ്വന്തമായി പുതുവൽ ദേഹണ്ഡിക്കുവാനുള്ള അവകാശമുണ്ടായിരുന്നില്ല.

മണ്ണിനോടു യുദ്ധം ചെയ്യുവാൻ മാത്രം വിധിക്കപ്പെട്ടവരായിരുന്നു അവർ. കവിഞ്ഞ കരളുറപ്പോടെ അവർ മണ്ണിനെ കീഴടക്കി. അവരെ ഉടയവന്മാരും കീഴടക്കി. മണ്ണു സ്വന്തമാക്കാൻ, പിറവിപ്പിഴ പറ്റിയ ചിലരെങ്കിലും ശ്രമിക്കാതിരുന്നില്ല. അവർ കബന്ധങ്ങളായി, കമിളിപ്പൊയ്കയിലെ മാനത്തു കണ്ണികളായി കാട്ടുകുളത്തെ കൊടുതിദിനങ്ങളും കാത്തു കിടന്നു. എന്നിട്ടും ഒരു പുലയൻ കുടിക്കു ചുറ്റും കൈയെത്താവുന്നത്ര മണ്ണു വളച്ചുകെട്ടി. വളക്കൂറുള്ള മണ്ണായിരുന്നു. അവനവിടെ അവന്റെ സ്വന്തം കരുത്തും വിയർപ്പും ഒപ്പം ഒരു കൂട്ടം തൈവാഴകളും നട്ടു. വാഴകൾ വളർന്നു. അവന്റെ പ്രായം തികഞ്ഞ പെൺകുട്ടികളെപ്പോലെ അവ കനത്തു തടിച്ചു. കാലമായപ്പോൾ വാഴകൾ കുലച്ചു. കണ്ണിനിമ്പം പകരുന്ന കാഴ്ച. അവൻ കുലകൾക്കു കാവലിരുന്നു. അവ വളർച്ചയെ മറന്നുപോയെങ്കിലോ. കുലകൾ വിളഞ്ഞു. മഞ്ഞനിറം വിളർത്തു വീണു. ആദ്യത്തെ കുലയുമായി അവൻ വിളക്കെന്നിയിലെത്തി. അവിടെ അടിയാളന്മാർക്കു മുഖം കാട്ടാനായി അടിച്ചൊതുക്കിയ തറയിൽ മുട്ടുകുത്തി. എടുപ്പിൽ കാരണവർ വന്നു നിന്നു, എന്തു വേണമെന്നു ചോദിച്ചു.

"വായക്കൊല."

അടിയാൻ പറഞ്ഞു. എവിടെനിന്ന്, ആരു തന്നയച്ചതെന്നായിരുന്നു അടുത്ത ചോദ്യം.

"അടിയന്റെ വളപ്പില് അടിയന്തന്നെ നട്ടുവളത്തി കൊലച്ചതാണേ!"

മറുപടിയുണ്ടായില്ല. കണ്ണിൽ ആളിയ തീ പുലയൻ കണ്ടില്ല. ചാരിതാർഥ്യത്തോടെ കുല അവിടെ വച്ചിട്ട് അവൻ മടങ്ങിപ്പോയി. വീടെത്തിയപ്പോൾ അവൻ പകച്ചു മരവിച്ചുപോയി. അവന്റെ കുടി കത്തിച്ചാരമായിരിക്കുന്നു. വളപ്പിലെ വാഴകളെല്ലാം കബന്ധങ്ങളായി നുറുക്കപ്പെട്ടുകിടക്കുന്നു. അവന്റെ പുലച്ചിയും പെൺകുട്ടികളും മണ്ണിൽക്കിടന്നുരുളുന്നു. അവരുടെ ആർത്തനാദം അങ്ങു വിളക്കെന്നിവരെ എത്തിയിരുന്നു. വിളക്കെന്നിയിലെ ധിക്കാരികളായ കാരണവന്മാർ ആ വിളി കേട്ടതായി ഭാവിച്ചില്ല. അവർ ഏതൊരു യുക്തിയുടേയും പിൻബലമില്ലാത്ത അവരുടെ വാഴ്ച തുടരുകതന്നെ ചെയ്തു.

ഒടുവിൽ സംവത്സരങ്ങൾ, മാറാന്തടത്തിനു മീതെ അദൃശ്യമായ ലിപികൾ കൊണ്ടെഴുതിയ ന്യായവിധി വായിച്ചറിയുവാൻപോലും അവരുടെ ധാർഷ്ട്യം അവരെ അനുവദിച്ചിരുന്നില്ല.

പൊടുന്നനെ ഒരു പെരും കാലവർഷത്തിൽപ്പെട്ടെന്നപോലെ തറവാടൊന്നാകെ ഒലിച്ചുപോയി. കാലത്തിന്റെ ദുരൂഹഗർത്തത്തിലെങ്ങോ അതു വീണുമറഞ്ഞു. ആജ്ഞാനുവർത്തികളായിരുന്ന ആശ്രിതന്മാർക്കും, പടിപ്പുര കാത്ത ചിറ്റാളന്മാർക്കും നാലുകെട്ടും കൊട്ടിയമ്പലവും മനകളുമുണ്ടായി. വങ്ങേനി ഏലായും കുമിളി ഏലായും വെട്ടിമുറിക്കപ്പെട്ടു. അതിനപ്പുറം കണ്ണെത്താത്ത ദൂരത്തോളം പൊന്നുതമ്പുരാനു ചേർന്ന നിലങ്ങളും കരകളുമാണ്. അവിടേക്കു ദൃഷ്ടി വീഴ്ത്താൻ പോലും ആരും ഭയന്നു.

വിളക്കെന്നിയുടെ പതനത്തെ അംഗീകരിക്കുവാൻ കാരണവന്മാർ തയാറായില്ല. എടുപ്പുമനകളുടെ മോട്ടടപ്പുകൾ ഉള്ളുറക്കുത്തി തകർന്നു വീഴാൻ തുടങ്ങി. മനകളുടെ കവുങ്ങിൻവാരികൾ, കെട്ടുവിട്ട് വശങ്ങളിലേക്കിറങ്ങിക്കിടന്നു. എന്നിട്ടും കാരണവന്മാർ അടങ്ങിയില്ല. അവർ ശൂന്യമായ കളങ്ങളിലും നിലവറകളിലും കുത്തിയിരുന്നുകൊണ്ട് ചതുരംഗം കളിക്കുകയും ഇടയ്ക്കിടെ പഴയ പ്രതാപങ്ങളെപ്പറ്റി വീമ്പിളക്കുകയും ചെയ്തിരുന്നു. പഴയ ഓർമയിൽ, രാത്രികളിൽ ഇരുട്ടിനുനേരേ നോക്കി അവർ ആരോടെന്നില്ലാതെ കയർക്കുകയും അട്ടഹസിക്കുകയും ചെയ്തു. ചിലപ്പോൾ പടിപ്പുരയിലിരുന്നുകൊണ്ട് അന്യംനിന്നുപോയ പാടങ്ങളേയും പറമ്പുകളേയും നോക്കി വിഷാദവാന്മാരായിത്തീരുകയും ചെയ്തിരുന്നു. പിന്നെപ്പിന്നെ പകലുകളിൽ അവർ തറവാടുകളിൽ ഇരിക്കാതെയായി. പുലർച്ചയാകുമ്പോൾത്തന്നെ പുറത്തേക്കിറങ്ങിപ്പോകുന്നു. എവിടേക്കെന്നില്ലാതെ, നന്നേരാവണയുന്നതോടെ മാത്രം മടങ്ങിവരുന്നു. ആളും കേൾപ്പോരുമില്ലാതായിത്തീർന്ന പെരും തറവാടിന്റെ ഉള്ളറകളിൽ അവരുടെ മരുമക്കൾ വീർപ്പടക്കി ജീവിതങ്ങളെ പോക്കി. പ്രതിഷേധിക്കാനറിയാത്ത സാധുക്കളായിരുന്നു അവർ. നിലവറയ്ക്കപ്പുറം അവർക്കു ലോകമുണ്ടായിരുന്നില്ല. ഇരുളുമായി സദാ സഖ്യത്തിൽപ്പെടുക കാരണം, അവരിൽ പലരും വെളിച്ചത്തെ ഭയന്നിരുന്നു. മന കടന്നു പുറത്തിറങ്ങാൻ ഭയന്നു. പുറത്തുനിന്നുള്ള ഏതൊരു ശബ്ദത്തേയും അവർ ഭയന്നിരുന്നു. എല്ലാ രാവുകളിലും, അവരുടെ സംബന്ധക്കാരായ നായന്മാർ വന്ന് അവർക്കു കൂട്ടുകിടന്നിരുന്നു. കുംഭയും നിറച്ച് കൊട്ടിയമ്പലം കവച്ചുവരുന്ന നായന്മാർ വിളക്കെന്നിയുടെ ദീനമായ അവസ്ഥയ്ക്കുനേരെ കണ്ണടച്ചു. നിലവറകളിൽ പൊട്ടിയണയുന്ന ഗദ്ഗദങ്ങളെ കേട്ടില്ലെന്നു നടിച്ചു. വെളുക്കുവോളം ഉറങ്ങാതെ കഴിച്ചു പുറത്തുവരുമ്പോൾ, ഇടം കണ്ണിട്ടു നോക്കി പല്ലിളിക്കുവാൻ മാത്രം അവർ മറന്നിരുന്നില്ല.

"മേലാൽ ഇവുടെ വന്നു കേറിപ്പോവരുത്!"

ഒരു പുലർച്ചയിൽ, ഒരു നിലവറയിൽ നിന്നും പൊട്ടിത്തെറിയുണ്ടായി.

"ഫൂതൂ!"

പടിപ്പുരയിലിരുന്നു പല്ലു കുത്തി രസിക്കുകയായിരുന്ന കാരണവന്മാർ അതു കേട്ടുണർന്നു. വിഷണ്ണനായി ഒരു നായർ കൊട്ടിയമ്പലം കടന്നുപോകുന്നത് അവർ കണ്ടു. അവർ കൂട്ടത്തോടെ ഉള്ളിലേക്കു ചെന്നു. നിലവറയിലെ കുറ്റിരുട്ട് അവരെ നിശിതമായി തുറിച്ചു നോക്കി. അവിടെ തളം കെട്ടി നിന്നിരുന്ന വായുവിന് പൊള്ളുന്ന ചൂടായിരുന്നു.

ചെമ്പകമാണ്!

ഇളയ ഉടപ്പിറന്നവൾ, കാർത്ത്യാനിയുടെ മകൾ, അതീവസുന്ദരിയായ അവളുടെ സംബന്ധക്കാരൻ പള്ളിച്ചൽക്കാരനായ ഒരു കിഴട്ടുനായരായിരുന്നു. അയാൾക്കവളെ നൽകാൻ ആർക്കുംതന്നെ താൽപ്പര്യമില്ലായിരുന്നു. അതും താങ്ങിപ്പിടിച്ചുകൊണ്ടായിരുന്നു അയാളാദ്യമായി വിളക്കെന്നിയിലേക്കു വന്നത്. അന്നുടനീളം ചെമ്പകം കരഞ്ഞിരുന്നു. പക്ഷേ,

വിധി അതായിരുന്നു എന്നു പഴിച്ചുകൊണ്ട് കാരണവന്മാർ അവളെ അയാൾക്കു തീറെഴുതി. ഏതായാലും ചെമ്പകം ചെയ്തത് നന്നായി. മേലിൽ അശ്രീകരം പിടിച്ച ആ മുഴയും താങ്ങിക്കൊണ്ട് അയാളിങ്ങോട്ടു പുറപ്പെട്ടുവരില്ലല്ലോ. എങ്കിലും ചെമ്പകം ചെയ്തതു ധിക്കാരമാണെന്ന വർ നിലവറയോട് പറഞ്ഞു. നിലവറയാകട്ടെ അടക്കിപ്പിടിച്ചു തേങ്ങുക മാത്രം ചെയ്തു.

ചെമ്പകം നിലവറപ്പടിയിൽ കുത്തിയിരുന്നു. ധിക്കാരമാണു കാട്ടിയ തെന്നറിയാം. അവൾക്കതിൽ തീരെ സങ്കോചം തോന്നിയില്ല. പകരം എല്ലാ ത്തിനോടു കടുത്തപകയാണുണ്ടായത്. തുടർന്നും കടന്നുവരികയാണെ ങ്കിലോ, വൃത്തികെട്ട ആ മുഴയും താങ്ങിപ്പിടിച്ച്? എങ്കിൽ അയാളെ അക ത്തിട്ട് ഈ പുരയൊന്നാകെ കത്തിച്ചുകളയണം. ഗർവ് വിളക്കെന്നിയിലെ കാരണവന്മാർക്കു മാത്രമല്ല, സ്ത്രീകൾക്കും സ്വന്തമാണെന്ന് മാറാന്തട മറിയട്ടെ. എത്രനേരം ആ ഇരുപ്പു തുടർന്നുവെന്നറിയില്ല. നിഴലിപ്പോൾ എവിടെയായിരിക്കും? അവൾ എണീറ്റു പുറത്തു വന്നു. ഉച്ചയുടെ വെയിൽനാളങ്ങൾ തറയിൽ പുള്ളികുത്തിവീഴുന്നു. എവിടേയും ഉച്ചയുടെ പേടിപ്പെടുത്തുന്ന ശാന്തി നിറഞ്ഞുകിടക്കുന്നു. അവൾ മുഖപ്പുരയിറങ്ങി, കൊട്ടിയമ്പലം കവച്ചുവയ്ക്കുമ്പോഴാണ് കാരണവർ കണ്ടത്. ഉള്ളു കിടു ങ്ങിപ്പോയി. വിളക്കെന്നിയിൽ നിന്നും ഒരു മങ്കയിതാ സൂര്യവെളിച്ചത്തെ അറിയുവാൻ ശ്രമിക്കുന്നു.

ചെമ്പകം!

കാരണവർ ഗർജിച്ചു. നടത്തയെ നിർത്തി ചെമ്പകം തിരിഞ്ഞു നോക്കി. കാരണവരാണ്. അരമുറിയും കടന്ന് കൗപീനത്തിന്റെ വാൽ തൂങ്ങുന്നു. ചെമ്പകം ഒന്നു ചിരിച്ച് എന്നിട്ട് പുരോ ഭാഗത്തേക്കു നടന്നു. കാരണവർക്ക് നാവിറങ്ങിപ്പോയി. അവൾ നടന്നു. ആരോ അവളെ പിടിച്ചു നടത്തുകയായിരുന്നു. അവൾ വയൽപ്പരപ്പിന്റെ തീരത്തെത്തി. അപാര തയിൽനിന്നുള്ള കാറ്റേറ്റ പാടങ്ങളിൽ ഓളങ്ങളിളകുന്നു. പഴുത്തുചാഞ്ഞ നെല്ലോലകൾക്കും അവൾക്കും ഒരേ നിറം. വയൽക്കരയിലെ നാട്ടുവഴി യിലൂടെ ഇരുവശങ്ങളിലും വളർന്നു തുഞ്ചം ചായ്ചു നിൽക്കുന്ന പൂക്കൊ ന്നപ്പടർപ്പുകളെ വീശിക്കൊണ്ട് ചെമ്പകം കോടിച്ചിറയിലെത്തി.

വിജനമായ ചിറ ഉച്ചമയക്കംകൊള്ളുകയായിരുന്നു. നിശ്ചലമായ ജല വിതാനത്തിനുമീതെ വെയിലിന്റെ കിന്നരികൾ തിളങ്ങുന്നു. അവൾ കട വിലേക്കിറങ്ങി. കാലുകൾ നീട്ടി ചെമ്പകം ജലവിതാനത്തെ സ്പർശിച്ചു. ചിറയൊന്നാകെ കോൾമയിർക്കൊണ്ടു. ചിറനടുവിൽ ആമ്പൽ പൂത്തു നിന്നിരുന്നു. കാറ്റേറ്റ ആമ്പൽപ്പൂക്കൾ അവളെ വരൂ, വരൂ എന്നു വിളിച്ചു. അവൾ കടവിന്റെ താഴേക്കെട്ടിലിറങ്ങി. അവളൊന്നുകൂടെ ചുറ്റുപാടുകളെ നിരീക്ഷിച്ചു. ആരുമില്ല. ഉടൻതന്നെ അവൾ ഉടുവസ്ത്രങ്ങളഴിച്ചെറിഞ്ഞിട്ട് ജലവിതാനത്തിലേക്കിറങ്ങിചെന്നു. അവൾക്കുനീന്തൽ വശമില്ലായിരുന്നു. അതിനാൽ കഴുത്തോളം വെള്ളത്തിലെത്തി അവൾ നിന്നു. കൈകൾ ഇരുവശങ്ങളിൽ വിടർത്തി വെള്ളത്തിൽ വൃത്തം വരച്ചു. കൈക്കുമ്പി

ളിൽ വെള്ളം വായിൽക്കൊണ്ടിട്ട്, ആകാശത്തേക്കു നീട്ടി ത്തുപ്പി. അവിടെ മഴവില്ലു തെളിഞ്ഞു.

പെട്ടെന്നവൾ നടുങ്ങി പകച്ചുപോയി. സംഭ്രമത്തോടെ അവൾ തിരിഞ്ഞു. കരയിൽനിന്നും ഭാരമുള്ളതെന്തോ അവളുടെ പിന്നിലേക്കെടുത്തു ചാടിയിരിക്കുന്നു. കാണാനില്ല. വെള്ളം അതിശക്തമായി കരകളിൽ തട്ടിയലയ്ക്കുന്നുണ്ട്. അവളാകെ സംഭീതയായിത്തീർന്നു. അവൾ നാലുപാടേക്കും വിഹ്വലയായിക്കൊണ്ടു പരതി. ആരേയും കാണാനില്ല. ഉറക്കെ നിലവിളിച്ചാലോ? അവളാലോചിച്ചു.

അപ്പോൾ വെള്ളത്തിനടിയിൽനിന്നും അയാൾ പൊങ്ങിവന്നു. അവളെക്കാൾ ഏറെ ഭയന്ന മട്ടായിരുന്നു അയാൾക്ക്.

“എന്നെ രക്ഷിക്കണം!” —അയാളപേക്ഷിച്ചു. അവൾക്കൊന്നും തന്നെ പിടികിട്ടിയില്ല. അയാൾ വീണ്ടും അഭ്യർഥിച്ചു. യാചിച്ചു എന്നു പറയുകയായിരിക്കും ശരി. “ദയവായി എന്നെ രക്ഷിക്കണം. എന്നെ കൊല്ലാനായി എന്റെ ശത്രുക്കൾ പിറകേ വരുന്നുണ്ട്. നീയെന്നെ കാത്തില്ലെങ്കിൽ അവരെന്റെ തലവെട്ടും.”

നൂറു ചന്ദ്രന്മാർ ഒരുമിച്ചുദിച്ച ആ മുഖം ചെമ്പകത്തിന്റെ കരളിൽ മുട്ടിവിളിച്ചു. അവളാകെ തരിച്ചു. എന്താണു വേണ്ടതെന്നറിയാതെ അവൾ തപ്പിത്തടഞ്ഞു. ആ മുഖത്തുനിന്നും കണ്ണുകളെ വേർപ്പെടുത്താൻ അവൾ നന്നേ പണിപ്പെട്ടു. അകലെയല്ലാതെ ഓരികളും കൊലവിളികളും കേട്ടു തുടങ്ങി. കണങ്കാലോളം പോന്ന മുടിക്കെട്ടഴിച്ച് അവൾ മുന്നിലേക്കിട്ടു. അയാൾ അതിനുള്ളിലേക്കു ചെരിഞ്ഞുകയറി.

“ആരെങ്കിലും ഇതുവഴി വന്നോ?”

കാഴ്ചയിൽത്തന്നെ കിരാതന്മാരായ ഒരുകൂട്ടം ആണുങ്ങൾ കൈയിൽ ഊരിപ്പിടിച്ച കരവാളുകളുമായി ചിറക്കരയിലെത്തി.

“സത്തിയം പറഞ്ഞോളിൻ!” കിരാതന്മാരിലൊരുത്തൻ അട്ടഹസിച്ചു.

“വന്നേ, വന്നേ.”— ചെമ്പകം പറഞ്ഞുപോയി.

“എവിടെ?”

“ദാ, അതുവഴി ഒരുത്തൻ തിരിഞ്ഞുനോക്കാതെ പാഞ്ഞുപോണതു കണ്ടു.”

“ഏതുവഴി?”

“ആ കുറുംപാലം ചാടി കെഴക്കോട്ടോടിപ്പോയി.”

കിരാതന്മാർ കൊലവിളികൾ മുഴക്കിക്കൊണ്ട് വയലിറങ്ങി, മേടുകൾ കയറി നെയ്യാറ്റിൻകരയിലേക്കു പ്രയാണംചെയ്തു.

അവൾ അയാളെ പിടിച്ചുയർത്തി.

“ഈ ഉപകാരം ഞാനൊരിക്കലും മറക്കൂല്ല.”

ഉയിർത്തെഴുന്നേറ്റവന്റെ ആവേശമായിരുന്നു അയാൾക്ക്.

“എന്നെങ്കിലും നമുക്കു തമ്മിൽ കാണാം. പേരെന്തെന്നും, ഏതു തറവാട്ടിലെയാണെന്നും പറഞ്ഞോളിൻ.”

ചെമ്പകം പേരും തറവാടും ദിക്കും പറഞ്ഞു. മറ്റൊന്നിനും തുനിയാതെ അയാൾ കരയേറി ഉടൻ മറഞ്ഞു.

അന്നു തുടങ്ങിയുള്ള എല്ലാ രാത്രികളിലും ചെമ്പകത്തിന്റെ സ്വപ്നങ്ങളിൽ നിറയെ അയാളായിരുന്നു. എന്നെങ്കിലും അയാൾ വരും. വരാതിരിക്കില്ല. അവൾ പ്രതീക്ഷിച്ചു. അതിനുശേഷം എന്നും അവൾ കോടിച്ചിറയിൽ നീരാടാൻ പോയിത്തുടങ്ങി. അയാൾ വന്നില്ല.

സംവത്സരങ്ങൾ അടിപതറാതെ നീങ്ങി. തമ്പിമാരെയും എട്ടുവീട്ടിൽപ്പിള്ളമാരേയും ഒടുക്കി മാർത്താണ്ഡവർമ്മ രാജ്യഭാരമേറ്റു. ഒരു ദിവസം കൊട്ടാരത്തിൽ നിന്നും ഒരു നീട്ടു വന്നു. അതു വിളക്കെന്നിയിലെ ചെമ്പകംപിള്ളയ്ക്ക് കരമൊഴിവായി ആയിരപ്പറ നിലവും അത്രയും തന്നെ കരയും കൊട്ടാരത്തിൽ നിന്നും ദാനമായി നൽകിയിരുന്നു.

അപ്പോൾ മാത്രമാണ് തന്റെ കിനാവുകളിലെ ചെറുപ്പക്കാരനാരായിരുന്നുവെന്ന് ചെമ്പകം അറിഞ്ഞത്.

അതോടെ കോടിച്ചിറയുടെ പേര് മാർത്താണ്ഡൻചിറയെന്നായിത്തീർന്നു.

അനന്തൻപിള്ളയുടെ കാലത്തായിരുന്നു, കൊട്ടാരത്തിൽനിന്നും ദാനം കിട്ടിയ ഭൂമിയെല്ലാം വിളക്കെന്നിക്കു സ്വന്തമായത്. അതോടെ നഷ്ടമായ പ്രഭാവത്തിലേക്കു വിളക്കെന്നി തിരിച്ചെത്തിച്ചേർന്നു. വീണ്ടും തളങ്ങളിൽ മരണപ്പാറയോളമുയരത്തിൽ നെല്ലു കുമിഞ്ഞു. ചാപ്പയിൽ നാളികേരങ്ങൾ കുന്നുകൂടി. ആശ്രിതന്മാരും അടിയാളന്മാരും വിളക്കെന്നിയെ വലം വയ്ക്കുവാനും വാഴ്ത്തുവാനും തുടങ്ങി.

അനന്തൻപിള്ളയുടെ അടിയാളരിൽ പ്രധാനി അയ്യൻപുലയനായിരുന്നു. അയ്യനെ മുഖ്യനാക്കിയത് കരയിലെ മറ്റു നായർപ്രമാണിമാർക്കു പിടിച്ചില്ല. അവർ വിളക്കെന്നിയുടെ മുഖപ്പുരയിൽ ഒത്തുകൂടി.

"എങ്കിലും ഒരു കറുത്തപെലേനെ നെനക്കു കിട്ടീല്ലെ അനന്താ?" അവർ ചോദിച്ചു. ആശ്രിതന്മാർക്കും കാര്യസ്ഥന്മാർക്കും അതുതന്നെയായിരുന്നു അഭിപ്രായം. അയ്യൻ വെളുത്ത പുലയനായിരുന്നു. വെളുത്ത പുലയൻ സങ്കരവർഗമാണ്. കറുത്ത പുലയനാണ് ആഢ്യത്തം. വെളുത്ത പുലയനോട് കറുത്തവർക്കുപോലും പുച്ഛമാണ്.

സംവത്സരങ്ങൾക്കുമുമ്പ്, പരമ്പരയിലെ ഏതോ ഒരു പുലയൻ ജനിച്ചപ്പോൾ വെളുത്തിരുന്നു. അതിനുപിന്നിൽ, കുമിളിപ്പൊയ്കയിലെ മാനത്തുകണ്ണികൾ സാക്ഷിനിന്ന ഒരു കഥ മാറാന്തടമാകെ പറഞ്ഞുകേൾക്കാറുണ്ട്. എന്തുകൊണ്ടോ കൊച്ചുമകനോട് ആ കഥ പറയുവാൻ ദാനിയേലുപദേശി താൽപ്പര്യപ്പെട്ടില്ല. മോനായിയുടെ കുരുന്നുബോധം അങ്ങനെയൊരു കഥ കേൾക്കുവാനായി തെല്ലും ഉദ്വേഗംകൊണ്ടതുമില്ല. എങ്കിലും ഉപദേശി ഒന്നറിഞ്ഞിരുന്നു. ഇപ്പോൾ മാറാന്തടത്തിൽ വെളുത്ത പുലയന്മാർ കുറവല്ല.

അനന്തൻപിള്ളയുടെ കാലത്തും അസംഖ്യം വെളുത്ത പുലയന്മാർ മാറാന്തടത്തിൽ പാർത്തുവന്നിരുന്നു. അതിലൊരാളായിരുന്നു തലയടി

യാളനായ അയ്യൻ. അയ്യനൊരു കിടാത്തൻ ജനിച്ചപ്പോൾ അവനും വെളുത്തിരുന്നു. ആയതിനാൽ അവരവനെ 'വെളുത്ത' എന്നുവിളിച്ചു. വിളക്കെന്നിയിൽനിന്നുള്ള 'പോലത്ത'*വും, അമ്മയുടെ മുലപ്പാലും കുടിച്ചു വെളുത്ത വളർന്നു. വറ്റിയിറുകിയ മാറിടം ചപ്പിവലിക്കുമ്പോൾ, അവന്റെ ഇളം ചുണ്ടുകൾ നോക്കി പുലച്ചി പറഞ്ഞിരുന്നു:

"ചെക്കനിക്ക് എന്തര് സത്തി!"

അയ്യനും പുലച്ചിയും അവനെ അതീവവാത്സല്യത്തോടെയാണ് വളർത്തിയത്. പുലച്ചി രഹസ്യമായി ചിലപ്പോൾ വാഴനാരെടുത്ത് അളന്നുനോക്കുക പോലും ചെയ്തിരുന്നു; വളർന്നോ എന്ന്. എന്നാൽ ആരുമറിയാതെ വെളുത്ത വളർന്നു. അറിഞ്ഞപ്പോൾ പുലച്ചി അന്തിച്ചിരുന്നുപോയി. വളർന്നപ്പോൾ വെളുത്ത കുടിവിട്ടു പുറത്തിറങ്ങി. മാറാന്തടമാകെ അലഞ്ഞു. കണ്ണെത്താവുന്ന ദൂരത്തോളം അവൻ നടന്നുചെന്നു. കുമിളിപ്പൊയ്കയിലിറങ്ങി കുളിച്ചു. അവൻ വെള്ളത്തിലിറങ്ങിയാലുടനെ, മാനത്തുകണ്ണികളോടിയൊളിക്കുവാൻ തുടങ്ങും. വെള്ളത്തിലിറങ്ങിക്കിടന്നിരുന്ന വേരുകൾക്കിടയിൽ തങ്ങിനിന്നുകൊണ്ട് സ്നേഹപൂർവം അവ വെളുത്തയെ കടാക്ഷിക്കുന്നു.തലയിൽ ചോരപ്പൂവുള്ള പെരുത്തമാനത്തുകണ്ണി മാത്രം, ഭയമേശാതെ അവന്റെ അരുകിലേക്കു നീന്തി വന്നിരുന്നു. എന്നിട്ട് അവനു ചുറ്റും എന്തോ തേടിക്കൊണ്ടൊഴുകിനടക്കുന്നു. കുളിച്ചുകയറി അവൻ പടുവാലിയുടെ ഉള്ളറകളിലൂടെ നടന്നു. ഉള്ളറകളിലെ വിളറിയ ഇരുളിനോടു സംവാദം ചെയ്തു. വിശക്കുമ്പോൾ തെച്ചിപ്പഴങ്ങളിറുത്തു തിന്നുകയും, കണ്ട വീടുകളിൽ നിന്നും കുടിവെള്ളം വാങ്ങി ദാഹം മാറ്റുകയും ചെയ്തിരുന്നു.

ഒരുച്ചയ്ക്ക് വെളുത്ത മരണപ്പാറയെ കണ്ടെത്തി. പാറയുടെ ചുവട്ടിലെത്തിയ അവൻ, അതിനു ചുറ്റും കൈ പരതിക്കൊണ്ടോടി നടന്നു. ഓടുന്നതിനിടയിൽ അവനെന്തോ തേടുന്നുണ്ടായിരുന്നു. പെറ്റയിലേയും കിഴക്കുംപുറത്തേയും വിശാലഭൂവിലൂടെ അന്തമില്ലാതെ നടക്കുമ്പോഴും അവനെന്തിനേയോ തിരയുന്നുണ്ടായിരുന്നു. പലപ്പോഴും താഴ്വാരങ്ങളെ നോക്കി വിഷാദം പൂണ്ടിരുന്നു. അവനറിയാത്ത ഒരസ്വാസ്ഥ്യം, അവനിൽ മുളപ്പൊട്ടി വളരുവാൻ തുടങ്ങി. അതിന്റെ വേരുകളെവിടെയാണ്? അതറിയുവാനായി വേദനയോടെ അവൻ കാത്തിരുന്നു. വളർന്നു തൂമ്പായെടുക്കാൻ കാലമായപ്പോൾ അയ്യൻ അവനെ വിളിച്ചു. വിളക്കെന്നിക്കാർക്ക് അടിയാളപ്പണി ചെയ്യാനായി കൂടെച്ചേരുക. അയ്യൻ വീണ്ടും അവനോടാവശ്യപ്പെട്ടു.

"നാൻ വരണില്ല."

"നീയ്യ് വരണം, വന്നേ പറ്റൂ."

"ഇല്ല." അവൻ ഉറപ്പിച്ചുപറഞ്ഞു. അവന്റെ നിഷേധത്തെ, പുറത്തറിയാത്ത ഒരാനന്ദത്തോടെ അയ്യൻ കേട്ടുനിന്നു.

---

* പോലത്തം–അടിയാളരുടെ ഭക്ഷണം.

"മക്കള് പൂവ്വോ?"

അയ്യൻ വാത്സല്യപൂർവം അവനോടു ചോദിച്ചു.

"ഇല്ല. നാൻ പോവൂല്ലാന്നു പറഞ്ഞില്ലേ?"

പിന്നെ ആരും അവനെ നിർബന്ധിച്ചില്ല. കുറേക്കഴിയുമ്പോൾ തന്നെ മനസു തോന്നിപോന്നോളും. അവർ സമാധാനപ്പെട്ടു. എങ്കിലും രാത്രികളിൽ തമ്മിൽ പിണഞ്ഞു ചുറ്റി വിയർക്കുമ്പോൾ അയ്യനും പുലച്ചിയും അതുതന്നെ സംസാരിച്ചു. തൂമ്പയെടുക്കാതിരുന്നാൽ, വയലിൽ ഇറങ്ങാതിരുന്നാൽ, വിളക്കെന്നിക്കാരുടെ അടിയാളരാവതിരുന്നാൽ, അവനെങ്ങിനെ ജീവിക്കും? പുലയനു സ്വന്തം ഭൂമി വിധിച്ചിട്ടില്ല. അടിയാളപ്പണി ചെയ്തേ മതിയാവൂ. വയലിലിറങ്ങാൻ വെളുത്ത വിസമ്മതിച്ചുവെന്നു തറവാട്ടിലറിഞ്ഞാൽ, അവനെ പിടിച്ചുകെട്ടി തറയിലെത്തിക്കാൻ കൽപ്പനയുണ്ടാകും.

"അയ് മേണ്ട." പുലച്ചി കരഞ്ഞു. അവൾ വെളുത്തയെ നോക്കി തോരാതെ കണ്ണീരൊഴുക്കി. എല്ലാ പ്രഭാതങ്ങളിലും അയ്യൻ വെളുത്തയെ വിളിച്ചു പോന്നു. അവൻ പോയില്ല. പകലുറയ്ക്കുമ്പോഴേക്കും അവൻ പുറത്തിറങ്ങുന്നു. കുമിളി പൊയ്കയിൽ, മാർത്താണ്ഡൻ ചിറയിൽ. അപാരതയോളം പടർന്നു കിടക്കുന്ന പാടശേഖരങ്ങളിൽ, പടിഞ്ഞാറ്റുമുറിയുടേയും കിഴക്കുംപുറത്തേയും നിരപ്പിലൂടെ അവനലഞ്ഞു. ഓരോ നടത്തയും അവന്റെ മസ്തിഷ്കത്തിൽ ഓരോ സന്ദേഹത്തെ ജനിപ്പിച്ചു. കുറഞ്ഞോരു നാളുകൾക്കുള്ളിൽ, ചുറ്റുപാടുകളെപ്പറ്റിയുള്ള നിരവധി സന്ദേഹങ്ങളാൽ അവൻ നിറഞ്ഞു പൊട്ടുമെന്ന നിലയിലായി. ഉറക്കത്തിലും ഉണർച്ചയിലും അവ ഒരുപോലെ അവനെ അലോസരപ്പെടുത്തിക്കൊണ്ടിരുന്നു.

"കുമിളി ഏലേലെ കറ്റകളൊക്കെ മെതിക്കണത് ആരിക്കുവേണ്ടി?"

ഒരു രാത്രി ഭക്ഷണം കഴിച്ചുകൊണ്ടിരിക്കെ വെളുത്ത പിതാവിനോടു ചോദിച്ചു.

"വെളക്കെന്നിക്കാരിക്ക്."

അയ്യൻ മറുപടി നൽകി.

"വാങ്ങേനി ഏലേലെ കറ്റകളൊക്കെ മെതിക്കണത് ആരിക്കു വേണ്ടി?"

വെളുത്ത തുടർന്നു ചോദിച്ചു.

"വെളക്കെന്നിക്കാരിക്ക്."

"പൊറ്റേലെ തേങ്ങേളോ?"

"അതും വെളക്കെന്നിക്കാരിക്കുതന്നെ."

"എന്നച്ചാ, ഒക്കേം വെളക്കെന്നിക്കാരിക്കു മാത്രമോ?"

"ഓ."

"മറ്റാരിക്കും ഒന്നു പാടില്ലെന്നോ?"

"ഓ!"

എത്ര ആലോചിച്ചിട്ടും അവന് അതിന്റെ യുക്തി പിടികിട്ടിയില്ല. ആ രാത്രിയിൽ അവനു തീരെ ഉറങ്ങാൻ കഴിഞ്ഞില്ല. വാലും തുമ്പുമില്ലാത്ത അനേകം ചിന്തകൾ അവന്റെ സ്വബോധത്തെ കീറിമുറിച്ചുകൊണ്ടിരുന്നു. ഭൂമിയേയും ആകാശത്തേയും കുറിച്ച് പ്രാകൃതമായ ചില ആശയങ്ങൾ അവനിൽ ജനിച്ചു. നാളുകൾ ചെല്ലുന്തോറും അവ ശക്തമാകാൻ തുടങ്ങി. പിന്നെപ്പിന്നെ അവയൊന്നാകെ നീറിപ്പടർന്നൊരു തീപ്പന്തമായിത്തീരുകയുണ്ടായി.

മാറാന്തടത്തിന്റെ വശ്യഭൂവിലൂടെ കത്തിപ്പടരാൻ കൊതിക്കുന്ന ഒരു പന്തമായി അവൻ അവന്റെ യാനങ്ങൾ തുടർന്നു.

ഒരു രാത്രിയിൽ വളരെ വൈകി വെളുത്ത കുടിയിലെത്തി. വന്നപാടെ പുറത്തു നിന്നുകൊണ്ടവൻ വിളിച്ചു:

"അച്ചേ."

ഉറങ്ങാൻ കിടന്നിരുന്ന അയ്യൻ ഇറങ്ങിവന്നു. എന്താണെന്നു ചോദിച്ചു.

"എനക്കും വേണം പൂമി!" അവനറിയിച്ചു.

"അയ് മേണ്ട. തമ്പ്രാക്കള് കൊന്നു കുയിച്ചുമൂടും."

"എനക്കു തമ്പ്രാക്കടെ പൂമി മേണ്ട. നാൻ വെട്ടിപ്പിടിച്ചോളാം."

"മേണ്ട മക്കളെ, മേണ്ട."

അടുത്തദിവസം പുലർന്നപ്പോൾ, വെളുത്ത അതികാലേതന്നെ എണീറ്റു. കുടിക്കകത്തുനിന്നും വെട്ടുകത്തിയും മൺവെട്ടിയുമെടുത്തുകൊണ്ടവൻ പുറത്തിറങ്ങി. എന്തിനായിരുന്നുവെന്ന് അയ്യനറിഞ്ഞു. അയാൾ വിലക്കി. അവൻ കേട്ടില്ല. പിന്നിൽനിന്നുള്ള ഏതൊരു വിളിയേയും മറന്നുകൊണ്ട് വെളുത്ത നടന്നകന്നു. അയ്യന്റെ കാലുകൾ വിറപൂണ്ടു. നിൽക്കാൻ കെൽപ്പില്ലാതെ അയാൾ കുടിമുറ്റത്തെ തിട്ടയിന്മേലിരുന്നുപോയി.

പുറത്തേക്കിറങ്ങിവന്ന പുലച്ചി ആ കാഴ്ചകണ്ട് വാവിട്ടു നിലവിളിച്ചു.

4

ഭഗവതിയുടെ ആവാസഭൂമിയായ കാട്ടുകുളം മനുഷ്യന് വിലക്കപ്പെട്ടിരിക്കുന്നു.

പരമ്പരകളായുള്ള വിശ്വാസമാണത്. മാറാന്തടം അനാദിയെന്നതുപോലെ തന്നെ, കാട്ടുകുളത്തെപ്പറ്റിയുള്ള ഈ വിശ്വാസവും മാറാന്തടക്കാരുടെ ബോധത്തിൽ നിത്യമായ ഒരസ്വാസ്ഥ്യമായി കിടന്നു നീറി. മാറാന്തടത്തിന്റെ കന്യകാത്വം അപഹരിച്ച ആദ്യത്തെ നായരിൽനിന്നും, പരമ്പരകൾ അത് ഏറ്റുവാങ്ങുകയും, തങ്ങളുടെ ചെപ്പുകളിൽ കാത്തുപോരുകയും ചെയ്യുന്നു. അതിനാൽ കാട്ടുകുളത്തെ സംബന്ധിക്കുന്നതെന്തും അവർക്കു ഭീതിജനകങ്ങളായിരുന്നു. വിഹ്വലതയോടെയും സന്ദേഹത്തോ

ടെയും മാത്രമേ അവർക്ക് ആ പ്രദേശത്തെപ്പറ്റി ഓർക്കുവാൻ കഴിഞ്ഞിരുന്നുള്ളു. കാട്ടുകുളമാകട്ടെ, പരമ്പരകളുടെ വിശ്വാസത്തെ ബലപ്പെടുത്തുംവിധം, സദാനേരവും കനത്തതും, വിമൂകവുമായ ഒരു തമസിനെ വാരിപ്പുതച്ചിരുന്നു.

നിത്യഹരിതയായ കുമിളി ഏലായുടെ വടക്കേ തീരത്ത്, ഇരുളടഞ്ഞുകിടന്നിരുന്ന ഒരു വനപ്രദേശമാണ് കാട്ടുകുളം. മാനംമുട്ടെ വളർന്നു പന്തലിച്ചുനിൽക്കുന്ന വൻ വൃക്ഷങ്ങളും, സർവത്തേയും പാട്ടിലാക്കുന്ന ഊഞ്ഞാൽ വള്ളികളും ചുറ്റിപ്പിണഞ്ഞ് അത്യന്തം ദുസ്തരമായ ഒരു കാട്. അതിനപ്പുറം പിന്നെ മനുഷ്യജീവിതമുണ്ടെന്നേ തോന്നുകയില്ല. കുമിളി ഏലായുടെ വരമ്പത്തോളം കാടിറങ്ങിക്കിടന്നിരുന്നു. അനന്തൻപിള്ളയുടെ കാലത്തോളം അവിടേക്കൊന്നെത്തിനോക്കാൻപോലും ആരും ധൈര്യപ്പെട്ടിരുന്നില്ല. ആർത്തിപിടിച്ച ചില ചെറുപ്പക്കാർ ഒരിക്കൽ മുതിർന്നു. അവരുടെ എല്ലാ യത്നങ്ങളും കാടു തുടങ്ങുന്ന വരമ്പോളം എത്തിനിന്നു. അതിനപ്പുറം കടന്നുകയറാൻ അവരുടെ കണ്ണുകൾപോലും അറച്ചു. ക്രൂരമൃഗങ്ങളുടേയും ഉഗ്രസർപ്പങ്ങളുടേയും വിഹാരകേന്ദ്രം കൂടിയായിരുന്നു ഈ പ്രദേശം. അവിടെയില്ലാത്ത ഹിംസ്രമൃഗങ്ങൾ കുറയുമെന്നാണ് മാറാന്തടത്തിന്റെ വിശ്വാസം. ചില രാത്രികളിൽ കൂറ്റൻജന്തുക്കളുടെ അലർച്ച പണിക്കൻപൊറ്റയോളം എത്തിപ്പെട്ടിരുന്നു. പരസ്പരം കടിച്ചുകീറിയും, കൊന്നുതിന്നും കാടിനകത്തുതന്നെ കഴിഞ്ഞുവന്നിരുന്ന ഈ മൃഗങ്ങൾ അപൂർവാവസരത്തിൽ കാടുവിട്ടു പുറത്തുവന്നിരുന്നു. സൂര്യവെളിച്ചം കണ്ടുപോയാൽ അവയ്ക്കു പേപിടിക്കും. പിന്നെ ചോരയ്ക്കായുള്ള പരക്കം പാച്ചിലായിരിക്കും. ഒരിക്കൽ ഒരു വള്ളിപ്പുലി കാടിറങ്ങി. പുറവെട്ടം കണ്ടു ഭ്രാന്തിളകിയ പുലി പടിഞ്ഞാറ്റംമുറിയിലേക്കോടിക്കയറി. ആദ്യമതു ചെന്നത്, അടുത്തുകണ്ട പുലക്കുടികളിലൊന്നിലേക്കായിരുന്നു. അപരാഹ്നവെയിലിൽ മയങ്ങുന്ന കുടി. എവിടെയോ ചോരയുടെ ഗന്ധം. നാവും നുണഞ്ഞു കൊണ്ടു ചെറ്റയിളക്കി അതു കുടിയിലേക്കു കടന്നു. ഒരു പിഞ്ചുകിടാത്തൻ ഉച്ചമയക്കം കൊള്ളുന്നത് പുലിയുടെ കണ്ണിൽപ്പെട്ടു. വൈകുന്നേരം പുലച്ചിയെത്തിയപ്പോൾ കുറെ കുരുന്നെല്ലുകളും ഉറഞ്ഞ ചോരപ്പാടും മാത്രമുണ്ടായിരുന്നു. കാടിനുള്ളിലെ സർപ്പങ്ങൾ തലയിൽ കിരീടം ചൂടുന്നു. ഉച്ചനേരങ്ങളിൽ അവ കാടിനു മുകളിലൂടെ മഴക്കാടുകളെപ്പോലെ ഊളിയിട്ടു പറക്കുന്നു. കാടിന്റെ സർവതലങ്ങളിലും ഇണചേർന്നും പെറ്റുപെരുകിയും അവ കിടന്നു പുളഞ്ഞിരുന്നു. അവയുടെ ഉച്ഛ്വാസവായുവേറ്റാൽ മതി ചത്തുവീഴും.

ഭഗവതി മാത്രം, ഒരു കൈപ്പിഴപോലും സംഭവിക്കാതെ അവിടെ വാണരുളി.

ചതുപ്പുകളുടെ വരമ്പിൽനിന്നും കാടിനുള്ളിലേക്ക് ഏകദേശം പത്തുമുന്നൂറുവാര നടന്നാൽ ഒരു കുളം കാണാം. പായൽ മൂടി പച്ചപിടിച്ച അതിവിസ്തൃതമായ കുളം. കുളത്തിൽ വക്കോളമെത്തിപ്പെട്ടിരുന്ന ജലവിതാനത്തിനു മീതെ വെള്ളാമ്പലുകൾ പൂത്തു കഴുത്തൊടിഞ്ഞുകിട

ന്നിരുന്നു. നക്ഷത്രഖചിതമായ ഒരു അമാവാസിരാവിനെയാണ് ആ കുളം ഓർമിപ്പിക്കുക. പായൽവിരിപ്പിന്റെ പതുപ്പിൽ സർവനേരവും വിശ്രമിക്കുന്ന ജലസർപ്പങ്ങൾ ഈ കുളത്തിന് അപൂർവമായ ഒരു ബീഭത്സതയണയ്ക്കുന്നു.

കുളക്കരയിലാണ് ഭഗവതിക്കാവ്!

കാവിനു നടുവിൽ, സ്വർഗത്തോളം വളർന്നെത്തിനിൽക്കുന്ന കരുംകാഞ്ഞിരത്തിലാണ് ഭഗവതി കുടിയിരിക്കുന്നത്. കപാലമാലയണിഞ്ഞ ഭഗവതി എട്ടു കരങ്ങൾകൊണ്ട് കാട്ടുകുളത്തെ അടക്കിവാഴുന്നു. പകലുടനീളം കാഞ്ഞിരച്ഛായയിൽ ജാഗ്രതപൂണ്ടിരിക്കുന്ന ഭഗവതി രാത്രി കാവുവിട്ടിറങ്ങുന്നു. പിന്നെ ഊരുചുറ്റലാണ്. ഒപ്പം പരിവാരങ്ങളായി ഭൂതഗണങ്ങളും ചാവേറുകളുമുണ്ടായിരിക്കും. ഭൂതഗണങ്ങൾ ഭഗവതിയെ പരിചരിച്ചുരമിക്കുന്നു. ചാവേറുകൾ ഭഗവതിയുടെ കൽപ്പനകളെ തെല്ലിട തെറ്റാതെ പാലിക്കുന്നു. ഊരുചുറ്റിയിട്ട് പാതിരാവിൽ മടങ്ങിയെത്തുന്ന ഭഗവതി, ഭൂതഗണങ്ങളുമായി കുളത്തിലിറങ്ങി നീരാട്ടു നടത്തുന്നു. കുളത്തിന്റെ കരുനീലനിറമുള്ള വെള്ളത്തിൽ മുങ്ങിയും പൊങ്ങിയും ഇടയ്ക്കിടയ്ക്കു ചോരയ്ക്കു വിളിച്ചും അട്ടഹസിച്ചുമാണ് നീരാടുക. കുളക്കരയിൽ ചാവേറുകൾ കാവൽ നിൽക്കും. ഏറ്റവുമൊടുവിലാണ് അവയുടെ തിണ്ടാട്ട്. ഭഗവതി ചിലപ്പോൾ മണിക്കൂറുകളോളം മുങ്ങാംകുഴിയിട്ട് അപ്രത്യക്ഷയാവുന്നു. ചിലപ്പോൾ വെള്ളത്തിനു മുകളിലൂടെ നടക്കുന്നു. ചില രാവുകളിൽ, കിഴക്കുംപുറത്തെ നീലകേശിയുടെ മുടിപ്പുരയിൽനിന്നും വാലിൽ പന്തമെരിയുന്ന പാമ്പുകൾ പറന്നു കുളക്കരയിലെത്തുന്നു. നീലകേശിയുടെ സന്ദേശവാഹകരാണ്. ഭഗവതിയും നീലകേശിയും എന്നും മമതയിലായിരുന്നു. രണ്ടും ഒന്നുതന്നെയെന്ന് വളരെപ്പിന്നെ അയ്യാവുവാത്തിയുടെ പിതൃക്കളിലൊരാൾ ഓതുകയുണ്ടായി. ദാനിയേലുപദേശി മാറാന്തടത്തിലെത്തുമ്പോൾ, ആ വിശ്വാസം ദുർബലപ്പെട്ടിരുന്നെങ്കിലും നിലനിന്നിരുന്നു.

ദുസ്തരമായ കാട്!

ഭഗവതിയുടെ സാമ്രാജ്യമായ കാട്!

ഭഗവതിയുടെ ഭൂതഗണങ്ങളും ചാവേറുകളും തിണ്ടാടുന്ന ഘോരമായ കാട്!

മൺവെട്ടിയിൽ വിരലുകളെ ചുറ്റിക്കൊണ്ട് വെളുത്ത കാടിന്റെ ഉള്ളറകളിലേക്കു നോക്കി. ഇരുളടഞ്ഞകാട് അവന്റെ കാഴ്ചയെ പ്രതിരോധിച്ചു. ഇരുളടഞ്ഞകാട് അവന്റെ ഉത്സാഹത്തെ ഒട്ടൊന്നു ചോർത്തി. അവൻ വരമ്പുകയറി. കാടിന്റെ വക്കത്തു ചുവടുറപ്പിച്ചു നിന്നു. കാലാൾപ്പടയെപ്പോലെ പാഴ്മരങ്ങളുടെ കനത്ത നിര. അരയിൽ ഞാത്തിയിട്ടിരുന്ന വെട്ടുകത്തി വലിച്ചൂരി അവൻ മുന്നോട്ടടുത്തു. ആദ്യം മുന്നിൽത്തടഞ്ഞത് ഒരു നീർമരുതായിരുന്നു. ആഞ്ഞുവെട്ടി. തലയറഞ്ഞുവെട്ടി. കടയറ്റു വീഴുവോളം വെട്ടി. മരുതുകൾ നിലംപതിച്ചു. അസംഖ്യം പേഴുകളും ആഴാന്തകളും നിലംപതിച്ചു. അവന്റെ ഉരുക്കഴിഞ്ഞ കരുത്ത് കാടിന്റെ സൈന്യ

ങ്ങളുമായി ഏറ്റുമുട്ടി. മുന്നിലും പിന്നിലും ആഞ്ഞുവെട്ടിക്കൊണ്ട്, വശങ്ങളിലേക്കു വകഞ്ഞുവീശിക്കൊണ്ട് അവൻ മുന്നേറി. ഉള്ളിലേക്കു കയറുന്തോറും കാടിനു ധാർഷ്ട്യമേറിക്കൊണ്ടിരുന്നു. അതിനൊപ്പം അവന്റെ വാശിയും വളർന്നു. ഭ്രാന്തമായ ഒരു ജ്വരം അവനെ ബാധിച്ചു. പിന്നെ അവനു കാഴ്ച നഷ്ടപ്പെടുകയായിരുന്നു. ചുറ്റിപ്പിണഞ്ഞുകിടന്നിരുന്ന ഊഞ്ഞാൽവള്ളികളെ അവൻ നിർദയം അരിഞ്ഞുതള്ളി. എതിരിട്ട സർപ്പങ്ങളെ വെട്ടിനുറുക്കി. ഇഴഞ്ഞു രക്ഷപ്പെടാൻപോലും അവൻ അവറ്റയെ അനുവദിച്ചില്ല.

ഈർപ്പമുള്ള മണ്ണ്!

മണ്ണിലേക്ക് അവൻ ആഞ്ഞുവെട്ടി, വളക്കൂറുള്ള കറുത്തുകുഴഞ്ഞ മണ്ണ്. കാടു തെളിഞ്ഞ ഭാഗത്തേക്കു വെളിച്ചം ഇരച്ചെത്തി. ചെറിയൊരു തുറസുണ്ടായി. വെളുത്ത, വെളിച്ചത്തെ വാരിയണിഞ്ഞുകൊണ്ട് തുറസിലിരുന്നു. അവൻ നന്നേ വിയർക്കുന്നുണ്ടായിരുന്നു. വിയർപ്പുതാണപ്പോൾ അവൻ വീണ്ടുമെണീറ്റു യുദ്ധം തുടർന്നു. ക്രൂരമൃഗങ്ങളും വിഷസർപ്പങ്ങളും ഭഗവതിയുടെ ചാവേറുകളും അവന്റെ വീറും കരളുറപ്പും കണ്ട് വിരണ്ടോടി. അവ കൂട്ടത്തോടെ കാവിനെ അഭയംപ്രാപിച്ചു. അവിടെയിരുന്നുകൊണ്ട് അവ ആർത്തനാദം പുറപ്പെടുവിച്ചു. കാത്തുകൊള്ളേണമേ എന്ന് ഭഗവതിയോടു കേണു. അവയുടെ വിലാപം വെളുത്തയുടെ കാതിൽ വീണു. അതവനു മാന്ത്രികമായ ഒരു സംഗീതമായാണു ഭവിച്ചത്. ആർത്തിയോടെ അവനതു കേട്ടിരുന്നു. കന്യകയായ കാടിന്റെ കരച്ചിൽ!

കാടിന്റെ കാതരമായ ക്ഷണം!

വെട്ടിവെട്ടി അകത്തേക്കു കയറിയ വെളുത്ത കുളക്കരയിലെത്തിച്ചേർന്നു.

ഭഗവതിയുടെ കുളം! കുളം നിറയെ പൂത്താമ്പലുകൾ. ആമ്പൽവള്ളികളിൽ നീർപ്പാമ്പുകൾ പിണഞ്ഞുകിടന്നിരുന്നു. അവൻ കുളത്തിനു പടവുകൾ വെട്ടി. കുളത്തിലിറങ്ങി. ഒരുകുമ്പിൾ വെള്ളമെടുത്തു മുഖം കഴുകി. കാട്ടുകുളത്തിന്റെ ആത്മാവുമായി ഒരു ദീർഘസൗഹൃദം പ്രതിജ്ഞചെയ്തു. അതംഗീകരിച്ചിട്ടെന്ന പോലെ ജലവിതാനത്തിൽനിന്നും നീർപ്പാമ്പുകൾ ഓടിമറയുകയും ജലപ്പരപ്പിൽ അവിരാമം ഓളങ്ങളിളകുകയും ചെയ്തു.

ഒന്നാംദിവസത്തെ പുറപ്പാടിനുശേഷം വെളുത്ത കുടിയിലെത്തിയപ്പോൾ രാത്രിയായിക്കഴിഞ്ഞിരുന്നു. കുടിയെ മൂടിക്കിടന്നിരുന്ന നോവുപടർന്ന നിശ്ശബ്ദതയെ ഒട്ടുനേരം നോക്കിനിന്നിട്ട് അവൻ അകത്തേക്കു കയറി. അവനെ കണ്ടതും, പുലച്ചി ഓടിവന്നു കെട്ടിപ്പിടിച്ചു കരയാൻ തുടങ്ങി. അവൻ പിടിവിട്ടു തറയിൽ കുത്തിയിരുന്നു. അമ്മയുടെ മാത്രമല്ല, അച്ചയും അങ്ങനെയൊരു ഭീതിയുടെ പിടിയിലാണ്. കാടിന്റെ ഉള്ളറയിൽ അവനെ പിണഞ്ഞുനിന്നിരുന്ന കരുത്ത് ഈയവസരത്തിൽ വെളുത്തയ്ക്കു നഷ്ടപ്പെടുന്നു. അമ്മയെ സമാശ്വസിപ്പിക്കുവാൻ അവനു

തോന്നിയില്ല. പകരം ക്രുദ്ധമായ ഒരു നോട്ടമാണുണ്ടായത്. അവനെണീറ്റു പുറത്തുവന്നു. എറയത്ത് അയ്യൻ ഇരിപ്പുണ്ടായിരുന്നു. അയ്യനു സമീപത്തായി തേവനുമുണ്ട്. അയ്യന്റെ മറ്റൊരു ഭാര്യയിലെ സന്താനമാണ് തേവൻ. കിഴക്കു ഞാറയ്ക്കലാണ് തേവന്റെ താമസം. മാസത്തിലൊരിക്കൽ അവൻ അച്ചയെ കാണാൻ വരിക പതിവാണ്. പുറത്തിറങ്ങിയ വെളുത്ത അയ്യനെ കണ്ട്, ആദരവോടെ ഇരുളിന്റെ മറ്റൊരു മൂലയിലേക്കു മാറി നിന്നു. അപ്പോഴും അകത്ത് പുലച്ചിയുടെ തേങ്ങലുകൾ നിലച്ചിരുന്നില്ല.

ആരുടെയോ സ്പർശം ചുമലിൽ അനുഭവപ്പെട്ട വെളുത്ത തിരിഞ്ഞു നോക്കി.

തേവനാണ്.

അത്താഴത്തിനിരുന്നപ്പോൾ തേവനൊരു വിശേഷം പറഞ്ഞു.

കാളിമൂത്തവർ!

വെളുത്ത കൗതുകത്തോടെ കേട്ടിരുന്നു.

ഒന്നു കാണേണ്ടതുതന്നെ. എന്തൊരൂറ്റം. ആറടിയോളംവരും പൊക്കം. അതിനുവേണ്ട തടി. അതിനുവേണ്ട ബലം. കറുത്തതാണെങ്കിലും മൂത്തവരുടെ മുഖത്തുനോക്കാനൊരു വർക്കത്തുണ്ട്. കൈവെള്ളകൊണ്ട് ഒറ്റവെട്ടിന് ഒരു പശുവിന്റെ കഴുത്തൊടിച്ചിട്ടുണ്ട്. എന്തൊക്കെ കഥകളാണ് ഞാറയ്ക്കലിൽ മൂത്തവരെക്കുറിച്ചു പറഞ്ഞുകേൾക്കുന്നത്! അടുത്തകാലത്തായി മിക്കവാറും നാളുകളിൽ മൂത്തവർ ഞാറയ്ക്കൽ സന്ദർശിക്കാറുണ്ട്. അവിടെ ചില കുടികളിൽ എന്തോ കൂട്ടങ്ങളൊക്കെയുണ്ടാകാറുണ്ട്. എല്ലാം രഹസ്യമായിട്ടാണ്. മൂത്തവരുടെയൊപ്പം തോപ്പയുമുണ്ട്. എവിടെപ്പോയാലും തോപ്പയെക്കൂടെ മൂത്തവർ കൊണ്ടുപോകുന്നു. കറുത്തിരുണ്ട് കുള്ളനായ ഒരു മനുഷ്യനാണ് തോപ്പ. അയാളുടെ കറുത്ത കണ്ണുകളിൽ സദാ തീയാണ്. അയാൾക്കു സംസാരിക്കാനറിയില്ല. തിന്നാനും കൊല്ലാനും മാത്രമേ അറിയൂ. അയിത്തക്കാരെ സംഘടിപ്പിക്കാനാണ് കാളിമൂത്തവർ അവിടെ ചെന്നിരുന്നത്. തേവൻ പറഞ്ഞു. അയിത്തക്കാരെന്നു പറഞ്ഞത് വെളുത്തയ്ക്കു പിടികിട്ടിയില്ല. തേവൻ വിശദീകരിച്ചു. എല്ലാവരും ഒറ്റക്കെട്ടായി നിൽപ്പിൻ കാളിമൂത്തവർ ആഹ്വാനം ചെയ്തു. ഒത്തുപിടിച്ചാൽ മലയും നീങ്ങും. ഒരു കുലപർവതത്തിന്റെ മുടിയിൽ മുഴങ്ങിയ ആ ശബ്ദം കേട്ട് ഞാറയ്ക്കലെ പുലയർ അന്തമറ്റു നിന്നുപോയി.

"ഒറ്റക്കെട്ടായീന്നു പറഞ്ഞാ എന്തെരെന്ന് അണ്ണനു പുടികിട്ടിയോ?"

തേവൻ ചോദിച്ചു. വെളുത്ത അതേക്കുറിച്ചുതന്നെ ആലോചിക്കുകയായിരുന്നു.

"നമ്മള് പെലേമ്മാരെല്ലാം ഒന്നുതന്നെ പറയണം ഒന്നുതന്നെ ചെയ്യണമെന്ന്."

തേവൻ തുടർന്നു. വെളുത്ത അവന്റെ വാക്കുകൾക്കായി അക്ഷമയോടെ കാതോർത്തു.

"അണ്ണന് കേക്കണോ കാളിമൂത്തവരെ ചില ചോദ്യങ്ങള്."

"നീ പറയ് തേവാ, കേക്കാനെനക്ക് തിറുതിയാവണ്."

"ഈ പൂമീല് വേലചെയ്യണതാര്?"

"നമ്മള്."

"എന്നച്ചാ?"

"നമ്മള് പെലേമ്മാര്."

"മൂത്തവരു പറയണത്, അതോണ്ട് ഈ പൂമിയൊക്കെ നമക്കു ചേരുമെന്ന്."

"തേവാ, നീയ്യ് ഏനക്കേട് പറയണ്ടാ. തമ്പ്രാക്കള് കേട്ടാ കൊന്നു കുയിച്ചുമൂടും."— അയ്യൻ തേവനെ ശാസിച്ചു.

"അച്ചേ, മൂത്തവരതു പറഞ്ഞപ്പം എനക്കും അങ്ങനെ തോന്നി. പച്ചേ മൂത്തവരെ വാക്കില് സത്തിയമൊണ്ടന്ന് ഞാറക്കലെ പെലേമ്മാരൊക്കെ പറയണതോ?"— തേവൻ അയ്യനോട് സമാധാനമാവശ്യപ്പെട്ടു.

"അയ് ചെറുമരിക്കു പിരാന്താരിക്കും. എന്നാ നീയ്യ് പറ. നീയും നാനും പെറക്കണെതുക്കും മുന്നേ ഈ പൂമി ഒണ്ടാരിന്നോ?"

"ഓ, ഒണ്ടാരിന്ന്."

"അന്നൊക്കെ അതാരിക്ക് ചേരുന്നതാരിന്ന്?"

"തമ്പ്രാക്കക്ക്."

"അയിനും മുന്നേ ഈ പടിഞ്ഞാറ്റുമുറിക്കും മരണപ്പാറക്കും ഒക്കേലും മുന്നേം ഈ പൂമീം നെലങ്ങളും ആരിക്കു ചേരുന്നതാരിന്ന്?"

അതറിയാൻ മാത്രം തേവന് ബുദ്ധിയുണ്ടായിരുന്നില്ല. അവൻ ചോദിച്ചു:

"ആരിക്ക്?"

"തമ്പ്രാക്കക്ക്." — അയ്യൻ പറഞ്ഞു.

വെളുത്ത തുടർന്നുള്ള സംഭാഷണത്തിൽ പങ്കുചേർന്നില്ല. അവൻ മുറ്റത്തിറങ്ങി നിന്നു. അവന്റെ മനസുനിറയെ അമ്മയുടെ പുലമ്പലുകളും കാളിമൂത്തവരെക്കുറിച്ചുള്ള വിചാരങ്ങളുമായിരുന്നു. കുറേക്കഴിഞ്ഞു തേവനും അവിടെയെത്തി. ഇരുട്ടിൽ മുഖത്തോടുമുഖം കാണാതെ അവരിരുന്നു. തേവൻ പറഞ്ഞു. കാളിമൂത്തവരെക്കുറിച്ചുള്ള വെളുത്തയുടെ ചോദ്യങ്ങൾക്കു വിശദമായിത്തന്നെ അവൻ മറുപടി പറഞ്ഞു. മൂത്തവർ ആദിപുലയന്റെ അവതാരമെന്നാണ് ഞാറയ്ക്കലെ ജനസംസാരം. അനന്തപുരത്തിൽ ചെന്നു പൊന്നുതമ്പുരാന് മുഖം കാട്ടിയിട്ടുള്ള ആളാണു പോലും.

അതു വിശ്വസിക്കാൻ വെളുത്തയ്ക്കു കഴിഞ്ഞില്ല. ഈ ഗ്രാമത്തിൽ ഒരു നായരുടെ മുഖം കാണണമെങ്കിൽപ്പോലും പുലയന് അഞ്ചുകാൽ അകലം പാലിച്ചു നിൽക്കണം. പടിക്കലാണെങ്കിൽ മുഖം കാട്ടാൻ പ്രത്യേകം തറയുണ്ട്! ഈ രാജ്യമൊക്കെ അടക്കിവാഴുന്ന തമ്പുരാന്റെ കൊട്ടാരത്തിനകത്തു പ്രവേശിക്കുകയോ? ഓർത്തപ്പോൾത്തന്നെ വെളുത്തയ്ക്കു രോമാഞ്ചമുണ്ടായി.

"കൊട്ടാരത്തീന്ന് തമ്പ്രാൻ കയിത്തിലിട്ടുകൊടുത്ത കശവുനേരി യേതും ചുറ്റിയാണ് മൂത്തവരെ വരവ്."— തേവൻ കാളിമൂത്തവരുടെ വരവു വർണിച്ചു.

"തേവാ!" — വെളുത്ത വിളിച്ചു. തേവൻ എന്താണെന്നു ചോദിച്ചു. പതിഞ്ഞസ്വരത്തിൽ വെളുത്ത ചോദിച്ചു.

"കാളിമൂത്തവര് പടിഞ്ഞാറ്റുമുറിയിലേക്കു വരുമോടെ?"

"ഓ വരും, വിളിച്ചാമതി. പച്ചേങ്കി ചെന്നു വിളിക്കണം."

കാട്ടുകുളത്തിനു ചുറ്റുമുള്ള കാടുകളോടു മല്ലിടുമ്പോൾ വെളുത്തയുടെ മനമാകെ കാളിമൂത്തവരായിരുന്നു. പൊന്നുതമ്പുരാനെ നേരിൽ കാണാൻ ഭാഗ്യമുണ്ടായ മൂത്തവരെക്കുറിച്ച് ഓർക്കുന്തോറും അവന്റെ ഉള്ളം അഭിമാനത്താൽ നിറയപ്പെട്ടു. ആവേശത്തോടെ അവൻ കാടരങ്ങി.

അതാ കാവ്!

അവൻ നിന്നു. മുടിയഴിച്ചു നിൽക്കുന്ന കോമരത്തെപ്പോലെ ഗഗനമാകെ നിറഞ്ഞുനിൽക്കുന്ന ഭഗവതിക്കാവ്. ഞാന്നുകിടക്കുന്ന ഊഞ്ഞാൽവള്ളികളാൽ കാവിന്റെ മുഖപ്പ് ആച്ഛാദിതമായിരുന്നു. കാവിനുള്ളിൽ കൊടികുത്തിവാഴുന്ന സംഭീതമായ നിശബ്ദത. കാവ് അടക്കിപ്പിടിച്ചുനിന്ന് അവനെ ഉറ്റുനോക്കുകയാണെന്നേ തോന്നൂ. അവനറച്ചുനിന്നു. അവന്റെ കൈപ്പിടിയിൽനിന്നും മൺവെട്ടി താഴെ വീണു. അരയിൽ ഞാത്തിയിട്ടിരുന്ന വെട്ടുകത്തി അഴിച്ചു മാറ്റി.

കാഞ്ഞിരത്തിന്റെ പച്ചച്ച ഇരുളിൽ ഒതുങ്ങിയിരുന്നുകൊണ്ട് വാത്സല്യം വഴിയുന്ന കണ്ണുകളോടെ ഭഗവതി അവനെ കണ്ടു. നിരുപാധികമായി അവൻ യുദ്ധം അവസാനിപ്പിച്ചിരിക്കുന്നു. ആയുധങ്ങൾ വലിച്ചെറിഞ്ഞ്, സന്ധിയില്ലാതെ തുടർന്നിരുന്ന യുദ്ധത്തിൽ നിന്നും അവൻ പിൻവലിയുന്നു. ഭഗവതിയുടെ കണ്ണുകൾ പൊടിഞ്ഞു. മുലപ്പാലിന്റെ മാധുര്യമോലുന്ന സ്വരത്തിൽ ഭഗവതി അവനെ ക്ഷണിച്ചു. "വരൂ എന്റെ കുട്ടീ, എനിക്കു വെളിച്ചം പകർന്നേകിയ എന്റെ ഓമനക്കുട്ടാ വരൂ ഈ അമ്മ നിനക്കു തുണയായുണ്ട്. അമ്മയുടെ ചാവേറുകൾ നിനക്കു കാവൽ നിൽക്കും. അമ്മയുടെ ഭൂതഗണങ്ങൾ നിനക്കകമ്പടി സേവിക്കും. വരൂ കുഞ്ഞേ, അമ്മയുടെ സവിധത്തിലേക്കോടിയണയൂ."

വെളുത്ത അമ്മയുടെ വിളി കേട്ടു.

വെളുത്ത മണ്ണിൽ മുട്ടുകുത്തിനിന്നു. വെളുത്ത അവന്റെ സ്വന്തം മണ്ണിൽ മുട്ടുകാലിൽ നിൽക്കുകയായിരുന്നു. അവന്റെ കണ്ണുകൾ നിറഞ്ഞൊഴുകി. ഒരു പൈതലിനെപ്പോലെ അവൻ തേങ്ങിക്കരഞ്ഞു. അവന്റെ വിലാപത്തിൽ ഒരു പരമ്പരയുടെ ആകമാനദുഃഖവും സാന്ദ്രമായിരുന്നു. കാവിന്റെ അന്ധമായ ഉള്ളറയെ നോക്കിയിരുന്നപ്പോൾ, അവനെ അവന്റെ മണ്ണിനെക്കുറിച്ചുള്ള ബോധം ഭ്രാന്തനാക്കിത്തീർത്തു. ആദ്യസുരതത്തിന്റെ നിർവൃതിയും വിഭ്രാന്തിയും അവനിലുളവായി. അവനവിടെക്കിടന്നു തുള്ളിച്ചാടി. കാവിനു ചുറ്റും അലറിവിളിച്ചുകൊണ്ടോടി. നിലത്തുകിട

ന്നുരുണ്ടു. ഈറൻമണ്ണു വാരി മേലാസകലം പൂശി. കാട്ടുകുളത്തിലിറങ്ങിക്കുളിച്ചു.

കുളിച്ചു കയറിയ വെളുത്ത കാവിനു മുമ്പിൽ തൊഴുകൈയോടെ നിന്നു.

"അമ്മേ!" —അവൻ വിളിച്ചു.

"ഈ പൂമിയിൽ, ഈ നല്ല പൂമിയിൽ എന്നെ കാത്തുകൊള്ളേണമെ തായേ!"

എല്ലാത്തിനും അമ്മ അവനെ അലിവോടെ കടാക്ഷിക്കുകയുണ്ടായി.

അന്തിക്കു കുടിയിലേക്കു മടങ്ങുമ്പോൾ ആകാശത്തോളം അവൻ വളർന്നിരുന്നു.

ഏഴാം ദിവസമാണ് വിളക്കെന്നിയിൽ വാർത്ത എത്തിച്ചേർന്നത്. ആശ്രിതനായ ഒരു നായർ അനന്തൻപിള്ളയെ കണ്ടു വിവരമറിയിച്ചു. വിളക്കെന്നിയിലെ അടിയാളൻ അയ്യന്റെ വെളുത്ത കാട്ടുകുളം ദേഹണ്ഡിച്ചിരിക്കുന്നു.

അനന്തൻപിള്ളയൊന്നു ഞെട്ടി. പരമ്പരയിൽ ആദ്യമായി ഞെട്ടുന്ന നായരായിരുന്നു അയാൾ. അതോർത്തപ്പോൾ അനന്തൻപിള്ളയുടെ കോപത്തിന് ഇരുവാൾത്തലയുടെ മൂർച്ചയായി. എന്തുവേണമെന്നറിയാതെ അയാൾ കലിതുള്ളി. ചേരുവാൻ ഇണയെ കിട്ടാതെ വിറളിപിടിച്ചോടുന്ന ഒരു സിംഹത്തിന്റെ ക്രോധമായിരുന്നു അപ്പോൾ അയാൾക്ക്. രാത്രിയാണ്. അച്ചുതൻപിള്ളയില്ല. കുറുവടികളുമില്ല. ആരെയെങ്കിലും വിളിച്ച് അവന്റെ കുടിയടക്കം കത്തിച്ചു കളഞ്ഞാലോ? വേണ്ട നേരം വെളുക്കട്ടെ. അയാൾ തീരുമാനിച്ചു.

പാതിരാവായിട്ടും ഉറങ്ങാതെ അനന്തൻപിള്ള പടിപ്പുരയിലൂടെ തലങ്ങും വിലങ്ങും നടന്നു.

"അമ്മാവാ!"

മഹേശ്വരിപ്പിള്ള നിലവറ കടന്നുവന്നു വിളിച്ചു. അനന്തൻപിള്ള നടത്തയെ നിർത്തി. മഹേശ്വരിയാണ്. മരുമക്കളിൽ അയാൾക്കേറ്റവും പ്രിയങ്കരിയായവൾ, സുന്ദരിയാണ്. ചെമ്പകത്തോളം സുന്ദരി. സൗന്ദര്യം മാത്രമല്ല, മറ്റാർക്കുമില്ലാത്ത ബുദ്ധിയും സൗമ്യതയും മഹേശ്വരിപ്പിള്ളയ്ക്കു സ്വന്തമായിരുന്നു.

"അമ്മാവനൊറങ്ങണില്ലേ?"

മഹേശ്വരിപ്പിള്ള ചോദിച്ചു.

"നീയ് ഇനീം ഒറങ്ങീല്ലേ മഹേശ്വരി?"

"ഇല്ല."

"എന്ത്?"

"അമ്മാവൻ കെടന്നിട്ടു മതീന്ന് കരുതി."

"എന്നാ നീയ് ചെന്നു കെടന്നോ."

"അമ്മാവനോ?"

"നിന്റോടി പറഞ്ഞതു കേട്ടാ മതി."

മഹേശ്വരിപ്പിള്ള പോയില്ല. അമ്മാവന്റെ ഈ അസ്വാസ്ഥ്യത്തിന് ഹേതുവെന്താണെന്ന് അവൾക്ക് അറിയാം. അതാകട്ടെ അടിസ്ഥാനമില്ലാത്തതാണെന്നും അവളറിഞ്ഞിരുന്നു.

"അമ്മാവാ!"

"എന്തെര് മഹേശ്വരി, നീയ് പോയില്ല്യേ?"

"അയ്യന്റെ മോൻ പുതുവലു വെട്ടിയതും ദേഹണ്ഡിച്ചതും കാട്ടുകുളത്തല്ല്യോ?"

അവൾ ചോദിച്ചു.

"ഓ."

"അതു നമക്കൊള്ളതല്ലല്ലോ?"

"അല്ല."

"എങ്കി പിന്നെ വെറുതേ..."

മഹേശ്വരി പറഞ്ഞുവരുന്നതെന്താണെന്നു പിള്ളയ്ക്കു മനസിലായി. പാവം പിഞ്ചുപെണ്ണ്. പിള്ളയ്ക്കു ചിരിവന്നു. അവൾക്കെന്തറിയാം.! ഉള്ളറകളിലെ ഇരുട്ടു നൽകുന്നതിൽക്കവിഞ്ഞ വിവരമൊന്നുമില്ലല്ലോ. അയ്യനും അവന്റെ കുടുംബവും പുലയരാണ്. പുലയനാണ് മാറാന്തടത്തിലെ അടിയാളന്മാർ. പറമ്പിലും പാടത്തും എല്ലുമുറിയെ പണിചെയ്യുകയാണവന്റെ തൊഴിൽ. അതിനായിട്ടാണ് ഒരു പുലയൻ ജനിക്കുന്നതു തന്നെ. അവന് സ്വന്തം മണ്ണു വിധിച്ചിട്ടില്ല. എന്നെങ്കിലും അവൻ സ്വന്തം മണ്ണിന്റെ സ്വാദറിഞ്ഞാൽ ആപത്താണ്. വിളക്കെന്നിക്കു മാത്രമല്ല, മാറാന്തടത്തിലെ എല്ലാ തറവാടുകൾക്കും അത് അപകടകരമായിത്തീരും. അതു മുളിയിലേ നുള്ളിക്കളയണം. മുള നുള്ളിയാൽ മാത്രം പോരാ മുള പൊട്ടിയ സ്ഥാനം കരിച്ചു ചാരമാക്കണം. മറ്റൊരു പൊടിപ്പ് അവിടെയിനി പൊന്തരുത്.

"നീയ് പോയി കെടന്നോ പെണ്ണേ."

അധികം പറയാൻ നിൽക്കാതെ മഹേശ്വരിപ്പിള്ള നിലവറയിലേക്കു പോയി. എത്ര ആലോചിച്ചിട്ടും അമ്മാവന്റെ ഈ രോഷത്തിന് ന്യായീകരണം കണ്ടെത്തുവാൻ അവൾക്കു കഴിഞ്ഞില്ല. വിളക്കെന്നിയുടെ അതിരുകൾക്ക് ശരിക്കു പറഞ്ഞാൽ മാറാന്തടത്തിന്റെതന്നെ അതിരുകൾക്കു പുറത്തായിട്ടാണ് വെളുത്തയുടെ ആക്രമണമുണ്ടായിരിക്കുന്നത്. ആരുടെയുമല്ലാത്ത, ഉടയവനില്ലാത്ത ഭൂമി. അവിടെ വിളക്കെന്നിക്കും വെളുത്തയ്ക്കും അവകാശം ഒരുപോലെയാവേണ്ടതല്ലേ?

അടുത്ത പുലർച്ചയിൽ, മച്ചിലെ കിളിവാതിലിലൂടെ, അടിയാളത്തറയിൽ നിന്നിരുന്ന വെളുത്തയെ മഹേശ്വരിപ്പിള്ള കണ്ടു. അയ്യൻ അവനു സമീപത്തായി നിൽക്കുന്നു. പടിപ്പുരയിൽ അമ്മാവന്റെ അലർച്ച കേൾക്കാം. കാട്ടുകുളം ദേഹണ്ഡിച്ചതിനെപ്പറ്റിത്തന്നെയായിരുന്നു ഗർജനം. കാര്യക്കാരാരോ, അരുകിൽ നിന്നുകൊണ്ട് അമ്മാവനെ പിന്താങ്ങുന്നുണ്ട്. മഹേശ്വരിപ്പിള്ളയുടെ കണ്ണുകൾ വെളുത്തയുടെ ഇടനെഞ്ചിലുടക്കി. അവൾക്കു മരണപ്പാറയെയാണ് ഓർമവന്നത്. അത് ഉയരുകയും താഴുകയും ചെയ്യു

മ്പോൾ, അവ്യതിരിക്തമായ ഒരസ്വാസ്ഥ്യത്തിന് അവൾ വശംവദയായി ക്കൊണ്ടിരുന്നു.

"കഴുത്തരിഞ്ഞുകളയും ഞാന്!"

അനന്തൻപിള്ളയുടെ തൊണ്ടയിലെ ഞരമ്പുകൾ വലിഞ്ഞുമുറുകി. അയാളുടെ മുഖം ചോരയിരച്ചു പൂർവാധികം ചുവന്നു. അതിനൊത്ത് അയ്യന്റെ മുതുകു വളഞ്ഞു. അതു ഭൂമിയോളമെത്തിപ്പെട്ടു. കത്തുന്ന രണ്ടു സൂര്യന്മാരെ വെളുത്തയുടെ കണ്ണുകളിൽ മഹേശ്വരിപ്പിള്ള കണ്ടു. രാത്രി യിലൊരു സ്വപ്നത്തിനായി മോഹിപ്പിക്കുന്ന ആ കാഴ്ചയെ അവൾ മന സിലൊതുക്കി.

കുടിയിൽ മടങ്ങിയെത്തിയ വെളുത്ത പണിക്കോപ്പുകളുമായി കാട്ടു കുളത്തേക്കു നടന്നു. അയ്യൻ വിലക്കി. അയ്യനെ തള്ളിമാറ്റിയിട്ട് അവൻ പോയി. കുടിയിൽനിന്നുള്ള അമ്മയുടെ രോദനം ഏലാവരമ്പോളം അവനെ പിന്തുടർന്നു.

ഒരാഴ്ചകൂടിക്കഴിഞ്ഞപ്പോൾ, കാട്ടുകുളക്കരയിൽ, ഭഗവതിക്കാവിന് അഭിമുഖമായി വെളുത്തയുടെ കുടി ഉയർന്നു. ബലമുള്ള കാട്ടുതടിക ളാൽ കെട്ടിയേറ്റിയ കുടിക്ക് രണ്ടറകളുണ്ടായിരുന്നു. ചെത്തിയെടുത്ത നിലംതല്ലിക്കൊണ്ട് അവൻ അകമെല്ലാം അടിച്ചുറപ്പിച്ചു. മുന്നിൽ വാതി ലായി കുറുമടൽ വെട്ടി ചെറ്റമെടഞ്ഞു കെട്ടി. അവൻ അമ്മയെ വിവരമ റിയിച്ചു. ഭീതിയോടെ അവർ കേട്ടിരുന്നു. രാത്രി ഏറെ വൈകിയാണ് പുലച്ചി കാര്യം അയ്യനെ അറിയിച്ചത്. അയാൾ മൂളിക്കേൾക്കുകമാത്രം ചെയ്തു. ഉറക്കത്തിൽ അയാൾ പേടിസ്വപ്നങ്ങൾ കണ്ടു നിലവിളിച്ചു. പുലച്ചി ഉണർന്ന് അയാളെ സാന്ത്വനപ്പെടുത്തുകയുണ്ടായി.

പടിഞ്ഞാറ്റുമുറിയിലെ പുലയർ ആദ്യമതു വിശ്വസിക്കുവാൻ തയാ റായില്ല. കാടുവെട്ടുകയും, ഭഗവതിക്കാവും ദർശിക്കുകയും, കാട്ടുകുള ത്തിൽ നീരാടുകയും ചെയ്യുക! മനുഷ്യരാലതു സാധ്യമോ? അവരിൽ ചിലർ വാർത്തയെ സ്ഥിരീകരിക്കാനായി ഏലായിറങ്ങി കാടിന്റെ വക്കോളം നടന്നുവന്നു പരിശോധിച്ചു. ശരിയാണ്. കാടിന്റെ ഉള്ളിൽ തുറ സുകൾ കാണുന്നു. വെട്ടിയിട്ടു കരിഞ്ഞ വൃക്ഷങ്ങൾ തലങ്ങും വിലങ്ങും വീണുകിടക്കുന്നു. വൈകുന്നേരം കാടിറങ്ങിവന്ന വെളുത്തയേയും അവർ കണ്ടു.

കുളത്തിൽനിന്നും കവുങ്ങിൻപാള കൊരുത്തുകെട്ടിയ കക്കോട്ടയിൽ വെള്ളം എടുക്കുകയായിരുന്നു വെളുത്ത. ഒപ്പം തേവനുമുണ്ട്. അവൻ മണ്ണുവെട്ടിക്കൂട്ടുകയായിരുന്നു. ചെളിചവുട്ടി ഭിത്തിയുണ്ടാക്കാനായി. രണ്ടു ദിവസമേ ആയിട്ടുള്ളു തേവൻ വന്നിട്ട്. വെളുത്ത പുതുവൽ വെട്ടിപ്പിടിച്ച കൈയാളായിക്കൂടി. കുടിക്ക് ചുവരുകെട്ടിയടയ്ക്കണം. പശയുള്ള മണ്ണാ യതിനാൽ, ഉണങ്ങുമ്പോൾ ഇരുമ്പിനേക്കാൾ ഉറപ്പുണ്ടാകും. തേവന്റെ നിർദേശമായിരുന്നു. അവൻ മണ്ണുവെട്ടിക്കൂട്ടി. വെളുത്ത കുളത്തിൽനിന്നും വെള്ളമെടുത്തു മണ്ണു നനച്ചു.

കാടും വയലും സന്ധിക്കുന്ന വരമ്പത്ത് ഒരൊച്ചപ്പാട്!

തേവൻ ആ ഭാഗത്തേക്കു നോക്കി. ഒരുസംഘം ആളുകൾ കൂടി നിൽക്കുന്നു. ആറേഴുപേരുണ്ട്. വെളുത്ത കുളത്തിലാണ്. തേവൻ ഓടി കുളക്കരയിലെത്തി വിവരമറിയിച്ചു. വെളുത്ത അതിശീഘ്രം കുടിമുറ്റത്തേക്കു വന്നു. അവൻ കണ്ടു. വിളക്കെന്നിത്തറവാട്ടിലെ കുറുവടികളാണ്. അവൻ കേട്ടു. മ്ലേച്ഛമായതരത്തിലുള്ള പോർവിളികളാണ്. ഏറ്റവും മുന്നിൽ അച്ചുതൻപിള്ളയായിരുന്നു. മാറാന്തടത്തിലെ കുറുവടികളുടെ തലവനാണയാൾ. യുദ്ധത്തിനായിരിക്കും. നേരിടുകയേ നിവൃത്തിയുള്ളൂ. കുറുവടികളുടെ കൈയിൽ ആയുധങ്ങളുണ്ട്. എന്തുകൊണ്ടാണ് വരമ്പോളമെത്തി അവർ അറച്ചുനിൽക്കുന്നത്? വെളുത്ത അത്ഭുതപ്പെട്ടു.

"നീയ് ആ വെട്ടോത്തിയിങ്ങെടു തേവാ"

തേവൻ മടിച്ചുനിന്നു. വെളുത്ത പിന്നെ കാത്തുനിന്നില്ല. ഒറ്റക്കുതിപ്പിന് അകത്തുകയറി വെട്ടുകത്തിയുമായി മടങ്ങിവന്നു.

"ആ വരമ്പ്ക്കും ഇപ്പുറം കടന്നാല്, എല്ലാത്തിന്റേയും കയുത്തു വെട്ടും നാൻ. ഉയിരു വേണോങ്കി തിരിഞ്ഞോടിക്കോളിൻ."

വെട്ടുകത്തിയോങ്ങി വെളുത്ത അലറി.

അവന്റെ ശബ്ദം നട്ടുച്ചയിലെ ഇടിവാളുപോലെ നിശിതമായിരുന്നു. നാവൂരിയ മൺവെട്ടിക്കൈയുമായി തേവൻ നിലയുറപ്പിച്ചു. അവർക്കും പിന്നിൽ ഭഗവതിക്കാവ് തലയുയർത്തി. കാഞ്ഞിരത്തിന്റെ തിടമ്പിൽനിന്നും അമ്മ ഇറങ്ങി വന്നു. അമ്മയുടെ നേത്രങ്ങളിൽനിന്നും കരുണ അറ്റുപോയിരുന്നു. ക്രോധം മുറ്റിയ കണ്ണുകൾ. ചെന്തീയാളുന്ന കണ്ണുകൾ. അമ്മയോടൊപ്പം ഭൂതഗണങ്ങളും ചാവേറുകളുമുണ്ടായിരുന്നു. അമ്മയുടെ തീക്ഷ്ണമായ നിഴൽപ്പാട് തനിക്കു മീതെ വീണത് വെളുത്ത അറിഞ്ഞു. അവന്റെ മേലാസകലം തരിച്ചു. കാൽക്കീഴിൽനിന്നും അഗ്നിയും വീറും അവന്റെ ശിരസിലേക്ക് ഇരച്ചുകയറി. അവന്റെ പല്ലുകൾ തമ്മിൽ കൊരുത്തു. ചുരുങ്ങിയ നേരംകൊണ്ട് അവനൊരു മഹാമേരുവോളം വളർന്നു. എല്ലാം കണ്ടുനിന്ന തേവൻ അന്ധാളിച്ചുപോയി. വെളുത്ത തുള്ളി. അവന്റെ തലമുടിത്തുമ്പുകൾപോലും വിറപൂണ്ടു. അവന്റെ കണ്ണുകൾ ജ്വലിച്ചു. വെട്ടുകത്തിയിരുന്ന വലംകൈ വീശിക്കൊണ്ട് വെളുത്ത ഉറഞ്ഞു. അവന്റെ നാവ് അസാധാരണമാംവിധം പുറത്തേക്കു നീണ്ടുവന്നു. അതു ചോരയ്ക്കായി ദാഹിച്ചു.

"വരിനെടാ പട്ടികളെ!"

വെളുത്ത അട്ടഹസിച്ചു.

"എനക്കു ചോരതന്നു ദാഹമടക്കിനെടാ പട്ടികളെ!"

കുറുവടികൾ കണ്ടു. ഇതു വെളുത്തയല്ല. കാവിറങ്ങിവന്ന ഭഗവതിയാണ്. ഭഗവതിയുടെ ശബ്ദമാണ്. മുന്നേറാൻ അവർ അറച്ചു.

അന്ന് അന്തിയോളം വെളുത്ത ഉറഞ്ഞുതുള്ളി. തേവൻ നോക്കി. കുറുവടികൾ വരമ്പത്തുനിന്നും തിരിഞ്ഞോടിയത് അവന് വിശ്വസിക്കുവാനേ കഴിഞ്ഞിരുന്നില്ല.

5

അനന്തൻപിള്ളയുടെ കുറുവടികൾ കാട്ടുകുളത്തുനിന്നും തിരിഞ്ഞോടിയ വാർത്ത ഒരു പകലുകൊണ്ട് മാറാന്തടമാകെപ്പരന്നു. പടിഞ്ഞാറ്റുമുറി ഒന്നടങ്കം ആ വാർത്ത വിശ്വസിക്കുവാൻ തയാറായില്ല. ആ വാർത്തയെപ്പറ്റിയുള്ള ഏതൊരു സംഭാഷണത്തേയും, മരണം വിതയ്ക്കുന്ന ഒരു മഹാമാരിയെ എന്നപോലെ അവർ ഭയന്നു. ചിലർ രഹസ്യമായി സത്യമറിയാൻ ശ്രമിച്ചു. അവരിലൊരാൾ ഒരു സന്ധ്യയിൽ, കുമിളിയിൽവച്ച് തേവനെ കണ്ടു. അവനിൽനിന്നും സംഭവങ്ങൾ വിശദമായി ഗ്രഹിച്ചു. പിന്നെപ്പിന്നെ പടിഞ്ഞാറ്റുമുറി സംഭ്രാന്തിയോടെ അതു വിശ്വസിച്ചുതുടങ്ങി. അയ്യന്റെ കുടി പുകയാതെയായി. ഒരു കൊടും വിപത്തിന്റെ വിദൂര ധ്വനി, കുടിക്കുചുറ്റും കിടന്നു മുഴങ്ങി. അതു കേൾക്കാനായെന്നോളം, അയ്യനും അയാളുടെ പുലച്ചിയും രാപ്പകലുകളുടനീളം മൗനത്തെ അവലംബിച്ചു കുടിക്കുള്ളിൽത്തന്നെ കുത്തിയിരുന്നു.

ഇതിനുതമ്പ്രാൻ പകരം വീട്ടും.

വെളുത്തയെ കൊന്നു കുഴിച്ചുമൂടും.

കിഴക്കുംപുറത്തെ നായന്മാരും, പണിക്കൻപൊറ്റയിലെ ഊരാളികളും പരസ്പരം പറഞ്ഞു. വിളക്കെന്നിയിലെ ആശ്രിതന്മാരായ ചില നായന്മാർ, പടിഞ്ഞാറ്റുമുറിയുടെ താഴ്വാരത്തിൽ വന്നു നിന്നുകൊണ്ടു പേടിച്ചരണ്ട പുലയരെ ആവോളം പുലഭ്യം പറഞ്ഞു. ഒന്നടങ്കം ചാരമാക്കിക്കളയുമെന്ന് ഭീഷണിപ്പെടുത്തി. വിളക്കെന്നിയോടുള്ള വിളയാട്ടം തീയിൽ തീണ്ടിയുള്ളതാണ്. അതിനു തീകൊണ്ടു മാത്രമേ മറുപടിയുള്ളൂ.

അമ്പലത്തറയിൽ മാതുപിള്ള വിളക്കെന്നിയുടെ പടിപ്പുര ചവിട്ടി നിന്നു. പൂമുഖം വിജനമായിരുന്നു. അകത്തും അടക്കിപ്പിടിച്ച വിമൂകത മാത്രം. നിലവറയിലേക്കു നോക്കി അയാൾ വിളിച്ചു:

"അനന്താ!"

മാതുപിള്ളയുടെ വിളിയൊച്ച അകത്തളങ്ങളിൽ കിടന്നലച്ചു. അവ അനന്തൻപിള്ളയെ വിളിച്ചുണർത്തി. അനന്തൻപിള്ള ഇറങ്ങിവന്നു.

"ആര്, മാതുവണ്ണനോ? ഇരിക്കിൻ."

അനന്തൻപിള്ള നാൽക്കാലി നീക്കിയിട്ടു. മാതുപിള്ള ഇരുന്നില്ല. തോർത്തെടുത്തു വീശി ഉഷ്ണമകറ്റിക്കൊണ്ട് അയാൾ കൈവരി ചാരി നിൽക്കുക മാത്രം ചെയ്തു. എന്തിനുള്ള പുറപ്പാടാണെന്നറിയാതെ അനന്തൻപിള്ള ചോദിച്ചു:

"വിശേഷങ്ങളെന്തൊരൊക്കെയൊണ്ട്? ഇപ്പം ഈ വഴിയൊന്നും തീരെ കാണാൻ പറ്റണില്ലല്ലോ? പെരേടങ്ങളില് തോനെ ജോലികാണും?"

"എന്തെരിനു കാണണത്? തമ്മിക്കാഴ്ചയൊന്നുമില്ലാതിരുന്നപ്പം വരുത്തിക്കൂട്ടിയതു പോരേ അനന്താ?"

മാതുപിള്ളയുടെ വാക്കുകളിൽ, അയാളുടെ കണ്ണുകളിൽ കനച്ചു കിടന്നിരുന്ന ക്രുദ്ധത നിറഞ്ഞുകിടന്നിരുന്നു.

"എന്തെര് വരുത്തിക്കൂട്ടീന്ന്?"

ഒന്നുമറിയാത്തപോലെ അനന്തൻപിള്ള ചോദിച്ചു.

"അനന്താ, ബാക്കിയൊള്ളേരെ അങ്ങനെയങ്ങ് കഴുതകളാക്കല്ല്. മാനക്കേട് വിളക്കെന്നിക്കും ഇവുടത്തെ കാരണവരിക്കും മാത്രമല്ല, കരേലെ എല്ലാ നായമ്മാരിക്കും കൂടിയാണ്."

"തെളയ്ക്കാതെ നിന്നു കാര്യം പറയീൻ മാതുവണ്ണാ."

"നിന്റെ കുറുവടികളു കാട്ടുകൊളത്തീന്ന് തോറ്റോടിയത് നേരോ?"

"നേരുതന്നെ. പക്ഷേ, തോറ്റുമിച്ചുമല്ല അവരിങ്ങു പോന്നത്."

"ഫ്ത്തു! പട്ടികള്! എവനൊക്കെ എന്തെരിന് ശാപ്പാടുകൊടുക്കണത്?

ഒരു പെലേനെ പിടിച്ചുകെട്ടി കൈയും കാലും അരിഞ്ഞൂടാൻ വയ്യെങ്കി എവമ്മാരെന്തിന് വാളുമെടുത്തു വെളവാരം നെരങ്ങണത്? പെലയാടികള്!"

മാതുപിള്ള വളരെയേറെ രോഷാകുലനായിരിക്കുന്നു. അനന്തൻപിള്ള അതു ശ്രദ്ധിച്ചു. കാര്യമില്ലാതെയല്ല മാതുപിള്ളയുടെ ഈ കലിയിളക്കമെന്ന് അയാൾക്കറിയാം. കരയിലെ മറ്റു പ്രമാണിമാരും ഇക്കാര്യത്തിൽ വിളക്കെന്നിയോട് എതിരായിരിക്കും. കുറുവടികൾ തിരിഞ്ഞോടിയത് കിഴക്കുംപുറത്തിനാകെ അപമാനകരമായിത്തീർന്നിരിക്കുന്നു. വിളക്കെന്നിയായതുകൊണ്ടു മാത്രമാണ് അവർ സംഘം സംഘമായി വന്നു പ്രതിഷേധിക്കാത്തത്. അതും അനന്തൻപിള്ള അറിഞ്ഞു. മാറാന്തടത്തിനുമീതെയുള്ള കിഴക്കുംപുറത്തിന്റെ പിടി ശക്തിയേറിയതായിരിക്കണം എക്കാലവും. എവിടെയെങ്കിലും ഒന്നയഞ്ഞുപോയാൽ, ഒരു ചെറിയ പഴുതുവീണാൽ പിടി പിന്നെ മുറുകിയില്ലെന്നുവരും. അങ്ങനെയായാൽപ്പിന്നെ സംഭവിക്കുന്നതെന്താണെന്ന് ഏവർക്കും അറിയാം. അതിനിടയാകരുത്. വിളക്കെന്നിയുടെ പൂമുഖത്തു നിന്നുകൊണ്ട് മാതുപിള്ള, അനന്തൻപിള്ളയോടു പറഞ്ഞു. അനന്തൻപിള്ളയും അതേക്കുറിച്ചു ബോധവാനാണ്. എന്നിരുന്നാലും, കുറുവടികൾ തിരിഞ്ഞോടിയതിന് അയാൾക്കു വിശദീകരണമുണ്ടായിരുന്നു. കേട്ടുകഴിഞ്ഞപ്പോൾ ശരിയാണെന്ന് മാതുപിള്ളയ്ക്കു തോന്നിപ്പോയ വിശദീകരണം.

അനന്തൻപിള്ള പറഞ്ഞു. "വേണമെങ്കിൽ കുറുവടികൾക്ക് ഏലാ മുറിച്ചുചെന്ന് വെളുത്തയെ നേരിടാമായിരുന്നു. പിടിച്ചുകെട്ടി കൈയും കാലും അരിഞ്ഞു വീഴ്ത്താമായിരുന്നു. എന്തുകൊണ്ടു ചെയ്തില്ല? ആരു വിശ്വസിച്ചാലും ഇല്ലെങ്കിലും ഇപ്പറയുന്നതു നേരാണ്. വെളുത്തയെ ഭഗവതി അനുഗ്രഹിച്ചിരുന്നു. വെട്ടോത്തി കൈയിൽപ്പിടിച്ചോണ്ടു നാവുനീട്ടി പുറത്തേക്കിട്ടുകൊണ്ട് വെളുത്ത ഉറഞ്ഞുതുള്ളിയതു പറഞ്ഞുകേട്ടപ്പോഴേ മനസിലായി. ഭഗവതി തുണയ്ക്കാതെ ഒരു പെലേനെങ്ങനെ അതു സാധിക്കും? മറ്റൊന്നുകൂടിയൊണ്ട്. അവനു തിരിഞ്ഞുനോക്കാനൊന്നുമില്ല. പോയാൽ, വിലയില്ലാത്തൊരു തല. കിട്ടിയാലോ, പൊന്നുവിളയിക്കുന്നവിലതീരാത്ത പുതുവല്. അവന്റെ കൈയിൽ വായ്ത്തല രാകിയ വെട്ടുകത്തി. ഉള്ളിൽ ഉറയുന്ന ഭഗവതി സംഘട്ടനത്തിൽ ഏതെങ്കിലും

ഒരു കുറുവടി വെട്ടേറ്റുവീണാൽ, അതു പടിഞ്ഞാറ്റുമുറിയിലെ കുടികളെ ഉണർത്തും. വിചാരിച്ചാൽ പുലയന്, കുറുവടികളെ വെട്ടിവീഴ്ത്താൻ കഴിയും. ആ ബോധം അവന്റെ ഞരമ്പുകളിൽ തീ പടർത്തും. ആ തീ, അഗ്നിയുടെ ഒരു വൻതിരയായി മാറാന്തടമാകെ ആളിപ്പടർന്നേക്കും, അതുണ്ടാകരുത്."

അവിടെ അനന്തൻപിള്ള നിർത്തി. മാതുപിള്ള എല്ലാം മനസിലാക്കി. അനന്തൻ പറയുന്നതിൽ ന്യായമുണ്ട് . അയാൾ തീരുമാനിച്ചു. മാറാന്തടത്തിനുമീതെ വീണിരിക്കുന്നതൊരു കൊച്ചുതീപ്പൊരിയാണ്. അതു കെടുത്തേണ്ടത് വെള്ളമൊഴിച്ചുതന്നെയായിരിക്കണം. വേണമെങ്കിൽ വങ്ങേനിത്തോട്ടിൽ ഒരു കൂറ്റൻ ചിറകെട്ടി, ഒരു പ്രളയംതന്നെ സൃഷ്ടിച്ചേക്കാം.

വേണ്ട

അടുത്തമാത്രയിൽത്തന്നെ അയാൾ തീരുമാനിച്ചു.

"ചെറുമൻ ചൊണയൊള്ളവന്തന്നെ."

പുലർച്ചയ്ക്ക് തീകാഞ്ഞുകൊണ്ടിരിക്കെ കോത പറഞ്ഞു. അവന്റെ പുലച്ചിയും അതുതന്നെ പറഞ്ഞു. അല്ലെങ്കിൽ കുറുവടികളെ ഈ ജന്മം വിരട്ടിയോടിക്കാൻ പറ്റുമോ? അതും അച്ചുതൻപിള്ളയുടെ ശിഷ്യന്മാരായ കുറുവടികൾ.

"പച്ചേങ്കി അവന് പഹവതി തൊണയായിരുന്നു."

കോത പറഞ്ഞു. അവന്റെ പുലച്ചിയും അതുതന്നെ പറഞ്ഞു. അവളൊരു വാചകം കൂടി ചേർത്തു.

"പഹോതി തൊണച്ചാ, അനന്തൻപിള്ളമ്പ്രാനേം ഓടിക്കാൻ പറ്റും."

അത്രത്തോളം വേണ്ടെന്നു കോത, പുലച്ചിയെ ശാസിച്ചു. അവൾ കുനിഞ്ഞു നെരിപ്പോടിലേക്കു നോക്കി. പുകച്ചുരുളുകളുയരുന്ന നെരിപ്പോടിന്റെ തീക്കണ്ണും നോക്കിയിരിക്കെ അവളുടെയുള്ളിൽ വെളുത്ത കത്തിയാളി.

കുടിക്കകത്തിരുന്നുകൊണ്ട് നല്ലായി അപ്പനമ്മമാരുടെ സംഭാഷണം ശ്രദ്ധിച്ചു. വെളുത്തയുടെ വൃത്താന്തമാണ്. രണ്ടുമൂന്നുദിവസമായി ചുറ്റുപാടുകളിൽ അതു മാത്രമേയുള്ളു. രാപ്പകലെന്നില്ലാതെ വെളുത്ത കുടികളിൽത്തന്നെ. പാവപ്പെട്ട പടിഞ്ഞാറ്റുമുറിക്കാരുടെ നാവിലൂടെ, വിചാരങ്ങളിലൂടെ അവൻ കുടികളിൽ ഉണ്ണുകയും ഉറങ്ങുകയും ചിരിക്കുകയും അട്ടഹസിക്കുകയുമൊക്കെ ചെയ്യുന്നു. ഏറെയേറെ കേൾക്കുവാൻ നല്ലായിക്കു കൊതിതോന്നി. അവൾ ചെറ്റയുടെ അരുകിലേക്കു നീങ്ങിവന്നു, പുറത്തെ വാക്കുകൾക്കായി കാതോർത്ത്. ഏതു പുലയനുണ്ടിവിടെ? കുറുവടികളെ തിരിച്ചോടിക്കുവാൻ കരുത്തുള്ള ഏതു ചെറുമനുണ്ടീ മാറാന്തടത്തിൽ, വെളുത്തയല്ലാതെ? ഓർത്തപ്പോൾ നല്ലായിയുടെ മനസ്സ് കുളിരണിഞ്ഞു. അവൾ കൈകൾ പിണച്ചു മാറോടുചേർത്തമർത്തി. അവൾ, അവളൊരിക്കലും കണ്ടിട്ടില്ലാത്ത വെളുത്തയ്ക്കുവേണ്ടി കുമിളിപ്പൊയ്കയിലെ പിതൃക്കളോടും ഭഗവതിക്കാവിലെ അമ്മയോടും പ്രാർഥിച്ചു.

"അറിഞ്ഞോ നിങ്ങ?"

നെരിപ്പോടിലെ പുക വീശിയാറ്റിക്കൊണ്ട് കോത തിരിഞ്ഞുനോക്കി. അരമുണ്ടു മൂടിപ്പുതച്ചുകൊണ്ട്, അടുത്ത കുടിയിലെ കൊച്ചു നടന്നുവരുന്നു, വരുന്നതിനിടെ കൊച്ചു സംസാരിച്ചുകൊണ്ടേയിരുന്നു.

"എവുടേം അയ് വർത്തമാനമേയൊള്ളു."

നെരിപ്പോടിനരുകിൽ കുത്തിയിരുന്നുകൊണ്ട് കൊച്ചു തുടർന്നു:

"അയ് പിന്നങ്ങനെയല്ലേ? ചെറുമന് ഒന്നും പറ്റാണ്ടിരുന്നാ മതിയാരിന്ന്."

കോത അതു പറഞ്ഞപ്പോൾ ഏവരുടേയും മുഖമൊന്നു വാടി. അവർക്കറിയാം കിഴക്കുംപുറം അടങ്ങിയിരിക്കുകയില്ല. തിരിച്ചടിക്കും. എന്നെങ്കിലും, എങ്ങനെയെങ്കിലും അതുണ്ടാകും. എന്ന്? എങ്ങനെ? ആ രണ്ടു ചോദ്യങ്ങളും അവരെ ആഴത്തിൽ അലോസരപ്പെടുത്തിക്കൊണ്ടിരുന്നു.

"ഇന്നു കാലത്ത് ചെറുമൻ കുടീല് വന്നിരുന്നു."

"എന്തെരിന്?"

"പൂമി വേണോന്നും ചോയിച്ചോണ്ട്."

"ആരെ പൂമി?"

"ആരേം പൂമിയല്ല. കാട്ടുകൊളത്തീന്നു വെട്ടിപ്പിടിക്കാന്നും പറഞ്ഞ്."

"നീയ് എന്തെര് മറുപടി പറഞ്ഞ്?"

"എന്തെരു പറയാൻ! കയുത്തില് തല വേണോന്നൊള്ളകൊണ്ട് വേണ്ടാന്നു പറഞ്ഞു."

കൊച്ചുവിന്റെ മറുപടി കോതയെ നിരാശനാക്കി. മാത്രമല്ല, തൊട്ടടുത്തു തന്റെ കുടിയിലേക്കു വരാതെ കൊച്ചുവിന്റെ കുടിയിൽ മാത്രം വെളുത്ത കയറിച്ചെന്നത് കോതയെ തെല്ല് അസ്വസ്ഥനാക്കുകയും ചെയ്തിരുന്നു.

"നെന്റോടിയാണ് ചോയിച്ചിരുന്നതെങ്കില് നീയ് എന്തെരു പറയുമായിരിന്ന്?"

എന്താണു പറയുക? കോത ആലോചിച്ചു. കൂടെ പോകുമായിരുന്നു. സംശയമില്ല. പോയാലെന്താണ്? കാട്ടുകുളത്ത് ഒരുതുണ്ടു ഭൂമി സ്വന്തമാക്കാം. സ്വന്തം കൈകൊണ്ടാഞ്ഞുവെട്ടി, സ്വന്തം വിയർപ്പു നനച്ച്, സ്വന്തം കരുത്തുകൊണ്ടു വളമിട്ടു പൊന്നു കൊയ്തെടുക്കാം. കാണാപ്പാടകലത്തോളം ഭൂമി വെട്ടിപ്പിടിച്ചു സ്വന്തമാക്കാം. അമ്പലത്തറയും വിളക്കെന്നിയും മപ്പുകെട്ടിനിന്നു പോകുന്നത്ര ഭൂമി സ്വന്തമാക്കാം. വെളുത്ത ഒറ്റയ്ക്കായിരുന്നപ്പോൾ കുറുവടികൾ തിരിഞ്ഞോടി. കൂടെ കുറേപ്പേരു കൂടിയുണ്ടെങ്കിലോ? കുറുവടികൾ അടുക്കുകപോലുമില്ല.

കൊച്ചു മറുപടിക്കായി കാത്തിരുന്നു. കോത പറഞ്ഞു:

"നാൻ വെളുത്തേന്റെകൂടെ പോവുമാരിന്നു."

പക്ഷേ, പടിഞ്ഞാറ്റുമുറിയിലെ കുടികളെല്ലാം കയറിയിറങ്ങിയിട്ടും വെളുത്ത കോതയുടെ കുടിയിൽ വന്നില്ല. രാവിലെ കൊച്ചുവിന്റെ മുറ്റ

ത്തുനിന്നും അവൻ നേരെ നടന്നത് ചാത്തന്റേയും ചങ്കുവിന്റേയും ചാരത്തേക്കായിരുന്നു. അവരെ ക്ഷണിച്ചു. അവനു സ്വന്തമായിരുന്ന ചുരുക്കം വാക്കുകൾകൊണ്ട് കാട്ടുകുളത്തെ വർണിച്ചു. അവരെ ആവോളം പ്രലോഭിപ്പിച്ചു. ആരുംതന്നെ അവന്റെ വിളി സ്വീകരിക്കുവാൻ തയാറായില്ല. ഏതോ മയക്കുമരുന്നു തലയ്ക്കു പിടിച്ചതു പോലെ വെറുതേ നിശബ്ദരായി അവനെ നോക്കിയിരിക്കുകമാത്രം ചെയ്തു.

വെളുത്ത അടങ്ങിയില്ല.

വെയിലുറയ്ക്കുവോളം അവൻ കുടികൾ കയറിയിറങ്ങി. അകലെയല്ലാതെ അവനെ കണ്ടപ്പോൾത്തന്നെ പലരും മറവുകളിൽ കയറിയൊളിച്ചു. അവിടെയിരുന്നുകൊണ്ട് അവർ അവനെയോർത്ത് അഭിമാനംകൊണ്ടു.

"കണ്ണാ."

വെളുത്ത ചെരുവിലെ കുപ്പന്റെ മുറ്റം ചവുട്ടിനിന്നുകൊണ്ട് വിളിച്ചു. അമ്പലത്തറ മാതുപിള്ളയുടെ അടിയാളനാണ് കുപ്പൻ. കണ്ണൻ കുപ്പന്റെ ആദ്യജാതനും. മറുപടിയുണ്ടായില്ല. അകത്ത് ആളനക്കമുണ്ട്. വെളുത്ത ശബ്ദമുയർത്തി വിളിച്ചു. ചായ്പ്പിന്റെ വിടവിലൂടെ കണ്ണൻ വെളുത്തയെ കണ്ടു. അവനിറങ്ങിവന്നു.

"നെനക്കു പൂമി വേണോ?"

"വേണം." — സംശയമേശാതെ കണ്ണൻ പറഞ്ഞു. അപ്പോൾ കുടിക്കുള്ളിൽ നിന്നും തേങ്ങലുയർന്നു. വെളുത്ത അതു കേട്ടു.

"എങ്കി വാ"— വെളുത്ത വിളിച്ചു.

"ഓ, വരാം."

അവർ നടന്നു കുടിക്കുള്ളിൽ കുപ്പന്റെ പുലച്ചിയുടെ അലമുറ ഉയർന്നു. അയൽക്കാർ പുറത്തിറങ്ങി. വെളുത്തയോടൊപ്പം കണ്ണനെ കണ്ടപ്പോൾ അവർക്കു കാര്യം മനസിലായി. അവർ അകങ്ങളിലേക്കു മടങ്ങി.

കണ്ണൻ വെളുത്തയോടൊപ്പം കാട്ടുകുളത്തെത്തി. വയൽവരമ്പിനപ്പുറത്ത്, വെളിച്ചം കയറിയ തുറസിനെ അവൻ അത്ഭുതത്തോടെനോക്കിനിന്നു. അവനു വിശ്വസിക്കാനായില്ല. ഇതുവരെ കേട്ടിരുന്നതേയുള്ളു. കാണുന്നത് ആദ്യമായിട്ടാണ്. ഭഗവതിക്കാവിനു താഴെ പതംവന്ന യൗവനക്കാരത്തിയായ ഭൂമി. കണ്മുമ്പിൽ കാട്ടുകുളം. എവിടെ പകലിലും തമ്മിൽ പിണഞ്ഞിണചേരുന്ന നീർപ്പാമ്പുകൾ? അവനെത്തിനോക്കി. ഒന്നിനെപ്പോലും കാണാൻ കഴിഞ്ഞില്ല. മണ്ണിൽ കാലുറപ്പിച്ചനേരം, അവനു മേലാകെ തിണർത്തുപൊങ്ങി. തലമുടി പോലും എഴുന്നുപോയി. ഭൂമിയുടെ ഉന്മാദം അവനിലേക്കു പടർന്നു. ക്ഷണനേരം കൊണ്ട് അവൻ അന്ധനും ബധിരനുമായിത്തീർന്നു. സൂര്യവെളിച്ചം തുറസിലൂടെ പാഞ്ഞുവന്ന് അവനെ പുണർന്നു. അവൻ കമിഴ്ന്നുവീണു മണ്ണിനെ ചുംബിച്ചു.

കണ്ണൻ കാട്ടുകുളത്തേക്കു കുടിയേറിയ വാർത്ത രഹസ്യമായിവെക്കാൻ വെളുത്ത തേവനെ പടിഞ്ഞാറ്റുമുറിയിലേക്ക് അയച്ചു. തേവൻ കുടികൾതോറും കയറിയിറങ്ങി. കുടികൾ ആദരവോടെ വെളുത്തയുടെ

അറിയിപ്പിനെ പാലിക്കാമെന്നേറ്റു. തേവൻ മടങ്ങിവന്നു. മൂവരും ചേർന്ന് മണ്ണിളക്കിമറിച്ചു. കണ്ണൻ തുറസിനപ്പുറം കടന്നുകയറി കാടു വെട്ടിത്തെളിച്ചു. സ്വന്തം കുടിക്കെട്ടുന്നതുവരെ അവനു വെളുത്തയോടൊപ്പം കഴിയാം. കണ്ണനതു സമ്മതമായി.

ഇളകിയ മണ്ണിൽ അവർ തിന വിതച്ചു.

തിന മുളച്ചു തിന വളർന്നു. ഭൂമിയുടെ രോമാഞ്ചം കണക്കെ തിനത്തുമ്പുകൾ മണ്ണിൽ കിളർന്നുനിന്നു. വടവുക്കരിയിൽനിന്നുള്ള ശീതക്കാറ്റേറ്റു തിനത്തലപ്പുകൾ ഉലഞ്ഞാടി. പ്രശാന്തമായി ഓളങ്ങളിളക്കുന്ന കടൽപോലെ സമതലം അമർന്നുകിടന്നു. ഉത്സാഹത്താൽ നിറഞ്ഞ വെളുത്ത കടലിലേക്കു വീണു. പ്രാകൃതമായ ചില ശബ്ദങ്ങൾ പുറപ്പെടുവിച്ചുകൊണ്ടു അവൻ അവിടെ കിടന്നുരുണ്ടു.

വെളുത്ത വീണ്ടും പടിഞ്ഞാറ്റുമുറിയിൽ പ്രത്യക്ഷപ്പെട്ടു. അയ്യന്റെ കുടിക്കുമുന്നിലെത്തിയ അവൻ നിന്നു. പിതാവിനെ അവൻ കാട്ടുകുളത്തേക്കു ക്ഷണിച്ചു. അകത്ത് എല്ലാം കേട്ടിരുന്ന അയ്യൻ മറുപടി പറഞ്ഞില്ല.

"നിങ്ങ വന്നു നോക്കിന്. തെനകള് കതിരിടാൻ പോണ്."

അയ്യന്റെ ക്രുദ്ധമായ ഒരു നോട്ടം, ചെറ്റയ്ക്കിടയിലൂടെ പുറത്തുവന്നു. പുലച്ചിയും പുറത്തിറങ്ങിയില്ല. അകത്തു കയറി അമ്മയെ ഒന്നു കാണാനായി അവന്റെ കാലുകളിളകി. വേണ്ട. അവൻ ബലമായി ചുവട്ടടികളെ മണ്ണിലുറപ്പിച്ചു.

"എന്നെങ്കിലും നിങ്ങ വരും. പച്ചേ, ഞാൻ വന്നു വിളിക്കൂലാ."

വെളുത്ത മടങ്ങി. മടങ്ങുംവഴിയിൽ അവൻ കുമിളിപ്പൊയ്കയുടെ വിളികേട്ടു. അവന്റെ മനസുനിറയെ അച്ഛനും അമ്മയുമായിരുന്നു. കുടിയിൽ അവരൊറ്റയ്ക്കാണ്. പടിഞ്ഞാറ്റുമുറിയിലെ മറ്റു പുലയർപോലും അവരുമായി സഹകരിക്കുന്നില്ല. ഏവരുംതന്നെ വിളക്കെന്നിയേയും അനന്തൻപിള്ളയേയും അയാളുടെ കുറുവടികളേയും തീർത്തും ഭയന്നിരുന്നു. അച്ഛനെ അനന്തൻപിള്ള വല്ലാതെ പീഡിപ്പിച്ചുകാണും. ആരും പുറത്തിറങ്ങിയതുപോലുമില്ലല്ലോ. അവനു സങ്കടം തോന്നി. അവന്റെ മനസ്സ് പ്രാകൃതമായ ഒരു വിഷാദത്താൽ നിറഞ്ഞു. അതിനിടയ്ക്കാണു കുമിളിപ്പൊയ്ക അവനെ ക്ഷണിച്ചത്. അവനിറങ്ങിച്ചെന്നു. തലയിൽ പൂ ചൂടിയ പിതൃക്കളുടെ പുനർജനികളെ കാണാം. അവയോട് ഒരൽപ്പംനേരം സല്ലപിക്കാം. പൊയ്കയിലെ തണുത്ത വെള്ളത്തിലിറങ്ങി കുറേനേരം കിടക്കാം. എത്രയോ നാളുകളായി! കിടങ്ങു ചരിഞ്ഞ് പൊയ്കയിലേക്കിറങ്ങുന്നു. മുകളിൽ ജടപിടിച്ച പൊന്തകൾക്കിടയിലൂടെ ആകാശത്തിന്റെ വെള്ളിക്കുത്തുകൾ തെളിയുന്നു. കിടങ്ങിന്റെ ഗഹ്വരത്തിൽ വിളറിയ ഇരുട്ട് വീണുകിടക്കുന്നു.

പൊയ്ക പൊട്ടിച്ചിരിക്കുന്നു!

അനങ്ങാതെ, അനക്കമുണ്ടാക്കാതെ വെളുത്ത കാലുകളെ പിൻവലിച്ചു. പൊന്തയുടെ തഴപ്പിൽ മുഖമൊളിപ്പിച്ചു. അവിടെ നിന്നുകൊണ്ട് അവൻ ശ്രദ്ധിച്ചു. പൊയ്ക പൊട്ടിച്ചിരി തുടരുന്നു.

പൊയ്കയിൽ നല്ലായി ആയിരുന്നു.

പടിഞ്ഞാറ്റുമുറിയിലെ കോതയുടെ മോൾ, അവൾ കഴുത്തോളം വെള്ളത്തിൽ ആണ്ടുകിടക്കുന്നു. കന്യകയുടെ പ്രണയം പോലെ നിർമ്മലമായ ജലവിതാനം. വിതാനത്തിനു താഴെ അവളുടെ കറുത്തമേനിയുടെ അവ്യക്തരേഖകൾ പടരുന്നു. ഓളംവെട്ടുന്ന പൊയ്കയിൽ കിടക്കുന്ന നല്ലായിയുടെ കണ്ണുകൾ കൂമ്പുന്നു.

പൊയ്കയിലേക്കെടുത്തുചാടാനാണ് വെളുത്തയ്ക്കു തോന്നിയത്. മുടില്ലാത്താളിയുടെ ഒരു പടർപ്പിൽ കൈചുറ്റി അവനെത്തിനോക്കി. പൊയ്ക ഇടയ്ക്കിടെ ഞെട്ടുന്നു. മാനത്തുകണ്ണികൾ അവൾക്കു ചുറ്റും ഓടിക്കളിക്കുന്നു. അവ അവളെ ഓടിവന്ന് ഉമ്മവയ്ക്കുകയും തെന്നിമാറുകയും ചെയ്യുന്നു. തലയിൽ ചോരപ്പൂവുള്ള ഒരു കൂറ്റൻ മാനത്തുകണ്ണി തുഴഞ്ഞുവന്ന് അവളുടെ നാഭിയിൽ തലയിട്ടു. കുറച്ചുനേരം അവിടെയങ്ങനെ അമർന്നിരുന്നിട്ട്, ഉയർന്നുവന്ന് അതവളുടെ ഇടത്തേ മുലക്കണ്ണു കൊത്തിപ്പറിച്ചു. രതിമൂർച്ഛയിൽപ്പെട്ടപോലെ അവൾ പുളഞ്ഞു. പാതിയടഞ്ഞ കണ്ണുകൾക്കുമീതെ അവളനുഭവിക്കുന്ന നിർവൃതി തിണർത്തു പൊന്തി. അവൾ വായ പിളർന്നു. "ഹിയ്യാഹിയ്യാ..."— അവൾ മുരണ്ടു. കൈകൾ മുകളിലേക്കുയർത്തി അവൾ തീക്ഷ്ണമായ വിധത്തിൽ കാമപരവശയായിത്തീർന്നു.

"മീനുകള് കടിക്കണോ?"

പടർപ്പിനുള്ളിൽനിന്നും പുറത്തുവന്ന വെളുത്ത ചോദിച്ചു. ശബ്ദം കേട്ടു നല്ലായി കണ്ണു തുറന്നു. അവൾ പിടഞ്ഞു കരയേറി. എന്തു ചെയ്യേണ്ടെന്നറിയാതെ നിന്നു. അവളെ അവൻ മതിയാവോളം കണ്ടു.

"നീയ് എവുടന്നാണ്?" — അവൻ ചോദിച്ചു.

"നാന് കോതേന്റെ മോളാണ്."

"എവുടത്തെ കോത?"

"പടിഞ്ഞാറ്റുമ്മുറീലെ."

നിങ്ങളാരാണെന്നു തിരിച്ചുചോദിക്കുവാൻ അവൾ കൊതിച്ചു. കഴിഞ്ഞില്ല. നാണം അവളെ അത്രത്തോളം ചഞ്ചലപ്പെടുത്തിയിരുന്നു. അവൻ തിരിഞ്ഞുനടന്നു. ഏലാ മുറിച്ചു കാട്ടുകുളത്തേക്കു നടക്കുമ്പോഴും അവൻ കുമിളിപ്പൊയ്കയിലായിരുന്നു. കരയിൽ നല്ലായിയും. അവളുടെ മുലകളുടെ മുഴുപ്പ് അമ്പരപ്പിക്കുന്നതരത്തിൽ വലുതായിരുന്നു. ചോരപ്പൂചൂടിയ മാനത്തുകണ്ണിയോട് അവന് അസൂയ തോന്നി. അതിനെ കൈയോടെ പിടിച്ചു ചതച്ചുകൊല്ലാനുള്ള രോഷമുണ്ടായി. വേണ്ട; ഏതോ പൂർവികന്റെ പ്രേതമാണ്, ക്ഷമിക്കുക.

അവൻ അതിവേഗം കാട്ടുകുളത്തേക്കു നടന്നു. വരമ്പിൽനിന്നും പോച്ചയിലേക്കു ചാടിക്കയറിയപ്പോഴാണ് അതു കണ്ണിൽപ്പെട്ടത്!

ഉള്ളു നടുങ്ങിപ്പോയി!

കൈകാലുകളാകെ തളർന്നുപോയതുപോലെ ഒരു മാത്ര കണ്ടു നിന്നു. ഒരലർച്ചയിൽ പ്രപഞ്ചത്തെയാകെ നടുക്കുവാനാണു തോന്നിയത്.

ഒന്നും രണ്ടുമല്ല; ആറു പശുക്കൾ കൊഴുത്തു തഴച്ച തിനകൾക്കിടയിൽ നിന്ന് അവ തകർത്തു മേയുന്നു. ആറ് കറവപ്പശുക്കൾ.

"കണ്ണാ!" — ഇടിയൊച്ച കേട്ടു ഭഗവതിക്കാവെത്തിനോക്കി. കണ്ണൻ വിളികേട്ടില്ല. ഓടിമുറ്റത്തെത്തിയപ്പോൾ കണ്ടു. കുടിമുറ്റത്ത് കണ്ണൻ അവശനായി വീണുകിടക്കുന്നു. അവന്റെ കൈയും കാലും ചേർത്തു ബന്ധിച്ചിരിക്കുന്നു. നെറ്റിയിലൂടെ ചോരയൊലിക്കുന്നു.

"ആര്, ഏതു പട്ടി ഈ കന്നന്തിരു ചെയ്തു?"

"മാതുപിള്ള."

"ഏതു മാതുപിള്ള?"

"അമ്പലത്തറ."

കണ്ണൻ ഞരങ്ങി. അവനെ താങ്ങിയെടുത്ത് അകത്തു കിടത്തി. കെട്ടഴിച്ചു. മുറിവിൽ വെള്ളം നനച്ചു കഴുകി.

പിന്നീടവിടെ നിന്നില്ല. ആറു പശുക്കളേയും പിടിച്ചു ഭഗവതിക്കാവിന്റെ നടയിൽ കെട്ടി. കാട്ടാൻ പോകുന്ന അപരാധത്തിന് അമ്മയോടു മാപ്പു ചോദിച്ചു. ചീലാന്തിത്തടിയിൽ ചെത്തിയൊരുക്കിയ കക്കോട്ടക്കമ്പെടുത്തു വയലിലേക്കു ചാടി. കുമിളിപ്പൊയ്കയുടെ കിടങ്ങിനു മുകളിലൂടെ പറന്നു. പടിഞ്ഞാറ്റുമുറി തൊടാതെ പണിക്കൻപൊറ്റ കയറി.അതിനു താഴെയാണു കിഴക്കുംപുറം. കിഴക്കുംപുറത്തിന്റെ തെക്കേഓരത്താണ് അമ്പലത്തറ. കൺമുമ്പിൽ മറ്റൊന്നും കാണാനില്ല. തെളിഞ്ഞ വഴിത്താരയുടെ നിഴൽ മാത്രം. പൊറ്റയിൽനിന്നും അനവധി ഒലിപ്പുകൾ വങ്ങേനിയിലേക്കു ചാഞ്ഞിറങ്ങുന്നു. അവയിലൊന്നിറങ്ങി തിരിഞ്ഞുനോക്കാതെ ഓടി. കരളിലാകെ തീ. അതു കൈകളിലേക്കിരച്ചുപടരുന്നു. മൂക്ക് ചോരയുടെ ഗന്ധത്തിനായി വിടർന്നു.

മറ്റൊരൊലിപ്പ് ചാടിക്കയറുമ്പോൾ ഇടത്തുമാറി, കഷണ്ടിമൂടിയ തല വെളിച്ചപ്പെട്ടു കണ്ടു.

നേരേ മറ്റൊരു വഴിയിലൂടെ താഴ്‌വാരത്തേക്കു ചാടി, തൊട്ടെതിരായി പാഞ്ഞുകയറി. കക്കോട്ടക്കമ്പു വിരലുകൾക്കിടയിലിരുന്നു തുള്ളി.

തീണ്ടാപ്പാടകലം കടന്നുവരുന്ന വെളുത്തയെ കണ്ട് മാതുപിള്ള പിന്നാക്കം മാറി. വെളുത്ത നടക്കുകയാണ്. അവന്റെ രൗദ്രങ്ങളായിത്തീർന്ന കണ്ണുകൾ അയാൾക്കു നേരെ ചാടിവീണു. അതു മാതുപിള്ളയെ ആഞ്ഞുകുത്തി.

"ടേ വെളുത്തേയ്!"

മാതുപിള്ള വിളിച്ചു. അയാളുടെ ഒച്ച പതറിപ്പോയിരുന്നു.

"ദേര്, അതുമാത്രം വേണ്ട. നീയെന്നെ തീണ്ടല്ല്."

വെളുത്തയുടെ മുഖം രാവുപോലെ കറുത്തു. മാതുപിള്ള പേടിച്ചു. അയാൾ തിരിഞ്ഞും മറിഞ്ഞും നോക്കി. ഒരു കാക്കച്ചിപോലുമില്ല.

"എക്കടെതെനയിൽ പയൂനെ അവുത്തുവിട്ടത് അങ്ങത്തയോ?"

അവന്റെ മയപ്പെട്ട സ്വരം മാതുപിള്ളയിൽ ധൈര്യം പകർന്നു.

"ഓടേയ് വെളുത്തേ. അതുകള് തിന്നു കൊഴുക്കട്ടെന്നു വിചാരിച്ചു."

"ആരെ പയുക്കള്?"

"വെളക്കെന്നീലേതുതന്നെടേയ്. നിന്റെ തന്ത അവുടത്തെ അടിയാളനല്ലേടേയ്?"

മാതുപിള്ള സൗമ്യമായി ഒന്നു ചിരിച്ചുനോക്കി.

"എന്നിട്ടിപ്പം കൊയുത്തോടാ പട്ടീ?"

വെളുത്ത ചീറി. കാക്കോട്ടക്കമ്പ് വലിച്ചെറിഞ്ഞിട്ട് അവൻ മുന്നോട്ടാഞ്ഞു. ചുമലിൽ ചുറ്റിയിരുന്ന നേര്യതടക്കം കൂട്ടിപ്പിടിച്ചു. പിന്നെ വൈകിയില്ല. രണ്ടു ചെള്ളയിലും മാറി മാറി ആഞ്ഞടിച്ചു. ചീർത്ത കവിളുകളിൽ വിരൽപ്പാടു പൊങ്ങി. ഇരുമ്പു പഴുപ്പിച്ചു കരിച്ചതുപോലെ നാലഞ്ചു പാടുകൾ. മാതുപിള്ള ചുറ്റും നോക്കി. അയാൾ വല്ലാതെ പരിഭ്രമിച്ചിരിക്കുന്നു. ഒരു കാറ്റനക്കം പോലും എവിടെയുമില്ല. അയാൾക്കു സമാധാനമായി.

കാർക്കിച്ചുതുപ്പിയിട്ട് വെളുത്ത ചെരിവു കയറി. മാതുപിള്ള പിന്നാലെ കൂടി.

"വെളുത്തേ, നില്ല്." —മാതുപിള്ളയുടെ സ്വരം കല്ലിച്ചുപോയിരുന്നു.

വെളുത്ത നിന്നില്ല. അതിവേഗം അവൻ നടന്നു. മാതുപിള്ള അവനെ പിന്തുടർന്നു.

"നീയെന്നെ അടിച്ചതു പോട്ട്. ഞാൻ പൊറുക്കാം. പക്ഷേ, എന്നെ നീയ് തീണ്ടിയ കാരിയം മാത്രം ഭഗവതീനെ ഓർത്ത് ആരോടും പറയല്ലേടെ."

അന്ന് അന്തിയണഞ്ഞതോടെ വെളുത്ത പടിഞ്ഞാറ്റുമുറിയിൽ കോതയുടെ കുടിമുറ്റത്തു ചെന്നു നിന്നു. കോത പരിഭ്രമിച്ചിറങ്ങിവന്നു. "ഇതാരു വെളുത്തയോ? എന്തുവേണം?" കോത നിശ്ശബ്ദനായി നിന്നു.

"ഇവുടത്തെ നല്ലായീനെ എനക്കു മണംചെയ്തു തരണം."

പുലച്ചിയും പുറത്തിറങ്ങി. ശബ്ദം കേട്ടപ്പോൾത്തന്നെ നല്ലായി ആളറിഞ്ഞു. ചെറ്റയ്ക്കിടയിലൂടെ അവൾ കൊതിയോടെ നോക്കി.

"അയിന്, അയ്യൻ വന്ന് ദച്ചിണവച്ചു ചോയിക്കട്ട്. അപ്പോ ഞാളു പറഞ്ഞോളാം."

വെളുത്ത ആലോചിച്ചു. വേണമെങ്കിൽ ഒറ്റക്കൈക്കൊണ്ട് കുടി വലിച്ചു പൊളിച്ചിട്ട് അവളേയുംകൊണ്ടു കടക്കാം. അതു വേണ്ട. അവൻ സമ്മതിച്ചു മടങ്ങി.

അതിനും ഒരാഴ്ച കഴിഞ്ഞപ്പോൾ പഴുത്തടയ്ക്കയും പൊകയിലയും ദക്ഷിണ വച്ച് വെളുത്ത നല്ലായിക്കു പുടവകൊടുത്തു. അവർ കാട്ടുകുളക്കരയിൽ താമസമാക്കുകയും ചെയ്തു.

6

മാറാന്തടത്തിന്റെ വിസ്തൃതിക്കുമേൽ കിഴക്കുംപുറത്തെ നായന്മാരേയും, പടിഞ്ഞാറ്റുമുറിയിലെ പുലയരേയും കൂടാതെ ഒരു ചെറുവിഭാഗം ഊരാളികളും പാർത്തുവന്നിരുന്നു. പണിക്കൻപൊറ്റയായിരുന്നു അവരുടെ പ്രദേശം. അവിടെ മരണപ്പാറയുടെ മാറിമാറിവീഴുന്ന നിഴലിനുതാഴെ,

നിരന്നുകിടന്നിരുന്ന തരിശു ഭൂമിയിൽ അവരുടെ അനവധി പുരകൾ കാണാം. കുലത്തിൽ ഊരാളികളാണെങ്കിലും നാട്ടുകാർ അവരെ പണിക്കന്മാരെന്നും വൈദ്യന്മാരെന്നും വിളിച്ചുവന്നിരുന്നു. കിഴക്കുംപുറത്തെ നീലകേശിയുടെ പുരോഹിതന്മാരായ വാത്തിമാരും ഇവർ തന്നെയായിരുന്നു. ഇവർക്കിന്നതേ തൊഴിലെന്നു പറയാനാവില്ല. ചിലർ ഈർച്ചവാളുപിടിച്ച് വീടുപുലർത്തിവന്നപ്പോൾ, മറ്റുചിലർ ചില്ലറ നാട്ടുവൈദ്യമുറകൾ കൊണ്ടു പിഴച്ചുപോന്നു. നായന്മാരേയോ പുലയരേയോപോലെ ഇവർ മാറാന്തടത്തിന്റെ സ്വന്തം ജനതയായിരുന്നില്ല. കുടിയേറിയവരാണ്. എവിടെനിന്നായിരുന്നുവെന്ന് ആർക്കുമറിയില്ല. ചില കാരണവന്മാർ പറയുന്ന കഥകളെ ആശ്രയിക്കുക മാത്രമേ നിവൃത്തിയുള്ളു. പണ്ടുപണ്ട് വിളക്കെന്നിയിലെ ഒരു മൂത്തനായർ വിശേഷപ്പെട്ട ഒരു പത്തായപ്പുര പണിയിക്കാൻ തീരുമാനിച്ചു. അത്തരത്തിലൊന്ന് നാടുവാഴുന്ന തമ്പുരാന്റെ കൊട്ടാരത്തിൽ മാത്രമേ ഉണ്ടായിരിക്കാവൂ; നായരുറച്ചു. അതിനായി കൂറ്റൻമരങ്ങൾ വെട്ടിവീഴ്ത്തി. അപ്പോഴാണ്, മാറാന്തടത്തിലെ ഈർച്ചക്കാരൻ വർഷങ്ങൾക്കുമുമ്പ് ചത്തുപോയ കാര്യം അയാളറിഞ്ഞത്. എന്തു ചെയ്യണം? തീരമാനത്തിൽനിന്നും പിന്മാറാനാവില്ല. കാര്യക്കാരെ വിളിച്ചാലോചിച്ചു. എവിടെനിന്നെങ്കിലും ഈർച്ചക്കാരുടെ ഒരു കുടുംബത്തെ മാറാന്തടത്തിൽ കൊണ്ടുവന്നു പാർപ്പിക്കാൻ കാര്യക്കാർ ഉപദേശിച്ചു. എങ്കിലതാകട്ടെ, നായർ കൽപ്പിച്ചു. അങ്ങനെ എത്തിപ്പെട്ടതാണത്രേ ആദ്യത്തെ ഊരാളിക്കുടുംബം. മരണപ്പാറയ്ക്കു താഴെയുള്ള തരിശുകൾ ഒന്നാകെ ആ കുടുംബത്തിനു കാരണവർ വിട്ടുകൊടുക്കുകയുണ്ടായി. കാലാന്തരത്തിൽ അവരുടെ സംഖ്യ വർധിക്കുകയും, പണിക്കൻപൊറ്റയാകെ അവർ നിറഞ്ഞു വസിക്കുകയും ചെയ്തു പോന്നു. മറ്റു പല തറവാടുകളും നിലവറകളും പത്തായപ്പുരകളും പണിതു. അപ്പോഴൊക്കെ ഊരാളികളുടെ സഹായം തേടിയിരുന്നു. ഇപ്പോഴും അവരിൽ ചിലർ ഈർച്ചവാളുപിടിക്കാറുണ്ടത്രേ.

അനന്തൻപിള്ളയുടെ കാലത്ത് ഒട്ടനവധി ഊരാളികളും അലസന്മാരായി കഴിഞ്ഞുകൂടുകയാണുണ്ടായത്. മറ്റു പല പണികളും ചെയ്യാൻ അവർ നിർബന്ധിതരായിത്തീർന്നു. പലർക്കും അതു രുചിച്ചിരുന്നില്ല. നീലകേശിയുടെ പുരോഹിതന്മാരായിത്തീരാൻ തെരഞ്ഞെടുക്കപ്പെട്ടവർ വാത്തിമാരായി സസുഖം ജീവിതത്തെ പോക്കി. അവർക്കു മുടിപ്പുരയ്ക്കു ചുറ്റുമുള്ള ദേവസ്വം സ്വന്തമായിരുന്നു. അവിടെനിന്നുള്ള അനുഭവവും നേർച്ചകളും കാണിക്കകളും വഴിപാടുകളും ധൂർത്തമായ ഒരു ജീവിതത്തിന് അവരെ പ്രേരിപ്പിച്ചു. അവരങ്ങനെതന്നെ നാളുകളെ തഴഞ്ഞുവന്നു. അവരുടെ വാക്കുകളെ കരയിലെ നായന്മാർ ദൈവവചനങ്ങളായി കരുതിപ്പോന്നു. അവരുടെ ആവശ്യങ്ങൾക്ക് മറ്റെല്ലാത്തിനേക്കാൾ പ്രാമുഖ്യം നൽകുകയും ചെയ്തിരുന്നു. നീലകേശിയുടെ വാത്തിമാർ ചാരായം മണക്കുന്ന സ്വന്തം വാക്കുകളാൽ മാറാന്തടത്തെ ഭരിച്ചുപോന്നു എന്നു പറയുകയാവും കുറേക്കൂടി ശരി. അലസന്മാരായി, തറവാടുകൾക്കു മുന്നിൽ

ചടഞ്ഞിരുന്നുകൊണ്ട് സൊറപറഞ്ഞും ചൊറികുത്തിയും നേരം പോക്കിയിരുന്ന മറ്റ് ഊരാളികൾ അതിലസൂയപ്പെട്ടു. അവർ വാത്തിമാരെപ്പറ്റി നുണക്കഥകൾ പറഞ്ഞുണ്ടാക്കുകയും പ്രചരിപ്പിക്കുകയും ചെയ്തിരുന്നു. എങ്കിലും അവരുടെ ഭാര്യമാർക്ക് തറവാടുകൾക്കുള്ളിൽ പ്രവേശനമുണ്ടായിരുന്നു. അവർ അടിച്ചുതളിക്കാരികളായും അരിവയ്പുകാരികളായും ചില തറവാടുകളിലെ തമ്പുരാക്കന്മാരോടൊപ്പം കിടന്നും വീടു പുലർത്തി. ആ നേരങ്ങളിൽ അവരുടെ കെട്ടിയവന്മാർ വെറുതേയിരുന്നില്ല. തറവാടുകളുടെ കൊട്ടിയമ്പലങ്ങൾക്കു മുന്നിൽ സദാനേരവും അവർ കാവൽകിടന്നു. നടവഴിയേ ആരെങ്കിലും നടന്നുവരുന്നതു കണ്ടാൽ, അകലെനിന്നുതന്നെ കുരച്ചു തുടങ്ങും. എന്നിട്ട് വാലാട്ടിക്കൊണ്ടു പുറകേ ചെല്ലും. തമ്പുരാക്കന്മാരുടെ പ്രീതി സമ്പാദിക്കാനായി അയൽക്കാരെക്കുറിച്ച് ഏഷണികൾ പറഞ്ഞുകൂടും. സ്വന്തം പെൺകുട്ടികളെ ഇരുട്ടിന്റെ മറവിൽ നിലവറകളിലെത്തിക്കുവാൻപോലും ചിലർ മടിച്ചിരുന്നില്ല. അക്കൂട്ടത്തിൽപ്പെട്ട ഒരാളായിരുന്നു വെളുത്ത, മാതുപിള്ളയെ അടിച്ച വിവരം വിളക്കെന്നിയിലെത്തിച്ചത്.

"നീയത് മറ്റാരോടും പറയേണ്ട."

ഒരു കാൽപ്പണം അയാളുടെ മുന്തിയിലേക്കെറിഞ്ഞുകൊണ്ട് അനന്തൻപിള്ള പറഞ്ഞു. തികച്ചും പക്വമായിരുന്നു അയാളുടെ ശബ്ദം. എങ്കിലും അതങ്ങനെയല്ലെന്ന് ആർക്കും തന്നെ ഗ്രഹിക്കാവുന്നതേയുള്ളു. ഉള്ളിൽ ക്ഷോഭിച്ചിരമ്പുന്ന കടലിനെ അടക്കുവാൻ ശ്രമിക്കുകയായിരുന്നു അനന്തൻപിള്ള. പൂമുഖത്തിന്റെ ചിത്രത്തൂണിനെ ഒറ്റച്ചവിട്ടിനു മറിച്ചിടാനാണു തോന്നിയത്. വന്നുവന്നിത്രയ്ക്കായോ? തിരിച്ചും കൈവെച്ചുതുടങ്ങിയോ? ലഹളയ്ക്കു ചെന്ന ഒരു കുറുവടിയെ ആണ് അടിച്ചിരുന്നതെങ്കിൽ അത്ര സാരമാക്കാനില്ല. കൂട്ടത്തല്ലിൽ അതു സംഭവിക്കാവുന്നതേയുള്ളു. അങ്ങനെയാണെങ്കിൽ അടിക്കാനുയർത്തിയ കൈ വെട്ടിവീഴ്ത്തേണ്ടതാണ്. അതാണ് മാറാന്തടം അടക്കിവാഴുന്ന വിളക്കെന്നിയുടെ പ്രമാണം.

പക്ഷേ, ഇവിടെ അമ്പലത്തറമാതുപിള്ളയെയാണ് പുലയൻ കൈവെച്ചിരിക്കുന്നത്. വിളക്കെന്നി കഴിഞ്ഞാൽ പ്രഭാവമുള്ള തറവാടാണ് അമ്പലത്തറ. ധിക്കാരം മാത്രമല്ല, എന്തും ചെയ്തുകളയാമെന്ന ധൈര്യവും കൂടിയാണിത്. ഇതടക്കണം. ഇന്നു മാതുപിള്ള. നാളെ അവന്റെ കൈകൾ വിളക്കെന്നിയോളം നീണ്ടു വന്നേക്കാം. ഓർത്തപ്പോൾ അനന്തൻപിള്ള ആകെ വിവശനായിത്തീർന്നു. പല്ലു ഞെരിച്ചുകൊണ്ടയാൾ പടിപ്പുരയ്ക്കു ചുറ്റും നടന്നു. ഇന്നലെ കുറുവടികൾ. അതു കഴിഞ്ഞ് മാതുപിള്ള. പടിപ്പുരയിലെ ചിത്രത്തൂണുകൾ അനേകം വെളുത്തമാരായി ചുറ്റും അണിനിരന്നിരിക്കുന്നതായി അയാൾക്കു തോന്നി. അയാൾ ഭയന്നു വിറച്ചു. അയാൾ നിലവറയിലേക്കോടിക്കയറി. അവിടെ പടിഞ്ഞുകിടന്നിരുന്ന ഇരുളിൽ നടത്തയെ തുടർന്നു. അപ്പോഴയാൾക്ക് ഒരു ഭൂതത്താന്റെ ഛായയായിരുന്നു. മന്ത്രസിദ്ധി ചോർന്നുപോവുകയോ അപഹരിക്കപ്പെടുകയോ ചെയ്ത ഭീമാകാരനായ ഒരു ഭൂതത്താൻ.

ഉച്ചയ്ക്കും ഭക്ഷണം കഴിക്കാൻ അനന്തൻപിള്ള മറന്നു. മഹേശ്വരിപ്പിള്ള വന്നു വിളിച്ചു. പോയില്ല. മാതുപിള്ളയ്ക്ക് ആളയച്ചിട്ടുണ്ട്. അയാൾ വന്നു സത്യമെന്തെന്നറിഞ്ഞിട്ടേ അടങ്ങുകയുള്ളു. കരയ്ക്കാകെ അപമാനമാണിത്. വരട്ടെ, മാതു വരട്ടെ. കൂടുപൊട്ടിയ കടന്നലുകളെപ്പോലെ അസ്വാസ്ഥ്യകരങ്ങളായ നിരവധി ചിന്തകൾ അനന്തൻപിള്ളയെ കുത്തിക്കൊണ്ടേയിരുന്നു.

"അമ്മാവനു വന്നുണുകഴിക്കാം." മഹേശ്വരിപ്പിള്ള വീണ്ടും വന്നു വിളിച്ചു. കുറേനേരമായി എല്ലാം ശ്രദ്ധിച്ചുകൊണ്ട് അവൾ തളത്തിലിരിക്കുകയായിരുന്നു. എന്തിനുള്ള പുറപ്പാടാണെന്ന് അവളറിഞ്ഞു. അതവളെ പേടിപ്പെടുത്തി.

"ഇല്ല, വരണില്ല ഇപ്പം."

"കിഴക്കേ ഏലായില് നിഴല് വീണിരിക്കണത് അമ്മാവൻ കാണുന്നില്ലേ?"

സമയത്തെക്കുറിച്ചു പിള്ള ബോധവാനായിരുന്നു. പകൽ ഇരുണ്ടുതുടങ്ങിയിരിക്കുന്നു. രാത്രിവേഗം വളരുന്ന മട്ടാണിന്ന്. അതിനുമുമ്പ് എന്തെങ്കിലും തീരുമാനിക്കണം. പെരവീലെ അച്ചുതനും വരാൻ ആളയിച്ചിട്ടുണ്ട്. കുറുവടികളുടെ നായകനാണ് അച്ചുതൻപിള്ള. മനുഷ്യന്റെ കഴുത്തിന് ഒരു പടവലങ്ങയുടെ ബലംപോലുമില്ലെന്നാണ് അയാളുടെ എപ്പോഴുമുള്ള പരാതി. അയാളുടെ ദിനകൃത്യങ്ങളാരംഭിക്കുന്നതുതന്നെ കൊടുവാൾ രാകി മൂർച്ചയേറ്റുന്നതോടെയാണ്. മാറാന്തടത്തിൽ നീലകേശി കഴിഞ്ഞാൽ ചോരയ്ക്ക് ഏറ്റവും ആർത്തിയുള്ളത് അച്ചുതൻപിള്ളയ്ക്കാണ്. മനുഷ്യച്ചോര എന്നൊരു വ്യത്യാസമുണ്ടെന്നു മാത്രം. പറഞ്ഞാൽ അണുവിടതെറ്റാതെ അനുസരിക്കും. 'അതുവേണോ, എന്തെരിന്, പിന്നെപ്പോരെ' ഇങ്ങനെയുള്ള പ്രയോഗങ്ങൾ അച്ചുതൻപിള്ളയ്ക്കു നന്നേ അപരിചിതങ്ങളായിരുന്നു.

"ഊരാളി പറഞ്ഞൂന്നുംവച്ച് ഒക്കെ സത്തിയമാകുമോ? അമ്പലത്തേന്നു വരാമെന്നല്ലേ പറഞ്ഞിരിക്കണത്, വരട്ട്. അപ്പോഴേക്കും അമ്മാവൻ വന്ന് ഊണു കഴിക്കണം. ഇങ്ങനെ കാഞ്ഞ വയറോടെ നടന്നാൽ ദീനം പിടിക്കൂലെ?"

കട്ടളപ്പടിയിൽ വിരലുകളെ തെരുപ്പിടിച്ചുകൊണ്ട് മഹേശ്വരിപ്പിള്ള പറഞ്ഞു. രാവിലെതന്നെ അവൾ എല്ലാമറിഞ്ഞിരിക്കുന്നു. വെളുത്തയാണ് നായകൻ. അവൻ ആരെയോ തല്ലിയിരിക്കുന്നു. പടിപ്പുരയിൽ നിന്നുകൊണ്ട് അമ്മാവൻ പൊട്ടിത്തെറിക്കുന്നു. അവളവിടേക്കു ചെന്നു. മുറ്റത്ത് കുറിയതെടുത്ത് അരയിൽ ചുറ്റി നടു വളച്ചു നിൽക്കുന്നു ഊരാളി. അവൾ ശ്രദ്ധിച്ചു. കണയേറ്റ കാട്ടുമൃഗത്തെപ്പോലെ അമ്മാവൻ പടിപ്പുര മുഴുവൻ നടന്നുതീർക്കുന്നു. നടക്കുന്നതിനിടയിൽ അലറുകയും അട്ടഹസിക്കുകയുമൊക്കെ ചെയ്യുന്നു. മഹേശ്വരിപ്പിള്ളയ്ക്കു പിടികിട്ടി. മാതുപിള്ളയെയാണ് വെളുത്ത മർദിച്ചിരിക്കുന്നത്. അതോടെ അവളുടെ സകല ജിജ്ഞാസയും വാർന്നുപോയി. എന്തുമാത്രം കൊണ്ടു എന്നുമാത്രമേ പിന്നെ അവൾക്കറിയേണ്ടതുള്ളൂ. ഭോഷൻ. മാർത്താണ്ഡൻകുളത്തിൽ

അരമറ വെള്ളത്തിലിറങ്ങിക്കിടക്കുമ്പോൾ ഒരു കൂസലുമില്ലാതെ കൈതപ്പൊന്തകൾക്കിടയിലൂടെ തലയെത്തിനോക്കാറുള്ളതല്ലേ അയാൾ? പ്രായമെന്തുണ്ടയാൾക്ക്? അമ്മാവനേക്കാളും ഏറെയല്ലേ? വേണം കുറഞ്ഞുപോയി. വെളുത്തയാണ് തല്ലിയതെന്നറിഞ്ഞപ്പോൾ അവൾ പറഞ്ഞു:

"അങ്ങനെതന്നെ വേണം."

മാറാന്തടമാകെ ഇളകിമറിഞ്ഞു.

നടന്നതൊക്കെ സത്യമാണെന്ന് മാതുപിള്ള സമ്മതിച്ചിരിക്കുന്നു. ആദ്യമാത്രയിൽ അനന്തൻപിള്ളയതു വിശ്വസിച്ചില്ല. അയാളാവർത്തിച്ചു ചോദിച്ചു:

"ഒള്ളതോ മാതുവണ്ണാ? നിങ്ങൾ നേരു പറയിൻ."

"ഓടേ അനന്താ. അങ്ങനെ പറ്റിപ്പോയി."

"പറ്റിപ്പോയോ? നാണമില്ലേ മാതുവണ്ണാ വെളക്കെന്നീ വന്നു നിന്നോണ്ട് ഈ വാക്കു പറയാന്?"

മാതുപിള്ള മറുപടി പറഞ്ഞില്ല. ഒരപരാധിയുടെ കുറ്റബോധം അയാളെ ആഴത്തിൽ പിടികൂടിയിരുന്നു. അയാളവിടെനിന്നും നിഷ്ക്രമിച്ചു.

യാദൃച്ഛികമായ ജ്വരബാധയേറ്റപോലായിരുന്നു മാറാന്തടം. കിഴക്കുംപുറത്തിന്റെ സിരകൾ വലിഞ്ഞുമുറുകി പൊട്ടുമെന്ന നിലയിലായി. എല്ലാ തറവാടുകളും അപമാനത്തിന്റെ കടുത്ത ഭാരം അനുഭവിച്ചു.

പടിഞ്ഞാറ്റുമുറി ഭ്രാന്തമായ നിശബ്ദതയെ പൂണ്ടു. മഴക്കാടകളുടെ ചിറകൊച്ചപോലും കേൾക്കാനില്ല. കടിഞ്ഞൂൽ ചത്ത ഗൃഹങ്ങളെപ്പോലെ ഓരോ കുടിയും രഹസ്യമായി ദുഃഖിച്ചു, രഹസ്യമായി വിറകൊണ്ടു. ഭീതിയും ഉൽക്കണ്ഠയും സർവത്ര വ്യാപിച്ചു കിടന്നു. പരസ്പരമൊന്നു മിണ്ടാൻപോലും പടിഞ്ഞാറ്റുമുറിയിലെ പുലയർക്കു കഴിഞ്ഞിരുന്നില്ല.

പണിക്കൻപൊറ്റയിലെ ഊരാളികൾ വാത്തിയുടെ വീട്ടിൽ വന്നുകൂടി. അകത്തുനിന്നും വാത്തി ഇറങ്ങിവന്നു. ജനത്തിന്റെ വരവെന്തിനുവേണ്ടിയാണെന്ന് അയാളറിഞ്ഞിരുന്നു. അതിനാലാവണം പുറത്തേക്കു വന്നപ്പോൾ കൈയിൽ കവടികൾ അയാൾ കരുതിയിരുന്നത്. ഇറയത്ത് ചാണകം മെഴുകി വെടുപ്പാക്കിയ തിണ്ണയിൽ വാത്തി ഇരുന്നു കവടി നിരത്തി. ഊരാളികൽ ചുറ്റും കൂടി. തറയിൽ ചിതറിക്കിടക്കുന്ന കവടികളിൽ, വെളുത്തയുടേയും കാട്ടുകുളത്തിന്റേയും ആസന്നമായിരിക്കുന്ന വിധിതീർപ്പ് എഴുതിയിട്ടുണ്ടോ ആകാംക്ഷയോടെ അവർ നോക്കി. അപ്പോഴൊക്കെ വാത്തി കണ്ണടച്ചു മന്ത്രിക്കുകയായിരുന്നു. ഒടുവിൽ കവിടികളുടെ നിലയെ ഗണിച്ചുകൊണ്ടയാൾ പറഞ്ഞു:

"ഇത്തവണ പെലേമ്മാരിക്കു രക്ഷയില്ല."

ഊരാളികൾ സന്തോഷത്തോടെ അതംഗീകരിച്ചു.

"നോക്കോളിൻ ഇത്തവണ വെളുത്തേരെ പൊക കാണും. നിശ്ചയം."

ആർത്തു ചിരിച്ചുകൊണ്ട് ഊരാളികൾ അതു വേണമെന്ന് ഉറക്കെയുറക്കെ പറഞ്ഞു.

"പച്ചേ അവന് ബഹവതി തൊണയില്ലേ?"

ഒരു ചെറുപ്പക്കാരൻ ചോദിച്ചു. ചെകിടത്ത് ആരോ കൈവലിച്ചടിച്ച പോലെ വാത്തി ഒന്നു പുളഞ്ഞു. കാട്ടുകുളത്തിന്റെ പരദേവതയായ ഭഗവതിയുള്ളപ്പോൾ നീലകേശിക്കുപോലും തോൽവിയാണു ഫലം. വെളുത്തയുടെ ശക്തിയും അതാണല്ലോ. എത്രയോ തവണ അതു വെളിപ്പെട്ടതാണ്! രഹസ്യമായി വാത്തി അതറിഞ്ഞിരുന്നതുമാണല്ലോ. എന്തു മറുപടി പറയണം? വാത്തി ഒന്നു കുഴങ്ങി.

"അയിനു ബഗവതീം നീലകേശീം ഒന്നുതന്നെയെന്നറിഞ്ഞൂടിയോടെനെനക്ക്?"

ചെറുപ്പകാരനെ നോക്കി വാത്തി പറഞ്ഞു. അയാൾ തുടർന്നു:

"ഇതുവരേം അങ്ങോട്ടുമിങ്ങോട്ടും ഇത്തിരി നീക്കുപോക്കൊക്കെ അവരു നടത്തിയെന്നേയുള്ളൂ. ഇത്തവണ വ്യത്യാസമില്ലതന്നെ."

സന്ദേഹമെരിഞ്ഞടങ്ങാത്ത മനസുമായി, മറ്റുള്ളവരോടൊപ്പം ആ ചെറുപ്പക്കാരൻ നടന്നകലുന്നത് ഈർഷ്യയോടെ വാത്തി നോക്കിനിന്നു.

ഒടുവിലൊരു രാത്രി, കിഴക്കുംപുറത്തുനിന്നും കുറുവടികളുടെ പടനീക്കമുണ്ടായി. അച്ചുതൻപിള്ളയായിരുന്നു നേതാവ്. രാവിന്റെ കനത്ത മറപറ്റി, അവർ കാട്ടുകുളത്തേക്കു കവാത്തുചെയ്തു. മണ്ണെണ്ണ നിറച്ച ഭരണികളും, ഉണങ്ങിയ വൈക്കോൽകെട്ടുകളും അവർ കരുതിയിരുന്നു. ഏറ്റവും മുന്നിലായി ഉയർത്തിപ്പിടിച്ച കൊടിവാളുമായി അച്ചുതൻപ്പിള്ള നടന്നു. നടക്കുന്നതിനിടയിൽ അയാൾ വേണ്ട നിർദേശങ്ങൾ മറ്റുള്ളവർക്കു നൽകിക്കൊണ്ടിരുന്നു. വരമ്പിറങ്ങി വരുന്ന പടയെ കാട്ടുകുളം കണ്ടു. നിസഹായതയോടെ അത് ആകാശത്തേക്കു കണ്ണുകളെ ഉയർത്തി. മാനത്തു നിന്നും നക്ഷത്രയൂഥങ്ങൾ മണ്ണിലേക്കടർന്നുവീഴാൻ കൊതിച്ചു. തങ്ങൾക്കതിനു കഴിയില്ലെന്നോർത്തു പരിതപിക്കുവാനേ അവയ്ക്കു കഴിഞ്ഞുള്ളൂ.

കുറുവടികൾ കാട്ടുകുളക്കരയിലെത്തി. കൊടിയ നിശ്ശബ്ദതയിലാണ്ടുകിടക്കുന്നു കുളവും കാവും. മൂന്നു കുടികളിലും ആളനക്കമില്ല. ഓരോ മുറ്റത്തും പാത്തു ചെന്ന് അച്ചുതൻപിള്ള ശ്രദ്ധിച്ചു. യാതൊരൊച്ചയുമില്ല. ആണ്ട നിദ്രയിലാണ് കുടികൾ. അയാൾ മടങ്ങിച്ചെന്ന് തുടങ്ങിക്കോളാനാജ്ഞാപിച്ചു. കുറുവടികൾ നടന്നുകൂടി, വൈക്കോൽകെട്ടു പിരിച്ച് കുടികൾക്കു ചുറ്റും നിരത്തി മണ്ണെണ്ണയൊഴിച്ചു. അകലെയല്ലാതെ വളർന്നുകിടന്നിരുന്ന തിനക്കൂട്ടത്തിലും അവർ മണ്ണെണ്ണ തൂവി. നാലു മൂലകളിൽനിന്നും ഒരേസമയത്ത് തീപ്പിടിപ്പിച്ചു. ആരോ ഭീഷണിപ്പെടുത്തിയിട്ടെന്നപോലെ തീജ്വാലകൾ നാലുഭാഗത്തുനിന്നും കുടികളിലേക്കോടിയണഞ്ഞു. പച്ചച്ച തിനകളിലേക്കും തീ ആളിപ്പടർന്നു. രാവിന്റെ കാളിമയെ ഇറ്റുകരുണയുമില്ലാതെ ജ്വാലകൾ നക്കിത്തുടച്ചു. കുറുവടികൾ പിന്നാക്കം വലിഞ്ഞു. വരമ്പോളം തിരിഞ്ഞുനോക്കിക്കൊണ്ടവർ നടന്നു. അവിടെ വെളിച്ചത്തിന് എത്തിപ്പെടാൻ കഴിയാത്ത ചതുപ്പുകളിൽ കയറിയൊളിച്ചു. സകലതും എരിഞ്ഞടങ്ങുന്നതുവരെ അവിടെത്തന്നെയിരുന്നു.

പുലർച്ചയ്ക്കു മഴ ചാറി. നക്ഷത്രങ്ങളണയുവാനും ഭൂമിക്കു മീതെ പകലുണരുവാനും തുടങ്ങി. ചാരത്തിനു താഴെ നീറിപ്പിടിച്ചിരുന്ന തീ മുഴുക്കെ കെട്ടുപോകുവോളം മഴ വളർന്നുപെയ്തു. പുകയടങ്ങിയപ്പോൾ ഭഗവതിക്കാവിനുള്ളിൽനിന്നും വെളുത്ത ഇറങ്ങിവന്നു. കൂടെ തേവനും. കണ്ണനുമുണ്ടായിരുന്നു. കാവിനു മുമ്പിൽ ശിരസിനിരുവശവും കൈക ളിൽ താങ്ങി നല്ലായി ഇരുന്നു. ഇനിയും അവളുടെ തേങ്ങലുകളടങ്ങി യിട്ടില്ല. രാത്രി മുഴുവൻ വെളുത്തയുടെ നേഞ്ചോടു ചാഞ്ഞിരുന്നുകൊണ്ടു കരയുകയായിരുന്നു അവൾ. ദുഃഖത്തേക്കാളേറെ പേടിയായിരുന്നു അവൾക്ക്. ചുറ്റുപാടും ആകാശത്തോളം എത്തിപ്പടരുന്ന തീനാളങ്ങൾ. അവയുടെ ചൂടും വെട്ടവും കാവിന്റെ ഉള്ളറയോളം നീണ്ടുവന്നിരുന്നു. അമ്മയുടെ ആർദ്രതയിൽ, അമ്മയുടെ കാരുണ്യത്തിന്റെ കുളിർമയിൽ അഗ്നി അവരെ തീണ്ടാനറച്ചു. എങ്കിലും അഗ്നിയുടെ നാവുകൾ കിട്ടിയ തൊക്കെ എരിച്ചടക്കുകയുണ്ടായി.

ഈർപ്പത്തിൽ അടിഞ്ഞുപോയ ചാരത്തെ ചവുട്ടിയമർത്തിക്കൊണ്ട് വെളുത്ത ചുറ്റുപാടും നടന്നു. തേവനും കണ്ണനും ഒരറ്റത്തു നോക്കിനി ന്നതേയുള്ളു. എന്തുതന്നെ സംഭവിക്കേണ്ടതായിരുന്നു തലേരാവിൽ! എത്ര തവണയാണ് രണ്ടുപേരും ചേർന്നു തലേരാത്രി വെളുത്തയെ അട ക്കി നിർത്തിയത്! തീ ആളിക്കത്തുംമുമ്പുതന്നെ കാവിനു പുറത്തിറങ്ങി കുറുവടികളെ നേരിടാൻ വെളുത്ത തയാറായതല്ലേ? അരുതെന്നു രണ്ടു പേരും വിലക്കി. കേൾക്കാൻ ഭാവിമില്ലെന്നു കണ്ടപ്പോൾ രണ്ടുപേരും ചേർന്ന് അവനെ കരങ്ങൾകൊണ്ടു വരിഞ്ഞുകെട്ടി പിടിച്ചിരുത്തി. നല്ലായി കൈപ്പടം കൊണ്ട് വെളുത്തയുടെ വായ മൂടി. എന്നിട്ടും എത്രയോ തവണ കുതറിയോടാൻ അവൻ ശ്രമിച്ചിരുന്നു! എല്ലാം ഒരു കിനാവിലെന്നപോ ലാണ് വെളുത്തയ്ക്കു തോന്നിയത്. ഉറക്കത്തിൽ കണ്ടു നടുങ്ങിയ ഒരു പേടി സ്വപ്നം എന്നെങ്കിലും ഇങ്ങനെയൊന്നുണ്ടാകുമെന്നു പ്രതീക്ഷി ച്ചിരുന്നു. അതിനാൽ, കാവിന്റെ ഉള്ളറ തെളിച്ച്, കുറേദിവസം അതിനക ത്തുറങ്ങുവാനും തീരുമാനിച്ചു. ആക്രമണമുണ്ടാകുമെന്നേ കരുതിയിരു ന്നുള്ളു. പക്ഷേ, കണ്മണികളെപ്പോലെ നോറ്റു വളർത്തിയ തിനകളടക്കം ചാരമായിപ്പോകുമെന്നു തീരെ പ്രതീക്ഷിച്ചിരുന്നില്ല. വെളുത്ത അവന്റെ കുടി നിന്നിരുന്ന ഭാഗത്തേക്കു നടന്നുചെന്നു. അവൻ നിന്നു. ചുറ്റുപാ ടേക്കും കണ്ണോടിച്ചു. ചാരത്തിന്റെ ഒരു കൊച്ചു കൂമ്പാരം അവന്റെ കണ്ണിൽപ്പെട്ടു. നടന്നെത്തി കാലുകൊണ്ടു ചാരം തട്ടിമാറ്റിയപ്പോൾ അതി നിടയിൽ വെട്ടുകത്തിയാണെന്നു കണ്ടു. ചൂടേറ്റു ലോഹം വെന്തു കറു ത്തുപോയിരുന്നു. അവൻ കുനിഞ്ഞു വെട്ടുകത്തിയെടുത്തു. പിന്നെ തിരി ഞ്ഞുനിന്നില്ല. ആരേയും പിന്നാലെ വരരുതെന്നു വിലക്കിയിട്ട് വെളുത്ത വയൽവരമ്പത്തേക്കോടി. ചെന്നപാടേ അവൻ അലറി:

“എക്കടെ കുടിക്കും തെനക്കും തീയിട്ട നായമ്മാര് ചൊണയൊള്ള വരാണെങ്കി നേരുക്കു നേര് വരിനെടാ പട്ടികളേ!”

അവൻ നിർത്തിയില്ല. തുടർന്നും തുടർന്നും അവൻ അലറി. നെൽത്ത ലപ്പുകൾ അതുകേട്ടു തല കുലുക്കി. ആ കാഴ്ച അവനെ ഹരംപിടി

പ്പിച്ചു. അവൻ വയലിലേക്കു ചാടിയിറങ്ങി. അപ്പോഴേക്കും പാഞ്ഞെത്തിയ കണ്ണനും തേവനും അവനെ പിടിച്ചു പിന്നാക്കം വലിച്ചു.

വടവുക്കരയിൽനിന്നും വളഞ്ഞുവീശിയിരുന്ന പുലർക്കാറ്റ് സകല വൃത്താന്തങ്ങളേയും പടിഞ്ഞാറ്റുമുറിയിലെത്തിച്ചു. അവിടെനിന്ന് അനന്തൻപിള്ളയുടെ അടിയാളനായ അയ്യൻ വരമ്പു മുറിച്ച് കാട്ടുകുളക്കരയിലെത്തി. നീറിയമർന്ന ചാരത്തിന്റെ അതിരിൽ അയ്യൻ നിന്നു.

“അച്ചേ, നിങ്ങ വന്നോ?”

കാവിന്റെ ഓരത്തുനിന്നും ഓടിവന്ന വെളുത്ത ചോദിച്ചു. അയ്യനൊന്നും മിണ്ടിയില്ല. അയാളുടെ കണ്ണിൽ നനഞ്ഞടങ്ങിയ ചാരത്തിന്റെ കറുത്ത നിറം മാത്രമേയുള്ളു. ഇത്രയ്ക്കു ഭീകരമായിരിക്കുമെന്ന് അയാൾ വിചാരിച്ചിരുന്നില്ല. അയാളുടെ മനസ്സ് പശ്ചാത്താപത്താൽ തപിക്കുവാൻ തുടങ്ങി. സ്വന്തം രക്തമാണ്, ഒരുപിടി മണ്ണ്, അതും ആർക്കും വേണ്ടാതെ ഉഴിഞ്ഞിട്ടിരുന്ന ഒരു പിടി മണ്ണ് സ്വന്തമാക്കിയെന്ന പേരിൽ ഈ ദണ്ഡനമൊക്കെ അനുഭവിക്കുന്നത് എവിടെയാണ് ന്യായം? അയ്യൻ ഓർത്തുനോക്കി. ഇത് തമ്പുരാക്കന്മാരുടെ ധിക്കാരമാണ്. അയ്യന്റെ ഉള്ള് എവിടെയൊക്കെയോ വിണ്ടുകീറാൻ തുടങ്ങി. അടക്കമില്ലാത്ത ഒരുകൂട്ടം വാക്കുകൾ നാവതിൽ തിക്കിത്തിരക്കുന്നു. ഒന്നും വേർപ്പെട്ടു പുറത്തേക്കു വരുന്നില്ല. അയ്യൻ നിശ്ശബ്ദനായി മടങ്ങി.

കുറേക്കഴിഞ്ഞ് കോതയും പുലച്ചിയുമെത്തിച്ചേർന്നു. പുലച്ചി നല്ലായിയെ കെട്ടിപ്പിടിച്ചു കരഞ്ഞു. കോത അവിടെയുമിവിടെയും നോക്കിനടന്നു. ഉച്ചയോടെ അയ്യൻ വീണ്ടും വന്നു. അയാളുടെ തോളിൽ ഒരു മൺവെട്ടിയും പിന്നിൽ പുലച്ചിയുമുണ്ടായിരുന്നു. അടുത്ത ദിവസം കാട്ടുകുളക്കരയിൽ മൂന്നു കുടിലുകൾ ഉയർന്നു. രണ്ടു ദിവസങ്ങൾക്കുശേഷം രണ്ടു കുടികൾ കൂടി കെട്ടപ്പെട്ടു. കുടികളിൽ പുകപൊങ്ങി. പുകയോടൊപ്പം പുന്നാരങ്ങളും പൊട്ടിച്ചിരികളും ഉയർന്നു.

കാഞ്ഞിരത്തളിരിലിരുന്നുകൊണ്ട് ഭഗവതി ഉള്ളുനിറഞ്ഞാഹ്ലാദിച്ചു.

സംവത്സരങ്ങൾ ഒരു മടുപ്പില്ലാതെ യാനം തുടർന്നു. ഋതുക്കൾ കാട്ടുകുളത്തിന്റെ രജസ്വലമായ മണ്ണിനുമേൽ കനിഞ്ഞു. അവിടെ മണ്ണിൽ മുത്തുകൾ വിളഞ്ഞു. അവർ നന്ദിയോടെ ഭഗവതിയെ സ്തുതിച്ചു. നേർച്ചകൾ നേർന്നു. വിളക്കുകാലുകൾ തീർത്ത് സന്ധ്യക്കു തിരി കത്തിച്ചു. എല്ലാം സ്വീകരിച്ചുകൊണ്ട് അമ്മ അവരെ കാത്തു. അമ്മയുടെ എട്ടു കരങ്ങളും മാറിമാറി അവരുടെ രാപ്പകലുകൾക്കു കാവൽ നിന്നു. വർഷം പിറന്നപ്പോൾ അമ്മയ്ക്ക് അവർ നേർന്നു വളർത്തിയ പൂവൻ കോഴികളെ വെട്ടി ചോര നേദിച്ചു. അമ്മയുടെ ഭൂതഗണങ്ങൾക്കായി മലരും കദളിപ്പഴവും പനംചക്കരയുംകൊണ്ട് പടുക്കൾ നിരത്തി. കുമിളിപ്പൊയ്കയിലെ മാനത്തുകണ്ണികൾക്കും ഒരു വിഹിതം അവർ നൽകിയിരുന്നു.

നേർച്ചകൾ അനവധി കഴിഞ്ഞു. പൂവൻകോഴികൾ അനവധി പിടയാതെ ചത്തു. വെളുത്തയുടെ കുടിമുറ്റത്തൂടെ അവന്റെ ഗോപാലൻ ഇഴഞ്ഞും പെടുത്തും തൂറിയും ഇടയ്ക്കിടെ മണ്ണുതിന്നും വളർന്നു.

7

ദാനിയേലുപദേശിയുടെ ഓടുമേഞ്ഞ പുതിയ പള്ളി, പണിക്കൻപൊറ്റയ്ക്കു താഴെയായി പടിഞ്ഞാറ്റുമുറിയുടെ ചരിവിലാണ് സ്ഥിതി ചെയ്യുന്നത്. തൊട്ടു താഴെ കുമിളി ഏലായാണ്. പള്ളിമുറ്റത്തുനിന്നു നോക്കിയാൽ സദാനേരവും അടങ്ങിക്കിടക്കുന്ന വടവുക്കരിയിലെ ജലാശയം കാണാം. വടവുക്കരിക്കു തൊട്ടു പടിഞ്ഞാറ് മൊട്ടക്കാടാണ്. അതിനുമപ്പുറം അപാരതയോളം എത്തിപ്പെടുന്ന കടലും. വടവുക്കരിക്കും മൊട്ടക്കാടിനും കടലിനും അഭിമുഖമായി പള്ളിയുടെ ഗോപുരത്തിൽ മാനത്തോളം മുട്ടിനിൽക്കുന്ന ഒരു കുരിശുണ്ട്. കടലിൽനിന്നും സദാസമയവും കാറ്റു വീശുന്നു. കാറ്റ് കുന്നിറങ്ങി വടവുക്കരിയിലെ കുളിരും ഏറ്റുവാങ്ങി മാറാന്തടത്തെ അണയുന്നു. പള്ളിമുഖപ്പിന്റെ താക്കോൽപ്പഴുതിലൂടെ കടന്നുകയറുമ്പോൾ കാറ്റിന് അസാധാരണമായ മുഴക്കമായിരിക്കും. കുരിശിനു ചോട്ടിൽ തോറ്റുവീണ ചെകുത്താന്റെ ഇരമ്പമെന്നേ തോന്നൂ. നട്ടുച്ചനേരങ്ങളിൽ ഊണുംകഴിഞ്ഞ് മോനായി അവിടെച്ചെന്നിരിക്കാറുണ്ട്. ആ നേരം ആരുംതന്നെ അവനു കൂട്ടുണ്ടാവില്ല. വലിയപ്പച്ചൻ പള്ളിപ്പുരയുടെ എറമ്പത്ത് ചാരുകസേരയിൽ കിടന്നുറങ്ങുകയായിരിക്കും. വലിയപ്പച്ചന്റെ കഥകളിൽ നിറഞ്ഞുനിൽക്കുന്ന മാറാന്തടത്തിന്റെ പ്രാചീനമുഖങ്ങളെക്കുറിച്ചായിരിക്കും മോനായിയുടെ വിചാരങ്ങളൊന്നാകെ. എത്രയെത്ര കഥകൾ. നീലകേശിയും ഭഗവതിക്കാവും കാട്ടുകുളവുമൊക്കെ അവനു തികച്ചും അപരിചിതങ്ങളാണ്. കുമിളിപ്പൊയ്കയും മാനത്തുകണ്ണികളും! ഓർത്തപ്പോൾ അവനു രോമാഞ്ചമുണ്ടായി. തലയിൽ ചോരപ്പൂവുള്ള വലിയ മാനത്തുകണ്ണിയെ എന്നെങ്കിലുമൊരിക്കൽ ചെന്നു കാണും. മോനായി ഉറച്ചു. ആരുമറിയാതെ പൊയ്കയിലേക്കിറങ്ങിച്ചെല്ലണം. മാനത്തുകണ്ണികളോടു വാതോരാതെ വർത്തമാനം പറയണം. അങ്ങനെ നിരവധി സ്വപ്നങ്ങൾ, അവൻ ശേഖരിച്ചുകൂട്ടും. അതിനിടയിലാണ് തോറ്റു വീണ ചെകുത്താന്റെ മുഴക്കം കാതുകളിൽ വീഴുന്നത്. ആരംഭത്തിൽ എന്താണെന്നറിയാതെ ഭയന്നുപോയിരുന്നു. ഭഗവതിയുടെ ഭൂതഗണങ്ങളിലൊന്ന് പള്ളിക്കകത്ത് ഒളിച്ചുകയറിയിരിക്കുമോ? അവൻ ശ്രദ്ധിച്ചു, പിന്നീടാണു മനസിലായത്. വാതിൽപ്പഴുതു തുളച്ചുകടക്കുന്ന കാറ്റിന്റെ ഹുങ്കാരമാണെന്ന്. തുടർന്നുള്ള ദിവസങ്ങൾ അതു കേൾക്കാൻവേണ്ടി അവൻ എല്ലാ മധ്യാഹ്നങ്ങളിലും അവിടെ വന്നിരിക്കുവാൻ തുടങ്ങി.

ഉച്ചഭക്ഷണത്തിനുശേഷം ഉപദേശിക്കും ചില പതിവുകളുണ്ട്. വീടിന്റെ അടിച്ചൊതുക്കിയ എറമ്പത്തു കിടക്കുക. സദാസമയവും വീശുന്ന ശീതക്കാറ്റേറ്റു കിടക്കാം. ഇടയ്ക്കൊന്നു മയങ്ങാം. ഈ ഇടവേളകളിൽ മറ്റൊരു ശല്യവുമുണ്ടാകരുതെന്ന് ദാനിയേലുപദേശിക്കു നിർബന്ധമാണ്. അതിനു മുടക്കം വരാതിരിക്കുവാൻ ഏവരും തന്നെ ശ്രദ്ധിച്ചുപോന്നു. വെയിലാറിത്തുടങ്ങുമ്പോൾ മാത്രം ഉപദേശി ഉണരുന്നു. അപ്പോ

ഴേക്കും നിഴലുകൾ പൊറ്റയിലേക്കു നീണ്ടു കയറിയിരിക്കും. ചില ദിവസങ്ങൾ എത്ര യത്നിച്ചാലും ഉറക്കം അകന്നുമാത്രം നിൽക്കുന്നു. അലോസരപ്പെടുത്തുന്ന അനേകം വിചാരങ്ങൾ സംഘംസംഘമായി വന്ന്, ഉറക്കത്തെ ആട്ടിയകറ്റുന്നു. അപ്പോഴൊക്കെ സ്വാസ്ഥ്യം നഷ്ടപ്പെട്ട മനസുമായി ഉപദേശി സംവത്സരങ്ങളിലേക്കു മടങ്ങിപ്പോകാറാണ് പതിവ്. ഓർമകളുടെ വിദൂരഭൂവിൽ നടന്നെത്തുന്നു. അവിടെ വ്യഥിതമായ ഓർമകളുടെ ബാല്യത്തിലൂടെ ഇനിയും വിട്ടുമാറാത്തൊരു പകയുടെ നീറ്റവുമായി ആരെയൊയൊക്കെയോ തേടുന്നു.

മാറാന്താടത്തെ അടക്കിവാഴുന്ന വിളക്കെന്നിയുടെ പിന്നിൽ കിഴക്കുംപുറമൊന്നാകെ അണിനിരന്നിരിക്കുന്നു.

മറുപക്ഷത്ത് അയ്യൻപുലയന്റെ മോൻ വെളുത്തയായിരുന്നു മുന്നിൽ. അവനു പുറകിലായി കാട്ടുകുളത്തെ പുലയരും, അവർക്കു മുകളിലായി കാഞ്ഞിരത്തിൽ കുടിയിരിക്കുന്ന ഭഗവതിയും നിന്നു.

കാളിമൂത്തവരുടെ ഓലയുമായി ഞാറയ്ക്കലിൽ നിന്നും തേവൻ എത്തിച്ചേർന്നു. അമ്മയെ കണ്ടു വരാനായി അനുമതിയും വാങ്ങിപ്പോയതാണ്. കഴിയുമെങ്കിൽ അവരെ കാട്ടുകുളത്തേക്കു കൊണ്ടുവരാനും ശ്രമിക്കണം. ആദ്യം അയ്യൻ എതിരു പറഞ്ഞെങ്കിലും പിന്നീടു സമ്മതിച്ചു. അൽപ്പം മുഷിവുണ്ടായിരുന്നത് അയ്യന്റെ പുലച്ചിക്കായിരുന്നു. ഭർത്താവിന്റെ മൂത്തകുടികൂടി പാർക്കാൻ വരുന്നത് പുലച്ചി തീരെ ഇഷ്ടപ്പെട്ടിരുന്നില്ല. അതവർ തുറന്നുപറഞ്ഞു. നെഞ്ചത്തടിച്ചുകൊണ്ട്, തേവന്റെ തള്ള കാലുകുത്തുന്ന നേരം കാട്ടുകുളത്തിൽ ചാടി ആത്മഹത്യചെയ്യുമെന്നു ഭീഷണിപ്പെടുത്തി. അടുപ്പെരിക്കാതെ അയ്യനെ രണ്ടുനാൾ പട്ടിണിക്കിട്ടു. അയ്യൻ ക്ഷമിച്ചു. പിന്നീട് അയ്യനും വാശിയേറി. തീരെ സഹിയാതെവന്നപ്പോൾ ഒരു വൈകുന്നേരം കുടിയിൽനിന്നും പുലച്ചിയെ പിടിച്ചിറക്കി കരണക്കുറ്റിക്കു രണ്ടു പൊട്ടിച്ചു. അവർ നിലത്തു വീണുരുണ്ടു. അവിടെയിട്ട് അയ്യൻ അയാളുടെ പുലച്ചിയെ ചവിട്ടിയുരുട്ടി. അന്നുരാത്രി പുലച്ചി സമ്മതം നൽകി. ഒരു കരാർ മാത്രം. തേവനും അമ്മയും മറ്റൊരു കുടി കെട്ടി അതിൽ പാർത്തുകൊള്ളണം. പക്ഷേ, തേവൻ മടങ്ങിപ്പോന്നപ്പോൾ അവനോടൊപ്പം അവന്റെ അമ്മ ഉണ്ടായിരുന്നില്ല. പകരം കാളിമൂത്തവരുടെ ഓലയാണ് അവൻ വെളുത്തയുടെ മുന്നിലെത്തിച്ചത്. അവൻ ഞാറയ്ക്കലെത്തുമ്പോൾ കാളിമൂത്തവർ അവിടെയുണ്ടായിരുന്നു. വന്നിട്ട് ഒന്നുരണ്ടുനാളുകളായി. ഉടൻതന്നെമടങ്ങി മറ്റൊരിടത്തേക്കു പോകാനുണ്ടെന്നാണു കേൾവി. തേവൻ മൂത്തവരുടെ മുന്നിൽ ചെന്നുവണങ്ങി നിന്നു. കാളിമൂത്തവർ അവനോടു വിശേഷങ്ങൾ തിരക്കി. അവൻ കാട്ടുകുളത്തിന്റെ ചരിതം മൂത്തവരെ പറഞ്ഞുകേൾപ്പിച്ചു. അവൻ അനന്തൻപിള്ളയുടെയും കുറുവടികളുടെയും വെളുത്തയുടെയും കഥകൾ പറഞ്ഞു. എല്ലാത്തിനും അവൻ സാക്ഷിയായിരുന്നു. സ്വതഃസിദ്ധമായ പക്വതയോടെ മൂത്തവർ എല്ലാം കേട്ടുകൊണ്ടിരുന്നു. ഇടയ്ക്ക് അയാളുടെ കവിളെല്ലുകൾ ഇളകുന്നത് തേവൻ ശ്രദ്ധിച്ചു.

"അത്രയ്ക്കു ചൊണയൊള്ളവനോ വെളുത്ത?"

എല്ലാം കേട്ടുകഴിഞ്ഞ് മൂത്തവർ ചോദിച്ചു.

"ഓ, ഒരു നാലാളമ്മാരിനെ ഒറ്റക്കൈയിലേന്തുവാനൊള്ള ചൊണയൊണ്ടു മൂത്തവരെ."

"എനിക്ക് അവനെയൊന്നു കാണണം."

മൂത്തവർ ആഗ്രഹം തേവനെ അറിയിച്ചു.

വെളുത്തയെക്കൂട്ടിവരാമെന്ന് അവൻ സമ്മതിച്ചു.

"അവന്റോടി തോനെപ്പേരൊണ്ടോ?"

"ആത്യം ഇല്ലാരിന്ന്. ഇപ്പം പടിഞ്ഞാറ്റുമുറീലെ ചെരുമര് മുക്കാലും അവന്റോടിത്തന്നെ."

"തമ്പ്രാക്കളെ വയലുമ്മല് അവരിക്ക് വേലയൊണ്ടോ?"

"ഓ, ഒണ്ടു മൂത്തവരെ."

തേവൻ കൊണ്ടുവന്ന ഓലയിലേക്കു നോക്കി വെളുത്ത അന്തംവിട്ടു നിന്നു. കുറേ വരകൾ! വെളുത്തയ്ക്കു മാത്രമല്ല അങ്കലാപ്പുണ്ടായത്. തേവനും കൂടിനിന്ന മറ്റേവരുംതന്നെ ആദ്യമായിട്ടാണ് അത്തരമൊരു സ്ഥിതിവിശേഷത്തെ നേരിടുന്നത്. കൂട്ടത്തിൽ നിന്ന ഒരാൾ മുന്നോട്ടു വന്നു. അയാൾ അടുത്തകാലത്തു കൂടിയേറിയ ഒരു മധ്യവയസ്കനായ പുലയനായിരുന്നു.

"ഇങ്ങോട്ടു തരിന്."

അയാൾ കൈനീട്ടി. ഏവരും ആകാംക്ഷയോടെ നോക്കിനിന്നു. അയാൾ ഓല വാങ്ങി തിരിച്ചും മറിച്ചും നോക്കി. ഇടയ്ക്കൊന്നു മണപ്പിച്ചുനോക്കാനും അയാൾ മറന്നില്ല.

"മന്തറമാണ്. ആരും തൊടല്ല്."

കേട്ടപാടേ കൂടിനിന്നവർ ഒട്ടു പിന്നാക്കം വലിഞ്ഞു.

"എന്തെര്?"

ചിരിയൊതുക്കിക്കൊണ്ടു തേവൻ ചോദിച്ചു.

"തമ്പ്രാക്കക്കെതിരായി ഒരു മന്തറമാണിത്."

"ആണോ?"

അത്ഭുതവും ജിജ്ഞാസയും വളർന്ന കണ്ണുകൾ തേവനെ വളഞ്ഞു. അയാളെ പല്ലിറുമ്മി ശകാരിക്കുകയും പരിഹസിക്കുകയും ചെയ്തുകൊണ്ട് തേവൻ കൂടിനിന്നവരോടായി കാര്യം പറഞ്ഞു:

"അയിത്തക്കാരിക്കും അച്ചരം പടിക്കാന് പൊന്നുതമ്പ്രാന്റെ നീട്ടൊണ്ടന്ന് കാളിമൂത്തവരു പറഞ്ഞു. പടിക്കാനാശയൊള്ളോരിക്ക് ചാവടീല് ചേർന്ന് പടിക്കാം."

എഴുത്തു പഠിക്കുക! എന്തിനായി? വയലിൽ കെളയ്ക്കാനും ഉഴുതുമറിക്കാനും ആരോഗ്യമുണ്ടായാൽ മാത്രം പോരേ! അല്ലെങ്കിൽത്തന്നെ അക്ഷരം പഠിക്കുവാൻ അയിത്തക്കാർക്ക് അവകാശമുണ്ടോ? തമ്പ്രാന്റെ നീട്ടൊണ്ടെങ്കിലും പഠിപ്പിക്കേണ്ടത് വിളക്കെന്നിക്കു ചേർന്ന ഏതെങ്കിലും നായരായിരിക്കും. പിന്നെ പറയേണ്ടതുണ്ടോ. സന്ദേഹത്തോടെ സംഘം അതു ചെവിക്കൊണ്ടു.

"അടുത്തതിന്റടുത്ത വെളുത്തവാവും കയിഞ്ഞൊള്ള തിങ്കളായ്ച യാണ് ചാവിടീ ചേരേണ്ടത്. ചേരേണ്ടോരിക്ക് ചേരാം. തയാറായി നിന്നാ മതി. ഞാറയ്ക്കലീന്നു കാളിമൂത്തവരു വന്ന് വാക്കിയെല്ലാം നടത്തി ക്കോളും."

കാട്ടുകുളത്തിനു മേൽ മറ്റൊരു പരീക്ഷ?

തേവന്റെ ചൊല്ലുകളെ അങ്ങനെയാണ് പലരും വ്യാഖ്യാനിച്ചത്. വേണ്ടാത്ത വയ്യാവേലികളൊക്കെ തലേലേറ്റിവലയ്ക്കുകയാണു ചെയ്യു ന്നതെന്ന് പ്രായമേറിയവർ ശകാരിച്ചു. മര്യാദയ്ക്ക് ഒള്ളതുംകൊണ്ടു കഴി ഞ്ഞുകൂടിയാൽപ്പോരേ? കുറേ നാളുകളായി തമ്പ്രാക്കന്മാരുടെ ഭാഗത്തു നിന്നും ഉപദ്രവങ്ങളൊന്നുമില്ല. അവരെ അങ്ങോട്ടു ചെന്നു വിളിച്ചു ണർത്തുന്നത് അപകടമാണ്. അതിനാൽ അക്ഷരം പഠിക്കുവാനുള്ള ഉദ്യ മത്തിൽനിന്നും പിൻവാങ്ങുക. പ്രായമേറിയവർ കണ്ടവരോടൊക്കെ ഉപ ദേശിച്ചു.

"വെളുത്ത ഏന്തെരു പറയണ്?"

അക്ഷരത്തെപ്പറ്റിയും ചാവടിപ്പുരയിലെ കുടിപ്പള്ളിക്കൂടത്തെപ്പറ്റിയു മുള്ള സംഭാഷണങ്ങൾക്കിടയിൽ, കാട്ടുകുളത്തേയും പടിഞ്ഞാറ്റുമുറിയി ലേയും പുലയർ തിരക്കി.

"എക്കടെ കോവാലനേം അച്ചരം പടിപ്പിക്കും." ഒരു രാത്രി അത്താ ഴത്തിനിരുന്നപ്പോൾ വെളുത്ത പറഞ്ഞു. കാളിമൂത്തവരുടെ ഓല കിട്ടി യതിനുശേഷം അവന് ഒരു വിചാരം മാത്രമേയുള്ളു. എങ്ങനേയും അവന്റെ ഒരേയൊരു പുത്രനെ എഴുത്തുപഠിപ്പിക്കുക. പഠിച്ചു പട്ടംകെ ട്ടാനോ ദിവാനോ പേഷ്കാരോ ഒന്നുമാകാനോ അല്ല. എങ്കിലും ഗോപാ ലൻ പഠിക്കണം. അതിനു തന്നെ പ്രേരിപ്പിക്കുന്ന ഹേതുക്കളെക്കുറിച്ച് അവൻ തികച്ചും അജ്ഞനായിരുന്നു.

"അയ് വേണ്ട."

അയ്യൻ തടുത്തു. അച്ഛൻ എതിരു പറയുന്നത് എന്തുകൊണ്ടെന്നവ നറിയാം. മാറാന്തടത്തിലെ ഒരേയൊരു പള്ളിക്കൂടം കിഴക്കുംപുറത്താണ് സ്ഥിതിചെയ്യുന്നത്. അവിടം നായന്മാർ തിങ്ങിപ്പാർക്കുന്ന പ്രദേശമാണ്. അവർക്കു തമ്പുരാന്റെ നീട്ട് ഒരു പ്രശ്നമായിരിക്കുകയില്ല. ഒരു ചെറു മൻ അവിടെ എഴുത്തു പഠിക്കുവാനെത്തിയാൽ, എന്തു വിലകൊടുത്തും നായന്മാർ തടയും. ചിലപ്പോൾ ഉഗ്രയുദ്ധം തന്നെ നടത്തേണ്ടിവന്നേക്കാം. നടക്കട്ടെ. അപ്പോൾ കാണാം. വെളുത്തയ്ക്ക് ഉള്ളുറപ്പേറി. ഒപ്പമുള്ളത് കാളിമൂത്തവരാണ്. തേവന്റെ വാക്കുകളിലൂടെ മരണപ്പാറയോളം ഉയര മുള്ള കാളിമൂത്തവരെ അവൻ തുടർച്ചയായി കിനാവിൽ കണ്ടിരുന്നു. മൂത്തവരെ ഒന്നു നേരിൽ കാണാൻ അവൻ അത്യധികമായി കൊതിച്ചു.

അയ്യൻ വീണ്ടും വെളുത്തയോടു പിന്തിരിയുവാൻ ആവശ്യപ്പെട്ടു.

"ഇല്ല." വെളുത്ത ഉറപ്പിച്ചുപറഞ്ഞു.

"തമ്പ്രാന്റെ നീട്ടൊണ്ട്. നാടുവായുന്ന പൊന്നുതമ്പുരാനെക്കാളും വലിയവരോ വെളക്കെന്നിക്കാര്? കാളിമൂത്തവരു വരുമെന്ന് തേവമ്പറ ഞ്ഞത് നിങ്ങകേട്ടില്ലേ?"

"എങ്കി കുറുവടികളു വെറുതേയിരിക്കുമോ? എല്ലാത്തിനേം കൊന്നു കയിച്ചു മൂടും."

അയ്യന്റെ വാക്കുകളൊന്നും വെളുത്തയുടെ തീരുമാനത്തെ മാറ്റാൻപോരുന്നതായിരുന്നില്ല. ഒരു രാവു പുലർന്നപ്പോൾ അവൻ ചോതിയുടെ മുറ്റത്തു ചെന്നു. ചോതി ഇറങ്ങിവന്നു. എന്താണെന്നു ചോദിച്ചില്ല. കാരണം വെളുത്തയുടെ ആഗമനം എന്തിനുവേണ്ടിയാണെന്ന് അയാൾക്കറിയാമായിരുന്നു.

"നിങ്ങന്റെ ചെറുമനെ എയുത്തിനിരുത്തുമോ?"

വെളുത്തയുടെ ചോദ്യം കേട്ട് ചോതി നിന്നു പരുങ്ങി. അപകടത്തിന്റെ സ്വഭാവം ചോതിക്കു നല്ലപോലെ അറിയാം. എന്തു മറുപടിയാണ് പറയേണ്ടത്? എന്തായാലും യുദ്ധം തീർച്ചയാണ്. കാട്ടുകുളത്തുനിന്നുള്ള ഒരു കുട്ടിയേയും നായന്മാർ ചാവടിയുടെ മുറ്റത്തുപോലും ചവിട്ടാൻ അനുവദിക്കുകയില്ല. അങ്ങോട്ടു ചെന്നുള്ള യുദ്ധം ഏറെ ആപൽക്കരമാണ്. അതിൽ പങ്കുചേരാൻ ചോതി തയാറല്ല. അയാൾ അതറിയിച്ചു.

"ങ്ഹേ!"

"ഓടെ വെളുത്തേ. എനക്കെന്റെ ചെറുമനെ കുരുതിക്കു തരാൻ മനസില്ല."

"നിങ്ങ സ്വൽപ്പം ആലോയിച്ചു പറയിന്."

ചോതിക്ക് ആലോചിക്കുവാൻ ഒരവസരം കൂടി നൽകിയിട്ട് വെളുത്ത കാത്തു നിന്നു. മറുപടിയുണ്ടായില്ല. കാർക്കിച്ചു തുപ്പിയിട്ട് വെളുത്ത അവിടം വിട്ടു. കാട്ടു കുളത്തെ കറുത്ത പുലയരിൽ മുഖ്യനായ കൊച്ചുട്ടിയുടെകുടിയിലും അവൻ കടന്നു ചെന്നു. കൊച്ചുകുട്ടി എല്ലാം കേട്ടിരുന്നു. വെളുത്ത പലതും പറഞ്ഞു. അവനാവോളം അഭ്യർഥിച്ചു. പക്ഷേ, ചെറുമനെ എഴുത്തിനിരുത്താൻ കൊച്ചൂട്ടിയും വിസമ്മതിച്ചു.

വയൽ മുറിച്ച് പടിഞ്ഞാറ്റുമുറിയിലേക്കു കയറുമ്പോൾ വെളുത്ത ആരോടെന്നില്ലാതെ പറഞ്ഞു:

"എന്നാലും നാനെന്റെ കോവാലനെ എയിത്തിനിരുത്തും."

പടവുക്കരി കടന്നെത്തിയ കാറ്റ് അവന്റെ വാക്കുകളെ വിഴുങ്ങി വീശി. വിളയെടുത്തു ശൂന്യമായ പാടങ്ങളിലൂടെ അവൻ നടന്നു. അവന്റെ ചവുട്ടടികൾക്കു താഴെ പാടങ്ങൾ നിശ്ശബ്ദത പാലിച്ചു മയങ്ങി. ഉയരെ പൊറ്റയിലെ ആഴാന്തകൾ അവയുടെ ഉയർന്നതും ബലഹീനവുമായ തുഞ്ചങ്ങളാൽ അവനെ വരൂ... വരൂ.. എന്നുക്ഷണിച്ചു. അവൻ നടന്നുകയറി.

"ആര്, വെളുത്തയോ?"

ഒലിപ്പു ചാടിക്കടന്നു പൊറ്റയിലേക്കുള്ള വഴിത്താരയിലേക്കു കയറിയ വെളുത്തയോട് ആരോ വിളിച്ചു ചോദിച്ചു. ആരാണ്? വെളുത്ത നിന്നു തിരിഞ്ഞു നോക്കി.

രാഘവപ്പണിക്കരാണ്.

അതേയെന്നു വെളുത്ത മറുപടി പറഞ്ഞു. പൃഷ്ഠം ചൊറിഞ്ഞുകൊണ്ട് രാഘവപ്പണിക്കർ ഇറങ്ങിവന്നു. അയാളുടെ തലയിൽ പച്ചമരു

ന്നുകളുടെ വലുതല്ലാത്ത ഒരു കെട്ടുണ്ടായിരുന്നു. മാറാന്തടത്തിന്റെ വൈദ്യനാണ് രാഘവപ്പണിക്കർ. കുലത്തിൽ ഊരാളിയാണെങ്കിലും, നായന്മാർ അയാളുടെ മുതുമുത്തച്ഛന്റെ പരമ്പരതൊട്ടേ വൈദ്യന്മാരെ പണിക്കന്മാരെന്നു വിളിച്ചു വരുന്നു. പണിക്കൻപൊറ്റയിലെ ജന്മിമാരാണ് വൈദ്യന്മാർ. അവർക്കു സ്വന്തമായി നിലങ്ങളും പുതുവലുമുണ്ടായിരുന്നു. മാറാന്തടത്തിൽ നായന്മാർ കഴിഞ്ഞാൽ വൈദ്യന്മാർക്കു മാത്രമേ ചുറ്റുമനകളുള്ള പുരകൾ നിർമിക്കാൻ അനുവാദമുണ്ടായിരുന്നുള്ളൂ. ഒരു സൗജന്യമെന്നപോലെ പണ്ടേതന്നെ അവർ അത് അനുഭവിച്ചുവന്നിരുന്നു. മാറാന്തടത്തിന്റെ വിധാതാക്കളായ വാത്തിമാർക്കുപോലും അതു സാധ്യമായിരുന്നില്ല. ഊരാളികളായിരുന്നെങ്കിൽപ്പോലും ഏതു രോഗത്തിനും പണിക്കരുടെ കൈവശം മരുന്നുണ്ട്. ലക്ഷണങ്ങൾ പറഞ്ഞാൽ മാത്രം മതി പണിക്കർ നില ഗ്രഹിച്ച് രോഗം ഗണിക്കും. മരുന്നും മറുമരുന്നും അവർക്കു കൈവെള്ളയിലെ രേഖകൾപോലെ വശമാണ്. വിലപിടിച്ച ചില ഒറ്റമൂലികൾ അവർ നിധിപോലെ സൂക്ഷിച്ചുവരുന്നു. കൈപ്പുണ്യത്തിനും അവർ പേരുകേട്ടവരായിരുന്നു. കൈകൊണ്ട് ഓതി പച്ചവെള്ളം എറിഞ്ഞാൽ മതി, കൊടികെട്ടിയ മഹാരോഗങ്ങൾ തിരിഞ്ഞുനോക്കാതെ പറക്കുമെന്നു മാറാന്തടക്കാരൊന്നടങ്കം വിശ്വസിക്കുന്നു. പണിക്കർക്ക് ഏതു തറവാട്ടിലും പ്രവേശമുണ്ട്. ഏതു നേരവും കടന്നുചെല്ലാം. എന്തും ചോദിക്കാം. എന്നിരുന്നാലും അവർ സ്വസ്ഥരായിരുന്നില്ല. മൂശേട്ട കുടിയേറിയ പണിക്കൻ പൊറ്റയിലെ ഊരാളിഭവനങ്ങളെയോർത്ത് എപ്പോഴും അവർ വിഷാദം കൊള്ളുന്നു. രാഘവപ്പണിക്കർ ആ വഴിയിൽപ്പെട്ട ഒരാളായിരുന്നു. വെളുത്തയുടെ വൃത്താന്തങ്ങൾ കേൾക്കേ അയാൾ രഹസ്യമായി ആഹ്ലാദിച്ചിരുന്നു. ഒരുപിടി മണ്ണുസ്വന്തമാക്കാനുള്ള കരുത്ത് എന്നാണ് ഒരു ഊരാളിക്കുണ്ടാവുക? രാഘവപ്പണിക്കർ പലപ്പോഴും അത് ആലോചിച്ചു വിഷണ്ണനാകാറുണ്ടായിരുന്നു.

"എന്തെരുപറ്റി വെളുത്തേ പൊറ്റേലോട്ടൊക്കെ കയറാൻ?"

സ്വാഗതം അറിയിച്ചുകൊണ്ടു രാഘവപ്പണിക്കർ ചോദിച്ചു. വെളുത്ത പണിക്കരുടെ അരുകിലേക്കു നടന്നുചെന്നു.

"നിങ്ങയറിഞ്ഞോ പണിക്കരെ?"

വെളുത്ത ചോദിച്ചു.

"അയിത്തക്കാരുക്കും അച്ചരം പടിക്കാമെന്ന്!"

"അത് അയിത്തക്കാരിക്കല്ലേ?"

ആ വർത്തമാനം വെളുത്തയ്ക്കു പിടിച്ചില്ല. ഒരു നല്ല വാർത്തയായി പണിക്കർ അതു ചെവിക്കൊള്ളുമെന്നാണ് വെളുത്ത പ്രതീക്ഷിച്ചത്. അവനു കലികയറി.

"നിങ്ങ ഊരാളികള് പിന്നെ ആരു തമ്പുരാക്കമ്മാരോ? പറയീന് പണിക്കരേ!"

രാഘവപ്പണിക്കർ തനിക്കു പിണഞ്ഞ അബദ്ധം മനസിലാക്കി. നീലകേശിയുടെ പുരോഹിതന്മാരേയും, തറവാടുകളിലെ വൈദ്യന്മാരായ പണി

ക്കന്മാരേയും ഒഴിച്ചാൽ മറ്റ് ഊരാളികളെ തികഞ്ഞ അവജ്ഞയോടെയാണ് കിഴക്കുംപുറം കരുതി വരുന്നത്. സ്വന്തമായി ഒരുപിടി മണ്ണു വെട്ടി സ്വന്തമാക്കിയ വെളുത്തയേക്കാൾ താഴ്ന്നവനല്ലേ, പണിക്കൻപൊറ്റയിലെ ദരിദ്രവാസിയായ ഒരു ഊരാളി? ചാവടിയിലെ കുടിപ്പള്ളിക്കൂടത്തിൽ ഊരാളിക്കിടാത്തനെ കയറ്റുമോ? ചെന്നാൽ തുരത്തി ഓടിക്കുകയില്ലേ?

"നിന്റോടി ആരു പറഞ്ഞു?" —പണിക്കർ ചോദിച്ചു.

വെളുത്ത എല്ലാം വിശദമായി പറഞ്ഞു. ഊരാളികളിൽ ആർക്കെങ്കിലും എഴുത്തു പഠിക്കണമെന്നുണ്ടെങ്കിൽ, കാളിമൂത്തവർ വരുമ്പോൾ ഒപ്പം കൂടിയാൽ മതിയാകും. അവൻ ക്ഷണിച്ചു. വിവരം ഉടൻ അറിയിക്കുകയും വേണം. വൈദ്യർ സമ്മതിച്ചു. മറുപടി എത്രയും വേഗം അറിയിക്കാമെന്നു ഉറപ്പും നൽകി.

അന്നു രാത്രി രാഘവപ്പണിക്കരും, അഞ്ചാറ് ഊരാളികളും സംഘമായി കാട്ടുകുളക്കരയിൽ എത്തി. ഭഗവതിക്കാവിനു മുമ്പിൽ കെട്ടിയേറ്റിയ തിട്ടയിൽ അവർ ഇരുന്നു. കാവിനുള്ളിൽനിന്നും വിളക്കെണ്ണയിൽ മുങ്ങിയെരിയുന്ന തിരിയുടെ ഇത്തിരി വെട്ടം അവരെ തൊട്ടുരുമി. മറ്റുള്ളവരെ പണിക്കർ വെളുത്തയ്ക്കു പരിചയപ്പെടുത്തി. കൂട്ടത്തിൽ കിട്ടൻവാത്തിയുടെ മകൻ നാണുവും അറവുകാരൻ കുഞ്ഞനുമുണ്ടായിരുന്നു. അവർ തങ്ങളുടെ പൈതങ്ങളെ എഴുത്തിനിരുത്താൻ തയാറാണെന്ന് അറിയിച്ചു. പകരം ചോര ചിന്തിയും വെളുത്ത സംരക്ഷണം വാഗ്ദാനം ചെയ്തു. അതു വെളുത്തയുടെ ആത്മാവിശ്വാസത്തെ മരണപ്പാറയോളം വളർത്തി. അടുത്തരണ്ടുമൂന്നു പകലുകൾ കൂടി അവൻ ചരിവുകൾ കയറിയിറങ്ങി. രാഘവപ്പണിക്കരുടെ നേതൃത്വത്തിൽ ഊരാളികളെടുത്ത തീരുമാനത്തെ അറിയിച്ചു. പത്തു പതിനഞ്ചു പുലയന്മാർ എഴുത്തു പഠിക്കുവാൻ തയാറായി. അവനു മതിയായില്ല. വീണ്ടും പടിഞ്ഞാറ്റുമുറിയും പണിക്കൻപൊറ്റയും വെളുത്ത കയറിയിറങ്ങി. രണ്ടുമൂന്നു പേരെക്കൂടി സംഘടിപ്പിച്ചു.

ഒരിക്കൽക്കൂടി രാഘവപ്പണിക്കർ കാട്ടുകുളത്തേക്കു വന്നു. വെളുത്തയുണ്ടായിരുന്നു. ഭഗവതിക്കാവിനു സമീപം നിന്നു രാഘവപണിക്കർ വെളുത്തയോടു സംസാരിച്ചു. അവനെല്ലാം മൂളിക്കേട്ടു. പണിക്കർ പോയിക്കഴിഞ്ഞപ്പോൾ എന്താണു വേണ്ടതെന്നറിയാതെ അവൻ ഒട്ടൊന്നറച്ചുനിന്നു. പണിക്കരുടെ നിർദേശം നല്ലതാണ്. അതെത്രത്തോളം പ്രായോഗികമാകും? അവനു സന്ദേഹമായി. ഒന്നു പരീക്ഷിച്ചുനോക്കുകതന്നെ. വിജയിക്കുകയാണെങ്കിൽ അതൊരു വൻനേട്ടമായിരിക്കും. നടന്നില്ലെങ്കിൽ ഒന്നും നഷ്ടപ്പെടാനില്ലല്ലോ. അടുത്ത മധ്യാഹ്നത്തോടെ വെളുത്ത കാവുംപുറത്തേക്കു യാത്രയായി. മാറാന്തടത്തിനും മൂന്നുനാലു നാഴിക വടക്കുമാറിയാണ് കാവുംപുറം സ്ഥിതിചെയ്യുന്നത്. അധ്വാനശീലരായ നാടാന്മാരുടെ കേന്ദ്രമാണവിടം. മർമവിദ്യകളിലും, അടിതടപയറ്റിലും അവർ ഒരുപോലെ വിദഗ്ധന്മാരായിരുന്നു. അവരോളം പോന്ന മല്ലന്മാർ അക്കാലത്തു മറ്റെവിടെയുമുണ്ടായിരുന്നില്ല. എന്തിനുംപോന്ന ധൈര്യവും അവർക്കു സ്വന്തമായിരുന്നു. അതുകൊണ്ടായിരിക്കണം, അവരുടെ പ്രദേ

ശങ്ങളിൽ കടക്കാനോ, അവർക്കെതിരെ പടയിളക്കാനോ, അവരുടെ പെൺകുട്ടികളെ നോക്കാനോ മാറാന്തടത്തിലെ നായന്മാർ ഒരുങ്ങാത്തത്. കാവും പുറത്ത് എന്തു സംഭവിച്ചാലും സാരമില്ലെന്ന ഭാവമാണവർക്ക്. ഒന്നുരണ്ടുതവണ ഏറ്റുമുട്ടാതിരുന്നില്ല. കാവുംപുറത്തെ ചില നാടാന്മാർക്ക് ഉച്ചക്കടെച്ചന്തയിൽ മലക്കറികൾ വിൽപ്പനയ്ക്കെത്തിക്കേണ്ടിയിരുന്നു. മാറാന്തടത്തെ കീറിക്കൊണ്ടൊരു പൊതുവഴിയുണ്ട്. അതുവഴി നടന്നാൽ ഏകദേശം മുക്കാൽ നാഴികയോളം ലാഭിക്കാം. തലച്ചുമടായതിനാൽ ആയാസവും കുറഞ്ഞുകിട്ടും. ആദ്യമാദ്യം പാത ശൂന്യമായിരുന്നപ്പോൾ മാത്രം നടന്നു. ആരും അതറിഞ്ഞില്ല. നായന്മാർക്കു മാത്രമുള്ള നടവഴിയാണെന്ന് ആർക്കാണറിയാത്തത്? പിന്നെപ്പിന്നെ എതിരേ തമ്പ്രാക്കളു വന്നാലും നടന്നുതുടങ്ങി. ആദ്യമൊക്കെ തലച്ചുമടുമായി ആണുങ്ങൾ മാത്രം നടന്നിരുന്നു. പിന്നെപ്പിന്നെ അവരുടെ സ്ത്രീകളും നടന്നുതുടങ്ങി. മാറാന്തടത്തിന്റെയും ഉച്ചക്കടയുടെയും അതിർത്തിയിൽവച്ചു വഴിനടത്തയെച്ചൊല്ലി ഒരു സംഘട്ടനമുണ്ടായി. ആരും ജയിച്ചില്ല. പക്ഷേ, നാടാന്മാർ പൊതുവഴി തുടർന്നും ഉപയോഗിച്ചുവന്നു. തുടക്കത്തിൽ അവരുടെ സ്ത്രീകൾ അരയിലൊരു മുണ്ടുമാത്രം ചുറ്റി വിവസ്ത്രമായ മാറിടങ്ങളെ പ്രദർശിപ്പിച്ചുകൊണ്ടാണു നടന്നിരുന്നത്. ഒരിക്കലൊരു സ്ത്രീ റൗക്ക ധരിച്ചു. നടക്കുവാനും പ്രവൃത്തിയെടുക്കുവാനും സൗകര്യപ്രദമാണെന്നു കണ്ടപ്പോൾ മറ്റുള്ളവരും റൗക്ക ധരിച്ചു തുടങ്ങി. അത്രത്തോളമെത്തിയപ്പോൾ ചില നായന്മാർക്കതു സഹിച്ചില്ല. ഒരു ദിവസം ഒറ്റയ്ക്കു വരുകയായിരുന്ന ഒരു നാടാത്തിയുടെ റൗക്ക അവർ സംഘം ചേർന്നു വന്നു വലിച്ചുകീറി. അലച്ചുവിളിച്ചുകൊണ്ട് നാടാത്തി തിരിഞ്ഞോടി. ഒട്ടും താമസമുണ്ടായില്ല. ഫറവോന്റെ പാടങ്ങളിൽ പറന്നുവീണ യഹോവയുടെ വെട്ടുക്കിളികളെപ്പോലെ നാടന്മാർ കൂട്ടത്തോടെ ഓടിയണഞ്ഞു. സമരമായി സംഘട്ടനം ദിവസങ്ങളോളം തുടർന്നു. ഒടുവിൽ കുറുവടിപ്പടയ്ക്കു തിരിഞ്ഞോടേണ്ടിവന്നു. മറ്റൊരിക്കൽ മാർത്താണ്ഡൻചിറയിലിറങ്ങി ഒരു നാടാർക്കുട്ടി കുളിച്ചതിന്റെ പേരിലായിരുന്നു സംഘട്ടനം. അപ്പോഴും കുറുവടിപ്പടയ്ക്കു തോറ്റു പിന്മാറേണ്ടിവന്നു.

കാവുംപുറത്തെ പ്രജകളായ നാടാന്മാരെ വശത്താക്കാനാണ് വെളുത്തയുടെ പുറപ്പാട്. രാഘവപ്പണിക്കരുടെ നിർദേശമായിരുന്നു. നാടാന്മാർ കൂടെയുണ്ടെങ്കിൽ വലിയ കുഴപ്പങ്ങളൊന്നും നടക്കില്ല.

പകൽവെയിൽ ചെമ്പിച്ചുതുടങ്ങിയപ്പോൾ വെളുത്ത കാവുംപുറത്തെത്തി. വഴി ചോദിച്ചുചോദിച്ച് ഒടുവിൽ അപ്പിനാടാരുടെ വീടണഞ്ഞു. കാവുംപുറത്തിന്റെ കാരണവരാണ് അപ്പിനാടാർ. അയാളുടെ ചൊല്ലിന് രണ്ടുപക്ഷമില്ല. നല്ലതായാലും തീയതായാലും അവയെ പ്രജകൾ ശിരസാ വഹിച്ചുപോന്നു.

മുറ്റത്തു നിന്നുകൊണ്ട് വെളുത്ത കാര്യം വിശദമാക്കി. കുറേക്കഴിഞ്ഞപ്പോൾ അയൽക്കാരും വഴിപോക്കരും കേട്ടറിഞ്ഞവരും അവിടെയെത്തി. ആർക്കും ഒന്നും പിടികിട്ടിയില്ല. എല്ലാവരും കൗതുകത്തോടെ വെളുത്തയെ കേട്ടുനിന്നു.

"നാലു കുഴിവെട്ടി മരച്ചീനി നടറുതുക്ക് അച്ചരം എതുക്കു പടിക്കണം?"

അപ്പിനാടാർ ചോദിച്ചു. അയാളുടെ സാധാരണബുദ്ധിക്കു നിരക്കുന്നതായിരുന്നില്ല വെളുത്തയുടെ വാക്കുകൾ. വെളുത്ത അവനറിയാവുന്നരീതിയിൽ അക്ഷരത്തിന്റെ മഹത്വത്തെ വർണിച്ചു. കാളിമൂത്തവർ പറഞ്ഞ കാര്യങ്ങൾ അതുപോല ചൊല്ലിക്കേൾപ്പിച്ചു. അപ്പിനാടാർ എല്ലാം കേട്ടിരുന്നു. എന്നിട്ടും അയാൾക്കൊന്നുംതന്നെ വ്യക്തമായിരുന്നില്ല.

"അപ്പുറം ചൊല്ലിവിട്ടാൽ മതിയോ?"

"മതി." വെളുത്ത തിരിഞ്ഞുനടന്നു. തെല്ലു നിരാശ അവനുണ്ടാകാതിരുന്നില്ല. ആശിച്ചുവന്ന മറുപടിയല്ല കിട്ടിയത്. എന്തായാലും കാത്തിരുന്നു കാണുകതന്നെ. അവന്റെ മനം കാട്ടുകുളക്കരയിലെ ഭഗവതിയുടെ സവിധത്തിലേക്കു പറന്നണഞ്ഞു. ഭഗവതി ഇരുകരങ്ങളും നീട്ടി അവനെ സ്വീകരിച്ചു. വാത്സല്യം തുളുമ്പുന്ന വിരലുകൾകൊണ്ടു തലോടി. അകലെനിന്നുകൊണ്ട് അമ്മയുടെ സാന്നിധ്യം അവനറിഞ്ഞു.

മാർത്താണ്ഡൻകുളം!

വങ്ങേനിത്തോടിന്റെ തീരം മുറിച്ച് വെളുത്ത കുളക്കരയിലെത്തി. മുകളിൽ മൂവന്തി കറുക്കാൻ തുടങ്ങിയിരുന്നു. നാട്ടുവഴികളിൽ ഭൂമിയുടെ ശിരോരേഖകൾ പോലെ ഇരുട്ടു നീണ്ടുകിടക്കുന്നു. വയലേലകളിൽ നിന്നും, വെളിച്ചത്തിന്റെ തുള്ളികൾ അതിവേഗം വറ്റിക്കൊണ്ടിരുന്നു. കുളത്തിന്റെ നിശ്ചലമായ വിതാനത്തിൽ മാനം പൂത്തുവിരിയുന്നു.

"വെളുത്തയോ?"

വെളുത്ത നിന്നു.

ഒരു സ്ത്രീ ശബ്ദം! ദ്രുതഗതിയിൽ അവൻ തലവെട്ടിച്ചു. നാലുപാടേക്കും നോക്കി. ആരുമില്ല. പിരിയാൻ വൈമുഖ്യം കാട്ടി നിൽക്കുന്ന രാവും പകലും മാത്രം. അരുകിൽ കൂടാരംപോലെ തഴച്ചിറങ്ങിക്കിടക്കുന്ന പുളിങ്കൊമ്പുകൾ, സന്ധ്യയെ സാന്ദ്രമാക്കുന്നു.

"ദേര്, ഇങ്ങോട്ടു വഴിമാറിവാ വെളുത്തേ."

പുളിങ്കൊമ്പുകളുടെ കറുത്ത രഹസ്യത്തിൽനിന്നും മഹേശ്വരിപ്പിള്ള ഇറങ്ങി വന്നു. ശോഷിച്ച അന്തിവെട്ടത്തിൽ വെളുത്തയ്ക്ക് ആളെ മനസിലായി. വിളക്കെന്നിയിലെ കൊച്ചുതമ്പുരാട്ടിയാണ്. കുളിച്ചുകയറി വരുന്നവഴിയാകാനാണ് സാധ്യത. മേത്ത് ഈറൻ ചുറ്റിയിട്ടുണ്ട്.

"കൊച്ചമ്പ്രാട്ടി!"

"ഓ. കുളിച്ചു പോവാന്തൊടങ്ങുകയാരിന്ന്. അപ്പോ നീ വഴിയെറങ്ങി വരണതും കണ്ടു. കൊറേ ദെവസംകൊണ്ടേ നിരീക്കണതാണ് നിന്നെയൊന്നു കാണണമെന്ന്. ആരേയെങ്കിലും പറഞ്ഞയയ്ക്കാമ്പറ്റുമോ? അമ്മാവനറിഞ്ഞാൽ കഴുത്തരിഞ്ഞുകളയൂല്ലേ?"

"നേരം ഇരുട്ടണ്. തമ്പ്രാട്ടി പൊയ്ക്കോളീൻ."

"വേണ്ട. എനിക്കു നിന്നോടൊരു സ്വകാര്യം പറയാനൊണ്ട്. ദാ, ഇങ്ങോട്ടു മാറി നിൽക്ക്."

മഹേശ്വരിപ്പിള്ള പുളിങ്കൊമ്പുകളുടെ സമൃദ്ധിയിലേക്കു രണ്ടു ചുവടു മാറി നിന്നു. എന്തുചെയ്യേണ്ടു എന്നറിയാതെ വെളുത്ത ശങ്കിച്ചുനിന്നു. അവന്റെ ഉള്ളം പെരുമ്പറകൊട്ടി. കാലുകൾ ഭൂമിയിലുറയ്ക്കാതെയായി. ചോരയിലലിഞ്ഞുപോയതാണോ ഈ നടുക്കം? അവനാകെ വിവശനായിത്തീർന്നു.

"തമ്പ്രാട്ടി പറയീൻ!"

"നീയ് പണിക്കമ്പൊറ്റേലെ ഊരാളികളെ ചാവടിപ്പള്ളിക്കൂടത്തിൽ എഴുത്തുപടിക്കാൻ ചെന്നു വിളിച്ചോ?"

മഹേശ്വരിപ്പിള്ള തിരക്കി, ഉള്ളൊന്നു കാളി. ആരോ ഒറ്റുകൊടുത്തിരിക്കുന്നു. ഏതോ വിവരംകെട്ട ഒരു ഊരാളി അനന്തൻപിള്ളയെ കാര്യങ്ങളറിയിച്ചിരിക്കുന്നു.

"എന്നാരു പറഞ്ഞു തമ്പ്രാട്ടീരോടി?"

"എന്റോടിയല്ല, അമ്മാവന്റോടിയാണു പറഞ്ഞത്."

"പച്ചേങ്കി പൊന്നുതമ്പ്രാക്കടെ നീട്ടൊണ്ട്, അയിത്തക്കാരിക്കും അച്ചരം പടിക്കാന്നും പറഞ്ഞു."

"എന്നാരു പറഞ്ഞു?"

"കാളിമൂത്തവര്."

"അതാര്?"

"തമ്പ്രാട്ടി അറിയണതെന്തരിന്?"

"വെളുത്തേ!"

മഹേശ്വരിപ്പിള്ളയുടെ ശബ്ദം എവിടെയോ കേട്ടിട്ടുള്ളതുപോലെ വെളുത്തയ്ക്കു തോന്നി. ഭഗവതിക്കാവിൽവെച്ചായിരുന്നില്ലേ? അവൻ ഓർത്തുനോക്കി.

"നീയ് വേണ്ടാതനങ്ങളൊന്നും കാട്ടണ്ട. അമ്മാവനും മാതുപിള്ളയുമൊക്കെ ചേർന്ന് ആലോചനയും തീരുമാനവുമൊക്കെ നടത്തണതു ഞാൻ കേട്ടതാണ്. അയിത്തക്കാര് ചാവടികടന്നാൽ എല്ലാത്തിനേം അരിഞ്ഞിടുമെന്ന് അച്ചുതൻപിള്ള പറഞ്ഞിട്ടൊണ്ട്. അതോണ്ട്."

തുടർന്നു കേൾക്കാൻ വെളുത്ത നിന്നില്ല. അവൻ ഇരുളിലേക്ക് ഊളിയിട്ടു. കാട്ടുകുളത്തെത്തിയപ്പോൾ, ഭഗവതിക്കാവിനരുകിലായി ഒരു കൂട്ടം കണ്ടു. മുറി വെട്ടവുമുണ്ട്. അതിശീഘ്രം അവൻ നടന്നടുത്തു.

വെളുത്തയെ കണ്ടതും ആളുകൾ വകഞ്ഞുമാറി. കൂട്ടത്തിൽനിന്നും തേവൻ മുന്നോട്ടു വന്നു.

"കാളിമുത്തവര്."

മൺതിട്ടയിൽ ആസനസ്ഥനായിരിക്കുന്ന ആജാനുബാഹുവിനെ ചൂണ്ടി തേവൻ മന്ത്രിച്ചു.

"ഇതന്നെ ഞാമ്പറഞ്ഞ വെളുത്ത."

തേവൻ പരിചയപ്പെടുത്തി. വെളുത്ത കാളിമൂത്തവരുടെ അരുകിലേക്കു നടന്നു. അവരുടെ കണ്ണുകൾ കുറേനേരം തമ്മിലേറ്റുമുട്ടുകയും ഒടുവിൽ പരസ്പരം പുണരുകയും ചെയ്തു. വെളുത്ത മണ്ണിലേക്കു കമിഴ്ന്നുവീണു. കാളിമൂത്തവരുടെ പാദത്തെ തൊട്ടു വന്ദിച്ചു.

8

"കുറുവടികളോ? എന്നു പറഞ്ഞാലെന്താ വല്യപ്പച്ചാ?" മോനായി ചോദിച്ചു.

ആദ്യം കേട്ടപ്പോൾ മരക്കൊമ്പിൽ തീർത്ത ഒരുതരം വടിയെന്നാണു കരുതിയത്. ഊന്നിനടക്കുവാനോ, മനുഷ്യരേയോ മൃഗങ്ങളേയോ തല്ലി ച്ചതയ്ക്കാനോ ഉപയോഗിക്കുന്ന വടിയായിരിക്കും. മാറാന്തടത്തിന്റെ കഥ കേൾക്കുംതോറും ആ ധാരണ തെറ്റാണെന്നു മനസിലായിത്തുടങ്ങി. ജീവ നുള്ള മനുഷ്യരാണ് കുറുവടികളെന്നറിയപ്പെടുന്നത്. അവരെക്കുറിച്ച് ഏറെ അറിയുവാനായി അവൻ മുത്തച്ഛനെ നോക്കി. പതിവുപോലെ ഉപ ദേശി മാറാന്തടത്തിന്റെ ചരിതം രചിക്കുകയായിരുന്നു. നാവുകൊണ്ട്. ജിജ്ഞാസയോടെ മോനായി കേട്ടിരുന്നു. വെളുത്തയുടെ കിടാത്തൻ ഗോപാലൻ ചാവടിയിലെ കുടിപ്പള്ളിക്കൂടത്തിൽ അക്ഷരം പഠിക്കുവാൻ പോയ ഉദ്വോഗജനകമായ പഴംപുറങ്ങളിലായിരുന്നു ദാനിയേൽ ഉപദേ ശി. വല്യപ്പച്ചൻ പതിവില്ലാതെ വളരെയേറെ വിവശനായിത്തീരുന്നത് മോനായി ശ്രദ്ധിച്ചു. ഇടയ്ക്കിടെ വാക്കുകൾക്കായി ഉപദേശി തപ്പിതട ഞ്ഞു. തൊണ്ടയിൽ കുരുങ്ങിയ വാക്കുകളെ ഊരി പുറത്തെടുക്കാൻ കിണഞ്ഞു ബദ്ധപ്പെട്ടു. ഇതു പതിവിനു വിരുദ്ധമാണ്. എന്തുപറ്റി? മോനായി ആലോചിച്ചു. ഏതായാലും അവൻ ഉപദേശിയോടൊപ്പം മാറാ ന്തടത്തിലേക്കിറങ്ങിച്ചെല്ലുകതന്നെ ചെയ്തു. സംവത്സരങ്ങൾക്കു മുമ്പുള്ള മാറാന്തടം. മച്ചോട്ടു ഹൈസ്കൂളും, കാട്ടുകുളം ലോവർ പ്രൈമറി സ്കൂളും, സ്വാമിയുടെ പോസ്റ്റാഫീസും, അന്തിച്ചന്തയും ബാർബർഷാപ്പും ഒന്നുമില്ലാത്ത മാറാന്തടം. നീലകേശിയും ഭഗവതിയും കരുണയോടെ തുണയ്ക്കുകയും, ക്രൂരമായി ദണ്ഡിക്കുകയും ചെയ്ത മാറാന്തടം. വിളക്കെന്നിയിലെ കാരണവന്മാരും അവരുടെ കുറുവടികളും കൂടി അടക്കിവാണിരുന്ന മാറാന്തടം, അസംഖ്യം അടിയാളന്മാരുടെ ചോര പാനംചെയ്തു കൊഴുത്തു തഴച്ച മാറാന്തടം.

പന്തലിച്ച പുളിങ്കൊമ്പുകൾക്കു കീഴിൽവച്ച് മഹേശ്വരിപ്പിള്ള പറ ഞ്ഞത് നേരായിരുന്നു. വെളുത്ത അതു സാരമാക്കിയില്ല. ഫൂ! എന്നു നീട്ടിത്തുപ്പിയിട്ട് ഓടിപ്പോയ അവൻ ഒന്നിനേയും ഭയന്നിരുന്നില്ല. സാര മാക്കിയതും ഭയന്നിരുന്നതും അനന്തൻപിള്ളയും കിഴക്കുംപുറവുമായി രുന്നു. പടിഞ്ഞാറ്റുമുറിയുടെ നിരപ്പുകൾക്കു മീതെ പുതിയൊരു കാറ്റു വീശിത്തുടങ്ങുന്നത് അവരറിഞ്ഞു. ഇനിയും അടങ്ങിയിരിക്കാൻ സാധ്യ മല്ല. ദിവസം ചെല്ലുന്തോറും അടിയാളന്മാരുടെ ധിക്കാരം ഏറിയേറിവരു ന്നു. ഇതെവിടെച്ചെന്നവസാനിക്കും? പുതുവൽ വെട്ടിപ്പിടിച്ചു ദേഹണ്ഡി ച്ചപ്പോൾ പോട്ടെന്നു കരുതി. എത്രത്തോളം വെട്ടിത്തെളിക്കാമോ, അത്ര ത്തോളം തെളിച്ചെടുക്കട്ടെ. ഇന്നല്ലെങ്കിൽ നാളെ എല്ലാം ഏതെങ്കിലും തറവാടുകളിൽ ചെന്നുചേർന്നേക്കും. അതുതന്നെയായിരുന്നു ദേശം അധി കാരിയുടേയും മറ്റു പ്രമാണിമാരുടേയും അഭിപ്രായങ്ങൾ. പക്ഷേ, കാട്ടു

കുളത്തേയും പടിഞ്ഞാറ്റുമുറിയിലേയും കുട്ടികൾ എഴുത്തു പഠിക്കുന്നത് വിധിക്കെതിരാണ്. അടിയാളക്കുട്ടികളാണവർ. അവരെന്നും അടിയാളക്കുട്ടികൾതന്നെയായിരിക്കണം. അതിനു വിരുദ്ധമായി സംഭവിക്കാനിടയുള്ളതെന്തും തടയുകതന്നെ. ചാവടിയിലെ വിദ്യാലയത്തിൽ കാലുകുത്തുന്ന ചെറുമൻ ആരുതന്നെയായിരുന്നാലും കുത്തിമലർത്തുകതന്നെ. ഇവിടെ ചോരയുടെ നീതിയേ നടക്കൂ എന്നായിരിക്കുന്നു. മുളനുള്ളി, അടുത്തൊരു മഴയ്ക്കു വീണ്ടും മുളയ്ക്കുന്നതും നോക്കിയിരിക്കുകയല്ല വേണ്ടത്. വേരോടെ പിഴുതെറിയണം. വളർന്നുനിന്ന ആറടി മണ്ണ് തീയിട്ടു കരിച്ചു കളയണം. മറ്റൊരു മുളപോലും അവിടെനിന്നും പൊന്തരുത്.

കാലത്തിന്റെ വിളികേൾക്കാൻ കാതടഞ്ഞുപോയ കാരണവന്മാർ എന്തിനും തയാറായ കുറുവടികളെ ഒരുക്കിനിർത്തി.

കുറുവടികൾ!

മോനായിക്കു മനസിലായില്ല. ഇതിനുമുമ്പും ഒന്നിലധികം തവണ അവർ രംഗപ്രവേശം ചെയ്തിരുന്നു. ചില്ലറ പോരാട്ടങ്ങളും വെല്ലുവിളികളും നടത്തി അവർ മടങ്ങിപ്പോവുകയും ചെയ്തിരുന്നു. അപ്പോഴൊക്കെ കുറുവടികളെക്കുറിച്ച് അവന്റെ കൊച്ചുമനസിൽ ചില കുരുന്നുചിത്രങ്ങൾ തെളിഞ്ഞുവീണിരുന്നു. പിന്നീട് മുത്തച്ഛനിൽനിന്നും അവരെപ്പറ്റി അവൻ കൂടുതലറിഞ്ഞു.

മാറാന്തടത്തിലെ നായർത്തറവാടുകളിലെ ചാവേറുകളാണവർ. ഓരോ ദേശത്തിനും ഓരോ പടയുണ്ട്. അതാതു ദേശങ്ങളിലെ ഉയർന്ന തറവാടുകൾ അവരെ പോറ്റിപ്പുലർത്തിവന്നു. കരുത്തും ഹുങ്കും വേണ്ടതിലധികമുള്ള ചെറുപ്പക്കാരായിരുന്നു കുറുവടിപ്പടയിൽ ചേർന്നിരുന്നത്. തറവാടുകൾക്കായി എന്തു പാതകം നിർവഹിക്കുവാനും അവർ തയാറായി. കാരണവന്മാരുടെ അഭിമാനം കാക്കാൻ ജീവൻതന്നെ വെടിയാനും അവർ ബാധ്യസ്ഥരായിരുന്നു. ഓരോ പടയ്ക്കും ഓരോ നായകനുണ്ട്. കിഴക്കുംപുറത്തിന്റെ നായകൻ അച്ചുതൻപിള്ളയായിരുന്നു. അസാമാന്യമായ ധീരതയ്ക്കും ക്രൂരതയ്ക്കും ഒരുപോലെ പോന്നവനാണയാൾ. അയാൾക്ക് ഇരട്ടക്കരളുകളുണ്ടെന്നാണ് മാറാന്തടത്തിലെ വിശ്വാസം.

മാറാന്തടത്തിന്റെ നാലു പുറങ്ങളിലും അതിവേഗം ആ വാർത്ത പരന്നു. കാട്ടുകുളത്തുനിന്നും വെളുത്തയും ഒരു സംഘം പുലയരും അക്ഷരം പഠിക്കാനായി, തമ്പുരാന്റെ നീട്ടുംകൊണ്ടു പുറപ്പെടാൻ തയാറെടുക്കുന്നു. പൊറ്റയിൽനിന്ന് ഇരുവശങ്ങളിലേക്കും വീണിറങ്ങുന്ന പടുവാലികലുടെ ഉള്ളറകളിൽപ്പോലും ആ വാർത്ത എത്തിപ്പെട്ടിരുന്നു.

ഒരു പടുവാലിത്തിട്ടിലൂടെ കിട്ടൻവാത്തി കുമിളിയിലേക്കിറങ്ങുകയായിരുന്നു. മുകളിൽ നിരപ്പിൽ നിന്നുകൊണ്ട് ഊരാളി രാമൻ വാത്തിയെ കൈകൊട്ടി വിളിച്ചു:

“ഇങ്ങോട്ടു വന്നാണീം.”

കിട്ടൻവാത്തി രാമനെ കണ്ടു. വാത്തിയെ കൈകൊട്ടി നിരപ്പിലേക്കു വിളിച്ച അവന്റെ ധിക്കാരം ദുസ്സഹമായിരുന്നു. എങ്കിലും അയാൾ

വലിഞ്ഞു മുകളിലേക്കു കയറി. എന്തെങ്കിലും കാര്യം കാണാതിരിക്കില്ല. രാമൻ ഏഷണിക്കാരനാണെങ്കിലും സകലർക്കും ഉപകാരിയുംകൂടിയാണ്. പല തറവാടുകളിലേക്കും ആഭിചാരകർമങ്ങൾ നടത്താനായി വാത്തിയെ രാമൻ എത്തിച്ചിട്ടുണ്ട്. കിട്ടുന്നതിൽ കാലേ അരയ്ക്കാൽ എന്നായിരുന്നു നിബന്ധന. ആദ്യം രാമനതു സമ്മതിച്ചിരുന്നെങ്കിലും കുറേക്കഴിഞ്ഞപ്പോൾ തന്റെ അസംതൃപ്തി പ്രകടിപ്പിച്ചുകൊണ്ടു മുറുമുറുത്തുതുടങ്ങി. കിട്ടുന്നതിൽ പാതിതന്നെയാവണമെന്നു ശഠിച്ചു. വാത്തി വഴങ്ങിയില്ല. അപ്പോൾ രാമനൊരു ഭീഷണി പ്രയോഗിച്ചു. കിട്ടൻവാത്തിയുടെ പ്രയോഗങ്ങൾ വ്യാജമാണെന്നും, ഫലപ്രദമാവില്ലെന്നും പറഞ്ഞുപരത്തുമെന്നായി രാമൻ. ഒടുവിൽ രണ്ടുപേരും ചേർന്നൊരു രഹസ്യധാരണയിലെത്തി. കിട്ടുന്നതിൽ കാൽഭാഗം ഊരാളി രാമന്, ശേഷിച്ചത് വാത്തിക്കും.

കൊതിപിടിച്ച വിചാരങ്ങളുമായി അണച്ചുകൊണ്ട് വാത്തി രാമനെ സമീപിച്ചു.

“രാമനോടെ വിളിച്ചതെന്തരിന്?”

പ്രലോഭിപ്പിക്കുന്ന ഒരു മറുപടിക്കായി വാത്തി കാത്തുനിന്നു. പകരം മറ്റൊരു ചോദ്യമാണ് അയാൾക്കു മുന്നിലായി വന്നു വീണത്:

“വാത്തി സമ്മതിച്ചോ?”

“എന്തെര്?” —അത്ഭുതത്തോടെ വാത്തി തിരക്കി. എന്താണെന്ന് അയാൾക്കൊരു പിടിപാടുമുണ്ടായിരുന്നില്ല.

“അപ്പോ നിങ്ങള് ഇനീം അറിഞ്ഞിട്ടില്ലെന്നു പറയീന്.”

“എന്തെരെന്നു പറയെടേ രാമാ.”

“നിങ്ങളെ മോൻ നാണു അവന്റെ പയലിനെ എഴുത്തിനിരത്താമ്പോണെന്ന്.”

വാത്തി ഒന്നു നടുങ്ങി. തലേന്ന് വിളക്കെന്നിയിൽ വിളിപ്പിച്ചു പറഞ്ഞിരുന്നത് അയാളോർമിച്ചു. എന്തുവിലകൊടുത്തും അയിത്തക്കാര് എഴുത്തു പഠിക്കാൻ വരുന്നതു തടയണം. പുലയരുടെ കാര്യം കുറുവടികൾ ഏറ്റോളും. ഒറ്റ ഊരാളിക്കുട്ടിപോലും പുരവിട്ടിറങ്ങാതെനോക്കേണ്ടത് കിട്ടൻവാത്തിയാണ്. എന്തുവേണമെങ്കിലും ചോദിച്ചോളൂ. ഉദാരവാനായിക്കൊണ്ട് അനന്തൻപിള്ള അറിയിച്ചു. ഒന്നും ചോദിച്ചില്ല. ഈ ചോരയും ഈ മാംസവും ഒന്നാകെ വിളക്കെന്നിക്കു ചേർന്നതല്ലേ? ഇത്തരം കാര്യങ്ങൾക്കെല്ലാം പ്രതിഫലം പറ്റുക നന്ദികേടാണ്. പറഞ്ഞകാര്യം ചെയ്യാമെന്നേറ്റ് വാത്തി മടങ്ങിപ്പോരുകയാണുണ്ടായത്. ഇപ്പോൾ കേൾക്കുന്നതെന്താണ്? സ്വന്തം പുരയിൽ നിന്നുതന്നെ വിളക്കെന്നിയെ ധിക്കരിക്കുവാനുള്ള നീക്കമുണ്ടായിരിക്കുന്നു.

“ഒള്ളതോടെ രാമാ?”

വിശ്വസിക്കുവാൻ ബദ്ധപ്പെട്ടുകൊണ്ട് വാത്തി ചോദിച്ചു.

“നീലകേശിയാണെ ഒള്ളതുതന്നെ.”

“നിന്റോടി ആരു പറഞ്ഞു?”

"ആരെങ്കിലും പറയണോ? ഇപ്പോ മാറാന്തടം മുഴുവനും വർത്തമാനം അതല്ലേ?"

കാതിൽ വ്യക്തമാകാത്തകാരണം കിട്ടൻവാത്തി കുറേക്കൂടി അടുത്തേക്കു വന്നു. നീലകേശിയുമായി രഹസ്യസംവാദം നടത്തിപ്പോരുക കാരണം വാത്തിയുടെ കാതിന്റെ തുള ചെറുതായിത്തീർന്നിരിക്കുന്നു. പലപ്പോഴും ചെവി തെളിഞ്ഞുകേൾക്കാറില്ല.

ഊരാളി രാമൻ, പണിക്കൻപൊറ്റയ്ക്കുമീതെ വീണുകിടക്കുന്ന വിപത്തിന്റെ ഗൗരവത്തെക്കുറിച്ച് വാത്തിയോടു വിശദീകരിച്ചു. അവന് അമ്പലത്തറയിലാണു സേവ. അവന്റെ പെമ്പിള കൊച്ചി, മാതുപിള്ളയുടെ രണ്ടു സന്താനങ്ങളെ പെറ്റ കാര്യം മാറാന്തടത്തിലാകെ പാട്ടാണ്. മാതുപിള്ളയുടെ വാക്കുകൾ വള്ളിപുള്ളി തെറ്റാതെ രാമൻ വാത്തിയെ പറഞ്ഞുകേൾപ്പിച്ചു.

കേട്ടപാടെ കിട്ടൻവാത്തി കലിതുള്ളിക്കൊണ്ടു പൊറ്റയിലേക്കു കുതിച്ചു. ആരൊക്കെയോ വഴിയിൽ നിന്നുകൊണ്ട് വാത്തിയെ വിളിച്ചു നിർത്താൻ മുതിർന്നു. വാത്തി തിരിഞ്ഞുനിന്നില്ല. പുരമുറ്റത്തു വന്നുനിന്നിട്ടും വാത്തിയുടെ തള്ളലടങ്ങിയിരുന്നില്ല. കല്ലിച്ച കണങ്കാലുകളിൽനിന്നും തളപ്പിന്റെ മണിയൊച്ച മുഖരിതമായി. ഉയർത്തിയ വലംകൈയിൽ കരവാൾ പ്രത്യക്ഷമായി. പുറത്തിറങ്ങിവന്ന ഊരാളിച്ചി വായപൂട്ടി നിന്നുപോയി. അനുഗ്രഹിച്ചിരിക്കുകയാണ്. ഊരാളിച്ചി അറിഞ്ഞു. ചിലപ്പോൾ ഇങ്ങനെയാണ്. ഏതുനേരത്തും നീലകേശി കടന്നുവന്നനുഗ്രഹിക്കുന്നു. എന്തെങ്കിലും കാരണമുണ്ടാകാതിരിക്കില്ല. ഊരാളിച്ചി നോക്കിനിൽക്കെ വാത്തിയുടെ കണ്ണുകൾ ചുവന്നു തുറിച്ചു. നാവു പുറത്തേക്കു നീണ്ടു വന്നു. മുടിക്കെട്ടഴിഞ്ഞുചിതറി. നീലകേശിതന്നെ. അവർ ഉറപ്പിച്ചു. അതോടെ അവർക്കും നിൽക്കക്കള്ളിയില്ലാതായിത്തീർന്നു. കാലുകൾ നിലത്തുറയ്ക്കുന്നില്ല. പതർച്ചയോടെ ഊരാളിച്ചി നീലകേശിയോടു ചോദിച്ചു:

"അമ്മേ, തായേ, അരുളിയേച്ചാമതി. അടിയൻ കേട്ടോളാം."

ഭയഭക്തിബഹുമാനങ്ങളോടെ അവർ അപേക്ഷിച്ചു. നീലകേശി അമറാൻ തുടങ്ങി.

"ഞാനാര്?"

നീലകേശി ചോദിച്ചു.

"അറിയാമേ തായേ. ആരെന്നറിയാമേ!"

"എങ്കി പറ. നെന്റെ മോൻ നാണു എവടെ?"

"നാണുവോ? അമ്മക്കറിയൂല്ലേ എന്നും അവനുക്ക് വൈത്യരെ വീട്ടില് മരുന്നിടിക്കാമ്പോണമെന്ന്?"

"ചോയിക്കണെതുക്കു മാത്തരം മറുപടി പറയ്."

"ഓ ദേവീ, അവൻ രാഘവപ്പണിക്കരെ വീട്ടില് മരുന്നിടിക്കാൻ പോയിരിക്കണ്."

"കൊണ്ടുവാ അവനെ."

അതിനിടെ ചുറ്റുപാടുകളിൽനിന്നും വഴിപോക്കരും അയൽക്കാരും അരിച്ചു കൂടി. അതിലൊരാൾ രാഘവപ്പണിക്കരുടെ പുരയിലേക്കോടി.

കിട്ടൻവാത്തി ചുവടു മാറ്റി തുള്ളിത്തുടങ്ങി. ചുരുണ്ടു ചിതറിക്കിടന്നിരുന്ന കേശഭാരം ഇളകിയാടി. വാത്തിയുടെ കണ്ണുകൾ പുറത്തേക്കുന്തി. കൃഷ്ണമണികൾ കണ്ണുകളുടെ മേൽവരമ്പിലേക്ക് ഉരുണ്ടുകയറി. കണ്ണുകൾക്ക് മീതെ വെള്ളാരങ്കല്ലുകളുടെ വിളർച്ച പടർന്നു നിറഞ്ഞു. ഊരാളിച്ചി വാപൊത്തി വിതുമ്പി.

നാണു വന്നു. നീലകേശി കണ്ണുതുറന്നു.

"നാണുവോടാ?"

"ഓ, തന്നെ."

മുണ്ടിന്റെ മടക്കുകുത്തഴിച്ച് ഓച്ഛാനിച്ചുനിന്നുകൊണ്ടു നാണു അറിയിച്ചു.

"നീയ് നേരുവഴി മാറിച്ചവുട്ടിത്തുടങ്ങിയോടെ നാണു?"

നീലകേശി അർഥമാക്കിയതെന്താണെന്ന് നാണുവിനു പിടികിട്ടിയില്ല. അവൻ മിണ്ടാതെ നിന്നു. അതു നീലകേശിയും അറിഞ്ഞു.

"നീയ് പെലേമ്മാരോടി അച്ചരം പടിക്കാം ചെല്ലാംന്നും പറഞ്ഞോടാ?"

"ഇല്ല."

"നാട്ടാരൊക്കെ പറയണതോ?"

"ഞാനല്ല. എന്റെ മോൻ പയലാണ് ചെല്ലാന്നും പറഞ്ഞിട്ടുള്ളത്."

"അപരാതം. പെരുത്ത അപരാതം."

തന്റെ പുത്രൻ എഴുത്തു പഠിക്കുന്നത് നീലകേശിക്ക് അപരാധമാകുന്നതെങ്ങനെ? എത്ര ആലോചിച്ചിട്ടും നാണുവിനു പിടികിട്ടിയില്ല.

"എങ്ങനെ?"

ജനം അമ്പരന്നു. നാണു നീലകേശിയോടു മറുചോദ്യം ചോദിച്ചിരിക്കുന്നു. ഇതു പാടില്ലാത്തതല്ലേ? വഴക്കത്തിനു വിരുദ്ധമല്ലേ? അതിന്റെ പരിഭവം നീലകേശിയുടെ മുഖത്തു നിഴലിട്ടു.

"നാണൂ ദിക്കാരം പറയല്ല്. അച്ചരം ഊരാളികൾക്കു വിദിച്ചിട്ടില്ല. അത് തമ്പ്രാക്കക്ക് മാത്രമുള്ളതാണ്."

"ഓ."

"അതിനെ മറികടക്കണത് അപരാതം."

"ഓ."

"ങ്ഹേ!"

നീലകേശി ക്രുദ്ധയായി. കണ്ണിൽ തീപാറി. കാൽപ്പടങ്ങളിൽ രൗദ്രങ്ങളായിത്തീർന്ന പടഹമടി. ചുറ്റും കൂടിനിന്ന ഊരാളിച്ചികൾ കുരവയിട്ടു. വാത്തിമുറ്റം ചുറ്റിയോടാൻ തുടങ്ങി. ഓടുമ്പോൾ അയാൾ ഒരുകൂട്ടം വണ്ടുകൾ ഒന്നിച്ചു മുരളുന്നപോലെ ഒച്ചയുണ്ടാക്കി. തുടർന്ന് വാത്തി ബോധമറ്റു നിലംപതിച്ചു. ചുറ്റുംകൂടിയ ഊരാളികളിൽ വിളക്കെന്നിയിൽ അടി

ച്ചുതളിക്കാരിയായി ഒരുത്തിയുണ്ടായിരുന്നു. അപ്പോൾത്തന്നെ വിവരം അവൾ വിളക്കെന്നിയിലെത്തിച്ചു.

മാതുപിള്ളയോട് ഊരാളി രാമനായിരുന്നു പറഞ്ഞത്. അറവുകാരൻ കുഞ്ഞൻ സ്വന്തം കുട്ടിയെ എഴുത്തിനിരുത്താൻ പോകുന്നു. കേട്ടപാടെ അയാൾ വിളക്കെന്നി മുറ്റത്തെത്തിപ്പെട്ടു. അച്ചുതൻപിള്ളയും നാലഞ്ചു കുറുവടികളുമുണ്ടായിരുന്നു. അമ്മാവനുമായി മാതുപിള്ള അടക്കം പറയുന്നതും, അമ്മാവൻ ക്ഷോഭിക്കുന്നതും മാതുപിള്ളയ്ക്കെതിരാണ്. അയാൾ ബന്ധപ്പെടുന്ന ഏതിനേയും അവൾ വെറുത്തു. മേലാസകലം ചിരങ്ങുപിടിച്ചഴുകിയ ഒരാളെയന്നെപോലെ മാതുപിള്ളയെ അവൾ വെറുത്തു. ആഭാസൻ. പലപ്പോഴും വിചാരിച്ചിട്ടുള്ളതാണ്, കുളക്കരയിലെ അയാളുടെ വിക്രിയകളെക്കുറിച്ച് അമ്മാവനോടു പറഞ്ഞാലെന്താണെന്ന്. ധൈര്യമില്ല. ചിലപ്പോൾ അയാളുടെ സംബന്ധക്കാരിപോലുമാകേണ്ടി വന്നേക്കാം. അതിനാൽ അയാളോടുള്ള പകയത്രയും, അവൾ വെളുത്തയുടെ ഉറപ്പേറിയ നെഞ്ചിൽ ഇറക്കിവച്ചു. മാതുപിള്ളയുടെ ഏറ്റവും കടുത്ത ശത്രു വെളുത്തയാണല്ലോ.

കുറേക്കഴിഞ്ഞപ്പോൾ അറവുകാരൻ കുഞ്ഞൻ കൊട്ടിയമ്പലം കവച്ചുവരുന്നത് മഹേശ്വരിപ്പിള്ള കണ്ടു. ഒപ്പമൊരു കുറുവടിയുമുണ്ട്. കുഞ്ഞനെ കണ്ടപാടേ അനന്തൻപിള്ള അലറി:

"കഴുത്തരിഞ്ഞുകളയും ഞാൻ."

എന്തുകൊണ്ടാണെന്ന് കുഞ്ഞനറിഞ്ഞു. വരുംവഴി, തന്നെ കൂട്ടി വന്ന കുറുവടിയിൽനിന്നും കുഞ്ഞനെല്ലാം മനസിലാക്കിയിരുന്നു. തന്റെ കുട്ടിയെ ചാവടിയിൽ അയയ്ക്കുകയില്ലെന്ന് കുഞ്ഞനേറ്റു. അയാൾ മടങ്ങി.

പകലണഞ്ഞു. രാത്രി മാറാന്തടമാകെ ഇരുട്ടിലാണ്ടു. ഇരുട്ടു വിഴുങ്ങിയ വിളക്കെന്നി ചോരക്കൊതിപൂണ്ട ഒരു ദുർദേവതയെപ്പോലെ നിലകൊണ്ടു. രാത്രി പുലർന്നു. എന്നത്തേയുംപോലെ ഒരു പ്രഭാതം വന്നണഞ്ഞു.

വെയിലുറച്ചപ്പോൾ പണിക്കൻപൊറ്റയിൽനിന്നും രാഘവപ്പണിക്കരുടെ നേതൃത്വത്തിൽ ഊരാളിളെത്തി. കൂട്ടത്തിൽ അറവുകാരൻ കുഞ്ഞനുണ്ടായിരുന്നില്ല. തന്റെ കുട്ടിയുടെ കരം ഗ്രഹിച്ചുകൊണ്ട് പണിക്കർക്കു പിന്നിലായി നാണു നിന്നിരുന്നു. വെളുത്ത നടന്നുചെന്ന് അവരെ എതിരേറ്റു. ഭഗവതിക്കാവിന്റെ മൺതിട്ടയിലിരുന്ന് അവർ വിശ്രമിച്ചു.

കാവുംപുറത്തുനിന്നും ആരുമുണ്ടാവില്ല. അപ്പിനാടാർ തലേന്നറിയിച്ചു. വെളുത്ത അതു പ്രതീക്ഷിച്ചിരുന്നതാണ്. കാളിമൂത്തവരും സംശയിക്കാതിരുന്നില്ല. രണ്ടുമൂന്നുവട്ടം മൂത്തവർ ആവർത്തിച്ചുചോദിച്ചിരുന്നു. വരുമ്പോലെ കാണാമെന്നു പറഞ്ഞ് മൂത്തവരെ വെളുത്ത അടക്കി.

കാളിമൂത്തവരും വെളുത്തയും സംഘത്തോടൊപ്പമെത്തി. കൂട്ടത്തിലൊരുവൻ വെളിച്ചത്തിലേക്കു ചെന്നു നിഴലളന്നു.

"പതിനെട്ടുചോടൊണ്ട്."

പതിനെട്ടു ചുവടു നിഴൽ നല്ല ലക്ഷണമാണ്. കാളിമൂത്തവർ അറിയിച്ചു.

യാത്രയാകാം.

കാട്ടുകുളത്തുനിന്നും സംഘം കിഴക്കുംപുറത്തെ ചാവടിപ്പുരയിലേക്കു നീങ്ങി. കണ്ണനായിരുന്നു ഏറ്റവും മുന്നിൽ നടന്നിരുന്നത്. അവനടുത്തായി തേവനും നാണുവുമായിരുന്നു. പിന്നിലായി കാളിമൂത്തവരോടൊപ്പം രാഘവപ്പണിക്കരും വെളുത്തയും കൂടി. കാളിമൂത്തവർ പുലർച്ചയ്ക്കാണെത്തിയത്. മുതിർന്നവരും കുട്ടികളുമടക്കം മുപ്പതോളം പേരുണ്ട്. വയലുമുറിച്ച് പടിഞ്ഞാറ്റുമുറിയിലൂടെ അവർ കിഴക്കുംപുറത്തേക്കു നടന്നു. കുടിമുറ്റങ്ങളിൽ നിന്നുകൊണ്ട് ദേശവാസികൾ അതു കണ്ടു. ആശങ്കയോടെ അവരുടെ കണ്ണുകൾ സംഘത്തെ പിന്തുടർന്നു. സംഘം പടുവാലികളിറങ്ങിക്കയറി. പണിക്കൻപൊറ്റയുടെ താഴ്‌വാരത്തിലെത്തി. അവിടെ നിന്നാൽ ചാവടിപ്പുരയുടെ ഒരു നിഴൽ കാണാം.

അൽപ്പം നീണ്ട്, പുറത്തു മരയഴിപിടിപ്പിച്ച ഒരു ഓലപ്പുരയാണ് ചാവടിപ്പള്ളിക്കൂടം. വടക്കു തിരുവനന്തപുരത്തുള്ള വിളക്കെന്നിയുടെ ബന്ധക്കാരനായ നായരായിരുന്നു സ്കൂൾ സ്ഥാപിച്ചത്. കൈവിരലിലെണ്ണാവുന്ന ശിഷ്യഗണങ്ങളും അവരുടെ പ്രായമേറിയ ഗുരുവുമായിരുന്നു സ്കൂളിലെ പറയാവുന്ന അന്തേവാസികൾ. സംഘം എത്തിപ്പെടുമ്പോൾ, പുര കതകുചാരി പുറത്തുനിന്നും പൂട്ടിയിരുന്നു. അകത്താരുമുണ്ടായിരുന്നില്ല. പുറത്തെ തിണ്ണയിൽ ഒരു ബഞ്ചിൽ അംശം അധികാരിയും അനന്തൻപിള്ളയും ഇരിക്കുന്നുണ്ട്. അടുത്തുതന്നെ മാതുപിള്ളയും നിന്നിരുന്നു. വെളുത്ത ചുറ്റും ഒന്നു കണ്ണോടിച്ചു. പുരയ്ക്കുചുറ്റും അങ്ങിങ്ങായി നാലഞ്ചു കുറുവടികൾ നിൽക്കുന്നു. അവനതു മൂത്തവരുടെ കാതിലോതി.

അക്ഷരം പഠിക്കുവാൻ വന്ന കുട്ടികൾ, ബഞ്ചിലിരിക്കുന്ന അധികാരിയേയും അനന്തൻപിള്ളയേയും മാറിമാറി നോക്കി. മനുഷ്യർക്കു നെഞ്ചത്തും രോമം കറുത്തു വളരുന്നതു കണ്ട് അവർ അതിശയിച്ചു നിന്നു.

"എന്തെടേ വെളുത്തേയ്?"

ചോദിച്ചതു മാതുപിള്ളയായിരുന്നു. അയാളുടെ ശബ്ദത്തിന് കൊടുവാളിന്റെ മൂർച്ചയായിരുന്നു. അതു വെളുത്തയുടെ നിലപാടിനു മീതെ ഒന്നു പോറിവീണു.

"ഓഹോ! ഇവനോ വെളുത്ത?"

അധികാരി ചോദിച്ചു. എന്നിട്ട് ഒരു ഗോളാന്തരജീവിയെ നോക്കുന്നതു പോലെ അവനെത്തന്നെ ഉറ്റുനോക്കി.

"നെനക്ക് വാത്യാരുജോലി എന്നു കിട്ടിയെടേയ് വെളുത്തേയ്?"

മാതുപിള്ള ഒരു ഫലിതം പൊട്ടിച്ചു. കേട്ടപാടേ അനന്തൻപിള്ള തലയറഞ്ഞു ചിരിച്ചു. അങ്ങിങ്ങായി നിന്നിരുന്ന കുറുവടികളും ചെറുശബ്ദങ്ങളുണ്ടാക്കി, തങ്ങളും അതിന്റെ രസം ആസ്വദിച്ചതായി അറിയിച്ചു.

അപ്പോഴും സംഘം അടക്കിപ്പിടിച്ചു നിന്നതേയുള്ളു. എവിടെത്തുടങ്ങണം, എങ്ങനെ തുടങ്ങണമെന്ന് ആർക്കും അറിയില്ല. കാളിമൂത്തവരും അറച്ചു പിന്മാറി നിന്നതേയുള്ളു.

അപ്പോൾ ചാവടിപ്പുരയുടെ ഒരരുകിലായി പടനായകൻ അച്ചുതൻപിള്ള പ്രത്യക്ഷപ്പെട്ടു.

"ഞങ്ങളെ കുട്ടിയോളേം എയിത്തിനിരുത്തണം." വെളുത്ത പറഞ്ഞു.

"എന്തെരെന്തെര്?"

മാതുപിള്ള തിണ്ണയിൽനിന്നും താഴെയിറങ്ങി.

നിന്നുമടുത്ത കുട്ടികൾ അവിടവിടെ കുന്തിച്ചിരുന്നു.

കാളിമൂത്തവരുടെ കണ്ണുകൾ മാതുപിള്ളയുടെ ചുവട്ടടികളിലായിരുന്നു. കണ്ടാലറിയാം, കാളിമൂത്തവർക്ക് ഇപ്പോൾ ആയിരം കണ്ണുകളും ആയിരം കാതുകളും ആണെന്ന്.

"പറേടാ പെലയാടിമോനേ? എന്തെരു വേണമെന്നു തെളിച്ചു പറ. ഞാൻ തന്നയയ്ക്കാം."

മാതുപിള്ളയുടെ ഒച്ച പതിവിലേറെ ഉയർന്നു.

കുന്തിച്ചിരുന്ന കുട്ടികൾ താടിക്കു കൈയൂന്നി മാതുപിള്ളയെ കൗതുകത്തോടെ നോക്കിയിരുന്നു.

മുന്നോട്ട് ഒരുചുവടു നീങ്ങുന്നതിൽ നിന്നും കണ്ണിൽപ്പെടാതെ പുരയുടെ പിന്നിലേക്കു വലിഞ്ഞു.

"ഞാളെ കുട്ട്യോളുക്കു എയത്തുപടിക്കണമെന്ന്." വെളുത്ത ആവർത്തിച്ചു.

"അതിന് പെലയന് എഴുത്തു പറഞ്ഞിട്ടൊണ്ടോടാ നായ്പ്പട്ടീ!"

മാതുപിള്ളയുടെ ശബ്ദം ഒരലർച്ചയുടെ വക്കോളമെത്തിയിരുന്നു.

"പെലേമ്മാരു മാത്രമല്ല, ഞാളെ പയലുകൾക്കും അച്ചരം പടിക്കണം."

രാഘവപ്പണിക്കർ രണ്ടുചുവടു നീട്ടിവച്ച്, വെളുത്തയ്ക്കൊപ്പം വന്നു നിന്നു.

കുറുവടികൾ അരിച്ചുകൂടാൻ തുടങ്ങി. മാതുപിള്ള തിരിഞ്ഞ് അച്ചുതൻപിള്ളയെ തിരഞ്ഞു. അടുത്തൊരു തെങ്ങിന്റെ കടയിൽ മറഞ്ഞു നിന്നിരുന്ന പടനായകനെ അയാൾ കണ്ടു.

"കൊട്ടാരത്തീന്നു പൊന്നുതമ്പുരാന്റെ നീട്ടൊണ്ട്."

രാഘവപ്പണിക്കർ തയാറായി.

"എന്തെരു നീട്ട്?"

ഇത്തവണ അനന്തൻപിള്ളയുടേതായിരുന്നു ചോദ്യം.

"അയിത്തക്കാരിക്കും പടിച്ചോളാൻ കൽപ്പിച്ചോണ്ടുള്ള നീട്ട്."

"എന്നാരു പറഞ്ഞു? തമ്പുരാൻ ഇന്നലെ നെന്റെ കുടീല് വിരുന്നു വന്നിരുന്നോടേയ് വൈത്യാ?"

രാഘവപ്പണിക്കർക്കു നൊന്തു. അയാൾ തൊട്ടുപിന്നിലേക്കു തിരിഞ്ഞു നോക്കി.

"പറഞ്ഞത് ഞാന്തന്നെ."

കൂട്ടത്തെ ഭേദിച്ചുകൊണ്ട് കാളിമൂത്തവർ മുന്നിലേക്കു വന്നു.

"എവനാര്?"

അനന്തൻപിള്ള ചോദിച്ചുപോയി.

"കാളിമൂത്തവര്."

ഒരുത്തൻ വിളിച്ചു പറഞ്ഞു.

"ഓഹോ! നിയ്യോടെ കാളി?"

അധികാരി കാളിയെപ്പറ്റി കേട്ടിരുന്നു. പുലയരുടെ പ്രമാണിയാണ്. കൊട്ടാരത്തിൽ പ്രവേശനം അനുവദിച്ചിട്ടുള്ള ചെറുമനാണ്.

"പിടിച്ചുകെട്ടിനെടാ അവനെ."

അലറിക്കൊണ്ട് അച്ചുതൻപിള്ള ചാടിവീണു. നാലുഭാഗത്തുനിന്നും കുറുവടികൾ കുതിച്ചെത്തി. എല്ലാം തകിടം മറിയുന്നു. കാളി തിരിഞ്ഞും മറിഞ്ഞും വെട്ടി. കുറുവടികളൊഴിഞ്ഞുമാറി. അച്ചുതൻപിള്ള കാളിയെ ചുറ്റി ചുവടുവച്ചു. കുട്ടികൾ നിലവിളിച്ചുകൊണ്ട് ചിതറിയോടി.

കൈയറഞ്ഞുള്ള സംഘട്ടനം. നാഭിക്കു തൊഴിച്ചും ചെകിടത്ത് ഓങ്ങി വെട്ടിയും, വാരിക്ക് ആഞ്ഞു കുത്തിയുമുള്ള ഉഗ്രസംഘട്ടനം. കുറുവടികളുടെ സംഖ്യ വർധിച്ചുകൊണ്ടേയിരുന്നു. അലമുറകളും പോർവിളികളും ചുറ്റുപാടുകളെ പ്രകമ്പനംകൊള്ളിച്ചു. ഏവരുടേയും ശ്രദ്ധ കാളിയിലാണ്. ഒരു കവചംകണക്കെ കണ്ണനും രാഘവപ്പണിക്കരും കാളിയെ പൊതിഞ്ഞുനിന്നു.

ഇടയ്ക്ക് നാണു വിരണ്ടോടി. തിരിഞ്ഞുനോക്കാതെ ഭയംകൊണ്ടു വിറങ്ങലിച്ചുപോയ നാണു താഴ്വാരത്തേക്കു കുതിച്ചു.

"കണ്ണാ!"

ഒരാർത്തനാദം. തൊട്ടരുകിൽനിന്നാണ്. കാളി തിരിഞ്ഞുനോക്കി.

വെളുത്ത വീണുപോയി.

വെളുത്തയുടെ ഇടതുചെന്നിയിലൂടെ ചോര കുത്തിയൊഴുകുന്നു. "കണ്ണാ!" വെളുത്ത ഞരങ്ങി. ഒന്നുകൂടി കാളി തിരിഞ്ഞുനോക്കി. ചെന്നിക്കുതാഴെ കവിൾ അറ്റു ചിതറിയിരിക്കുന്നു. മുനകളുള്ള കരിങ്കൽത്തുണ്ടെടുത്താണ് ഒരു കുറുവടി വെളുത്തയെ എറിഞ്ഞത്.

കണ്ണനെവിടെ? രാഘവപ്പണിക്കരും തേവനും എവിടെയാണ്? കാളി ചുറ്റും നോക്കി. അപ്പോഴാണ് അയാൾ അറിഞ്ഞത്, ഏവരും തിരിഞ്ഞോടുന്നു. പിന്നെ നിന്നില്ല. വെളുത്തയുടെ ദീനമായ കണ്ണുകളെ ഒരിക്കൽക്കൂടി നേരിടാൻ നിൽക്കാതെ കാളിമൂത്തവർ പറന്നു.

സംഘട്ടനം ഒടുങ്ങി.

ചെമ്മണ്ണിൽ വെളുത്ത ബോധമറ്റു കിടന്നു. ചോര ഉറഞ്ഞു ശിരസിനുതാഴെ തളംകെട്ടിയിരിക്കുന്നു. ഒരുവശത്തെ പല്ലുകൾ മുഴുവൻ ഇളകിത്തെറിച്ചിരിക്കുന്നു.

ശക്തമായി തപിക്കുന്ന ഉച്ചവെയിലിൽ, വെളുത്തയ്ക്കരികിലായി, അവന്റെ ഗോപാലനിരുന്നു. അവന്റെ കണ്ണുകളിൽ കൊടിയ ഭീതിയുടെ കരുവാളിപ്പ് നിറഞ്ഞുകിടക്കുന്നു.

അവന് കരയാനും, നിലവിളിക്കാനും കഴിഞ്ഞില്ല.

"വെളുത്തേയ്!"

മാതുപിള്ളയാണ്.

ഗോപാലന് വിറച്ചു. ഓടാനുള്ള ബലം അവന്റെ പിഞ്ചുപാദങ്ങൾക്കു നഷ്ടമായിരുന്നു.

"നീയ് നല്ലപോലെ മുറുക്കീട്ടൊണ്ടല്ലോടെ വെളുത്തേയ്. പച്ചേ ചുണ്ണാമ്പിത്തിരി കൂടിപ്പോയെന്നു തോന്നണ്."

മാതുപിള്ളയുടെ ഫലിതം കേട്ട് കുറുവടികൾ ഒരിക്കൽക്കൂടി പൊട്ടിച്ചിരിച്ചു.

രാവണഞ്ഞു. മാറാന്തടത്തിനുമീതെ വരണ്ട നിലാവു വീണു നിറഞ്ഞു. വടവുക്കരിക്കുമേൽ അപ്പോഴും ആകാശത്തിന്റെ ചോപ്പടങ്ങിയിരുന്നില്ല. അതിനു പരുക്കേറ്റ പകലിന്റെ തുടുപ്പും വിങ്ങലുമായിരുന്നു. കുമിളിപ്പൊയ്കയിലും, ഭഗവതിക്കാവിലും, നീലകേശിയുടെ തിരുമുറ്റത്തും വിളർത്ത നിലാവ് ചുച്ചുമടക്കിക്കിടന്നു.

കുമിളിപ്പൊയ്കയുടെ അടിത്തട്ടിൽനിന്നും തലയിൽ ചോരപ്പൂവുള്ള ഒരു പെരുത്ത മാനത്തുകണ്ണി ജലവിതാനത്തിലേക്ക് ഉയർന്നുവന്നു. ചെകിളച്ചിറകിളക്കി ലക്കില്ലാതെ അതു വിരണ്ടു നീന്തി. ഇടയ്ക്കിടെ അതു കരയുകപോലും ചെയ്തു. ഒന്നുരണ്ടുതവണ കരയിലേക്ക് അതു കുതിച്ചുവീഴുകയുണ്ടായി.

നിലാവിനെ ഉറ്റുനോക്കിക്കൊണ്ട് ഗോപാലനിരുന്നു. കുടിയുടെ ഉള്ളിൽ വെളുത്തയുടെ ദീനമായ ഞരക്കം ഉയർന്നു കേൾക്കാം. അരുകിൽ നല്ലായിയുണ്ട്. അന്വേഷിച്ചു വന്നവരെല്ലാം അതിനകം മടങ്ങിയിരുന്നു. കുരുമുളകിന്റെ തളിരു വാട്ടി നല്ലായി വെളുത്തയെ അനത്തുന്നുണ്ട്. വെളുത്തയുടെ വിലാപം നേർത്തു കൊണ്ടേയിരുന്നു. ഇറയത്തെ നിലാവ് സഹതാപത്തോടെ ഗോപാലനെ നോക്കി. അവനൊന്നുംതന്നെ തിരിയുന്നില്ല. ഒന്നും ഓർക്കുവാൻ അവൻ ആശിച്ചതുമില്ല. അത്രയ്ക്കു മേൽ ക്ഷതപ്പെട്ടിരുന്നു അവന്റെ കുരുന്നു പ്രജ്ഞ.

മുറ്റത്തെ നാട്ടുവാഴപ്പടർപ്പുകൾക്കിടയിൽ ഒരനക്കം.

ഗോപാലൻ പിടഞ്ഞെണീറ്റു. ഒരു സ്ത്രീയാണ്. എങ്കിലും അവൻ പേടിച്ചകത്തുകയറി. നല്ലായി ഇറങ്ങിവന്നു. അവൾ കണ്ടു. മുറ്റത്തെ നിലാവിൽ തെളിഞ്ഞുനിൽക്കുന്ന മഹേശ്വരിപ്പിള്ളയെ.

"കൊച്ചമ്പ്രാട്ടിയോ?"

നല്ലായി അകലം പാലിച്ചുനിന്നു. അതേയെന്നു പറഞ്ഞുകൊണ്ട് മഹേശ്വരിപ്പിള്ള കുറേക്കൂടി അടുത്തെത്തി. നല്ലായി വശത്തേക്കു നീങ്ങി.

"വെളുത്തയ്ക്ക് ഭേദമുണ്ടോ?"

മഹേശ്വരിപ്പിള്ള സ്വരമമർത്തി ചോദിച്ചു.

അതിനു നല്ലായി മറുപടി പറഞ്ഞില്ല. ഉടുമുണ്ടിന്റെ കോന്തല വായിൽ തിരുകിക്കൊണ്ട് അവൾ അമർത്തിക്കരഞ്ഞു. മഹേശ്വരി കുടിയുടെ അകത്തേക്കു തലയിട്ടു. രൂക്ഷമായ ഗന്ധം. അവൾ തലയെ പിൻവ

ലിച്ചു. അവളുടെ കണ്ണിൽപ്പെട്ടത് ഗോപാലനായിരുന്നു. കാതിൽ വെളുത്തയുടെ ഞരക്കങ്ങളും.

പുലർച്ചയ്ക്ക് നല്ലായിയുടെ നിലവിളിയായിരുന്നു, കാട്ടുകുളത്തെ വിളിച്ചുണർത്തിയത്. ആളുകളോടിക്കൂടി. വെളുത്ത ചത്തു മലച്ചു കിടക്കുന്നു. അരുകിൽ ഗോപാലനുണ്ട്.

കഥ പറഞ്ഞു തീർന്നപ്പോൾ ദാനിയേലുപദേശിയുടെ കണ്ണുകൾ നിറഞ്ഞൊഴുകി. ചുളിവുവീണ മുഖം ഏറെ വലിഞ്ഞുമുറുകി. മോനായി മിഴിച്ചിരുന്നു. അപ്പോഴും വെളിച്ചത്തിന്റെ ചെപ്പ് അവനു മുന്നിൽ അടഞ്ഞുതന്നെ കിടന്നു. ഉപദേശി ആഗ്രഹിക്കുന്നതും അതുതന്നെയായിരുന്നു.

9

ലഹള പൊട്ടിപ്പുറപ്പെട്ടു!

മാറാന്തടത്തിലെ ആദ്യത്തെ സാമുദായികലഹള. ഒരുഭാഗത്തു കാട്ടുകുളത്തേയും പടിഞ്ഞാറ്റുമുറിയിലേയും പുലയർ. അവർക്കെതിരായി അച്ചുതൻപിള്ളയുടെ നേതൃത്വത്തിൽ കിഴക്കുംപുറത്തിന്റെ ചാവേറുകളായ കുറുവടികൾ മറുപക്ഷത്ത് അണിനിരന്നു.

പടിഞ്ഞാറ്റുമുറിയിലെ പുലയരൊന്നടങ്കം രഹസ്യമായും പരസ്യമായും കാട്ടുകുളത്തേക്കു കുടിയേറി. അനന്തൻപിള്ളയുടേയും മാതുപിള്ളയുടേയും അടിയാളന്മാരായ ചിലർമാത്രം പോകാൻ കൂട്ടാക്കിയില്ല. മറ്റുള്ളവർ അവരെ ഓർമിപ്പിച്ചു: വെളുത്തയുടെ ഹീനമായ കൊലപാതകത്തിനു പകരംവീട്ടിയേ മതിയാവൂ. നിങ്ങൾ കാണുന്നില്ലേ? മുഖം ഒരുഭാഗം ഒന്നോടെ അറ്റു തെറിച്ചു ബോധരഹിതനായി വീണുകിടക്കുന്ന വെളുത്തയെ? നിങ്ങൾ കാണുന്നില്ലേ, കാഞ്ഞ വെയിലത്ത് അവശനായി കിടക്കുന്ന വെളുത്തയെ പടനായകൻ അച്ചുതൻപിള്ള കവച്ചുകടക്കുന്നത്? നിങ്ങൾ കേൾക്കുന്നില്ലേ, ചോരയുറഞ്ഞ അവന്റെ വായ കണ്ടിട്ട് മാതുപിള്ള പൊട്ടിച്ച ഹീനമായ ഫലിതത്തെ? എന്നിട്ടും അടിയാളന്മാരിൽ ചിലർക്കു മനംമാറ്റമുണ്ടായില്ല. അവരെ നേരിട്ടും ഒളിവിലും പുലഭ്യം പറഞ്ഞു പ്രാകിക്കൊണ്ട് മറ്റുള്ളവർ യാത്രയായി. കാട്ടുകുളക്കരയിൽ കണ്ട കുടികളിൽ അവർ അഭയം തേടി. വൃശ്ചികമാസമായിരുന്നു. നന്നേ തണുപ്പുള്ള രാത്രികൾ. നേരം നന്നേ വെളുക്കുവോളം മഞ്ഞു പൊതിഞ്ഞുകിടക്കാറുള്ള പകലുകൾ. പക്ഷേ, കാട്ടുകുളവും ഭഗവതിക്കാവും കത്തിയാളുകയാണുണ്ടായത്. സദാനേരവും എവിടെ നോക്കിയാലും തീയാണ്. കണ്ണുകളിൽ, കാഴ്ചകളിൽ, നാവുകളിൽ, വാക്കുകളിൽ, എന്തിന് ഉച്ഛ്വാസവായുവിനുപോലും പൊള്ളുന്ന താപമായിരുന്നു. വെളുത്തയുടെ ചോരയ്ക്കു പകരംവീട്ടേണ്ടത് ചോരകൊണ്ടുതന്നെയാവണം. നേർന്നുവളർത്തിയ പൂവൻകോഴികളുടെ ചോരമാത്രം കുടിച്ചിട്ടുള്ള ഭഗവതിക്ക് ഇതാ ഞങ്ങൾ മനുഷ്യരുധിരംകൊണ്ടുതർപ്പണം നടത്താൻപോകന്നു. ഭഗവതിക്കാവിന് ഇനിയുള്ള നാളുകൾ ഒച്ചയടങ്ങാത്ത ഉത്സവങ്ങ

ളുടേതാണ്. അതിനായി മാറാന്തടത്തിലെ ആഢ്യന്മാരായ കറുത്ത പുല യരും സങ്കരവർഗക്കാരായ വെളുത്ത പുലയരും തയാറെടുത്തു. ആയു ധങ്ങൾ ശേഖരിച്ചുകൂട്ടി. വെളുത്തയുടെ കൊടുവാൾ തേവൻ സ്വന്തമാ ക്കി. വെള്ളാരങ്കല്ലുകൊണ്ട് അവൻ അതുരാകി മൂർച്ചയേറ്റി. മിന്നുന്ന വായ്ത്തല. അവന് അച്ചുതൻപിള്ളയെയാണോർമവന്നത്. മറ്റുചിലർ മുറ്റൻ കവുങ്ങുകളെ മുറിച്ചിട്ടു വാരിക്കുന്തങ്ങൾ തയാറാക്കി. ലഹളയുടെ സമയവും രീതിയും തീരുമാനിക്കുക, കാളിമൂത്തവർ വന്നിട്ടും മാത്രം. അതുവരെ ഏവരും അക്ഷമരായി കാത്തിരുന്നു.

രാത്രി മഞ്ഞിന്റെ മറപറ്റി കാളിമൂത്തവർ എത്തിച്ചേർന്നു. കണ്ണനാ യിരുന്നു വടവുക്കാരിയിൽനിന്നും മൂത്തവർക്ക് വഴിതെളിയിച്ചത്. മൂത്ത വരോടൊപ്പം തോപ്പയുമുണ്ടായിരുന്നു. കാട്ടുപോത്തിന്റെ മുഖവും വീറു മുള്ള തോപ്പ. ഒരു കാളക്കൂറ്റനെ വാലിൽ തൂക്കി ചുഴറ്റിയടിച്ചു കൊന്നവ നാണയാൾ. അയാളെപ്പറ്റി തേവൻ നേരത്തെതന്നെ ദേശവാസികളെ പറ ഞ്ഞുകേൾപ്പിച്ചിരുന്നു. തോപ്പയെ നേരിട്ടു കണ്ടപ്പോൾ കേട്ടതൊക്കെ നേരാ ണെന്നവർക്കു തോന്നി. അയാളുടെ സാന്നിധ്യം അവരെ പൂർവാധികം ആവേശം കൊള്ളിച്ചു.

"പണിക്കന്റെ പൊറ്റേലറിയിക്കേണ്ടേ?"

കണ്ണൻ കാളിമൂത്തവരോടു ചോദിച്ചു. ലഹളയിൽ പണിക്കന്മാരുടെ സഹായമുണ്ടായിരിക്കുന്നതു ഗുണം ചെയ്യുമെന്നാണവന്റെ കണക്കുക്കൂ ട്ടൽ.

"വേണ്ട."

കാളിമൂത്തവർ പറഞ്ഞു: "ഒറ്റുകാരാണവർ. അവർക്കിടയിൽ ഊരാ ളന്മാരുണ്ട്. തറവാടുകളിൽ കാവൽകിടക്കുന്ന കാവാളിപ്പട്ടികളുണ്ട്. അവരെ ഒഴിവാക്കുക. ഒരിക്കലനുഭവിച്ചതല്ലേ? പുറത്തൊരു പുഴുപോലു മറിയരുത്. ഉയിരു പന്താടിക്കൊണ്ടുള്ള പോരാണു വരാൻ പോകുന്നത്. വളരെ ജാഗ്രതയോടെ മാത്രം ഓരോ ചുവട്ടടികളും വയ്ക്കുക. തോറ്റാൽ തുന്നംപാടേണ്ടിവരും. പിന്നെ മാറാന്തടം അന്യാധീനമായിത്തീരും. പര ദേശികളായി മറ്റെവിടേക്കെങ്കിലും കുടിയേറേണ്ടിവരും. ജയിച്ചാലോ? ഒരു പെരുംചുമട് തലയിൽനിന്നിറക്കിവെക്കാം. ഒരു സാമ്രാജ്യത്തെ സ്വന്ത മാക്കി വീണ്ടും വസന്തം കൊയ്തെടുക്കാം. തയാറായിക്കൊണ്ട് പോർക്ക ളത്തിലേക്കു കുതിച്ചു വീഴുക.

പടിഞ്ഞാറ്റുമുറിയിൽ പൊടുന്നനെയുണ്ടായ ഒഴിച്ചുപോക്കിനെക്കു റിച്ച് ഊരാളികൾക്കിടയിൽ അഭ്യൂഹങ്ങൾ പരന്നു. ഒരു സന്ധ്യയിൽ രാഘ വപ്പണിക്കർ കാട്ടുകുളത്തേക്കു ചെന്നു. ആരും അയാളെ ശ്രദ്ധിച്ചില്ല. അയാൾ കണ്ണനേയും കാളിമൂത്തവരേയും തിരക്കി. ക്രുദ്ധമായ മൗനം മാത്രമായിരുന്നു പണിക്കരോടു മറുപടി പറഞ്ഞത്. മരണപ്പാറയിൽ കയറി നിന്നുകൊണ്ട് ഊരാളിരാമൻ താഴ്വാരത്തിലേക്കു നോക്കി. ഒന്നുംതന്നെ കണ്ണിൽപ്പെടുന്നില്ല. മടങ്ങി പൊറ്റയിലെത്തിയ രാമൻ മറ്റുള്ളവരോടായി പറഞ്ഞു:

"ഇനീപ്പോ പടിഞ്ഞാറ്റുമുറി ഊരാളികളുക്കു സ്വന്തം തന്നെ."

അതു കേട്ടവരിൽ ചിലർ ദുരാഗ്രഹങ്ങൾ കളയുവാൻ അവനെ ഉപദേശിക്കുകയുണ്ടായി. കിഴക്കുംപുറം അതുകണ്ടതായി നടിച്ചില്ല. ചാവടിയിൽവച്ചു നേടിയ വിജയത്തിന്റെ ലഹരിയിലായിരുന്നു തറവാടുകളും കുറുവടികളും.

നീലകേശിയും ഭഗവതിയും പരസ്പരം നിശ്ശബ്ദത പാലിച്ചു.

രണ്ടു പുലർച്ചകൾ തുടുത്തു വളരുകയും രണ്ടു പകലുകൾ തുടുത്തണയുകയും ചെയ്തു.

മൂന്നാമത്തെ പകൽ വന്നു.

കാട്ടുകുളത്തിലിറങ്ങിക്കുളിച്ച് കരയേറിവന്ന കാളിമൂത്തവർ, ഭഗവതിക്കാവിനു മുമ്പിലായി നിന്നു. അയാളുടെ ഇടംകൈയിൽ പിടി മുറുക്കി ഗോപാലനുമുണ്ടായിരുന്നു. കാവിനുചുറ്റും കുരുത്തോലകൊണ്ടു തോരണങ്ങൾ തൂക്കിയിരുന്നു. ഓലത്തുമ്പുകളിൽ തെച്ചിപ്പൂക്കളും കദളിപ്പഴങ്ങളും ഞാന്നുകിടന്നിരുന്നു. മൂത്തവർ കാവിനു ചുറ്റും വലംവച്ചു. അവിടവിടെയായി പടുക്കകൾ നിരത്തിയിട്ടുണ്ട്. ജൂതഗണങ്ങൾ ഇനിയും വന്നെത്തിയിട്ടില്ല. മൂന്നുചുറ്റു വലംവച്ച മൂത്തവർ ഗോപാലനേയും കൊണ്ട് കാവിനുള്ളിലേക്കു കടന്നു. അവിടെ അമ്മയുണ്ടായിരുന്നു. കാഞ്ഞിരത്തിൽ അമ്മ ഇറങ്ങിവന്നു. അമ്മയുടെ തിരുമുടിയെ ആച്ഛാദനം ചെയ്തുകൊണ്ട് ചുവന്ന വീരാളിപ്പട്ടു കിടന്നു. പട്ടു തീണ്ടി കാളി മണ്ണിൽ വച്ചു. ഗോപാലൻ കാളിയെ അനുകരിച്ചു.

കാവിനുള്ളിൽ അലച്ചുവിളിക്കുന്ന കൊടുംനിശ്ശബ്ദത. കാളിമൂത്തവർ നാവനക്കി:

"അമ്മേ, ഭഗവതീ!"

അയാൾ വിളിച്ചു. തന്റെ ശബ്ദം പതിവില്ലാത്ത രീതിയിൽ പതറിയിരിക്കുന്നത് കാളി അറിഞ്ഞു. അമ്മ ഉണർന്നു വിളികേട്ടു. മുകളിൽനിന്നു ഭൂമിയോളം ഞാന്നുകിടന്നിരുന്ന കരുവിലാഞ്ചിപ്പടർപ്പുകളിളകി. ഇരുൾനിറഞ്ഞ ഉള്ളറ അനുസ്യൂതം ത്രസിച്ചു.

"അമ്മേ, നിനക്കു ശൂദ്രനിണംകൊണ്ടു തർപ്പണം."

ഒട്ടുനേരം അമ്മ മൂകയായിരുന്നു. സംവത്സരങ്ങളുടെ സുദീർഘമായ ഭാഗധേയത്വത്തെപ്പറ്റിയായിരുന്നു അമ്മയുടെ വിചാരങ്ങൾ. ഒടുവിൽ തർപ്പണം അമ്മ സ്വീകരിക്കാമെന്ന് ഉറപ്പുനൽകി.

"ഞങ്ങളെ കാക്കണം."

അമ്മ സമ്മതിച്ചു.

"ഞങ്ങൾക്കു വിജയമരുളണം."

അമ്മ കനിഞ്ഞു. എങ്കിലും വിജയം അരുളുകയോ അരുളാതിരിക്കുകയോ ചെയ്തില്ല.

അന്നുരാത്രി ലഹള ആരംഭിച്ചു!

പാതിരാവിൽ കാട്ടുകുളത്തുനിന്നും കിഴക്കുംപുറത്തെ ലക്ഷ്യമാക്കി പടപ്പുറപ്പാടുണ്ടായി. പുറപ്പെടുന്നതിനുമുമ്പ് ഏവരേയും കാവിനു മുന്നിൽ

വിളിച്ചുവരുത്തി കാളിമൂത്തവർ വേണ്ട നിർദേശങ്ങൾ നൽകിയിരുന്നു. എല്ലാവരും അതനുസരിക്കാമെന്ന് ഉറപ്പുനൽകി. പണിക്കൻപൊറ്റവഴി ചാവടിയിലെത്തിയ പട, അവിടെവച്ചു രണ്ടായി പിരിഞ്ഞു. ഒരുകൂട്ടർ കണ്ണന്റെ നേതൃത്വത്തിൽ അമ്പലത്തറയിലേക്കു നീങ്ങി. തോപ്പ ആ കൂട്ടത്തിലായിരുന്നു. ഇരുട്ടിൽ അവനെ തിരിച്ചറിയാൻ മറ്റുള്ളവർ നന്നേ വിഷമിച്ചു. വിളക്കെന്നിയിലേക്കു മുന്നേറിയ പടയുടെ മുമ്പിൽ കാളിമൂത്തവരായിരുന്നു. രാകി മൂർച്ചയേറ്റിയ കൊടുവായ്ത്തല ആ രാവിലും തേവന്റെ കൈയിലിരുന്നു തിളങ്ങി. അവരുടെ ഉള്ളങ്ങളിൽ പ്രതികാരത്തിന്റെ വാരിക്കുന്തങ്ങൾ മുനനീട്ടി നിന്നിരുന്നു.

മാറാന്തടത്തിന്റെ രാവുകൾ ശാന്തിനിറഞ്ഞവയാണ്. പ്രത്യേകിച്ച് മഞ്ഞു വീഴുന്ന കാലങ്ങളിൽ. ചീവീടുകളുടെ ക്ഷുദ്രഗീതങ്ങൾപോലും ഉയർന്നുകേൾക്കാറില്ല. ചരാചരമൊന്നടങ്കം മോഹനിദ്രയിൽപ്പെട്ടഴിഞ്ഞു പോകുന്നു. അത്തരമൊരു രാത്രി പൊടുന്നനെ പൊട്ടിത്തെറിച്ചു.

മാറാന്തടം നടുങ്ങിയുണർന്നു.

രാവിന്റെ അടഞ്ഞ കണ്ണുകൾക്കുമീതെ വന്നു വീണ ആഘാതം, കിഴക്കുപുറത്തെ ഒന്നടങ്കം പ്രകമ്പനംകൊള്ളിച്ചു. കേട്ടവർ കേട്ടവർ പിടഞ്ഞെണീറ്റു. എന്താണു നടക്കുന്നതെന്ന് ആർക്കും തന്നെ മനസിലായില്ല. ഇരുളുമൂടിയ പരിസരം കിടന്നിളകിമറിയുന്നു. വാതിൽ തുറന്നു പുറത്തിറങ്ങിയ അവർ സ്തബ്ധരായി നിന്നുപോയി. കിഴക്കുംപുറം കത്തിയെരിയുന്നു. പൊട്ടിത്തെറിച്ച ഭീകരമായൊരു അഗ്നിപർവതത്തിൽനിന്നെന്നപോലെ, തീജ്വാലകൾ ചുറ്റുപാടുകളെ ആർത്തിയോടെ എത്തിപ്പിടിക്കുന്നു. വിരണ്ടോടുന്ന രാത്രി. എന്തേ, എന്താണിത്? എവിടേയും ആർപ്പുവിളികൾ. കിരാതമായ കൊലവിളികൾ. ചോരയുടെ കരിഞ്ഞ ഗന്ധം. ആയുധങ്ങളിടയുന്ന പേടിപ്പെടുത്തുന്ന ശബ്ദം.

അതാ, വിളക്കെന്നിക്കു തീപിടിച്ചിരിക്കുന്നു! ഓടിവരിൻ, ഓടിവരിൻ!

അച്ചുതൻപിള്ള ഭാര്യയുമായി ശയിക്കുകയായിരുന്നു. പുറത്തെ ഒച്ചപ്പാടുകളൊന്നുംതന്നെ അയാളുടെ കാതുകൾക്കു ഭവിച്ചിരുന്നില്ല. അയാൾ മറ്റൊരു പോർക്കളത്തിലായിരുന്നു. ഒടുവിൽ സുരതത്തിന്റെ മടുപ്പുളവാക്കുന്ന ആലസ്യത്തിലേക്കു തെന്നിവീണപ്പോഴാണ് ചോരയുടെ ഗന്ധവും വിളക്കെന്നിയുടെ വിളിയും ജനാല കടന്നെത്തിയത്. അയാൾ ചാടിയെണീറ്റു കതകു തുറന്നു.

ങ്ഹേ! അച്ചുതൻപിള്ള അന്ധാളിച്ചുപോയി. ഒരു മാത്ര നാവിറങ്ങി അനക്കമറ്റ് അയാൾ നിന്നു. എന്നിട്ട് കൂവേ...കൂവേ എന്ന് ആർത്തുവിളിച്ചുകൊണ്ട് അയാൾ ഇറങ്ങി ഓടി. ഇരുട്ട് അയാളെ തടഞ്ഞുനിർത്തി. എവിടേക്കോടണം, ഏതുവഴിക്കോടണം എന്നറിയാതെ അയാൾ കണ്ടിടത്തോട്ടെല്ലാം പാഞ്ഞു. സകല ദിക്കിലും യുദ്ധമാണ്. എവിടേയും വീശിയാളുന്ന തീയും, ആഞ്ഞടിക്കുന്ന വൃശ്ചികക്കാറ്റും, കാതടപ്പിക്കുന്ന കൊലവിളികളും മാത്രം. പുലയർക്കു ഭ്രാന്തുപിടിച്ചിരിക്കുന്നു. പുലയർക്കു കണ്ണും കാതും അടഞ്ഞുപോയിരിക്കുന്നു.

"രക്ഷിക്കണേ, രക്ഷിക്കണേ!"

അകലെയല്ലാതെ നിന്നൊരു നിലവിളി. അച്ചുതൻപിള്ള വലംതിരിഞ്ഞോടി. അംശം അധികാരിയുടെ കാര്യസ്ഥൻ കരുണൻനായരുടെ വീടാണ്. നായരുടെ തൊഴുത്തിന്റെ മേൽക്കൂരയിൽ പടർന്നുകയറുന്ന തീനാളങ്ങൾ! മേൽക്കൂരയെ അഗ്നി അതിവേഗം വിഴുങ്ങുന്നു. ഉത്തരം എരിഞ്ഞ് താഴെ വീണു. പശുക്കൾ ചൂടേറ്റ് അമറിവിളിച്ചു. അവ നീറ്റൽ സഹിയാതെ കയർപൊട്ടിച്ച് ഓടാൻ ശ്രമിക്കുന്നു.

"പെരേല് തീ പടരാതെ നോക്കിക്കോളീൻ." അച്ചുതൻപിള്ള വിളിച്ചു പറഞ്ഞു. എന്നിട്ട് അയാൾ കടകംമറിഞ്ഞ് പുരപ്പുറത്തേക്കു ചാടിവീണു. അവിടെ നിന്നുകൊണ്ട്, അയാൾ എത്തി തൊഴുത്തിന്റെ മേൽക്കൂരയെ ഉയർത്തി താഴേക്കിട്ടു.

"പെരേലമ്മാര് ലഹളക്കെറങ്ങീരിക്കണ്." ഇരുട്ടിൽ പറന്നെത്തിയ ഒരു കുറുവടി വിളിച്ചു പറഞ്ഞു.

"അവമ്മാരു വിളക്കെന്നി കൊട്ടിയമ്പലത്തിനും മനയ്ക്കും തീയിട്ടു."

കൈയിൽത്തടഞ്ഞ കഴുക്കോലു വലിച്ചൂരിക്കൊണ്ട് അച്ചുതൻപിള്ള മുന്നോട്ടാഞ്ഞു. രാവിനെ നട്ടുച്ചയാക്കികൊണ്ട് അയാൾ വിളക്കെന്നിയിലേക്കു കുതിച്ചു. വഴിക്ക് ഓടിക്കൂടിയ കുറുവടികൾ അയാൾക്കൊപ്പം ചേർന്നു.

കൂട്ടരോദനങ്ങൾ! പേടിച്ചരണ്ട ആർത്തനാദങ്ങൾ! ജീവനും മാനത്തിനുംവേണ്ടിയുള്ള പരക്കംപാച്ചിൽ. പുലയർക്കു സകലബോധങ്ങളും നശിച്ച മട്ടായിരുന്നു. അവർ നിഷ്ഠൂരം തറവാടുകളെ ആക്രമിച്ചു. കഴുകന്മാരെപ്പോലെ മനുഷ്യർക്കുമേൽ ചാടിവീണു. സ്ത്രീകൾ വിലപിച്ചുകൊണ്ട് ഇരുട്ടിലേക്കോടിയിട്ടും, അവരെ പിന്തുടർന്ന് വെട്ടിവീഴ്ത്തി. അവരെ പേടിച്ച് ഇരുട്ടുപോലും പരക്കം പാഞ്ഞു.

അതാ, കാളീ!

മടമ്പുചാടി വിളക്കെന്നിയുടെ കത്തിയെരിയുന്ന കൊട്ടിയമ്പലത്തിലൂടെ മനകടന്നെത്തിയ അച്ചുതൻപിള്ള കാളിയെ കണ്ടു.

"അതാ, അച്ചുതൻപിള്ള!"

കൊട്ടിയമ്പലത്തിലെത്തി ചുവടുവച്ചു കടകംമറിയുന്ന അച്ചുതൻപിള്ളയെ കാളിയും കണ്ടു.

"കൂവേ...കൂവേ...കൂവേ!"

കുറുവടികൾ ഓടിക്കൂടി. അവർ പരസ്പരം എതിരിട്ടുനിന്നു. അവർക്കിടയിൽ പേപിടിച്ച മൗനം കിടന്ന് അലറി. അവരുടെ കത്തിപ്പടർന്ന പക കരവാളൂരി കാത്തുനിന്നു.

പൊടുന്നനെ തേവൻ കാളിയുടെ മുന്നിലേക്കു ചാടിവീണു. അവന്റെ ഒരു കൈയിൽ എരിയുന്ന പന്തം, മറുകൈയിൽ ഓങ്ങിപ്പിടിച്ച കൊടുവാൾ. പന്തം ചുഴറ്റിക്കൊണ്ട് അവൻ ആക്കംപിടിച്ചു.

"കേറി ഓതി വകഞ്ഞു വെട്ടിനെടാ."

ദിഗന്തങ്ങൾ നടുങ്ങുമാറ് അച്ചുതൻപിള്ള അലറി. കുറുവടികൾ കാളിയുടെ നേർക്കു കുതിച്ചു. തേവന്റെ പന്തം മാനത്തേക്കു പറന്നു. അവന്റെ കൊടുവാൾ ഇരുട്ടിൽക്കിടന്ന് ഇളകി.

മനുഷ്യൻ മനുഷ്യനുമായേറ്റുമുട്ടി, മനുഷ്യൻ മനുഷ്യന്റെ ശിരസുകൾ വെട്ടി വീഴ്ത്തി. മനുഷ്യൻ മനുഷ്യന്റെ ചോരയുടെ നനവേറ്റു തരിച്ചു. മാറാന്തടത്തിന്റെ ആത്മാവ് ഭൂമിയുടെ ആഴങ്ങളിലേക്കിറങ്ങിയൊളിച്ചു. വൃശ്ചികരാത്രി പകച്ചു നിന്നു. ഭഗവതിയും ഭൂതഗണങ്ങളും കാവിന്റെ ഉള്ളറകളിൽ ഉറക്കം നഷ്ടപ്പെട്ടവരായി, അസ്വസ്ഥതയോടെ നോക്കിയിരുന്നു.

പുലർച്ചയോടെ തീ അടങ്ങി. ഗ്രാമചൈതന്യത്തിന്റെ നിശബ്ദമായ പ്രതിഷേധമെന്നപോലെ കരിഞ്ഞ മാംസത്തിന്റെ ഗന്ധം മാറാന്തടത്തിനു മീതെ പതുങ്ങിക്കിടന്നു.

വിളക്കെന്നിയുടെ എരിഞ്ഞടങ്ങിയ കൊട്ടിയമ്പലത്തിനരുകിലായി തേവന്റെ കബന്ധം കാണപ്പെട്ടു. തൊഴുത്തും പുരയും നിശ്ശേഷം വെന്തു നശിച്ചിരുന്നു. വിളക്കെന്നിക്കു കിഴക്കായി രണ്ടുമൂന്നു പുലയന്മാരുടെ ശവശരീരങ്ങൾ കാണപ്പെട്ടു. കോതയുടെ പ്രേതം അന്നു വൈകുന്നേരമാണു കണ്ടെത്തിയത്. ചരിവിലെ പടുവാലികളിലൊന്നിൽ തലയ്ക്കു ക്ഷതമേറ്റു ചതഞ്ഞ കോത കമിഴ്ന്നുകിടന്നു.

"അച്ചുതൻപിള്ള എവിടെ?"

നാശനഷ്ടങ്ങൾക്കിടയിൽനിന്നും, വിലാപങ്ങൾക്കും ദീനരോദനങ്ങൾക്കുമിടയിൽ നിന്നും ആരോ വിളിച്ചു ചോദിച്ചു. അപ്പോഴാണ് ശേഷിച്ചവരും അയാളെപ്പറ്റി ഓർത്തത്.

വീട്ടിലില്ല!

വിളക്കെന്നിയിലില്ല!

ചാവടിപ്പുരയിലും അമ്പലത്തറയിലും മുടിപ്പുരത്തിട്ടയിലുമില്ല!

കുറുവടികൾ തിരക്കിയിറങ്ങി.

വെയിൽ നന്നേ വളർന്നപ്പോൾ, വിളക്കെന്നിക്കു വടക്കേപ്പുറത്ത്, നാട്ടുവാഴക്കൂട്ടങ്ങൾക്കിടയിൽ അച്ചുതൻപിള്ളയെ കണ്ടെത്തി. മാറിൽ താണിറങ്ങിയ കവുങ്ങിൻകഴയിൽ ജീവസ്സറ്റ വിരലുകൾ ചുറ്റി മാറാന്തടത്തിന്റെ പടനായകൻ കിടക്കുന്നു. അത്യന്തം ഭീകരമായിരുന്നു ആ കിടപ്പ്. അയാളുടെ ഒരു പുരികം മാംസത്തോടെ വെട്ടിമാറ്റപ്പെട്ടിരുന്നു.

രണ്ടു രാത്രികൾക്കുശേഷം, കുറുവടികൾ കാട്ടുകുളത്തേക്കിറങ്ങി. നാലു ദിക്കുകളിൽ നിന്നും ഒരേസമയം അവർ കുടികളെ ആക്രമിച്ചു. തിരിച്ചടി പ്രതീക്ഷിച്ചിരുന്ന പുലയർ കാവലിരുന്നിരുന്നു. അവർക്കു നിർദേശങ്ങൾ നൽകാൻ കാളിമുത്തവരുണ്ടായിരുന്നില്ല. ആദ്യലഹള കഴിഞ്ഞതിനുശേഷം മൂത്തവരെ കണ്ടവരായി ആരുമുണ്ടായിരുന്നില്ല. എവിടെപ്പോയി? എന്തെങ്കിലും സംഭവിച്ചിരിക്കുമോ? രഹസ്യമായി ഒളിഞ്ഞും തെളിഞ്ഞും അവർ കണ്ടിടങ്ങളിലൊക്കെ അരിച്ചു. കണ്ടില്ല. അതിനാൽ പകൽ സമയങ്ങളിൽ, പ്രതിരോധമാർഗങ്ങളെക്കുറിച്ച് അവരൊന്നായി

ച്ചേർന്ന് ആലോചിച്ചിരുന്നു. അവിടവിടെയായി ഉരുളൻകല്ലുകൾ വാരിക്കൂട്ടാനും തീരുമാനിച്ചു. കുറുവടികളുടെ ആക്രമണമുണ്ടായപ്പോൾ, കല്ലുകൾ പെറുക്കിയെറിഞ്ഞ് തുരത്തി, കുറുവടികൾ മടങ്ങിപ്പോയി. എല്ലാം അടങ്ങിയെന്ന് കാട്ടുകളം കരുതി. പക്ഷേ, പാതിരാവിനുശേഷം കുറുവടികൾ തിരിച്ചെത്തി. വരമ്പിൽനിന്നും ഇഴഞ്ഞാണ് അവർ കാട്ടുകുളത്തെത്തിയത്.

ഒരു കുടിലിനു തീപിടിച്ചു!

രണ്ടോ മൂന്നോ കുടികൾക്കുകൂടി തീപിടിച്ചു!

പരിഭ്രാന്തരായിത്തീർന്ന പുലയന്മാർ ആയുധങ്ങളുമെടുത്തുകൊണ്ട് ചാടിയിറങ്ങി.

വീണ്ടും ലഹള!

ഏറ്റുമുട്ടലുകൾ. ആരവാരങ്ങളും ആർത്തനാദങ്ങളും.

കുറുവടികളുടെ പ്രതികാരം ഭീകരമായിരുന്നു. പ്രഭാതം, കാട്ടുകുളത്തിന് മരവിച്ചു ചുളുങ്ങിയ ഏഴു പുലയന്മാരുടെ ശരീരങ്ങളെയാണു കാഴ്ചവച്ചത്. മൂകമായി, ഭീതിയോടെ പ്രഭാതത്തിന്റെ കണിയെ കാട്ടുകുളം സ്വീകരിച്ചു. ചുറ്റും കൂടിയ ബന്ധുക്കൾ തെല്ലും ദുഃഖമില്ലാതെ അവയെ എടുത്തുമാറ്റി.

"എക്കടെ കോവലനെവിടെ?"

ചത്തുപോയ വെളുത്തയുടെ കുടിയിൽനിന്നും നല്ലായിയുടെ അലമുറ ഉയർന്നു. ആളുകൾ ഓടിക്കൂടി. എല്ലായിടങ്ങളിലും അവർ ഗോപാലനെ തിരക്കി. പടുവാലികളും ഒലിപ്പുകളും അവർ ഗോപാലനുവേണ്ടി കയറിയിറങ്ങി. കരിയിലക്കൂമ്പാരങ്ങൾപോലും അവർ ചികഞ്ഞുനോക്കി. ഗോപാലനില്ല. നല്ലായി മാറത്തടിച്ചു വിളിച്ചു.

കഥ തീർന്നത് മോനായി അറിഞ്ഞില്ല. രാവു വളരെയേറെ വളർന്നു കഴിഞ്ഞിരുന്നു. ദാനിയേലുപദേശി എഴുന്നേറ്റു. ജനാലയ്ക്കൽ വന്നു നിന്നുകൊണ്ട് അയാൾ താഴ്വാരത്തിലേക്കു നോക്കി. അവിടെ, അവിടെത്തന്നെയായിരുന്നു അത്. വെളുത്തയെ സംസ്കരിച്ച കുഴിമാടം.

"ഗോപാലനെന്തുപറ്റി?"

ഉപദേശി തിരിഞ്ഞുനോക്കി. കിടക്കയിൽനിന്നെണീറ്റിരുന്നുകൊണ്ട് മോനായി ചോദിക്കുന്നു. എന്തു മറുപടി പറയണം? ഒന്നും പറഞ്ഞില്ല. അവനെ തഴുകിയുറക്കി. പറയാൻ എത്രയോ സമയമുണ്ട്!

10

സംവത്സരങ്ങളുടെ അനാദിയായ പ്രയാണത്തിനു തിരിച്ചുവരവില്ല. ഹിമശൈലങ്ങളിൽനിന്നും താഴ്വാരങ്ങളിലേക്കു കുത്തിയൊഴുകുന്ന നദികളുടെയെന്ന പോലെ നിയതമായിരുന്നു സംവത്സരങ്ങളുടേയും പുരോഗമനം. നദികൾ ചെന്നു ചേരുന്നത് സാഗരത്തിലേക്കാണ്. സാഗരത്തിന്റെ പേടിപ്പെടുത്തുന്ന അനന്തതയിൽ നദികളുടെ ഗതിയൊടുങ്ങുന്നില്ല. ഓള

ങ്ങൾ ഇടയില്ലാതിളകുന്ന വിതാനത്തിൽ സൂര്യന്റെ പൗരുഷവുമായി ഇണ ചേർന്ന് വീണ്ടും ആകാശത്തിന്റെ ഗർഭത്തിൽ ഘനീഭവിച്ചുകൂടുന്നു. വീണ്ടും വർഷമായി, ഹിമമായി, ജലമായി ആഴിയിലേക്കണയുന്നു. അനുക്രമമായ യാനം. ഒടുക്കമില്ലാത്ത യാനം.

സംവത്സരങ്ങളുടെ സമാനയാനം എത്തിപ്പെടുന്നത് യുഗങ്ങളിലേക്കാണ്. മഹാസമുദ്രങ്ങളോളം വലിപ്പമേറിയ മഹായുഗങ്ങൾ. യുഗങ്ങളിലൂടെ, മന്വന്തങ്ങളിലൂടെ അവ വീണ്ടും വീണ്ടും യാനം തുടർന്നുകൊണ്ടേയിരിക്കുന്നു. ഒരിക്കൽപ്പോലും പോയപോക്കിൽ അതേപടി പിന്നിലേക്കു മടങ്ങുന്നില്ല. സംവത്സരങ്ങളെ പിന്നാക്കം കൊണ്ടുവരാൻ ശ്രമിച്ചവർ അനവധിയാണ്. കാലത്തിന്റെ കരുത്തറിയാതെ, സംവത്സരങ്ങളുടെ നീഗൂഢമായ നിയോഗമറിയാതെ പിന്നിൽ നിന്നുകൊണ്ട് അവർ അഹന്തയോടെ, മുഷ്കോടെ കാലത്തെ മടക്കിവിളിച്ചു. കാലത്തെ ഹീനമായ രീതിയിൽ പ്രലോഭിപ്പിച്ചു. കാലത്തിനുമേൽ ക്രൂരമായി ബലപ്രയോഗം നടത്തി. ഒന്നിനും കാലം വഴങ്ങുന്നില്ലെന്നു കണ്ടപ്പോൾ അവജ്ഞയോടെ ഭീഷണിപ്പെടുത്തി.

കാലമോ തിരിഞ്ഞുനോക്കിയതുപോലുമില്ല. നന്മയുടെ അനവധി മുഹൂർത്തങ്ങളൊരുക്കിക്കൊണ്ട് നിയതമായ അതിന്റെ പുനർയാനങ്ങൾ തുടർന്നുകൊണ്ടേയിരുന്നു.

മാറാന്തടത്തിന്റെ തിന കതിർത്ത ഭൂമിയിൽ നിന്നുകൊണ്ട് വിളക്കെന്നിയിൽ അനന്തൻപിള്ള കാലത്തെ കൈകൊട്ടി വിളിച്ചു. കാലം നിന്നില്ല. പിള്ള അടങ്ങിയിരുന്നില്ല. നീലകേശിക്ക് അനേകം കുരുതികൾ നേർന്നുകൊണ്ട് അയാൾ ശ്രമം തുടർന്നു. മരണപ്പാറയുടെ ഉപരിതലത്തിൽ കയറി നിന്നുകൊണ്ട് പിള്ള ആവർത്തിച്ചു വിളിച്ചു. താഴെ അയാൾക്കു തുണയായി അമ്പലത്തറയിൽ മാതുപിള്ളയുമുണ്ടായിരുന്നു. എന്നിട്ടും അപാരമായ കാലം വിളിക്കേൾക്കുകയോ നിൽക്കുകയോ ചെയ്തില്ല.

പിള്ള ഒരു പിടികൂടി കയറിച്ചവുട്ടി.

“അരിഞ്ഞുകളയും ഞാൻ.”

കിട്ടൻവാത്തിയുടെ കരം ഗ്രഹിച്ചുകൊണ്ട്, നീലകേശിയെ സാക്ഷി നിർത്തിക്കൊണ്ട് പിള്ള ഗർജിച്ചു. വിളക്കെന്നിയുടെ കോടികളിൽ പതുങ്ങിക്കിടന്നിരുന്ന വിളർത്ത ഉരുട്ടുപോലും അതു കേട്ടു പൊട്ടിച്ചിരിച്ചതേയുള്ളു. കുമിളിപ്പൊയ്കയിലെ മാനത്തുകണ്ണികളും വിതാനത്തിനു മീതെ തുള്ളിച്ചാടിക്കൊണ്ട് അതുകേട്ട് അപഹസിച്ചു ചിരിക്കുകയുണ്ടായി.

ഒറ്റത്തടി നിർത്തി കടഞ്ഞെടുത്ത നീലകേശിയുടെ കണ്ണുകളിൽ സംഭ്രമം.

എന്നിട്ടെന്തുണ്ടായി?

അറിയുവാനായി മോനായി കൊതിച്ചു. ചാരുകസേരയിൽ കിടന്ന്, അരികിലിരിക്കുന്ന അവനെ തലോടിക്കൊണ്ട് ഉപദേശി തുടർന്നു:

ഋതുക്കൾ മാറാന്തടത്തിനു മീതെ മാറിമാറി വീണു. വങ്ങേനി ഏലാ വരൾച്ചയുടെ കെടുതികളും വർഷത്തിന്റെ നിർവൃതിയും അനവധി

തവണ അനുഭവിച്ചു. ഏലായെ കീറിക്കൊണ്ട് ഒഴുകിയിരുന്ന തോടിനു വിസ്തൃതിയേറി. തോടിന്റെ കരകൾ വളരെയേറെ തേഞ്ഞുപോയി. പടവുക്കരിക്കും വളർച്ചയുണ്ടായി. ഇപ്പോൾ പടിഞ്ഞാറ്റുമുറിയിൽനിന്നു നോക്കിയാൽ തെളിഞ്ഞുകാണാനാവില്ല. ചെരിവിലെ തെങ്ങുകളും മറ്റു മരങ്ങളും വളർന്ന് ഒരു കോട്ടതന്നെയായിത്തീർന്നിരിക്കുന്നു. കുമിളിപ്പൊയ്കയ്ക്കും മീതെ കാട്ടുവള്ളികൾ ഞെരുങ്ങിത്തഴച്ചു. മാർത്താണ്ഡൻചിറയിലെ കലക്കവെള്ളത്തിൽ നായർകുട്ടികളും, പുലക്കിടാത്തന്മാരും, ഊരാളിച്ചെറുക്കന്മാരും ഒത്തുകൂടി മറിഞ്ഞു നീരാടി.

മരണപ്പാറ അംഗുലങ്ങളോളം വളർന്നിരുന്നു.

കാലത്തെ പിടിച്ചു തളയ്ക്കുവാൻ ശ്രമിച്ച അനന്തൻപിള്ളയോ? സഹതാപാർദ്രമായ ഒരോർമ മാത്രമായിത്തീർന്നു. കുറേക്കൂടി കഴിഞ്ഞപ്പോൾ കുമിളിപ്പൊയ്കയിലെ മാനത്തുകണ്ണികൾപോലും അയാളെ ഓർമിക്കാതെയായി. അമ്പലത്തറ മാതുപിള്ളയുടേയും നീലകേശിയുടെ പുരോഹിതപരമ്പരയിൽപ്പെട്ട കിട്ടൻവാത്തിയുടേയും ഗതി അതുതന്നെയായിരുന്നു.

ഒരു രാത്രിയിൽ വിളക്കെന്നിയുടെ ചിതലരിച്ച കൊട്ടിയമ്പലം കാറ്റത്തു മലച്ചു വീണു. അതിന്റെ ഒച്ച കേട്ട പരിസരങ്ങൾ അലസതപുണ്ടുകിടന്നതേയുള്ളു.

ദാനിയേലുപദേശി കാലത്തിന്റെ പുറപ്പാടറിഞ്ഞ ആളായിരുന്നു. കാലത്തെ തിരിച്ചുവിളിക്കുവാനുള്ള മൗഢ്യം അയാൾ കാട്ടിയില്ല. അയാൾ ധരിച്ചു. എല്ലാത്തിനും മീതെയാണ് കാലം. അയാൾ വിശ്വസിച്ചു. കാലത്തിനും മീതെ പടർന്നുകിടക്കുന്നത് അൽഫായും ഒമേഗയുമായവന്റെ കരങ്ങളാണ്. കാലത്തിന്റെ ഓരോ സ്പന്ദവും അവന്റെ നിശ്ചയത്തിൻപടിയാണ് നടന്നുകൊണ്ടിരിക്കുന്നത്.

ശ്രമപർവത്തിന്റെ തുടക്കത്തിൽ സ്വർഗസ്ഥനായ പിതാവിന്റെ വിളിയനുസരിച്ചായിരുന്നു ഉപദേശി മാറാന്തടത്തിലെത്തിപ്പെട്ടത്. തിരുവനന്തപുരത്തു നിന്നും നാഗർകോവിലിലേക്കുള്ള പ്രൈവറ്റ് ബസിൽ കയറിയ ഉപദേശി പള്ളിച്ചലിൽ വന്നിറങ്ങി. അവിടെനിന്നും രണ്ടുമൂന്നു നാഴിക നടക്കേണ്ടതുണ്ട് മാറാന്തടത്തിലെത്തിച്ചേരാൻ. നടന്നുപോകാൻ വെട്ടിയൊരുക്കിയ ഒരു വഴിത്താരയുണ്ടായിരുന്നു. വഴിപോക്കരായി കണ്ട ഒന്നുരണ്ടുപേരോടായി ഉപദേശി ചോദിച്ചു. ചെമ്മണ്ണമർന്ന വഴിത്താര ചൂണ്ടി അവർ ഉപദേശിക്കു ദിക്കു തെളിച്ചു.വേണമെങ്കിൽ വഴിയിലൂടെ കഷ്ടിച്ചൊരു വില്ലുവണ്ടിക്കു കടന്നുപോകാവുന്നതാണ്. നടവഴിയായി വെട്ടിയതല്ലെന്ന് ഒറ്റനോട്ടത്തിൽത്തന്നെ അറിയാം.

ഉപദേശി നടന്നു. പരമ്പരകളുടെ നോവും പേറി ഉപദേശി മാറാന്തടത്തിലേക്കു യാത്ര തുടർന്നു. വഴിത്താരയ്ക്കിരുവശവും സൈനികരുടെ നിരപോലെ വേലിപ്പത്തലുകൾ വളർന്നുനിന്നിരുന്നു. അവ കാറ്റേറ്റതും, തലവണങ്ങി നിലകൊണ്ടു. നടക്കുന്തോറും വഴിയുടെ വീതിയേറുന്നത്

ഉപദേശി ശ്രദ്ധിച്ചു. ഒരു കൊച്ചു തേരിയാണ്. നടന്നു കയറാൻ അത്രയ്ക്കു ബുദ്ധിമുട്ടില്ലാത്ത കയറ്റം. കയറ്റം കയറി ഉപദേശി നിരന്ന പ്രദേശത്തിലെത്തി.

ഒരു നിഴൽ തലയ്ക്കുമീതെ!

ഉപദേശി മുകളിലേക്കു നോക്കി. ഒരു മേഘക്കീറു ശിരസിനു മുകളിലായി അയാളുടെ ചുവട്ടടികളൊപ്പിച്ചു പറന്നുനീങ്ങുന്നു. മേഘം അയാൾക്കു തണലായി താണിറങ്ങി വന്നു. ഒന്നുരണ്ടു തവണ ഘനീഭവിച്ചു തുള്ളികളായി അയാളുടെ മൂർധാവിൽ പതിച്ചു.

"എന്റെ ദൈവമേ! എന്റെ ദൈവമേ!"

അത്യുന്നതങ്ങളിൽനിന്നുള്ള കൃപയുടെ ശീതസ്പർശമേറ്റപ്പോൾ അയാൾ വിളിച്ചു. മേഘം ഇറങ്ങിവന്നു വിളികേട്ടു.

"നീയല്ലോ പിതാവേ എല്ലാമറിയുന്നവൻ! നീയല്ലോ പിതാവേ നന്മതിന്മകളെ വേർതിരിക്കുന്നവൻ! വരാനിരിക്കുന്ന സകലതിനും ഹേതു ആയവനും നീ മാത്രമല്ലോ."

മേഘം അയാളെ തലോടി. മേഘപരിധിക്കപ്പുറം പകൽ ജ്വലിച്ചു.

"പിതാവേ, നീ എന്നെ നന്മയുടേയും നീതിയുടേയും പാതയിലൂടെ നടത്തേണമേ!"

വഴിവക്കിലുള്ള പുരകളുടെ എറമ്പുകളിൽ കുട്ടികളേയും ഒക്കത്തിടുക്കിയ സ്ത്രീകൾ ഉപദേശിയെ കാണാൻ ഇറങ്ങിനിന്നു. അയാൾക്കെതിരായി നടന്നു വന്നിരുന്ന പുരുഷന്മാർ തിരിഞ്ഞുനിന്നു. അയാൾ നടന്നകന്നിട്ടും അവർക്കു യാത്ര തുടരാൻ കഴിഞ്ഞില്ല. ഏതോ പരദേശി. അവർ കരുതി. എവിടേക്കോ പോകുന്നു. എവിടെനിന്നായിരിക്കും വരിക? വെറുതേ ആലോചിച്ചു മനസിന്റെ സ്വൈരംകെടുത്താൻ അവരൊരുങ്ങിയില്ല.

എവിടെനിന്നോ തുടങ്ങിയ യാത്ര! എന്നോ തുടങ്ങിവച്ച ക്ഷീണമേശാത്ത യാത്ര!

"എവിടെനിന്നായിരുന്നു?"

പള്ളിത്തറയിൽ അപരാഹ്നത്തിന്റെ സാന്ത്വനമേറ്റു മയങ്ങാൻ തുടങ്ങവേ ആരോ ഉപദേശിയോടു ചോദിച്ചു. അരികിലിരുന്ന മോനായി ആണോ? അയാൾ നോക്കി. അല്ല. അവൻ കസേര ചാരിക്കിടന്നു മയങ്ങുകയാണ്. വടവുക്കരിയിൽനിന്നും നേരിയതോതിൽ കുളിർത്ത കാറ്റു വീശുന്നുണ്ട്. ഉപദേശി മയങ്ങാൻ തുടങ്ങിയതായിരുന്നു. അതിനിടയിലാണ് പ്രജ്ഞയെ നൊമ്പരപ്പെടുത്തുന്ന ആ ചോദ്യമുണ്ടായത്. ഉപദേശി കസേരയിൽ നിവർന്നിരുന്നു. അയാളുടെ നെറ്റിത്തടം വിയർത്തൊഴുകുവാൻ തുടങ്ങി. ഒരു ചിരപരിചിതപാരവശ്യം അയാളെ ഗ്രസിക്കുവാനാരംഭിച്ചു.

കൽപ്പിതമായ ഒരു ജന്മം, അതിനുശേഷമുള്ളതെല്ലാം പിതാവിന്റെ നടത്തിപ്പാണ്. ഒന്നിനുമാത്രം സ്വാതന്ത്ര്യമുണ്ട്. തെരഞ്ഞെടുപ്പ്. സ്വന്തം ഭാഗധേയത്വം സ്വന്തം കരങ്ങളിൽത്തന്നെയാണ്. രണ്ടു മാർഗങ്ങൾ മുന്നി

ലുണ്ട്. ഏതെങ്കിലുമൊന്ന് കൈനീട്ടി എടുക്കാനാണ് വിധി. സാത്താന്റെ കണ്ണഞ്ചിക്കുന്ന, മായികമായ വഴിയാണൊന്ന്. ലഹരിപിടിപ്പിക്കുന്നതും, പ്രലോഭിപ്പിക്കുന്നതുമാണ് ആ വഴി. എത്തിപ്പെടാനെത്ര എളുപ്പമാണ്! മറ്റേത് ജീവന്റെ പാതയാണ്. നിത്യതയുടെ ഇടുങ്ങിയതും ഞെരുക്കമാർന്നതുമായ പാത.

ദുരിതങ്ങളുടേയും ക്ലേശങ്ങളുടേയും ഗതകാലങ്ങളിൽ ദാനിയേലുപദേശി പിന്നിട്ട മാർഗം ഞെരുക്കമാർന്നതായിരുന്നു. കഷ്ടിച്ചു നടന്നുകയറാൻമാത്രം ഇടുങ്ങിയതായിരുന്നു. വർത്തമാനത്തിന്റെ സ്വാസ്ഥ്യതീരങ്ങളിൽ വല്ലപ്പോഴും ഇരിക്കാൻ അവസരം കിട്ടുമ്പോൾ, ആ മാർഗത്തിലൂടെ മനസുകൊണ്ട് ഒരു മടക്കയാത്ര നടത്തുക ഉപദേശിയുടെ പതിവായിത്തീർന്നിരിക്കുന്നു. അപ്പോഴൊക്കെ കാലം അയാളുടെ പ്രജ്ഞയിൽനിന്നും വേറിട്ടകലുന്നു. സ്വതന്ത്രമായ കാലം അയാളേയും കൊണ്ടു സംവത്സരങ്ങളുടെ പിന്നാമ്പുറങ്ങളിലേക്കു യാത്രയാകുന്നു.

ചെമ്മൺവഴിത്താരയിലൂടെ നടന്നു മച്ചോട്ടുമുക്കിലെത്തിയ ഉപദേശി ഒരു കൂറ്റൻ വൃക്ഷത്തിന്റെ നിഴലണഞ്ഞു നിന്നു. അവിടെയുമിവിടെയും ഒന്നുരണ്ടാളുകൾ വഴിനടക്കുകയും നിൽക്കുകയും ചെയ്യുന്നു. നേരിയ ഓർമയെങ്കിലും ഓളമിടുന്ന ഒരു മുഖത്തിനായി ഉപദേശി പരതി. അപ്പോഴാണ്, കുറേ വടക്കുമാറി ഒരു ചായക്കട കണ്ണിൽപ്പെട്ടത്. കയറിച്ചെന്നാൽ ദാഹമകറ്റുകയും, അറിയേണ്ട കാര്യങ്ങൾ ചോദിച്ചറിയുകയും ചെയ്യാം. ചെറിയതായിരുന്നു കടയ്ക്കകം. അകത്തൊരു മൺതിട്ടയും രണ്ടുമൂന്നു മരക്കാലികളുമുണ്ട്. മൺതിട്ടയിൽ ഒന്നുരണ്ടുപേർ ഇരുന്നിരുന്നു. ഉപദേശി കടയിലേക്കു പ്രവേശിച്ചു. അകത്തിരുന്നവർ അയാളെ സന്ദേഹത്തോടെ നോക്കി. കാഴ്ചയിൽ തികച്ചും പരദേശി. വളരെ അകലെനിന്നാണ് അയാൾ വരുന്നതെന്ന് അവർ തീർച്ചയാക്കി.

മരക്കാലിയിൽ ഇരുന്നുകൊണ്ട് അയ്യാവുവാത്തി കോന്നനെ നോക്കി. അവൻ മൺതിട്ടയിലാണ് ഇരിക്കുന്നത്. ഉപദേശി രണ്ടുപേരേയും നോക്കി പുഞ്ചിരിച്ചു. എന്നിട്ടു മരക്കാലികളിലൊന്നിൽ ഇരുന്നു. തോളിൽ കിടന്നിരുന്ന തുണി സഞ്ചിയെടുത്തു മരക്കാലിയിൽ വച്ചു. വിയർപ്പിനിയും ആറിയിട്ടില്ല. സഞ്ചിയിൽ നിന്നും പൂക്കൾ തുന്നിപ്പിടിച്ച ഒരു തൂവാലയെടുത്ത് അയാൾ മുഖം ഒപ്പി. അയാളുടെ പ്രവൃത്തികളിലെ തദ്ദേശീയമല്ലാത്ത പുതുമ അവരിൽ കൗതുകമുളവാക്കിയെന്നു തോന്നുന്നു. അവർ കണ്ണിമയ്ക്കാതെ അയാളെത്തന്നെ നോക്കിയിരുന്നു. അയാളൊന്നു ശബ്ദിച്ചുകേൾക്കാൻ അവർ കൊതിച്ചു. അയാളുടെ ഭാഷയെപ്പറ്റിയും അവരിൽ ചില സന്ദേഹങ്ങളുണ്ടാകാതിരുന്നില്ല.

“ഇതല്ലേ മാറാന്തടം?”

കോന്നനോടായിരുന്നു ഉപദേശി ചോദിച്ചത്. അതിൽ അവൻ അഭിമാനിക്കുകയും ചെയ്തു. തൊട്ടരുകിൽ ഇരുന്നിരുന്ന അയ്യാവുവാത്തിയെ ഉപദേശി ശ്രദ്ധിച്ചിരുന്നില്ല.

"ഓ! ഇതുതന്നെ. അങ്ങുന്ന് എവുടന്ന് വരണത്?"

"കുറച്ചകലെനിന്നാണ്."

ആ മറുപടി അവർക്കു മതിയാകുന്നതായിരുന്നില്ല.

"എന്നുവച്ചാ, സ്ഥലം പറഞ്ഞാ ഞാക്കു മനസിലാവൂല്ലന്നോ?"

തനിക്കു പറ്റിയ അബദ്ധം ഉപദേശി മനസിലാക്കി. അയാൾ അതു തിരുത്താൻ ശ്രമിച്ചു:

"കുറേ വടക്കുനിന്നാണ്. അടൂരെന്നു കേട്ടിട്ടുണ്ടോ?"

"എന്നു പറഞ്ഞാ തിരുവനന്തപുരത്തുക്കും വടക്കോ?"

കോന്നൻ അവന്റെ ഭൂമിശാസ്ത്രവിജ്ഞാനത്തെ വിളമ്പി. അവനെ സംബന്ധിച്ചിടത്തോളം അറിവായതിൽ ഏറ്റവും വടക്കുള്ള പ്രദേശം തിരുവനന്തപുരമാണ്. അവിടെയാണ് നാടുവാഴുന്ന പൊന്നുതമ്പുരാന്റെ കൊട്ടാരവും, കച്ചേരികളുമെല്ലാം. അതിനപ്പുറം കൊടുങ്കാടെന്നാണ് പറഞ്ഞുകേട്ടിട്ടുള്ളത്.

"അതേ. തിരുവനന്തപുരം കഴിഞ്ഞ് കുറേയധികം പോകണം. കൊട്ടാരക്കരയ്ക്കും വടക്കാണ്."

മുറത്തിൽ ചുട്ടടുക്കിയ ദോശകളുമായി ദാമോദരൻനായർ പ്രവേശിച്ചു. മുറത്തിൽനിന്നും ആവി പാറുന്നുണ്ടായിരുന്നു. സ്വാദൂറ്റ ഒരു നറും ഗന്ധം അവിടെയെങ്ങും വ്യാപിച്ചു. കണ്ണാടിപ്പെട്ടി തുടയ്ക്കുന്നതിനിടയിൽ ദാമോദരൻനായർ തിരിഞ്ഞു വഴിയാത്രക്കാരനെ ഉഴിഞ്ഞു. കടയിലിതു സാധാരണമാണ്. അപരിചിതരായ വഴിയാത്രക്കാർ വന്നുകയറുക. പള്ളിച്ചലിൽ വണ്ടിയിറങ്ങി കടപ്പുറത്തേക്കും തിരുവല്ലത്തേക്കും പോകുന്ന കാൽനടക്കാരിൽ പലരും അതുവഴിയാണ് വരിക. മച്ചോട്ടെത്തിയാൽ ദാമോദരൻനായരുടെ ചായക്കടയിൽനിന്നും എന്തെങ്കിലും കഴിക്കാതെ അവർ പോകാറില്ല. പ്രത്യേകിച്ചു പതിവുകാർ. അയാളുടെ ദോശകൾക്ക് ഒരു സവിശേഷതയുണ്ട്. അവ ഉള്ളിൽ തേങ്ങാപ്പീരയോ ഗർഭം ധരിക്കുന്നു. ആവിയിൽ പുഴുങ്ങിയ തേങ്ങാപ്പീരയുടെ മണം ചാവടിയിലെത്തുമ്പോൾത്തന്നെ വഴിയാത്രക്കാരെ മാടിവിളിക്കുന്നു.

"തിന്നാനെന്തെരെങ്കിലുമെടുക്കട്ടോ?"

ദാമോദരൻനായർ ചോദിച്ചു. ഉപദേശി കോന്നനോടും വാത്തീയോടും കുശലപ്രശ്നങ്ങൾ നടത്തുകയായിരുന്നു. ചായമാത്രം മതിയെന്നു പറഞ്ഞുകൊണ്ട് അയാൾ സംസാരം തുടർന്നു. അയ്യാവുവാത്തിക്കും കോന്നനും ഓരോ ചായകൾ പകരാൻ ഉപദേശി വിളിച്ചു പറഞ്ഞു. നീലകേശിയുടെ മക്കൾക്ക് ഉത്സാഹമേറി. അവർ കുറേക്കൂടി മുന്നോട്ടു നീങ്ങി. ഉപദേശിയോടും ചേർന്നിരുന്നു. എന്നിട്ടും മൺതിട്ടയിൽ നിന്നും മരക്കാലിയിലേക്കു കോന്നൻ ഇറങ്ങിയിരുന്നില്ല.

കോന്നൻ മാറാന്തടത്തെപ്പറ്റിയുള്ള വിവരങ്ങൾ ഉപദേശിയെ പറഞ്ഞു കേൾപ്പിച്ചു. അയാളെല്ലാം ശ്രദ്ധിച്ചുകേട്ടു. ഇടയ്ക്ക് അയാൾക്ക് ചില സന്ദേഹങ്ങളുണ്ടാകാതിരുന്നില്ല. അവയ്ക്കും കോന്നൻ മറുപടി പറഞ്ഞിരുന്നു.

"ഇവുടത്തെ വലിയ ജമ്മി ഇപ്പോ അമ്പലത്തറ ചെല്ലോംപിള്ള അങ്ങുത്തയാണ്."

കോന്നൻ തുടർന്നു:

"ദാ കാണുന്ന തടത്തീന്ന് തൊടങ്ങി, കുമിളിതൊട്ട് വടവുക്കരിവരയ്ക്കും ചെല്ലോംപിള്ള അങ്ങത്തേരെ സ്വന്തം. കുമിളി ഏലേലെ നെലങ്ങളില് കൊറച്ച് അധികാരിക്കും കൊറച്ച് മുനമ്പത്തുകാരിക്കും പോയിട്ട് ബാക്കിയെല്ലാം ചെല്ലോംപിള്ള അങ്ങത്തയ്ക്കുതന്നെ. പച്ചേ വങ്ങേനി ഇപ്പം അമ്പലത്തറക്കാരിയ്ക്കല്ല. അവുടെ മേടപ്പെരേല് പാസ്കരമ്പിള്ളേനെപ്പോയിട്ടേ മറ്റൊള്ളോരൊള്ളു."

"അയിനു കാരണമെന്ത്?"

കോന്നൻ പറഞ്ഞുതീർന്നതും, അയ്യാവുവാത്തി ചോദിച്ചു. എന്തെങ്കിലും ഒരു വാക്ക് ഉച്ചരിക്കണമെന്നു കുറേനേരമായി വാത്തി കൊതിക്കുന്നു. കോന്നനാകട്ടെ, നിർത്തുന്നതുമില്ല ഒരു സൗകര്യം കിട്ടിയപ്പോൾ വാത്തി ചാടിവീണു.

"കാരണോ?" —കോന്നൻ പറഞ്ഞു.

"അതെല്ലാരിക്കും അറിയണതല്ലേ വാത്തി? പണ്ടേതന്നെ അവരു പ്രമാണികള്. കൊട്ടാരത്തീ സേവയൊള്ളവര്. ഏലായും കടുക്കാലിയും അവരുക്കു ചേർന്നാല്, അതീല് അൽബുതമെന്തരിന്?"

"അല്ല, അതല്ല. നെനക്കറിയൂല്ലെടേ കോന്നാ."

"എങ്കി വാത്തി പറയിന്."

"നീലകേശിരെ അനിംഗിരഹം"

ഒറ്റമൂച്ചിൽ വാത്തി പറഞ്ഞു. കിട്ടൻവാത്തിയുടെ അനുഗാമിയായ അയ്യാവുവാത്തിയുടെ ചോരക്കണ്ണുകൾ പൂർവാധികം തെളിച്ചമേറി. കോന്നനതു കണ്ടു. ചെറിയൊരു ഇച്ഛാഭംഗം അവനുണ്ടായി. ദാമോദരൻനായർ ചായ എത്തിച്ചു. കൊഴുപ്പുള്ള ചായ. ദാഹം തീരെ ശമിച്ചിരുന്നില്ല.

"വിഴിഞ്ഞത്തേക്കാരിക്കും?"

നായർ ചോദിച്ചു.

"അല്ല, ഇവിടംവരെത്തന്നെയാണ്."

"ഇവിടെ ആരിനെ കാണാനാണ്?"

അറിയുവാൻ കോന്നനു തിടുക്കമായി. മുന്തിയ തറവാടുകളിലാരെയുമാണെങ്കിൽ അവനു വഴിതെളിക്കാം. ആ പേരിൽ അന്നത്തെ ചെലവിനുള്ളതു സമ്പാദിക്കാം.

"അംശം അധികാരിയെ."

"കച്ചേരീന്നു നീട്ടുവല്ലതുമൊണ്ടോ?"

തിരുവനന്തപുരത്തുനിന്നും ചിലപ്പോൾ സർക്കാർ ശിപായിമാർ അധികാരിയെ കാണാൻ വരാറുണ്ട്. കൈയിലൊരു നീട്ടുണ്ടായിരിക്കും. അവരെ ദാമോദരൻനായർ മണത്തുപിടിക്കുന്നു. സമൃദ്ധമായിത്തന്നെ സൽക്കരി

ക്കുന്നു. ചായ കുടിച്ചുകൊണ്ടിരിക്കുമ്പോൾ ശിപായിമാർ നീട്ടിനെക്കുറിച്ച് ചുറ്റും കൂടിയിരിക്കുന്നവരോടു പറയുന്നു. കരംപിരിവിനേയോ അച്ചുകുത്തിനേയോ സംബന്ധിക്കുന്ന കൽപ്പനകളായിരിക്കും മിക്കവാറുമുണ്ടാവുക. അത് അധികാരി അറിയുന്നതിനു മുമ്പുതന്നെ മാറാന്തടത്തിൽ പാട്ടായിക്കഴിഞ്ഞിരിക്കും.

"ഞാൻ കച്ചേരിയിൽനിന്നല്ല. അംശം അധികാരിയെ സ്വകാര്യമായി ഒന്നു കാണണമായിരുന്നു. ആരെങ്കിലും ഒന്നു വഴികാട്ടിത്തന്നാൽ വേണ്ടില്ല."

"ഓഹോ."

കോന്നൻ മൺതിട്ടയിൽനിന്നും താഴെയിറങ്ങി. അതു കണ്ട അയ്യാവുവാത്തിയും ദാമോദരൻനായരും പരസ്പരം നോക്കി അമർത്തിച്ചിരിച്ചു. ഉപദേശി പുറത്തിറങ്ങി. അയാൾ കോന്നനൊത്ത് അധികാരിയുടെ വീട്ടിലേക്കു നടന്നു.

ആദ്യം കോന്നന്റെ കടയിൽനിന്നായിരുന്നു വാർത്ത പുറത്തുവന്നത്. വടക്കുനിന്നും വന്ന ഒരു ക്രിസ്ത്യാനി മാറാന്തടത്തിൽ കുടിയുറപ്പിക്കുവാൻപോകുന്നു. ഉടൻതന്നെ അയാൾ പുര പണിഞ്ഞുതുടങ്ങും.

കോന്നൻ കൊച്ചുപെണ്ണിനോടു പറഞ്ഞു. കേട്ടുകഴിഞ്ഞപ്പോൾ അവൾക്ക് അതിശയമായി. ക്രിസ്ത്യാനികൾ കണ്ടാൽ എങ്ങനെയിരിക്കുമെന്ന് അവൾ ഭർത്താവിനോട് ആവർത്തിച്ചു ചോദിച്ചു. കൂടുതലറിയുവാനായി അവൾ അവന്റെ പിന്നിൽക്കൂടി.

"പെരുത്ത പണക്കാരനായിരിക്കും."

കൊച്ചുപെണ്ണ് അഭിപ്രായപ്പെട്ടു. എന്നാലും അങ്ങനെയൊരാൾ തന്റെ കെട്ടിയവനെത്തന്നെ ആദ്യം കൂട്ടുപിടിച്ചുവല്ലോ എന്നോർത്ത് അവൾ രഹസ്യമായി ആനന്ദിച്ചു. കോന്നൻ പതിവുപോലെ മച്ചോട്ടുമുക്കിലേക്കു പോയപ്പോൾ കൊച്ചു പെണ്ണ് പുറത്തിറങ്ങി. അയലത്തെ എട്ടെല്ലിയെ കണ്ടു വിശേഷം പറഞ്ഞു. എട്ടെല്ലി മൂക്കത്തു വിരൽവച്ചു.

"അപ്പോ, അയ്യാള് തോനെ നെലങ്ങളും, പെരയെടങ്ങളും വാങ്ങുമാരിക്കും."

"നമ്മളെ ആള് പറേണത് വാങ്ങിക്കുമെന്നുതെന്നെ."

"അല്ലങ്കിലും നീയ്യ് പാക്യോള്ളോളാണ് കൊച്ചുപെണ്ണേ."

"ദേര് നീയ്യ് അതുമിതും പറയല്ല് എട്ടെല്ലീ."

"അയിന് എന്തെരാണ് പറഞ്ഞതെന്ന് നെനക്കു തിരിഞ്ഞോ?"

മനസിലാകാതെ കൊച്ചുപെണ്ണു മിഴിച്ചു നിന്നു.

"ക്രിസ്യാനി മാറാന്തടത്തീ കുടിയൊറപ്പിച്ചാ, കൈമണി നെന്റെ മാപ്പ്ലതെന്നെയായിരിക്കൂലേ?"

അപ്പോഴാണ് അക്കാര്യം കൊച്ചുപെണ്ണും ഓർത്തത്. അതു സത്യമാണുതാനും. കോന്നന് ഇപ്പോൾ എവിടേയും കൈമണിയുണ്ടായിരുന്നില്ല. എത്ര തറവാട് മാറി മാറി നോക്കിയതാണ്. ആരുകൂട്ടും സ്ഥിരമായി? കൈയിലിരിപ്പതല്ലേ? വിളക്കെന്നിയായിരുന്നു അവസാനത്തെ തറ

വാട്. ക്ഷയിച്ചിരുന്നെങ്കിലും അവിടെനിന്നുള്ള വരവിനു കുറവൊന്നുമുണ്ടായിരുന്നില്ല. ഓരോ ഈടിനും നൂറ്റമ്പതു തേങ്ങ മുറ്റത്തെത്തും. ഓരോ കൊയ്ത്തിനും ഉള്ളുമുറിയിൽ നെല്ലു കുമിയും. ഇപ്പോൾ പുന്നെല്ലിന്റെ മണമറിഞ്ഞിട്ടെത്രനാളായി. വേണ്ടാത്തരം കാണിച്ചിട്ടല്ലേ? മൂത്തു പാകമായ കുലത്തേങ്ങ നിർത്തിയിട്ട് ഇളംകുല വെട്ടിയിടുക. ആരും സംശയിച്ചില്ല. രാത്രി ഏണിയും കയറുമായിച്ചെന്ന് മൂത്തകുലകൾ കെട്ടിയിറക്കി പെരയിൽ നിറച്ചു. ആദ്യമൊക്കെ കൊച്ചുപെണ്ണു വിലക്കിയിരുന്നു. പിന്നീട് അവളും ചേർന്നു. ഒരു രാത്രിയിൽ തൊണ്ടിയോടെ പിടിക്കപ്പെട്ടു.

കൊട്ടിയമ്പലത്തിനകത്തു കടന്നുപോകരുതെന്നാണു വിലക്ക്. അതിൽപ്പിന്നെ കോന്നൻ വിളക്കെന്നി കണ്ടിട്ടില്ല.

"കോന്നാ നെനക്ക് കോളടിച്ചല്ലോടെ?"

അയ്യാവുവാത്തി ചോദിച്ചു. കോന്നൻ മൺതിട്ടയിലിരുന്നു. പുഴുങ്ങിയ തേങ്ങാപ്പീരയുടെ മണം അവിടെ നിറഞ്ഞുകിടന്നിരുന്നു.

"നിങ്ങളു ചുമ്മായിരിക്കിം വാത്തി, അതുമിതും പറയാതെ." —കോന്നൻ പ്രതിഷേധിച്ചു.

"അതെന്തെരെടേ അങ്ങനെ? അയ്യാള് നെലങ്ങളും പെരേടങ്ങളും വാങ്ങിച്ചു കൂട്ടുമെന്നല്ലേ നീയ്യ് പറഞ്ഞുനടക്കണത്? എങ്കിപ്പിന്നെ കൈമണി നീയല്ലാതെ പിന്നാര്?"

"പറ്റിയ ആളുതെന്നെ."

കോന്നൻ തിരിഞ്ഞുനോക്കി. വല്ലാടൻ. അമ്പലത്തറ ചെല്ലോംപിള്ളയുടെ രണ്ടാംകൈമണിയാണ് അവൻ. അവന്റെ അപ്പൻ കുഞ്ഞപ്പിയായിരുന്നു ഒന്നാം കൈമണി. അവർക്ക് അച്ഛനും മകനും, പണ്ടേതന്നെ കോന്നനോടൊരു വിരോധമുണ്ടായിരുന്നു. വെറുതെ കൈമണികളെ ഒന്നടങ്കം ചീത്തപ്പേരു കേൾപ്പിച്ചതിന്. അതിനാൽ സൗകര്യംകിട്ടുമ്പോഴൊക്കെ വല്ലാടൻ അവനെ കളിയാക്കിപ്പോന്നു. പലപ്പോഴും അതൊന്നും കണ്ടില്ലെന്നും കേട്ടില്ലെന്നും നടിച്ചു കോന്നൻ നടക്കുകയാണു പതിവ്.

വല്ലാടൻ മപ്പടക്കിയിരുന്നു ചിരിക്കുന്നു. കോന്നൻ പുറത്തേക്കു നീട്ടിത്തുപ്പി.

ഉപദേശി വന്നുപോയതിൽപ്പിന്നെ ദാമോദരൻനായരുടെ ചായക്കടയിലെ പ്രധാനവിഷയം അതായി. അയാൾ വീണ്ടും വരുമെന്നു കോന്നൻ അറിയിച്ചു. അധികാരിയുടെ വീട്ടിൽ പോയിരുന്നെങ്കിലും കാണാൻ സാധിച്ചില്ല. അധികാരി പുറത്തെവിടെയോ പോയിരുന്നു. കാത്തുനിന്നാലും രക്ഷയില്ല. പോകുംമുമ്പേ കോന്നനോട്, ഉപദേശി പറഞ്ഞിരുന്നു, മാറാന്തടത്തിൽ അൽപ്പം ഭൂമി വാങ്ങി താമസമാക്കുവാനായി താൻ വീണ്ടും വരുമെന്ന്.

അതിന് അയാൾക്ക് ആരു പെരേടം കൊടുക്കും? കോന്നന് സന്ദേഹമായി. വരത്തന് ആരു നെലവും ഭൂമിയും നൽകും? അതിനായുള്ള പ്രത്യേകപരിതഃസ്ഥിതിയൊന്നുമില്ലാത്ത അവസ്ഥയിൽ വിശേഷിച്ചും.

ഏവർക്കും അതുതന്നെയായിരുന്നു സംശയം. അത് അവർ തമ്മിൽത്ത മ്മിൽ പറയുകയും ചെയ്തിരുന്നു.

"അയ്യാളെ കൈയില് തോനെ പണമൊണ്ടോടേ കോന്നാ?"

ആളൊഴിഞ്ഞ ഒരവസരത്തിൽ ദാമോദരൻനായർ ചോദിച്ചു.

"ഒണ്ടോന്നോ, കൊള്ളാം. ഇന്നാള് അയ്യാള് വന്നപ്പോ കൈയിലൊരു സഞ്ചി വച്ചിരുന്നത് അങ്ങുന്നു കണ്ടാ?"

കോന്നൻ ചോദിച്ചു. ദാമോദരൻനായർ ഓർത്തുനോക്കി. കണ്ടതായി ഒരു കൊച്ചോർമയുണ്ട്! അത് അയാളറിയിച്ചു.

"അയിന്റെ പെടലി മൊഴിച്ചിരുന്നത് കണ്ടാ?"

കണ്ടെന്നു ദാമോദരൻനായർ സമ്മതിച്ചു.

"അതിന്റകത്തു നെറച്ചും എന്തെരായിരുന്നു? പൂത്ത പണമല്ലാ രിന്നോ! ഒന്നാന്തരം ബ്രിട്ടീസ് രൂവ!"

എന്നിട്ടും മാറാന്തടക്കാർ സംശയിച്ചു. എത്ര പണമുണ്ടായാലെന്ത്? ഭൂമി നൽകണമെങ്കിൽ മാറാന്തടക്കാർ മറ്റുചിലതുകൂടി ആവശ്യപ്പെട്ടിരുന്നു. ഉപദേശി തുടക്കത്തിൽ അക്കാര്യം ഓർത്തിരുന്നില്ല. ചെല്ലൻപിള്ളയുടേയും, ഭസ്കരൻ പിള്ളയുടേയും പടിപ്പുരകൾ കയറി ഇറങ്ങിയപ്പോൾ ഉപദേശിക്ക് അത് അംഗീകരിക്കേണ്ടിവന്നു.

അമ്പലത്തറ നടന്നുകയറുമ്പോൾ, പൂമുഖത്ത് ചെല്ലോപിള്ളയുണ്ടായിരുന്നു. ഉപദേശി മുറ്റത്തുതന്നെ നിന്നു. ചെല്ലോംപിള്ള പൂമുഖത്തിരുന്നുകൊണ്ട് ഉപദേശിക്കു പറയാനുള്ളതെല്ലാം ക്ഷമയോടെ കേട്ടു. കുറച്ചു ഭൂമി വേണം. എത്ര വില വേണമെങ്കിലും തരാം. ഏതു തരിശായാലും വേണ്ടില്ല. ഒരു പെര വെക്കാനുള്ള ഇടമെങ്കിലും കിട്ടണം. കിട്ടിയേ തീരൂ. ഉടൻതന്നെ മറുപടിയും വേണം.

"നിങ്ങള് ക്രിസ്യാനിയല്ലേ?"

എല്ലാം കേട്ടുകഴിഞ്ഞ്, നാൽക്കാലിയിൽനിന്നും എണീറ്റുകൊണ്ട് ചെല്ലോംപിള്ള ചോദിച്ചു.

"അതേ, ഞാൻ ക്രിസ്തുമതവിശ്വാസിയാണ്."

"എന്നു പറഞ്ഞാനിങ്ങളെ ദൈവം പരദേശിയെന്നല്ലേ അർത്ഥം?"

"ദൈവം ഒന്നേയുള്ളു. ആ ദൈവത്തിന് ഒരു ദേശം മാത്രമേയുള്ളു. അളക്കാൻ കഴിയാത്ത ഈ പ്രഞ്ചമാണത്."

"അപ്പം ഞങ്ങളെ നീലകേശി ദൈവം അല്ലന്നോ പറഞ്ഞുവരണത്?"

"എന്നു ഞാൻ പറഞ്ഞില്ലല്ലോ. ദൈവം ഒന്നേയുള്ളു. സർവവ്യാപിയായ ഒരാൾ മാത്രം."

"അങ്ങന വളച്ചുകെട്ടാതെ ഒള്ളത് പറയീം ഒപ്ദേസീ."

തെല്ലു കളിയാക്കുന്നമട്ടിലായിരുന്നു പിള്ളയുടെ സംസാരം.

"എന്തെര്?"

"വളച്ചുകെട്ടാതെ കാര്യം കാര്യമായിത്തന്നെ പറയുക."

"ഞാൻ ചോദിച്ചത് അൽപ്പം ഭൂമിയാണ്."

"ക്രിസ്യാനികൾക്ക് ഞാൻ ഭൂമി കൊടുക്കുല്ലാ."

"ഞാൻ പണം തരുന്നതല്ലേ?"

"ആ പണം കടിക്കും. വെറുതേ എന്തെരിന് നീലകേശിരെ കോപം ഞാനായി വിളിച്ചുവരത്തണത്? നിങ്ങൾ പോയീം."

"നീലകേശി കോപിക്കത്തില്ല."

"എന്തെരെന്തര്?"

ചോദിച്ചു കൊണ്ടു ചെല്ലോപിള്ള പടിക്കലോളം വന്നു നിന്നു.

"എനിക്കു ഭൂമി തന്നാൽ നീലകേശി പിണങ്ങില്ല."

"എന്നു താൻ പറഞ്ഞാമതിയോ?"

"നീലകേശി വിഗ്രഹമല്ലേ?"

"അതിന്?"

"വിഗ്രഹം ജീവനില്ലാത്തതല്ലേ? അത് എങ്ങനെ കോപിക്കുകയും കടിക്കുകയും ചെയ്യും? പോരെങ്കിൽ വിഗ്രഹാരാധന പാപവുമാണ്."

പറഞ്ഞുപോയതാണ്. വളരെക്കാലമായി അതു മാത്രം പറഞ്ഞു പറഞ്ഞ് നാവ് മറ്റൊന്നിനും വഴങ്ങാതായിരിക്കുന്നു.

"ഫാ! അനാവശ്യം പറഞ്ഞാലുണ്ടല്ലോ, കത്തിച്ചുകളയും ദേവി."

"ക്ഷമിക്കുക. ഞാൻ തിരിച്ചെടുത്തിരിക്കുന്നു."

"വേണ്ട. താൻ പോയേച്ചാ മതി. മേലാൽ ഇവിടെയെങ്ങും കണ്ടു പോകരുത്."

കോന്നൻ നടന്നു. ഉപദേശി അവന്റെ പിന്നാലെ നടന്നു. വീതികുറഞ്ഞ ചെളിവരമ്പിലൂടെ നടക്കുമ്പോൾ അയാളുടെ കണ്ണുകൾ ആകാശങ്ങളിലായിരുന്നു. ഇടതടവില്ലത്ത പ്രാർഥനയാൽ മനം നിറഞ്ഞു വിങ്ങി. പെട്ടെന്നയാളുടെ ശ്രദ്ധ കോന്നനിൽ പതിഞ്ഞു. അയാൾ വിളിച്ചു:

"കോന്നാ!"

കോന്നൻ വരമ്പിൽ തിരിഞ്ഞുനിന്നു.

"നിനക്കു മടുക്കുന്നില്ലേ?"

"എന്നറഞ്ഞാ?"

"അതായത്, എന്നോടൊപ്പം ഇങ്ങനെ നടന്നുനടന്നു നീ തളർന്നു പോയില്ലേ?"

"നിങ്ങ ചുമ്മാവരീം ഊതേശീ. എവ്ടെന്നെങ്കിലും ഒരുതുണ്ടു പൂമി കിട്ടുമോന്നു നമക്കു നോക്കാം."

അവന്റെ പ്രത്യാശ അവന്റെ ദാർഢ്യം ഉപദേശിയെ പൂർവാധികം ഉന്മേഷവാനാക്കി. മാറാന്തടത്തിൽ ഒരുതുണ്ടു ഭൂമിക്കായുള്ള അഭിവാഞ്ഛ അതിശക്തമായിത്തീർന്നു. കാൽക്കീഴിൽ സ്വന്തമെന്നു പറയാവുന്ന ഒരുപിടി മണ്ണിന്റെ സ്പർശമേൽക്കാതെ അതൊടുങ്ങുകയില്ല. എവിടെയും നിരാശയുളവാക്കുന്ന പ്രതികരണങ്ങളാണുണ്ടായിരിക്കുന്നത്. ആറാട്ടുകാവിലും താന്നിമൂട്ടിലും കയ്പേറിയ അനുഭവങ്ങളാണുണ്ടായത്. അവിടെയൊക്കെ അമ്പലത്തറ ചെല്ലോംപിള്ള കയറിയിറങ്ങിയിരു

ന്നുവെന്നാണ് കോന്നൻ പറയുന്നത്. നീലകേശിയുടെ പേരു പറഞ്ഞാണ്, അവരെയൊക്കെ ഉപദേശിക്കെതിരായി അയാൾ തിരിച്ചത്.

"ഇതാണ് ഞാമ്പറഞ്ഞ വീട്."

മുനമ്പത്തെ കൊട്ടിയമ്പലത്തിനു പുറത്ത് കോന്നൻ നിന്നു. ഉപദേശി അകത്തേക്കു നടന്നുകയറി. ശേഖരൻപിള്ള സ്ഥലത്തുണ്ടായിരുന്നു. അയാളിറങ്ങിവന്നു. ഉപദേശി സ്വയം പരിചയപ്പെടുത്തി.

"ഓ, നിങ്ങളോ ഒപതേശി?"

"അതെ."

"നിങ്ങള് അമ്പലത്തറേച്ചെന്ന് ഭൂമി കേട്ടോ?"

"ചോദിച്ചു."

"എന്തെരു പറഞ്ഞു ചെല്ലോംപിള്ള?"

"തരാൻ പറ്റില്ലെന്നു പറഞ്ഞു."

"വേറെ എവുടൊക്കെപ്പോയി?"

"താന്നിമുട്ടിലും ആറാട്ടുകാവിലും പോയിരുന്നു. അവരും സാധ്യമല്ലെന്നു പറഞ്ഞു."

"നിങ്ങൾക്കു ഞാൻ ഭൂമി തരാം."

"ദൈവമേ!" —ഉപദേശി കണ്ണുകളെ മുകളിലേക്കുയർത്തി.

"ഒരു കരാറുണ്ട്. രൊക്കം പണം വേണം."

"തരാം."

'എത്രേന്നുവച്ചാ അത്രേം തരണം."

"വാങ്ങുന്ന ഭൂമി അളന്ന്, അതനുസരിച്ച് പോരേ?"

"മതി. എത്ര ഭൂമി വേണം?"

"തൽക്കാലം അഞ്ചേക്കർ മതിയാകും."

"എന്നു വേണം?"

"ഇവിടത്തേക്കു സൗകര്യമുണ്ടായാൽ നാളെത്തന്നെ പ്രമാണം ചെയ്യാം."

"നാളെക്കഴിഞ്ഞു പോരെ?"

"മതി."

മടങ്ങി മച്ചോട്ടുമുക്കിലേക്കു നടക്കുമ്പോൾ കോന്നൻ പറഞ്ഞു:

"അമ്പലത്തറ ചെല്ലോംപിള്ളയും മുനമ്പത്തുകാരും തമ്മീ വൈരമാണ്. കീരീനേം പാമ്പിനേംപോലെ. തമ്മിക്കണ്ടാ കടിച്ചുകീറും. അത്ര പെരുത്ത വൈരമാണ്."

പകലൊടുങ്ങുംമുമ്പ് ഇടവപ്പാതിക്കു തുടക്കമിട്ടുകൊണ്ട് മാറാന്തടത്തിനു മുകളിൽ ഇരുട്ടു തടംപിടിക്കുന്ന കാലം. പണിക്കൻപൊറ്റയ്ക്കു താഴെ മരണപ്പാറയുടെ നിഴൽ വീഴുന്ന തരിശിൽ ഉപദേശി നിന്നു. കൂടെ കോന്നനുമുണ്ടായിരുന്നു. നാട്ടുകാർ കോന്നനെന്നു വിളിച്ചിരുന്ന അവന്റെ പേര് ഗോവിന്ദനെന്നായിരുന്നു. അവൻ മൺവെട്ടിയോങ്ങി ആദ്യത്തെ വെട്ടുവെട്ടി.

11

"യഹോവ എന്റെ ഇടയനാകുന്നു.
എനിക്കു മുട്ടുണ്ടാകയില്ല.
പച്ചയായ പുൽപ്പുറങ്ങളിൽ അവനെന്നെ കിടത്തുന്നു.
സ്വസ്ഥതയുള്ള വെള്ളത്തിനരികിൽ അവനെന്നെ നടത്തുന്നു.
അവനെന്റെ പ്രാണനെ തണുപ്പിക്കുന്നു.
അവനെന്റെ ശിരസിനെ എണ്ണകൊണ്ടഭിഷേകംചെയ്യുന്നു."

കുറേനേരം പുറത്തുനിന്നുകൊണ്ടു കോന്നൻ ശ്രദ്ധിച്ചു. അവന് ഒരു പിടിയും നൽകാത്ത കുറെ വാക്കുകൾ. ആരോടായിരിക്കും ഉപദേശി സംസാരിക്കുക? വൈകുന്നേരം താൻ കുടിയിലേക്കു പോകുന്നതു വരെ ആരും വന്നിരുന്നില്ല. വരുമെന്ന സൂചന ഉപദേശിയുടെ ഭാഗത്തുനിന്നുണ്ടായതുമില്ല. കോന്നനു ജിജ്ഞാസയായി. അവൻ അനക്കമുണ്ടാക്കാതെ തലയെത്തിച്ചു നോക്കി. ഉപദേശി പായിലിരിക്കുന്നു. ഒറ്റയ്ക്കാണ്. മറ്റാരേയുംതന്നെ കാണുന്നില്ല. ഉപദേശിയുടെ കൈയിൽ തുറന്നുപിടിച്ച നിലയിൽ ഒരു പുസ്തകമിരിക്കുന്നു. ചിമ്മിനിവിളക്കിന്റെ ചഞ്ചലമായ വെട്ടത്തിൽ ചമ്രംപടിഞ്ഞിരിന്നുകൊണ്ട് ഉപദേശി പുസ്തകം വായിക്കുന്നു. അയാളുടെ വായനയ്ക്കൊരു പ്രത്യേകതയുണ്ടെന്ന് കോന്നൻ കണ്ടുപിടിച്ചു. വായിക്കുമ്പോൾ കണ്ണുകൾക്കൊപ്പം ചൂണ്ടാണിവിരലും അക്ഷരങ്ങൾക്കു കീഴിലൂടെ സഞ്ചരിക്കുന്നു. ഒരു വാക്കിൽനിന്നും മറ്റൊരു വാക്കിലേക്കു നോട്ടം വീഴുന്നതിനു മുമ്പുതന്നെ വിരലെത്തിപ്പെട്ടിരിക്കും.

മുരടനക്കി ശല്യപ്പെടുത്താൻ കോന്നന് എന്തുകൊണ്ടോ മനസുവന്നില്ല. അടിച്ചൊതുക്കിയ മുറ്റത്ത് അവനിരുന്നു. വായിച്ചുതീരട്ടെ. കൈയിലിരുന്ന പനയോലവട്ടി ചെറ്റയുടെ അരുകിലേക്കു നീക്കിവച്ചു. പുരയുടെ പണി പൂർത്തിയായിട്ടില്ല. രണ്ടുമൂന്നു ദിവസങ്ങൾകൊണ്ട് ഇത്രയും കെട്ടിയേറ്റി. ഇനിയുമുണ്ട് ഒരുകൂട്ടം പണികൾ. ചുവരു കെട്ടിയുയർത്തണം. പാതയംവച്ച് അടുപ്പു കൂട്ടണം. കിണറു കുഴിക്കണം. എല്ലാം തയാറായിട്ടേ ഉപദേശിയുടെ ഭാര്യയും മക്കളുംഎത്തിച്ചേരുകയുള്ളു. ഏതായാലും കുറേ ദിവസത്തേക്കു ചുവരുകെട്ടാൻ പറ്റുമെന്നു തോന്നുന്നില്ല. തോരാത്ത മഴയാണ്. ഉപദേശി പറമ്പുവാങ്ങി, പെരപണിയാൻ കാത്തിരിക്കുകയായിരുന്നു ഇടവപ്പാതി. മഴയ്ക്കു കണ്ണില്ലാതായിത്തീർന്നിരിക്കുന്നു. മേൽക്കൂര കെട്ടിയിറക്കിയതുതന്നെ എത്ര ബദ്ധപ്പെട്ടിട്ടായിരുന്നു. ഇടയ്ക്കു മഴയുടെ ശക്തി തടുക്കാനാവാത്തവിധം ഉയർന്നപ്പോൾ എല്ലാം അവസാനിപ്പിക്കാമെന്നുപോലും വിചാരിച്ചതാണ്. പക്ഷേ, ഉപദേശി സമ്മതിച്ചില്ല. അയാളുറച്ചുനിന്നു. മഴ മാറും. ഒന്നോരണ്ടോ മണിക്കൂറുകളെങ്കിലും മഴയടങ്ങാതിരിക്കില്ല. അയാൾ പ്രത്യാശിച്ചു. ആ സമയം വേണ്ടതു ചെയ്യുക. എന്നിട്ടും പണിപാതിയോളം ബാക്കികിടക്കുന്നു.

മഴയകന്ന രാത്രി വളരുന്നു. പകലുച്ചനേരത്തോളം മഴ തകർത്തു പെയ്തിരുന്നു. എത്ര പെയ്താലെന്ത്? വങ്ങേനി ഏലായ്ക്കു മാത്രം കുടി

ച്ചുതീർക്കാൻ പോരില്ല. അത്രയ്ക്കു ഭയങ്കരമാണ് അവിടത്തെ വേനൽ. ചെരിവുകളിൽ പൂക്കാലം മങ്ങിത്തുടങ്ങുന്നതോടെ വങ്ങേനിയിലെ വയലുകൾ വിണ്ടുകീറുന്നു. വിള്ളലുകളിൽനിന്നും ഭൂമിയുടെ ദാഹാർത്തമായ നാവുകൾ പുറത്തേക്കു നീണ്ടുവരുന്നു. വെള്ളത്തിനായി, കുളിരിനായി ആർത്തിയോടെ അവ ചുറ്റുപാടുകളെ എത്തിപ്പിടിക്കുന്നു. പേ പിടിച്ചു പെയ്യുന്ന ഇടവപ്പാതി മുഴുവനും അവറ്റ കുടിച്ചുതീർക്കുന്നു.

വങ്ങേനിത്തോടു പാതി നിറഞ്ഞുകാണും. കോന്നൻ കാതുകൊടുത്തു ശ്രദ്ധിച്ചു. പടുവാലികളിലൂടെ കലക്കവെള്ളം കുത്തിമറിയുന്ന ശബ്ദം അപ്പോഴും കേൾക്കാം. മഴവെള്ളം മാത്രമല്ല, മഴക്കാലങ്ങളിൽ ചെരിവിൽ പൊട്ടിയടരുന്ന നിരവധി ഊറ്റുകളിൽനിന്നുള്ള കൊച്ചുകൊച്ചു നീരൊഴുക്കുകളുമുണ്ട്. അവ സംഘംചേർന്നു സാമാന്യം ശക്തമായ ഒന്നിലേറെ പ്രവാഹങ്ങൾതന്നെയുണ്ടാകാറുണ്ട്.

കുമിളിയിലെ കൈത്തോടു കരമറിഞ്ഞുകാണും. ഇത്തവണ തോടു കവിഞ്ഞാൽ പറയേണ്ടതില്ല. ഓരത്തുള്ള വയലുകൾ മുഴുവനും മടവീണു മൂടും. അമ്പലത്തറക്കാരും മുനമ്പത്തുകാരും തമ്മിലുള്ള തർക്കം കാരണം തോടു കോരിയിരുന്നില്ല. ഏകദേശം കഴുത്തറ്റം പൂഴിമണൽ നിറഞ്ഞു കിടന്നിരുന്നു. സ്വതവേതന്നെ തോടിനു തീരെ ആഴം കുറവാണ്. മഴക്കാലത്തു മുകളിൽനിന്നും ഇരച്ചെത്തുന്ന ഒലിപ്പുവെള്ളത്തെ താങ്ങാനുള്ള കെൽപ്പും തന്മൂലം തോടിനുണ്ടാവാറില്ല. കൂലിക്ക് ആളെ നിർത്തിയാണ് കോരിക്കാറ്. അരയാൾ താഴ്ചയോളം മണ്ണുവെട്ടി കരയ്ക്കടിച്ചാൽ വലിയ കുഴപ്പമുണ്ടാകാറില്ല. ഇത്തവണ ഒന്നുമുണ്ടായില്ല. ഇടവപ്പാതി കറുക്കുമുമ്പ് ആളുകൾ പരസ്പരം ചോദിച്ചിരുന്നു. കൈത്തോടു കോരണ്ടേ; മഴയല്ലേ വരാൻ പോകുന്നത്? അതു കേൾക്കാൻ അമ്പലത്തറക്കാരും മുനമ്പത്തുകാരും ഒരുപേലെ തയാറായില്ല. കുടുംബവൈരം മൂത്തുമൂത്ത് ഒടുവിൽ ഏലായിലേക്കിറങ്ങിയിരിക്കുന്നു. ഏലായുടെ തലയ്ക്കലുള്ള ഒരു നിര മുനമ്പത്ത് ശേഖരപിള്ളയുടേതും. അവിടെനിന്നും വടവുക്കരിവരെയുള്ള ശേഷിച്ച പാടശേഖരങ്ങളൊക്കെയും അമ്പലത്തറക്കാരുടെ വകയാണ്. ഇടയ്ക്കു പേരിനുംവേണ്ടി അധികാരിക്കും ഒന്നു രണ്ടുമുറി നിലങ്ങളുണ്ടായിരുന്നു.

"തലയ്ക്കല് അവനും നെലമൊണ്ട്, അവനാത്യം കോരട്ട്. എന്നിട്ട് ഞാനാളെ നിർത്താം."

കൈത്തോടു കോരിക്കാൻ കാലമായെന്ന് അധികാരിയുടെ അറിയിപ്പുണ്ടായപ്പോൾ മുനമ്പത്തെ മുറ്റത്തു നിന്നുകൊണ്ടു ശേഖരപിള്ള പറഞ്ഞു:

"അതങ്ങു കൈയീ വച്ചേക്കാൻ പറയിന്. പോയതവണ തലക്കേന്നു വടവുക്കരിവരേക്കും ഞാനാണു കോരിച്ചത്. അപ്പോഴവനെവുടെയായിരുന്നു? ഒരാളിന്റെ കൂലിയെങ്കിലും അവൻ മൊടക്കിയോ?"

ചെല്ലോംപിള്ള തിരിച്ചടിച്ചു, പരസ്യമായിത്തന്നെ. മച്ചോട്ടുമുക്കിൽ നിന്നുകൊണ്ട്, ചുറ്റും കൂടിയ കാര്യക്കാരോടും ആശ്രിതന്മാരോടുമായി

ചെല്ലോംപിള്ള പ്രഖ്യാപിച്ചു. ഇത്തവണ കുമിളി കൈത്തോടു കോരിക്കാൻ താൻ കൂടുന്നതല്ല. അങ്ങനെ വിടാൻ അയാൾ തയാറല്ലായിരുന്നു. അധികാരി ആകെ കുഴങ്ങി. ഇടയ്ക്കു കുറേ നിലം തനിക്കുമുണ്ട്. അത്രയുംതന്നെയാണ് ആകെയുള്ളതും. അവരുതമ്മിൽ കടിപിടി കൂടിയാൽ നഷ്ടം ഏറെയും അധികാരിക്കാണ്. കാരണം, മുനമ്പത്തുകാർക്കും ചെല്ലോംപിള്ളയ്ക്കും വങ്ങേനിയിലും അതിനപ്പുറം കണക്കറ്റ നിലങ്ങളുമുണ്ടായിരുന്നു.

"ചെല്ലപ്പാ, നീയ് കടുംപിടി പിടിക്കരുത്." അധികാരി ചെല്ലോംപിള്ളയെ വരുത്തിച്ചു പറഞ്ഞു.

"അണ്ണനീ പറേണതെന്തെര്? സത്തിയം അണ്ണനറിഞ്ഞൂടിയോ? ഇത്തവണ സൗജന്യമൊന്നും ഇല്ല വേണോങ്കില് അവനും ആളെ നിർത്തട്ട്."

അധികാരി കൈത്തോടിറങ്ങി, പണിക്കൻപൊറ്റ ചവുട്ടി വീണ്ടും കിഴക്കും പുറത്തെത്തി. അയാൾ അവിടെനിന്നും നേരേ നടന്നത് മുനമ്പത്തേക്കായിരുന്നു. അവിടെയെത്തി അധികാരി ശേഖരപിള്ളയെ വിളിച്ചു കാര്യം പറഞ്ഞു.

"അണ്ണനും ഒരു പങ്കു നിലമുള്ളതല്ല്യോ, കുമളീല്?" ശേഖരപിള്ള അധികാരിയോടു ചോദിച്ചു.

ഉണ്ടെന്ന് അയാൾ സമ്മതിച്ചു.

"ആ നെലത്തീ മടവീഴരുതെന്ന് അണ്ണനും ആശിയില്ല്യോ?"

"ഒണ്ടടേ, ശേകരാ ഒണ്ട്."

"എങ്കീ അണ്ണൻ പറയീന്, കാര്യങ്ങള് വല്ലതും നടക്കണമെന്നുണ്ടെങ്കിൽ അണ്ണൻ പറ. ആദ്യം തൊടങ്ങേണ്ടത് തലക്കേന്നല്ലേ?"

"തന്നെ."

"തലക്കണ്ടം ആരുടേത്?"

"അവന്റേതുതന്നെ; ചെല്ലപ്പന്റേത്."

"എങ്കി അവന്റോടി ചെന്നു പറയിന്, ആദ്യം തലക്കേന്നു തോട് കോരിക്കാൻ."

രണ്ടു തറവാടുകളും അധികാരി കയറിയിറങ്ങി. തർക്കം ഒതുങ്ങിയില്ല. ഇരുകൂട്ടരുടേയും വൈരം ഏറിയതേയുള്ളു. ക്രമേണ അതു മുമ്പെങ്ങുമുണ്ടാകാത്തവിധം മൂർച്ഛിക്കുകയും ചെയ്തു.

തുലാവർഷം ഒലിപ്പിച്ചു നിറച്ചമണ്ണ് കൈത്തോടിൽ കിടന്നു മീനച്ചൂടേറ്റ് ഉരുകി. ഇടവം പിറന്നപ്പോഴും തോടിന്റെ ആഴത്തിനു മീതേ മണ്ണു നിറഞ്ഞു കിടന്നു. തന്റെ കണ്ടത്തിൽ നിന്നുകൊണ്ട് അധികാരി തലയ്ക്കലേക്കു നോക്കി. ആകാശത്തിന്റെ ഗർഭത്തിൽ പെരുംകാലവർഷം ഉരുവായിക്കൊണ്ടിരിക്കുന്നു. ആകാശത്തോടൊപ്പം അധികാരിയുടെ മനസും ഇരുണ്ടു. അയാൾ നീലകേശിയെ വിളിച്ചു.

"ആമേൻ."

ഉപദേശി പ്രാർഥന അവസാനിപ്പിച്ചു. കോന്നൻ ഉണർന്നു. വടവുക്കരിയിൽ നിന്നും കുളിർക്കാറ്റു വീശുന്നുണ്ട്. മുറ്റത്തു കുത്തിയിരുന്ന കോന്നന് തണുക്കാൻ തുടങ്ങി. അവൻ മടിക്കുത്തിൽനിന്നും ബീഡിയെടുത്തു കൊളുത്തി.

"ആരാ, ഗോവിന്ദനോ?" പുറത്തെ വെട്ടം കത്തിയണയുന്നതു കണ്ട ഉപദേശി ചോദിച്ചു.

"ഓ, ഞാന്തന്നെ."

"എപ്പോൾ വന്നു?"

"കൊറേനേരമായി. ചോറും മീനും കൊണ്ടുവന്നിട്ടൊണ്ട്."

"എന്താ മുറ്റത്തിരിക്കുന്നത്? വരൂ. അകത്തു കയറിയിരിക്കൂ."

കോന്നൻ പനയോലവട്ടിയുമെടുത്ത് അകത്തേക്കു ചെന്നു. വട്ടി ഉപദേശിയുടെ മുന്നിൽ വച്ചു. വെറുതേ ഉപദേശി വട്ടിയുടെ മേൽമൂടി ഇളക്കി. തന്നെപ്പോലെ രണ്ടുപേർക്കുകൂടി തിന്നാൻ വേണ്ടത്ര ചോറും കറികളും.

"എന്തു മീനാ ഗോവിന്ദാ?"

"ഊതേശിക്ക് എന്തെരു മീനാണ് പിടിക്കണത്? പറയീൻ."

"നീ കൊണ്ടുവന്നിട്ടുള്ളതെന്താണെന്നു പറയൂ."

എന്താണു പറയേണ്ടത്? കോന്നൻ കുഴങ്ങി. തലേന്നു രാത്രി മാർത്താണ്ഡൻ കുളത്തിൽ കൊളുത്തിയിട്ടിരുന്ന ചൂണ്ടലിൽ കിട്ടിയ വരാലാണ് കൊച്ചുപെണ്ണ് കറിയാക്കി തന്നയച്ചിരിക്കുന്നത്. സത്യം എങ്ങനെ ഉപദേശിയോടു പറയും? അയാൾ കുളമീനും പുഴമീനും തിന്നാത്ത ആളാണെങ്കിലോ? കണ്ടിട്ട് നല്ല ഏതോ കുടുംബത്തിൽനിന്നുമാണെന്നു തോന്നുന്നു. അങ്ങനെയാണെങ്കിൽ വരാല് തിന്നാനിടയില്ല. മാറാന്തടത്തിലെ തമ്പുരാക്കന്മാരും തമ്പുരാട്ടിമാരും കടൽമീനല്ലാത്തതൊന്നും ഭക്ഷിക്കാറില്ല. കുളമീനുകളെ കാണുന്നമാത്രയിൽത്തന്നെ അവർ ഓക്കാനത്തിന്റെ ഒച്ചയുണ്ടാക്കുന്നു.

"മീനു വാങ്ങിച്ചത് കൊച്ചുപെണ്ണാരിന്നേ."

"നീ കഴിച്ചതല്ലേ?"

"ഓ."

"എന്നിട്ടും നിനക്കറിയില്ലേ?"

കോന്നന്റെ മനസലിഞ്ഞുപോയി. ആരംഭത്തിൽ നുണപറഞ്ഞതിനു രഹസ്യമായി മാപ്പുപറഞ്ഞുകൊണ്ട് അവൻ തുടർന്നു:

"ബ്രാലെന്നു പറേണ ഒരുതരം മീനാണേ."

"വരാൽ! ഇവിടെ വരാൽ കിട്ടാറുണ്ടോ?"

"അതൊരുതരം കൊളമീനാണ്."

"നല്ല വില കൊടുത്തുകാണും, അല്ലേ?"

"വിലകൊടുത്തു വാങ്ങിച്ചതല്ല."

"പിന്നെവിടെനിന്നു കിട്ടി?"

“മാർത്താണ്ഡൻകുളത്തിൽ ചൂണ്ടയിട്ട് കോന്നൻതന്നെ പിടിച്ചതാണ്. കൊളത്തീ തോനെ മീനൊണ്ട്.”

“മിടുക്കൻ!” —ഉപദേശി അവനെ അഭിനന്ദിച്ചു. അയാൾ തുടർന്നു:

“നമുക്ക് കൈയെത്തുന്ന ഇടങ്ങളിൽതന്നെ നമുക്കു വേണ്ടതൊക്കെ ദൈവം നൽകിയിട്ടുണ്ട്. അതു കൈ നീട്ടി എടുക്കാനാണ് നമുക്കു മടി. അധ്വാനിക്കണം. വിയർപ്പൊഴുക്കിത്തന്നെ പണിചെയ്യണം. നീ ചെയ്തതു നന്നായി. വരാൽ എനിക്കിഷ്ടമുള്ള മീനാണ്.”

ഉപദേശി ഭക്ഷണം കഴിക്കാനിരുന്നു. കൊച്ചുപെണ്ണു തയാറാക്കിയ ചോറും കറികളും. മീൻകറി തരക്കേടില്ല. എന്നാലും കൊടമ്പുളിയുടെ അഭാവം ഉള്ളിൽ തികട്ടിയിരുന്നു.

“നീ എന്നും ചൂണ്ടലിടാൻ പോകാറുണ്ടോ ഗോവിന്ദാ?” ഭക്ഷണത്തിനിടെ ഉപദേശി ചോദിച്ചു.

“എന്നുമില്ല. പച്ചേ മാസത്തീ മിക്കവാറും പോകും. വെള്ള്യാച്ച ഒഴിച്ച്.”

“അതെന്താ വെള്ളിയാഴ്ച?”

കോന്നന്റെ മുഖം വലിഞ്ഞു. അവൻ പുറത്തേക്കു തലയെത്തിച്ചു ചുറ്റുപാടുകളെ ഉഴിഞ്ഞു. അവന്റെ കണ്ണുകളിൽ പടുവാലികളുടെ ഉള്ളറയിലെ ഇരുട്ടു വീണു നിറഞ്ഞു.

“അതറിഞ്ഞൂടെ?” കോന്നൻ ഉൽക്കണ്ഠയോടെ ചോദിച്ചു.

“ഇല്ല. ഗോവിന്ദൻ പറയൂ. ഞാനിവിടെ പുതിയ ആളല്ലേ?”

“വെള്ള്യാച്ച രാത്രീല് മാർത്താണ്ഡൻ കൊളത്തീ നീരാട്ടൊണ്ട്. ആരെല്ലാമാണെന്നറിയാമോ? കാട്ടുകൊളംകാവിലെ പഹവതിയും കിഴക്കുംപുറത്തെ നീലകേശിദേവിയും തമ്മീ.”

ഉപദേശിക്കു കേൾക്കാൻ കൗതുകം തോന്നി. അയാൾ ഇടയ്ക്കിടെ ചില ചോദ്യങ്ങൾ ചോദിച്ചുകൊണ്ട് ഗോവിന്ദനെ പ്രോത്സാഹിപ്പിച്ചു.

“പഹവതീം ദേവീം കൊളത്തിലെറങ്ങി അടിച്ചും വിളിച്ചും നീരാടുമ്പോഴ്, കരേല് രണ്ടുപേരേം ഫൂതഗണങ്ങള് കാവൽനിൽക്കും. അപ്പോ അതുങ്ങക്ക് നൂറുകണ്ണുകളാരിക്കും. കൊളവരമ്പത്തൊരു നെഴലനക്കം കണ്ടാമതി ഫൂതഗണങ്ങള് കൂട്ടത്തോടെ വന്നു വലിച്ചുകീറും. നീരാടിത്തളന്ന് കരേക്കേറിയാലൊടനെ രണ്ടുപേരുംകൂടി ചവത്തീന്നു ചോരകുടിച്ചു ദാഹംതീർക്കും.”

ചിമ്മിനിയുടെ മെല്ലിച്ച വെളിച്ചത്തിലിരുന്നുകൊണ്ട് ഉപദേശി കോന്നന്റെ പുരാണം കേട്ടു. ഭഗവതിയുടേയും നീലകേശിയുടെയും നീരാട്ടിനെക്കുറിച്ചുള്ള കഥകൾ അയാളിൽ ഒരു കൈവിട്ട കാലത്തിന്റെ സ്മൃതികളുണർത്തി. ഉടൻ തന്നെ അയാളതിൽനിന്നു വലിയുകയും ചെയ്തു. തുടർന്ന് മറ്റെന്തോ ഓർത്ത് ഉപദേശി ചിരിച്ചു. കോന്നൻ അതു കണ്ടു. അവന് ഉപദേശിയോടു തോന്നിയിരുന്ന സകല ആദരവും നഷ്ടമായി.

“ചിരിക്കാനെന്തെര്? ഞാമ്പറഞ്ഞതൊക്കെ കള്ളമെന്നോ വിചാരം? പഹവതീന ആച്ചേപിച്ചാ വെറുതേ വിടൂല്ല, ദിക്കരിച്ചാ വലിച്ചുകീറി

ക്കളയും. നിങ്ങക്കു കുഞ്ഞമ്പാണന്റെ കത കേക്കണോ? നീലകേശിരെ മുടിപ്പെരേലെ പാണരായിരുന്ന കുഞ്ഞൻ പഹവതീനെ ആച്ചേപിച്ചു. അതിനയാക്ക് തക്കത് കിട്ടുവേം ചെയ്ത്. പച്ചേ പഹവതി പെലേമ്മാരേം, നീലകേശി നായമ്മാരേം ദൈവങ്ങളാണെങ്കിലും അവരിക്കു തമ്മീ ജാതീം വിത്യാസവുമൊന്നുമില്ല."

തഴച്ചു പന്തലിച്ച പൂവരശിനു ചോട്ടിലെ നീലകേശിക്ക് ദിവസവും മൂന്നു നേരം പൂജയുണ്ടായിരുന്നു. അയ്യാവുവാത്തി ചുമതലകൾ ഏറ്റെടുത്ത അവസരമായിരുന്നു. എന്തിനും കുഞ്ഞൻപാണരോടു ചോദിച്ചിട്ടേ ചെയ്യാറുള്ളു. പാണർ പറയുന്നതിനപ്പുറം വാത്തിക്കു ചെയ്തികളില്ല. അടച്ച ശ്രീകോവിലിനുള്ളിലിരുന്നുകൊണ്ട് അയ്യാവുവാത്തി മന്ത്രങ്ങൾ ചൊല്ലി. ദീപമുഴിഞ്ഞ് നിവേദ്യമർപ്പിക്കുമ്പോൾ, നടയ്ക്കു പുറത്തു നിന്നുകൊണ്ട് കുഞ്ഞൻപാണർ തുടി കൊട്ടുന്നു. തുടിയൊച്ച കേട്ടാണ് നീലകേശി മയക്കത്തിൽനിന്ന് ഉണരുന്നത്. ഉണരുന്നതുവരെ കൊട്ടണമെന്നാണ് വ്യവസ്ഥ. പാണന്മാരുടെ പരമ്പര അതനുസരിച്ചുവന്നു. കുഞ്ഞൻ പാണർക്കതു സമ്മതമായിരുന്നില്ല. മുറുക്കിപ്പിടിച്ചു നൂറ്റൊന്നു താളം കൊട്ടും. അതിനുള്ളിൽ വേണമെങ്കിൽ ഉണർന്നോളണം. കൊട്ടു നൂറ്റൊന്നു തികഞ്ഞാൽ തോളിൽനിന്നും തുടി ഊരി ചവിട്ടുകല്ലിൽ ചാരിവെച്ചിട്ട് അയാൾ കാട്ടുകുളത്തേക്കു നടക്കുന്നു. അവിടെ ഒരു പുലയന്റെ കുടിയിൽ വാറ്റുണ്ട്. സ്ഥലത്തു ചെന്നാൽ ചെറുചൂടോടെ കൈക്കുമ്പിളിൽ ഊറ്റി കുടിക്കാം. അതു കഴിഞ്ഞേ സാധാരണയായി പാണർ അന്തിപ്പൂജയ്ക്കെത്താറുള്ളു. ആടുന്ന ചുവട്ടടികളിലേറി നിന്നുകൊട്ടുമ്പോൾ ചിലപ്പോൾ കുഞ്ഞൻപാണർക്ക് എണ്ണം തെറ്റാറുണ്ട്. എഴുപതിലോ എൺപതിലോ അവസാനിക്കുകയോ നൂറ്റൊന്നു കഴിഞ്ഞുപോവുകയോ ചെയ്യുന്നു. ചിലപ്പോൾ പൂജ കഴിഞ്ഞാലും നിർത്താറില്ല. അയ്യാവുവാത്തി എല്ലാം ക്ഷമിച്ചു പോന്നു. പലപ്പോഴും പാണർക്കുവേണ്ടി ദേവിയോടു മാപ്പിരന്നു. ചില ദിവസങ്ങളിൽ നേരിട്ട് പാണരോടു പരിഭവിക്കുകയും ചെയ്തിരുന്നു.

ഒരു വെള്ളിയാഴ്ച, അമാവാസിയായിരുന്നതിനാൽ വിശേഷാൽ പൂജയുണ്ടായിരുന്നു. വെയിലു തളർന്നപ്പോൾ പാണർ കാട്ടുകുളക്കരയിലെത്തി. വെയിലു നന്നേ തളരുന്നതുവരെ കുടിച്ചു. കാലുകൾ ഒടിഞ്ഞു മടങ്ങി. പാണർ മുടിപ്പുരയിലേക്കു വന്നു. പതിവുസമയം കഴിഞ്ഞു വരുന്ന പാണരെ അടക്കിയ പ്രതിഷേധത്തോടെ വാത്തി ഒന്നുഴിഞ്ഞു. പാണരുടെ സ്ഥിതി മോശമാണെന്നു കണ്ടു. തുടിയെടുത്തു കഴുത്തിൽ ഞാത്തുമ്പോൾ പാണരുടെ വിരലുകളിൽ പരമ്പരകളുടെ ഓർമകളരിച്ചു കൂടി. പിന്നെ തുടിക്കും അയാൾക്കും ഒരുപോലെ ബോധമറ്റു. അതിവേഗം അയാൾ നീലകേശിയെ കൊട്ടിയുണർത്തി. നിവേദ്യങ്ങൾ സ്വീകരിച്ച് മനസു കനിഞ്ഞനുഗ്രഹിച്ചിട്ട് ദേവി വീണ്ടും മഹാസുഷുപ്തിയിലേക്കു വീണു. ഭക്തജനം നടയിൽനിന്നും വിടകൊണ്ടു. മുടിപ്പുരത്തറ ആളൊഴിഞ്ഞു ശൂന്യമായി. അയ്യാവുവാത്തി ഇറങ്ങിവന്നു പാണരെ ചുമലിൽ തട്ടിവിളിച്ചു. പൂജകഴിഞ്ഞ്, തുടി നിർത്താറായന്നറിയിച്ചു. അയാൾ അതു

ചെവിക്കൊണ്ടില്ല. അയാൾ മതിമയങ്ങി താളംപിടിച്ചു. സന്ധ്യയെ പുളകംകൊള്ളിച്ചുകൊണ്ട്, മാറാന്തടത്തിന്റെ ചതുപ്പുകൾക്കും തരിശുകൾക്കും മീതെ ആദിതാളത്തിന്റെ സ്മൃതികളുയർത്തിക്കൊണ്ട് കുഞ്ഞൻ പാണരുടെ തുടിതാളം നിലയ്ക്കാതെ മുഴങ്ങി. പാണരുടെ വിരലുകൾക്കിടയിലിരുന്നു ചുള്ളിക്കമ്പുകൾ അന്തമറ്റുറഞ്ഞു. ഭ്രാന്തമായ ദ്രുതതാളങ്ങൾ.

നിദ്രയ്ക്കു ഭംഗം സംഭവിച്ച നീലകേശി തീക്കണ്ണുകളെ തുറന്നു.

കുഞ്ഞൻ പാണർ കാട്ടുകുളത്തേക്കു നടന്നു. പണിക്കൻപൊറ്റയുടെ അടിവാരങ്ങളിൽ തുടിയൊച്ച മുഴുങ്ങിക്കേട്ടപ്പോൾ ഊരാളികൾ കൂട്ടത്തോടെ പുറത്തിറങ്ങി ചെവി വട്ടം പിടിച്ചു. തുടിയൊച്ച പാടശേഖരങ്ങൾ മുറിച്ചു കടന്നു.

പിന്നീട് തുടിയുടെ ദ്രുതസ്പന്ദങ്ങളുയർന്നത് ഭഗവതിക്കാവിന്റെ നടയിൽനിന്നായിരുന്നു. പുലയർ ഓടിക്കൂടി. കുഞ്ഞൻപാണരാണെന്നു കണ്ടപ്പോൾ അവർ അത്ഭുതംകൂറി നിന്നു. അവരിൽ ചിലരുടെ കണ്ണുകൾ ഭക്തിനിർഭരങ്ങളായിത്തീർന്നു.

"അനിംഗിരഹിച്ചതാരിക്കും."

ഒരു പുലച്ചി പറഞ്ഞു മറ്റുള്ളവർ അതു സമ്മതിച്ചു.

"അയ്യാക്കു പോതോം ചെവിത്തേം ഇല്ലല്ലോ. മൂക്കറ്റം കുടിച്ചിട്ടാണ് ഈ കെടന്നു തുള്ളണത്. നാറ്റമടിക്കണതു കണ്ടില്ലേ?"

അയാൾ അവിടെനിന്നുംപോയി. വീണ്ടും വാറ്റുപുരയിലെത്തി. പറ്റുകാർ വിലക്കി. അയാളുടെ സ്ഥിതി അത്രയ്ക്കു മോശമായിരുന്നു. ആരേയും വകവയ്ക്കാതെ കുഞ്ഞൻപാണർ പിന്നെയും കുടിച്ചു.

"ആര്, പഹവതിയോ?"

ചരാചരങ്ങളുറങ്ങിയ പാതിരാവിൽ ഭഗവതിക്കാവിനു മുമ്പിലെത്തിയ കുഞ്ഞൻപാണർ ചോദിച്ചു. മറുപടിയില്ല. കുഞ്ഞൻപാണർ ഉദരത്തോടുരുമ്മിക്കിടന്നിരുന്ന തുടിക്കായി കൈയെത്തിച്ചു. തുടിയുണ്ടായിരുന്നില്ല.

"എടീ പഹച്ചി, നീയ് നല്ല ചോറു തിന്നിട്ടൊണ്ടോ, മുതുവക്കറീം കൂട്ടീ?"

അതിനും ഭഗവതി മൗനം കൊണ്ട് മറുപടി പറഞ്ഞു.

"നീയെന്റോടി വാ. നിനക്കു വയറു വീർക്കുവോളം ചോറും കറീം തരാം. പച്ചേ വന്നാലൊരു കരാറു പറഞ്ഞേക്കാം. ഇന്നു രാത്രി മുയുവൻ നീയെന്റോടി കെടക്കണം. ഓ! എന്റെ പഹവതീ. നെന്റെ മൊല ഞാൻ കടിച്ചുപറിക്കും. നെന്റെ തൊട ഞാൻ അള്ളിക്കീറും...."

കാവിന്റെ ഇരുൾഗഹ്വരം അപ്പോഴും അർഥവത്തായ ഒരു മൗനത്തെ പുണ്ടു കിടന്നതേയുള്ളു.

കുറേനേരം അവിടെയങ്ങനെ നിന്നപ്പോഴാണ്, അന്നു വെള്ളിയാഴ്ചയെന്ന് പാണർ ഓർത്തത്. അയാൾ തിരിഞ്ഞു മാർത്താണ്ഡൻ കുളക്കരയിലേക്കു നടന്നു. അയാളുടെ ചുവട്ടടികൾ തീരെ ഇടറിയിരുന്നു. കൈപ്പൊന്തകൾ വളർന്ന് തലകുത്തിനിന്നിരുന്ന ഊടുവഴിയിലൂടെ അയാൾ ചിറക്കരയിലെത്തി. അവിടെ ഒരു വേലിമരത്തിൽ ചാഞ്ഞുനിന്നുകൊണ്ട്

അയാൾ കണ്ടു. നഗ്നരായിക്കൊണ്ടു നീരാടുന്ന ഭഗവതിയും നീലകേശിയും. അതു കണ്ട പാണരെ മേലാസകലം തരിച്ചുകയറി. മരത്തെ മുറുകെപ്പുണർന്നുകൊണ്ട് അയാൾ കുളത്തിലേക്കു കണ്ണുകളുറപ്പിച്ചു. അയാൾക്കു സഹിച്ചില്ല. ജലപ്പരപ്പിലൂടെ നടക്കുന്ന ഭഗവതിയുടെ മേനിയഴക് അയാളെ ഭ്രാന്തുപിടിപ്പിച്ചു. നീലകേശിയുടെ മുനകൂർത്ത മുലകൾ അയാളെ അന്ധനാക്കിത്തീർത്തു. എത്ര മനോഹരമായിരിക്കുന്നു ഭഗവതിയുടെ തുടകൾ!

കരയിൽ കാവൽനിന്നിരുന്ന ഭൂതഗണങ്ങൾ ആഞ്ഞടുക്കുന്നതിനു മുമ്പ് കുഞ്ഞൻപാണർ കുളത്തിലേക്കെടുത്തു ചാടി.

രാവിലെ കുഞ്ഞൻപാണരുടെ ഊതിവീർത്ത ശവം കുളത്തിൽ പൊന്തിക്കിടന്നിരുന്നു. അയാളുടെ കഴുത്തിൽ ആമ്പൽവള്ളികൾ ചുറ്റി മുറുകിയിരുന്നു.

കോന്നന്റെ കഥ തീർന്നിട്ടും ഉപദേശിയുടെ ചിരി അടങ്ങിയിരുന്നില്ല. അതിൽ കോന്നനു രോഷമുണ്ടായി. അവൻ തിരിഞ്ഞ് ഇരുട്ടിലേക്കു നോക്കി ഇരുന്നതേയുള്ളു.

"ഗോവിന്ദാ!"

ഉപദേശി വിളിച്ചു.

അവൻ വിളികേട്ടു.

"അടുത്ത വെള്ളിയാഴ്ച രാത്രി നമുക്കു മാർത്താണ്ഡൻ കുളത്തിൽ ചൂണ്ടിലിടാൻ പോകണം."

"അയ്യോ, ഞാനില്ല."

കോന്നൻ ഉടനടി മറുപടി പറഞ്ഞു.

"നീയില്ലെങ്കിലും ഞാൻ പോകും. എന്നെ കാക്കാൻ ദാ, ഈ ദൈവമുണ്ട്."

ഉപദേശി കൈ ചൂണ്ടിയ ഭാഗത്തേക്ക് കോന്നൻ നോക്കി. ക്രിസ്തുവിന്റെ ചിത്രമായിരുന്നു അത്. വിസ്മയത്തോടെ കോന്നൻ ആ ചിത്രത്തെ ഉറ്റുനോക്കി.

ഏതോ ഒരു താടിക്കാരൻ! ഇന്നാട്ടുകാരനല്ല. ഭഗവതിയുടേയും നീലകേശിയുടേയും ഭൂതഗണങ്ങൾ ക്രൂരന്മാരാണ്. അവരോട് ഇയാൾക്കെന്താണ് ചെയ്യാൻ കഴിയുക? അതോർത്തപ്പോൾ കോന്നനും ചിരിപൊട്ടി.

12

"**അ**റിഞ്ഞോ?"

പടിഞ്ഞാറ്റുമുറിയിലെ കരിങ്കാളിയുടേയും നാഗരുടേയും അന്നദാതാവ് വിളിച്ചുചോദിച്ചു. ആരോടെന്നില്ലാതെയാണ് ചോദ്യം. പുലർച്ചപ്പറ്റുകാരിലാരെങ്കിലും എന്താണെന്നു വിളിച്ചുചോദിച്ചാൽ വലിഞ്ഞകത്തുകയറും.

"എന്തെര്?"

ക്രിമീരന്റെ ചായ്പിനകത്തിരുന്നുകൊണ്ട് വേലു ഏറ്റുപിടിച്ചു. വേലു, കെഴക്കന്റെ ഉറ്റചങ്ങാതിയായിരുന്നു. അയൽക്കാരനുമാണ്. കെഴക്കന്റെ പെരയ്ക്കു തെക്കുവശത്തുള്ള കാട്ടുതെച്ചിക്കിടയിൽ മഴയും വെയിലു മേറ്റു നിദ്രകൊള്ളുന്ന കരിങ്കാളിയിലും നാഗരിലും വേലുവിനു തികഞ്ഞ വിശ്വാസമായിരുന്നു. പലപ്പോഴും നാഗർക്കു പാലു വാങ്ങിക്കൊടുക്കാൻ അവൻ കെഴക്കൻവശം ഒന്നോ രണ്ടോ മുക്കാൽ കൊടുത്തുപോരുകയും ചെയ്തിരുന്നു.

"കേറി വരീൻ കെഴക്കരെ പറയീൻ. എന്തെരറിഞ്ഞോന്ന് ചോദിച്ചില്ലേ. അറിഞ്ഞതൊക്കെ പറയീന്."

വേലു അക്ഷമനായിക്കൊണ്ടു ചോദിച്ചു. കെഴക്കൻ വേലുവിന്റെ ശബ്ദത്തെ തിരിച്ചറിഞ്ഞു. ചായ്പിനുള്ളിലേക്ക് അയാളിഴഞ്ഞുകയറി. അവിടെ വേലുവിനെക്കൂടാതെ ഒന്നുരണ്ടു പതിവുകാർക്കൂടിയുണ്ടായിരുന്നു. അവരെല്ലാം തന്നെ അയാളെ അറിയുന്നവരുമാണ്. അവരേവരും തന്നെ അയാളെ നോക്കി. അയാൾ കൊണ്ടുവന്നിരുന്ന വാർത്തയ്ക്കായി കാത്തു.

"അയ്യാള് മനമ്പത്തുകാരെ പെരേടത്തില് പള്ളികെട്ടാമ്പോണെന്ന്."

"ഏതാള്?" —മറ്റുള്ളവരും അതുതന്നെ ചോദിച്ചു. കെഴക്കൻ ഒന്നു ചുറ്റും കണ്ണോടിച്ചു. വേണ്ടപ്പെട്ടവർതന്നെയാണിരിക്കുന്നതെന്നു കണ്ടപ്പോൾ അയാൾക്ക് ഉത്സാഹമേറി.

"അയ് വരത്തൻമൂപ്പില്."

ആരാണെന്ന് കൂടിയിരുന്നവർക്കു മനസിലായി. അവരിലൊരാൾ ചോദിച്ചു:

"ഒപ്തേസീനെപ്പെറ്റിയോ?"

"ഓ."

"അയിനെന്ത്? അയാള് പള്ളികെട്ടണത് അയാള് ചക്രംകൊടുത്തു പതിച്ചെടുത്ത പെരേടത്തിലല്ലേ കെഴക്കാ?"

വേലു ന്യായം പറഞ്ഞു. അതു ശരിയാണെന്ന് മറ്റുള്ളവർക്കും തോന്നാതിരുന്നില്ല. ഉപദേശി പണം നൽകി വാങ്ങിയ ഭൂമിയാണ്. അവിടെ എന്തുചെയ്യാനും അയാൾക്ക് അവകാശമുണ്ട്.

"ശരിയെടേ വേലു. പള്ളികെട്ടിയാല് അയ്യാള് ചുമ്മായിരിക്കുമോ?"

"പിന്നെന്തെരു ചെയ്യും? ഞാളെയെല്ലാം പിടിച്ചു വിഴുങ്ങിക്കളയുമോ?"

"വിഴുങ്ങൂല്ല. പച്ചേ എല്ലാരേം അയ്യാള് ക്രിസ്യാനിയാക്കും."

"ആരെയൊക്കെ?"

"ഈ കരേലെ മനുഷമ്മാരിനെ. അല്ലാതാരിനെ?"

അത് വേലുവിനിട്ടൊരു താങ്ങായിരുന്നു. വേലു വീണുപോയി. പക്ഷേ, അവൻ വിട്ടില്ല. മരക്കാലിയിൽനിന്നെണീറ്റ് കെഴക്കനെ സമീപിച്ചുകൊണ്ടു ചോദിച്ചു:

"ഏയേ കെഴക്കാ, അയിന് അയ്യാള് വിചാരിച്ചാ നിങ്ങള് ക്രിസ്യാനിയാകുമോ?"

തോൽക്കാൻ വേലു തയാറായില്ല.

"ഫൂ...! നാനോ? എനക്കെന്റെ കരിങ്കാളീം നാഗരും തൊണയൊണ്ട്."

ഏതുകാര്യത്തിനും കെഴക്കന്റെ സമാധാനമതാണ്. ഭൂമിയിലെ കാര്യങ്ങൾ നാഗര് നോക്കും. കരിങ്കാളിക്ക് ഭൂമിക്കു മുകളിലുള്ള വ്യാപാരങ്ങളാണു വിട്ടുകൊടുത്തിരിക്കുന്നത്. കിഴക്ക് ഒരു കൊടുംവനത്തിൽ നിന്നായിരുന്നു അയാൾക്ക് കരിങ്കാളിയെ കിട്ടിയത്. പെമ്പിള നാരായണിക്ക് ഉണക്കിന് തൈലമരിക്കാൻ ചില പച്ചമരുന്നുകൾ തേടി നടക്കുകയായിരുന്നു. വനമെന്നു പറഞ്ഞാൽ മതിയാവില്ല. ഘോരമായ കാടുതന്നെ. ഇടയ്ക്കുവച്ച് വഴിതെറ്റിപ്പോയി. കാട്ടുവഴിയിലൂടെയായിരുന്നു നടന്നുകയറിയത്. കുറേ നടന്നപ്പോൾ വഴി ശാഖകളായി പിരിഞ്ഞു. വീണ്ടും ശാഖകളായി പിരിഞ്ഞു. ഒടുവിൽ തിരിഞ്ഞുനടക്കാൻ തുടങ്ങിയപ്പോഴേക്കും വഴി തെറ്റി. ഒന്നുരണ്ടു തവണ നടന്നു. നടന്നുതുടങ്ങിയസ്ഥലത്തുതന്നെ വന്നെത്തി. അന്തംവിട്ടു നിന്നുപോയി. പുറവെളിച്ചം വളരെ വളരെയകലെയാണെന്നു മനസിലായപ്പോൾ കരഞ്ഞുപോയി.

ഒരു പൊട്ടിച്ചിരി.

കെഴക്കൻ പരിഭ്രമിച്ചു ചുറ്റുപാടും തിരഞ്ഞു. ആരുമുണ്ടായിരുന്നില്ല. എന്നിട്ടു പൊട്ടിച്ചിരി തുടരുന്നു. ഒടുവിൽ മനസിലായി, ദേവതയാണ്. ആകെ അറിയാമായിരുന്നത് ഘടോൽക്കചമന്ത്രമായിരുന്നു. കണ്ണടച്ച് നൂറ്റൊന്നുവട്ടം ആവർത്തിച്ചു. കണ്ണുതുറന്നപ്പോൾ ഒരു മരക്കൊമ്പിൽ ബാധിച്ച് കാൽച്ചുവട്ടിൽ കമിഴ്ന്നുകിടക്കുന്നതാണു കണ്ടത്. ആവാഹിച്ചു കൈയിലൊതുക്കി, അതേപടി കൊണ്ടുപോന്നു. അന്നേ കരാറാണ്, പറയുംപടി ചെയ്യും. തെച്ചിക്കാട്ടിലെ ചാരുമരക്കുറ്റിയിൽ അടവുകിടന്നോളാം. ഉപദ്രവിക്കരുത്.

"പറന്നുചെന്നു കാരിയം കയിച്ചിട്ടുവാ."

കരിങ്കാളിയെ അഴിച്ചുവിട്ടുകൊണ്ട് കെഴക്കൻ കൽപ്പിക്കുന്നു. അതു കേട്ടാലുടനെ കുറ്റിയറുത്തുകൊണ്ട് അശരീരിയായി കരിങ്കാളി പറക്കുന്നു. കാര്യം സാധിക്കുന്നു. ചിലനേരങ്ങളിൽ പറഞ്ഞതിനപ്പുറവും ചെയ്യുമെന്നാണ് മാറാന്തടക്കാർ പറയുന്നത്. നിർവഹിച്ചുകഴിഞ്ഞാൽ വളർത്തുനായയെപ്പോലെ വാലുമാട്ടിക്കൊണ്ട് മടങ്ങിയെത്തും. ഒരു മന്ത്രത്തിൽ കുടുങ്ങിപ്പോയ സ്വന്തം വിധിയെ പഴിച്ചുകൊണ്ട് വീണ്ടും തെച്ചിക്കാടിലേക്കു പോകുന്നു.

"എയഞ്ഞുചെന്ന് കാരിയം കയിച്ചുവാ."

നാഗരെ അഴിച്ചുവിട്ടുകൊണ്ട് കെഴക്കൻ ആജ്ഞാപിക്കുന്നു. ഞൊടിയിടയിൽപോയി പറഞ്ഞകാര്യം സാധിച്ചിട്ട് നാഗരും മടങ്ങിയെത്തുന്നു. ഇഴഞ്ഞു തെച്ചിക്കാടു കയറി അവിടെ മണ്ഡലമിട്ടു കിടക്കുന്നു.

ഇതൊക്കയാണെങ്കിലും കെഴക്കന്റെ മനസ്സ് സ്വസ്ഥമല്ല. അയാളുടെ പകലുകളും രാവുകളും ഒരുപോലെ അയാളെ വ്യഥ പിടിപ്പിച്ചു. വരുംവരായ്കകളുടെ യുക്തിഹീനമായ പ്രവചനങ്ങളെ അയാൾ എപ്പോഴും പഴിച്ചുപോരുന്നു. അയാളുടെ പെമ്പിള നാരായണി ചത്തത് പാമ്പു തീണ്ടി

യിട്ടായിരുന്നു. രാത്രി മൂത്രമൊഴിക്കാനായി പുറത്തിറങ്ങിയ നാരായണിയുടെ നിലവിളി കേട്ട് കെഴക്കൻ ഇറങ്ങിച്ചെന്നു. കാലിൽ എന്തോ കുത്തിയെന്നു പറഞ്ഞു നിലവിളിച്ചുകൊണ്ട് നാരായണി മുറ്റത്തു കിടന്നു പിടഞ്ഞു. ഇഴഞ്ഞ് മുറ്റം കടന്നുപോകുന്ന ഒരു കരിമൂർഖനെ കെഴക്കൻ കണ്ടു. അതു തെക്കരുകിലുള്ള തെച്ചിക്കാട്ടിലേക്ക് ഇഴഞ്ഞു കയറുന്നത് കെഴക്കൻ ഞെട്ടലോടെ കണ്ടുനിന്നു. രാത്രി വൈകുന്നതിനുമുമ്പ് നാരായണി ചത്തു.

പകലുകളോളം അയാൾ പുറത്തിറങ്ങിയില്ല. പെരയിൽത്തന്നെ കുത്തിയിരുന്നു. വേലുവും പരിവാരങ്ങളും ചെന്നു വിളിച്ചു. കെഴക്കൻ പുറത്തിറങ്ങിയില്ല. അകത്തെ നനഞ്ഞ ഇരുട്ടിൽ കുത്തിയിരുന്നുകൊണ്ട് അയാൾ തെച്ചിക്കാടിനെ ശപിച്ചു. അയാളുടെ ക്രുദ്ധമായ കണ്ണുകൾ തെച്ചിക്കാടിൽ നാഗരെ തിരഞ്ഞു. മൂർഖൻ ഇഴഞ്ഞുവന്ന് നാരായണിയേയും കാത്തു കിടന്നപ്പോൾ, നാരായണിയെ തീണ്ടിയപ്പോൾ നാഗരെവിടെയായിരുന്നു? ഇതിനോ, പട്ടിണികിടന്നും പാലും പഴവും തന്നു പോറ്റിപ്പോന്നത്? ചിതയൊരുക്കി കത്തിച്ചുകളഞ്ഞാലോ എന്നു പോലും ആലോചിച്ചുപോയി. വേണ്ട. ജീവനോടെതന്നെ ശിക്ഷിക്കാം. നാഗരെകൊണ്ടുതന്നെ പകരം തീർക്കാം. അല്ലെങ്കിൽ നാഗരെ എന്തിനു പറയണം.? രാത്രിയിൽ മൂത്രമൊഴിക്കാനായി പുറത്തു പോവുക നാരായണിക്കു പതിവില്ലാത്തതല്ലേ? ഒരിക്കലുമില്ലാതെ ആ രാവിൽ എന്തിനു പോയി? നടയിൽ പടമമർത്തിക്കിടന്നിരുന്ന സർപ്പത്തിന്റെ വിളി കേട്ട് നാരായണി ഇറങ്ങിച്ചെല്ലുകയായിരുന്നില്ലേ? ഓർക്കുന്തോറും മനസിനെ ക്ഷതപ്പെടുത്തുന്ന, കുരുക്കുകൾ നിറഞ്ഞ അസംഖ്യം സന്ദേഹങ്ങൾ അയാളെ വട്ടമിടാൻ തുടങ്ങി. ദിനരാത്രങ്ങൾഭേദമില്ലാതെ അവ അയാളുടെ സകല സ്വാസ്ഥ്യങ്ങളേയും കാർന്നുകൊണ്ടിരുന്നു.

ഒടുവിൽ ഒരു പുലർച്ചയിൽ കെഴക്കൻ ക്രിമീരന്റെ ചായ്പിലേക്കു ചെന്നു. കുറേ നാളുകൾക്കുശേഷം അയാളുടെ ദിനചര്യകൾ സാധാരണനിലയെ പ്രാപിച്ചിരുന്നു. പകൽ മുഴുവനും ക്രിമീരന്റെ ചായ്പ്പിലും മച്ചോട്ടുമുക്കിലുമായി ചുറ്റിത്തിരിയും. ചിലപ്പോൾ ക്രമീരൻ എന്തെങ്കിലും ചില്ലറപണികൾ ഏൽപ്പിക്കുന്നു. അതിനു പ്രതിഫലമായി ഭക്ഷണമാണ് നൽകിവന്നിരുന്നത്.

മച്ചോട്ടു ദാമോദരൻനായരുടെ ചായക്കടപോലെ എല്ലാ ജാതിക്കാർക്കും പ്രവേശനമുണ്ടായിരുന്ന മറ്റൊരു സ്ഥാപനമായിരുന്നു ക്രിമീരന്റെ ചായ്പ്. ദാമോദരൻനായരുടെ ചായക്കടയിൽ പുലയർക്കിരിക്കുവാൻ പ്രത്യേകം മൺതിട്ടയുണ്ടായിരുന്നു. അവിടെയിരുന്നാണ് കോന്നനും കുഞ്ഞപ്പിയും നാട്ടുവർത്തമാനങ്ങൾ പറയുന്നതും ചായ കുടിക്കുന്നതും കലഹിക്കുന്നതുമെല്ലാം. ക്രിമീരന്റെ ചായ്പിൽ മൺതിട്ടയുണ്ടായിരുന്നില്ല. ആർക്കും എവിടെയിരുന്നും ഭക്ഷിക്കാം. നാട്ടുവർത്തമാനം പറയാം. ക്രിമീരന്റെ ദോശകൾക്ക് പുഴുങ്ങിയ തേങ്ങാപ്പീരയുടെ മണമുണ്ടായി

രുന്നില്ല. അയാളുടെ ചായയ്ക്ക് എരുമപ്പാലിന്റെ കൊഴുപ്പുമില്ലായിരുന്നു. എന്നിരുന്നിട്ടും ചായ്പിൽ ആളൊഴിഞ്ഞ നേരമുണ്ടായില്ല.

ക്രിമീരന്റെ ഇലയട പ്രസിദ്ധമായിരുന്നു. പനംചക്കരയും ചെറുപയറും കലർത്തി ചുട്ടെടുക്കുന്ന ഇലയട തിന്നാനായി വടവുക്കരിയിൽ നിന്നുപോലും ആളുകൾ വരാറുണ്ടായിരുന്നു. രാവിലെ തൊഴിലിനായി പുറത്തിറങ്ങുന്ന പടിഞ്ഞാറ്റുമുറിയിലെ പുലയർ തങ്ങളുടെ കുട്ടികളെ ഓർമിപ്പിക്കുന്നു:

"മരിയാദയ്ക്കു കുടീല്ന്നെ ഇരുന്നോളണം. വൈയ്യുട്ടുവരുമ്പോൾ തോനെ ഇലയപ്പം കൊണ്ടുവരാം."

ക്രിമീരൻ കിഴക്കും പുറത്തു ചേർന്ന ഒരു നായർയുവാവായിരുന്നു. യുവാവാണെന്നു പറയുക വയ്യ. ഏകദേശം നാൽപ്പതു വയസിനുമേൽ പ്രായമുണ്ട്. പതിന്നാലാം വയസിനുശേഷം വളർന്നിട്ടേയില്ല. മനസും ശിരസും മാത്രം വളർന്നു. മനസ്സ് വളർന്നു വളർന്നു വളരെ വലുതായി ത്തീർന്നിരുന്നു. അതുകൊണ്ടാണ് പുലയർക്കും ഊരാളർക്കും വേണ്ടി കുമിളിത്തലയ്ക്കൽ ഒരു ചായക്കട നടത്താൻ അയാൾക്കു തോന്നിയത്. മാറാന്തടത്തിൽ എന്തു പ്രശ്നമുണ്ടായാലും അയാൾ പടിഞ്ഞാറ്റുമുറി ക്കാരോടൊപ്പം നിന്നു. അവരിലൊരാളായി അവർക്കുവേണ്ടി പ്രമാണി മാരോടും വാദിച്ചു. മുനമ്പത്തു ശേഖരപിള്ളയ്ക്കു കൂറുണ്ടായിരുന്ന കരയിലെ ഒരേയൊരു നായര് ക്രിമീരനായിരുന്നു.

പുലർച്ചപ്പറ്റുകാർക്കു ചായ പകർന്നുകൊണ്ടു നിൽക്കുമ്പോഴാണ് കെഴക്കന്റെ ആഗമനമുണ്ടായത്. ക്രിമീരൻ ശ്രദ്ധിച്ചു. പുറത്ത് സംവാദം ഉപദേശിയിലേക്കു തിരിഞ്ഞിരിക്കുന്നു. പകർന്ന ചായകൾ മരക്കാലി കൾക്കും മീതെ വച്ചുകൊണ്ട് ക്രിമീരൻ ചോദിച്ചു:

"കെഴക്കന് ചായ ഒഴിക്കണോ?"

കെഴക്കൻ വേലുവിനെ നോക്കി. അയാൾ ചായ്പിലേക്കു കയറിയ പ്പോൾത്തന്നെ വേലു നിശ്ചയിച്ചതാണ്. എന്നും അങ്ങനെയാണല്ലോ. വന്നുകഴിഞ്ഞാൽ ആരെങ്കിലും കെഴക്കനു ചായ പറയും. കൈയിൽ ഉഗ്ര ന്മാരായ വാത*കളാണുള്ളത്. എന്നെങ്കിലും അവയെക്കൊണ്ട് എന്തെ ങ്കിലും സാധിക്കേണ്ടതായി വരും.

"ഓ, ഒരു ചായ ഒയിച്ചേക്കിൻ."

മടയൻ പറഞ്ഞു.

ക്രിമീരൻ ചായ ഒഴിച്ചു കെഴക്കന്റെ മുന്നിൽ വച്ചു.

"അപ്പോഴേ കെയക്കരെ, നിങ്ങള് അയ്യാളിനെ കണ്ടോ?"

"ആരിനെ?"

ആരെയാണെന്നു കെഴക്കനു പിടികിട്ടിയില്ല. അയാളുടെ മനസു മുഴുവനും ചായയിലായിരുന്നു.

---

* ബാധ, ചെകുത്താൻ

"ഒപ്തേസിനെ."

"നാനോ? ഫു."

"പിന്നെ നിങ്ങളെങ്ങനെയറിഞ്ഞു അയാളെല്ലാവരേയും ക്രിസ്യാനിയാക്കാമ്പോണെന്ന്?"

സത്യം പറയാൻ കെഴക്കൻ നിർബന്ധിതനായി. വേണമോ എന്ന് അയാൾ ഒരു തവണകൂടി ആലോചിക്കാതിരുന്നില്ല.

"കോന്നമ്പറഞ്ഞു. വല്ലാടനും പറഞ്ഞു. അവന്റോടി അമ്പലത്തറ ജമ്മിവെലക്കീട്ടൊണ്ട്. ക്രിസ്യാനിയായാ കൈമണി മതിയാക്കി പിരിച്ചു വിടും പോലും."

ചായ്പിനുള്ളിൽ നിശബ്ദത പരന്നു. ആരൊക്കെ ക്രിസ്ത്യാനികളായി മാറും, ആരൊക്കെ മാറില്ല എന്ന് അവിടെയിരുന്നവർ ഒരു ആത്മപരിശോധന നടത്തി. ഞാനില്ല, ഞാനില്ല എന്ന് ഓരോരുത്തരും വിശ്വസിച്ചു. വെള്ളക്കാരന്റെ മതമാണത്. അതുകൊണ്ടുതന്നെ ആ മതം നിഷിദ്ധമായിരിക്കുന്നു. വെള്ളക്കാരനുമായി ബന്ധപ്പെട്ട ഒന്നുംതന്നെ സ്വീകരിക്കുവാൻ പാടില്ല. അതു പാപമാണ്. എവിടെയും വെള്ളക്കാരനെതിരായ സമരം നടന്നുകൊണ്ടിരിക്കുകയാണ്. അവന്റെ മതത്തെ സ്വീകരിക്കുകയെന്നുവച്ചാൽ, അവന്റെ അടിമയായിത്തീരുക എന്നാണർഥം. അതു സാധ്യമല്ല.

ഒരു മഹാമാരി പടർന്നുപിടിക്കാൻപോകുന്നു. ജാതികൾക്കിടയിൽ മരണം വിതയ്ക്കുന്ന മാരകമായ ഒരു പകർച്ചവ്യാധി. മാറാന്തടത്തിനു മേൽ അതിന്റെ ആദ്യ സൂചനകൾ കണ്ടുതുടങ്ങിയിരിക്കുന്നു. വന്നുപെട്ടാൽ ഉയിരുംകൊണ്ടേ പോകൂ. അങ്ങനെയുള്ള ഭീകരമായ രോഗമാണ്. ഏവരും കരുതലോടെ ഇരിക്കുവിൻ. വെറുതെ ആപത്തു വിളിച്ചുവരുത്തരുത്.

"നാടു മുടിയുവാൻപോണ്. കണ്ടോളിൻ!"

ദാനിയേലുപദേശിക്കെതിരെ അമ്പലത്തറ ചെല്ലോംപിള്ള മുന്നറിയിപ്പു നൽകി. കിഴക്കുംപുറത്തെ നായർഗൃഹങ്ങളിൽ കയറിയിറങ്ങി. പ്രമാണിമാരെ കണ്ടു. ആപത്തിന്റെ വിശദാംശങ്ങളെക്കുറിച്ചു ചർച്ചചെയ്തു. മേടപ്പെര കഴിഞ്ഞാൽ പ്രതാപം അമ്പലത്തറയ്ക്കാണ്. അയാളുടെ വാക്കുകളെ അവഗണിക്കുവാൻ കിഴക്കുംപുറത്തെ തറവാടുകൾ ഒരുങ്ങിയില്ല. അയാൾ പറയുന്നതെല്ലാം ന്യായമായിരിക്കുമെന്ന് അവർ പരസ്പരം പറഞ്ഞു.

മുനമ്പത്തു ശേഖരപിള്ളയ്ക്കു കൈയുള്ള ഏതിനേയും ചെല്ലോംപിള്ള എതിർത്തുപോന്നു. നന്മയേയും തിന്മയേയുംകുറിച്ചുള്ള പരിചിന്തനങ്ങൾക്ക് അവിടെ സ്ഥാനമില്ല. അത്രയ്ക്കു കടുത്ത ശത്രുതയാണ്. മുനമ്പത്തുകാർക്കും ശരിയാകുന്നതെന്തും തെറ്റാണെന്ന് അമ്പലത്തറ വിധിക്കും. ശരിയെന്ന് ശേഖരപിള്ള പറയുന്നതെല്ലാം ചെല്ലോംപിള്ളയെ സംബന്ധിച്ചിടത്തോളം മുഴുത്ത പാതകങ്ങളായിരിക്കും. ഉപദേശിക്കു പുറ

കെട്ടാൻ മണ്ണു നൽകിയത് ശേഖരപിള്ളയാണ്. വൈകിയാണ് ആ വാർത്ത ചെല്ലോംപിള്ളയുടെ കാതിൽ എത്തിപ്പെട്ടത്. അതറിഞ്ഞതുമുതൽ അയാൾക്കു ഇരിക്കപ്പൊറുതിയില്ലാതായിത്തീർന്നിരിക്കുന്നു. രോഷം ഒരു തീപ്പന്തുപോലെ അയാളുടെ ബോധത്തിൽ കിടന്നുരുണ്ടു. അയാളുടെ രാപ്പകലുകൾക്ക് അതുവരെയുണ്ടായിരുന്ന സകല സ്വാസ്ഥ്യവും നഷ്ട പ്പെട്ടു. ഊണിന്റെയും ഉറക്കത്തിന്റെയും മുറകൾ മാറി.

ശേഖരൻ തനിക്കുനേരെ വന്നു മുഖത്തടിച്ചിരിക്കുകയാണ്. നിസാരമായ അടിയല്ല. മേലിൽ മാറാന്തടത്തിലെങ്ങും കണ്ടുപോകരുതെന്ന് പറഞ്ഞാണ് ഭൂമി ചോദിച്ചു വന്ന ഉപദേശിയെ മടക്കിയയ്ച്ചത്. തിരിഞ്ഞു നോക്കാതെ സ്വദേശത്തേക്കു തിരിച്ചുപോകുമെന്നാണു കരുതിയത്.

പക്ഷേ, അയാൾ വീണ്ടും വരികതന്നെ ചെയ്തിരിക്കുന്നു. വരിക മാത്രമല്ല ഭൂമി കൈവശമാക്കുകയും, അതിൽ ഭേദപ്പെട്ട ഒരു ആറു കാൽപ്പുര കെട്ടിയേറ്റുകയും ചെയ്തിരിക്കുന്നു. പുരകെട്ടാൻ വേണ്ട സാമഗ്രികളും പണിക്കാരേയും ശേഖരപിള്ളയായിരുന്നു വിട്ടുകൊടുത്തത്. ധിക്കാരിയാണവൻ. കിഴക്കുംപുറത്തെ മാത്രമല്ല ധിക്കരിച്ചിരുന്നത്. മാറാന്തടത്തിന്റെ ഉടയവളായ നീലകേശിയേയും ശേഖരപിള്ള നീചമായിത്തന്നെ നിഷേധിച്ചിരിക്കുന്നു.

ഇതിനു തിരിച്ചടിയുണ്ടാകും. ചെല്ലോംപിള്ള രഹസ്യമായി പറഞ്ഞു. കണ്ടവരോടെല്ലാം അയാൾ അതാവർത്തിക്കുകയും ചെയ്തു.

കോന്നനായിരുന്നു ആ വാർത്ത മച്ചോട്ടുമുക്കിലെത്തിച്ചത്. ദാമോദരൻ നായരുടെ ചായക്കടയിലെത്തി. പാറ്റുകാരു കൂടാനായി അവൻ കാത്തിരുന്നു. ഒന്നുരണ്ടുപേർ വന്നുകൂടിയെങ്കിലും അവൻ നിശ്ശബ്ദനായി ഇരുന്നതേയുള്ളു. വല്ലാടനും കുഞ്ഞപ്പിയുമായിരുന്നു അവന്റെ ലക്ഷ്യം. ഉപദേശിയുടെ ഓരോ ചെയ്തിയെക്കുറിച്ചും അപ്പപ്പോൾത്തന്നെ അവരെ അറിയിക്കുവാൻ കോന്നൻ താൽപ്പര്യപ്പെട്ടിരുന്നു. ആ നേരംതന്നെ അതൊന്നോടെ അമ്പലത്തറയിലെത്തുമെന്ന് അവൻ അറിഞ്ഞിരുന്നു. ഒരു വാശിയോടെ അവനതു നിർവഹിച്ചുപോരുകയും ചെയ്തിരുന്നു.

വല്ലാടൻ വന്നു. കുഞ്ഞപ്പി ഉണ്ടായിരുന്നില്ല. പറ്റുകാർ നിറഞ്ഞു. മൺതിട്ടയിലിരുന്നുകൊണ്ട് ഉപദേശി പള്ളി പണിയാൻപോകുന്ന വിശേഷം കോന്നൻ പറഞ്ഞുതുടങ്ങി. പറ്റുകാരിൽ ചിലർ വല്ലാടന്റെമേൽ ഒരു കണ്ണിട്ടിരുന്നു. വല്ലാടന്റെ മുഖം ഇളകിമറിയുന്നത് അവർ കണ്ടു. അവന്റെ മുഖത്തു നോക്കാതെ തന്നെ അതറിഞ്ഞുകൊണ്ട് കോന്നൻ തുടർന്നു.

"ടേയ് കോന്നാ"

വല്ലാടൻ കോന്നനെ തടഞ്ഞു. കോന്നൻ നിർത്തി.

"നെന്റെ ഓതേസി പള്ളികെട്ടിയാ ആരെ വിക്കരഹം വെക്കുമെടേ?"

വല്ലാടന്റെ ചോദ്യം കേട്ടപ്പോൾ മറ്റുള്ളവർക്കും സന്ദേഹമായിത്തുടങ്ങി. അവരും കോന്നന്റെ പ്രതികരണത്തിനായി അക്ഷമരായിത്തീർന്നു. പള്ളിയിൽ പൂജ നടത്താൻ 'വിക്രഹ' മില്ലാതെ പറ്റുമോ?

"ആരേ വിക്രഹം വെക്കൂല്ലാ."
"അയെന്ത്?"
"ഒപ്തേസിക്കതീ വിസ്വാസമില്ല."
"അയെന്ത്?"
"വിക്രഹത്തുക്ക് ജീവനൊണ്ടോ?"
"ഇല്ലന്നോ അയ്യാളു പറഞ്ഞത്?"
"ഓ, ഇല്ലെന്നുതെന്നെ പറഞ്ഞു."
"തെളിവെന്തെര്?"
"ഒണ്ടെങ്കി എപ്പഴെങ്കിലും അനങ്ങൂല്ലേ?"
"കോന്നാ!"

വല്ലാടന്റെ ശബ്ദം ഒരിടിമുഴക്കംപോലെ കടയ്ക്കുള്ളിൽ കിടന്നലച്ചു. അവൻ മൺതിട്ടയിൽനിന്നെണീറ്റു. പറ്റുകാരായ മറ്റുള്ളവർ ഉൽക്കണ്ഠയോടെ നോക്കിയിരുന്നു. അടുക്കളയിൽനിന്നും ദാമോദരൻനായർ ഇറങ്ങിവന്നു. അൽപ്പം മാറി വാതിലിനടുത്തായി വല്ലാടൻ നിലയുറപ്പിച്ചു. കോന്നൻ അപ്പോഴും മൺതിട്ടയിൽത്തന്നെ, ദാമോദർനായർ നോക്കിനിന്നു. ഒരു സംഘട്ടനം നടക്കാനുള്ള സാധ്യതകൾ ഏറെയാണ്. വല്ലാടൻ ഏറെ ക്ഷോഭിച്ചവശനായിരിക്കുന്നു. അവന്റെ മുഖം കണ്ടാലറിയാം. എന്തും ചെയ്യാനൊരുങ്ങിയാണ് അവന്റെ നിലയെന്ന്. കോന്നനും മൺതിട്ടയിൽനിന്നെണീറ്റു. തമ്മിൽ തലകൊയ്യാൻ തയാറായി നിൽക്കുന്ന ഇവർ കോന്നനും വല്ലാടനുമല്ലെന്ന് ദോമോദരൻനായർ അറിഞ്ഞു. അമ്പലത്തറ ചെല്ലോംപിള്ളയും മുനമ്പത്തെ ശേഖരപിള്ളയുമാണ്.

"അടങ്ങെടേ വല്ലാടാ."

ദാമോദരൻനായർ വല്ലാടനെ തണുപ്പിക്കാൻ നോക്കി. അവനു മൂച്ചു വളർന്നതേയുള്ളു.

"അയ്യാളു വരത്തനല്ലിയോ? അങ്ങനെയങ്ങു കേറി പള്ളി കെട്ടുമോ? ചോയിക്കാനും പറയാനും ഒടേമ്മാരില്ലെന്നു കരുതിയോ?"

"അതിനു നെനക്കെന്തെരെടേ ദണ്ഡം?"

"നിങ്ങള് ചുമ്മായിരിക്കിൻ ജമ്മീ. ആരിക്കും അറീല്ലന്നോ വിചാരം? അമ്പലത്തറ ജമ്മീരോടിയോ കളി! പൂമി ചോയിച്ചിട്ട് ജമ്മി കൊടുത്തില്ല. അതോണ്ടുള്ള ചെനപ്പ് തീർക്കാനല്ലേ അയ്യാള് പള്ളികെട്ടാമ്പോണത്? അതു നടക്കൂലാ. ഈ ദേഹത്തീ ചോരയൊള്ള കാലം അതു നടക്കൂലാ."

"നടക്കും."

കോന്നൻ ഒരടി മുന്നോട്ടു നീങ്ങി പറഞ്ഞു.

"ആര്, നീയ്യോടെ എരപ്പാ നടത്താമ്പോണത്?"

"അല്ലാ, ആണുങ്ങള്."

"ഏതാണങ്ങള്? ആ കെഴട്ടൊപതേസിയോ?"

വല്ലാടൻ വാപൊത്തിച്ചിരിച്ചു. പറ്റുകാരിൽ ചിലരും അവനോടൊപ്പം ചേർന്നു ചിരിച്ചു.

"അല്ല. മുനമ്പത്ത് ശേഖരപിള്ളജമ്മി."

വല്ലാടന്റെ ചിരിയണഞ്ഞുപോയി. പിന്നൊന്നും മിണ്ടാൻ അവനു കഴിഞ്ഞില്ല. ചായക്കട അസാധാരണമായ ഒരു നിശ്ശബ്ദതയിലേക്കു വീണു. അങ്ങനെയൊരു മറുപടിക്കു സാധ്യതയുണ്ടായിരുന്ന കാര്യം അവരോർത്തിരുന്നില്ല. വടികൊടുത്ത് പെരുത്ത ദണ്ഡം ഏറ്റുപിടിക്കുകയല്ലേ ചെയ്തിരിക്കുന്നത്? ഉപദേശിയും ശേഖരപിള്ളയും തമ്മിൽ കൂട്ടാണെന്ന് ഏവർക്കുമറിയാം. പക്ഷേ, നീലകേശിക്കെതിരായി പള്ളികെട്ടുന്നതിന് അയാൾ പങ്കുചേരുമെന്ന് ആരും പ്രതീക്ഷിച്ചിരുന്നില്ല. പറ്റുകാരിൽ പലരും ഈർഷ്യയോടെ കോന്നനെ തുറിച്ചുനോക്കി. അതു ദാമോദരൻനായർക്കും പിടിച്ചില്ല. എത്രയായാലും ശേഖരപിള്ള മാറാന്തടത്തിലെ ആദിനായരുടെ പരമ്പരയിൽപ്പെട്ട ആളാണ്. ദേശത്തിന്റെ അധിദേവതയായ നീലകേശിക്കെതിരായി ഒന്നും ചെയ്യരുതായിരുന്നു. ചെയ്താൽ അതിനു ശിക്ഷ മുനമ്പത്തു മാത്രം ഒതുങ്ങിനിൽക്കുകയില്ല. അതു മാറാന്തടത്തെയാകെ ഗ്രസിച്ചേക്കും.

"എടേ കോന്നാ, കടേക്കെടന്ന് വഴക്കും വക്കാണവുമൊണ്ടാക്കാൻ പാടില്ല. അതൊക്കെ പൊറത്ത്."

അതു കേട്ടതും വല്ലാടൻ പുറത്തിറങ്ങി.

"വാടേ കോന്നാ, നമുക്കിവിടെനിന്നു വർത്താനം പറയാം."

വല്ലാടൻ വിളിച്ചു. കോന്നൻ ഇറങ്ങിച്ചെന്നില്ല. ചെന്നാൽ എന്തുണ്ടാകുമെന്ന് അവനറിയാം. മുരടനാണ് വല്ലാടൻ. തല്ലിനും വഴക്കിനും തെല്ലും മടിയില്ലാത്തവൻ. അവൻ എന്തു ചെയ്താലും ന്യായം പറയാൻ ചെല്ലോം പിള്ള ഉണ്ടായിരുന്നു. അവന്റെ ബലവും അതുതന്നെയാണല്ലോ.

"കോന്നനൊണ്ടോ ജമ്മീ കടേല്?"

പുറത്തുനിന്ന് ആരോ വിളിച്ചുചോദിച്ചു. ശബ്ദം കേട്ടപ്പോൾത്തന്നെ ദാമോദരൻനായർ മനസിലാക്കി. വല്ലാടന്റെ അച്ഛൻ കുഞ്ഞപ്പിയാണ്. അമ്പലത്തറയിലെ മൂത്ത കൈമണി. എന്തു പറയണമെന്നറിയാതെ നായർ നിന്നു പരുങ്ങി.

"ഒണ്ടച്ചോ ഒണ്ട്. ദാ അകത്തിരിക്കണ്. ഇങ്ങോട്ടു വന്നു വിളിച്ചെറക്കിൻ."

വല്ലാടൻ വിളിച്ചു പറഞ്ഞു.

"എന്തെരണ്ണാ?"

കോന്നൻ ഇറങ്ങിച്ചെന്നു. അകത്തിരുന്നിരുന്ന പറ്റുകാരും പുറത്തിറങ്ങി. കുഞ്ഞപ്പി അകലെയല്ലാതെ മാറിനിൽക്കുകയായിരുന്നു.

"എന്തെരെടേ കോന്നാ, നെന്റെ ഒവതേസി പള്ളിയോ പത്തായമോ കെട്ടാൻ പോണോ?" കുഞ്ഞപ്പി ചോദിച്ചു.

"ഓ, പത്തായമല്ല, പള്ളി മാത്തറം."

"അയ്യാളവുടെയൊണ്ടോ?"

"ഓ, ഒണ്ട്."

"അയ്യാളെ അതികാരിക്കു കാണണോന്നും പറഞ്ഞ് ആളയിച്ചിരിക്കണ്. ചെന്നു വരാൻ പറ."

"എവുടെ ആള്?"

'അമ്പലത്തറേ നിക്കണ്."

"ഇങ്ങോട്ടു വരാമ്പറ."

"കോന്നാ, ദിക്കാരം പറയല്ല്."

"അതെന്തെരണ്ണാ ദിക്കാരം?"

"അതികാരി വിളിച്ചാ ഒവതേസി പോവണ്ടേ?"

"അത് ഒപ്തേസീരോടിച്ചെന്നു ചോയിക്കിം."

"ചോയിക്കാന്തെന്നെ വിളിക്കണത്."

കോന്നൻ പിന്നീടവിടെ നിന്നില്ല. എത്രയും വേഗം ഉപദേശിയെ വിവരം അറിയിക്കണം. അധികാരിയാണു വിളിച്ചിരിക്കുന്നത്. എന്തെങ്കിലും ഗൗരവമുള്ള പ്രശ്നമായിരിക്കും. അല്ലെങ്കിൽ അയാൾ നേരിട്ട് ആളയയ്ക്കുകയില്ല. പള്ളി കെട്ടാൻ തീരുമാനിച്ച കാര്യം അറിഞ്ഞുകാണും. ഇപ്പോൾ നാടു മുഴുവൻ അതല്ലേ സംസാരം? ഒരു മഹാവിപത്തിന്റെ വരവെന്നപോലെയാണ് മാറാന്തടം ആ വാർത്തയെ നേരിട്ടിരിക്കുന്നത്. പള്ളി നീലകേശിക്കെതിരാണെന്നു കിഴക്കുംപുറക്കാരും, ഭഗവതിക്കെതിരാണെന്ന് കാട്ടുകുളത്തെ പുലയരും, കരിങ്കാളിക്കും നാഗർക്കും എതിരാണെന്ന് കെഴക്കനും പറയുന്നു.

എങ്ങനെ?

എത്ര ആലോചിച്ചിട്ടും അതുമാത്രം കോന്നനു പിടികിട്ടിയില്ല.

"ഉപദേശി ആർക്കും എതിരല്ല." —കോന്നൻ വിശ്വസിച്ചു.

എന്നിട്ടും എല്ലാവരും ഉപദേശിക്കെതിരായിരിക്കുന്നു, ശേഖരപിള്ളയൊഴിച്ച്. അവനു സങ്കടം തോന്നി. അതിവേഗം അവൻ നടന്നു.

"കോന്നാ!"

മേടിൽനിന്നും ഒരു വിളി. അവൻ തിരിഞ്ഞുനിന്നു. ചെല്ലോംപിള്ളയാണ്. തലയിലെ കെട്ടഴിച്ച് കക്ഷത്തിൽ തിരുകി. അറിയാതെ മുതുകു വളഞ്ഞു പോയി.

"നെന്റെ ഒപദേശി അവിടെയൊണ്ടോടെ?"

"ഇപ്പോ ഓണ്ടോന്നറിഞ്ഞുടാ. കാലത്തില്ലായിരുന്നു."

"എവുടെപ്പോയി?"

"പൊറത്തേക്ക്."

"മുനമ്പത്ത് ശേഖരന്റെവിടേക്കായിരിക്കും."

"അല്ല. കാട്ടുകുളത്തില്."

ചെല്ലോംപിള്ള ഒരിട ആലോചിച്ചുനിന്നു.

"അപ്പോ അയ്യാള് അവിടേം കേറിയെറങ്ങിത്തൊടങ്ങിയോ?"

"ഓ, ജമ്മി."

"അയ്യാള് എല്ലാരേം ക്രിസ്യാനികളാക്കാമ്പോണോടേ കോന്നാ?"

"എല്ലാരേമല്ല."

"പിന്നെ?"

"ആവണവരെ മാത്തറം."
"നീയ് ക്രിസ്യാനിയായോടെ?"
"ഇല്ല."
"അതെന്തെടേ? നീയല്ലേ അയാളെ കൈമണി?"
"ഒപ്തേസി പറഞ്ഞില്ല."
"പറഞ്ഞാൽ ആവുമോ?"
"ഓ, ആവും."
"ഫാ പട്ടീ! നീ ക്രിസ്യാനിയാവും, അല്യോ?"
ചെല്ലോംപിള്ള കരമുയർത്തി മുന്നോട്ടാഞ്ഞു. അടികൊണ്ട കോന്നൻ കറങ്ങിപ്പോയി. ചെന്നിക്കാണേറ്റത്. മൂന്നും തകർപ്പൻ അടികളായിരുന്നു. ഇരുട്ടു മൂടി അടഞ്ഞുപോയ കണ്ണുകൾ തെളിഞ്ഞപ്പോൾ അവൻ തിരിഞ്ഞോടി. എത്രയും വേഗം ഉപദേശിയുടെ അരികിലെത്തി.

രാത്രി!

വിശുദ്ധമായ യാമം തുറന്നുവെച്ച വേദപുസ്തകത്തിനു മുമ്പിൽ കോന്നൻ മുട്ടുകുത്തി ഇരുന്നു. അവനടുത്തായി ഉപദേശിയുണ്ടായിരുന്നു. അപ്പോഴും കോന്നന്റെ ചെള്ളയിൽ ചെല്ലോംപിള്ളയുടെ വിരലുകൾ തിണർത്തുകിടന്നിരുന്നു.

കോന്നൻ കണ്ണടച്ചു. ഉപദേശി അവന്റെ നെറ്റിയിൽ വിരലുകൊണ്ട് കുരിശു വരച്ചു. വിശ്വാസിയുടെ ആത്മാവ് ചിറകടിച്ചു തുള്ളി. വിശ്വാസിയുടെ ഉള്ളം ഭക്തിയാൽ സാന്ദ്രമായി. വിശ്വാസിയുടെ നാവിൽനിന്നും പരദേശികളുടെ ഭാഷകളുതിർന്നുവീണു.

ഗത്സമനിയിലെ സന്ധ്യ മാറാന്തടത്തിനു മീതെ പടിഞ്ഞുകിടന്നു.

കോന്നന്റെ മേലാസകലം വിറകൊണ്ടു. അവന്റെ കണ്ണുകൾ നിറഞ്ഞൊഴുകി.

13

ചെറ്റകെട്ടി മറച്ചിരുന്ന ആറുകാൽപ്പുരയുടെ സ്ഥാനത്ത് മൺചുവരുകളുള്ള പള്ളിവീടുയർന്നു. വളരെ വേഗം എല്ലാം കഴിഞ്ഞു. കോന്നനും കാട്ടുകുളത്തുനിന്നും അവൻ കൊണ്ടുവന്നിരുന്ന പുലയരുമായിരുന്നു പണിക്കു കൂടിയത്. ഇടയ്ക്കു ശേഖരപിള്ള ഒന്നുരണ്ടുതവണ വന്നുപോയി. ഉപദേശിയുടെ വീടു പൂർത്തിയായി കാണാൻ പിള്ളയ്ക്കായിരുന്നു ഏറെ വ്യഗ്രത. അതാരെയൊക്കെ ചൊടിപ്പിക്കുമെന്നും അസ്വസ്ഥരാക്കിത്തീർക്കുമെന്നും പിള്ളയ്ക്കറിയാം. അതുകൊണ്ടുതന്നെയാണ് എന്തു സഹായം ചെയ്തുകൊടുക്കാനും തയാറായി അയാൾ സ്വമേധയാ മുന്നോട്ടു വന്നത്. വീടിന്റെ മുഖപ്പ് തെക്കോട്ടായിരുന്നാൽ മതിയെന്ന് പിള്ള നിർദേശിച്ചിരുന്നു. മാറാന്തടത്തിലെ നായർഗൃഹങ്ങൾക്കെല്ലാം ദർശനം ദക്ഷിണദിക്കായിരുന്നു.

വീടുപണി തീർന്നു. ചുവരുകൾ പൂശി, കുമ്മായം തേച്ചുകഴിഞ്ഞു. കതകുകളും ജനാലകളുമായി. അടിച്ചൊതുക്കിയ മുറികളിലൂടെ കോന്നൻ ഓടിച്ചാടി നടന്നു. വരാന്തയിൽ ഇരുമ്പാണി തറച്ച് അതിൽ ക്രിസ്തുവിന്റെ ചിത്രം തൂക്കാൻ മുൻകൈയെടുത്തതും കോന്നനായിരുന്നു. എവിടെനിന്നോ അവൻ കുറെ പൂച്ചെടിക്കമ്പുകൾ ശേഖരിച്ചു കൊണ്ടുവന്നു. ഉപദേശി അവനെ അതിന് അഭിനന്ദിക്കുകയുണ്ടായി. അയാൾ നിർദേശിച്ച സ്ഥാനങ്ങളിലെല്ലാം കുഴികുത്തി അവനതു കുഴിച്ചു നിർത്തി.

അടുത്ത വാരം തിങ്കളാഴ്ച പുലരുംമുമ്പ് ഉപദേശി അടൂരിലേക്കു പോയി. അതുവരെ കാവൽ കോന്നനായിരുന്നു. രാത്രി അവനും കൊച്ചുപെണ്ണും അവിടെ ഉറങ്ങിപ്പോയി. അപ്പോഴൊക്കെ തന്റെ ദേഹത്തു സ്പർശിക്കുവാൻ കൊച്ചുപെണ്ണ് അവളുടെ കെട്ടിയവനെ അനുവദിച്ചിരുന്നില്ല.

"വേണ്ട. സത്തിയമുള്ള വീടാണ്. പാപം കിട്ടും."

ഇരുട്ടിൽ തപ്പിതടഞ്ഞ് അടുത്തെത്തുന്ന കോന്നനോട് കൊച്ചുപെണ്ണു പറഞ്ഞു. അതു കേൾക്കെ അവന് അരിശം തോന്നുമെങ്കിലും, കൊച്ചുപെണ്ണു പറയുന്നതിലും കാര്യമുണ്ടെന്നു കരുതി മടങ്ങിപ്പോകുന്നു.

ഒരാഴ്ച കഴിഞ്ഞു ദാനിയേലുപദേശി മടങ്ങിവന്നു. ഒപ്പം ദീനാമ്മയുമുണ്ടായിരുന്നു. മച്ചോട്ടുനിന്നും പടിഞ്ഞാറ്റുമുറിയിലേക്കു നടന്നിറങ്ങുമ്പോൾ ഉപദേശി കോന്നനെ പരിചയപ്പെടുത്തി. ഹൃദ്യമായി പുഞ്ചിരിച്ചുകൊണ്ട് ദീനാമ്മ അവന്റെ പേരു ചോദിച്ചു. അവരുടെ കണ്ണുകളിലെ ദിവ്യമായ പ്രകാശം അവൻ ശ്രദ്ധിച്ചു. അവിടെ ആഴമുള്ള ഒരു ശാന്തി ഉറഞ്ഞുകിടന്നിരുന്നു.

അവർ നടന്നു. പുതിയ ഭൂമിയിലൂടെ നടന്നുനീങ്ങുമ്പോൾ അവരുടെ മനം നിറയെ ഇരുപത്തിമൂന്നാം സങ്കീർത്തനത്തിന്റെ മധുരനാദമായിരുന്നു.

ക്രിസ്ത്യൻ മിഷൻസ്കൂളിൽ അധ്യാപകനായിരിക്കെ ചെങ്ങന്നൂരിൽവെച്ചായിരുന്നു ഉപദേശി ദീനാമ്മയെ കണ്ടെത്തിയത്. അതുവരെ ഗൃഹസ്ഥാശ്രമത്തിന്റെ നൂലാമാലകളെക്കുറിച്ച് യാതൊന്നുംതന്നെ അയാൾ ചിന്തിച്ചിരുന്നില്ല. അതിനയാൾക്കു സമയം കിട്ടിയിരുന്നില്ല എന്നു പറയുകയായിരിക്കും ശരി. അത്രയ്ക്കു ദുർവഹമായ ഒരു ഭാരമായിരുന്നു ചുമലിൽ. ബോധത്തിന്റെ സുപ്തമായ തലങ്ങളിൽ അതിനേക്കാൾ തീക്ഷ്ണമായ മറ്റൊരഭിലാഷം സദാ കത്തിനിന്നിരുന്നു. ജീവിതത്തിലുടനീളം അതിന്റെ നിവൃത്തിക്കായി ഒരുക്കൂട്ടുകയായിരുന്നു. ചിന്തയിലും പ്രവൃത്തിയിലും അത് ജാഗരൂകമായി നിന്നിരുന്നു. ശത്രുപാളയങ്ങളെ ആക്രമിക്കാനെത്തുന്ന ഒറ്റപ്പെട്ട പടയാളിയെപ്പോലെ അയാൾ നിഗൂഢമായി സന്നാഹം കൂട്ടുകയായിരുന്നു. ഉണർച്ചയിലും ഉറക്കത്തിലും അയാൾ കണക്കുകൾ കൂട്ടി. നഷ്ടം വരരുത്. ഇല്ലായ്മകളുടേതായ ഒരു ഭൂതകാലത്തിൽ ചുവടുറപ്പിച്ചുനിന്നുകൊണ്ടാണ് തയാറെടുപ്പു നടത്തു

ന്നത്. ആയതിനാൽ നഷ്ടം വരരുതെന്ന് അയാൾക്ക് നിർബന്ധമാണ്. സംവത്സരങ്ങളായി, ഉള്ളിൽ കനത്തു കിടക്കുന്ന മരവിച്ച ആ ഭാരത്തെ എങ്ങനെയും ഒന്നിറക്കിവെക്കണം. സ്വന്തം മണ്ണിന്റെ ആയിരം പുളകങ്ങളെ സ്വപ്നം കണ്ടുകൊണ്ടാണ് ഓരോ നാളും തള്ളി വിട്ടിരുന്നത്. സ്വന്തം ജനതയുടെ വരവേൽപ്പിന്റെ ഗീതം എന്നും അയാൾ കേട്ടിരുന്നു.

അങ്ങനെയിരിക്കെ, ഉണർച്ചയിലെ ഒരു സ്വപ്നം കണക്കെ ദീനാമ്മ എത്തിപ്പെട്ടു. സ്കൂൾ മാനേജരായിരുന്ന കിച്ചിങ് സായ്‌വിന്റെ മദാമ്മയോടൊപ്പം. സായ്‌വ് സ്കൂൾ പരിശോധിക്കാൻ വന്നതായിരുന്നു.

ഉപദേശി മദാമ്മയെ കണ്ടു.

ഉപദേശി പരിചാരികയേയും കണ്ടു.

പ്രത്യേകിച്ചൊന്നും തോന്നിയില്ല. മുഴുവൻനേരവും സായ്‌വുമായി സ്കൂൾ കാര്യങ്ങളെക്കുറിച്ച് സംസാരിച്ചുകൊണ്ടിരുന്നു. ഭക്ഷണത്തിനിരിക്കുമ്പോൾ മദാമ്മ പരിചയപ്പെടുത്തി. നല്ലവണ്ണം ഭക്ഷണം പാകം ചെയ്യാനറിയാം. തയ്യൽപ്പണികളിൽ അതിവിദഗ്ധയാണ്. ഭംഗിയായി ഗാനങ്ങളാലപിക്കും.

അപ്പോഴും ദാനിയേലുപദേശിയുടെ മനസിൽ മദാമ്മയുടെ പരിചാരിക ഒരു ചെറുപോറൽപോലും ഉണ്ടാക്കിയിരുന്നില്ല.

മടങ്ങാൻനേരം സ്വകാര്യമായി സായ്‌വ് വിളിച്ചു ചോദിച്ചു. അന്നേരമാണ് അക്കാര്യങ്ങളെക്കുറിച്ചുള്ള ഏതൊരു ചിന്തയും ഉടലെടുക്കുവാൻ തുടങ്ങിയത്. രണ്ടാഴ്ചയ്ക്കുശേഷം സായ്‌വിനെഴുതി. സമ്മതമാണ്. ദൈവനാമത്തിൽ തീരുമാനിക്കപ്പെടുന്ന എന്തിനും ഞാനൊരുക്കമാണ്.

പിന്നെ വൈകിയില്ല. സായ്‌വായിരുന്നു കാർമികത്വം വഹിച്ചത്.

"എന്നെക്കുറിച്ച് കൂടുതലെന്തെങ്കിലും നിനക്കറിയണമെന്നുണ്ടോ?"

"വേണ്ട. എല്ലാം കിച്ചിംഗ്സായ്‌വിന്റെ മദാമ്മ പറഞ്ഞിട്ടുണ്ട്."

"ഏതു ദുഃഖത്തിലും ഏതു ഞെരുക്കത്തിലും ചിരിക്കുന്ന മുഖത്തോടെ മാത്രമേ നോക്കാവൂ."

"എനിക്കു കരയാനറിയില്ല."

"എന്റെ കാലുകൾ തളർന്നുപോയാൽ എനിക്കുവേണ്ടി നീ നടക്കണം."

"നടക്കാം."

"എന്റെ നാവു തളർന്നുപോയാൽ എനിക്കുവേണ്ടി നീ സംസാരിക്കണം."

"സംസാരിക്കാം."

"എന്റെ മിടിപ്പുകൾ നിന്നുപോയാൽ എനിക്കുവേണ്ടി നീ ജീവിക്കണം."

"അയ്യോ, അങ്ങനെ പറയരുതേ!"

അന്നുതൊട്ട് ദാനിയേലുപദേശിയുടെ ശക്തി ദീനാമ്മയായിരുന്നു. ദുരിതങ്ങളുടെ പെരുങ്കടലിൽ വീണുപോയ നാളുകളുണ്ടായിരുന്നു. വ്യഥയുടെ തീമലയിൽ അകപ്പെട്ടുപോയ സന്ദർഭങ്ങളുണ്ടായിരുന്നു. പരീക്ഷ

കളുടെ നിരന്തരതാഡനങ്ങളേറ്റു മുതുകൊടിഞ്ഞുപോയ എത്രയോ സംഭവങ്ങൾ! അപ്പോഴൊക്കെ ദീനാമ്മ വാക്കുപാലിച്ചു. കഴിഞ്ഞകാലങ്ങളിലൂടെ കരുത്തേറിയ ഒരു ജീവിതം അവർ അയാൾക്കു നൽകിയിരുന്നു.

പടിഞ്ഞാറ്റുമുറിയിലെ പള്ളിപ്പണിക്കെതിരെ അയ്യാവുവാത്തിയുടെ വെളിപാടുണ്ടായി. നായന്മാരും ഊരാളികളും കാട്ടുകുളത്തെ പുലയന്മാരും പടപ്പുറപ്പാടു നടത്തിയപ്പോഴും ഉപദേശിയുടെ ശക്തിയായി ദീനാമ്മ ഉണർന്നെഴുന്നേറ്റിരുന്നു.

ഉപദേശി അധികാരിയെ കണ്ട രാത്രിയിലാണ് അയ്യാവുവാത്തി വെളിച്ചപ്പെട്ടു തുള്ളിയത്. ഉപദേശി ചെല്ലുമ്പോൾ അധികാരി പടിപ്പുരയിൽ ഉലാത്തുകയായിരുന്നു. ഉപദേശിയുടെ വരവ് അയാൾ പ്രതീക്ഷിച്ചിരുന്നതുപോലെയുണ്ട്. എത്ര ആവൃത്തിയാണ് ആളയച്ചിരുന്നത്! സൗമ്യമായ പെരുമാറ്റം. നടന്നുകയറുമ്പോൾ ഇതായിരുന്നില്ല പ്രതീക്ഷിച്ചിരുന്നത്.

"വരണം, വരണം."

അധികാരി ഉപദേശിയെ പടിപ്പുരയിലേക്കു ക്ഷണിച്ചു. എന്തിനും തയാറായിട്ടായിരുന്നു പുറപ്പെട്ടത്. അതിനുമുമ്പ് ശേഖരപിള്ളയെ ഉപദേശി കണ്ടിരുന്നു. ധൈര്യമായി പറയാനുള്ളതെല്ലാം പറഞ്ഞു പോരാനായിരുന്നു പിള്ളയുടെ നിർദേശം. ഒരു ജനതയെ മുഴുവൻ കനാൻദേശത്തിലേക്കു നയിച്ച മോശയുടെ ആത്മാവ് മനസിൽ നിറഞ്ഞുനിന്നു. മുകളിൽ സഞ്ചരിക്കുന്ന മേഘലക്കീറും.

ക്രിസ്ത്യാനികളെ തനിക്കു ബഹുമാനമാണെന്ന് അധികാരി അറിയിച്ചു. അവരെക്കുറിച്ച് അയാൾ പലതും കേട്ടിട്ടുണ്ട്. പഠിപ്പിന് അവരോളം പോന്നവരായി ആരുംതന്നെയില്ല. ഉത്സാഹശീലരാണ്. അവർ കാലുകുത്തുന്നിടങ്ങളിൽ ഐശ്വര്യം വിളയുന്നു. ഉപദേശിയുടെ വരവിൽ അധികാരിയും മറ്റു ജനങ്ങളും ആഹ്ലാദിക്കുന്നു.

"പക്ഷേ, പള്ളികെട്ടുന്നതിന് നാട്ടുകാരെതിരാണ്.'

അധികാരി പറഞ്ഞു. അതറിയിക്കാനാണ് വിളിച്ചിരുന്നതെന്ന് വ്യക്തമമായിരുന്നു.

"അവിടന്ന് ഈ അംശത്തിന്റെ അധികാരിയാണ്. അതുകൊണ്ടു അങ്ങു പറയുന്നതെന്തും ഞാൻ ഗൗരവമായിത്തന്നെ എടുക്കുന്നു."

"അതെനിക്കറിയാം. നിങ്ങ പഠിപ്പും വിവരവുമൊള്ളവരല്ലേ?"

"ഒരപേക്ഷയുണ്ട്. അങ്ങ് സത്യത്തെ അൽപ്പവും മറക്കാതെ സംസാരിച്ചാൽ വേണ്ടില്ല."

"അതെന്ത്, അങ്ങനെ പറയാൻ?"

"നാട്ടുകാരെല്ലാവരുമെന്നു പറയുന്നതു ശരിയല്ലല്ലോ? മുനമ്പത്തെ ശേഖരപിള്ള ഈ നാട്ടുകാരനല്ലേ? ദിവസവും പള്ളിത്തറയിൽ വന്നു പോകുന്ന സാധുക്കളായ പുലയരും ഈ നാട്ടുകാരല്ലേ?"

അധികാരിക്കു ചിരിവന്നു. ഈ വരത്തനായ ഉപദേശിക്ക് മാറാന്തടത്തെപ്പറ്റി എന്തറിയാമെന്ന് ആ ചിരി വിളിച്ചുചോദിച്ചു.

"പക്ഷേ, നാട്ടുകാരെന്ന് ഇവുടെ പറയണത് ഞങ്ങള് നായമ്മാരെ മാത്രമാണ്. അവരു യോഗംകൂടി തീരുമാനിക്കും. പെലയമ്മാരിക്കും ഊരാളിമാരിക്കും പറയാനൊള്ളതും ഞങ്ങളുതന്നെ തീരുമാനിക്കും. ഉപതേസിക്ക് പയ്യെപ്പയ്യെ എല്ലാം പിടികിട്ടിക്കോളും."

"അതു ന്യായമല്ലല്ലോ?"

"എന്തെരു ന്യായം? അതൊക്കെ സമാജക്കാരു തീരുമാനിക്കും."

അധികാരിയുടെ സ്വരത്തിനു സംഭവിച്ചമാറ്റം ഉപദേശി ശ്രദ്ധിച്ചു.

"ശേഖരപിള്ളയും സമാജത്തിൽപ്പെടുന്നതല്ലേ?"

"നിങ്ങള് ശേഖരനുമായി കൂട്ടിലാണെന്നു കേട്ടു, ഒരു കാര്യം പറഞ്ഞേക്കാം. അവൻ വകതിരിവില്ലാത്തവനാണ്. അവന്റെ വാക്കു കേട്ട് അനർഥങ്ങളൊന്നും വരുത്തിക്കൂട്ടല്ല്."

"പക്ഷേ, പള്ളി പണിയണമെന്നത് ദൈവനിശ്ചയമാണ്."

"ഏതു ദൈവം?"

അധികാരിയുടെ ശബ്ദം പരുഷമായി. അതു പടിപ്പുരയുടെ കൈവരികളെ അതിക്രമിച്ചു.

"ഇവുടെ ആവശ്യത്തിനു വേണ്ട ദൈവങ്ങളൊണ്ട്. മാറാന്തടത്തിന് നീലകേശി മതി. പോരെങ്കിൽ ഭഗവതീം, കരിങ്കാളിയുമൊണ്ട്. ധാരാളം മതി."

"പക്ഷേ, ഇതു ജീവന്റെ ദൈവമാണ്. മറ്റെല്ലാ ദൈവങ്ങളുടേയും അധിപതിയായ യഹോവ!"

"ഉപതേസീ!"

അധികാരി മരക്കാലിയിൽനിന്നെണീറ്റു. ഉപദേശിയും. തള്ളിവരുന്ന രോഷത്തെ അടക്കാൻ അധികാരി ബദ്ധപ്പെടുന്നത് ഉപദേശി ശ്രദ്ധിച്ചു. അയാൾ നിശബ്ദനായി പടിയിറങ്ങിപ്പോന്നു.

അന്നു മൂവന്തിക്കാണ് അയ്യാവുവാത്തി വെളിപാടുകൊണ്ടത്. പൂവരശിന്റെ കുടക്കീഴിൽ ചെല്ലോംപിള്ളയുടെ നേതൃത്വത്തിൽ ഭക്തജനങ്ങൾ വളഞ്ഞുനിന്നു. നായന്മാരും ഊരാളികളും പുലയന്മാരുമുണ്ടായിരുന്നു.

പുറത്ത് പാണരുടെ തുടിയൊച്ച ഉയർന്നു. അകത്ത് തുടികേട്ട് സുഷുപ്തിവിട്ടുണരുന്ന ദേവി. താഴെ മുളപൊട്ടിയ ഞാറ്റുപാടങ്ങളിൽ സന്ധ്യ തിങ്ങിയിറങ്ങുവാൻ തുടങ്ങിയിരുന്നു. തണുത്ത കാറ്റ് ഞാറ്റിൻതലപ്പുകളോടും സല്ലപിച്ചു വീശുന്നു. നിറഞ്ഞൊഴുകുന്ന വങ്ങേനിത്തോടിന്റെ ആരവാരം, വളരുന്ന സന്ധ്യയേയും നീലകേശിയുടെ ഭക്തന്മാരുടെ ആകുലമനസുകളേയും അലോസരപ്പെടുത്തികൊണ്ടിരുന്നു.

"ഹൂയേ ....ഹൂയേ..."

ശ്രീകോവിലിനുള്ളിൽനിന്നും അയ്യാവുവാത്തി പുറത്തു ചാടി. കുടമണികൾ ഇടയില്ലാതെ കിലുങ്ങി. ചന്ദനത്തിന്റേയും സാമ്പ്രാണിയുടേയും മണം അയ്യാവുവാത്തിയെ പരിചയപ്പെടുത്തി. രാത്രി സുഗന്ധിയായി ത്തീർന്നു.

"ഹൂയേ ഹൂയേ. ഹൂയേ ഹൂയേ...."

വാത്തി ഉറഞ്ഞു. അയ്യാവുവാത്തിയിലൂടെ നീലകേശി ഉറഞ്ഞു. നീലകേശി രൗദ്രയായിത്തീർന്നു. നീലകേശി കോപിച്ചു. നീലകേശി അട്ടഹസിച്ചു. ചോരയ്ക്കായുള്ള ദാഹം. കണ്ണുകളിൽ പാറുന്ന തീയാണ്. രാവിനു മേലാകെ പൊള്ളാൻ തുടങ്ങി.

ദേവീ!

മഹാമായേ!

അനാദിയേ!

ഭക്തജനത്തിന്റെ സമനില താളംതെള്ളി. അർധനിമീലിതരായി, തൊഴുകൈ കൂപ്പിക്കൊണ്ട് അവർ അരുളപ്പാടിനായി ചെവിയോർത്തു.

"നിർത്ത്!"

ചെല്ലോംപിള്ള പാണരോടു പറഞ്ഞു. കാൽച്ചിലങ്കകളുടെ ഒറ്റപ്പെട്ടതും നേർത്തതുമായ കിലുക്കം മാത്രം ശേഷിച്ചു.

"അമ്മേ!"

ചെല്ലോംപിള്ള മുന്നോട്ടു കയറി സങ്കടപ്പെട്ടു വിളിച്ചു.

"ഹൂയേ...ഹൂയേ."

തുള്ളിക്കൊണ്ട് വാത്തി ചെല്ലോംപിള്ളയെ സമീപിച്ചു. പിള്ള കൂപ്പുകൈ തൊഴുതു മൂക്കു പൊത്തി. നീചൻ! കുറച്ചുമാത്രമേ ആകാവൂ എന്ന് ആവർത്തിച്ചു പറഞ്ഞിരുന്നതാണ്. ചതിക്കുമോ? പിള്ള സന്ദേഹപ്പെട്ടു.

"അമ്മേ എന്തെങ്കിലും അരുളുവാനൊണ്ടോ?"

"ഒണ്ടോന്നോ എന്തെര് ചോദിച്ചത്? ഒണ്ടോന്നോ?"

പിള്ള മിണ്ടാതെ നിന്നു.

"അത്രയ്ക്കായോ ഹൂങ്ക്?"

"പൊറുക്കണം. വിവരമില്ലാത്തതിനാലാണ്."

"മാപ്പു പറ."

ചെല്ലോംപിള്ള മൂന്നുവട്ടം തലയറഞ്ഞ് ഏത്തംപിടിച്ചുകൊണ്ട് മാപ്പു പറഞ്ഞു.

"നീയാര്?"

നീലകേശി പിള്ളയോടു ചോദിച്ചു.

"അയ്യോ തായേ എന്നെ അറിയുല്ലന്നോ?"

"ചോയിച്ചതിന് ഉത്തരം പറ."

"ഞാൻ ചെല്ലോംപിള്ള."

"ഇവരോ?" —ഭക്തജനങ്ങളെ ചൂണ്ടി ദേവി ചോദിച്ചു.

"നിന്റെ ഭക്തന്മാര് തായേ!"

"ഫക്തിയില്ലാത്ത ആരെങ്കിലുമൊണ്ടോ?"

"ഇല്ലേ...ഇല്ലേ!" —കൂട്ടനിലവിളിയായിരുന്നു തുടർന്നുണ്ടായത്.

"ഈ മാറാന്തടത്തില് ആരെങ്കിലുമൊണ്ടോ?"

"ഒണ്ടെന്ന് ദേവിക്കറിയൂല്ലേ?"

"പോരാ. അങ്ങത്തേക്കറിയാമോന്നാണ് ചോദ്യം?"

നീചൻ! സന്ദർഭം മറന്നിരിക്കുന്നു. മറ്റാരും അതു ശ്രദ്ധിച്ചതായി തോന്നിയില്ല.

"അറിയാമേ അറിയാമേ!"

"നീലകേശി നീട്ടിക്കാറി. സമയമായെന്ന് ചെല്ലോംപിള്ള അറിഞ്ഞു. അയാൾ തയാറായി.

"ഫക്ത്തിയില്ലാത്തവൻ നീലകേശിക്ക് ശത്രു."

"അറിയാമേ, അറിയാമേ!"

"അങ്ങനെയൊള്ളവനെ കെടപ്പാടത്തോടെ ചുട്ടുകളയും."

"അതു വേണ്ട ദേവീ!" —പിള്ള അപേക്ഷിച്ചു.

"ഹുയ്..വേണ്ടേ...വേണ്ടേ..."

"വേണ്ട വേണ്ട!" —വീണ്ടും കൂട്ടനിലവിളി.

"എങ്കി പറേണതു കേക്കണം."

"അരുളിയാലും."

"ഈ ദേശത്തിന്ന് ഒരുത്തനും അങ്ങനെയൊള്ളവന്റെ മണ്ണില് തീണ്ട രുത്."

"ഇല്ല."

"അന്റെ കൂട്ടുപിടിക്കരുത്.'

"ഇല്ല."

"ഒരിക്കലും."

"ഇല്ലേ ഇല്ല."

"പിടിച്ചാല്...ഹുയേ...പിടിച്ചാല്..."

"അയ്യോ!"

"കുരു വാരി എറിയും."

പിള്ള കരഞ്ഞുകൊണ്ട് അരുതെന്നപേക്ഷിച്ചു. ഭക്തന്മാർ ആർത്ത ന്മാരായി വിലപിച്ചു. സന്ധ്യ പേടിച്ചരണ്ടു.

വാർത്ത അതികാലേതന്നെ ദാമോദരൻനായരുടെ ചായക്കടയി ലെത്തി. ഉറക്കച്ചടവോടെ അയ്യാവുവാത്തി കോന്നനേയും നോക്കിയി രുന്നു. കൂടെ വല്ലാടനുമുണ്ട്. പുറത്തു നിന്നുകൊണ്ട് കുഞ്ഞപ്പിയുടെ നേതൃത്വത്തിൽ ഒരു സംഘം നീലകേശിയുടെ അരുളപ്പാടിനെക്കുറിച്ചു സംസാരിക്കുന്നുണ്ട്. ചെല്ലോംപിള്ള വളരെ ബുദ്ധിമുട്ടിയാണ് കുഞ്ഞപ്പി യേയും വല്ലാടനേയും അത്രയുമൊന്നു പഠിപ്പിച്ചു തയാറാക്കിയത്.

"കായിയൊണ്ടോ?" —ദാമോദരൻനായർ ചോദിച്ചു.

വാത്തി ഇല്ലെന്നു തലയാട്ടി.

"കായിയില്ലെങ്കി ചായയുമില്ല.'

നീലകേശിയുടെ പുരോഹിതൻ നിശബ്ദനായി.

"ഇപ്പോത്തന്നെ പറ്റ് കൊറെ ആയിട്ടൊണ്ട്."

നീലകേശിയുടെ പുരോഹിതന്റെ മൗനത്തിൽ പരമ്പരകളുടെ ഇല്ലായ്മ ഘനീഭവിച്ചു.

"അടുത്ത വെളിപ്പാടിനു തരാന്നല്ലേ വാക്ക്? ഇന്നലെ ഒന്നും തടഞ്ഞില്ലേ?"

വാത്തി മൗനം തുടർന്നു. കോന്നനാണ് ലക്ഷ്യം. ചായ കിട്ടിയില്ലെങ്കിലും വേണ്ടില്ല, നീലകേശിയുടെ അരുളപ്പാട് ഒന്നിനിരട്ടി ഉപദേശിയെ അറിയിക്കണം. അതിന് ഏറ്റവും പറ്റിയ മാർഗമാണ് കോന്നൻ."

വല്ലാടനു കനിവുണ്ടായി. ചായ കുടിച്ചുകൊണ്ടിരുന്നപ്പോൾ കോന്നൻ വരുന്നുണ്ടെന്നു കുഞ്ഞപ്പി അറിയിച്ചു. വാത്തി തയാറായി. വല്ലാടൻ മൺതിട്ടയിൽ കയറിയിരുന്നു. വന്നപാടേ കോന്നൻ ചായക്കടയ്ക്കകത്തു കയറി ഒരു മരക്കാലിയിൽ ഇരിപ്പുറച്ചു. മൺതിട്ടയിലിരുന്നവർ മിഴിച്ചിരുന്നു. അത്രയ്ക്കു ചങ്കൂറ്റമോ! ദാമോദരൻനായർ അതു കണ്ടെങ്കിലും അറിഞ്ഞ ഭാവം കാട്ടിയില്ല.

"എടാ കോന്നാ!"

വല്ലാടനാണു വിളിച്ചത്. കോന്നൻ വിളികേൾക്കുകയോ മുഖമുയർത്തുകയോ ചെയ്തില്ല.

"കോന്നാ!"

വല്ലാടൻ വീണ്ടും വിളിച്ചു. മറുപടിയില്ല.

"കോന്നനു ചായ വേണോടെ?"

അതിനും അവൻ മറുപടി പറഞ്ഞില്ല.

"എടേയ് കോന്നാ!"

വല്ലാടൻ അവനെ സമീപിച്ചു.

"ദേര് നെന്നെത്തെന്നെയാണ് കോന്നാ ഈ കെടന്നു വിളിച്ചതൊക്കെ."

"ഞാൻ കോന്നനല്ല."

ങ്ഹേ! —എല്ലാവരും അത്ഭുതപ്പെട്ടു. പരസ്പരം നോക്കി അർഥവത്തായി ചിരിച്ചു.

"നീയ് പിന്നെ മേടപ്പെരേലെ മാനേജരുജമ്മിയോടെ കോന്നാ?"

"അതോ വെളക്കെന്നീലെ ചത്തുപോയ അനന്തൻപിള്ളജമ്മിയോ?"

"അല്ല."

കോന്നൻ പറഞ്ഞു:

"ദാവീശ്!"

"ദാവിശോ? —അവരടുത്തുകൂടി.

"ഓ, ദാവിശ്. ഒപതേസി ഇട്ടുതന്ന പേര്. ഇനി മേലി എന്നെ അങ്ങനെ വിളിച്ചാ മതി."

നെറ്റിയിൽ കുരിശു വരച്ച്, സ്വർഗത്തെ സാക്ഷിനിർത്തിക്കൊണ്ട് ഒരു നൂറു തവണ ഉപദേശി അവന്റെ കാതിൽ ചൊല്ലിക്കൊടുത്തതായിരുന്നു:

"ദാവീദ്."

എന്നിട്ടു വേദപുസ്തകമെടുത്ത് ദാവീദുരാജാവിന്റെ കഥയും അവനെ പറഞ്ഞു കേൾപ്പിച്ചിരുന്നു. എത്രയേറെ ശ്രമിച്ചിട്ടും അവന്റെ നാവിൽനിന്നും പുറത്തു വരുമ്പോൾ സങ്കീർത്തനങ്ങളുടെ രാജാവായ ദാവീദ്, ദാവീശായിപ്പോകുന്നു.

ദാമോദരൻനായരുടെ പറ്റുകാർ ദാവീശിനെ സൂക്ഷിച്ചുനോക്കി. വാത്തിക്കു സംഗതി പിടികിട്ടി. അയാളെണീറ്റ് കടയ്ക്കു പുറത്തിറങ്ങി. എന്നിട്ടും വാതിലിലേക്കു തിരിഞ്ഞു നീട്ടിത്തുപ്പിയിട്ടു ചോദിച്ചു:

"നീയ് ക്രിസ്യാനിയായി. ഇല്ലേടെ കോന്നാ?"

"കോന്നനല്ല, ദാവീശ്." —അവൻ തിരുത്തി.

"ഫൂ! കാവീശ്...കൂവീശ്!"

പുലമ്പിക്കൊണ്ടു വാത്തി നടന്നകന്നു.

പള്ളിത്തറയിലേക്കു നടക്കുമ്പോൾ പിന്നിൽനിന്ന് ആരോ വിളിച്ചു:

"കൂയ് കാവീശേ...കൂവീശേ..."

തിരിച്ചറിയാൻ കഴിയാത്ത ഒരു ശബ്ദം. കേൾക്കാത്തമട്ടിൽ ദാവീദ് നടന്നു. മാറാന്തടത്തിലെ ആദ്യത്തെ ക്രിസ്ത്യാനി പള്ളിത്തറയിലേക്കു നടന്നു.

14

"ഞാൻ ക്രിസ്യാനിയാവും."

"എന്തെരു പറഞ്ഞ്?"

"കേട്ടില്ലേ ഞാൻ ഊതേസീരെ വേദത്തീ ചേരാമ്പോണെന്ന്."

"പെലയാടിച്ചി ഒന്നൂടി പറേടി!"

"പറഞ്ഞാലെന്തെരു ചെയ്യും? പിന്നെ ഞായാറാച്ചതൊട്ട് ഞാൻ ക്രിസ്യാനീരെ പള്ളീല് പോവും."

"നെന്റെ ചട്ടം ഞാൻ ചവിട്ടിയെളക്കും."

"അതെന്തരീന് ചട്ടവും വട്ടവും ചവിട്ടിയെളക്കണത്? എനിക്കതീ വിശ്വാസം തോന്നണതുകൊണ്ടല്ലേ പോണത്?"

"നെന്റെ പെടലി ഞാൻ ഒടിച്ചുകളയും പൊണ്ണച്ചീ. മരിയാതയ്ക്കി രുന്നില്ലങ്കി എല്ലാത്തിനേം കൊന്നുകളയും."

"ഓ, നിങ്ങളെന്തെരു പറഞ്ഞാലും പഹവതീനെക്കാട്ടും ക്രിസ്യാനി കളെ ദൈവത്തിനുതന്നെ സക്തി.'

അത്രത്തോളമെത്തിയപ്പോൾ അരിശം സഹിക്കാതെ വേലു കൊര ണ്ടിയിൽ നിന്നെണീറ്റു. കൈയിലിരുന്ന ചകിരിത്തിരികൾ വലിച്ചെറിഞ്ഞിട്ട് അയാൾ റാട്ടിനടുത്തേക്കു ചെന്നു. നിശ്ചലമായിത്തീർന്നിരുന്ന റാട്ട്. തിരി മുറുക്കിയ ചല്ലിക്കയർ മുമ്മൂന്നു മാറുവച്ചു മുറിച്ചിട്ട് പിടി വാരിക്കെട്ടുക യായിരുന്നു ഗൗരി. വേലുവിന്റെ സ്വരം പരുഷമാകുന്നതും, അയാൾ പണി നിർത്തി അടുത്തേക്കു വരുന്നതും ഗൗരി അറിഞ്ഞു. ഒന്നും കാണാത്തമ ട്ടിൽ അവളിരുന്നു.

"നെനക്കു ക്രിസ്യാനിയാവണോടി?"

ഗൗരി മുകളിലേക്കു നോക്കി. അവൾക്കു ചിരിവന്നു. ചിരിച്ചില്ല. ഇതു പതിവാണ്. പണിചെയ്തുകൊണ്ടിരിക്കെ എന്തെങ്കിലും തർക്കമുണ്ടാവുകയാണെങ്കിൽ എല്ലാം നിർത്തി അയാൾ ഗൗരിയെ സമീപിക്കുന്നു. അടുത്തു കാതടയ്ക്കുവിധം അലറുന്നു. എത്ര തട്ടിക്കയറിയാലും ഗൗരി പ്രതികരിക്കുവാൻ പോകാറില്ല. കുറേനേരം എന്തെങ്കിലുമൊക്കെ പുലമ്പിയിട്ടു തിരിച്ചുപോയി പണി തുടരുന്നു.

"പറയെടീ, നെനക്കു വേദത്തീ ചേരണോ?" വേലു ചോദിച്ചു. പതിവുപോലെ ഗൗരി നിശബ്ദയായിരുന്നതേയുള്ളു. വേലു ആവർത്തിച്ചു.

"ചേരണോങ്കി എന്തു ചെയ്യാന്ന്."

ഒടുവിൽ ക്ഷമയറ്റപ്പോൾ ഗൗരി തിരിച്ചു ചോദിച്ചു.

"ദാ ഇതു കണ്ടോ?"

ഒരു മുഴം ചൂടിക്കയറെടുത്ത്, ഒരു ചുറ്റുവട്ടം കുരുക്കിയിട്ട് അവളുടെ തലയ്ക്കു നേരേ പിടിച്ചുകൊണ്ട് അയാൾ പറഞ്ഞു:

"ദേര് ഇതു കണ്ടോ? ഇതങ്ങോട്ടു കഴുത്തിലോട്ടിടും. എന്നിട്ട് ഒരിറുക്കിറുക്കും. അതോടെ എല്ലാം തീരും. പിന്നെ വേദവും പള്ളിമെല്ലാം ശൂ...."

"ഓ പിന്നേയ്!"

ഗൗരി ചുണ്ടു മലർത്തിക്കാട്ടി. അനായാസത്തോടെ അവൾ പ്രവൃത്തി തുടർന്നു. വേലുവിനതു പിടിച്ചില്ല. ധിക്കാരത്തിനു മറുപടി കൊടുത്തിട്ടേ ഉള്ളു. അയാൾ കാലുയർത്തികൊണ്ടു മുന്നോട്ടാഞ്ഞു.

"അയ്യോ! എന്റെ അച്ചോ!"

പെടലിയിൽ കൈയമർത്തിക്കൊണ്ട് ഗൗരി പിന്നാക്കം മലർന്നുവീണു. അവൾ അവിടെക്കിടന്നുരുണ്ടു. ഉച്ചത്തിൽ അലമുറയിട്ടു. അരിശമടങ്ങാതെ വേലു വീണ്ടും മുന്നോട്ടാഞ്ഞു. അവളുടെ മുടിക്കെട്ടിൽ ചുറ്റിപ്പിടിച്ചിഴച്ചു. പേടിച്ചരണ്ടുപോയ ഗൗരിയുടെ വിളിയൊച്ചയ്ക്കു ശക്തിയേറി.

"പറേടീ കൊടിച്ചീ നെനക്ക് ക്രിസ്യാനിയാവണോ?"

ഗൗരി ഒന്നും മിണ്ടിയില്ല.

"ആവണ്ടാന്നു പറേടി പറച്ചീ.'

ഗൗരി മിണ്ടിയതേയില്ല.

"അത്രയ്ക്കു നെഗളമോ?"

വേലു വീണ്ടും അവളുടെനേർക്കു ചാടിവീണു.

"എന്റെമ്മോ, എന്റെച്ചോ, എന്നെ രച്ചിക്കണേ! ഓടിവരണേ! എന്നെ രച്ചിക്കണേ!"

പെട്ടെന്നു പുറത്തൊരു വിളി കേട്ട് വേലു തിരിഞ്ഞുനോക്കി. മുറ്റത്ത് ദാവീദായിരുന്നു.

"എന്തെരെടേയിത്? പെണ്ടാട്ടിയെ ഇങ്ങനെ ചവുട്ടിയാല് അവളു ചത്തു പോവൂലേ?"

വേലുവിന് ഒന്നുംതന്നെ ശബ്ദിക്കുവാൻ കഴിഞ്ഞില്ല. അയാളുടെ കണ്ണുകൾ ദാവീദിനുമേൽ വട്ടമിട്ടു പറന്നു. അയാൾ സൂക്ഷിച്ചുനോക്കി.

വിശ്വസിക്കുവാൻ കഴിയുന്നില്ല. അത്ഭുതവും ജിജ്ഞാസയും ഒരുമിച്ച് വേലുവിൽ തിരകളിളക്കി.

"സ്വന്തം പെണ്ടാട്ടിയെ കൊല്ലണത് പാപമല്ലേടേ?" എന്നിട്ടും വേലുവിന് ഒരു വാക്കെങ്കിലും ഉച്ചരിക്കുവാനോ, കൊച്ചുവർത്തമാനം പറഞ്ഞുകൊണ്ട് കോന്നനെ സ്വീകരിക്കുവാനോ കഴിഞ്ഞില്ല. അയാളുടെ ബീഡിക്കറപുരണ്ട കണ്ണുകൾ കോന്നനിൽ കൊരുത്തുകിടന്നു. അയാളുടെ വർത്തമാനകാലമൊന്നടങ്കം കോന്നനിൽ ചുറ്റിക്കിടന്നു. ഗൗരിയുടെ വിലാപവും നിലച്ചുപോയിരുന്നു. അവളുടെ കണ്ണുകളും വിട്ടുമാറാതെ കോന്നനെ ഉഴിഞ്ഞുനിന്നു. അവളുടെ ചുണ്ടുകളിൽ ജാള്യതനിറഞ്ഞ ഒരു വിസ്മയം പൂത്തു.

"കോന്നാ!" വേലു ദാവീദിനെ വിളിച്ചു. എന്നിട്ടു ചോദിച്ചു: "എന്തെടെ കോന്നാ നീയ്യ് വെള്ളക്കാരനായ്യോ?"

"കോന്നനല്ല. ഇപ്പം ദാവീശ്. ഇനിതൊട്ട് എന്നും ദാവീശ്."

ദാവിദ് വേലുവിനെ തിരുത്തി.

"ദാവീശോ! ഗൗരി തറയിൽ നിന്നെണീറ്റ് എറമ്പത്തേക്കു വന്നു. അവളുടെ സങ്കടം മുഴുവനും തീർന്നിരുന്നു.

"ആരിട്ടുതന്ന പേര്?"

"ഒപ്തേസീ.'

വേലു ഇറ്റുനേരം ദാവീദിന്റെ കണ്ണുകളെ ശ്രദ്ധിച്ചു. അവന്റെ വേഷത്തേയും അവന്റെ നിലയേയും ശ്രദ്ധിച്ചു.

"അപ്പോ നീയ്യ് ക്രിസ്യാനിയായോടെ കോന്നാ?"

"ദേരു വേലൂ, മേലാൽ എന്നെ കോന്നാന്നു വിളിക്കരുത്. ഞാൻ ദാവീശ്. നെനക്കറിയാമോ ദാവീശെന്നു പറഞ്ഞാലാരെന്ന്? ക്രിസ്യാനികളെ എന്നു പറഞ്ഞാ ഒന്നാംതരം വെള്ളക്കാരമ്മാര് ക്രിസ്യാനികളെ രാജാവാരിന്ന്. എല്ലാം വേദത്തീ പറഞ്ഞിട്ടൊണ്ട്."

"അപ്പോ നീയ് രാശാവാകാമ്പോണോടെ?"

"ദേര് വേലൂ നിയെന്നെ കളിയാക്കേം, ആച്ചേപിക്കേമൊന്നും വേണ്ട. ജഗോവ വിചാരിച്ചാ വേണോങ്കി, ആരു വേണോങ്കിലും രാജാവാകും."

"അപ്പോ എന്നെ മന്തിറിയാക്കുമോടെ രാശാവേ?"

അതിന് ദാവീദ് സംയമനം പാലിച്ചു നിശ്ശബ്ദനായി നിന്നതേയുള്ളൂ. ഒരു വീൺവാക്കുപോലും നാവിൽനിന്നും വീണുപോകരുതെന്നാണ് ഉപദേശിയുടെ നിർദേശം. കർശനമായും അതു പാലിച്ചിരിക്കണം. പൊട്ടച്ചൊല്ലും കളിവാക്കുകളും ക്രിസ്ത്യാനികൾക്കും പാടില്ല. ആരംഭത്തിൽ കോപിച്ചതുപോലും പാപമായിത്തീർന്നേക്കാം. അവൻ സ്വർഗത്തോടു ക്ഷമയാചിച്ചു. അവിടെയങ്ങനെ അധികനേരം നിൽക്കുവാൻ അനുവാദമില്ല. എത്രയും വേഗം ആളെ ശേഖരിച്ചു മടങ്ങിച്ചെല്ലണമെന്നാണു പറഞ്ഞത്. പള്ളിപ്പണി ഉടനെ ആരംഭിക്കണം. അതിനുള്ള തയാറെടുപ്പുകൾ നടന്നുകൊണ്ടിരിക്കുന്നു. പള്ളിച്ചലിൽനിന്നും ഇഷ്ടികയിറക്കാനുള്ള ഏർപ്പാടു ചെയ്തുകഴിഞ്ഞു. മരമെല്ലാം മുറിച്ചിട്ടു അറുത്തു പലകകളാ

ക്കുകയും, പണി തുടങ്ങുകയും വേണം. വടവുക്കരയിൽനിന്നും കമാരു ആശാരിയെ വിളിക്കാം. എന്തു കാര്യത്തിനും ഓടിനടക്കാൻ ആകെക്കൂടി രണ്ടു പേരേയുള്ളു. ദാവീദും ഉപദേശിയും മാത്രം. ഇനി വേണ്ടത് മറ്റു പണിക്കുള്ള ആൾക്കാരാണ്. മൊട്ടക്കാട്ടിൽനിന്നും കൊത്തന്മാരെത്തുമ്പോൾ അവർക്കു സഹായികളായ കയ്യാളന്മാർ വേണം. ഈയവസ്ഥയിൽ മാറാന്തടത്തിൽപ്പെട്ട ആരെങ്കിലും അതിനു തയാറാകുമോ? ഉപദേശി സന്ദേഹപ്പെട്ടു. പള്ളിപ്പണിക്കെതിരായി അത്രയേറെ ശക്തിയായ പ്രചരണങ്ങളാണുള്ളത്. ഒട്ടേറെ ആളുകളും അധികാരിയുടേയും ചെല്ലോംപിള്ളയുടേയും അഭിപ്രായങ്ങൾ ശരിയാണെന്നു സമ്മതിക്കുകയുണ്ടായിരിക്കുന്നു. എങ്കിലും ഉപദേശിക്കു ധൈര്യം പകർന്നുകൊണ്ട് ദാവീദ് അയാളോടൊപ്പമുണ്ടായിരുന്നു. ഏതിനും ശേഖരപിള്ളയുടെ മൗനാനുവാദവും പിന്തുണയുമുണ്ടായിരുന്നു. കാട്ടുകുളത്തുനിന്ന് ആരെയെങ്കിലും കിട്ടാതിരിക്കുകയില്ല. ദാവീദ് പ്രത്യാശ പ്രകടിപ്പിച്ചു. അതിനായി പുലർച്ചയ്ക്കുതന്നെ അവൻ പുറപ്പെടുകയും ചെയ്തു. ആ വഴിക്കാണ് അവൻ വേലുവിന്റെ പുരയിലെത്തിയത്. രംഗം ഒന്നാറിയെന്നു കണ്ടപ്പോൾ വന്ന കാര്യം ദാവീദറിയിച്ചു. ഗൗരിയുടെ കണ്ണുകളിൽ കാശിത്തുമ്പകൾ വിരിഞ്ഞു. അവൾ വേലുവിനോടൊപ്പം മുറ്റമിറങ്ങി.

"അയിന് അയ്യാവുവാത്തീരെ അരുളപ്പാടുണ്ടായതോ? ഊതേസിരോടി ചേർന്നാ കുരുപ്പെറിയുമെന്നല്ലെ വെളിച്ചപ്പെട്ടു പറഞ്ഞിരിക്കണെത്?"

പണിക്കു പോരുന്നെങ്കിൽ, കൂടെ പോന്നോളാൻ ക്ഷണിച്ചപ്പോൾ വേലു സംശയം പ്രകടിപ്പിച്ചു. വാത്തിയുടെ അരുളപ്പാടിനെക്കുറിച്ച് വ്യാപകമായ സംസാരങ്ങളാണുണ്ടായിരിക്കുന്നത്. ചെല്ലോംപിള്ളയും സിൽബന്തികളും മാറാന്തടമാകെ കയറിയിറങ്ങി. പണിക്കൻപൊറ്റയിലും പടിഞ്ഞാറ്റുമുറിയിലും കാട്ടുകുളത്തും ആ കൃത്യം നിർവഹിക്കുവാൻ വല്ലാടനും, വാത്തിയും അവരെ സഹായിച്ചിരുന്നു. സൂക്ഷിച്ചോളിൻ. ദേവി കുരുപ്പെറിഞ്ഞാൽ പിന്നെ ആർക്കും രക്ഷയില്ല.

"അതൊക്കെ വാത്തീരേം, ചെല്ലോംപിള്ളേരേം പെരട്ടുകളല്ലേ? നീയതൊക്കെ വിശ്വസിക്കണോടെ?"

"പച്ചേങ്കി നാടു മുടിഞ്ഞുപോവൂല്ലേ?"

"എറിയാൻ പറ. എത്തറ കടുത്ത കുരിപ്പായിരുന്നാലും അതൊയിവാക്കാനുള്ള സക്തി ജഗോവയ്ക്കൊണ്ട്.'

"നെനക്കെങ്ങനെ അറിയാമെടെ കോന്നാ?"

"ദേര്!" ദാവീദ് വേലുവിന്റെനേർക്കു കൈ ചൂണ്ടി. "എന്നെ ദാവീശെന്നേ വിളിക്കാവൂ."

ദാവീദ് യഹോവയുടെ ശക്തിയെക്കുറിച്ച് വേലുവിനോടു പറഞ്ഞു. കുരുടനു കാഴ്ച നൽകി. കുഷ്ഠരോഗിയെ ഭേദമാക്കി. രക്തസ്രാവക്കാരിയെ സുഖപ്പെടുത്തി. കാനായിലെ കല്യാണത്തിന് പച്ചവെള്ളത്തെ വീഞ്ഞാക്കി. അഞ്ചപ്പംകൊണ്ട് അയ്യായിരംപേർക്ക് സമൃദ്ധമായ പന്തി

യൊരുക്കി. ഒടുവിൽ കുരിശേറി മരിക്കുകയും മൂന്നാം ദിവസം ഉയർത്തെ ണീറ്റു സ്വർഗത്തിലേക്കു പറന്നുപോവുകയും ചെയ്തു.

"പച്ചേ, ഞാൻ കണ്ണോണ്ടു കണ്ടതു പറഞ്ഞാ നീയ് വിസ്വസി ക്കുമോ?"

"എന്തെര്?'

"മാർത്താണ്ഡൻകൊളത്തീ ആരെങ്കിലും വെള്ളിയാച്ച രാത്രി ചൂണ്ടയ്ക്കു പോകുമോ?"

"പോയോരൊക്കെ വെവരമറിഞ്ഞിട്ടൊണ്ട്."

"എന്നാ ഒപതേസി പോയി."

"നെനക്കെങ്ങെനെ അറിയാമെടേ?"

'ഞാനുംകൂടി പോയിരുന്നു. കയിഞ്ഞ വെള്ളിയാച്ച. ഒരു കോമ്പ നെറച്ചും മീൻ കിട്ടിയിരിന്ന്."

"അപ്പോ കൊളത്തീ നീരാട്ടില്ലാരിന്നോ?"

"അതല്ലേ അൽഫുതം! നീരാട്ടിനു വന്നോരു ഒപതേസീനെ കണ്ടതും കൈതേരേം, കണ്ട മരങ്ങളേമൊക്കെ എടയില് കേറിയൊളിച്ചു. ഒടുക്കം മീനൊക്കെ പിടിച്ചു തിരിച്ചുപോരാൻനേരത്ത് പടപടാന്നുംപറഞ്ഞു എല്ലാം കൂടി കൊളത്തിലെടുത്തുചാടി. എനിക്കും ഒപതേസിക്കും പോന്ന ചിരി യാരിന്ന്."

വേലുവും ഗൗരിയും പള്ളിപ്പണിക്കു കൂടാമെന്ന് സമ്മതിച്ചു. കൂലിയും പറഞ്ഞൊത്തു. ദാനിയേലുപദേശി വെള്ളിയാഴ്ച രാവുകളിൽ മാർത്താ ണ്ഡൻകുളത്തിൽ മീൻപിടിക്കാൻ പോയിരുന്നത് മാറാന്തടത്തിലൊരു വാർത്തയായിത്തീർന്നു. അതുകേട്ടു അയ്യാവുവാത്തി അസ്വസ്ഥനായി ത്തീർന്നു. രണ്ടു ദിവസത്തേക്കു പുറത്തിറങ്ങിയില്ല. ചായക്കടയിലിരുന്നു കൊണ്ട്, അയാൾ യഹോവയെ പുലഭ്യം പറഞ്ഞു. അരുതെന്ന് ആരോ വിലക്കി. കെഴക്കൻ തിരിഞ്ഞ് അയാളേയും മുഴുത്ത തെറി വിളിച്ചു.

"ഇനി ഒവ്തേസി വെള്ളിയാച്ച രാത്രീല് മീൻപിടിക്കാൻ പോവുമോ?"

കെഴക്കൻ വെല്ലുവിളിച്ചു.

"പോയാല്?"

"പോയാലോ, എന്റെ കരിങ്കാളി അയ്യാളെ വലിച്ചുകീറി ചോരകു ടിക്കും. പിണംപോലും തിരിച്ചുകിട്ടൂല്ലന്നു പറഞ്ഞേരെ."

അതിനുശേഷമുള്ള മിക്ക വെള്ളിയാഴ്ചകളിലും ഉപദേശി മാർത്താ ണ്ഡൻകുളത്തിൽ ചൂണ്ടയിടാൻ പോയിരുന്നു. നിറയെ മീനുകളുമായി മടങ്ങുകയും ചെയ്തിരുന്നു.

ഒരു ബുധനാഴ്ച രാവിലെ നീലകേശിയുടെ വിലക്കിനെ മറുത്തു കൊണ്ട് പടിഞ്ഞാറ്റുമുറി പള്ളിയുടെ പണി ആരംഭിച്ചു. വാനം തോണ്ടി. മണ്ണു കുഴച്ചു പാതയമുയർത്തി. അതിന്മേൽ ഇഷ്ടികകൊണ്ട് ചുവരും കെട്ടിത്തുടങ്ങി. പള്ളിപ്പണി തുടർന്നിരുന്ന എല്ലാ ദിവസങ്ങളിലും ശേഖ രപിള്ള ഉപദേശിയെ കാണാനെത്തിയിരുന്നു. പണിയുടെ പുരോഗതിയെ

ക്കുറിച്ച് കാര്യമായി അന്വേഷിച്ചിരുന്നു. നാട്ടുവർത്തമാനങ്ങൾ പറഞ്ഞ് അവർ സായാഹ്നങ്ങൾ കഴിച്ചുകൂട്ടി. ശേഖരപിള്ളയുടെ സാന്നിധ്യം പണിക്കാർക്ക് ഉത്സാഹം പകർന്നിരുന്നു. കുറേക്കഴിഞ്ഞപ്പോൾ പള്ളിപ്പണി തങ്ങളുടെ സ്വന്തം കാര്യമാണെന്ന് അവർ കരുതുവാൻ തുടങ്ങി. എന്തുകൊണ്ടോ ഈ പള്ളിയും ഈ ഉപദേശിയും തങ്ങളുടെ ഭാഗത്താണെന്ന് അവരിൽ ചിലർക്കെങ്കിലും തോന്നിയിരുന്നു. അവർ അതു രഹസ്യമായി സൂക്ഷിച്ചു. പണിക്കാർക്ക് ദീനാമ്മ പലതരം പലഹാരങ്ങൾ നൽകി. എല്ലാംതന്നെ പുതുമയുള്ളതും സ്വാദേറിയതും ദാമോദരൻനായരുടെ കളിയടയ്ക്കയും, ക്രിമീരന്റെ ഇലയടയുമായിരുന്നു മാറാന്തടത്തിലെ ഏറ്റവും വിശിഷ്ടമായ ഭോജനങ്ങൾ. അച്ചപ്പവും, അവലോസുണ്ടയും, ഹൽവാക്ഷണങ്ങളും അവരെ സംബന്ധിച്ചിടത്തോളം അത്ഭുതങ്ങളായിരുന്നു. അവർ അതു മടിക്കുത്തിൽ പൊതിഞ്ഞുകെട്ടി തങ്ങളുടെ കുട്ടികൾക്കും കൊണ്ടുകൊടുത്തിരുന്നു.

പണി തുടർന്നുകൊണ്ടിരിക്കേ ഒരു ദിവസം ഉപദേശി നാഗരുകോവിലിലേക്കു പോയി. മാനേജർസായ്പിന്റെ കത്തുണ്ടായിരുന്നു. മടങ്ങിവരുന്നതുവരെ ദാവീദിനായിരുന്നു ചുമതലയെല്ലാം. മൂന്നു ദിവസങ്ങൾക്കുശേഷം ഉപദേശി മടങ്ങിവന്നു. ഈ മൂന്നു ദിവസങ്ങളിലും ദാവീദും അവന്റെ ഭാര്യ ശലോമിയും, പള്ളിത്തറയിൽ വന്ന് ദീനാമ്മയ്ക്കു കൂട്ടുകിടന്നിരുന്നു. മടങ്ങിവന്ന ഉപദേശിയുടെ പക്കൽ ഒരു വലിയ കെട്ടുണ്ടായിരുന്നു. പള്ളിച്ചലിൽനിന്നും ഒരു കൂലിക്കാരനായിരുന്നു കെട്ട് മാറാന്തടത്തിലെത്തിച്ചത്. അതിനിടെ ആരാധനനടത്താൻപാകത്തിൽ പള്ളിപ്പണി പൂർത്തിയായിരുന്നു. ഇനി തറ അടിച്ചുറപ്പിച്ച്, ചുമരുകൾ പൂശേണ്ടതു മാത്രമേയുള്ളു.

“എന്റെ നാമത്തിൽ രണ്ടോ മൂന്നോപേർ കൂടിയാലും ഞാൻ അവിടേക്കു കടന്നുചെല്ലും.”

ഉപദേശി തിരുവചനത്തെ ഓർത്തു. അടുത്തയാഴ്ച ആരാധന തുടങ്ങിക്കളയാമെന്ന് ദാവീദിനോടു പറയുകയും ചെയ്തു.

“എല്ലാവരും പണി മതിയാക്കി വരീൻ.”

ദാവീദിന്റെ നിർദേശം കേട്ട പണിക്കാർ വേലനിർത്തി കൈയും കാലും കഴുകി വന്നു. ആകെ ഒൻപതുപേരായിരുന്നു. ദാവീദും വേലുവും വിളിച്ചുകൂട്ടിക്കൊണ്ടു വന്നവരായിരുന്നു. എല്ലാവരും ഒന്നാംതരം പണിക്കാർ.

ഉപദേശിയുടേയും ഭാര്യയുടേയും സൗമ്യമായ പെരുമാറ്റവും നിർലോപമായ സ്നേഹവും അവരെ തരളിതരാക്കിത്തീർത്തു. ദിവസംചെല്ലുന്തോറും പിഴുതുമാറ്റാനാവാത്ത ഒരു വിധേയത്വം അവരിലുരുവായിക്കൊണ്ടിരുന്നു. തൽക്കാലം അവർ ഭഗവതിയേയും നീലകേശിയേയും വിസ്മരിച്ചു. മറ്റൊരു ദൈവത്തിലെന്നതിലുപരി, തങ്ങളെ സ്നേഹിക്കുവാൻ തയാറായ ഒരു മനുഷ്യനുവേണ്ടിയാണ് അധ്വാനിക്കുന്നതെന്ന ബോധം അവരിൽ സദാ ഉണർന്നുകിടന്നു. അവർ കൂലിക്കായി കണക്കു

ചോദിക്കുവാനോ, പറയാനോ സമയത്തിന്റെ പരിധിയെക്കുറിച്ചു പരാതിപ്പെടാനോ നിന്നില്ല. മറ്റെവിടെക്കിട്ടുന്നതിലും കൂടുതലാണ് ഉപദേശി നൽകിവരുന്ന കൂലി. കൂലി മാത്രമോ? ഇവിടെ തീണ്ടലിന്റേയും തൊടലിന്റേയും പ്രശ്നമില്ല. ഉപദേശി ആരുടേയും ജാതിയും മതവും ചോദിച്ചിരുന്നില്ല. അവരോടൊത്തുചേർന്നിരുന്നാണ് ഉച്ചക്കഞ്ഞി കുടിച്ചിരുന്നത്. ശലോമിക്കും ഗൗരിക്കും അടുക്കളയിൽവരെ പ്രവേശമുണ്ട്. ആ അമ്മയെ കണ്ടാൽത്തന്നെ എന്തൊരൈശ്വര്യമാണ്! മാറാന്തടത്തിലെ ഏതെങ്കിലും വീട്ടിൽ ഇത്രയ്ക്കു മുഖശ്രീയുള്ള ഒരു കുടുംബിനിയുണ്ടോ?

പണിക്കാർ മുറ്റത്തിരിപ്പുറപ്പിച്ചു. ഉപദേശി അവരുടെ മുമ്പിലായി വന്നു നിന്നു. ആ മുഖത്തു ചാരിതാർത്ഥ്യത്തിന്റെ ശരപ്പൊളിപ്പൂക്കൾ പൂത്തുകിടന്നിരുന്നു. ശലോമി അകത്തേക്കു വിളിക്കപ്പെട്ടു. ദാവീദും പുരയ്ക്കകത്താണ്. അവിടെ എന്തൊക്കെയോ ഒരുക്കൂട്ടുകൾ നടക്കുന്നു. അവർ ആകാംക്ഷയാൽ നിറയപ്പെട്ടവരായി തീർന്നു. അവർക്കുമീതെ സ്വർഗത്തിന്റെ കനിവ് പൊൻവെയിൽനാളങ്ങളായി വീണുകൊണ്ടിരുന്നു.

"പ്രിയമുള്ളവരേ!"

ഉപദേശി വിളിച്ചു. അവർ മനംകൊണ്ട് വിളി കേട്ടു. ഉപദേശി തുടർന്നു:

"അതി മഹത്തായ ഒരു കർമമാണ് നിങ്ങൾ പൂർത്തിയാക്കിയിരിക്കുന്നത്. ജീവന്റെ ദൈവമായ യഹോവയ്ക്കായി നിങ്ങൾ ഒരാലയം പണിതുയർത്തിയിരിക്കുന്നു. അവന്റെ കൃപയും കരുണയും നിങ്ങൾക്കുമേൽ ചൊരിയപ്പെടട്ടെ. നിങ്ങൾ അറിയുവിൻ, പ്രിയമക്കളേ, നിങ്ങൾ തെരഞ്ഞെടുക്കപ്പെട്ട ജനമാണ്. നിങ്ങൾ ദൈവത്തിന്റെ വിളി കേട്ടവരാണ്. സാത്താന്റെ നിരന്തരപ്രേരണയുണ്ടായിട്ടും ഈ ആലയം പണിതീർക്കാൻ നിങ്ങൾക്കു കഴിഞ്ഞത് അതുകൊണ്ടു മാത്രമാണ്. നിങ്ങൾ ഓർത്തുനോക്കുക കുഞ്ഞുങ്ങളേ, ആലയം പണിതുടങ്ങിയതിനുശേഷം നിങ്ങളുടെ വീടുകളിൽനിന്നും ദുരിതങ്ങളൊഴിഞ്ഞുപോയിട്ടില്ലേ? നിങ്ങളുടെ കുട്ടികളുടെ കരച്ചിൽ നിലച്ചിരുന്നില്ലേ? നിങ്ങൾക്കു സ്വൈരമായുറങ്ങുവാൻ കഴിഞ്ഞു."

അവർ ഓർത്തുനോക്കി, മുടങ്ങാതെ പണിയും അധികം കൂലിയും കിട്ടിയിരുന്ന ദിവസങ്ങളിൽ അവരുടെ കുടികളിൽനിന്നും ഏകദേശം ദുരിതങ്ങളും ഒഴിഞ്ഞു പോയിരുന്നു.

"ഓ, സെരിതന്നെ."

അവർ ഉപദേശിയുടെ വാക്കുകളെ അംഗീകരിച്ചു.

"എന്നാൽ പ്രിയമുള്ളവരേ, ഈ ആനന്ദവും സന്തോഷവും വെറും നശ്വരങ്ങളായിരുന്നു."

"എന്നുവച്ചാലെന്തെര്?"

ശ്രദ്ധിച്ചിരുന്ന ഒരുവൻ ചോദിച്ചു. മറ്റുള്ളവർ ഒന്നടങ്കം പുരയ്ക്കുള്ളിൽനിന്നും വീശിയിരുന്ന കൊതിപ്പിക്കുന്ന ഒരു മണത്തിന്റെ പിടിയിലായിരുന്നു.

"എന്നു പറഞ്ഞാൽ ഈ സുഖങ്ങളെല്ലാംതന്നെ ഉടനെ തീരുന്നതാണ്. നാം മരിക്കുന്നതോടെ എല്ലാം അവസാനിക്കുന്നു. എന്നാൽ ഒരിക്കലും അവസാനിക്കാത്ത നിത്യമായ ഒരാനന്ദമുണ്ട്.

"അതെവുടെന്നു കിട്ടും?"

"അങ്ങുയരെ." —ഉപദേശി രണ്ടു കൈകളും ഉയരങ്ങളിലേക്കു നീട്ടി. അവർ മുഖമുയർത്തി നോക്കി. അവിടെ ആകാശവും, കുറേ മേഘങ്ങളും മാത്രം.

"ഉയരങ്ങളിലിരിക്കുന്ന കാരുണ്യവാനായ ദൈവത്തിന്റെ പക്കലാണ് ആ ആനന്ദമുള്ളത്. അവിടെയെത്തിച്ചേർന്നാൽ നമുക്കെല്ലാം കിട്ടും. അവിടമാണു സ്വർഗം. നിത്യതയുടെ സാമ്രാജ്യം."

വലിയൊരു പാത്രത്തിൽ പലഹാരങ്ങളുമായി ദാവീദ് പുറത്തേക്കു വന്നു. പിന്നിൽ ശലോമിയുണ്ടായിരുന്നു. അവളുടെ കൈയിലെ പാത്രത്തിൽ എള്ളിട്ടു ചുട്ടെടുത്ത അച്ചപ്പങ്ങളായിരുന്നു. ദീനാമ്മ അവ ചെറുപാത്രങ്ങളിലാക്കി അവർക്കു നൽകി. അതിനകം പരിചിതമായിക്കഴിഞ്ഞിരുന്ന അവയുടെ മണത്തെ അവർ ആദ്യം ഉള്ളിലൊതുക്കി.

"നമുക്ക് നമ്മുടെ കണ്ണുകളെ മൂടി പ്രാർഥിക്കാം."

ഏവർക്കും മുമ്പിൽ പാത്രങ്ങൾ നിരന്നുകഴിഞ്ഞപ്പോൾ ഉപദേശി പറഞ്ഞു. അയാൾ എണീറ്റു.

ദാവീദും ശലോമിയും അതു കേട്ടപാടെ മറ്റുള്ളവരെ തിരിഞ്ഞുനോക്കിയിട്ട് മുട്ടുകുത്തി കണ്ണുകളെ പൂട്ടി. ഉപദേശി പ്രാർഥിച്ചു:

"സ്വർഗസ്ഥനായ ഞങ്ങളുടെ പിതാവേ, ഈ സായാഹ്നത്തിൽ നിന്റെ നാമത്തിൽ ഞങ്ങളെ ഇവിടെ കൂടിച്ചേരാനിടയാക്കിയതിൽ നിനക്കു സ്ത്രോത്രം ചെയ്യുന്നു. നിനക്കായി, നിന്റെ കാരുണ്യവും കൃപയും ഈ ഗ്രാമത്തിലെക്കൊഴുക്കുവാനായി ഞങ്ങളിതാ ഒരാലയം പണിതിരിക്കുന്നു. പിതാവേ, ഞങ്ങളുടെ ഈ ഉപഹാരത്തെ സ്വീകരിച്ചാലും! ഞങ്ങളെ അനുഗ്രഹിച്ചാലും! ആലയം പണിയാനായി വിയർപ്പൊഴുക്കിയ സാധുക്കളെ നീ കാണുന്നില്ലേ? എത്രയോ സംവത്സരങ്ങളായി അവർ അനുഭവിക്കുന്ന കഷ്ടപ്പാടിന്റേയും ദുരിതങ്ങളുടേയും കഥ നീ അറിയുന്നില്ലയോ? എല്ലാത്തിനും കാരണഭൂതനായ കർത്താവായ ദൈവമേ, ഇവരെ നീ ഏറ്റുകൊള്ളേണമേ. ഇവരുടെ ഭവനങ്ങൾക്കുമീതെ നിന്റെ കൃപയുടെ മാരി നീ ചൊരിയേണമേ! രാജ്യവും ശക്തിയും മഹത്വവും എന്നെന്നേക്കും നിനക്കുള്ളതല്ലോ ആമേൻ."

ഉപദേശി അവർക്കൊപ്പമിരുന്നു കാപ്പികുടിച്ചു. ശലോമി അവർക്കു പാലൊഴിച്ച കാപ്പി പകർന്നു. പൂക്കൾ പടർന്ന കണ്ണാടിപ്പാത്രങ്ങളിലേക്കു നോക്കി അവർ അത്ഭുതം കൂറി. നിശ്ശബ്ദരായി അവർ അതു മുഴുവനും ഭക്ഷിച്ചു. അപ്പോഴൊക്കെ ഇവരുടെ മനസുനിറയെ ഉപദേശിയുടെ പ്രാർഥനയുടെ മുഴക്കമായിരുന്നു. ഉപദേശി തങ്ങൾക്കുവേണ്ടിയും പ്രാർഥിച്ചിരിക്കുന്നു. എന്തിനായി? അവർക്കു മനസിലായില്ല. വേലചെയ്യതിനാണെങ്കിൽ കൂലി തരുന്നുണ്ടല്ലോ. അവർക്കു ഉപദേശിയോട് അഭൂതപൂർവമായ ഒരലിവുതോന്നി.

വലിയൊരു തുണിക്കെട്ടുമായി ദാവീദ് പുറത്തേക്കു വന്നു. എല്ലാവരും അതു ശ്രദ്ധിച്ചു. ദാവീദ് കെട്ടഴിച്ചു. അലക്കിത്തേച്ചു മടക്കിവച്ചിരുന്ന പല വർണങ്ങളിലുള്ള ഷർട്ടുകളായിരുന്നു. ലണ്ടനിൽനിന്നും ഒരു ചാരിറ്റി സംഘടന ശേഖരിച്ചയച്ചതായിരുന്നു. വേലുവിനു മനസിലായി. തന്നെ പണിക്കു കൂട്ടാൻ വന്നദിവസം ദാവീദ് ധരിച്ചിരുന്നത് ഈ കൂട്ടത്തിലൊന്നായിരുന്നു.

"വേലൂ!"

ദാവീദ് വിളിച്ചു. വേലു മുന്നോട്ടു വന്നു. ഉപദേശി അവനൊരു ഉടുപ്പു നൽകി. ഇളംനീലനിറത്തിലുള്ള ഒരു അരക്കൈയൻഷർട്ട്. അതു കണ്ട ഗൗരി വാപൊത്തി ചിരിച്ചു.

പരമൻ.

ലച്ചണൻ,

കേശവൻ.

വാസവൻ.

ഏവർക്കും ഉപദേശി വസ്ത്രങ്ങൾ നൽകി. നിറഞ്ഞ കൃതാർഥതയോടെ അവർ അതും വാങ്ങി യാത്രയായി.

ആദ്യത്തെ ഞായറാഴ്ച പുലർന്നു. വെട്ടം നന്നേ വെളുത്തിരുന്നില്ല. ദാവീദ് പള്ളിത്തറയിലെത്തി. അവൻ രാവിലെ കുളിക്കുകയും വെണ്മയുള്ള വസ്ത്രങ്ങൾ ധരിക്കുകയും ചെയ്തിരുന്നു.

ഒരു മണിനാദം!

മാറാന്തടം ചെവിയോർത്തു.

പടിഞ്ഞാറ്റുമുറിയിൽനിന്നും മണിനാദം അനുസ്യൂതം ഉയർന്നുകൊണ്ടിരുന്നു. പള്ളിക്കഴുക്കോലിൽ കെട്ടിത്തൂക്കിയ ഓട്ടുമണിയിൽ ദാവീദ് കൈവീശിയടിച്ചു. പ്രഭാതത്തിനു മീതെ ഒരു സ്വർഗീയഗീതംപോലെ മണിനാദം മുഴങ്ങി. അതിന്റെ അലകൾ പടിഞ്ഞാറ്റുമുറിയിലേയും കാട്ടുകുളത്തേയും ചില കുടികളെ വിളിച്ചുണർത്തി. അതിന്റെ മന്ദ്രധ്വാനങ്ങൾ കിഴക്കുംപുറത്തെ മച്ചകങ്ങളിൽ ഇടിയൊച്ചയായി പ്രതിധ്വനിച്ചു.

പിന്നീട് എല്ലാ ഞായറാഴ്ചകളിലും പടിഞ്ഞാറ്റുമുറി പള്ളിത്തറയിൽനിന്നും ഒന്നാംമണിയുടേയും രണ്ടാംമണിയുടേയും ഉണർത്തുഗീതങ്ങളുയർന്നിരുന്നു.

15

മുനമ്പത്തു ശേഖരപിള്ളയുടെ കരിക്കാടി അറുപതുനിറനിലം പള്ളിത്തറയ്ക്കുചേർന്നു.

കൈമാറ്റംചെയ്യുന്നതിനും മുമ്പ്, ശേഖരപിള്ള അധികാരിയെ ചെന്നു കണ്ടിരുന്നു. ശേഖരപിള്ളയുടെ ഇഷ്ടങ്ങൾക്കെതിരായി നിൽക്കാൻ അധികാരി താൽപ്പര്യപ്പെട്ടില്ല. എതിർത്താലും ഫലമില്ലെന്നറിയാം. ശേഖരന്റെ സ്വഭാവം എല്ലാവർക്കും അറിയാവുന്നതല്ലേ? ചെല്ലോംപിള്ളയോടുള്ള

വൈരം തീർക്കാനാണ്, ശേഖരൻ ഉപദേശിയുമായി ഇത്രയധികം അടുപ്പം സ്ഥാപിക്കുന്നതെന്ന് അധികാരിക്കറിയാം. ഒരു കണക്കിന് അതു നല്ല താണ്. ഉപദേശിയോടു ചങ്ങാത്തമുള്ള ഒരു നായരെങ്കിലും മാറാന്തട ത്തിലുണ്ടായിരിക്കുന്നതു നല്ലതാണ്. വെള്ളക്കാരനുമായി നല്ല ബന്ധം ഉപദേശിക്കുണ്ടെന്നാണു പറഞ്ഞുകേൾക്കുന്നത്. അങ്ങനെയാണെങ്കിൽ വരുംകാലങ്ങളിൽ അയാളെകൊണ്ടു പല നന്മയും മാറാന്തടത്തിനുണ്ടാ യേക്കും. അതുമാത്രമല്ല, കരിക്കാടി ഉപദേശിക്ക് കൈമാറുന്നതിനോടു യോജിക്കുവാൻ അധികാരിയെ പ്രേരിപ്പിച്ചത്. കുമിളിയിൽ ഒരു മുറി വയൽ മാത്രമാണ് ശേഖരനുള്ളത്. അക്കാരണത്താൽ മറ്റുള്ളവർക്കു പല നഷ്ട ങ്ങളും നേരിടേണ്ടി വരുന്നു. കൈത്തോടു കോരുന്നതിനെപ്പറ്റിയുള്ള തർക്കം ഒരിക്കലും അവസാനിച്ചിരുന്നില്ല. അണുവിട ചാഞ്ഞുകൊടുക്കുന്ന സ്വഭാവമല്ല ചെല്ലോംപിള്ളയുടേത്. ശേഖരനാണെങ്കിൽ വാശിക്ക് അതി നപ്പുറംതന്നെ. കഴിഞ്ഞ ഇടവപ്പാതിയിൽ മടവീണ വയലുകൾ ഇനിയും കോരി മാറ്റിയിട്ടില്ല. ഉപദേശിയായതിനാൽ പ്രശ്നങ്ങളുണ്ടാവുകയില്ല. പര ദേശിയായതിനാൽ നാട്ടുകാരെ പേടിക്കാതെ പറ്റില്ലല്ലോ. അധികാരി കണ ക്കുക്കൂട്ടി. അങ്ങനെ നിലം കൈമാറാൻ അധികാരി അനുവാദം നൽകി.

"അറിഞ്ഞോ?"

ക്രിമീരന്റെ ചായ്പിനു പുറത്തായി കെഴക്കൻ വന്നുനിന്നു. അക ത്തിരുന്ന മോശ തല പുറത്തിട്ടു. പുറത്തു പുകയുന്ന നെരിപ്പോടിനരു കിലായി രണ്ടുമൂന്നുപേരിരിക്കുന്നു. പരമനും ലക്ഷ്മണനും അക്കൂട്ടത്തി ലുണ്ട്. അവരോടായിട്ടായിരുന്നു കെഴക്കന്റെ ചോദ്യം.

"എന്തെര്?"

പരമൻ തിരക്കി.

"അറിഞ്ഞില്ലേ നീയൊക്കെ? അനുപവിച്ചോളിൻ. അയ്യാക്ക് പള്ളി കെട്ടാൻ ചെന്നു വിടുവേല ചെയ്തുകൊടുത്തില്ലേ?"

"എന്തെരെന്നു പറ കെഴക്കാ."

"കരിക്കാടി അറുപതുപറ ആ വരത്തനൊപതേസി പതിക്കാമ്പോ ണെന്ന്."

"അയിനെന്ത് കെഴക്കാ?" പരമൻ ചോദിച്ചു.

"അയ്യാളു പിടിച്ചുപറിക്കണെതല്ലല്ലോ. ഒന്നാംതരം ബ്രിട്ടീഷ് രൂപാ കൊടുത്തു വാങ്ങണതല്ലേ?" ലക്ഷ്മണൻ പരമനെ പിന്താങ്ങിക്കൊണ്ടു പറഞ്ഞു. രണ്ടു പേരും ഉപദേശിയുടെ പള്ളിപ്പണിക്കു കൂടിയവരായിരു ന്നു. ഉപദേശിക്കു നേട്ടമുണ്ടാകുന്നതിൽ അവർക്കു സന്തോഷമായിരു ന്നു. പുറത്തു കാട്ടിയില്ലെന്നുമാത്രം.

"വരത്തനുക്ക് കുമിളീലെന്തെരു കാര്യം?"

കാറിത്തുപ്പിക്കൊണ്ട് കെഴക്കൻ ആക്രോശിച്ചു.

"നീയ് നെലം കൊടുത്തോരോടി ചെന്നു കീറെടാ കെയക്കാ."

"അയിന് അവനു ദയിരിയമൊണ്ടോ?"

തന്നെ കൂട്ടത്തിലാരോ പരിഹസിച്ചിരിക്കുന്നു. കൈവശമുള്ളത് ആരൊക്കെയാണെന്നറിഞ്ഞിട്ടും ഒരു പേടിയുമില്ലാതെ തന്നെ ആരോ കളിയാക്കിയിരിക്കുന്നുവെന്ന തോന്നൽ കെഴക്കന്റെ കോപത്തെ ഏറ്റി.

"നെലം കൊടുത്തതാര്?"

കെഴക്കൻ ഇരുന്നിടത്തുനിന്നും എഴുന്നേറ്റു.

"ആരെന്നു നെനക്കറിഞ്ഞൂടെ? എങ്കിപ്പറഞ്ഞുതരാം. മുനമ്പത്തെ ശേകരപിള്ളജന്മി."

"അങ്ങത്തേനെ വെറുതെ വിടാമ്പോണില്ല."

"ആര്, നീയ്യോ?"

"അല്ല, നീലകേശി. അല്ലങ്കി കരിങ്കാളി."

പറഞ്ഞുകഴിഞ്ഞയുടൻതന്നെ ഒരു ജാള്യത കെഴക്കനെ കീഴടക്കി. അടുത്തകാലത്തായി ചിലരൊക്കെ പറയുന്നത് അയാൾ കാതുകൊണ്ടു കേട്ടതാണ്. പള്ളിത്തറയിലെ ഉപദേശിയും മാറാന്തടത്തിലെ നീലകേശിയുംതമ്മിൽ രമ്യതയിലാണെന്ന്. വെള്ളിയാഴ്ച രാത്രി ഒറ്റയ്ക്കു മാർത്താണ്ഡൻകുളത്തിൽ പോയി വെളുപ്പിനു മാത്രം മടങ്ങാൻ ഉപദേശിക്കു സാധിക്കുന്നത് അതുകൊണ്ടു മാത്രമാണത്രേ. ഒരു പോറലുപോലുമേൽക്കാറില്ല. ഉപദേശി പരദേശിയല്ലേ? എങ്ങനെ ഇതു സാധിക്കുന്നു? മാറാന്തടത്തിന്റെ ഉൽപ്പത്തിപോലെതന്നെ നിഗൂഢമായിരുന്നു അതിനു പിന്നിലെ ഹേതുക്കളും.

"എങ്കി നാനെന്റെ കരിങ്കാളീനെ അറുത്തുവിടും." കെഴക്കൻ പ്രഖ്യാപിച്ചു .അതിൽ ഉപദേശി വീഴുമെന്ന് അയാൾ പ്രഖ്യാപിച്ചു.

"അപ്പോ നെന്റെ കരിങ്കാളി ഞങ്ങളെ നീലകേശിനേക്കാട്ടും വലുതോ?"

എല്ലാം ശ്രദ്ധിക്കുകയായിരുന്ന ക്രിമീരൻ ചോദിച്ചു.

"എന്നു വച്ചോളിൻ."

"വച്ചോളാൻ വരട്ടെടെ കെഴക്കാ തോന്നിയാസം പറഞ്ഞാലൊണ്ടല്ലോ നെന്റെ കുടിയടക്കം എരന്നുപോകും, പറഞ്ഞേക്കാം!"

നീലകേശിയുടെനേർക്കുള്ള ഏതൊരാക്രമണവും ക്രിമീരനു സഹിക്കാവുന്നതല്ല. മാറാന്തടത്തിന്റെ സർവതിനും ഉടയവളായ ദേവിയാണ്. കോപിച്ചാൽപ്പിന്നെ അനുഭവിക്കേണ്ടതു മാറാന്തടക്കാർതന്നെയാണ്! ദേവിയുടെ പൂർവകാലകോപങ്ങളുടെ ഭീകരകഥകൾ പലപ്പോഴും പറഞ്ഞുകേട്ടിട്ടുള്ളതാണ്. എങ്കിലും ഉപദേശിയുടെ കാര്യത്തിൽ ക്രിമീരന് അതിശയം തോന്നാതിരുന്നില്ല. മാർത്താണ്ഡൻകുളവുമായി ബന്ധപ്പെടുത്തി പറഞ്ഞുകേൾക്കുന്ന വാർത്തകൾ ആദ്യമൊക്കെ വിശ്വസിക്കുവാൻ കഴിഞ്ഞിരുന്നില്ല. കുഞ്ഞൻപാണരുടെ ദുരന്തം അത്രവേഗം മറക്കാൻ കഴിയുന്നതല്ലായിരുന്നു. പിന്നെപ്പിന്നെ പറ്റുകാരിൽ പലരും സാക്ഷി പറഞ്ഞു. രാത്രിയുടനീളം ഉപദേശി ഒറ്റയ്ക്കാണ് മാർത്താണ്ഡൻ കുളക്കരയിലിരുന്നു ചൂണ്ടലിടുന്നതെന്ന്. എന്തായിരിക്കാം അതിനു പിന്നിലെ രഹസ്യം?

പല രാത്രികളിലും അതോർത്ത് ക്രിമീരൻ ഉറക്കം നഷ്ടപ്പെട്ടവനായി ത്തീർന്നിരുന്നു.

കുമിളിപ്പൊയ്കയിലെ, തലയിൽ ചോരപ്പൂക്കൾ ചൂടിയിരുന്ന മാന ത്തുകണ്ണികൾ മാത്രം ഉണ്മയെ അറിഞ്ഞിരുന്നു. ഉപദേശി കുളക്കരയി ലേക്കു പോകുമ്പോൾ, അവ പൊയ്കയ്ക്കു പുറത്തുള്ള വെള്ളപ്പാത്തി യിലേക്കു കരണംകുത്തി മറിയുന്നു. കുറേനേരം അവിടെയങ്ങനെ പതു ങ്ങിക്കിടന്നശേഷം അവ മെല്ലെ കുളക്കരയിലേക്കു നീന്തിത്തുടങ്ങുന്നു. കുളക്കരയിലെ വയൽപ്പരപ്പുകളിലേക്കു നീന്തിച്ചെന്ന് ആഴംകുറഞ്ഞ ചാലു കളിൽ വെളുക്കുവോളം ഉപദേശിക്കു കാവൽ കിടക്കുന്നു.

വേലു മോശയെന്ന പേരു സ്വീകരിച്ചു. ഞായറാഴ്ച എസ്തറുമായി അവൻ പള്ളിയിലേക്കു വന്നു. വഴിക്കുവച്ച് ആരോ അവളെ ഗൗരിയെന്നു പേരുവിളിച്ചു. അവൾ തിരിഞ്ഞുനോക്കിയതുപോലുമില്ല. അവരുടെ ആദ്യത്തെ ഞായറാഴ്ചയായിരുന്നു. തെരഞ്ഞെടുക്കപ്പെട്ട ജനതയെ ഉപ ദേശി നോക്കി. ആകെ ഏഴോളം ആളുകൾ. തുടക്കം മാത്രമാണിത്. തര ക്കേടില്ല. ദേവദൂതിന്റെ ഭാഗമായി ഉപദേശി അവരോട് യിസ്രായേൽമക്ക ളുടെ കഥ പറഞ്ഞു. സംവത്സരങ്ങളോളം ദീർഘമേറിയ അടിമത്ത ത്തിൽനിന്നും മോചനം നേടി, കനാൻദേശത്തേക്കു പുറപ്പാടായ ഒരു ജന ത. അവരുടെ നേതാവായ പ്രവാചകൻ മോശ. കഥ കേട്ട് വിശ്വാസികൾ അതിശയിച്ചു. ഇങ്ങനേം ഒരു രാജ്യമോ! അവർ രഹസ്യമായി പരസ്പരം ചോദിച്ചു. പാലും തേനും ഒഴുകുന്ന കനാൻകാട്. മോശയുടെ നാവിൽ വെള്ളമൂറി. പ്രവാചകൻ മോശയുടെ അത്ഭുതചരിതം പറഞ്ഞുകേട്ടപ്പോൾ മോശ തിരിഞ്ഞ് എസ്തറിനെ നോക്കി. അവന്റെ കണ്ണുകളിൽ അവാച്യ മായ ഒരു കാന്തി നിറഞ്ഞിരുന്നു. എസ്തർ അയാളെ നോക്കി ലജ്ജ യോടെ ചിരിച്ചു.

“കനാൻദേശം നിങ്ങളുടെ കൺമുമ്പിൽത്തന്നെയുണ്ട്. ഉണർന്നി രുന്നു പ്രാർഥിപ്പിൻ. ജാഗ്രതയോടെ പ്രാർഥിക്കുവിൻ. നിങ്ങളുടെ രാജ്യം നിങ്ങൾക്കുതന്നെ കിട്ടും.”

ബൈബിൾകഥയുടെ അലൗകികതയിൽ എല്ലാം മറന്നിരുന്നുപോയ വിശ്വാസികൾ ഉപദേശിയുടെ വിളിയുടെ ഉൾപ്പൊരുളറിയാതെ നോക്കി യിരുന്നു. അവർ ഫറവോന്റെ രാജധാനിയിലായിരുന്നു. അവർ തിരമാ റിയ ചെങ്കടലിന്റെ അടിത്തട്ടിലും, കടിഞ്ഞൂലുകൾ ചത്തൊടുങ്ങിയ മിസ്രാ യീംഗൃഹങ്ങളുടെ പടിവാതിലുകളിലുമായിരുന്നു. അവരുടെ ബോധത്തിൽ പത്തു കൽപ്പനകളുടെ ശിലാഫലകങ്ങൾ തമ്മിൽ കൂട്ടിയടിച്ചു മുഴങ്ങി. പള്ളി പിരിഞ്ഞപ്പോൾ ഉപദേശി മോശയെ വിളിച്ചു. അവനെ കപ്യാരായി നിയമിച്ചിരിക്കുന്നതായി അറിയിച്ചു. അവനതേറ്റു.

വേലു ക്രിസ്ത്യാനിയായി, മോശയായി, കപ്യാർ മോശയായി ത്തീർന്നശേഷം ആദ്യമായിട്ടാണ് ക്രിമീരന്റെ ചായ്പിൽ വരുന്നത്. അതിനു മുമ്പുതന്നെ വിവരം എല്ലാവരും അറിഞ്ഞിരുന്നു. അകത്തു മരക്കാലിയി

ലിരുന്ന അവനോട് ആരും തന്നെ മിണ്ടിയില്ല. അവനതറിഞ്ഞു. എല്ലാ മുഖങ്ങളിലും അസ്വാസ്ഥ്യമുളവാക്കുന്ന ഒരുതരം അവഗണന. അവനു നിരാശ തോന്നി. ക്രിമീരനും അവനെ കണ്ടു. എന്തുവേണമെന്നപതിവു ചോദ്യം ഉണ്ടായില്ല. ഒന്നുരണ്ടുപേർക്കൂടി ചായ്പിനുള്ളിലേക്കു വന്നു. ആരുംതന്നെ അവനെ കണ്ടഭാവമില്ല. ഒടുവിൽ കെഴക്കനുമെത്തി. അകത്തു മോശയെക്കണ്ട കെഴക്കൻ പുറത്തു നിന്നതേയുള്ളു. അത്രയുമായപ്പോൾ മോശയുടെ ക്ഷമ നശിച്ചു. അവനെണീറ്റ് പുറത്തിറങ്ങി നടന്നു. ഏതോ തടിയൻ വെള്ളക്കാരന്റെ വലിപ്പമേറിയ കുപ്പായം അവൻ ധരിച്ചിരുന്നു. മുന്നോട്ടു നടക്കുമ്പോൾ ചിറകുകൾ പോലെ കുപ്പായക്കൈകൾ വശങ്ങളിൽ കിടന്നലഞ്ഞു. കപ്യാർ മോശ ധൃതിപ്പെട്ടു നടന്നു. അവന്റെ ഉള്ളം വല്ലാതെ നൊമ്പരപ്പെട്ടു. എവിടെയൊക്കയോ വൈവശ്യത്തിന്റെ നീറ്റം അനുഭവപ്പെട്ടു. പ്രിയമുള്ളതെന്തൊക്കെയോ നഷ്ടമായതുപോലെ. മാറാന്തടം അന്യാധീനമായിത്തീരുന്നുവോ? അവൻ സന്ദേഹിച്ചു. സംവത്സരങ്ങൾ ജന്മാവകാശമായി നൽകിയ ഈ നാടിന്റെ കാരുണ്യം വറ്റി ഇല്ലാതായിത്തീരുന്നുവോ?

"കർത്താവേ!"

അവൻ ഉയരങ്ങളിലേക്കു കണ്ണുകളെ ഉയർത്തി. മുകളിൽ മരണപ്പാറയ്ക്കുയരെ കത്തിജ്വലിക്കുന്ന സൂര്യൻ അവന്റെ കണ്ണുകളിൽ വീണു. മരണപ്പാറയുടെ നിഴൽ പള്ളിയിൽനിന്നും പള്ളിത്തറയിൽനിന്നും വളരെ മുകളിലേക്കു വലിഞ്ഞിരിക്കുന്നു.

"കർത്താവേ, എന്റെ പൊന്നുകർത്താവേ!"

കുമിളിപ്പൊയ്കയുടെ തലയ്ക്കലെ പടുവാലിക്കുള്ളിൽ ഇറങ്ങിയിരുന്നുകൊണ്ട്, കപ്യാർമോശ മുഖംപൊത്തിക്കരഞ്ഞു. ഒരു പൈതലിനെപ്പോലെ അയാൾ വിതുമ്പിക്കരഞ്ഞു.

പകൽ ഉച്ചയായി വളർന്നു. പകലിന്റെ ജ്വാലകൾ, ഉയരെ ജടകെട്ടി നിന്നിരുന്ന കാട്ടുപൊന്തകൾക്കിടയിലൂടെ ഉള്ളറയിലേക്കു തുളച്ചുവന്നു. വെളിച്ചത്തിന്റെ പുള്ളികൾ കപ്യാർമോശയുടെ ശിരസിലും ശരീരത്തിലും വീണു, അയാൾ മയക്കത്തിലാണ്. കരഞ്ഞുകരഞ്ഞ് അയാളവിടെയിരുന്ന് ഉറങ്ങിപ്പോയി. വിചാരിച്ചിരിക്കാതെയാണ് മയക്കം അയാളെ കടന്നുപിടിച്ചത്. അയാളുടെ ജീവിതം എന്നും ഇങ്ങനെയായിരുന്നു. ഒടുവിൽ വ്യഥ ഒടുങ്ങിയപ്പോൾ മോശ ഓർത്തു. ദുരൂഹമായ ഏതോ പ്രതികാരേച്ഛയോടെ വിധി പിന്തുടരുകയാണ്. കിട്ടാവുന്നിടങ്ങളിൽവച്ചൊക്കെ വിധി അയാളെ ക്രൂരമായി ക്ഷതപ്പെടുത്തിയിരുന്നു. അയാൾക്കുമേലുള്ള വിധിയുടെ എല്ലാ നടപടികളും ഏകപക്ഷീയവും ക്രൂരവുമായിരുന്നു. അങ്ങനെയല്ലെങ്കിൽ കാവിലെ ഭഗവതിയെ സാക്ഷിനിർത്തി നെയ്ത്തിരിയിൽ കൈയുഴിഞ്ഞു പുടവകൊടുത്ത 'തായി' പിണങ്ങിപ്പോകുമായിരുന്നോ?

കപ്യാർമോശ എല്ലായ്പ്പോഴും അറിഞ്ഞിരുന്നു. തൊട്ടുപിന്നിൽ കത്തുന്ന കണ്ണുകളുമായി, കണ്ണുകൾക്കപ്രാപ്യമായ വിധി വേട്ടനായയെ

പ്പോലെ തൊട്ടു പുറകിലുണ്ട്. അയാൾ പിന്നിലേക്കു നോക്കാറില്ല; പേടിയാണ്. കത്തുന്ന കണ്ണുകളിലെ ദുരൂഹതയെ മോശയ്ക്കു ഭയമാണ്. ഒന്നിനോടും അയാൾ പ്രതിഷേധിക്കാറില്ല. ഫലമില്ലെന്നറിയാം. ഇഴഞ്ഞുനടക്കാൻ മാത്രം പ്രായമുള്ളപ്പോഴാണ് അച്ഛനേയും അമ്മയേയും അയാൾക്കൊരുമിച്ചു നഷ്ടമായത്. അതിനുശേഷമുള്ള ജീവിതത്തെക്കുറിച്ച് ഓർക്കുവാൻപോലും അയാൾക്കറപ്പാണ്.

മാറാന്തടത്തിന്റെ ചതുപ്പുകളിലും തരിശുകളിലും ഓടിനടന്നു വളർന്നു. കാട്ടുകുളത്തിലിറങ്ങി സദാനേരവും നീന്തിക്കുളിച്ചു. കുളത്തിന്റെ മധ്യത്തോളം നീന്തിച്ചെന്ന്, ആമ്പൽപ്പൂവുകളിറുത്ത് കരയിൽ നിന്നിരുന്ന പെൺകിടാങ്ങൾക്കു നൽകി. വൈകുന്നേരങ്ങളിൽ കുളക്കരയിലിരുന്ന് ചൂട്ടുമിന്നി, വെളിച്ചം കണ്ടെത്തുന്ന കുളമീനുകളെ വെട്ടിപ്പിടിച്ചു.

പകലുകളിൽ വേലു, അമ്പലത്തറയുടേയും വിളക്കെന്നിയുടേയും വടക്കേപ്പുറങ്ങളിൽ ചുറ്റിത്തിരിഞ്ഞു. അടിച്ചുതളിക്കാരികളായ ഊരാളിച്ചികൾ പലപ്പോഴും അവനോടു കരുണകാട്ടിവന്നു. അവരവന് ഭക്ഷണവും വെള്ളവും നൽകിവന്നിരുന്നു. വയറു നിറഞ്ഞു കഴിഞ്ഞാൽ കുമിളിപ്പൊയ്കയിലിറങ്ങി പിതൃക്കളോടു സംവാദം നടത്തുകയും പതിവായിരുന്നു.

കണ്ടിടത്തു കിടന്നുറങ്ങി. കണ്ട നേരങ്ങളിലുണർന്നു. കാട്ടുകുളത്തിന്റെ പൊതുസ്വത്തായി വളർന്നു.

"വേലു!" —കുടികൾ വിളിച്ചു. അവൻ കയറിച്ചെന്നു.

'നീയെങ്ങോട്ടു പോണെടേ?"

"മച്ചോട്ടുമുക്കിലോട്ട്."

"എപ്പോ തിരിച്ചുവരും?"

"തോന്നുമ്പം."

"എങ്കി വരുമ്പോ ഒരു കാരിയം ചെയ്യുമോ?"

"പറയീൻ."

"കൊറച്ച് പലോഞ്ഞനം, അല്ലങ്കീ കൊറച്ച് പൊകയെല, അതലങ്കീ കൊറച്ച് കരുപ്പട്ടി."

"ഓ, കായി തരീൻ."

വേലു വളർന്നു. അവന്റെ ചുമലുകളിലും കൈത്തണ്ടകളിലും ഇടനെഞ്ചിലും പേശികൾ ബലിഷ്ഠങ്ങളായി മുഴച്ചു. ഒരു പണി കിട്ടാൻ അവനു ബുദ്ധിമുട്ടുണ്ടായില്ല. ഒരിക്കൽ പണികഴിഞ്ഞു മടങ്ങുമ്പോൾ, പള്ളിച്ചൽക്കാരിയായ ഒരു പെണ്ണിന്റെ കാര്യം കൂട്ടുപണിക്കാരിലൊരാൾ അവനോടു പറഞ്ഞു. അന്നു രാത്രി വേലു ഉറങ്ങിയില്ല. ഏതോ ഒരു പെണ്ണ് അവന്റെ ഉറക്കത്തെ അലോസരപ്പെടുത്തി. ദിവസം ചെല്ലുന്തോറും പെണ്ണ് എന്ന പദം അവന്റെ ഇതരവാക്കുകളെ ഒന്നടങ്കം വിഴുങ്ങിക്കളഞ്ഞു.

ആദ്യമായി അവൻ സ്വന്തം കുടിയിരുന്നിരുന്ന തറയിലേക്കു ചെന്നു. ദിവസങ്ങൾക്കുശേഷം അവിടെ അവനൊരു കുടിൽ കെട്ടി. പിന്നെ ദിവസങ്ങൾക്കു ശേഷം അവൻ പള്ളിച്ചലേക്കു ചെന്നു. അപരിചിതമായ ആ

ഗ്രാമത്തിൽ, അപരിചിതമായ ഒരു കുടിൽമുറ്റത്തു ചെന്നു നിന്നുകൊണ്ട് വേലു വിളിച്ചുചോദിച്ചു. കാരണവർ ഇറങ്ങിവന്നു. ങ്ഹും, എന്തു വേണം? അയാൾ ചോദിച്ചു. നിങ്ങടെ മോൾ തായിയെ എനിക്കു താലികെട്ടിത്ത രണം. വേലു പറഞ്ഞു. അവർ അവന്റെ വിവരങ്ങൾ കേട്ടറിഞ്ഞു. സ്വന്ത മായി കുടിയൊണ്ട്. വേലചെയ്തു പുലർത്താനുള്ള ആരോഗ്യവുമുണ്ട്. അവരവനു പെണ്ണുകൊടുക്കാമെന്ന് ഏറ്റു.

തായി!

തോടിളക്കിയ പഴുത്ത വാളൻപുളിയുടെ നിറമായിരുന്നു അവൾക്ക്. വേലുവിനിഷ്ടമായി. അവൾക്കവനേയും പിടിച്ചു.

ആദ്യരാത്രി!

അയൽക്കാരൊഴിഞ്ഞപ്പോൾ വേലു പുരയ്ക്കകത്തു കയറി. അവിടെ എരിഞ്ഞു കത്തിയിരുന്ന വിളക്കു കാണാനില്ല. നിറയെ ഇരുട്ടു മാത്രം.

“ഓയ്!” വേലു വിളിച്ചു. ഇരുട്ട് അവനെ തുറിച്ചുനോക്കി. പുറത്ത് ഭഗവതിയുടെ ഭൂതഗണങ്ങൾ ചുറ്റിത്തിരിയുന്ന പതിഞ്ഞ ഒച്ചമാത്രം കേൾക്കാം.

ഒരേക്കം!

ഇരുളിൽനിന്നായിരുന്നു. കൈകൾ വിടർത്തി പരതിക്കൊണ്ട് വേലു ചെന്നു. കൈപ്പടത്തിൽ തായിയുടെ സ്പർശം. അവൾ വഴുതിമാറി. വേലു വീണ്ടും ഇരുട്ടിലൂടെ അവളെ തേടിപ്പിടിച്ചു. അവൾ വഴുതിമാറി. എവിടെ നിന്നോ അവളുടെ തേങ്ങലുകളുയർന്നു. ഭൂതഗണങ്ങളും വേലുവും പൊരുളറിയാതെ പകച്ചുനിന്നു.

“ഇപ്പോ കരയാനൊള്ള നേരമോ? ഇങ്ങോട്ടു വാ.” വേലു വീണ്ടും രാവിന്റെ ഗർവിൽനിന്നും അവളെ തപ്പിയെടുത്തു. അവളുടെ നിറഞ്ഞ മാറ് നെഞ്ചോടു ചേർത്തമർത്തി. മുഖത്തും കണ്ണുകളിലും ചെന്നിയിലും മാറിടത്തിലും പിന്നെ കണ്ടിടങ്ങളിലൊക്കെ അവന്റെ ചുണ്ടുകൾ പേപി ടിച്ചോടിനടന്നു. അവൾ പിടഞ്ഞു. ഭൂതാവേശമേറ്റ പിണിയാളിച്ചിയെ പ്പോലെ അവൾ കുതറിമാറി.

ആകപ്പാടെ ഒരങ്കലാപ്പ്!

അതിനെതിരെ അവിവേകത്തോടെ കത്തിപ്പടരുന്ന ആണത്തം. അവൻ ഉണരുകയായിരുന്നു. അറിവിന്റെ തോടു പൊട്ടിക്കുവാനുള്ള അവന്റെ അഭിവാഞ്ഛ ശക്തമായി. ഒരു കൈകൊണ്ട് അവൻ അവളെ വളച്ചുപിടിച്ചു. അവൾ കൈകാലുകളിട്ടടിച്ചു. ഒരു കൈകൊണ്ട് അയഞ്ഞ റവുക്ക വലിച്ചുകീറി.

“അയ്യോ, എന്നെ കൊല്ലണേ! എന്നെ കൊല്ലണേ!”

അവൾ നിലവിളിച്ചു. ഒരു കൈകൊണ്ട് വായ പൊത്തിപ്പിടിച്ചുകൊണ്ട് ഒന്നു മറിഞ്ഞു. അതിൽപ്പെട്ട് അവളുടെ ഉടുമുണ്ട് പറിഞ്ഞ് താഴെവീണു, കാൽ മടമ്പിനു തട്ടി താഴെയിട്ടു മലർത്തിക്കിടത്താൻ അൽപ്പം ബലപ്ര യോഗംതന്നെ നടത്തേണ്ടിവന്നു.

“അയ്യോ!...അയ്യോ!”

ചാണകം മെഴുകിയ തറയിൽ കിടന്നുകൊണ്ട് അവൾ പേടിച്ചു ഞരങ്ങി. തണുത്ത തറ അവളുടെ നഗ്നതയേറ്റു തരിച്ചു. അവന്റെ കിതപ്പിൽ, അവന്റെ ഉരുക്കഴിഞ്ഞ കരുത്തിൽ അവൾക്കെല്ലാം നഷ്ടമായിക്കൊണ്ടിരുന്നു. ക്രമേണ അവളുടെ ഞരക്കം നേർത്തുനേർത്ത് അർഥമില്ലാത്ത മൂളലുകളായിത്തീർന്നു.

തുടർന്നുള്ള എല്ലാ രാത്രികളിലും വേലു അവന്റെ പെമ്പിളയെ ബലാത്സംഗം ചെയ്തുപോന്നു.

ക്രിമീരന്റെ ചായ്പ്പിൽവച്ചായിരുന്നു വേലു അതു കേട്ടത്. പള്ളിച്ചൽകാരൻ ഒരു ചെറുമൻ പകൽ അവന്റെ വീട്ടിൽ വന്നുപോകാറുണ്ട്. വേലു പുടവകൊടുക്കുന്നതിനുമുമ്പ് തായിയും ആ ചെറുമനും തമ്മിൽ ഇഷ്ടമായിരുന്നുപോലും. വേലു അതു കാര്യമാക്കിയില്ല. വെറുതേ അസൂയക്കാര് ഓരോന്നു പറയുന്നതായിരിക്കും. തായിയെപ്പോലെ എടുപ്പുള്ള ഒരു പെണ്ണ് ഈ പടിഞ്ഞാറ്റുമുറീലോ, കാട്ടുകുളത്തോ ഒണ്ടോ? ഇല്ല. അതുകൊണ്ടുള്ള അസൂയയായിരിക്കും. എന്നിട്ടും ഒരു മുൾമുനകൊണ്ടുള്ള പോറൽപോലെ അത് അവന്റെ മനസിൽ നീറിപ്പിടിച്ചുകിടന്നു. കേട്ടുമറന്നപോലെ നാളുകൾ തള്ളിനീക്കി. ആദ്യം ക്രിമീരന്റെ ചായ്പ്പിനുള്ളിൽ മാത്രമായിരുന്നു ആ വാർത്ത ഒതുങ്ങിനിന്നിരുന്നത്. പതിയെപ്പതിയെ അതു പുറത്തേക്കു പരക്കാൻ തുടങ്ങി. എവിടേക്കൊന്നു കാതുതിരിച്ചാലും അതു മാത്രമേ കേൾക്കാനുള്ളു. ഒരു പകൽ, വേലു പണിക്കുപോയില്ല. കാട്ടുകുളത്തേക്കുള്ള വഴിയിൽ കാവിനു പിന്നിലായി അവൻ പതുങ്ങിയിരുന്നു. വഴിയാത്രക്കാർ വരുമ്പോഴൊക്കെ അവൻ എത്തിനോക്കി. ഒടുവിൽ കണ്ടു. ചെറുമൻ പമ്മിപ്പമ്മി നടന്നുവരുന്നു. മാറാന്തടക്കാരനല്ല. അവന്റെ കൈയിൽ ഒരു വാഴയിലപ്പൊതിയുണ്ടായിരുന്നു. അവന്റെ കണ്ണുകളിൽ കത്തിക്കാളാൻപോകുന്ന ഒരു പകലിന്റെ കനൽക്കട്ടകളുമുണ്ടായിരുന്നു.

ചാടിവീണു പിടിച്ചുനിർത്തി. ചോദിച്ചു. സംശയം ശരിയായിരുന്നു. ചെറുമൻ ഒന്നു പതറി. കരണക്കുറ്റിക്ക് ആഞ്ഞു വീക്കി. ഇടയ്ക്കൊന്നും തന്നെ ചോദിക്കുവാൻ നിന്നില്ല. പേടിച്ചുവിളിച്ചുകൊണ്ട് അവൻ തിരിഞ്ഞോടി.

വൈകുന്നേരം പുരയിൽ തിരിച്ചെത്തിയപ്പോഴാണറിഞ്ഞത്. തായി പള്ളിച്ചലേക്ക് ഓടിപ്പോയിരിക്കുന്നു. തിരിച്ചു വരില്ലെന്നാണ് പോയ പോക്കിൽ അവൾ കണ്ടവരോടെല്ലാം പറഞ്ഞിരുന്നത്. എങ്കിലും കാത്തിരുന്നു. അവൾ മടങ്ങിവന്നില്ല. വിളിക്കാനായി വേലു പോയതുമില്ല.

ഒരാഴ്ച കഴിഞ്ഞപ്പോൾ ഗൗരിയെ വിളിച്ചുകൊണ്ടുവന്നു. വയൽപ്പണിക്കു പോകുമ്പോഴാണ് അവളെ കണ്ടത്. അതിനു മുമ്പും കാണാറുണ്ടായിരുന്നു. എങ്കിലും വ്യക്തമായി കണ്ടത് അന്നു രാവിലെയായിരുന്നു. പൊട്ടക്കുളത്തിൽ തൊണ്ടഴുക്കാനിടുന്നു. വൈകുന്നേരം മടങ്ങിപ്പോകുമ്പോൾ അതുവഴി വന്നു. ഗൗരി തൊണ്ടുകുളക്കരയിലുണ്ട്. അഴുകിയ

തൊണ്ടുകൾ തല്ലി ചകിരിയെടുക്കുന്നു. അവൻ നോക്കി നിന്നു. അവൾക്ക് അഴുകിയ തൊണ്ടിന്റെ നിറമാണ്.

"നെനക്കെന്നെ ഇഷ്ടമോ?"

"എന്ത്?"

"ഇങ്ങനെ നോക്കുണതോണ്ട് ചോയിച്ചൂന്നു കരുതിയാ മതി."

"ഓ, ഇഷ്ടംന്നെ." —ഗൗരി അറിയിച്ചു.

"നീ എന്റോടി പൊറുക്കാൻ വരണോ?"

"ഓ, വരാം."

"എന്നാ വാ."

തൊണ്ടുതല്ലു മതിയാക്കി ഗൗരി എഴുന്നേറ്റു. കൈത്തോടിലിറങ്ങി കൈയും കാലും തേച്ചുകഴുകി. കരകയറിവന്ന അവൾ അവനോടു ചോദിച്ചു:

"തായീന ഓടിച്ചപോലെ എന്നേം ഓടിക്കുമോ?"

"ഇല്ല ബകവതിയാണെ ഇല്ല. നീ വന്നാ മതി."

ഗൗരി ചെന്നു.

അവൾ അവനു ഭക്ഷണം പാകംചെയ്തുകൊടുത്തു. അവന്റെ കൂടെ കിടന്നു. ഒരിക്കലും വേലുവിന് അവന്റെ ഗൗരിയെ ബലാത്സംഗം ചെയ്യേണ്ടിവന്നിട്ടില്ല.

അവന്റെ കുട്ടികളെ ഗർഭംധരിച്ചു പെറ്റു.

രാജാമണി.

ചെല്ലൻ.

ഭവാനി.

ഭവാനിയെ മാത്രം മാറാന്തടക്കാർ പവാനിയെന്ന് ഓമനപ്പേരിട്ടു വിളിച്ചു വന്നു.

പുരമുറ്റത്ത് ഓടിനടന്നു വളരുന്ന കുട്ടികളെപ്പറ്റി വേലുവിനു നിരവധി പ്രതീക്ഷകളുണ്ടായിരുന്നു. അനാഥനും അവഗണിക്കപ്പെട്ടതുമായ സ്വന്തം ബാല്യത്തോടു പ്രതികാരം ചെയ്യുന്ന വാശിയോടെ ആയിരുന്നു അവൻ അവരെ വളർത്തിയിരുന്നത്. അവൻ ഗൗരിയോടൊപ്പം വയറുമുറുക്കി അവർക്കു വേണ്ടുവോളം ഭക്ഷണം നൽകി. രാജാമണിയെ നോക്കി വേലു രഹസ്യമായി പറഞ്ഞു:

"എവൻ അമ്പലത്തറേലെയോ, മേടപ്പെര മാനേയരെയോ കൈമണിയാവും തീർച്ച."

പ്രായമായപ്പോൾ, ഒരുനാൾ രാജാമണി നാടുവിട്ടുപോയി. വേലുവിനു ദുഃഖം തോന്നിയില്ല. ചെല്ലനേയും പവാനിയേയും അവൻ വാത്സല്യത്തോടെ വളർത്തി.

ചെല്ലന് ഹാബേലെന്നും പവാനിക്ക് രൂത്ത് എന്നും ഉപദേശി പേരിട്ടു.

ഒരു ഞായറാഴ്ച പള്ളി പിരിഞ്ഞപ്പോൾ ഉപദേശി ഹാബേലിനെ വിളിച്ചു. അവനെ നാഗരുകോവിലിലെ മിഷൻസ്കൂളിൽ അയച്ചു പഠിപ്പി

ക്കാൻ ഉപദേശി തീരുമാനിച്ചിരിക്കുന്നു. ഹാബേലിനോടൊപ്പം കപ്യാർ മോശയും പള്ളി വീട്ടിലേക്കു ചെന്നു.

"ഹാബേൽ, നിനക്കു പഠിക്കുവാൻ താൽപ്പര്യമുണ്ടോ?"

ഹാബേൽ, കപ്യാർമോശയെ നോക്കി. കപ്യാർമോശ കണ്ണുകളുയർത്തി ദൈവത്തെ നോക്കി.

"ഓ, ഒണ്ട്."

മറുപടി പറഞ്ഞത് മോശയായിരുന്നു.

"പഠിത്തം ദൈവാനുഗ്രഹം വർധിപ്പിക്കും. അവന്റെ വേല ചെയ്വാൻ ധൈര്യം നൽകും."

"ഓ, എനിക്കു പടിക്കണം."

"എങ്കിൽ തയാറായിക്കോളുക."

"തയാറാകാം. ദൈവത്തിനു സ്തുതിയായിരിക്കട്ടെ."

കപ്യാർമോശ വിവരം എസ്തറിനെ അറിയിച്ചു. പടിഞ്ഞാറ്റുമുറിയിൽ ആ വാർത്ത അതിവേഗം പരന്നു. വേലുവിന്റെ ഭാഗ്യമാണെന്നു പള്ളിയിൽ ചേരാത്ത പുലയർ പറഞ്ഞു. ചിലർ അതിലസൂയപ്പെടുകയും ചെയ്തു.

വൈകുന്നേരം ദാവീദ് പള്ളിത്തറയിലേക്കു ചെന്നു. ഉപദേശി തോട്ടത്തിലായിരുന്നു. വിതച്ച വിത്തുകളിൽ പലതും മുളപൊട്ടിയിരിക്കുന്നു. തൈകളായി അവ തഴച്ചു വളരുന്നു. അയാൾക്ക് അപാരമായ ആനന്ദമുണ്ടായി. വേലിപ്പുറത്ത് ഒരനക്കം. ഉപദേശി ശിരസുയർത്തി.

"ആരാ ദാവിദോ?"

തല ചൊറിഞ്ഞു നിന്നിരുന്ന ദാവീദിനോട് ഉപദേശി ചോദിച്ചു. അയാളുടെ വാക്കുകളിൽ തൊട്ടറിയാവുന്നതരത്തിൽ വാത്സല്യം തുടിച്ചുനിന്നിരുന്നു.

"എന്റെ ലാസറിനേയും പള്ളീല് വിട്ട് എയുത്തു പടിപ്പിക്കണം." —ദാവീദ് ആവശ്യം ഉണർത്തിച്ചു.

"അതിന് അവൻ പള്ളിയിൽ വരാറില്ലല്ലോ?"

"പച്ചേ അവൻ കൃസ്യാനിതെന്നെ. എന്നും രാത്രീല് അവൻ ഞങ്ങളോടിയിരുന്നു പ്രാർത്ഥിക്കും."

"അവൻ പുകവലിക്കില്ലേ?"

"അതു നിർത്താമ്പറയാം."

"ശെരി, അവനോട് എന്നെ ഒന്നു വന്നു കാണാൻ പറ. എന്നിട്ട് തീരുമാനിക്കാം."

അടുത്തയാഴ്ച ഉപദേശി നാഗരുകോവിലിലേക്കു പോയി. അവിടെയാണ് ഉപദേശിയുടെ ഒരേയൊരു മോൾ ചേച്ച പഠിക്കുന്നത്. പോകുമ്പോൾ ഉപദേശിയോടൊപ്പം ഹാബേലും ലാസറുമുണ്ടായിരുന്നു.

പിന്നെ രണ്ടുമൂന്നു നാളുകൾ, ദാമോദരൻനായരുടെ ചായക്കടയിലും ക്രിമീരന്റെ ചായ്പിലും മാറാന്തടത്തിലെ പുലയരുടെ ഭവനങ്ങളിലും അതു മാത്രമായിരുന്നു സംസാരവിഷയം.

16

ജന്മമൊടുങ്ങിയ പിതൃക്കളുടെ ആത്മാവുകളാണ് മാറാന്തടത്തിന്റെ പരദേവകൾ. മോക്ഷം കിട്ടാത്ത ആത്മാവുകൾ അടുത്തൊരു ജന്മവും കാത്ത് മാറാന്തടത്തിന്റെ ചതുപ്പുകളിലും മേടുകളിലും പള്ളങ്ങളിലും ഒതുങ്ങിക്കൂടുന്നു. അവർ വേണ്ട സമയത്ത് തങ്ങളുടെ പരമ്പരയുടെ രക്ഷയ്ക്കായി എത്തുന്നു. എങ്കിലും ജന്മങ്ങളുടെ ഇടവേളയിൽ അവരെ വ്യസനപ്പെടുത്തിയിരുന്ന് ഒന്നുണ്ടായിരുന്നു. മാറാന്തടത്തിലെ കുലപതികളായ നായന്മാർക്ക് വിളിച്ചാൽ വിളികേട്ടാലോടിയെത്തുന്ന അടിമകളായിക്കഴിയാൻ വിധിക്കപ്പെടുക. ഇതിലും നന്ന് നിത്യമായ വിനാശമായിരുന്നു. നീലകേശിയും ഭഗവതിയും പിതൃക്കൾക്കു മേലാളുകളാണ്. പരദേവകളുടെ വരവുപോക്കുകളെ അവർ നിയന്ത്രിച്ചുവരുന്നു. അവർ വിളക്കെന്നിയിലും, അമ്പലത്തറയിലും, മറ്റുതറവാടുകളിലും മാറിമാറി സഞ്ചരിച്ചിരുന്നു. അമ്പലത്തറ മാതുപിള്ളയുടെ കാലം കഴിഞ്ഞ് ചെല്ലോംപിള്ള കാരണവരായി സ്ഥാനം ഏറ്റെടുത്തതിനുശേഷം പരദേവകളിൽ പലരും സന്തുഷ്ടരല്ല. ചെല്ലോംപിള്ള അത് അറിഞ്ഞിരുന്നില്ല. അയാൾ തറവാടിന്റെ തെക്കതിൽ* അവരെ കുടിയിരുത്തുകയും, അവർക്കു നിവേദ്യങ്ങൾ നൽകിവരുകയും ചെയ്തിരുന്നു. വിളക്കെന്നിയിലാകട്ടെ, കൊട്ടിയമ്പലത്തോടൊപ്പം തെക്കതും നിലംപതിച്ചിരുന്നു.

അമ്പലത്തറയിലെ തെക്കതിൽ എല്ലാം ചൊവ്വാഴ്ചകളിലും സന്ധ്യയോടെ പിതൃക്കൾക്ക് ഊട്ടുനടത്തിവന്നിരുന്നു. കുളിച്ചു ശുദ്ധംമാറി ഒന്നര ഈറൻ ചുറ്റി വരുന്ന ചെല്ലോംപിള്ള തെക്കതിന്റെ നടയിൽ നിൽക്കും. കൂപ്പുകൈ തൊഴുതു നിൽക്കുന്ന അയാളുടെ കണ്ണുകളിൽ പരമ്പരയുടെ ഊറ്റം ചുവന്നുതെളിയുന്നു. കണ്ണുകളിലെ ചുവപ്പിനു പിന്നിൽ പരമ്പരയിലെ പിതൃക്കൾ നിരക്കുന്നു. കൈമണിക്കാരൻ കുഞ്ഞപ്പി ചെത്തിയൊരുക്കിയ ഇളനീരും മലരും തെങ്ങിൻപൂക്കളും വച്ചു നോക്കിയിരിക്കും. നിലവിളക്കിൽ നെയ്ത്തിരി കത്തുന്നുണ്ടാവും. ചന്ദനത്തിന്റെ തൂമണം രാവിന്റെ തീരങ്ങൾക്കു മണമിയറ്റുന്നു. ചുറ്റും വച്ചുപിടിപ്പിച്ച കുടമുല്ലകളുടെ ഇരുണ്ട കാടാണ്. ഒന്നുരണ്ടു ചോട് കാട്ടുതെച്ചിയുമുണ്ട്. അതിനിടയിൽ പതുങ്ങിനിൽക്കുന്നവരുടെ ചുവടൊച്ചയ്ക്കായി കുഞ്ഞപ്പി നിശ്ശബ്ദനായി കാത്തിരിക്കുന്നു. അണഞ്ഞ സീൽക്കാരം പോലെയുള്ള ചുവടൊച്ച കേട്ടാലുടനെ കുഞ്ഞപ്പി നാക്കിലവെട്ടത്തുനിന്ന് പതുക്കെ പിൻവലിയുന്നു. ചെല്ലോംപിള്ളയ്ക്ക് അതാണടയാളം. അതുവരെ പിതൃക്കളുടെ നിരയെ പരിശോധിക്കുന്ന പ്രവൃത്തിയിലായിരിക്കും അയാൾ. അപരിചിതമായ അനേകം മുഖങ്ങൾ. പലരെക്കുറിച്ചും കേട്ടിട്ടുണ്ട്. എവിടെ മാതു അമ്മാവൻ? കാണുന്നില്ലല്ലോ. മോക്ഷം കിട്ടി സ്വർഗം പൂകിയിട്ടുണ്ടാവും. അങ്ങനെ വരാൻ സാധ്യതയില്ലല്ലോ. ഉടനെ ചെല്ലോംപിള്ള ഓർത്തു

* നായർ തറവാടുകളിലെ കുടുംബക്ഷേത്രം

പോകുന്നു. മാതുപിള്ള അമ്മാവനു സ്വർഗം ലഭിക്കണമെങ്കിൽ ഏഴു ജന്മം തികച്ചാലും മതിയാവില്ലല്ലോ. എത്രതന്നെ ശ്രമിച്ചാലും മാതുഅമ്മാവനെ കാണാൻ മേലിൽ കഴിയില്ലെന്നോർക്കുമ്പോൾ അയാൾക്കു സങ്കടമാകും. എത്ര പണം വേണമെങ്കിലും മുടക്കാൻ അയാൾ തയാറാണ്. ഒന്നു കണ്ടാൽ, അല്ലെങ്കിൽ അശരീരിയായി വന്നു നിവേദ്യം സ്വീകരിച്ചു സാന്നിധ്യത്തെ അറിയിച്ചാലും മതിയായിരുന്നു. അതിനു കഴിയില്ലെന്ന് അതിനായി ആശിക്കുന്ന ഓരോ അവസരത്തിലും അയാൾ അറിഞ്ഞിരുന്നു. മനുഷ്യന്റെ വിധിയാണിത്. ആരേയും പഴിച്ചിട്ടു കാര്യമില്ല. എങ്കിലും തൊഴുകൈയോടെ നിന്നുകൊണ്ട് അരൂപികളായ പിതൃക്കളോട് അയാൾ അപേക്ഷിക്കുന്നു:

"ഭൂതവും ഭാവിയും വർത്തമാനവും അറിയുന്ന ദൈവങ്ങളെ, ഈ അമ്പലത്തറയ്ക്കെന്നും തുണയായിരിക്കേണമേ! ഐശ്വര്യത്തിന്റെ മുത്തുമണികൾക്കൊണ്ടെന്റെ പത്തായങ്ങളെ നിറയ്ക്കേണമേ! എല്ലാത്തിനും ഞാൻ നന്ദിയുള്ളവനായിരിക്കും. ഇതാ കാണുന്നില്ലേ അവിടവുടെയായി നിങ്ങൾക്കു നിരത്തിവെച്ചിട്ടുള്ള നിവേദ്യങ്ങൾ. ദയവായി അവയെ സ്വീകരിച്ച് എന്നെ അനുഗ്രഹിച്ചാലും! ഇതിൽ കൂടുതലെന്തെങ്കിലും വേണോ? പറയിൻ. വേണ്ടതൊക്കെ ഞാൻ തരാം. പറയിൻ."

ചെല്ലോംപിള്ളയ്ക്കു പോകെപ്പോകെ സങ്കടമേറുന്നു. അയാൾ ചുവടുവച്ചു താളം പിടിച്ചുകൊണ്ട് തെക്കതിനെ വലംവയ്ക്കുന്നു. അതിനിടെ ഇടംകണ്ണിട്ട് ചുറ്റും നിരത്തിയിരിക്കുന്ന നാക്കിലകളിലേക്ക് അയാൾ നോക്കുന്നു. തുടർന്ന് രാത്രിയുടെ മനം കുളിർപ്പിക്കുന്ന ശംഖനാദം താഴ്വാരങ്ങളിലേക്ക് ഒഴുകിയെത്തുന്നു.

അപ്പോൾ മാറാന്തടത്തിന്റെ ആത്മാവ് ആരോടെന്നില്ലാതെ മന്ത്രിക്കുന്നു:

"ഈ വിളി ആരു കേൾക്കാൻ? നിന്റെ കൈകളിലെ ചോരക്കറയും, നിന്റെ ഉള്ളിലെ കുടിലതയും, നിന്റെ പോയകാലത്തിനുമീതെ വീണിരിക്കുന്ന പാപത്തിന്റെ കറുത്ത പാടുകളും, മായാത്തിടത്തോളംകാലം നിന്റെ ഊട്ട് പിതൃക്കളെങ്ങനെ സ്വീകരിക്കും?"

സാധാരണയായി ചെല്ലോംപിള്ള ഈ ആത്മഗതത്തെ ശ്രദ്ധിക്കാറില്ല. നിവേദ്യങ്ങളിലേക്ക് അഹന്തയോടെ നോക്കിനിന്നിട്ട്, അടുത്തദിവസം ആരെ എങ്ങനെ നേരിടുമെന്ന ചിന്തയോടെ മടങ്ങിപ്പോകുന്നു. അടുത്ത കാലത്തായി അയാളുടെ വിചാരങ്ങൾ മുഴുവനും ഉപദേശിക്കെതിരെ മാത്രമായിരുന്നു. തെക്കതിനുമുമ്പിൽ നിൽക്കുമ്പോൾ മാത്രമല്ല, മാറാന്തടത്തിൽ തന്റെ വിശാലമായ പറമ്പിലൂടെ നടക്കുന്ന പകലുകളിലുടനീളം, ഉണ്ണുമ്പോഴും അതിനുശേഷമുള്ള വിശ്രമവേളകളിലും, രാത്രി ഉറക്കത്തിനുമുമ്പുള്ള അനിവാര്യശാന്തിയിലും ചെല്ലോംപിള്ളയുടെ ബോധമാകെ ഇപ്പോൾ ഉപദേശി നിറഞ്ഞുനിൽക്കുന്നു. അണ്ണാക്കിൽ കുടുങ്ങിപ്പോയ ഒരു കരിന്തേൾകണക്കെ ആ വിചാരങ്ങൾ അയാളെ നിരന്തരം നോവിച്ചുകൊണ്ടിരുന്നു. രാത്രി പുലരുംമുമ്പ് നിവേദ്യങ്ങൾ കെഴക്കന്റെ കൊടി

ച്ചിപ്പട്ടി വന്നു നക്കിത്തുടയ്ക്കുന്നു. ശേഷിച്ചവയെ രാവിലെ കാക്കകളും കൊത്തിപ്പെറുക്കുന്നു. എന്നിട്ടും പിതൃക്കൾ ചെല്ലോംപിള്ളയെ കൈയറിഞ്ഞനുഗ്രഹിച്ചു. അയാളുടെ വയലുകൾ നൂറുമേനി വിളഞ്ഞു. അയാളുടെ തെങ്ങുകൾ കുലച്ച്, മണ്ട കനത്തു ഭൂമിയിലേക്കു വളഞ്ഞു. അയാളുടെ തളങ്ങളിലും നിലവറകളിലും ഐശ്വര്യം വന്നു കുമിഞ്ഞു.

"ഇതൊക്കെ ഞാളെ വെശർപ്പീന്നൊണ്ടാക്കിയതല്ലേ? എന്നെങ്കിലും ഒലിച്ചു പോവാതിരിക്കൂല്ല."

അയാളുടെ പെരുകിപ്പെരുകിവരുന്ന ഹുങ്കിൽ അരിശംപൂണ്ട പുലയർ പറഞ്ഞു. അവർ പറയുന്നതിൽ ഭാഗികമായ സത്യമുണ്ടെന്നു നിഷ്പക്ഷമതികളായ മാറാന്തടക്കാർ സമ്മതിച്ചിരുന്നു. കഴിഞ്ഞകാലകഥകൾ അത്രവേഗം ആർക്കും മറക്കാൻ കഴിയുന്നതല്ലല്ലോ. മാതുപിള്ളയിൽ നിന്നും ഭരണം ഏറ്റെടുക്കുമ്പോൾ, അമ്പലത്തറ 'അത്രപോന്ന' ഒരു തറവാടായിരുന്നില്ല. മാതുപിള്ളയുടെ കൈയിലിരിപ്പുതന്നെയായിരുന്നു കാരണം. കൂടെ നടന്നിരുന്ന ആശ്രിതന്മാരെ അമിതമായി അയാൾ വിശ്വസിച്ചുപോന്നു. കാട്ടുകുളം കൈയേറിയ വെളുത്ത അടക്കമുള്ള പുലയന്മാർക്കെതിരെ സന്ധിയില്ലാത്ത സമരമായിരുന്നുവല്ലോ മാതുപിള്ള നടത്തിവന്നിരുന്നത്. വിളക്കെന്നിക്കാർ ഇടയ്ക്കുവച്ച് അൽപ്പം തളർന്നിരുന്നതിനാൽ എല്ലാം മാതുപിള്ളയ്ക്ക് ഒറ്റയ്ക്കു നടത്തേണ്ടിവന്നു. അയാൾ പിന്മാറിയില്ല. കാലവും കാലത്തിന്റെ നിയമങ്ങളും തനിക്ക് എതിരാണെന്നറിഞ്ഞിട്ടും മാതുപിള്ള കുലുങ്ങിയില്ല. ഒടുവിൽ പരിസരങ്ങളെപ്പറ്റി ഉണർന്നപ്പോൾ, ആശ്രിതന്മാരുണ്ടായിരുന്നില്ല. അവർ കിട്ടാവുന്നതൊക്കെ കൈയിലാക്കി സ്ഥലംവിട്ടിരുന്നു. നാട്ടുകാർ പറയാറുണ്ട്. ചെല്ലോംപിള്ള ഭരണമേറ്റെടുക്കുമ്പോൾ അമ്പലം മാത്രമേ ഉണ്ടായിരുന്നുള്ളു. തറ ആണുങ്ങൾ കൈക്കലാക്കിയിരുന്നു. പിന്നീട് പിള്ളയാണ് തറവാടിനെ വീണ്ടും അമ്പലത്തറയാക്കിയത്.

"അയ് ജമ്മി കശ്ട്ടപ്പെട്ടൊണ്ടാക്കിയതല്ലേ ഈ കാണുന്നതെല്ലാം? അയിന് പെലേമ്മാരിക്കിത്ര അസൂയ എന്തെരിന്?"

അമ്പലത്തറയെപ്പറ്റിയുള്ള പുലയരുടെ അവകാശവാദങ്ങൾക്കെതിരെ സാധാരണ രോഷപ്പെടാറുള്ളത് ഊരാളികളായിരുന്നു. അതിന് കാരണവുമുണ്ട്. ചെല്ലോംപിള്ളയുടെ വെപ്പാട്ടികളിൽ അധികവും പണിക്കൻപൊറ്റയിലെ ഊരാളിച്ചികളായിരുന്നു. കിഴക്കുംപുറത്തും പടിഞ്ഞാറ്റുമുറിയിലും പണിക്കൻ പൊറ്റയിലുമായി അയാൾക്ക് അനേകം വെപ്പാട്ടികളുണ്ട്. രാപ്പകലെന്നില്ലാതെ അവരുടെ ഭവനങ്ങളിലേക്ക് അയാൾ മാറി മാറിച്ചെന്നിരുന്നു. അവിടെ കാണുന്ന ആരോടൊപ്പവും അയാൾ ശയിച്ചിരുന്നു. ആരാണെന്നു ശ്രദ്ധിക്കാറേയില്ല. പെണ്ണിനെ വേണമെന്നു തോന്നുമ്പോൾ ചെല്ലോംപിള്ളയ്ക്കൊരു പെണ്ണുവേണം. അത്രയേയുള്ളു. ആരോ ആയിക്കോട്ടെ. അയാൾ ചെന്നുകയറുന്ന ഭവനങ്ങൾക്കും അതിഷ്ടമായിരുന്നു. അകലെ ചെല്ലോംപിള്ളയുടെ തോർത്തു പുതച്ച ശിരസു കാണുമ്പോൾ, എറമ്പത്തും തിണ്ണയിലുമായി ചടഞ്ഞുകൂടിയിരിക്കുന്ന ആണു

ങ്ങൾ എന്തെങ്കിലും കാരണങ്ങളുണ്ടാക്കി സ്ഥലം വിടുന്നു. ഏതിനും ആ വീടുകൾ പിള്ളയുടെ സാമ്രാജ്യങ്ങളായിത്തീരുന്നു. അയാളുടെ സന്താനങ്ങൾ അനേകങ്ങളായി പെരുകി, മാറാന്തടത്തിന്റെ ശാപങ്ങളായി വളർന്നുവന്നിരുന്നു. പല കുട്ടികളും പറക്കമുറ്റിത്തുടങ്ങുമ്പോൾ നിഷേധിക്കപ്പെട്ട പിതൃത്വം മാത്രം കൈമുതലാക്കിക്കൊണ്ട് അമ്പലത്തറയിലെത്തുന്നു. അവരിലൊരാളെപ്പോലും ഏൽക്കാൻ പിള്ള തയാറാകുന്നില്ല. കൊട്ടിയമ്പലത്തിനുള്ളിൽപ്പോലും കടക്കാൻ അനുവദിക്കാറില്ല. അടിച്ചു പുറത്താക്കും. തന്തയ്ക്കു വിളിച്ചു പുലഭ്യം പറയും. അവർ തിരിഞ്ഞു പോകുന്ന അവസരങ്ങളിൽ അയാളുടെ മുഖത്തു നോക്കി 'അച്ഛാ, അച്ഛാ... കൂവേ അച്ഛാ' എന്ന് പരിഹസിച്ചു വിളിച്ചിരുന്നു. അതു കേൾക്കുമ്പോൾ അയാളുടെ സകല സംയമനങ്ങളും നഷ്ടപ്പെടുന്നു. കോപംകൊണ്ട് അന്ധനായിത്തീരുന്ന അയാൾ ഉരുളൻകല്ലുകൾ എടുത്തെറിഞ്ഞ് അവരെ വീഴ്ത്താൻ ശ്രമിക്കുന്നു. ചിലപ്പോൾ കൊട്ടിയമ്പലം ചാടിക്കടന്ന് കുറേ ദൂരത്തോളം സ്വന്തം മക്കളുടെ പിറകെ അയാൾ ഓടുകപോലും ചെയ്തിരുന്നു. കുട്ടികൾ ആരുംതന്നെ അതിനുശേഷം സ്വന്തം വീടുകളിലേക്കു മടങ്ങാറില്ല. അവർ മാറാന്തടത്തിന്റെ പുറങ്ങളിലൂടെ കട്ടും മോഷ്ടിച്ചും വ്യഭിചരിച്ചും മദ്യപിച്ചും വിഹരിച്ചുപോന്നു.

കാമം! ചെല്ലോംപിള്ളയെ സംബന്ധിച്ചിടത്തോളം അതൊരു ജന്മാന്തര ശാപമായിരുന്നുവെന്നു വേണം പറയാൻ. സൃഷ്ടിയുടെ സൂക്ഷ്മരേണുക്കളിലൂടെ അതിനിയും ജന്മങ്ങളിലേക്കു കൈമാറിക്കൊണ്ടേയിരിക്കും. പെണ്ണെന്നു കേട്ടാൽ ഭ്രാന്തുപിടിച്ചോടുന്ന നിരവധി ചെല്ലോംപിള്ളമാർക്ക് ജന്മം നൽകുകയും ചെയ്തേക്കും. നിസ്സഹായരായ ചെല്ലോംപിള്ളമാർ മാറാന്തടത്തിന്റെ ജനസഞ്ചയത്തിനു മീതെ പെരുകിക്കൊണ്ടേയിരിക്കും.

"പ്രായംതികഞ്ഞ മക്കളുള്ളവനല്ലേ? ഇനിയെങ്കിലും മരിയാദയ്ക്കു നടക്കാൻ പാടില്ലേ?"

തറവാടുകളിലെ സ്ത്രീകൾ അയാളെപ്പറ്റിയുള്ളകഥകൾ കേൾക്കെ പരസ്പരം പറഞ്ഞു.

"ആ കുരുടിപ്പെണ്ണിനെ ഓർത്തെങ്കിലും അയാൾക്കൊന്നടങ്ങിയിരുന്നൂടേ? ഇപ്പോത്തന്നെ എത്തറയെണ്ണമായി?"

മാറാന്തടത്തിന്റെ സീമകളെ അതിലംഘിക്കുന്ന പറമ്പുകളും, അപാരതയോളം നീണ്ടുകിടക്കുന്ന വയലുകളും, ആവശ്യത്തിനു പെണ്ണും ഉണ്ടായിരുന്നെങ്കിലും ചെല്ലോംപിള്ളയുടെ മനസ്സ് സ്വസ്ഥമായിരുന്നില്ല. നിരവധി വ്യഥകൾ വിടാതെ അയാളെ പിടികൂടിയിരുന്നു. ഏറ്റവും ഭാരമേറിയതായിരുന്നു വിശാലം. രണ്ടാം വേളി കാർത്യാനിയിൽ ജനിച്ച ഒരേയൊരു മകളാണ്. മൂന്നുപേർക്കുകൂടി കാർത്യാനി ജന്മം നൽകിയിരുന്നു. മൂന്നും ഇരുപത്തെട്ടു കെട്ടാനുള്ള യോഗംപോലുമില്ലാതെ അമ്പലത്തറയോടു യാത്രപറഞ്ഞു. മച്ചിയായ മൂത്തഭാര്യയെ ചെല്ലോംപിള്ള അടിച്ചു പുറത്താക്കുകയാണുണ്ടായത്. ആകെയുള്ളതാണ് വിശാലം. അവളാകട്ടെ

പിറവിയിൽത്തന്നെ അന്ധയുമായിരുന്നു. ഇഴഞ്ഞുനടക്കാൻ പ്രായമുള്ളപ്പോഴാണ് ചെല്ലോംപിള്ള അറിയുന്നത്. കൈകൊണ്ട് ഇരുപത്തെട്ടുകെട്ടാൻ ഭാഗ്യമുണ്ടായ കുട്ടിയുടെ കണ്ണുകളടഞ്ഞിരിക്കുന്ന കാര്യം. കണ്ടാലങ്ങനെ തോന്നുകയില്ല. പിള്ള കാത്തിരുന്നു. ചിലപ്പോൾ എല്ലാം നേരേയായേക്കും. അയാൾ നീലകേശിക്കും, തീണ്ടലുള്ള ഭഗവതിക്കും, കെഴക്കന്റെ കരിങ്കാളിക്കും നേർച്ചകൾ നേർന്നു. തെക്കതിൽ പിതൃക്കളെ വിളിച്ചുവരുത്തി കരഞ്ഞുകൊണ്ടപേക്ഷിച്ചു. കൗമാരമെത്തിയിട്ടും വിശാലം ചോദിച്ചുകൊണ്ടേയിരുന്നു, പകലിന്റെ നിറമെന്താണെന്ന്. അമ്മ അവളുടെ സന്ദേഹങ്ങൾ കേട്ട് തേങ്ങലമർത്തി. ചെല്ലോംപിള്ള മൂകനായി പരമ്പരകളെ പഴിച്ചു. കാർത്യാനി മരിച്ചു. അമ്പലത്തറ തറവാടിന്റെ വിസ്തൃതമായ നിലവറകളിലൂടെ, പത്തായപ്പുരകളിലൂടെ, മുറ്റങ്ങളിലൂടെ തപ്പിത്തടഞ്ഞു നടന്നു വിശാലം വളർന്നു. അവളെ സംബന്ധിച്ചിടത്തോളം ലോകമെന്നത് അവൾക്കു നടന്നെത്തിപ്പെടാൻ കഴിയുന്ന ചുരുങ്ങിയ ചുറ്റളവു മാത്രമായിരുന്നു. അവിടെ അവളെക്കൂടാതെ മറ്റൊരു പ്രജകൂടിയുണ്ട്. അവളുടെ അച്ഛൻ. അവൾക്ക് എല്ലാമായിരുന്ന ചെല്ലോംപിള്ള. ഒരു മകളെന്നതിലുപരി അയാൾക്കവളോട് അനേകം ഇഷ്ടങ്ങളുണ്ടായിരുന്നു. മറ്റാരുമായി സംസാരിക്കുവാനോ പഴകുവാനോ പിള്ള അവളെ അനുവദിച്ചിരുന്നില്ല. പലപ്പോഴും നിലവറകടന്നു പുറത്തുപോകാനുള്ള അനുവാദം പോലും അവൾക്ക് നിഷേധിക്കപ്പെട്ടിരുന്നു. അയാളവളോടു പറഞ്ഞു: "നീ ഇരുട്ടിന്റെ സന്തതിയാണ്. ഇരുട്ടിൽ പടർന്നുവളരുവാനാണ് നിന്റെ വിധി. നീ വെളിച്ചത്തേയോ വെളിച്ചം നിന്നേയോ കാണരുത്. പാപമാണത്." പിള്ള പണിക്കാരോടും ആവർത്തിച്ചു പറഞ്ഞിരുന്നു: "ആരും വിശാലത്തോടു സംസാരിച്ച് അവളെ ശല്യപ്പെടുത്തരുത്. അവളെ ഒറ്റയ്ക്കു വിട്ടേക്കുക. അവിടെയിരുന്നുകൊണ്ട് അവൾക്കു കാണാൻ കഴിയുന്നതെന്തും കണ്ടോട്ടെ. കേൾക്കാൻ കഴിയുന്നതെന്തും കേൾക്കട്ടെ." അതിനാൽ ആരുംതന്നെ അവളെ ശല്യപ്പെടുത്തിയിരുന്നില്ല. അവൾ ആരെയോക്കെയോ വിളിച്ചു. ആരും ഓടിയെത്തിയിരുന്നില്ല.

വിശാലത്തിനു രാപ്പകലുകളില്ലാതായിത്തീർന്നു. പലപ്പോഴും പത്തായപ്പുരയുടെ പടിഞ്ഞാറേ ജാലകത്തിൽ മുഖംകാട്ടി നിൽക്കുന്നു. വടവുക്കരിയിൽനിന്നും കുന്നുകയറിയിറങ്ങിവരുന്ന കാറ്റേറ്റ് അവൾ പുളകമണിഞ്ഞിരുന്നു. എന്നിട്ട് നിശബ്ദത തുറിച്ചുനിൽക്കുന്ന അകായിയിലൂടെ കൈകൾ നാലുചുറ്റും പരതിക്കൊണ്ടു ചുറ്റിനടക്കുന്നു.

ഒരിക്കൽ ചെല്ലോംപിള്ള പുറത്തേക്കിറങ്ങിയപ്പോൾ വിശാലം പിന്നിൽ നിന്നു വിളിച്ചു. അയാൾ മടങ്ങിവന്നു. എന്താണെന്നു ചോദിച്ചു.

"അച്ഛാ!" അവൾ പറഞ്ഞു: "ഞാനും കൂടി വരട്ടോ?"

"എങ്ങോട്ട്?"

"അച്ഛന്റെകൂടി."

"വേണ്ട. നെനക്കതിനു പറഞ്ഞിട്ടില്ല. അവുടെയെവുടെങ്കിലും അടങ്ങിയിരുന്നോ."

അതിൽപ്പിന്നെ വിശാലം അത്തരമൊരാഗ്രഹം പ്രകടിപ്പിച്ചില്ല. എങ്കിലും അവൾ പലപ്പോഴും പുറമാകെ ചുറ്റിനടന്നിരുന്നു. അപരിചിതവും രൂപരഹിതവുമായ ഭൂമികളിലൂടെ വിശാലം കയറിയിറങ്ങി. അവൾ ആരോടൊക്കെയോ വർത്തമാനം പറഞ്ഞു. ആർക്കോവേണ്ടി ഉറക്കെ പാട്ടുപാടി. എന്തിനോ ആയി കരയുകയും ചെയ്തു. മാറാന്തടക്കാർക്ക് വിശാലത്തിനോടു സഹതാപമായിരുന്നു. അവളുടെ വിധിയെ ഓർത്ത് അവർ വല്ലപ്പോഴുമൊക്കെ സങ്കടപ്പെട്ടിരുന്നു. അതുകൊണ്ടാണ് ചെല്ലോംപിള്ളയുടെ രാത്രികളെപ്പറ്റിയുള്ള കൗതുകമുളവാക്കുന്ന കഥകൾ കേൾക്കുമ്പോഴൊക്കെ അവർ അവളെ ഓർത്തുപോന്നിരുന്നത്.

"തെമ്മാടി, ജാതിയുടെ മാനംകെടുത്തും!"

സമാജംയോഗത്തിൽ കാരണവന്മാർ പുച്ഛിച്ചു. ആരും അതിനു സമാധാനം പറഞ്ഞിരുന്നില്ല. ചെല്ലോംപിള്ള സമാജത്തെ സംബന്ധിച്ചിടത്തോളം മുഖ്യനാണ്. എന്തൊക്കെ കന്നംതിരിവുകൾ പ്രവർത്തിച്ചിരുന്നാലും അയാൾ സമാജത്തെ ധിക്കരിച്ചിരുന്നില്ല. അക്കാര്യം ആരുംതന്നെ അംഗീകരിച്ചുവരുന്നതുമായിരുന്നു. ഏതു തറവാട്ടിലും അയാൾക്കു പ്രവേശമുണ്ടാകുവാൻ ഹേതുവും ഇതുതന്നെയായിരുന്നു.

ഒരിടത്തൊഴിച്ച്.

ചെല്ലോംപിള്ളയ്ക്കുമുമ്പിൽ ഒരു തറവാടിന്റെ കൊട്ടിയമ്പലം മാത്രം എന്നെന്നേക്കുമായി വലിച്ചടയ്ക്കപ്പെട്ടിരുന്നു.

മുനമ്പത്തുവീട്ടിൽ!

അവിടേക്കൊന്നു മുഖംതിരിച്ചു നോക്കാൻപോലും ചെല്ലോംപിള്ള ഭയന്നിരുന്നു.

"മേലാലിവിടെ കയറിയാൽ തന്റെ നെഞ്ചു കുത്തിപ്പിളർന്നുകളയും ഞാൻ!"

ശേഖരപിള്ളയുടെ ശബ്ദം ഒരിടിയൊച്ചപോലെ ചെല്ലോംപിള്ളയുടെ കാതുകളിൽ സദാസമയവും മുഴങ്ങിയിരുന്നു. കരണത്തേറ്റ പൊള്ളുന്ന പാടുകൾ മനസിലേക്ക് ഇഴഞ്ഞിറങ്ങിയിരിക്കുന്നു. ഒരിക്കലും ഉണങ്ങാത്തവിധം ആഴങ്ങളിലേക്കുപോലും അതു വിണ്ട് ഇറങ്ങിയിരിക്കുന്നു. ദിവസങ്ങൾ ചെല്ലുന്തോറും മുറിവായ വലുതായിക്കൊണ്ടിരിക്കുന്നു.

വേണ്ടതില്ലായിരുന്നു.

പിന്നീടുള്ള ഓരോ സായാഹ്നങ്ങളിലും പിള്ള ഓർത്തുപോകുന്നു. ആരെയാണു കുറ്റംപറയേണ്ടത്? ആ സായാഹ്നത്തിന്റെ മുഴുവൻ ഭാരവും ഏറ്റെടുക്കുവാൻ പിള്ള തയാറല്ല. അമ്പലത്തറവിട്ടിറങ്ങുമ്പോൾ തീരുമാനിച്ചിരുന്നത് മേടപ്പെരയിൽ ഭാസ്ക്കരനെ കാണാനായിരുന്നു. അവിടേക്കു നടക്കുകയുമായിരുന്നു. അതിനിടയ്ക്കാണ് ആരോ പ്രേരിപ്പിച്ചിട്ടെന്നപോലെ ചുവട്ടടികൾ മറ്റൊരു വഴിത്താര തേടി മാറിച്ചവുട്ടിയത്. പിള്ള അതറിഞ്ഞിരുന്നില്ല. ഒടുവിൽ മുനമ്പത്തു വീടിന്റെ കൊട്ടിയമ്പലം കവച്ചുകടക്കുമ്പോൾ അത്ഭുതമാണു തോന്നിയത്. എങ്ങനെ ഇവുടെയെത്തിപ്പെട്ടു?

കിഴക്കു വശത്ത് കിണറ്ററുകിൽ സുഭദ്രപിള്ള നിൽക്കുന്നു. ചെല്ലോം പിള്ള അവരെ കണ്ടു.

"ശേകരാ!" പിള്ള വിളിച്ചു.

"ഇവുടെയില്ല. പൊറത്തെങ്ങോ പോയിരിക്കുന്നു."

"ആര്, സുഭദ്രയോ!" പിള്ള നടവഴിയിറങ്ങി മുറ്റത്തേക്കു നടന്നു. പേടിയുടെ ചെറുപൊരികൾ അവരുടെ തൊലിപ്പുറത്തു പറന്നുവീണു. അവർ അമ്പരപ്പോടെ ചുറ്റും നോക്കി. ആരാണ് നടന്നുവരുന്നത്? അമ്പലത്തറ ചെല്ലോംപിള്ളയാണ്. ചുറ്റും കിതയ്ക്കുന്ന സന്ധ്യ. പരിസരങ്ങൾ വിജനം.

"ഇവുടത്തെ ആള് കൊറേക്കഴിഞ്ഞേ വരൂ!" ചിരിക്കാൻ ശ്രമിച്ചു കൊണ്ട് സുഭദ്രപിള്ള പറഞ്ഞൊപ്പിച്ചു. അവരുടെ വാക്കുകളിൽ ഒരു ക്ഷണത്തിന്റെ കാതരമായ സ്വരമുണ്ടോ? ചെല്ലോംപിള്ള മുറ്റത്തു നിന്നു കൊണ്ട് ചികഞ്ഞുനോക്കി. ഉണ്ട്. അയാൾ തീരുമാനിച്ചു. അയാളതിൽ കയറിപ്പിടിച്ചു.

"കൊറേ എന്നു പറഞ്ഞാ, കൊറേക്കഴിയുമോ?"

"എന്നുംപറഞ്ഞാണ് വൈയ്യുന്നേരം നടയെറങ്ങിയത്."

സന്ധ്യ പിടച്ചുപോയി!

എന്താണു നടന്നതെന്ന് സുഭദ്രപിള്ള മനസിലാക്കുംമുമ്പ് ചെല്ലോം പിള്ള കിണറ്റിൻകരയിലെത്തിയിരുന്നു. അവരോടി അടുക്കളയിലേക്കു കയറി. അവിടെനിന്നും ഉള്ളുമുറിയുടെ വാതിൽ തള്ളിത്തുറന്നു ഞെരിഞ്ഞകത്തുകടന്നു. അതാ തൊട്ടുപിന്നിൽ ചെല്ലോംപിള്ള. അയാളുടെ ഉടുമുണ്ടെവിടെ? ശപ്പൻ! സുഭദ്രപ്പിള്ള കണ്ണുപൊത്തി. നിലവിളിച്ചു അയാൾ സുഭദ്രപ്പിള്ളയെ ക്ഷണിച്ചു. ആ നിൽപ്പിൽ നിന്നുകൊണ്ട് പ്രലോഭനങ്ങൾ വാരിച്ചൊരിഞ്ഞു. കരയുന്ന സ്വരത്തിൽ അയാൾ തുടർന്നും തുടർന്നും അഭ്യർഥിച്ചു. മറുപടിയില്ല. ഇച്ഛാഭംഗത്തോടെ ഉടുമുണ്ടു തിരയുവാനായി തിരിഞ്ഞതായിരുന്നു.

മുന്നിൽ ശേഖരപിള്ള. മരണപ്പാറയോളം ഉയരമുള്ള ഒരു ശേഖര പിള്ള!

"എടുക്കെടാമുണ്ട്."

"എടുക്കാം."

"ഫ! എടുക്കെടാ!"

"ശേകരാ, എന്നെ കൊല്ലല്ല്."

ചെല്ലോംപിള്ള നച്ചെലിയെപ്പോലെ നിന്നു വിറച്ചു. എവിടെനിന്നോ മുണ്ടു തേടിപ്പിടിച്ചുയർന്നതും...

"ഇതോർമയിലിരിക്കട്ട്!"

ചെന്നിയിലൂടെ ഒരു മിന്നൽപ്പിണർ പുളഞ്ഞിറങ്ങി. തിരിഞ്ഞു നിൽക്കാതെ ഓടി. അതിൽപ്പിന്നെ മുനമ്പത്തുപടി ചെല്ലോംപിള്ള ചവിട്ടിയിട്ടില്ല. പോകാനായി നിരവധി അവസരങ്ങളുണ്ടായിട്ടും പിള്ള പോയില്ല.

"അച്ഛാ!"

രാവിലെ പുറത്തിറങ്ങാതെ ചുരുണ്ടുകൂടിക്കിടക്കുന്ന ചെല്ലോംപിള്ളയെ വിശാലം വിളിച്ചുണർത്തി. എന്നും അതികാലേതന്നെ പുറത്തിറങ്ങുന്ന സ്വഭാവക്കാരനാണയാൾ. കണ്ണെത്താത്തിടത്തോളം കിടക്കുന്ന പുരയിടങ്ങൾ നോക്കാൻ മറ്റാരേയും ഏർപ്പെടുത്തീട്ടില്ല. പകൽ മുഴുവനും അയാൾ സ്വന്തം ഭൂമിയോടും, ഭൂമിക്കു സ്വന്തമായ എല്ലാത്തിനോടും സല്ലപിച്ചുകൊണ്ട് ചുറ്റിനടക്കുന്നു. അതിരുകൾക്കുള്ളിൽ ഏതെങ്കിലുമൊരു തല കണ്ടാൽ, കൈയിൽ കിട്ടുന്നതെന്തായാലും വേണ്ടില്ല, വലിച്ചെറിയും. എത്രയോ തവണ പൊട്ടി ചോരയൊഴുകുന്ന തലകൾ അയാളുടെ മുന്നിലൂടെ വിരളിച്ചോടിപ്പോയിരിക്കുന്നു! അയാളൊന്നിനും തന്നെ ദണ്ഡപ്പെടുകയോ, പശ്ചാത്തപിക്കുകയോ ചെയ്തിരുന്നില്ല.

"അച്ഛനിന്നു പെരേടം നോക്കാമ്പോണില്ലേ?"

വിശാലം ചോദിച്ചു. പിള്ള കേട്ടില്ലെന്നു തോന്നുന്നു. അയാളാ കിടപ്പു തുടരുകയാണുണ്ടായത്. പത്തായപ്പുരയിലേക്ക് അരിച്ചെത്തിയ പ്രഭാത വെളിച്ചവും പകലിന്റെ ആരവാരങ്ങളും പിള്ളയെ വിളിച്ചുണർത്തുവാൻ ശ്രമിച്ചു. അയാളനങ്ങിയില്ല. കൈത്തണ്ടകൾ കൂട്ടിപ്പിണച്ചു തലയിണയാക്കി അയാൾ മലർന്നു കിടന്നു.

"പെലയാടിമോളെ, അവുടെവുടേങ്കിലും അടങ്ങിയിരുന്നൂടെ?"

സഹികെട്ട ചെല്ലോംപിള്ള പറഞ്ഞു. അയാളുടെ ഒച്ച ഒരലർച്ചയുടെ വക്കോളമെത്തിയിരുന്നു. വിശാലം കുറേനേരം മൂകയായി ഇരുന്നു. അവൾ ആയിരം കണ്ണുകൾകൊണ്ട് അച്ഛനെ തുറിച്ചുനോക്കി. അടഞ്ഞ കണ്ണുകളുടെ മുനകളിൽനിന്നും, ജലമണികളുരുണ്ട് താഴേക്കുതിർന്നു. കുറേനേരം കൂടി കാത്തിരുന്നിട്ട് അവൾ തപ്പിത്തടഞ്ഞു നിലവറയിലേക്കു പോയി.

മറ്റൊരവസരത്തിലായിരുന്നെങ്കിൽ പിള്ള ഉടൻതന്നെ ചാടിയെഴുന്നേൽക്കുമായിരുന്നു. അവളെപ്പിടിച്ചു മടിയിലിരുത്തി സാന്ത്വനപ്പെടുത്തിയേനെ.

പ്രാകൃതവും ശ്ലഥവുമായ നിരവധി ചിന്തകളുടെ പിടിയിലായിരുന്നു അയാൾ. സഹസ്രങ്ങളോളം നീരാളിക്കൈകൾ നീട്ടി അവ അയാളുടെ ഉണർച്ചയെ അള്ളിക്കീറാൻ തുടങ്ങിയിരുന്നു.

ഉപദേശി പള്ളി പണിതിരിക്കുന്നു!

പള്ളിയിൽ ആരാധന തുടങ്ങിയിരുന്നു! ഞായറാഴ്ചനാളുകളിൽ പള്ളിത്തറയിലേക്ക് ആളുകൾ സംഘം സംഘമായി പോകാറുണ്ടെന്നല്ലേ കുഞ്ഞപ്പി പറഞ്ഞത്? കാട്ടുകുളത്തേയും പുലയർ കൂട്ടത്തോടെ മതംമാറിക്കൊണ്ടിരിക്കുന്നു. കോന്നനും വേലുവും ചെല്ലനുമൊക്കെ, ദാവീദും മോശയും ഹാബേലുമായിത്തീർന്നിരിക്കുന്നു. ഉപദേശിയുടെ പിടി മാറാന്തടത്തിനു മീതെ മുറുകിക്കൊണ്ടിരിക്കുന്നു. മരണപ്പാറയെക്കാളുയരത്തിൽ അയാൾ വളർന്നുകൊണ്ടേയിരിക്കുന്നു. എല്ലാത്തിനും പിന്നിൽ ശേഖരൻ!

തളത്തിൽ ചുരുണ്ടുകൂടിക്കിടന്നുകൊണ്ട് ചെല്ലോംപിള്ള ആത്മഗതം ചെയ്തു. അതോർത്തപ്പോൾ ഒരു പഴയ സായംസന്ധ്യയുടെ കല്ലിച്ച ഓർമ

യിലേക്കയാൾ വീണു. പെട്ടെന്നയാൾ കരയേറുകയും ചെയ്തു. എങ്കിലും അയാൾക്കു കൊതിയൂറി. അടുത്തകാലത്ത് മുടിപ്പുരയിൽ തൊഴുതുവരുകയായിരുന്ന സുഭദ്രയെ പിള്ള കണ്ടിരുന്നു, തടിച്ചു താഴംപൂവിന്റെ നിറമായിരിക്കുന്നു. ഇറുകിയ ജമ്പറിനും, മുറുക്കിയുടുത്തിരുന്ന കോടി മുണ്ടിനുമിടയിൽ പുറത്തേക്കുന്തിക്കിടന്നിരുന്ന മാംസളതയിലേക്ക് ഒരാഭാസനെപ്പോലെ പിള്ള നോക്കിനിന്നു. ശേഖരാ, നീ ഭാഗ്യമുള്ളവൻ തന്നെ!

"എത്തറനാളൂടി അങ്ങത്ത ഇതൊക്കെ നോക്കിയിരിക്കും?"

അമ്പലത്തറമുറ്റത്ത് തലേദിവസം അയ്യാവുവാത്തി പ്രത്യക്ഷപ്പെട്ടിരുന്നു. വാത്തി ആവർത്തിച്ചു ചോദിച്ചു. ചെല്ലോംപിള്ളയ്ക്കു മറുപടിയുണ്ടായില്ല.

"ഇവുടത്തെ വലിയവീട്ടിലെ അങ്ങത്തമാരുക്കൊക്കെ പെലേമ്മാരു ക്രിസ്യാനികളാകണതിലും ജഗോവ ദൈവമാകണതിലും ഒരു വിരോദവുമില്ലേ?"

"ഇല്ലെന്നാരെങ്കിലും പറഞ്ഞോ അയ്യാവു?"

"പച്ചേങ്കി പ്രവർത്തീലതല്ലേ കാണണത്?"

"എന്തെരു ചെയ്യണോന്നു നീ പറ അയ്യാവു. നീയാണ് വാത്തി."

"ഇങ്ങനെ പോയാല് ദേവി പട്ടിണിയിലാവും. പെലേമ്മാര് വരാതിരുന്നാല് ആരു പടക്കകള് വെക്കും? പിടിനെല്ലും എളനീരും ആരു തരും?"

"ഒരുത്തനും വരാതായോ?"

"ചെലെരൊക്കെ വരണൊണ്ട്. പച്ചേങ്കി കൊറേക്കഴിയുമ്പഴ് അവരും വരാതാവും."

"അവമ്മാരെ വെലക്കാം."

"അതു നടക്കൂലാ. ഒവതേസിയെ മറുത്ത് അവമ്മാരൊന്നും ചെയ്യൂല. ഇപ്പത്തന്നെ നാലഞ്ചു പെലയമ്മാര് ഇംകിലീസു പടിക്കാൻ തൊടങ്ങിയിരിക്കണ്."

അതുകേട്ടു പിള്ള ഒന്നു നടുങ്ങി.

"മച്ചോട്ടുപള്ളിക്കൊടത്തിലോ?'

മച്ചോട്ടു നായർസമാജം നടത്തിവരുന്ന ഒരു പള്ളിക്കൂടമുണ്ട്. അവിടെ നായർകുട്ടികൾ മാത്രമാണ് പഠിച്ചുവരുന്നത്. സർക്കാർ നിയമമുണ്ടായിരുന്നെങ്കിലും അവിടെ പുലയരെ ചേർത്തിരുന്നില്ല. പഠിക്കുവാനവർക്ക് താൽപ്പര്യമില്ലായിരുന്നു എന്നു പറയുകയാവും കുറേക്കൂടി ശരി.

"അല്ല." —അയ്യാവുവാത്തി തുടർന്നു.

"അങ്ങു കെയക്ക് പട്ടണത്തിലെവുടെയോ ആണ്. കൊണ്ടുപോയതും ചേർത്തതുമെല്ലാം ഒവതേസിതെന്നെ. ചെലവൊക്കെ അയാളു നോക്കുംപോലും!"

ചെല്ലോംപിള്ള ആഴമേറിയ ചിന്തയിലാണ്ടിറങ്ങി. അയാൾ വിചാരിച്ചതിലുമപ്പുറം കാര്യങ്ങൾ നീങ്ങിയിരിക്കുന്നു. ഏതൊരു നായർകുട്ടിയുണ്ട് പട്ടണത്തിൽ പോയി പഠിക്കുവാൻ കഴിവുള്ളവരായി? അയാളുടെ പല്ലു

കൾ തമ്മിൽ കൂടി ഞെരിഞ്ഞു. അയാൾ ശേഖരപിള്ളയെ കണ്ടു. ഉപദേശിയുടെ ചുമലിൽ കൈയുമിട്ടുകൊണ്ട് തമാശകൾ പറഞ്ഞു പൊട്ടിച്ചിരിക്കുന്ന ശേഖരൻ.

"നീ പൊക്കോ. ഒക്കെ ഞാൻ നോക്കിക്കോളാം. ഇന്നുതന്നെ അധികാരിയെ കാണാം. പോരേ!"

അയ്യാവുവാത്തി പോകാനായി തിരിഞ്ഞപ്പോൾ ചെല്ലോംപിള്ള പിന്നിൽ നിന്നു വിളിച്ചു. വാത്തി മടങ്ങിവന്നു.

"പണിക്കൻപൊറ്റേലാരെങ്കിലും ക്രിസ്യാനിയായിട്ടൊണ്ടോ വാത്തീ?"—പിള്ള ചോദിച്ചു.

"അതു കൈയിലിരിക്കട്ട്. അവുടെ തൊട്ടുകളിച്ചാ കാര്യം വേറെ."

വാത്തി വീരവാദം പറഞ്ഞു.

"നീ സൂക്ഷിച്ചോളണം."

ഇല്ലെന്നുറപ്പുപറഞ്ഞിട്ടു വാത്തി പോയി. അപ്പോഴേക്കും സന്ധ്യയായിക്കഴിഞ്ഞിരുന്നു. ഉടനെ അധികാരിയെ കാണാൻ പോകേണ്ടതില്ലെന്നു തീരുമാനിച്ചു. ഒറ്റയ്ക്കു പോകുന്നതും ശരിയല്ല. കിട്ടാവുന്നവരെയൊക്കെ കൂട്ടണം. അതിന്നായി ഏതൊക്കെ വീടുകളിൽ കയറിയിറങ്ങണമെന്നു പോലും പിള്ള തീരുമാനിച്ചു. ഒരു വീട്ടിൽ മാത്രം പോകാൻ കഴിയില്ല.

വേണ്ട.

പിള്ള തീരുമാനിച്ചു. ഇതൊരവസരമാണ്. ശേഖരനെതിരായി നായന്മാരെ ചേർക്കുക. ഉപദേശിക്കെതിരേയുള്ള ഏതൊരു യുദ്ധവും, ശേഖരനെതിരെയുള്ളതുംകൂടിയാണ്. ഉപദേശിയുടെ തോൽവി ശേഖരന്റേതും കൂടി ആയിരിക്കും.

ശേഖരനെ ഒതുക്കുക. അവസാനയുദ്ധമാണിത്! എല്ലാം തീരുമാനിച്ചുറച്ചിട്ടാണ് രാത്രി ഉറക്കപ്പായയിലേക്കു വീണത്. പുലർന്നപ്പോൾ പത്തായപ്പുരയിൽ നിന്നനങ്ങുവാൻ കഴിയുന്നില്ല. തലേദിവസത്തെ തീരുമാനങ്ങൾ തന്നെ തിരിഞ്ഞാക്രമിക്കുവാൻ തുടങ്ങിയിരിക്കുന്നു. എന്താണു വേണ്ടത്? വിശാലത്തിന്റെ വിളിയെ അവഗണിച്ചു കിടക്കുമ്പോൾ പിള്ളയുടെ അകംനിറഞ്ഞ ആ ചോദ്യം മുഴങ്ങിക്കൊണ്ടിരുന്നു.

17

വങ്ങേനി ഏലായിൽ കളയെടുപ്പിന്റെ കാലമാണ്. ഇടവപ്പാതി പെയ്തു തോർന്നിരുന്നില്ല. ആകാശം അപ്പോഴും മൂടിക്കെട്ടിക്കിടന്നിരുന്നു. തോടിന്റെ ഇരുഭാഗങ്ങളിലുമായി നിരന്നുകിടക്കുന്ന പാതി വളർന്ന വയലുകളിൽ പുലച്ചികളും ഊരാളിച്ചികളും നിരയായി നിന്നു കളപറിക്കുന്നു. പല പാടങ്ങളിലും ചെളിയുണ്ടായിരിക്കും. അതിനാൽ വേഷ്ടികൾ അൽപ്പം ഉയർത്തി മടക്കിക്കുത്തിയിട്ടാണ് അവർ പണിയിലേർപ്പെട്ടിരുന്നത്. അവരുടെ കറുത്തതെങ്കിലും വണ്ണിച്ചുരുണ്ട തുടകൾ കൗതുകകരമായ ഒരു ദൃശ്യമാണ്. അതു കാണാനായി തറവാടുകളിലെ മൂപ്പെ

ത്താത്ത കുമാരന്മാർ വരമ്പുകളിലും മറ്റും ചുറ്റിത്തിരിയുക സാധാരണ മാണ്. പുലച്ചികളും മറ്റും അതറിഞ്ഞിരിക്കുന്നു. കുമാരന്മാരുടെ കണ്ണു കൾ പാറി നടക്കുന്നത് എവിടെയൊക്കെയാണെന്നും അവരറിഞ്ഞിരിക്കു ന്നു. പലപ്പോഴും അവരിൽ ചിലർ മനഃപൂർവം ഉടുമുണ്ട് വലിച്ചുകയറ്റി ക്കുത്താറു പതിവാണ്. ഏലായുടെ കരകളിൽപ്പോലും അവരുടെ കിന്നാ രങ്ങളുടെ അലയൊച്ച എത്തിപ്പെട്ടിരുന്നു. കൊച്ചുകൊച്ചു സുഖങ്ങളു ടേയും കൊച്ചുകൊച്ചു ദുഃഖങ്ങളുടേയും ചായംപിടിപ്പിച്ച പയ്യാരങ്ങൾ. അതിൽ അസൂയയുടേയും പകയുടേയും വിദ്വേഷങ്ങളുടേയും വൃത്താ ന്തങ്ങൾ തീരെ കുറവായിരുന്നു.

ആദ്യകാലങ്ങളിൽ പുലച്ചികൾ മാത്രമേ വയൽപ്പണിക്കിറങ്ങിയിരു ന്നുള്ളു. തങ്ങളുടെ ഒരു ജന്മാവകാശംപോലെയായിരുന്നു ഭൂമിക്കുമീതെ യുള്ള അധ്വാനത്തെ അവർ കരുതിയിരുന്നത്. അന്ന് ഊരാളിച്ചിയുടെ സ്ഥാനം തറവാടുകളുടെ വടക്കേപ്പുറങ്ങളിലായിരുന്നു. അവിടെ അവർ സമ്പന്നമായ ഒരു ജീവിതമാണു നയിച്ചുവന്നിരുന്നത്. അനന്തൻപിള്ള യുടെ കാലശേഷം സ്ഥിതിഗതികളാകെ മാറുകയുണ്ടായി. തറവാടുകൾ പലതും തകർന്നു. കാരണവന്മാർ വിളറിപൂണ്ട് ഓടിനടന്നു. എങ്ങനെ യെങ്കിലും ഒന്നു താങ്ങിനിർത്താൻ കഴിഞ്ഞില്ല. കാലത്തിന് അലിഖി തവും. നിയതവുമായ ചില നിയമങ്ങളുണ്ട്. അതിനെതിരേയുള്ള യാതൊ രപ്പീലും കാലത്തിനും സ്വീകാര്യമാകാറില്ല. തറവാടുകൾ തകരുകമാത്ര മല്ല, കുളംകോരപ്പെടുകകൂടി ചെയ്തു. ഐശ്വര്യം സദാനേരവും അടകി ടന്നിരുന്ന മുറ്റങ്ങളിലേക്ക് മൂശേട്ട കയറിക്കൂടി. ദാരിദ്ര്യവും ക്ലേശങ്ങളും പെരിക്കാലനട്ടകളെപ്പോലെ തറവാടുകളുടെ ഉള്ളറകളിലേക്കിഴഞ്ഞു കയറി. അഗതികളുടെ കൂടാരങ്ങളായിത്തീർന്ന തറവാടുകളിൽനിന്നും പ്രായം തികഞ്ഞ പെൺകുട്ടികൾ പുറത്തിറങ്ങി. ക്ഷയം തീണ്ടാത്ത തറ വാടുകളിലെ വീടുപണികളേറ്റെടുത്തു. അതോടെ ഊരാളിച്ചികൾക്കു സ്ഥാനം നഷ്ടമായിത്തുടങ്ങി. ക്രമേണ അവരൊന്നടങ്കം തറവാടുക ളിൽനിന്നും പുറത്തായി. അങ്ങനെയായിരുന്നു അവരിൽ പലരും പറമ്പു കളിലും പാടങ്ങളിലും അഭയം തേടിയത്. വെയിലെന്നില്ലാതെ, മഴയെ ന്നില്ലാതെ മറ്റുള്ളവരോടൊപ്പം നിന്നു ഞാറുനടുകയും കളയെടുക്കുകയും കറ്റമെതിക്കുകയുംചെയ്തു. അപ്പോഴും അവർ തങ്ങളുടെ പഴമ്പുരാണം പറച്ചിൽ നിർത്തിയിരുന്നില്ല. പുലയരോടൊപ്പം ചെളിയിൽ കിടന്നു മറി യുമ്പോഴും അവർ തറവാടുകളെക്കുറിച്ചും അവയുടെ മഹിമയെക്കുറി ച്ചുമാണ് സംസാരിച്ചിരുന്നത്.

ക്ഷയിക്കുകയും ഭൂമിയുടെ നിരപ്പോളം തകർന്നു നിലംപതിക്കു കയും ചെയ്തെങ്കിലും ഒരു തറവാട്ടിലെ പെൺകുട്ടി മാത്രം മനവിട്ടു പുറത്തിറങ്ങിയിരുന്നില്ല. നിലവറകൾക്കകത്തു കിടന്ന ശ്വാസംമുട്ടിപ്പിട യുന്ന ഇരുട്ടിന്റെ സഖിയായി അവൾ വളർന്നു. ഇരുട്ടിനോടുള്ള അവ ളുടെ കുസൃതിത്തരങ്ങൾ കാണേണ്ടതുതന്നെ. വിണ്ടുകീറിയ ഭിത്തി കൾക്കിടയിൽ കൂടികൂട്ടിയിരുന്ന ഗൗളികളോടു കിന്നാരം പറഞ്ഞു.

പൊളിഞ്ഞ മേൽക്കൂരയിലൂടെ വീണിരുന്ന പുള്ളിവെളിച്ചത്തെ കൈക്കുമ്പിളിൽ വാരിയെടുത്തു. ഓടിക്കളിക്കുന്ന പൊണ്ണനെലികളെ കണ്ടു പേടിച്ചു. ഇടയ്ക്കിടെ പിന്നിട്ട സംവത്സരങ്ങളുടെ ആഴമേറിയ കയങ്ങളിൽ വീണിറങ്ങി. ശ്വാസംമുട്ടിപ്പിടയുന്ന അമ്മൂമ്മയെ വിളിച്ചേറ്റി സാന്ത്വനപ്പെടുത്തുകയും ചെയ്തിരുന്നു.

വിളക്കെന്നിയിൽ കാലമടഞ്ഞ അനന്തൻപിള്ളയുടെ അനന്തരവൾ മഹേശ്വരിപ്പിള്ളയുടെ കൊച്ചുമകൾ ശാരദയായിരുന്നു അത്. ശൈശവം വിട്ടുണരും മുമ്പ് അമ്മയെ നഷ്ടമായി. അച്ഛൻ എവിടെയാണെന്നറിയില്ല. അവൾക്കെന്നല്ല, ആർക്കുംതന്നെ. മഹേശ്വരിപ്പിള്ളയുടെ തണലിലാണ് വളർന്നുവന്നത്. ഇപ്പോഴും പ്രായം ഏറെയായിരുന്നെങ്കിലും അവരുടെ മനസിന് തെല്ലും വാർധക്യം ബാധിച്ചിരുന്നില്ല. അനാവശ്യമായി ഒരു കാറ്റിന്റെ സ്പർശംപോലും ഏൽക്കാതെയാണ് അവർ ശാരദയെ വളർത്തിയത്.

വിളക്കെന്നിയുടെ നടയിലൂടെ ഉപദേശി പലതവണ നടന്നുപോയിട്ടുണ്ട്. അധികാരിയേയും മേടപ്പെരക്കാരേയും കാണാനായി അയാൾ പോയിരുന്നത് ആ നടയിലൂടെയായിരുന്നു. അപ്പോഴൊക്കെ വളരെ അശ്രദ്ധമായി ഉപദേശി അവിടേക്കൊരു കണ്ണെറിഞ്ഞിരുന്നു. കൊട്ടിയമ്പലത്തിന്റെ ദ്രവിച്ച കുറ്റികൾ കാണാം. അതിനപ്പുറത്തായി പോച്ചയും കുറ്റിച്ചെടികളും നിറഞ്ഞ മുറ്റം. മുറ്റം അവസാനിക്കുന്നത് ഒടിഞ്ഞുകുത്തി വീണുകിടക്കുന്ന പടിപ്പുരയാലാണ്. പടിപ്പുരയിലെ മരക്കാലികളൊന്നും കാണാനില്ല. മേൽക്കൂരയുടെ അരിമ്പുകളിൽ പഴകിപ്പൊടിഞ്ഞുപോയ മേഞ്ഞ ഓലയുടെ അസ്ഥികൾ ചിതറിക്കിടന്നിരുന്നു. നടന്ന് ഏലായിലേക്കിറങ്ങുംമുമ്പ് ഉപദേശി വിളക്കെന്നിയെ വേണ്ടുവോളം ശ്രദ്ധിക്കുന്നു. അയാളുടെ കണ്ണുകൾ സാധാരണ എത്തിപ്പെടാറുള്ളതു അടിയാളത്തറയിലായിരിക്കും. തറ നിന്ന യാതൊരടയാളവും കാണാനില്ല. അയ്യനും വെളുത്തയും അതുപോലെ അനേകം അടിയാളന്മാരും എത്രയോ തവണ അവിടെ പ്രത്യക്ഷപ്പെട്ട് തങ്ങളുടെ വിധിയെ ഏറ്റുവാങ്ങിയിരുന്നു. കാടും പടലും മൂടിയ തറയെ ഇപ്പോൾ ഇഴജന്തുക്കൾപോലും തിരിഞ്ഞുനോക്കാറില്ല. അതുവഴി നടക്കുമ്പോഴൊക്കെ ഉപദേശി ഓർക്കും: എന്നെങ്കിലും വിളക്കെന്നിയിലേക്കു കടന്നു ചെല്ലേണ്ടിവരും. കാലത്തിന്റെ നിയോഗം അതാണ്. യഹോവയുടെ നിശ്ചയവും മറ്റൊന്നല്ല. പലപ്പോഴും അകത്തേക്കു കയറിയാലോ എന്നു വിചാരിച്ചിട്ടുണ്ട്. മഹേശ്വരിപ്പിള്ള ഇപ്പോഴും ജീവിച്ചിരിക്കുന്നു. ആ അറിവ് ഉപദേശിയെ ആഹ്ലാദിപ്പിച്ചു. തറവാടു മുടിഞ്ഞപ്പോൾ ഓരോരുത്തരായി വിളക്കെന്നിയെ ഉപേക്ഷിച്ചു പോയി. മഹേശ്വരിപ്പിള്ള മാത്രം അറവിട്ടിറങ്ങാൻ വിസ്സമ്മതിച്ചു. ദാവീദിൽനിന്നായിരുന്നു ഉപദേശി എല്ലാം കേട്ടറിഞ്ഞത്. പലപ്പോഴും ദാവീദ് അത്ഭുതപ്പെട്ടിരുന്നു. തിരുവനന്തപുരത്തിനും വടക്കുള്ള ഏതോ പ്രദേശത്തുനിന്നും വന്നുകയറിയ ഉപദേശി എന്തിനിതൊക്കെ തിരക്കുന്നു? ഉപദേശിയുടെ ജിജ്ഞാസയെ അയാൾ രഹസ്യമായി ശ്രദ്ധിച്ചിരുന്നു. വിളക്കെന്നിയിൽ

ഇപ്പോൾ മഹേശ്വരിപ്പിള്ളയും അവരുടെ കൊച്ചുമകളും മാത്രമാണുള്ളത്. ദാവീദ് അറിയിച്ചു.

ചെല്ലോംപിള്ള അധികാരിയെ കാണാൻ പോകുന്നു!

വാർത്ത കിഴക്കുംപുറമാകെ പരന്നു. അതു പതിവാണല്ലോ. കേട്ടവരിൽ ചിലർ ചോദിച്ചു: "ചെല്ലോംപിള്ള അധികാരിയെ കാണുന്നതിൽ പ്രത്യേകിച്ച് എന്താണുള്ളത്?" അവർക്ക് ഉടൻതന്നെ മറുപടിയും കിട്ടി. ഇത്തവണ രണ്ടിലൊന്നു തീരുമാനമായേ മടങ്ങൂ. ഒന്നുകിൽ ഉപദേശി അല്ലെങ്കിൽ നീലകേശി. രണ്ടുപേരും ഒരേസമയം മാറാന്തടത്തിൽ വേണ്ട. അധികാരി തീരുമാനിക്കണം. അധികാരിയുടെ വാക്ക് അവസാനവാക്കാണ്. അതിനുശേഷമേ ചെല്ലോംപിള്ള അടങ്ങുകയുള്ളൂ. ആർക്കും അതിൽ അത്ഭുതം തോന്നിയില്ല. ഉപദേശി മാറാന്തടത്തിൽ ചേക്കേറിയതുമുതൽ തുടങ്ങിയതല്ലേ ചെല്ലോംപിള്ളയുടെ ഈ സമരം? ഓരോ പടി താണ്ടുമ്പോഴും ജയം ഉപദേശിക്കായിരുന്നു. ഇനിയെങ്കിലും വെറുതേയുള്ള ഈ പോരങ്ങു നിർത്തിക്കൂടേ? സ്വാതന്ത്ര്യമുള്ള ചിലരൊക്കെ പിള്ളയെ ഉപദേശിച്ചു. ആരു കേൾക്കാൻ? ചെല്ലോംപിള്ളയുടെ ഓരോ നീക്കവും ആർക്കെതിരേയുള്ളതാണെന്ന് അയാൾക്കു മാത്രമേ അറിയാവൂ. പിന്നെ മുനമ്പത്തെ സുഭദ്രപ്പിള്ളയ്ക്കും. അകം നിറയെ ഒരു സന്ധ്യയുടെ അപമാനം നീറിപ്പിടിച്ചുകൊണ്ടിരിക്കുന്നു. നേരിട്ടല്ല ശേഖരന്റെ യുദ്ധം. ഉപദേശിയെയാണ് അയാൾ ഇപ്പോൾ നിമിത്തമായി ഉപയോഗിക്കുന്നത്. അതിനാൽ പിള്ളയുടെ യുദ്ധവും ഉപദേശിക്കെതിരായി. അത്രതന്നെ. ഓരോ പടികടക്കുമ്പോഴും ചെല്ലോംപിള്ളയെ ഏറെയേറെ വാശി പിടിപ്പിക്കുകയാണുണ്ടായത്. ശേഖരനെ അടിയറവുപറയിക്കുക. അതിനായി എന്തു കുത്സിതമാർഗം സ്വീകരിക്കുവാനും അവൾ തയാറായി. അല്ലെങ്കിൽത്തന്നെ അയാൾക്കെന്തിനായിരുന്നു മടിയുണ്ടായിരുന്നത്?

മേടപ്പെരേലെ മാനേജരും, അനന്തരവന്മാരും കൂടെ ചെല്ലാമെന്നേറ്റു. ചെല്ലോംപിള്ള വളരെ വിശദമായിത്തന്നെ അവരോടു സംസാരിച്ചിരുന്നു. നീലകേശിയുടെ പ്രശ്നമാണ്. മാറാന്തടത്തിന്റെ അധിദേവതയായ നീലകേശി. ആർക്കും നിരസിക്കാനാവില്ല. കിഴക്കുംപുറത്തെ നല്ലൊരു വിഭാഗം ആളുകളും ചെല്ലോംപിള്ളയോടു യോജിച്ചു.

എന്നിട്ടും പിള്ള വെറുതേയിരുന്നില്ല. അയാൾ കണ്ട നായർഗൃഹങ്ങളിലെല്ലാം ഇടതടവില്ലാതെ കയറിക്കൊണ്ടിരുന്നു. ആ പോക്കിൽ ഒരുച്ചയ്ക്ക് വിളക്കെന്നി കൊട്ടിയമ്പലത്തിന്റെ ഒടിഞ്ഞ കുറ്റിയിൽത്തട്ടി അയാൾ നിന്നു.

അയാൾ മുഖംകുത്തിവീണ പടിപ്പുരയിലേക്കു നോക്കി. അകത്തളത്തിലേക്കുള്ള ചെത്തവാതിലിൽ ശാരദ നിൽക്കുന്നു. അവളുടെ കണ്ണുകളിലും കവിളുകളിലും യൗവനത്തിന്റെ പുളപ്പുകൾ നൃത്തംവെയ്ക്കുന്നു. മരക്കട്ടളയിൽ ചാരിയാണ് അവൾ നിന്നിരുന്നത്. പിള്ള അതു നോക്കി നിന്നു. വയലിൽ കളയെടുക്കുന്ന സ്ത്രീകളിലായിരുന്നു അവളുടെ ശ്രദ്ധ. അവൾ പിള്ളയുടെ ആഗമനമോ നിൽപ്പോ കണ്ടിരുന്നില്ല. പ്രാകൃതവും

വന്യവുമായ ഒരു ചോരയോട്ടം അയാളുടെ സിരകളിലുണ്ടായി. അയാളുടെ കന്നം ചുവന്നു. നാവുനീട്ടി വരണ്ടുപോയ ചുണ്ടുകൾക്ക് അയാൾ നനവേകി. ചുറ്റുപാടുകളെ നിരീക്ഷിച്ചുകൊണ്ട്, കൊട്ടിയമ്പലത്തിന്റെ കുറ്റിയിലേക്ക് പിള്ള ഒരു കാലുയർത്തിവെച്ചു. എന്നിട്ട് ഒറ്റമുണ്ട് ആകാവുന്നിടത്തോളം ഉയർത്തിക്കെട്ടി.

"മഹേശ്വരിക്കു സുകമുണ്ടോ പെണ്ണേ?"

ശാരദ കേട്ടു. കാണുകയും ചെയ്തു. അവളറിയാതെ അവളോടു ചോദിക്കാതെ അവളുടെ കണ്ണുകൾ വേണ്ടാത്തിടങ്ങളിൽ പാറിവീണു. അവൾക്ക് ഒന്നും പറയാൻ തോന്നിയില്ല.

എന്നിട്ടും ഒന്നുകൂടി നോക്കിപ്പോയി.

"ഛീ!" —അവൾ അകത്തുകയറി വാതിൽ ചാരി.

ആഭാസൻ!

വെറിയൻ!

ഒരു വെറും ചിരിതൂവിക്കൊണ്ട് പിള്ള വയൽവരമ്പിറങ്ങി നടന്നു.

"ശേഖരനേംകൂടി വിളിച്ചൂടിയോ ചെല്ലപ്പാ?"

താന്നിമൂട്ടിലെ കാരണവർ ചോദിച്ചു. ചെല്ലോംപിള്ള കുഴങ്ങി. കാരണവർക്ക് അതിനൊരു ന്യായവുമുണ്ടായിരുന്നു.

"അവനുംകൂടിയൊണ്ടെങ്കി അധികാരിക്ക് അങ്ങനെയങ്ങ് ഒളിച്ചുകളിക്കാൻ പറ്റൂല്ല. നെനക്കറിഞ്ഞൂടിയോ ചെല്ലപ്പാ, അയാക്ക് പണ്ടേ ശേഖരനെ പേടിയാണെന്ന്? അവനൊണ്ടങ്കീ തീർച്ചയായും അവന്റെ വശമേ പറയൂ."

ആളെക്കൂട്ടാൻ ഇറങ്ങിപ്പുറപ്പെടുമ്പോൾത്തന്നെ ചെല്ലോംപിള്ള ആശങ്കപ്പെട്ടിരുന്നതാണ്: ആരെങ്കിലും ശേഖരന്റെ കാര്യം പറയാതിരിക്കുകയില്ല. ഇക്കാര്യത്തിനുവേണ്ടിയെങ്കിലും വിരോധം മറക്കാൻ ആവശ്യപ്പെടാതിരിക്കില്ല. ഇപ്പോഴിതാ വേണ്ടപ്പെട്ട കാരണവർത്തന്നെ ചോദിക്കുന്നു. എന്തുപറയണം? പിള്ള ആകെ കുഴങ്ങി. മുനമ്പത്തു വേലിപ്പുറത്ത് എത്തിനോക്കാൻപോലും തനിക്കു പാടില്ല. തന്റെ കൈമണികളെപ്പോലും ശേഖരൻ അടുപ്പിക്കുകയില്ല. പിന്നെങ്ങനെ?

"അവൻ വരുമെന്ന് മൂത്തോരു നിരുവിക്കണോ? ഒപതേസിക്ക് കാലുകുത്താൻ മണ്ണു കൊടുത്തത് അവനാരിന്നില്ലേ? പെരകെട്ടാൻ ഉരുപ്പടികളു കൊടുത്തതും അവനാരിന്ന്. ഒടുക്കം കുരിക്കാടി അറുപതുപറ നെലവും എഴുതിക്കൊടുത്തില്ലേ? മൂത്തോരു പറയീൻ. കുമിളീലും വങ്ങേനീലും നായമ്മാരിക്കല്ലാതെ, മറ്റാരിക്കെങ്കിലും ഞാറ്റടിയൊരുക്കാനുള്ള പാങ്ങൊണ്ടായിരുന്നോ? അവൻ വരുമെന്നു വിചാരിക്കണ്ടാ. വന്നാലും പറയാമ്പോണത് ഒപതേസീരെ വശമായിരിക്കും."

മൂപ്പീന്നു സമ്മതിച്ചു. വെലിയലാറുമ്പോൾ നീലകേശി മുടിപ്പുരമുറ്റത്തെ സമാജത്തറയിൽ ചെല്ലാമെന്നേറ്റു.

പിന്നെ വാർത്ത പടിഞ്ഞാറ്റുമുറിയിലും പണിക്കൻപൊറ്റയിലുമെത്തി. സമാജക്കാര് ഒന്നോടെ അധികാരിയെ കാണാൻപോകുന്നു. ഉപദേശി

യാണു പ്രശ്നം. അയാൾ നാടുമുടിക്കാനൊരുങ്ങുന്നു. നാട്ടാരെയെല്ലാം വഴിതെറ്റിക്കാൻ ശ്രമിക്കുന്നു. മരണപ്പാറയിൽ കയറി നിന്നുകൊണ്ട് വെള്ളിയാഴ്ചരാവുകളിൽ ഭഗവതിയേയും നീലകേശിയേയും അധിക്ഷേപിക്കുന്നു. അവർക്കെതിരെ അപവാദങ്ങൾ വിളിച്ചുപറയുന്നു. അവരെക്കുറിച്ച് അപഖ്യാതികൾ പരത്തുന്നു. അതുകൊണ്ട് അയാൾ വേദം പഠിപ്പിക്കുന്നു. ഞായറാഴ്ചകളിൽ കാതടപ്പിക്കുന്ന പാട്ടും കൂത്തുമാണു പള്ളിയിൽ. ദേവി എങ്ങനെ കോപിക്കാതിരിക്കും? ഈ നാടിനെ ദഹിപ്പിച്ചേ അയാൾ അടങ്ങൂ എന്നു തോന്നുന്നു. അതിനാൽ മാറാന്തടത്തിന്റെ പ്രജകളായ സകലരും അയാൾക്കെതിരേ വാളെടുക്കേണ്ട സമയമായിരുന്നു.

“എന്തെരൊക്ക നടക്കാൻപോണോ എന്തോ!”

തളത്തിന്റെ തിണ്ണയിലിരുന്നുകൊണ്ട് മഹേശ്വരിപ്പിള്ള നെടുവീർപ്പിട്ടു. വളരെ നേർത്തതായിരുന്നു അവരുടെ സ്വരം. നന്നേ ക്ഷീണമുണ്ടെന്നു കേട്ടാലറിയാം. ശാരദ അരികിൽത്തന്നെയുണ്ട്. ഈരെല്ലികൊണ്ടു മുത്തശ്ശിയുടെ മുടിയിഴകളിലെ കുരുക്കഴിക്കുകയാണ് അവൾ. ഇടയ്ക്കിടെ അവൾ തനിക്കറിയാവുന്ന നാട്ടുവിശേഷങ്ങളൊക്കെ മുത്തശ്ശിയെ പറഞ്ഞുകേൾപ്പിക്കുകയും ചെയ്യുന്നു. ഉപദേശിക്കെതിരെ ചെല്ലോംപിള്ള യുദ്ധത്തിനിറങ്ങിയിരിക്കുന്നു. അവൾ അവരോടു പറഞ്ഞു. അതിനായി അയാൾ ആളെക്കൂട്ടുന്നു. അധികാരിയെക്കണ്ട് ഉപദേശിക്കെതിരേ, പള്ളിക്കെതിരേ തീരുമാനമെടുപ്പിക്കുമെന്നാണു പറഞ്ഞുകേൾക്കുന്നത്. ശാരദ തുടർന്നു. ആരാണ് ഈ ഉപദേശിയെന്ന് മഹേശ്വരിപ്പിള്ള കണ്ടിട്ടേയില്ല. വല്ലപ്പോഴുമൊക്കെ അയാളുടെ ശബ്ദം കേൾക്കാറുണ്ട്. നേരത്തെ ഉറങ്ങാൻ കഴിയാത്ത വെള്ളിയാഴ്ചരാവുകളിൽ മരണപ്പാറയിൽനിന്നും ഒഴുകിയെത്തുന്ന ഗിരിപ്രഭാഷണങ്ങളെ അവർ ശ്രദ്ധിച്ചിരുന്നു. അയാളെ കൂടുതൽ അറിയണമെന്ന് അവർ ആഗ്രഹിച്ചു. ആരോടു ചോദിക്കാൻ? അങ്ങനെ ആരും ഇപ്പോൾ വിളക്കെന്നിയിലേക്കു കടന്നുചെല്ലാറില്ല. ഒരു കാലത്തു വളർത്തുനായ്ക്കളെപ്പോലെ ആനകളെ കെട്ടിയിരുന്ന തറവാടായിരുന്നു. ആനക്കുറ്റികൾ നിന്നിരുന്ന പാട് ഇപ്പോഴുമുണ്ട്. പറഞ്ഞിട്ടെന്തു കാര്യം? മറ്റു കാരണന്മാർ അതുവഴി പോകുമ്പോൾ മ്ലാനമായിത്തീരുന്ന മനസ്സോടെ ഒന്നു നോക്കുകമാത്രം ചെയ്യുന്നു. അത്രതന്നെ. “ആരും വേണ്ട. ആരുമില്ലാതെ ഞാനും എന്റെ മോളും ജീവിക്കുമോന്നു നോക്കട്ടെ.”

പുരയ്ക്കുള്ളിൽ ഒരേ കിടപ്പു കിടക്കുമ്പോൾ മഹേശ്വരിപ്പിള്ള പറഞ്ഞുപോകുന്നു. ആരെങ്കിലും ഒന്നു വന്നുപോയിരുന്നെങ്കിൽ! അവർ ആശിച്ചു. എന്തെങ്കിലും രണ്ടുവർത്തമാനം പറയാമായിരുന്നു. അവർക്കു കുറേയേറെ പറയാനുണ്ട്. മാറാന്തടം അടക്കിവാണിരുന്ന വിളക്കെന്നിയുടെ പുരാവൃത്തങ്ങൾ. ആരെയെങ്കിലും പ്രതീക്ഷിച്ച് ചിലപ്പോൾ അവർ പടിപ്പുരയിൽ ചെന്നിരിക്കുന്നു. ആരെങ്കിലും നടവഴിയിലൂടെ കടന്നുപോയാൽ കൈപ്പടമുയർത്തി നെറ്റിയിൽ നിഴൽ പിടിച്ചു സൂക്ഷിച്ചു നോക്കുന്നു. ആരെന്നു തിരിച്ചറിയുംമുമ്പ് യാത്രക്കാരൻ സ്ഥലംവിട്ടിരിക്കും. മിക്കവാറും ദിവസങ്ങളിൽ ഒരു ദിനചര്യയെന്നോണം അത് ആവർത്തിക്കപ്പെടുന്നു.

ശാരദ പറഞ്ഞതു മുഴുവൻ മഹേശ്വരിപ്പിള്ള കേട്ടു.

"അതികാരി എന്തെരു തീരുമാനിക്കുമെന്ന് ആരെങ്കിലും പറഞ്ഞു കേട്ടോമോളേ?" മഹേശ്വരിപ്പിള്ള ചോദിച്ചു.

അതിനു ശാരദയ്ക്കു മറുപടിയുണ്ടായിരുന്നില്ല. അവളുടെ കണ്ണുകൾ ചുവരിന്റെ വെടിപ്പുകൾക്കിടയിൽ പല്ലിമുട്ടകളെ തേടി നടക്കുകയായിരുന്നു. മനസ്സ് കൊട്ടിയമ്പലത്തിന്റെ ഒടിഞ്ഞ കുറ്റിയിൽ കാലേറ്റി നിൽക്കുന്ന ചെല്ലോംപിള്ളയിലും.

ക്രിമീരന്റെ ചായ്പ്പിലും, ദാമോദരൻനായരുടെ ചായക്കടയിലും കൂടിയിരുന്ന പുലർച്ചപ്പറ്റുകാരും അതുതന്നെ ചർച്ചചെയ്തു. ഇത്തവണ ഒരു കരകണ്ടല്ലാതെ ചെല്ലോംപിള്ള അടങ്ങുകയില്ല. ഭൂരിപക്ഷം പേരുടേയും അഭിപ്രായമതാണ്. അത്രയേറെ വാശിയിലാണയാൾ. അതിനുവേണ്ടി മറ്റെല്ലാം ഉപേക്ഷിച്ചിറങ്ങിയിരിക്കുകയല്ലേ ചെല്ലോംപിള്ള? കരയിലെ തറവാടുകളും ഇത്തവണ അയാൾക്കു പിന്നിലുണ്ട്. എന്നാലും അധികാരിയുടെ നാവിൻതുമ്പത്താണ് അവസാനവാക്ക്. ഏവർക്കും അതറിയാമായിരുന്നു.

"അതികാരി അങ്ങത്ത എന്തെരു പറയും?" ആരോ ചോദിച്ചു. കളിയടയ്ക്ക ഉരുട്ടി എണ്ണയിലിട്ടുകൊണ്ടിരുന്ന ദാമോദരൻനായർ അതിനുത്തരം കണ്ടെത്തി.

"പറയാനെന്തെര് ഒവതേസീരോടി പള്ളീം പള്ളിക്കെട്ടും എടുത്തോണ്ടോടാൻ കൽപ്പിക്കും. അല്ലാതെന്തെര്?"

"അയിനിത്തിരി പുളിക്കും." —കപ്യാർമോശയുടെ ബന്ധുവായ ഒരു പുലയൻ പറഞ്ഞു. അതു ദാമോദരൻനായരെ ഒട്ടൊന്നു ക്ഷുഭിതനാക്കി.. അയാൾ വിട്ടില്ല.

"പുളിക്കാനെന്തെരെടേ? അതികാരി പറഞ്ഞാ പറഞ്ഞതുതന്നെ. അല്ലങ്കി നോക്കിക്കോ, നെന്റെ കപ്യാരുംമറ്റും ഇവുടെക്കെടന്നോടണത്."

"അയിനു പറഞ്ഞാലല്ലേ?"

"പറയാതെ പിന്നെ? ചെല്ലോംപിള്ള അണ്ണനെ പിടിച്ചു വിഴുങ്ങുമോ?"

"അതു ചെയ്യുല്ലാരിക്കും. പച്ചേങ്കി ഊദേസീനേം അങ്ങത്ത മിഴുങ്ങാമ്പോണില്ല."

"നീയ് പറഞ്ഞാ മതിയോടെ?"

"എങ്കി കരിക്കാടി കൊടുക്കാമ്പാടില്ലെന്നു പറഞ്ഞൂടാരിന്നോ?"

അവിടെ ദാമോദരൻനായർക്ക് ഉത്തരംമുട്ടിപ്പോയി. അയാളറിഞ്ഞു. അയാൾ മാത്രമല്ല, ഏകദേശം മാറാന്തടക്കാരും അതറിഞ്ഞിരുന്നു. ഉപദേശിയോട് അധികാരി എപ്പോഴും അനുഭാവത്തോടെയാണു പെരുമാറുന്നത്. അതു വേണ്ടത്ര മുതലാക്കാൻപോന്ന മിടുക്ക് ഉപദേശിക്കുണ്ടായിരുന്നുതാനും. കരിക്കാടി അറുപതുപറനിലത്തിന്റെ കാര്യംതന്നെ എടുക്കാം. ആരെല്ലാംവന്നു പറഞ്ഞു; എന്നിട്ടും ശേഖരപിള്ളയെ അധികാരി വിലക്കുകയുണ്ടായില്ലല്ലോ

"ചുമ്മാ ഇരിക്കിനെടേ. വയ്യുന്നേരം കാണാൻ പോണതല്ലേ?"

ആരോ ഇടപെട്ട് തർക്കം രാജിയാക്കി. എങ്കിലും അവരുടെ വിചാരങ്ങൾ എതിർഭാഗവുമായി ഏറ്റുമുട്ടൽ തുടർന്നു. ഊരാളികളിൽ ഒരു ചെറിയ വിഭാഗവും പുലയരിൽ ഭൂരിപക്ഷവും ഉപദേശിയെ അനുകൂലിച്ചു. മാറാന്തടത്തിന് അയാളെന്തു തിന്മയാണു ചെയ്യുന്നത്? പാവപ്പെട്ട പുലക്കുട്ടികളെ പട്ടണത്തിൽ വിട്ടു പഠിപ്പിക്കുന്നതോ? അവർക്കു വസ്ത്രവും മറ്റും നൽകുന്നതോ? അവരെ അക്ഷരത്തിന്റെ മഹത്വം അറിയിച്ചതോ? അയാൾക്കു പണിചെയ്യാൻ പോയാൽ കൂലി ഇരട്ടിയല്ലേ? പറമ്പിലായിരുന്നാലും വയലിലായിരുന്നാലും? ഭഗവതിക്കും നീലകേശിക്കും അയാൾ പള്ളിപണിഞ്ഞതിലും ആരാധന നടത്തുന്നതിലും വിരോധമില്ലല്ലോ. ഉണ്ടായിരുന്നെങ്കിൽ എന്നേ കുരുപ്പുവാരിയെറിഞ്ഞു മുടിച്ചുകളയുമായിരുന്നു!

തെച്ചിക്കാട്ടിൽനിന്നും കെഴക്കൻ നാഗരേയും കരിങ്കാളിയേയും അഴിച്ചുവിട്ടു. ഉപദേശിയുടെ കുലമറുക്കാനായിരുന്നു കൽപ്പന. അയാൾ കാത്തിരുന്നു. പള്ളിത്തറയിൽനിന്നും മാറാന്തടത്തെ ഒന്നടങ്കം കോരിത്തരിപ്പിക്കുന്ന വിലാപമുയർന്നുകേൾക്കാനായി അയാൾ കാതോർത്തു. എന്നിട്ടെന്തായി? പോയതുപോലെ രണ്ടുപേരും തിരിച്ചുവന്നു. മേലാൽ ഇത്തരം പണിക്കു തങ്ങളെ തള്ളിവിടരുതെന്ന് അവ അയാളോടാവശ്യപ്പെടുകയും ചെയ്തു. അതോടെ കെഴക്കന്റെ എല്ലാ വെല്ലുവിളികളും അവസാനിപ്പിച്ചു.

മരണപ്പാറ മാത്രം ഉപദേശിയുടെ നിയോഗത്തിനു പിന്നിലെ ഉണ്മയറിഞ്ഞു. അനന്തതയോളം ഉയർന്നുനിന്നുകൊണ്ട് പാറ ഉപദേശിയുടെ ചുവട്ടടികൾക്കു പിന്തുണനൽകി.

ദാവീദായിരുന്നു ഉപദേശിയോടു വിവരം പറഞ്ഞത്. കേട്ടപാടെ അയാളാകെ വ്യാകുലനായിത്തീർന്നു. എല്ലാം അവസാനിച്ചുവെന്നുപോലും കരുതിപ്പോയി. അത്രയ്ക്കു ശക്തമാണ് ചെല്ലോംപിള്ളയുടെ സന്നാഹങ്ങളെന്നാണ് പറഞ്ഞു കേൾക്കുന്നത്. വീണ്ടും പരീക്ഷകൾ. യെരീഹോമലയ്ക്കു മീതേ നിന്നുകൊണ്ട് സാത്താൻ പ്രവർത്തിക്കുന്നു. ഉപദേശിയുടെ മുഖം മ്ലാനവും, കണ്ണുകൾ ദീനങ്ങളുമായിത്തീർന്നു. ദാവീദിനതു സഹിച്ചില്ല. അവനുടൻതന്നെ പോയി കപ്യാർമോശയേയും കൂട്ടി വന്നു. രണ്ടുപേരും ചേർന്ന് ഉപദേശിയെ സമാശ്വസിപ്പിക്കാൻ ശ്രമിച്ചു. ഉപദേശിയുടെ മുഖം ഇരുണ്ടുതന്നെ കിടന്നു. അവിടെ പരമ്പരകളുടെ സ്മൃതികൾ ഇളകിമറിഞ്ഞിരുന്നു. ആരോടെങ്കിലും സംസാരിക്കുകയോ പുറത്തിറങ്ങുകയോ ചെയ്യാതെ ഉപദേശി തീവ്രമായ ധ്യാനത്തിലമർന്നു.

“ദൈവം നമ്മോടപ്പമുണ്ട്. നമുക്കു വിശ്വാസത്തോടെ പ്രത്യാശയോടെ കാത്തിരിക്കാം.”

ദീനാമ്മയുടെ സാന്ത്വനം ഉപദേശിയുടെ കലുഷമായ മനസിലേക്ക് അതിറങ്ങിച്ചെന്നില്ല. അയാൾ സംവത്സരങ്ങൾക്കു പിന്നിലായിരുന്നു. അയാൾ മറ്റൊരു മാറാന്തടത്തിന്റെ പുറങ്ങളിലായിരുന്നു. ഒരുകൂട്ടം മുഖങ്ങൾ!

വിളക്കെന്നിയിലെ അനന്തൻപിള്ള. കുറുവടികളുടെ പടനായകനായ അച്ചുതൻപിള്ളയും, അമ്പലത്തറ മാതുപിള്ളയും. ഇപ്പുറത്ത് കാളിമൂത്ത

വരും സംഘവും. കൂട്ടത്തിൽ ഗോപാലനുമുണ്ട്. നായന്മാരുടെ തല്ലു കൊണ്ട് അവശനായ വെളുത്തയുടെ കുടിലിനു മുമ്പിൽ ഇരുട്ടിനെ തുറിച്ചുനോക്കി നിസ്സഹായനായി നിന്നിരുന്ന ഗോപാലൻ.

ഉപദേശിയുടെ കണ്ണുകൾ തുളുമ്പി.

വരിൻ, നമുക്കു പ്രാർഥിക്കാം.

ഉപദേശി ഏവരേയും കൂട്ടി പള്ളിയിലേക്കു പോയി.

"നൂറ്റിയിരുപത്തിയൊന്നാം സങ്കീർത്തനം വായിക്കൂ." ഉപദേശി രൂത്തിനോടു പറഞ്ഞു. അവൾ വേദപുസ്തകം തുറന്നു വായിക്കുവാൻ തുടങ്ങി.

ആദ്യമായി അക്ഷരം വായിക്കുന്ന മാറാന്തടത്തിലെ പുലപ്പെൺകുട്ടി, ഭക്തി നിർഭരമായ ഹൃദയവുമായി ദാവീദുരാജാവിന്റെ സങ്കീർത്തനങ്ങളിലലിഞ്ഞു.

ദീനാമ്മ പ്രാർഥിച്ചു. കപ്യാർമോശ പ്രാർഥിച്ചു. ഒടുവിൽ ഉപദേശിയും പ്രാർഥിച്ചു.

അപ്പോൾ കണ്ണുകളെ അഞ്ചിക്കുന്ന ഒരു മിന്നൽ മാറാന്തടത്തിനു മീതെ പുളഞ്ഞു. തുടർന്ന് മാറാന്തടത്തെ പ്രകമ്പനംകൊള്ളിക്കുന്ന ഒരിടിവെട്ടി. "ഹല്ലേലൂയാ...ഹല്ലേലൂയ്യാ!" —വിശ്വാസികൾ ഒന്നടങ്കം നിലവിളിച്ചു. അവരുടെ രോദനം സ്വർഗത്തിന്റെ വാതിലുകളോളമെത്തിപ്പെട്ടു.

വൈകുന്നേരമായതോടെ മഴ തോർന്നു. അപ്പോൾ പൂമുഖത്തു കൂടിനിൽക്കുന്നവരോടായി അധികാരി പറഞ്ഞു:

"ഉപദേശി പള്ളികെട്ടണതിലും, പെലേമ്മാര് ക്രിസ്യാനികളാവണതിലും നീലകേശിക്കോ ഭഗവതിക്കോ വിരോധമില്ല. എങ്കി നമക്കും വേണ്ട. പാവങ്ങള് നന്നാവണങ്കി നന്നായിക്കോട്ട്."

18

"**എ**ൻ-ഒ-എസ്-ഇ-നോസ്."

കസേരയിൽ ചാഞ്ഞുകിടന്നുകൊണ്ട് ദാനിയേലുപദേശി തുടർന്നു:

"നോസ് എന്നു പറഞ്ഞാൽ മൂക്ക്."

എഴുതിയെടുത്തോളൂ.

വരയിട്ട കടലാസിൽ ശീമപ്പേനകൊണ്ട് തോമസുകുട്ടി എഴുതി. എഴുതുമ്പോൾ കടലാസിൽ വീഴുന്ന അക്ഷരങ്ങൾക്കൊപ്പം അവന്റെ നാവും ഇളകിയിരുന്നു. ഉപദേശി അവനെ ശ്രദ്ധിക്കുകയായിരുന്നു. വളരെ സൂക്ഷിച്ചാണ് അവൻ എഴുതിയെടുക്കുന്നതും വായിക്കുന്നതും അർഥം പറയുന്നതുമെല്ലാം.

"എച്ച്-ഈ-എ-ഡി-ഹെഡ്."

"ഹെഡ് എന്നു പറഞ്ഞാൽ തല."

"എന്താണ് എച്ച്-ഈ-ഏ-ഡി?"

"ഹെഡ്. അതായത് തല."

"ഇൗ-വൈ-ഇൗ-ഐ."

"എന്നാൽ കണ്ണെന്നർഥം."

"എച്ച്-എ-എൻ-ഡി-ഹാൻഡ്."

"എൽ-ഇൗ-ജി-ലെഗ്."

"ജി-ഓ-ഡി-ഗോഡ്."

"ഗോഡ്. ദൈവം നിത്യനും വിശുദ്ധനുമായ നമ്മുടെ യഹോവയായ ദൈവം."

ഉപദേശിയുടെ വാക്കുകളെ കേട്ടതും, തോമസുകുട്ടി കണ്ണടച്ച് ഒരു ഹ്രസ്വ ധ്യാനത്തിലമർന്നു.

അവനുമേൽ കാഴ്ചയെ ഉറപ്പിച്ചുകൊണ്ട് ഉപദേശി കസേരയിൽ കിടന്നു. കുട്ടിക്കാലത്തു തമ്പിയും ഇങ്ങനെയായിരുന്നു. ഉപദേശി ഓർത്തു. ഓരോ വാക്കെഴുതുമ്പോഴും അതിനൊപ്പിച്ചു ചുണ്ടനക്കുക. തമ്പിയേക്കാൾ മിടുക്കനാണ് തോമസുകുട്ടി. തമ്പിക്ക് ഒരു വാക്കിന്റെ അർഥം പിടികിട്ടണമെങ്കിൽ പകുതി ദിവസമെങ്കിലും വേണ്ടിവന്നിരുന്നു. തോമസുകുട്ടി അങ്ങനെയല്ല. ഒരു ദിവസംകൊണ്ട് അവൻ പത്തോളം വാക്കുകൾ പഠിച്ചിരിക്കുന്നു. എത്ര വേഗത്തിലായിരുന്നു അവൻ മലയാളം വായിക്കുവാനും എഴുതുവാനും പഠിച്ചത്! അവന്റെ കൈയക്ഷരവും വടിവൊത്തതായിരുന്നു. കാക്ക ചികഞ്ഞതുപോലുള്ള തമ്പിയുടെ കൈയെഴുത്തിന് ഇപ്പോഴും മാറ്റമില്ല. അപ്പോഴാണോർത്തത്, മദ്രാസിൽനിന്നും തമ്പിയുടെ കത്തു വന്നിട്ട് ഒരാഴ്ചയോളമായി. ഇനിയും മറുപടി എഴുതിയിട്ടില്ല. മദ്രാസിലെ പരിശീലനത്തിന്റെ കാലാവധി തീരാറായെന്നും, വിദേശങ്ങളിൽ തന്റെ തൊഴിലിനു വളരെ ഒഴിവുകളുണ്ടെന്നും അവനെഴുതിയിരിക്കുന്നു. മാനേജർ സായ്വിനോടു പറഞ്ഞാൽ എന്തെങ്കിലും അവസരങ്ങൾ ലഭിക്കാതിരിക്കുകയില്ല. പ്രത്യാശയോടെ അവനെഴുതിയിരിക്കുന്നു. ഉടനെ മറുപടി എഴുതണമെന്നു വിചാരിച്ചു. കഴിഞ്ഞില്ല. മറുപടിയുണ്ടോയെന്ന് പോസ്റ്റുമാൻ രണ്ടുമൂന്നു ദിവസം ചോദിച്ചിരുന്നു. എഴുതുവാൻ തീരെ സാവകാശമുണ്ടായിരുന്നില്ല. നാഗരുകോവിലിൽ ചെന്നു സായ്വിനെ കണ്ടിട്ടു മതിയെന്നായിരുന്നു ആദ്യതീരുമാനം. പിന്നീടതു വേണ്ടെന്നുവച്ചു. വിലാസം എഴുതി അയയ്ക്കാം. വേണ്ടതെല്ലാം അവൻ തന്നെ നേരിട്ട് മാനേജർസായ്വിനെഴുതട്ടെ. കഴിഞ്ഞ കുറേ നാളുകൾ സംഭവബഹുലങ്ങളായിരുന്നു. കാണരുതാത്തതു പലതും കാണേണ്ടിവരുക. അതിനെത്തുടർന്ന് അനുഭവിക്കേണ്ടിവരുന്ന തീക്ഷ്ണമായ അന്തഃക്ഷോഭം പലപ്പോഴും വിശുദ്ധമായ ഒരു ധ്യാനത്തിന്റെ നിശിതമായ മൗനത്തിനുപോലും തൂത്തകറ്റാൻ കഴിയാത്തവിധം അസ്വാസ്ഥ്യം വർധിച്ചിരുന്നു. തോമസുകുട്ടിയുടെ ആഗമനത്തോടെ കൈവന്നിരുന്ന ശാന്തി തികച്ചും നഷ്ടമായിരുന്നു.

ഒരൽപ്പം തെറ്റിയിരുന്നെങ്കിൽ അവനും പ്രതിസന്ധി സൃഷ്ടിച്ചേക്കാവുന്ന ഒരു പ്രശ്നമായി മാറിയേനെ. അത്യുന്നതന്റെ കരുണയാൽ സംഭവിച്ചതു നേരെ മറിച്ചായിരുന്നു. എല്ലാം ശുഭമായി പര്യവസാനിച്ചിരിക്കുന്നു. അതിന്റെ പ്രത്യാഘാതങ്ങൾ മാറാന്തടത്തിൽ എന്നേ കെട്ടടങ്ങിയിരുന്നു.

ഒരു ഞായറാഴ്ച രാത്രിയായിരുന്നു തോമസുകുട്ടി പള്ളിത്തറയിൽ അഭയം തേടിയെത്തിയത്. ക്രോധത്തോടെ പെയ്യുകയായിരുന്ന മഴയുടെ ആക്രമണമേറ്റു തളർന്ന്, പള്ളിവീടിന്റെ പുറംതിണ്ണയിൽ വന്നു വീഴുമ്പോൾ അവന്റെ പേര് മാതേവൻ എന്നായിരുന്നു.

ഞായറാഴ്ച രാത്രി! വൈകുന്നേരംതന്നെ ശക്തമായ മഴക്കോള് പടിഞ്ഞാറേച്ചരുവിൽ അരിച്ചുകൂടിയിരുന്നു. കളയെടുത്തു വളം വിതറിയ പാടങ്ങൾ പച്ചച്ചു മുറ്റിവളരുന്ന കാലം. അതിവർഷമാണെങ്കിൽ മടവീഴാൻ സാധ്യതയുണ്ട്. ഉപദേശി ഭയന്നു. അയാൾ പുറത്തിറങ്ങി നോക്കി. സായാഹ്നത്തിനുപോലും രാത്രിയുടെ വലുപ്പം. പൊടുന്നനെ കാറ്റു പിശറുന്ന മഴ ചീറ്റിയടിക്കാൻ തുടങ്ങി. തണുത്ത കാറ്റ് വരാന്തയിലൂടെ അടിച്ചുകയറി. വാതിൽ വലിച്ചടച്ചു. എന്നിട്ടും കാറ്റ് റാന്തലിന്റെ നാളത്തെ ചഞ്ചലിപ്പിച്ചിരുന്നു.

രൂത്ത് വേദപുസ്തകം തുറന്നു വായന തുടങ്ങി. കപ്യാർമോശയുടെ മകൾ ഇപ്പോൾ പള്ളിത്തറയിലാണ്. അവിടെ, അമ്മച്ചിക്കു സഹായിയായി കൂടിയിരിക്കുന്നു. അവൾക്കിപ്പോൾ വേണ്ടത്ര അടുക്കളപ്പണികളും തയ്യൽപ്പണികളും അറിയാം. അവളുടെ ബൈബിൾ പാരായണത്തിന് ഒരു പ്രത്യേകതയുണ്ട്. വായിക്കുകയാണെങ്കിലും സംഗീതാത്മകമായി പാടുകയാണെന്നേ തോന്നൂ. കരിക്കാടി അറുപതുപറയിൽ കുരുങ്ങിപ്പോയ ചിന്തകളുമായി ഉപദേശി ചാരുകസേരയിൽ വീണു. ദീനാമ്മ പതിവുപോലെ തയ്യൽപ്പണികളിൽ മുഴുകി.

പുറത്തു തകർത്തു പെയ്യുന്ന മഴ, ഇടയ്ക്കിടയ്ക്കു കണ്ണഞ്ചിക്കുന്ന മിന്നൽപ്പിണരുകൾ. കാറ്റപ്പോഴും വീശുന്നുണ്ടായിരുന്നു. കാറ്റിന്റെ ചിറകിലേറി വന്നിരുന്ന മഴത്തുള്ളികൾ അകത്തെ വായുവിനെ ഈറനാക്കി. ഉപദേശി ചിന്തയുടെ ആഴങ്ങളിലാണ്. കണ്ണെത്താത്ത ആഴങ്ങളോളം അയാളിറങ്ങിച്ചെന്നിരുന്നു. കർമബദ്ധമായ ഒരു വർത്തമാനത്തിൽ നിലയുറപ്പിച്ചുകൊണ്ട്, നിയോഗത്തിന്റെ വരുംകാലത്തിലേക്ക് ഏകാന്തയാനം നടത്തുകയായിരുന്നു അയാൾ. ഇനിയും വളരെയേറെ ബാക്കികിടക്കുന്നു. നിർവഹണസന്ധികളില്ലാത്ത ഒരു കളിയരങ്ങുപോലെ ജീവിതമങ്ങനെ നീണ്ടുപരന്നുകിടക്കുന്നു. കണ്ടവഴിയൊക്കെ കയറിയോടാനുള്ള ബാലിശമായ ശാഠ്യത്തിൽനിന്നും അയാൾ എന്നേ മുക്തിനേടിയിരുന്നു. തെരഞ്ഞെടുക്കപ്പെട്ട നിയോഗത്തിന്റെ വഴിത്താരയാണു മുന്നിൽ. ഇടവഴികളിലൂടെ തിരിഞ്ഞോടാനുള്ള അനുവാദമില്ല, പ്രവൃത്തിയാണ് വിശ്വാസിയുടെ വേദവാക്യം. നിരങ്കുശമായ കർമം. എത്രയോ കടമ്പകൾ, അയാൾക്കെതിരെ, അയാളുടെ വിശ്വാസങ്ങൾക്കെതിരെ മോക്ഷം കാത്തു കിടക്കുന്നു. ഒന്നു സ്പർശിച്ചുകിട്ടിയാൽ മതിയായിരുന്നു. പാപത്തിന്റെ വശ്യമായ പ്രലോഭനങ്ങളിൽനിന്നും ഒരു ജനതയെ കരയേറ്റുക. അതിനുശേഷം വിശ്രാന്തിയുടെ ശാന്തതീരങ്ങളിൽ ചെന്നിരുന്ന്, ഐഹികതയുടെ സകല ബദ്ധപ്പാടുകളിൽനിന്നും മോചനം നേടുക. അതാണു തനിക്കു മീതെയുള്ള നിയോഗത്തിന്റെ പഥമെന്ന് ദാനിയേലുപദേശി അറി

ഞ്ഞിരുന്നു. കർമഭൂമിയുടെ അടിത്തറ ഉറച്ചുവരുന്നതേയുള്ളു. ഇനിയും എത്രയോ!...

മാറാന്തടത്തെ കത്തിച്ചുകൊണ്ടൊരു മിന്നൽ വീശി. കണ്ണഞ്ചിപ്പോയി. തുടർന്ന് മാറാന്തടത്തെ നടുക്കുന്ന ഒരിടിയൊച്ചയും. ദീനാമ്മ തയ്യൽനിർത്തി കാതിനുള്ളിൽ വിരൽ കടത്തി. രൂത്ത് വേദപുസ്തകം മാറോടു ചേർത്തു പിടിച്ചു.

"എന്താ അത്?"

ഉപദേശി ഉണർന്നു. ഉണർന്ന അയാളുടെ കാതുകളിലതു വീണു. ഇടിയൊച്ചയുടെ അകന്നകന്നുപോകുന്ന പ്രതിധ്വാനങ്ങൾക്കുമീതെ, രാവിനെ പിടിച്ചുണർത്തിക്കൊണ്ടൊരു രോദനം. പേടിച്ചരണ്ടു നിലവിളിക്കുന്നതുപോലെ, വിറങ്ങലിച്ചുവീഴുന്ന കരച്ചിൽ.

"എന്താ, എന്താ, ആ കേൾക്കുന്നത്?"

ദീനാമ്മയും രൂത്തും എണീറ്റു. കതകു തുറന്ന ഉപദേശി പുറത്തേക്കു റാന്തൽ തെളിച്ചു.

അവൻ പേടിച്ചു പിന്മാറി.

നനഞ്ഞുകുതിർന്ന ഒരു പക്ഷിക്കുഞ്ഞിനെപ്പോലെ അവൻ കലശലായി വിറയ്ക്കുന്നുണ്ട്. ഉപദേശി കൈകൾ നീട്ടി. റാന്തൽ ഭാര്യയെ ഏൽപ്പിച്ചിട്ട് അയാൾ പുറത്തിറങ്ങി.

"അകത്തു കേറിവാ."

ദീനാമ്മ വിളിച്ചു. അവൻ സന്ദേഹത്തോടെ അവരെ തുറിച്ചു നോക്കി. കാറ്റു ശക്തിയായി വീശുന്നു. കാറ്റിനോടു മത്സരിച്ചു പെയ്യുന്ന മഴ. ഉപദേശി അവനെ പിടിച്ച് ഉള്ളിലേക്കു നടത്തിച്ചു. അവൻ ആകെമൊത്തം നനഞ്ഞിരുന്നു. കഠിനമായ തണുപ്പിൽ അവന്റെ കാൽമുട്ടുകൾതമ്മിൽ കൂട്ടിയിടിക്കുന്നു.

"നീ എവിടെന്നാ മോനെ?"

തോർത്തെടുത്ത് അവന്റെ ഈർപ്പം തുടച്ചുമാറ്റുന്നതിനിടെ ദീനാമ്മ ചോദിച്ചു. അവനു മിണ്ടാൻ കഴിഞ്ഞില്ല. പരിഭ്രമിച്ചു ചുറ്റും നോക്കി അവൻ നിന്നു.

"എനിക്കറിയാം അമ്മച്ചീ. മാതവനാണ്."

രൂത്തു പറഞ്ഞു. അവൾക്ക് അവനെ അറിയാമായിരുന്നു. പണിക്കൻപൊറ്റയിൽ, അയ്യാവുവാത്തിയുടെ ബന്ധത്തിൽപ്പെട്ട ഒരു ഊരാളിയുടെ മോൻ. കുമിളി ഏലായിൽ, ഈർക്കിൾകുരുക്കിട്ടു വയൽഞണ്ടുകളെ പിടികൂടാനായി പതുങ്ങിപ്പതുങ്ങി നടക്കുന്ന അവനെ അവൾ കണ്ടിട്ടുണ്ട്.

"മാതവൻ!"

അവൾക്കു മാത്രമല്ല, ദേശവാസികൾക്കെല്ലാം അവനെ അസലായിട്ടറിയാം. മാറാന്തടത്തിന്റെ പൊതുസ്വത്താണവൻ. അവനെല്ലായിടവും മേഞ്ഞുനടന്നിരുന്നു. പറമ്പുകളും കരകളും അവന് അതിർത്തി കൽപ്പിച്ചിരുന്നില്ല. എവിടേയും കയറിയിറങ്ങി. ഏതു മുറ്റത്തേക്കും കടന്നുചെന്നു

ഭക്ഷണം ചോദിച്ചു. കൈയിൽ കിട്ടുന്നതൊക്കെ വലിച്ചുവാരിത്തിന്നു. കണ്ട കുടിമുറ്റങ്ങളിലെല്ലാം കിടന്നുറങ്ങി. ഞണ്ടുകളേയും കൊക്കുകളേയും കെണിവച്ചുപിടിച്ചു. കാവിലെ ഭഗവതിക്കും തെച്ചിക്കാട്ടിലെ കരിങ്കാളിക്കും വിശേഷദിവസങ്ങളിൽ നിവേദിച്ചിരുന്ന പടുക്കകൾ മോഷ്ടിച്ചു തിന്നു.

എല്ലാത്തരത്തിലും അവനൊരു വിപ്ലവകാരിയായിരുന്നു. ജാതിയുടെ വരമ്പുകൾ മറന്ന മാറാന്തടത്തിലെ ആദ്യപ്രജയും മാതവൻതന്നെയായിരുന്നു.

"അവനിക്ക് അപ്പനും അമ്മയും ഇല്ലമ്മച്ചീ. അപ്പൻ ഇട്ടേച്ചോടിപ്പോയി, അമ്മ കെണറ്റിച്ചാടിച്ചത്തു."

പിന്നീട് ഉപദേശിയോ ഭാര്യോ അവനോട് ഒന്നും സംസാരിച്ചില്ല. അവർ അവനു വസ്ത്രവും ഭക്ഷണവും നൽകി. ഉറങ്ങാനായി ഉള്ളുമുറിയിൽ പായവിരിച്ചുകൊടുത്തു. അവൻ ഉറങ്ങുവോളം രൂത്ത് വാതിലിൽ കാവലിരുന്നു.

രാവിലെ ഉണർന്നപ്പോൾ തൊട്ടാൽ പൊള്ളുന്ന പനിയാണ്. എന്തു ചെയ്യണം? ഉപദേശി ആലോചിച്ചു. അയ്യാവുവാത്തിയുടെ ബന്ധത്തിൽപ്പെട്ടവനാണ്. അനാഥൻ. പനിപിടിച്ചു അവശനിലയിലാത്തീർന്നിരിക്കുന്നു. സൂക്ഷിച്ചേ കൈകാര്യം ചെയ്യാവൂ. അധികം ആലോചിക്കാൻ നിൽക്കാതെ ഉപദേശി പണിക്കൻപൊറ്റയിലേക്കു യാത്രതിരിച്ചു.

വൈദ്യർ വീട്ടിൽത്തന്നെ ഉണ്ടായിരുന്നു. ആദരപൂർവം അയാൾ ഉപദേശിയെ സ്വീകരിച്ചു. വിളക്കെന്നിയിൽ അനന്തൻപിള്ളയുടെ കുടുംബവൈദ്യനായിരുന്ന രാഘവപ്പണിക്കരുടെ മച്ചുനനായിരുന്നു നാരായണൻവൈദ്യർ. മിടുക്കനും സർവ സമ്മതനുമായിരുന്നു അയാൾ. വാത്തിയുടെ വിലക്കുണ്ടായിട്ടും അത്യാവശ്യം ചില സന്ദർഭങ്ങളിൽ അയാൾ പുലയർക്കും ചികിത്സ നിർവഹിച്ചിരുന്നു. ഉപദേശി വൈദ്യരോടു വിശേഷം പറഞ്ഞു. വിശദമായിത്തന്നെ. എല്ലാം ക്ഷമയോടെ വൈദ്യർ കേട്ടിരുന്നു. മാതവനെ വൈദ്യർക്കറിയാം. അവന്റെ തന്ത എവിടെയാണെന്ന് ആർക്കും അറിയില്ല. അവന്റെ ജനനത്തോടെ സ്ഥലം വിട്ടിരുന്നു. ദാരിദ്ര്യവും ക്ലേശവും സഹിക്കാതായപ്പോൾ അവന്റെ അമ്മ ആത്മഹത്യയിലൂടെ പരിഹാരം കണ്ടെത്തി. എങ്ങനെയോ അവൻ പള്ളിത്തറയിലെത്തിയിരിക്കുന്നു. വാത്തി അറിഞ്ഞാൽ അടങ്ങിയിരിക്കുകയില്ല. തീർച്ചയാണ്. അതിനാൽ, ഇക്കാര്യത്തിൽ വാത്തിയെ കാണുന്നതാണ് ഏറ്റവും നല്ലതെന്ന് നാരായണൻവൈദ്യർ ഉപദേശിയെ അറിയിച്ചു.

"എന്റെ വീട്ടിൽ കിടത്തി ഭേദമാക്കുന്നതിൽ വൈദ്യർക്കു വിരോധമുണ്ടോ?"

ഉപദേശി ചോദിച്ചു. അയ്യാവുവാത്തിയുമായി ഈ അവസരത്തിൽ ഒരു കൂടിക്കാഴ്ച ഒഴിവാക്കുകയാണ് ഭംഗിയെന്ന് ഉപദേശി കരുതി.

"അയ്യോ, ഒരിക്കലുമില്ല. അവൻ രക്ഷപ്പെടണതില് ഞാക്കു സന്തോഷമേയുള്ളൂ."

"എങ്കിൽ വൈദ്യർ ഉത്തരവാദിത്വം ഏൽക്കണം."

"എന്തെരിന്?"

"മാധവനെ എന്റെ വീട്ടിലെത്തിച്ചതിന്റെ."

"അതിനൊവതേസി പേടിക്കണ്ടാ. ഞാൻ പറേണതു കൊറേയൊക്കെ അയ്യാവു കേക്കും. നിങ്ങളവനെ രക്ഷിച്ചാലും വളർത്തിയാലും ഞാക്കു വിരോദമില്ല."

രണ്ടു ദിവസത്തോളം പനി ഒരേനിലയിൽ നിന്നു. നാരായണപ്പണിക്കരാണ് ചികിത്സിച്ചത്. മൂന്നാം ദിവസം പനി ഇറങ്ങിത്തുടങ്ങി. മാതവൻ കിടക്കയിൽനിന്നെണീറ്റു. ഉപദേശി അവന്റെ നെറ്റിയിൽ കൈവച്ചു പ്രാർഥിച്ചു. അവനൊന്നും പിടികിട്ടിയില്ല. എങ്കിലും അവനും കണ്ണുകളെ പൂട്ടി. കൗതുകത്തോടെ എല്ലാം കേട്ടിരുന്നു. വീണ്ടും കിടക്കയിലേക്കു വീണു. ഒരാഴ്ച കഴിഞ്ഞപ്പോൾ പനി മാറി, എണീറ്റു നടന്നു.

"മാധവാ."

ഉപദേശി അവനെ വിളിച്ചു. കാപ്പി കുടിക്കുന്നതിനിടെ അവൻ മുഖം തെല്ലുയർത്തി. അവന്റെ കണ്ണുകൾ ഏറെ കുഴിഞ്ഞിരുന്നു. ഒരു ക്ഷയരോഗയുടേതെന്നപോലെ വാരിയെല്ലുകൾ പുറത്തേക്കുന്തിനിന്നു. അവനെ നോക്കിയിരിക്കെ ഉപദേശി അലിവിന്റെ ഒരു പെരുംതീർഥമായി മാറി. ഗതകാലത്തിന്റെ തിക്തമായ ഏടുകൾ ഒരു മാത്രകൊണ്ടു മറിഞ്ഞുപോയി. ഉപദേശി കണ്ടു. അയാളുടെ മുമ്പിലിരിക്കുന്നത്, പണിക്കൻപൊറ്റയിലെ അനാഥനായ മാതവനായിരുന്നില്ല. മറ്റാരോ ആയിരുന്നു. ഒരു ലഹളയുടെ ഹിംസ കത്തിനിന്നിരുന്ന രാവിൽ, എല്ലാം വലിച്ചറിഞ്ഞിട്ട് എവിടേക്കോ ഓടിപ്പോയ കുട്ടി. നാളുകൾ കഴിഞ്ഞപ്പോൾ അവന്റെ കണ്ണുകളും കുഴിഞ്ഞുതാണിരുന്നു. അവന്റെ വാരിയെല്ലുകളും എണ്ണം പറഞ്ഞുകൊണ്ട് പുറത്തേക്കുന്തി നിന്നിരുന്നു.

"മോനേ!"

അവൻ വിളി കേട്ടില്ല. അവന്റെ കണ്ണുകൾ സ്നേഹപൂർവം, ഉപദേശിയെ പൊതിഞ്ഞു.

"നിനക്കവിടെ, ഞങ്ങളോടൊപ്പം നിന്നോളാമോ?"

മാതവനു മറുപടിയുണ്ടായിരുന്നില്ല.

"നിനക്കിവിടെനിന്നും പോകണോ?"

"വേണ്ട."

മാതവൻ പള്ളിത്തറയിൽ കൂടിയതു മതംമാറിയ പുലയർക്കത്ര രസിച്ചില്ല. എത്രയായാലും ഊരാളിയല്ലേ? പള്ളിയുടെ ഏറ്റവും വലിയ ശത്രുവായ അയ്യാവുവാത്തിയുടെ ബന്ധക്കാരൻ. അതു വേണ്ടായിരുന്നു. പകരം ഞങ്ങളുടെ കുട്ടികളിലൊന്നിനെ വളർത്തിക്കൂടായിരുന്നോ? അവർ ചോദിച്ചു.

"പച്ചേ, അതയാളെ ഒരു വേലയല്ലേ?"

വല്ലാടൻ പറഞ്ഞു. പറ്റുകാർ ശ്രദ്ധിച്ചു. ആരെപ്പറ്റിയാണെന്നു പലർക്കും മനസിലായിരുന്നില്ല.

"എന്തെരു വേല? ആരെവേല?"

ദാമോദരൻനായർ ആകാംക്ഷാഭരിതനായി.

"ഒവതേസീരെതന്നെ. ആ കെണറ്റീചാടിരെ മോനെ എടുത്തു വളർത്താൻ പോണെന്നല്ലേ പറയണത്? എന്തെരീന്ന് ആർക്കെങ്കിലും പിടികിട്ടിയോ? പറയീൻ, അങ്ങത്തയ്ക്കു പിടിക്കിട്ടിയോ?"

തനിക്കു മനസിലായിട്ടില്ലെന്നു ദാമോദരൻനായർ അറിയിച്ചു.

"എന്തെരിന്?"

പറ്റുകാരിലൊരു പണിക്കൻ ചോദിച്ചു.

"അതാണു വേല. ഒവതേസീരെ ഏറ്റവും എതിരി ആര്? അയ്യാവു വാത്തി. മാതവനാര്? അയ്യാവുവാത്തിരെ സ്വന്തത്തിപ്പെട്ടതും, ഇപ്പം പിടി കിട്ടിയോ. ഇല്ലെങ്കി ഞാൻതന്നെ പറയാം. വാത്തീന ചാക്കിലെടുക്കാൻ. പിന്നല്ലാതെന്തരിന്? ഇനി നാരായണപ്പണിക്കനും മറ്റും വീഴുമോന്നു നോക്കി ഇരിപ്പാണ്."

ഊരാളികളടക്കമുള്ള പറ്റുകാർ, അപ്പോഴാണ് ആ ക്രൂരമായ സത്യത്തെക്കുറിച്ചു ബോധവാന്മാരായിത്തീർന്നത്. ദാമോദരൻനായർക്കും അതു ശരിയാണെന്നു തോന്നി.

"പച്ചേങ്കി വാത്തി സമ്മതിക്കുമോ?"

"ങ്ഹും! അങ്ങു ചെല്ലാൻ പറഞ്ഞിരിക്കണ്! ഇപ്പോത്തന്നെ സമ്മതിക്കൂലെ! അയിനു വച്ച വെള്ളം അങ്ങു വാങ്ങിയേക്കാൻ അയാളോടി പറഞ്ഞേക്കിന്."

"വാങ്ങണതെന്തെരിന്. മാതവനെ വളർത്തണമെന്നു വിജാരിച്ചാ, അയാളു വളർത്തും. അയ്യാള് തീരുമാനിച്ചതെന്തെരെങ്കിലും നടക്കാതെ പോയിട്ടൊണ്ടോ?"

അതും ശരിയാണ്. പറ്റുകാർക്ക് സമ്മതിക്കാതെ തരമില്ലെന്നായി.

"പച്ചേ വാത്തി സമ്മതിക്കൂലാ. മൂന്നുതരം."

വല്ലാടൻ വീണ്ടു ശ്രോതാക്കളെ ഉൽക്കണ്ഠാകുലരാക്കി. എന്തിനാണെന്ന ചോദ്യം എല്ലാ മുഖങ്ങളിലും വെളിച്ചപ്പെട്ടു.

"മാതവനെ ക്രിസ്യാനിയാക്കാന് അയ്യാള് കുടിച്ച വെള്ളത്തിലും ജാരിക്കണ്ടാ."

"അതെന്ത്?"

"എങ്കിലയാളെ കൊല നടക്കും."

ഒരു പണിക്കർക്ക് വീറുകയറി.

"പെലേമ്മാരോടി എല്ലാം നടന്നു. പച്ചേങ്കി ഊരാളികളോടി അതു നടക്കുമെന്നു നോക്കണ്ട!"

"ആര് നിയ്യോടെ കൊല്ലാൻപോണത്?"

ദാമോദരൻനായരുടെ ചോദ്യത്തിന്റെ അർഥം പണിക്കനെ മരക്കാലിയിൽ പിടിച്ചിരുത്തി.

ഒരാഴ്ചയോളം ഉപദേശി അയ്യാവുവാത്തിയുടെ ആഗമനം പ്രതീക്ഷിച്ചു. വന്നില്ല. മാതവന്റെ പ്രശ്നം മുക്കിലും കുമിളിയിലും പൊറ്റയി

ലുമെല്ലാം സംസാരവിഷയമായിരിക്കുന്നു. അങ്ങനെയിരിക്കെ, ഒരു ദിവസം നാരായണൻവൈദ്യർ പള്ളിത്തറയിലേക്കു വന്നു. തന്തയും തള്ളയുമില്ലാത്ത മാതവനോടു കരുണകാട്ടിയതിന് ഉപദേശിക്ക് അയാൾ നന്ദി പറഞ്ഞു. പണിക്കൻപൊറ്റയിലെ ഭൂരിഭാഗം പേർക്കും അതിൽ സന്തോഷമേയുള്ളുവെന്നും വൈദ്യർ അറിയിച്ചു. അയ്യാവുവാത്തിയുടെ മൗനം തന്നെ ഏറ്റവും വലിയ തെളിവ്. പോകാൻ നേരം വൈദ്യർ മാതവനെ വിളിച്ചു:

"മരിയാദയ്ക്ക് നിന്നാ നെനക്ക് നല്ലത്. പണിക്കൻപൊറ്റേല് വേറാരിക്കും ഇതിനൊള്ള ഫാക്യം കിട്ടിയിട്ടില്ല."

അവൻ അതിന്, അതേയെന്നു മറുപടി പറയുകയും ചെയ്തു.

ഞായറാഴ്ച രാവിലെ പള്ളി തൂത്തിറക്കിയതും ബഞ്ചുകളടുക്കിയതും മാതവനായിരുന്നു. പള്ളിയിൽ കൂടിയ വിശ്വാസികൾ അവനെ അടുത്തു വിളിക്കുകയും വിശേഷങ്ങൾ ചോദിക്കുകയും ചെയ്തു. ആദ്യയോഗത്തിൽ പ്രസംഗിക്കവേ, മാതവൻ ഒരു പരീക്ഷയാണെന്നും അതിൽ വിജയിക്കേണ്ടത് വിശ്വാസികളുടെ ആവശ്യമാണെന്നും തെരഞ്ഞെടുക്കപ്പെട്ട ജനതയെ ഉപദേശി അറിയിച്ചു. മാതവൻ, തോട്ടത്തിൽ വിതയ്ക്കപ്പെട്ട നന്മയുടെവിത്താണ്. താലന്തുകളെ വർധിപ്പിച്ച ദാസന്മാരുടെ ചരിതം അറിവുള്ളതാണല്ലോ. നന്മയുടെ ഈ വിത്തിൽനിന്നും നമുക്ക് നൂറുമേനി വിളയിക്കാം.

തോമസുകുട്ടി!

ഉപേദശി അവനു പേരിട്ടു. പേരു നല്ലതെന്നു ജനങ്ങൾ പറഞ്ഞു. ദീനാമ്മയുടെ നിർദേശമായിരുന്നു. ആദ്യം ആ പേരിനെ അംഗീകരിക്കുവാൻ അവനു ബുദ്ധിമുട്ടായിരുന്നു. ആരെങ്കിലും ആ പേരു വിളിച്ചാൽ അവൻ നാണത്താൽ ചൂളിപ്പോകുമായിരുന്നു.

കരിക്കാടി അറുപതുപറ കൊയ്തപ്പോഴും, വീണ്ടും നിലമുഴുത് വിളവെറക്കിയപ്പോഴും തോമസുകുട്ടി ഉപദേശിയെ സഹായിച്ചിരുന്നു. മരണപ്പാറയ്ക്കു മീതെ നിന്നുകൊണ്ടുള്ള ഗിരിപ്രഭാഷണങ്ങളിലും അവൻ ഉപദേശിയോടൊപ്പം പോയിരുന്നു.

ക്രമേണ മാറാന്തടം, തോമസുകുട്ടിയെ അംഗീകരിച്ചു തുടങ്ങി.

19

രാത്രി.

ഭക്ഷണം കഴിഞ്ഞ് ഉപദേശി വരാന്തയിൽ വന്നിരുന്നു. പുറത്ത് കൃഷ്ണപക്ഷത്തോടടുക്കുന്ന രാവിന്റെ അരണ്ട വെളിച്ചം അസ്തമിച്ചു കഴിഞ്ഞു. ഇരുണ്ട ആകാശത്ത് നിറയെ നക്ഷത്രങ്ങൾ പുള്ളികുത്തുന്നു. വടവുക്കരിയിൽനിന്നും കറുത്ത നിറമുള്ള ശീതക്കാറ്റു വീശുന്നുണ്ട്. കാറ്റിനെതിരെ, കാറ്റിന്റെ സൗഹൃദത്തെ വരവേറ്റുകൊണ്ട് ഉപദേശി ചാരുകസേരയിലേക്കു ചരിഞ്ഞു. ഉറങ്ങുവാനുള്ള പതിവുനേരം കഴിഞ്ഞിരി

ക്കുന്നു. ഒന്നുരണ്ടു തവണ ദീനാമ്മ പുറത്തിറങ്ങിവന്ന് ഓർമിപ്പിക്കാതിരുന്നില്ല. നല്ല ക്ഷീണമുണ്ടെന്ന് അവർക്കറിയാം. പകൽ മുഴുവൻ നടത്തമായിരുന്നില്ലേ? പടിയിറങ്ങുമ്പോൾ സാധാരണയായി പറയാറുള്ളതാണ്. എവിടേക്കാണു പോകുന്നതെന്നും, എപ്പോൾ വരുമെന്നും. രാവിലെ അതുണ്ടായില്ല. പുറവേലിയോളം പുറകേ ചെന്ന് ദീനാമ്മ ആരാഞ്ഞു. 'ഇതാ വരുന്നു' എന്നുമാത്രം പറഞ്ഞുകൊണ്ട് ഉപദേശി പോയി. ഉച്ചവെയിലാറിയപ്പോഴാണ് മടങ്ങിയെത്തിയത്. വന്നുകയറിയപ്പോഴും ദീനാമ്മ ശ്രദ്ധിച്ചു. തെളിഞ്ഞാറിയ കഞ്ഞിവെള്ളം ആവശ്യപ്പെട്ടില്ല. അവർ അതു കരുതിയിട്ടുണ്ടായിരുന്നു. ഭക്ഷണം കഴിക്കുമ്പോൾ ഏതോ കലുഷമാർന്ന ചിന്തകളുടെ പിടിയിലാണെന്നു മനസിലായി. ഒന്നും ചോദിച്ചില്ല. അതു പാടില്ലെന്ന് അവർക്ക് അറിയാം. എത്രയോ സംവത്സരങ്ങളായുള്ള ജീവിതമാണ്. ഭർത്താവിന്റെ ഇഷ്ടാനിഷ്ടങ്ങളെല്ലാം അവർക്കു മനഃപാഠമാണ്.

"നേരം പാതിരായായെന്നു തോന്നുന്നു."

ഒരു അവസാനശ്രമമെന്ന നിലയ്ക്ക് അവർ അറിയിച്ചു.

കനത്ത ഒരു മൂളൽ മാത്രമായിരുന്നു മറുപടി. അവർ തിരിഞ്ഞ് ഉറക്കറയിലേക്കു പോയി.

പാതിര ആയിക്കാണും.

ദാനിയേലുപദേശി ചാരുകസേരയിൽനിന്നെണീറ്റു. മുറ്റത്തേക്കിറങ്ങി. ചുറ്റും കുടപിടിച്ചു നിൽക്കുന്ന ഇരുട്ടാണ്. പാതിരാവിന്റെ പടയാളികളെപ്പോലെ കറുത്ത മൗനം അയാളെ പൊതിഞ്ഞുനിന്നു. എവിടെയും നിൽപ്പുറയ്ക്കുന്നില്ല. മുറ്റത്തിനു തലങ്ങും വിലങ്ങും അയാൾ നടന്നു. ഇരുട്ടിൽ നിന്നും ശ്ലഥചിന്തകളുടെ നിശിതമായ മുനകൾ അയാൾക്കു നേരെ തെറിച്ചുകൊണ്ടിരുന്നു. പ്രതിരോധിക്കുവാൻ ആവതു ശ്രമിച്ചു. സാധിക്കുന്നില്ല. കിട്ടാവുന്ന വിള്ളലുകളിലൂടെയെല്ലാം അവ തിരക്കിട്ടു വന്ന് അയാളെ ആക്രമിക്കുന്നു. മേലാസകലം കുത്തിവരഞ്ഞതുപോലെ ചോരച്ചാലുകൾ. ദുസ്സഹമായ നീറ്റൽ അനുഭവപ്പെടുന്നു. ഇനി ഒന്നേമാർഗമുള്ളു. സകലശക്തിയും സംഭരിച്ചുകൊണ്ട് ചിന്തയെ പിടിച്ചുകെട്ടുക.

"എന്നുള്ളിലെന്നും വസിച്ചിടുവാൻ
സ്വർഗമണ്ഡപംവിട്ടിറങ്ങിവന്ന
ഉന്നതനാം തങ്കപ്രാവേ നീ
വന്നെന്മേൽ എന്നും അധിവസിക്ക."

നിശ്ശബ്ദമായി ഉപദേശി പാടി. കഴിയാവുന്നിടത്തോളം ഉച്ചത്തിൽ അയാൾ താളമിട്ടുകൊണ്ടു പാടി. ആവർത്തിച്ചാവർത്തിച്ചുപാടി. വരികൾ മുറിയുകയും, പരസ്പരം മാറിവീഴുകയും ചെയ്യുന്നു. അപഭംഗം സംഭവിക്കുന്ന സ്വരങ്ങളും താളവും. സകലതിനും മീതെ കെട്ടുപിണഞ്ഞ ഓർമകളുടെ പുകമഞ്ഞു വീണിറങ്ങുന്നു. സുതാര്യമായ സ്മൃതിയുടെ തിരമറയ്ക്കപ്പുറം അവ്യക്തമായ കുറേ ചിത്രങ്ങൾ, സൂക്ഷിച്ചുനോക്കി. പല ചിത്രങ്ങളും കാലത്തിന്റെ അരുളപ്പാടുകൾ വീണ് ചെത്തും പൊടിഞ്ഞും പോയിരിക്കുന്നു. വക്കുകളുടഞ്ഞ് നിറംമങ്ങിയ ഒരുകൂട്ടം ചിത്രങ്ങൾ. അതി

ലൊന്നായിരുന്നു വിളക്കെന്നി. സംവത്സരങ്ങളുടെ വിട്ടുമാറാത്ത പുതുമണം വിളക്കെന്നിക്കു മുകളിൽനിന്നും ഒഴിഞ്ഞുപോയിരിക്കുന്നു. നാലുകെട്ടും മാളികയും, ചിത്രപ്പണിചെയ്ത് വീട്ടിയിലൊരുക്കിയ കൊട്ടിയമ്പലവും എട്ടുകെട്ട് തൊഴുത്തും, ആനക്കൊട്ടിലും, ലക്ഷ്മി കുടിവാണിരുന്ന നിലവറകളും, മുത്തുമണികൾ തൂവിനിറഞ്ഞ പത്തായപ്പുരയും, അങ്ങനെ വിളക്കെന്നിക്കു സ്വന്തമായിരുന്ന എല്ലാമെല്ലാം വിനാശത്തിന്റെ രാക്ഷസീയമായ വേലിയേറ്റത്തിൽപ്പെട്ട് അഴിഞ്ഞുപോയിരിക്കുന്നു. സംവത്സരങ്ങളുടെ ന്യായീകരണമില്ലാത്ത നിരവധി ദുരന്തങ്ങളിലൊന്നായിത്തീർന്നിരിക്കുന്നു വിളക്കെന്നി. പഴംപ്രതാപങ്ങളുടെ ശൂന്യമായ പെട്ടകത്തെയെന്നപോലെ ഉപേക്ഷിക്കപ്പെട്ടതായിരിക്കുന്നു വിളക്കെന്നി.

പഞ്ചവാദ്യവും മത്സരക്കമ്പവുമടക്കം നീലകേശിക്ക് പതിനഞ്ചു ദിവസം നീണ്ടുനിൽക്കുന്ന പറണേറ്റുത്സവങ്ങൾ നടത്തി, ധൂർത്തിന്റെ പുതിയ ഇതിഹാസങ്ങൾ രചിച്ച കുളിയടിയന്തിരങ്ങൾ നടത്തി, നാടൊട്ടുക്കും പന്തലിട്ട് നാട്ടാരെയാകമാനം വിളിച്ചുകൂട്ടി കല്യാണാഘോഷങ്ങൾ നടത്തി, പെണ്ണിനും പ്രിയത്തിനുംവേണ്ടി നിലവറകൾ കാലിയാക്കിയ പൂർവികരെ പഴിച്ചുകൊണ്ട് വിളക്കെന്നി വർത്തമാനത്തിനു നേരേ മൗനം പൂണ്ടുകിടക്കുന്നു.

പോകരുതായിരുന്നു!

ഉപദേശി ആശിച്ചുപോയി. പോയിമടങ്ങുമ്പോൾ മനംനിറയെ അത്തരമൊരു ചിന്തയായിരുന്നു. മാറാന്തടത്തിൽ എത്തിപ്പെട്ട ആദ്യപകലിൽത്തന്നെ തീരുമാനിച്ചിരുന്നതാണ്. വിളക്കെന്നിയുടെ നടവഴി ഒന്നു പോവുക. വെറുതേ ഒന്നുപോയിവരുക. മഹേശ്വരിപ്പിള്ളയെക്കുറിച്ച് എന്തെങ്കിലുമൊക്കെ അറിയുവാൻ ആകാംക്ഷയായിരുന്നു. ഓർക്കുമ്പോൾ ഇന്നും ഒരത്ഭുതമാണവർ. സുഗന്ധപൂരിതമായ ഒരോർമയാണവർ. എല്ലായ്പ്പോഴും കടന്നെടുത്തു മണം നുകരാനാഗ്രഹിച്ചുപോകുംവിധം സുഗന്ധിയായ ഒരോർമ. ദാവീദിൽനിന്നും, കപ്യാർമോശയിൽ നിന്നും വളരെക്കുറച്ചുമാത്രം കേട്ടിരുന്നു. കേൾക്കുന്തോറും ഏറെയേറെ കേൾക്കുവാൻ അയാളാഗ്രഹിച്ചു. ഒടുവിൽ കപ്യാർമോശ സന്ദേഹപ്പെടാൻ തുടങ്ങിയപ്പോൾ ഉപദേശി പിൻവാങ്ങി. കേട്ട കഥകളൊക്കെ ഗ്രാമസഹജമായ അതിശയോക്തികളാണെന്നേ കരുതിയിരുന്നുള്ളു. നേരിട്ടു ചെന്നപ്പോൾ കണ്ടു. എത്രയ്ക്കു പരിതാപകരമായ ഒരു കാഴ്ച! അവിശ്വസനീയമായ ഒരവസ്ഥയാണിത്. ഈ പതനത്തെ കാലംപോലും അംഗീകരിക്കുമെന്നു തോന്നുന്നില്ല. ചുറ്റുപാടുകളെ ഉപദേശി ആഴത്തിലവലോകനം ചെയ്തു. കാലത്തിന്റെ കുത്തൊഴുക്കിൽ പലതും ഒലിച്ചുപോയിരിക്കുന്നു. പലതും തകർന്നു നിലംപൊത്തിയിരിക്കുന്നു. ഒടുവിൽ മുഖംകുത്തിവീണ പടിപ്പുരയും, പൊട്ടിക്കീറിയ ചുവരുകളും, പൊളിഞ്ഞ തുളസിത്തറയും ഉളുപ്പൻ തുരന്ന പെട്ടി ഉത്തരങ്ങളും മാത്രം ശേഷിച്ചു.

കൊട്ടിയമ്പലം കവച്ചു ദാനിയേലുപദേശി പടിപ്പുരയിലേക്കു ചെന്നു.

പൊളിഞ്ഞിളകിയ തറ. അവിടവിടെ കൊച്ചു കുഴികൾ കാണാം. മഴനനഞ്ഞ തേക്കിൻപലകകളിൽ മഴവെള്ളം പച്ചയുടുത്തൊലിച്ചുപോയ പാടുകൾ കാണാം.

ഒരു പെൺകുട്ടി തലയെത്തിച്ചു നോക്കിയിട്ട് ഉള്ളിലേക്കോടിപ്പോയി. ഒരു പലക തുടച്ച് അതിന്മേലിരുന്നു. അകത്ത് കാലടികളിളക്കുന്ന അനക്കം കേട്ടു തുടങ്ങി. മച്ചിൽ ഓടിക്കളിക്കുന്നത് എലികളായിരിക്കും. അവ കാട്ടുന്ന സ്വാതന്ത്ര്യത്തിൽ ഉപദേശിക്ക് അസൂയ തോന്നി. നിലവറ വാതിൽ ആരോ പുറത്തേക്കു തള്ളിനീക്കി. ഉപദേശി ജാഗ്രതപാലിച്ചു. അയാളുടെ കണ്ണുകൾ ദുരയോടെ വാതിൽപ്പടിയിൽ പാറിവീണു.

"ദാ! ഇവുടെത്തന്നെ."

പെൺകുട്ടിയുടെ ചുമലിലേറി മഹേശ്വരിപ്പിള്ള പടിപ്പുരയിലേക്കു വന്നു. പുരയുടെ മേൽക്കൂരയിലൂടെ അനേകം പ്രകാശവൃത്തങ്ങൾ അവരെ പരിചരിച്ചിരുന്നു. കൈപ്പടമുയർത്തി അവർ വെളിച്ചത്തെ ആട്ടിയകറ്റി. അവരവിടെ നിന്നു. അവരുടെ ചുവട്ടടികൾ ക്രമമില്ലാതെ വിറയ്ക്കുന്നുണ്ട്. ഉപദേശി അതു ശ്രദ്ധിച്ചു. ജരയുടെ ചുളിവുകൾ കാൽനഖങ്ങൾക്കു മീതെപ്പോലും പടർന്നുകയറിയിരിക്കുന്നു.

"ഊദേസിയോ?"

വിറയാർന്ന കലമ്പിച്ച ശബ്ദം.

ഉപദേശി എഴുന്നേറ്റു. അയാളവരുടെ ചാരത്തേക്കു ചെന്നു. എന്താണു ചെയ്യേണ്ടത്? എന്തുപറയണം? ഒരു തോന്നലിനായി, ഒരു വാക്കിനായി അയാൾ വല്ലാതെ ബദ്ധപ്പെട്ടു. കലുഷിതമായ മാറാന്തടം. ഹിംസയുടെ ഗന്ധമൊടുങ്ങാത്ത രാത്രി. ആ രാവിൽ കണ്ണുതുറന്നു കിടന്നിരുന്ന നിലാവിനേയും കബളിപ്പിച്ചു കൊണ്ട് ഒറ്റയ്ക്കു കിഴക്കുംപുറത്തു നിന്നും കാട്ടുകുളത്തെ വെളുത്തയുടെ കുടിയിലേക്കു നടന്നെത്തിയ ഉള്ളുറപ്പിന്റെ ഉടമയാണീ നിന്നു വിറക്കൊള്ളുന്നത്. സംവത്സരങ്ങൾ അവരുടെ അനുപമമായ അഴകിനെ ചോർത്തിക്കളഞ്ഞിരിക്കുന്നു. മെല്ലിച്ച കൈകാലുകളിൽ ശൽക്കങ്ങൾ പൊരിഞ്ഞുകാണാം. മുലക്കച്ചകൾക്കിടയിൽ മാറിടം നാഭിയോളം ഞാന്നുകിടക്കുന്നു. കണ്ണുകൾക്കു ചുറ്റും കറുത്ത നിഴൽപ്പാട്. ആകമാനം വെള്ളികെട്ടിയ തലമുടി.

"അതേ, ഞാൻതന്നെ ഉപദേശി."

ദാനിയേലുപദേശി അവർക്കു മുന്നിലായി നിലത്തു മുട്ടുകുത്തി. എന്നിട്ട് അവരുടെ കൈകളെ കൂട്ടിപ്പിടിച്ച് അതിൽ മുഖമണച്ച് അൽപ്പനേരം മൂകനായി ഇരുന്നു. ശാരദ അൽപ്പം മാറിനിന്നുകൊണ്ട് എല്ലാം കൗതുകത്തോടെ കണ്ടു.

"ഇങ്ങനെ ഒരാളു വന്നിട്ടൊണ്ടന്ന് മോളു പറഞ്ഞിരുന്നു. ഒന്നു നേരിൽക്കാണാൻവേണ്ടി എത്തറനാളുകൊണ്ടു പറയണത്! ആരെങ്കിലും വേണ്ടെ കേൾക്കാനായിക്കൊണ്ട്?"

കേൾക്കാൻ ആരുമില്ലാതെ ഇതാ വിളക്കെന്നിയിലൊരു തറവാട്ടമ്മ. ഗതകാലങ്ങളുടെ നോക്കുകുത്തികളായ ഭൂതഗണങ്ങളെ, നിങ്ങളിതറിയു

ന്നില്ലേ? നാടടക്കിവാണിരുന്ന കൊട്ടാരമായിരുന്നു വിളക്കെന്നി. അവിടെയൊരു മുത്തിക്ക് പറഞ്ഞാൽ കേൾക്കാൻ ഉറ്റവരും ഉടയവരും ഇല്ലാതായിരിക്കുന്നു. അന്തൻപിള്ള ഉണ്ടായിരുന്നെങ്കിലോ? ഉപദേശി ഓർത്തു. ഒരലർച്ച മതി. മാറാന്തടമൊന്നടങ്കം പ്രണാമം ചെയ്തുനിൽക്കും.

എന്തു മറുപടിയാണു പറയേണ്ടത്? വേണമെങ്കിൽ ഒരായിരം കാര്യങ്ങളുണ്ട്. അതൊന്നും പറയുവാൻ കാലമായിട്ടില്ലെന്ന് ഉപദേശിക്കറിയാം. നിരുദ്ധകണ്ഠനായി അവരുടെ ശോഷിച്ച കൈകളെ നോക്കി അയാളിരുന്നു. മഹേശ്വരിപ്പിള്ള ക്ഷുബ്ദമായ ഒരു മാനസികാവസ്ഥയിലാണ്. പ്രകാശം കുറഞ്ഞ കണ്ണുകൾകൊണ്ട് അവർ ഉപദേശിയെ തുറിച്ചുനോക്കി. ഉപദേശിയുടെ മുഖത്തു നിന്നും എന്തോ തിരഞ്ഞെടുക്കാൻ അവർ ക്ലേശിക്കുകയാണെന്നേ ആർക്കും തോന്നുകയുള്ളു. ഉണർച്ചയുടെ വാക്കോളമെത്തിയിട്ടു തട്ടിത്തെറിച്ചുപോകുന്ന പുരാതനമായ ഒരോർമ പോലെ എന്തോ ഒന്ന്. സ്മൃതിയുടെ അഗാധതകളിലും കാണാപ്പുറങ്ങളിലും അവർ തപ്പിനോക്കുന്നു. അവരുടെ ബലഹീനമായ മനസിന് ഒന്നും തന്നെ കണ്ടെടുക്കുവാൻ കഴിഞ്ഞില്ല.

"വീടും കുടിയുമൊക്കെ ഒറപ്പിച്ചോ ഇവുടെ വന്നിട്ട്?"

വിചാരങ്ങളിൽപ്പെട്ടു വെറുതേ നിൽക്കുന്നത് മൗഢ്യമാണെന്നറിഞ്ഞപ്പോൾ മഹേശ്വരിപ്പിള്ള ചോദിച്ചു.

"തൽക്കാലം താമസിക്കാനൊരു പുരകെട്ടി."

"പള്ളിയും കെട്ടി, ഇല്ലേ?"

"അതെ. ഞങ്ങൾ പള്ളിയിൽ പോയി പ്രാർഥിക്കുന്നവരാണ്."

"ഓഹോ! അപ്പോ പള്ളീല് ആരെ പ്രതീഷ്ഠയാണ് വെച്ചു പൂജിക്കണത്?"

"ഞങ്ങൾക്കു പ്രതിഷ്ഠയും പൂജയും ഇല്ലമ്മേ."

"പിന്നാരോടി പ്രാർത്ഥിക്കണത്?"

"അരൂപിയായ ദൈവത്തോട് നമുക്കു കണ്ണുകൾകൊണ്ടു കാണാൻ കഴിയാത്ത, ഈ ഭൂമി മുഴുവൻ നിറഞ്ഞുനിൽക്കുന്ന ദൈവത്തോട്."

"അത് വെള്ളക്കാരെ ദൈവമാണെന്നിവുടെയൊക്കെ പറയണതു ശരിയോ?"

അത്രയുംനേരം നിന്നതുകൊണ്ടാവണം, മഹേശ്വരിപ്പിള്ള വല്ലാതെ വിറകൊള്ളാൻ തുടങ്ങിയിരിക്കുന്നു. അങ്ങനെ തുടർന്നാൽ അവർ കമിഴ്ന്നടിച്ചു വീണുപോകുമെന്ന് ഉപദേശി ഭയന്നു. അയാളെഴുന്നേറ്റുചെന്ന് അവരെ താങ്ങി പലകമേലിരുത്തി. മഹേശ്വരിപ്പിള്ളയുടെ കണ്ണുകൾ അന്യമായ ഒരു സ്ഥലരാശിയിലേക്ക് അവരേയും കൊണ്ടു പറന്നു. ഉടൻതന്നെ മടങ്ങിപ്പോരുകയും ചെയ്തു.

"അമ്മയ്ക്കറിയൂല്ലേ, വെള്ളക്കാർക്കു മാത്രമായി ഒരു ദൈവമുണ്ടാവില്ലെന്ന്? പള്ളിയിലെ ദൈവം നമ്മുടെ എല്ലാവരുടേയും ദൈവമാണ്. ആരു പ്രാർഥിച്ചാലും കേൾക്കുന്ന യഹോവ."

"വെള്ളക്കാരന്റെ ഇങ്കിലീസൊക്കെ പഠിച്ചിട്ടൊണ്ടെന്നു പറയണതും ശരിയോ?"

"അതേ. കുറേയൊക്കെ പഠിച്ചിട്ടുണ്ട്."

ഉടൻതന്നെ മഹേശ്വരിപ്പിള്ളയിൽ ഒരാശജനിച്ചു. കുറച്ച് ഇംഗ്ലീഷ് പറഞ്ഞു കേൾക്കാൻ. ഉപദേശിയോടു പറഞ്ഞാലോ? വേണ്ട. പിന്നൊരിക്കലാവാം.

"ഞാളെ മാറാന്തടമൊക്കെ പിടിച്ചോ?"

"പണ്ടേതന്നെ എനിക്കീ ദേശം ഇഷ്ടമാണമ്മേ."

പണ്ടോ?

മഹേശ്വരിപ്പിള്ള പലകയിൽനിന്നെണീറ്റു.

"പണ്ടെന്നു പറഞ്ഞാ എത്തറ പണ്ടേന്നു പറഞ്ഞില്ലല്ലോ?"

"അതിലൊന്നും കാര്യമില്ല. ഞാനിവിടെ വന്നുകൂടിയതുമുതലാണെന്നറിഞ്ഞാൽ മതിയമ്മേ."

"കൊറേ പെലക്കുട്ട്യളെ പട്ടണത്തി കൊണ്ടുപോയിരിക്കണെന്നു പറേണതൊക്കെ ഒള്ളതോ?"

"അതേ."

"എന്തെരിന്?"

"പഠിപ്പിക്കാൻ."

"ഇങ്കിലീസോ?"

"അതേ. ദൈവനിശ്ചയമായിരുന്നു. പഠിക്കാതിരുന്നാൽ എന്നുമിങ്ങനെ ചെളിയിൽത്തന്നെ കിടക്കേണ്ടിവരും. എന്നെങ്കിലും അതിനൊക്കെ ഒരു മാറ്റം വേണ്ടേ?"

"പെലേമ്മാരെ കുട്ട്യോളെ മാത്തറമേ പടിപ്പിനെടുക്കൊള്ളോ?"

"അങ്ങനെയൊന്നുമില്ല. മറ്റാരും തയാറായി വന്നിരുന്നില്ല. വന്നവരെ കൊണ്ടുപോയി."

തുടർന്ന് അവരൊന്നും ചോദിച്ചില്ല. സന്ദേഹമെല്ലാം അകന്നപോലെ അവർ വീണ്ടും പലകമേൽ ഇരിപ്പുറപ്പിച്ചു. ശാരദയെ പിടിച്ചരുകിൽനിർത്തി അവളുടെ ശിരസ്സിൽ കൈയോടിച്ചുകൊണ്ട് അനന്തമായ വയൽപ്പരപ്പുകളിലേക്കു കണ്ണോടിച്ചു. ഒരിടത്തെന്നില്ലാതെ, അവരുടെ കണ്ണുകൾ പാറിനടന്നു. ഉപദേശി മഹേശ്വരിപ്പിള്ളയെ ശ്രദ്ധിക്കുകയായിരുന്നു. അവരുടെ ഉള്ളം അമാവാസിയിലെ കടൽപ്പോലെ കലുഷമാണെന്ന് അയാളറിഞ്ഞു. അയാൾ നിശ്ശബ്ദത പാലിച്ചു. അയാളുടെ കണ്ണുകൾ പടിപ്പുരയ്ക്കപ്പുറം പറന്നുചെല്ലാനറച്ചു. കാലം അതിന്റെ അതിരുകളെ ലംഘിച്ചുകൊണ്ട് ഒരു ചക്രവാതത്തിലകപ്പെട്ട മഴമേഘങ്ങളെപ്പോലെ പടിപ്പുരയുടെ പരിമിതിയിൽ കിടന്നു മറിയുന്നു. അതിൽനിന്നും ഭൂതവർത്തമാനങ്ങളെ വേർതിരിക്കാനുള്ള യത്നത്തിലാണ് മഹേശ്വരിപ്പിള്ള. അർഥരഹിതവും ദുരൂഹവുമായ കാലത്തിന്റെ ഈ പുറപ്പാട് എന്തിനായിട്ടാണ്? അവർ രഹ

സ്യമായി ചോദിച്ചു. ആർക്കുമെന്നപോലെ അവർക്കും ഉത്തരം കിട്ടിയിരുന്നില്ല. അവരാകെ അസ്വസ്ഥയായിത്തീർന്നു.

ഉപദേശിയും കാലത്തിന്റെ പിന്നാമ്പുറങ്ങളിലായിരുന്നു. അയാൾക്കു മുന്നിൽ ഭൂതവും വർത്തമാനവും വ്യതിരിക്തമായിരുന്നു. വർത്തമാനത്തിനുമേലുള്ള ഭൂതകാലത്തിന്റെ അസന്തുലിതമായ പ്രതികരണങ്ങളാണ് അയാളെ ആകുലനാക്കിത്തീർത്തിരുന്നത്. രണ്ടുപേരും ഒട്ടുനേരം നിശ്ശബ്ദതയെ അവലംബിച്ചു. അവർക്കിടയിൽ കിടന്ന് അവരുടെ മൗനം പരസ്പരം സംവാദം ചെയ്തിരുന്നു.

യാത്രപറഞ്ഞിറങ്ങുമ്പോവും മഹേശ്വരിപ്പിള്ളയുടെ കണ്ണുകളിൽ വ്യഥയുടെ കരിനാമ്പുകൾ തെഴുത്തുകിടക്കുന്നത് ഉപദേശി കണ്ടു. അതയാളെ അലോസരപ്പെടുത്തുകയുണ്ടായി. അയാളിറങ്ങി നടന്നു. മാറാന്തടത്തിന്റെ പ്രാചീനമായ ആത്മാവിനുപോലും അപരിചിതനായിക്കഴിയുവാനാണ് അയാളാഗ്രഹിക്കുന്നത്. ഭാരമേറിയതും സുദീർഘവുമായ ഒരു നിയോഗമാണ് തനിക്കു മീതെയുള്ളത്. ശ്രദ്ധിച്ചുവേണം ഓരോ ചുവട്ടടിയും നീക്കാൻ. ഉപദേശി തീരമാനിച്ചു.

രാത്രി, ഉറക്കമകന്നു നിൽക്കുന്ന ഈ മധ്യയാമത്തിലും പകൽപോലെ കൺമുമ്പിൽ വിളക്കെന്നി വെളിച്ചപ്പെടുന്നു, സംവത്സരങ്ങളുടെ അസന്തുലിതമായ നീതിശാസ്ത്രത്തെ അയാൾ പഴിച്ചു. അയാൾക്കു ദുഃഖം തോന്നി. മഹേശ്വരിപ്പിള്ളയെ ഓർത്ത് അയാൾ ദുഃഖിച്ചു. മാറാന്തടത്തിന്റെ പരമ്പരകളെ ഓർത്ത് അയാൾ ദുഃഖിച്ചു. എവിടെയും തോറ്റുപോകുന്ന നന്മയെ ഓർത്തും അയാൾ ദുഃഖിച്ചു. എവിടെയും തിന്മയുടെ സാലഭഞ്ജികമാരാണ് നിരകൊള്ളുന്നത്. വിളിച്ചാൽ ഓടിയെത്തുന്നതും അവരാണ്.

എനിക്കു ചുറ്റുമുള്ള നൂറുപേരിൽ ഒരാളെങ്കിലും നന്മയെ ഏറ്റിരുന്നെങ്കിൽ! നന്മയെ സ്നേഹിച്ചിരുന്നെങ്കിൽ! നന്മയുടെ സങ്കീർത്തനങ്ങളാലപിച്ചിരുന്നെങ്കിൽ! അയാൾ അഭിലഷിച്ചു.

ചാരുകസേരയ്ക്കെതിരേ, മുറിയുടെ വെള്ളപൂശിയ ചുവരിൽ ചുവന്ന വെളിച്ചത്തിന്റെ അലരുകളിളകുന്നു. വെളിച്ചം വളരുന്നു. എവിടെനിന്നാവാം? ഉപദേശി പുറത്തേക്കു തലയെത്തിച്ചു.

"എന്റെ ദൈവമേ!"

അയാൾ പിടഞ്ഞെണീറ്റു.

പള്ളിയുടെ മേൽക്കൂര കത്തിയെരിയുന്നു.

അലറിവിളിച്ചുകൊണ്ടായാൾ പുറത്തുചാടി.

തീ നാലുചുറ്റുംനിന്ന് മേൽക്കൂരയെ കീഴടക്കുന്നു. തീനാളങ്ങൾ പരമ്പരകളുടെ പ്രതികാരത്തോടെ സ്വർഗത്തെ എത്തിപ്പിടിക്കാൻ ശ്രമിക്കുന്നു.

ദീനാമ്മയും കുട്ടികളും ഉണർന്നു. അവർക്കു നാവിറങ്ങിപ്പോയി.

"അയ്യോ, ഓടിവരണേ, ഓടിവരണേ!"

തോമസുകുട്ടിയുടെ നിലവിളി രാവിനെ ഭേദിച്ചു.

പള്ളിത്തറയിൽനിന്നും കൂട്ടനിലിവിളി ഉയർന്നു. വെളിച്ചത്തിന്റെ കതിരുകൾ താഴ്‌വാരത്തേക്കു പാഞ്ഞു.

എന്താണു ചെയ്യേണ്ടത്?

ഉപദേശി അന്ധാളിച്ചു നിന്നു. ആരോ പണിപറ്റിച്ചിരിക്കുന്നു. ആരെന്നറിയാം. അയാൾ മുകളിലേക്കു നോക്കി. പള്ളി കത്തിയെരിയുന്നു.

താഴ്‌വാരം ഉണർന്നു!

ആളുകളോടിക്കൂടി. താഴ്‌വാരത്തിലെ പുലയരും, പൊറ്റയിലെ ഊരാളികളുമുണ്ടായിരുന്നു അവരുടെ കൂട്ടത്തിൽ. ആളുകൾ വന്നുകൊണ്ടേയിരുന്നു. തീ കെടുത്താനവർ ശ്രമപ്പെട്ടു.

പാതിരാ കഴിഞ്ഞപ്പോൾ തീ പൂർണമായും കെട്ടു. പക്ഷേ, പള്ളി പൂർണമായും കത്തി നശിച്ചിരുന്നു.

20

അവരോഹിതമായ മൗനത്തിന്റെ വല്മീകത്തിനുള്ളിൽ പള്ളിത്തറ അമർന്നു കിടന്നു.

കത്തിനശിച്ച പള്ളിയുടെ അവശിഷ്ടങ്ങൾ വാരിക്കൂട്ടി തോമസുകുട്ടി വളക്കുഴി നിറച്ചു. ചുമരുകൾപോലും താപത്താൽ വിണ്ടുകീറിയിരുന്നു. പള്ളിക്കകത്തു സൂക്ഷിച്ചിരുന്ന വേദപുസ്തകമെവിടെ? കൂടിക്കിടന്നിരുന്ന ചാരത്തെ ഉപദേശി ചികഞ്ഞു. എവിടെയും കാണാനുണ്ടായിരുന്നില്ല. തിരുവചനങ്ങളെപ്പോലും അഗ്നി ഒഴിവാക്കിയിരുന്നില്ല. വിശ്വാസികളോടെന്തു പറയണമെന്നറിയാതെ അയാൾ ഖേദവിചാരങ്ങളിൽപ്പെട്ടു.

മാറാന്തടത്തിന്റെ പരദേവകൾ രാത്രികാലങ്ങളിൽ ഒറ്റയായും സംഘമായും പള്ളിത്തറയിൽ വന്നുപോയി. രാത്രി ആർത്തുചിരിച്ചുകൊണ്ടു വരവുപോക്കു നടത്തുന്ന അവരെ പലരും കേൾക്കുകയും കാണുകയും ചെയ്തിരുന്നു.

മാറാന്തടത്തിനുമേൽ വിഹായസിന്റെ ഗർഭത്തിൽ, പ്രവാചകന്റെ അരുളപ്പാടുകൾ ഉരുണ്ടുകൂടി. എന്താണെന്നറിയാതെ ദേശവാസികൾ അത്ഭുതപ്പെട്ടു. എന്തായിരിക്കാം ഈ കടുത്ത ശ്യാമവിതാനത്തിനു പിന്നിൽ ഉരുക്കെട്ടിനിൽക്കുന്നത്? നിശബ്ദമായി അവർ പരസ്പരം ചോദിച്ചു. പള്ളിത്തറയുടെ മൗനത്തെ സന്ദേഹത്തോടെയും ഭീതിയോടെയും അവർ ശ്രദ്ധിക്കുവാൻ തുടങ്ങി.

ഉപദേശി നാഗരുകോവിലിലേക്കു പോയിരിക്കുകയാണ്. ഇനിയും മടങ്ങിയെത്തിയിട്ടില്ല. മിഷൻസ്കൂളുകളുടെ പുതിയ മാനേജർ സായ്‌വിനെ കാണുകയായിരുന്നു ഉദ്ദേശ്യം. അദ്ദേഹത്തെക്കുറിച്ച് നേരത്തെ കേട്ടിരുന്നെങ്കിലും പരിചയമുണ്ടായിരുന്നില്ല. സായ്‌വിനെ വിവരങ്ങൾ മുഴുവനും ധരിപ്പിക്കണം. പള്ളിയുടെ പുനരുദ്ധാരണമാണ് മുഖ്യകാര്യം. പള്ളിക്കും വിശ്വാസികൾക്കും എതിരെയുണ്ടായിരുന്ന വെല്ലുവിളിയുടെ ശക്തിയെക്കുറിച്ചും പറഞ്ഞുകേൾപ്പിക്കണം. ഉറങ്ങാതെ, ഉറക്കത്തെ

മറന്നുകൊണ്ട് എണ്ണിനീക്കിയ എത്രയോ ഗത്സമനകളുണ്ടായിരിക്കുന്നു! എത്രയോ തവണ സാത്താനോടൊത്ത് യെരീഹോമലയുടെ മുടിയിൽ കയറിനിന്നിരിക്കുന്നു! എത്രയേറെ കയ്പ്പുനീരു പാനം ചെയ്തു! എത്ര യേറെ കാൽവരികൾ ചവിട്ടിക്കയറി! ഇനിയും എത്രയോ പരീക്ഷകൾ! പിന്തിരിഞ്ഞോടാൻ പാടില്ല. എന്നാൽ ചെന്നെത്തിപ്പെടുന്നത് സാത്താന്റെ കരങ്ങളിലായിരിക്കും. അതു പാടില്ല. ഒരു സുദീർഘഭൂതകാലം നിരുപാ ധികമായി നൽകി. നേടിയതെല്ലാം ഒന്നോടെ നഷ്ടപ്പെടുകയായിരിക്കും ഫലം. അതിനു ദാനിയേലുപദേശി ഇല്ല. ന്യായവിധിയുടെ നാളിൽ ജീവന്റെ പുസ്തകത്തിൽ പേരു ചേർത്തി കിട്ടണം. അന്നു വിശുദ്ധന്മാ രുടെ നിരയിൽ പടിഞ്ഞാറ്റുമുറിയിലേയും കാട്ടുകുളത്തേയും മക്കളുണ്ടാ യിരിക്കണം. തികച്ചും സ്വാർഥമായ ഒരു വാഞ്ഛയാണത്. ഉള്ളിന്റെയു ള്ളിൽ സംവത്സരങ്ങൾ ഗൂഢമായി അടിച്ചേൽപ്പിച്ച ഒരഭിലാഷം ഉപദേശി അറിയുന്നു. പടിഞ്ഞാറ്റുമുറി പള്ളിയുടെ നേർക്കുള്ള ആക്രമണം, മത ത്തിനുനേരെയുള്ള പകവീട്ടലല്ല. അത് മാറാന്തടത്തിലെ പുലയർക്കു നേരെ പ്രഖ്യാപിക്കപ്പെട്ടിരിക്കുന്ന യുദ്ധത്തിന്റെ ഒരു ഭാഗം മാത്രമാണ്. അവർ മേൽവസ്ത്രം ധരിക്കുന്നതിനെതിരെ, അവരുടെ കുട്ടികൾ നാഗ രുകോവിലിൽ പോയി അക്ഷരം പഠിക്കുന്നതിനെതിരെ, അവരുടെ കുടി കളിൽ പതിയെപ്പതിയെ സമൃദ്ധിയുടെ കതിരുകൾ പൊലിയുന്നതിനെ തിരെ കിഴക്കുംപുറത്തിന്റെ അസഹ്യത ക്രുദ്ധമായിത്തീർന്നിരിക്കുന്നു. എല്ലാത്തിനും മീതെ, എല്ലാ പ്രശ്നങ്ങൾക്കും ഏകമറുപടിയായക്രിസ്തു വിനെതിരെയുള്ള വെല്ലുവിളിയും കൂടിയാണത്.

"അയിന്, നമ്മളെ കെഴക്കുംപുറത്തെ അങ്ങത്തമാര് ഒന്നും ചെയ്തി ല്ലല്ലോ?"

ഉപദേശിയുടെ വിശദീകരണം ദാവീദിന് മനസിലായിരുന്നില്ല. പള്ളി തീവെച്ചതിനു പിന്നിലെ കാരണങ്ങളെക്കുറിച്ച് അയാളവരോടു പറയുക യായിരുന്നു. ഏവരുംതന്നെ ശ്രദ്ധയോടെ കേൾക്കുന്നുണ്ടെന്നറിഞ്ഞ പ്പോൾ ഉപദേശിക്ക് ആവേശമായി. അയാൾ പറഞ്ഞു. ഇതിന്റെയെല്ലാം പിന്നിൽ നായന്മാരാണ്. അതിനു വേണ്ട കാരണങ്ങളും അവർക്കുണ്ട്. അയാൾ വിശദീകരിച്ചു. ദാവീദിനുമാത്രം പിടികിട്ടിയില്ല. അവനെപ്പോഴും, എന്തിനും സംശയമായിരുന്നു. മോശ എല്ലാം അംഗീകരിച്ചു തലകുലു ക്കി. മറ്റുള്ളവരെല്ലാം കപ്യാർമോശയുടെ പക്ഷത്തായിരുന്നു. ഉപദേശി പറയുന്നതാണ് കാര്യം. അവർ സമ്മതിച്ചു. എന്നിട്ടും ദാവീദ് അസ്വസ്ഥ നായിത്തീർന്നു. അവന്റെ ശുഷ്ക്കിച്ച ശിരസ്സിൽ നിരവധി സന്ദേഹങ്ങൾ അരിച്ചുകൂടി.

"അങ്ങനേങ്കി ക്രിസ്യാനികളെ നായമ്മാര് വേലയ്ക്കു വിളിക്ക ണതോ?"

ദാവീദ് ചോദിച്ചു. അതു കേട്ട മോശയ്ക്ക് അരിശമായി. മടയൻ! എത്ര പറഞ്ഞാലും തലയിൽ കയറുകയില്ല. കപ്യാർമോശ വിശദമാക്കി:

"ദാവീശേ, നെനക്ക് ഊതേസി പറേണതൊന്നും വെളങ്ങില്യോടെ? ഞാക്കെല്ലാം പുടികിട്ട്യല്ലോ. ദേര് നമ്മള് ക്രിസ്യാനികളായാലും ജന്തുക്കളായാലും ചാപ്പാടു വേണോങ്കി അവരു തരണം. നമക്ക് കൃശിചെയ്യാൻ നെലമോ പൂമിയോ ഒണ്ടോ? എല്ലാം അവരിക്കല്ലേയൊള്ളത്? ഇനി അവരെ നെലത്തില് വേല നടക്കണോ നമ്മള് വേണം. നമ്മള് നെലങ്ങളിലിറങ്ങി ഉഴുതു നട്ടു കൊയ്തെടുത്താലേ അവരെ പത്തായങ്ങള് നെറയുകയൊള്ളൂ. പത്തായം കാലിയായിക്കെടന്നാല് അങ്ങത്തമാര് എന്തെരെടുത്തു തിന്നു വയറു നെറയ്ക്കും?"

ദാവീദിനു പിടികിട്ടി. അവനതു സമ്മതിച്ചു.

എല്ലാം ശ്രദ്ധിച്ചിരുന്ന ഉപദേശി ഒടുവിലായി പറഞ്ഞു:

"ഞാൻ നാളെ നാഗരുകോവിലിലേക്കു പോകുന്നു. അതിനുമുമ്പ് എനിക്കു നിങ്ങളുടെ ഒരു തീരുമാനം അറിയേണ്ടതുണ്ട്."

"എന്തെരു തീരുമാനം?"

അവർ പരസ്പരം നോക്കി. പള്ളിക്കാര്യം ആലോചിക്കാൻ വിളിച്ചുകൂട്ടിയ യോഗമാണ്. രഹസ്യമായിട്ടാണു വിളിച്ചുകൂട്ടിയിരിക്കുന്നത്. അതിനു മറ്റൊരു ലക്ഷ്യംകൂടിയുണ്ടായിരുന്നു. ഇത്തരം തിരിച്ചടികളിൽപ്പെട്ട് ജനം ചിതറിപ്പോകരുത്. പള്ളി കത്തിയതോടെ വിശ്വാസികളുടെയിടയിൽ സ്വഭാവികമായ ഒരു ഭീതി പടർന്നിരുന്നു. അടുത്തതെന്തായിരിക്കാമെന്ന ആശങ്ക അവരുടെ ഏതു ചോദ്യത്തിലും കനച്ചുകിടന്നിരുന്നു. എല്ലാം ദാനിയേലുപദേശി കാണുന്നുണ്ടായിരുന്നു. ജനതയാണ് സഭയുടെ തൂണുകൾ. അവർ ചിതറിപ്പോയാൽ സഭ നിലംപതിക്കും. അവരെ വീണ്ടും ജനിപ്പിക്കേണ്ടത് എന്തിലും പ്രാഥമികമായി അയാൾ കരുതി.

"ഞാൻ സായ്‌വിനെ കണ്ട് എല്ലാം പറയുന്നുണ്ട്. നിങ്ങളുടെ സകല കഷ്ടപ്പാടുകളെക്കുറിച്ചും ഞാൻ വിശദമായിത്തന്നെ അദ്ദേഹത്തോടു സംസാരിക്കാം. നിങ്ങൾക്കറിയാമോ, സായ്‌വന്മാർ വിചാരിച്ചാൽ നടക്കാത്തതായി ഈ ലോകത്തിൽ ഒന്നുമില്ല. കാരണമെന്താണ്? ആരെങ്കിലും പറയിൻ."

ഉപദേശി വിശ്വാസികളോടാരാഞ്ഞു. എന്തായിരിക്കാം? അവരാലോചിച്ചു. സായ്‌വന്മാർ നല്ല വെളുത്തിരിക്കുന്നതുകൊണ്ടാണോ? ദാവീദ് രഹസ്യമായി കപ്യാർമോശയോടു ചോദിച്ചു. ഇവനാരെടാ, ഒരു പടുവിഡ്ഢി എന്ന അർഥത്തിൽ കപ്യാർമോശ അയാളെ തുറിച്ചുനോക്കി.

എന്തായിരിക്കാം? അവർ സംഘംചേർന്ന് ആലോചിച്ചു. എന്തായാലും ഉപദേശി പറയുന്നതുപോലായിരിക്കട്ടെ. അവർ തീരുമാനിച്ചു.

"ഞാൻ പറയാം." —ഉപദേശി തുടർന്നു:

"സർവശക്തനായ ദൈവം അവരോടുകൂടെയുണ്ട്. എല്ലായ്പ്പോഴും ദൈവത്തിന്റെ കരങ്ങൾ അവരെ തുണച്ചുകൊണ്ടിരിക്കുന്നു. ആയതിനാൽ നമുക്കും യഹോവയുടെ കരുണയ്ക്കായി അവനോടഭ്യർഥിക്കാം. അവൻ

നമ്മെ ഒരുനാളും കൈവിടുകയില്ല. ദൈവത്തോടപേക്ഷിക്കുന്നതെങ്ങനെയാണ്? പ്രാർഥനയിലൂടെ. പ്രാർഥിക്കണമെങ്കിൽ നമുക്കൊരു ദേവാലയം വേണം. ഒറ്റയ്ക്കും കൂട്ടമായും ഇരുന്നു പ്രാർഥിക്കണം. അതിനാൽ ആദ്യം നമുക്കു നമ്മുടെ കത്തിപ്പോയ പള്ളി കെട്ടിയുയർത്തണം. നമുക്കെതിരായ ശക്തികൾ അതുകണ്ട് അമ്പരക്കണം. നാം സംഘടിതരായി സർവശക്തനായവന്റെ പിന്നിൽ ഒന്നിച്ചണിനിരന്നാൽ നമുക്കു സാധിക്കാത്തതായി ഒന്നുമുണ്ടാവില്ല."

വിശ്വാസികൾ പരസ്പരം നോക്കി. അതു ശരിയാണോ എന്നു ചോദിക്കുകയും ആണെന്നറിയുകയും ചെയ്തു. ഉപദേശി തുടർന്നു:

"നാഗരുകോവിലിലേക്കു പോകുന്നതിനുമുമ്പ് ഒരു പ്രാധാനകാര്യം സംസാരിക്കുവാനാണ് നാമിവിടെ കൂടിയിരിക്കുന്നത്. നിങ്ങളോടാലോചിക്കാതെ നിങ്ങളെപ്പറ്റി ഒരു തീരുമാനമെടുക്കുന്നതു ശരിയാവില്ലല്ലോ."

എന്താണ് കാര്യം? അതിനു ഞങ്ങളോടു ചോദിക്കണോ? അരുതേ, ഞങ്ങളെപ്പറ്റി എന്തു തീരുമാനവും എടുക്കുവാനുള്ള അധികാരമുള്ള ആളല്ലേ അവിടുന്ന്? ഞങ്ങൾക്കു സമ്മതാണ്. എന്തിനും അവിടത്തെ ഇടംകൈയും വലംകൈയുമായി ഞങ്ങൾ, മാറാന്തടത്തിന്റെ മറക്കപ്പെട്ട പൗരന്മാരായ ഞങ്ങളുണ്ടായിരിക്കും.

വിശ്വാസികളുടെ ഉള്ളം ഉൽക്കണ്ഠാഭരിതമായി. അവർ ഉപദേശിയെക്കുറിച്ച് അലിവോടെ ചിന്തിക്കുവാൻ തുടങ്ങി. അയാളുടെ വാക്കുകൾക്കായി വിനീതരായി കാത്തിരുന്നു.

"ഞാൻ നിങ്ങൾക്കായി, നിങ്ങളുടെ കുട്ടികൾക്കു പഠിക്കുവാനായി ഒരു പള്ളിക്കൂടം സ്ഥാപിക്കുവാൻ ഉദ്ദേശിക്കുന്നു. അതിനുമുമ്പ് നിങ്ങളുടെ അഭിപ്രായം അറിയണം."

അവർക്ക് അഭിപ്രായമുണ്ടായിരുന്നില്ല.

"ആരെങ്കിലും പറയുക. നിങ്ങളുടെ സമ്മതമില്ലാതെ ഒന്നുംതന്നെ പ്രവർത്തിക്കുവാൻ ഞാൻ ആഗ്രഹിക്കുന്നില്ല. പറയുവിൻ! നിങ്ങളുടെ കുട്ടികൾക്കു പഠിക്കണമെന്നില്ലേ?"

ഒട്ടുനേരത്തെ മൂകതയിൽ വിശ്വാസികൾ മുങ്ങിപ്പോയി. ദാവീദ് കരമുയർത്തി എന്തോ പറയുവാനുണ്ടെന്നറിയിച്ചു. എന്താണെന്ന് ഉപദേശി ചോദിച്ചു.

"പടിച്ചാ പലമൊണ്ടോ?"

മറ്റുള്ളവർ ദാവീദിന്റെ സംശയത്തെ അംഗീകരിച്ചിട്ടെന്നപോലെ അവനെ നോക്കി തലകുലുക്കി.

"ഉണ്ട്. വേണ്ടുവോളം ഫലമുണ്ട്. വലിയവലിയ പരീക്ഷകൾ ജയിക്കാം. സ്വർഗത്തോളം വലിയവരാകാൻ പറ്റും; സായ്വന്മാരെപ്പോലെ."

"അയിനു പുത്തി വേണ്ടേ?"

വീണ്ടും ദാവീദിനു സംശയം. അത് ഉപദേശിയെ ഒട്ടു ചൊടിപ്പിക്കാതിരുന്നില്ല. എത്ര പറഞ്ഞാലും തലയിൽ കേറുകയില്ല. ഇങ്ങനെയൊരു

ജാതി! വഴി തെളിക്കാൻ ആളും നോക്കിനടക്കാൻ വെട്ടവുമുണ്ടായിട്ടും നടക്കാതെ അലസത പൂണ്ടു മയങ്ങാൻ കൊതിക്കുന്ന ഒരു ജനത! എങ്കിലും സംയമനം ചെയ്തുകൊണ്ട് അയാൾ ദാവീദിനെ സാന്ത്വനപ്പെടുത്താൻ ശ്രമിച്ചു.

"ബുദ്ധിയുണ്ടോ ഇല്ലയോ എന്നു നിങ്ങൾക്കെങ്ങനെ അറിയാം? ഒരിക്കലെങ്കിലും അതിനു ശ്രമിച്ചിട്ടുണ്ടോ? ദൈവാനുഗ്രഹമുണ്ടെങ്കിൽ ബുദ്ധി താനെ ഉണ്ടാകും."

"നായമ്മാരെപ്പോലത്തെ പുത്തിയോ?"

"അല്ല. സായ്‌വന്മാരുടെ ബുദ്ധി."

"ഓഹോ! എങ്കി പടിക്കാം."

"ഏവർക്കും സമ്മതമാണോ?"

ഏവരോടുമായി ഉപദേശി ചോദിച്ചു. സമ്മതമാണെന്ന് ഏവരും അറിയിച്ചു. ആദ്യത്തെ ചുവടുവയ്പാണ്. ജനങ്ങളുടെ പിന്തുണയില്ലാതെ നടക്കുകയില്ല. എന്തിനും ജനങ്ങളാണ് മാനദണ്ഡം. ഒരു സംഘത്തിനു മീതേ ഒറ്റപ്പെട്ട ഒരാൾ ഒന്നുമേ ആയിത്തീരുന്നില്ല.

"ഈ പോക്കിൽ മാനേജർസായ്‌വുമായി ഒരു സ്കൂൾ തുടങ്ങുന്ന കാര്യത്തെക്കുറിച്ച് ആലോചിക്കാം. കഴിയുമെങ്കിൽ തീരുമാനവുമെടുപ്പിക്കാം. പഠിക്കുവാനായി നിങ്ങൾ മറ്റെവിടെയും പോകണമെന്നില്ല. നിങ്ങൾക്കു നിങ്ങളുടെ സ്വന്തം സ്കൂളുണ്ടാകും."

അവർ സമ്മതിച്ചു. ഉപദേശി പുറത്തിറങ്ങിയപ്പോൾ അവർ ആദരവോടെ വഴിമാറിനിന്നു. അവർ വളരുകയാണെന്ന് അവർക്കു തോന്നി. സ്കൂൾ തുടങ്ങാനായി അവരെന്തിനും തയാറായി.

നാഗരുകോവിലിൽനിന്നും ഉപദേശി ഇനിയും മടങ്ങിയെത്തിയിരുന്നില്ല. വിശ്വാസികൾ ആകാംക്ഷയോടെ കാത്തിരുന്നു. ഉപദേശി വരുന്ന വരെ എല്ലാ കാര്യങ്ങളും രഹസ്യമായി സൂക്ഷിക്കുവാനാണു നിർദേശം. അതു നടക്കുകയില്ലെന്ന് പറഞ്ഞമാത്രയിൽത്തന്നെ ഉപദേശിക്കു തോന്നിയിരുന്നു. അതുപോലെതന്നെ സംഭവിക്കുകയും ചെയ്തു. പള്ളിത്തറയിലേക്കു ദാവീദ് തിരക്കിച്ചെന്നു. രണ്ടുനാളുകൾ കൂടി കഴിഞ്ഞേക്കുമെന്ന് ദീനാമ്മ അറിയിച്ചു. അന്നു രാവിലെ കപ്യാർമോശയും പള്ളിത്തറയിൽ ചെന്നിരുന്നു. അയാളോടും ദീനാമ്മ അതുതന്നെ പറഞ്ഞിരുന്നു. ചിലപ്പോൾ ചേച്ചമ്മയേയും ഹാബേലിനേയും കൂട്ടിക്കൊണ്ടുപോന്നേക്കും. കിച്ചിങ് സായ്‌വ് പോയതിനുശേഷം ചേച്ചമ്മയ്ക്കു പരാതികളേയുള്ളു. അവൾ പലപ്പോഴും എഴുതിയിരുന്നു. ചിലപ്പോഴൊക്കെ മടങ്ങിപ്പോരണമെന്നുപോലും അവൾക്കു തോന്നിയിരുന്നത്രേ. പോരുന്നെങ്കിൽ പോരട്ടെ. പഠിത്തം കഴിഞ്ഞ് മദ്രാസിൽനിന്നും തമ്പിയും വരാറായിരിക്കുന്നു. പുറത്തുപോകുവാനാണ് അവനു താൽപ്പര്യം. എവിടെയോ ശരിയായതായും അവൻ എഴുതിയിട്ടുണ്ട്. അങ്ങനെയാണെങ്കിൽ അതിനുമുമ്പ് ചേച്ചമ്മയുടെ കല്യാണം നടത്താനാണ് ഉപദേശിയുടെ തീരുമാനം. അതിന് ആരെ

യെങ്കിലും കണ്ടുപിടക്കേണ്ടതുണ്ട്. നാട്ടിലായിരുന്നെങ്കിൽ ബുദ്ധിമുട്ടേണ്ട കാര്യമില്ല. ദാനിയേലുപദേശിയുടെ മകൾക്കു ചേരുന്ന ഒരു യുവാവിനെ കിട്ടാൻ അത്ര പ്രയാസമുണ്ടാവില്ല. അവിടെനിന്നും എത്രയോ മൈലുകൾ അകലെയാണ് ഇപ്പോൾ. ഏതായാലും മടങ്ങിവരുമ്പോൾ ഉപദേശിയുടെ പക്കൽ നല്ല വാർത്തകളുണ്ടാകുമെന്നു ദീനാമ്മ പ്രത്യാശിച്ചു.

കാട്ടുതീപോലെയാണ് വാർത്ത പടർന്നുപിടിച്ചത്!

ഏതോ ഒരു പുലയൻ പുറത്തുവിട്ടു. മാറാന്തടത്തിൽ ക്രിസ്ത്യാനികൾക്കു പള്ളിക്കൂടമുണ്ടാകാൻപോകുന്നു. കാട്ടുകുളക്കരയിലായിരിക്കും മിക്കവാറും സ്ഥാനം കാണുക. കോട്ടും സൂട്ടും ധരിച്ച സായ്‌വന്മാരായിരിക്കും പള്ളി പണിതുയർത്തുക!

"ആരു പറഞ്ഞു?"

കേട്ടപാടെ ചെല്ലോംപിള്ള ക്ഷുഭിതനായിത്തീർന്നു. വല്ലാടനു മറുപടിയുണ്ടായിരുന്നില്ല. എല്ലാവരും എല്ലാവരോടുമായി പറഞ്ഞു. പടിഞ്ഞാറ്റുമുറിയിലെ പുലയർക്കു സ്വന്തമായി ഒരു വിദ്യാലയമുണ്ടാകാൻപോകുന്നു. ഉപദേശി തീരമാനിച്ചുകഴിഞ്ഞു. ഇനി അതിനു മാറ്റമുണ്ടാവില്ല.

"വെളയാട്ട് കൊറേ കൂടിപ്പോവാണ്. എപ്പോഴെന്നറിയൂല്ല ദേവീരെ വേഷം മാറണത്."

കാലൊടിഞ്ഞ മരക്കാലിയിലിരുന്നുകൊണ്ട് അയ്യാവുവാത്തി ആത്മഗതം ചെയ്തു. അകലെയല്ലാതെ ദാവീദ് നടന്നുവരുന്നുണ്ടായിരുന്നു. വെട്ടുവഴിയിൽ നിന്നുകൊണ്ട് അയാൾ തലയെത്തിച്ചു നോക്കി. ഊരാളിക്കുഞ്ഞൻ, വല്ലാടൻ, അധികാരിയുടെ കൈമണി മാതു തുടങ്ങിയവരുടെ തലകൾ തെളിഞ്ഞുകണ്ടു. കുറേനാളുകളായി അങ്ങോട്ടു കയറിയിട്ട്. ചെന്നാൽ ഒന്നുകിൽ വല്ലാടൻ, അല്ലെങ്കിൽ അയ്യാവുവാത്തി എന്നിവരിൽ ഒരാളെ നേരിടേണ്ടിവന്നേക്കും. ഉപദേശിയും സ്ഥലത്തില്ല. പള്ളിക്കുടത്തെക്കുറിച്ചുള്ള വാർത്ത മാറാന്തടത്തെ ചൂടുപിടിപ്പിച്ചിരിക്കുന്നു. ഈ അവസരത്തിൽ ഏതൊരുവിധ സംഘട്ടനവും ഒഴിവാക്കുകയാണു ഭംഗി. അയ്യാവുവാത്തിയുടെ ചെങ്കണ്ണുകളിൽ വിദ്വേഷം കത്തിനിൽക്കുന്നത് ദാവീദ് കണ്ടു. ദാരികന്റെ രുധിരംപുരണ്ട കണ്ണുകൾ. അവൻ വെട്ടുവഴിയിറങ്ങി നടന്നു. താഴെ കുമിളിയിലെ അസംഖ്യം വയലുകൾ കണ്ണിൽപ്പെട്ടു. പ്രഭാതവെട്ടത്തിന്റെ പരിചരണത്തിൽ അലസനിദ്രകൊള്ളുന്ന പാടങ്ങൾ. കൈതപ്പൊന്തകൾക്കിടയിലൂടെ കൈത്തോടിന്റെ ചിലമ്പിച്ച കിന്നാരങ്ങൾ കേൾക്കാം. മുഴങ്ങുന്നൊരു വിമൂകതയുടെ പിടിയിലകപ്പെട്ടുകിടക്കുന്ന കുമിളിപ്പൊയ്ക. പടുവാലികളുടെ ഉള്ളറയിലേക്കിറങ്ങിക്കിടക്കുന്ന കാട്ടുവള്ളിത്തുമ്പുകളിൽ രാത്രിയുടെ നീർമണികൾ.

ചരിവിറങ്ങി ക്രിമീരന്റെ ചായ്പിലേക്കു ദാവീദ് നടന്നു. ചായ്പിനു മുന്നിൽ വറട്ടിയെരിയുന്ന നെരിപ്പോടിന്റെ പുക കണ്ടു. തൊട്ടരുകിലായി മുടിപ്പുതച്ചു കുത്തിയിരിക്കുന്നു കെഴക്കൻ. ഒന്നുരണ്ടുപേർകൂടിയുണ്ട്. തിരിഞ്ഞിരുന്നതിനാൽ ആളറിയാൻ കഴിഞ്ഞില്ല. കൂട്ടത്തിൽ ഒരാൾ നാരായണനാണെന്നു തോന്നുന്നു.

"ദേര് നാരായണാ, അവുടെ ചായ്പില് മോശയൊണ്ടോടേ?" ദാവീദ് വിളിച്ചുചോദിച്ചു.

"ആര് ദാവീശോടെ?"

തിരിഞ്ഞുനോക്കിയ നാരാണൻ ദാവീദിനെ കണ്ടു.

അവൻ ദാവീദിനെ ചായ്പിലേക്കു ക്ഷണിച്ചു.

"വാടേ ദാവീശേ, കാര്യങ്ങളൊക്കെ ചോയിക്കട്ട്."

"അതൊക്കെപ്പിന്നെ, അവുടെ മോശയൊണ്ടോന്നു പറയീന്."

"മോശ കാലത്തെ വന്നിട്ട് പോയെടേ."

"എങ്കി ഞാൻ പോണ്."

"അതെന്തെരെടേ, വന്നു വന്നു ഞങ്ങളോടി മിണ്ടണ്ടാന്നുകൂടി ക്രിസ്യാനികളെ ദൈവം പറഞ്ഞോടെ ദാവീശേ?"

"നെനക്കിപ്പം എന്തെരറിയണം നാരായണാ?"

"പള്ളിത്തറേല് എന്തൊരൊക്കയോ നടന്നെന്നു കേട്ടു. കാര്യങ്ങളു നെന്റോടി ചോയിച്ചറിയാമെന്നു നിരുവിച്ചു. അത്രതന്നെ."

"ഇപ്പോ നീയറിയാനുള്ള കാര്യങ്ങളൊന്നും അവുടെയില്ല." —ദാവീദിന്റെ ശബ്ദം കലുഷമായിത്തീർന്നിരുന്നു. ക്രോധത്തിന്റെ അലരുകൾ അതിൽ നീറിപ്പിടിച്ചിരുന്നു.

"ഛേ!......അതെന്തെരു ദാവിശേ?...അവുടെ നെന്റെ ജഗോവേരെ പള്ളി ഒരു രാത്രീല് അങ്ങനെ ഒന്നോടെ സ്വർഗത്തിലോട്ടു പറന്നുപോയെന്നൊക്കെ പറേണല്ലോടെ ഇവുടെയെല്ലാം, ഒള്ളതോടെ?"

"അൽഫുതംതെന്നെ." —നാരാണനെ പിന്താങ്ങിക്കൊണ്ട് കെഴക്കൻ പറഞ്ഞു.

ദാവീദ് ഇറങ്ങിച്ചെന്നു. അവനിൽ ക്രോധം ആളിപ്പടരാൻ തുടങ്ങിയിരുന്നു. അവന്റെ കണ്ണുകളിൽ പകയുടെ നെരിപ്പോടുകൾ പുകഞ്ഞു. അവന്റെ ക്രോധത്തെ അടക്കുവാൻ കഴിയാതെ പ്രഭാതം വിഷാദം പൂണ്ടു. അയാളുടെ വരവറിയാത്തപോലെ നാരായണൻ ഇരുന്നു. ഇടയ്ക്ക് കെഴക്കൻ ഒന്നു തലയുയർത്തി. ഉടൻ തന്നെ തല താഴ്ത്തുകയും ചെയ്തു.

"നെനക്കു പള്ളിത്തറേലെ വിശേഷങ്ങള് കേക്കണോടെ നാരായണാ?"

നാരായണന്റെ നിശ്ശബ്ദതയ്ക്കു മീതെ, ദാവീദിന്റെ ദാർഢ്യം മുറ്റിയ ശബ്ദം ചാടിവീണു. നാരായണൻ അനങ്ങിയില്ല. അയാൾ ചമ്മി വലിയുവാനുള്ള ബദ്ധപ്പാടിലാണ്.

"പറയെടാ പുല്ലേ, നെനക്കു കേക്കണോ?"

നീ ക്ഷോഭത്തെ അടക്കി, നീതിമാന്റെ മാർഗത്തെ പിന്തുടരുക. നീതിമാന്റെ മനസ്സ് ഏതൊരു ഭൂകമ്പത്തിലും കുലുങ്ങുകയോ നടുങ്ങുകയോ ഇല്ല. അത് സ്വർഗത്തിലെ തടാകങ്ങൾപോലെ സദാ ശാന്തമായിരിക്കും. ഉള്ളിലൊരു വിളി. സ്വർഗത്തിന്റെ കരങ്ങൾ മുകളിൽനിന്നും താണിറങ്ങിവന്നു. ആയിരം മുഴക്കങ്ങൾ. അതിനുമീതെ ക്രോധത്തിന്റെ വൻതിരികൾ ആർത്തലച്ചു.

"ടേ, ദാവീശേ എന്നെത്തൊടല്ല്."

നാരായണൻ നിന്നു കൂവി. അവനാകെ വിരണ്ടുപോയി. ഞൊടിയിടകൊണ്ട് അവന്റെ കരക്കുറ്റി ചുവന്നു തിണർത്തു. പിന്നീടു തിരിഞ്ഞു നിന്നില്ല. വയൽവരമ്പു മുറിച്ചു കാട്ടുകുളത്തേക്കു ചെന്നു. ഭഗവതിക്കാവിനരുകിൽ എത്തിപ്പെട്ടപ്പോൾ ദാവീദ് നിന്നു. കാവിന്റെ ഉള്ളറയിലേക്കു നോക്കി. ഒരു കൂട്ടം നോവുകൾ അയാളുടെ നാവിലേക്കു തിക്കിത്തിരക്കിയെത്തി.

"അമ്മേ!"

ദാവീദ് വിളിച്ചു. പൊടുന്നനെ ഭീതിയോടെ അവൻ ചുറ്റും തിരിഞ്ഞു നോക്കി. ആരുമുണ്ടായിരുന്നില്ല. കാവിന്റെ ഇരുൾഗഹ്വരത്തിലിരുന്നുകൊണ്ട്, നിറകണ്ണുകളോടെ അമ്മ അയാളെ കടാക്ഷിച്ചു. എന്താണു വേണ്ടത്? ആദ്യസൃഷ്ടിയുടെ നിസ്സഹായതയോടെ ദാവീദ് ആലോചിച്ചു. പൊറുക്കുകയില്ലെന്നറിയാം. എന്നിട്ടും അവിടെനിന്നും തിരിഞ്ഞുനടക്കുവാൻ അയാൾക്കു കഴിഞ്ഞില്ല.

ചുറ്റുമുള്ള കുടികളിൽനിന്നും ആളുകൾ ഇറങ്ങിവന്നു. അവർ അവനെ പൊതിഞ്ഞുനിന്നു. അവർ അവനോടു നിരവധി ചോദ്യങ്ങൾ ചോദിച്ചു. ഈ കേൾക്കുന്നതൊക്കെ ശരിയോ? കാട്ടുകുളത്തെ പുലയർക്കായി ഉപദേശി പള്ളിക്കൂടം പണിയാൻ തീരുമാനിച്ചോ?

"പുലയർക്കായി മാത്രമല്ല, പടിക്കാൻ ആശയൊള്ള ആരിക്കും അവിടെ പടിക്കാം."

എന്നിട്ട് അയാൾ അവരോട്, അവരുടെ കുട്ടികളെ പഠിക്കാൻ അയയ്ക്കണമെന്ന് അപേക്ഷിക്കുകയും ചെയ്തു.

"അയയ്ക്കാമെടേ, അയയ്ക്കാം." —അവർ സമ്മതിച്ചു.

"പക്ഷേ, ഒരു കാര്യം പറഞ്ഞാ പെണങ്ങരുത്."

ദാവീദ് അവരെ അറിയിച്ചു. എന്തുകൊണ്ടാണെന്ന് അവർ തിരിച്ചു ചോദിച്ചു.

"കുട്ടികളെ ക്രിസ്ത്യാനികളാക്കും ഞങ്ങള്."

"അതെന്തെരിന്?" —ചോദിക്കുമ്പോൾ അവരുടെ കണ്ണുകൾ ഭഗവതിക്കാവിനെ ഉഴിഞ്ഞിരുന്നു.

"ക്രിസ്ത്യാനികൾക്കു മാത്രമേ തുണീം മണീം കൊടുക്കാൻ വകുപ്പൊള്ളു."

"അതു വേണ്ടന്നച്ചാലോ?"

"കോണോമുടുത്തോണ്ടു ചെന്നാ പള്ളീക്കേറ്റൂല്ല. ദേര് പാക്കരാ, ഇത് വെള്ളക്കാരമ്മാരു നടത്താമ്പോണ പള്ളിക്കൊടമാണ്. അവുടെ കുളിക്കാതേം ചെരയ്ക്കാതേം ചെല്ലാമ്പറ്റൂല്ല."

ഒരു തീരുമാനത്തിലെത്താതെ അവർ പിരിഞ്ഞു.

പണിക്കൻപൊറ്റയിലൊരു ചെറുതീപ്പൊരി പാറിവീണു. യാദൃച്ഛികമായെത്തിയ ഒരു വടതിക്കാറ്റിൽ പെട്ടുപോയ തീപ്പൊരി ചെന്നുവീണത്,

മാറാന്തടത്തിന്റെ പരദേവതകളുടെ മധ്യസ്ഥനായ അയ്യാവുവാത്തിയുടെ കാഞ്ഞ മനസിലായിരുന്നു.

ദേവി അസ്വസ്ഥയായി.

ഏഴുവർഷം മുമ്പ് പറണേറ്റു നടത്തി ദാരികന്റെ ചോരകുടിച്ചതാണ്. ഉദരം പിളർന്ന് ചുടുരുധിരം അത്യാർത്തിയോടെ മോന്തിയതാണ്. ഇപ്പോൾ ചോരയുടെ ഗന്ധംപോലും മറന്നുതുടങ്ങിയിരിക്കുന്നു. കൊടിയ വേന ലായിരുന്നില്ലേ കഴിഞ്ഞ നാളുകളാകമാനം? പണ്ടേപ്പോലെ ചോരയും നീരും തരാൻ ഭക്തന്മാരെന്തുകൊണ്ടോ തയാറാകുന്നില്ല. പേരിനുവേണ്ടി ഉത്സവനാളിൽ ഒരു കുരുതി. അതോടെ എല്ലാം തീരുന്നു. പിന്നെ അടുത്ത മഹോത്സവംവരെ കാത്തിരിക്കണം. പറണേറ്റാണെങ്കിൽ പന്ത്രണ്ടുവർഷ ത്തിലൊരിക്കൽ മാത്രം. അങ്ങനെ വറുതിപൂണ്ടിരിക്കുന്ന മനസിലാണ് തീപ്പൊരി ചെന്നു വീണത്. അതവിടെക്കിടന്നു നീറിപ്പടർന്നു.

"കേറിക്കേറി പണിക്കമ്പൊറ്റലെ ഊരാളിമാരടുത്തും തൊട ങ്ങിയോ?"

ആക്രോശിച്ചുകൊണ്ട് അയ്യാവുവാത്തി പുരയ്ക്കു പുറമേ വന്നു. മുറ്റത്തു നാലഞ്ചുപേർ കാത്തുനിൽക്കുന്നു. കൂട്ടത്തിൽ നാരായണനുമു ണ്ട്. അവന്റെ ഇടത്തേ കന്നത്തിൽ വിരൽപ്പാടുകൾ ചോരച്ചു കറുത്തു കിടന്നിരുന്നു. വാത്തി നാരായണനെ സമീപിച്ചു:

"നെന്നെ അടിച്ചത് ഒവ്തേസീരെ കൈമണി ദാവീശോ?"

"ഓ."

നാരായണൻ ദീനസ്വരത്തിൽ പറഞ്ഞു.

"എത്തറ അടി?"

"നാല്."

"ഒക്കെ കൊണ്ടീച്ച് നീ ഒന്നുപോലും തിരിച്ചുകൊടുത്തില്ലിയോ?"

"ഇല്ല."

"ങ്ഹേ!"

"ഇങ്ങോട്ടു പോന്നത് അതു ചോയിക്കാന്തന്നെ." കൂട്ടത്തിലൊരാൾ, നാരായണനെ സഹായിക്കാനെന്നോണം മുന്നിലേക്കു കടന്നു പറഞ്ഞു. അയാളുടെ മുഖത്ത് ഊരാളിക്കുലത്തിനേറ്റ അപമാനത്തിനെതിരേയുള്ള രോഷം ഇരുണ്ടുറഞ്ഞു കിടന്നിരുന്നു. വാത്തി അതു ശ്രദ്ധിച്ചു.

"എന്തെരറിയണം? കേട്ടോളിൻ."

അയ്യാവുവാത്തി അനങ്ങാതെ നിന്നു. അയാളുടെ കൈകൾ തളർച്ച പിടിപെട്ടതുപോലെ ഇരുപാർശ്വങ്ങളിലും ഞാന്നുകിടന്നു. സന്ദർശകർ ശ്രദ്ധിച്ചു. അവർക്കു മനസിലായി. അവർ ഓരോ ചുവടു പിന്നിലേക്കു മാറി നിലകൊണ്ടു. വാത്തിയുടെ കൈകൾ വിറയ്ക്കുവാനാരംഭിച്ചു. കണ്ണിന്റെ കൃഷ്ണമണികൾ മുകളിലേക്കുരുണ്ടുകയറി. അപസ്മാരബാ ധിതനെപ്പോലെ അയാൾ ഉറയുവാൻ തുടങ്ങി. ഓടിക്കൂടിയ ഊരാളിച്ചി കൾ വാപൊത്തി കുരവയിട്ടു.

കാളിയും ദാരികനുംതമ്മിലുള്ള യുദ്ധമായിരിക്കും ഉത്സവത്തിലെ മുഖ്യചടങ്ങ്.

"എന്തെരറിയണം? കേട്ടോളീൻ." —ദേവി ചോദിച്ചു.

"ദാവീശിന് അനിംഗിരഹമൊണ്ടോ?"

നാരായണൻ ചോദിച്ചു.

"ആരെ അനിംഗിരഗം?"

സംശയത്തോടെ ദേവി തിരക്കി.

"ജഗോവേരെ?"

"ഫൂതൂ! അനിംഗിരഗിക്കാൻ ജഗോവയാര്? ജഗോവ കള്ളത്തെയ്‌വം. സത്തിയമൊള്ളത് നീലകേശിക്കുമാത്തറം."

"എങ്കി ദേവീരെ അനിംഗിരഹമൊണ്ടോ?"

"ഫ്തൂ! ഫ്തൂ! പെലയനിക്ക് ദേവി അനിംഗിരഗം കൊടുക്കാത്."

ഭക്തന്മാർക്ക് സമാധാനമായി. സ്ത്രീകൾ കുരവ നിർത്തി.

"എങ്കി തിരിച്ചടിക്കണം." —നാരായണൻ ദേവിയോടു പറഞ്ഞു.

"വേണം. അടിച്ചാ മാത്തറം പോര, അടി പെഴയ്ക്കാതിരിക്കുവാനൊള്ള വിതിയും നോക്കണം."

"അതിനെന്തെര് ചെയ്യണം?"

"പറയാം. പറഞ്ഞാ ചെയ്യുമോ?"

"ഓ, ചെയ്യാം."

"ചോര താ. എനക്കു കുടിക്കാനെക്കൊണ്ട് ചോര താ. തന്നില്ലെങ്കി വാരി, കുരുവാരി എറിയും."

"അയ്യോ വേണ്ട. ചോര തരാം. കുരുതി നടത്തി ചോര തരാമേ തായേ!"

"പോരാ!"

"പിന്നെ?"

"ദാവീശിന്റെ ചോര വേണം."

നീലകേശി ദാവീദിന്റെ ചോരയ്ക്കായി മുടിയഴിച്ചു നാവറഞ്ഞു കൊലവിളിക്കുന്നു. വസൂരിവിതച്ചു മാറാന്തടത്തെ ഒടുക്കുമെന്നു ഭീഷണി മുഴുക്കുന്നു. അല്ലെങ്കിൽ കടിഞ്ഞൂലുകളുടെ ചോര കുടിച്ചേ അടങ്ങുകയുള്ളു. അയ്യാവുവാത്തിയുടെ മുറ്റം വിരണ്ടു നിർജീവമായിത്തീർന്നു.

"അതു വേണോ തായേ?"

നാരായണൻ കേണു. മറ്റുള്ളവർക്കു നാവിറങ്ങിപ്പോയിരുന്നു.

"വേണം, വേണം, ഇന്നു മൂവന്തി കുടുമ്പംതന്നെ വേണം. അല്ലങ്കീ..."

നാരായണനും കൂട്ടരും ചെവിപൊത്തി. ശേഷം കേൾക്കാനുള്ള കരുത്ത് അവർക്കില്ലാതെപ്പോയി.

വാത്തി തുള്ളിയുറഞ്ഞുകൊണ്ട് പുരയ്ക്കകത്തേക്കോടിക്കയറി. അവിടെ പേടിച്ചരണ്ടു നിന്നിരുന്ന ഇരുട്ടിലേക്കു വീണു. അവിടെക്കിടന്നുരുണ്ടു. ഇരുട്ടിനെ നോക്കാൻ അയാൾക്കു ഭയമായി. അയാൾ കണ്ണടച്ചു.

പുറംകാറ്റിന്റെ രോദനം കേട്ട് അയാൾ നടുങ്ങി. കാതുകളിൽ ചൂണ്ടാണി വിരൽ കടത്തി മൂവന്തികൂടുന്നതും കാത്ത് വാത്തി കിടന്നു.

ആരും വിളിക്കാതെ മൂവന്തി വന്നണഞ്ഞു.

മൂവന്തിച്ചോപ്പ് ഏലായിലെ നെൽത്തലപ്പുകൾക്ക് അരുണിമ പകർന്നു. അത് തെളിമയാർന്ന ഒഴുക്കുവെള്ളത്തിൽ രക്തഛവി പടർത്തി. അത് മാറാന്തടത്തിനു മീതെ പാപത്തിന്റെ വിഷപ്പൂക്കൾ വിരിയിച്ചു. മീൻചെതുമ്പലുകൾ പോലെ പാപത്തിന്റെ വിത്തുകൾ അന്തിമാനത്തിന്റെ ചരിവിൽ ചിതറിക്കിടന്നു.

പൊറ്റയിറങ്ങുമ്പോൾ ദാവീദ് ഉപദേശിയുടെ വാക്കുകളെ ഓർത്തു. മാനത്ത് മേഘച്ചെതുമ്പലുകൾ പ്രത്യക്ഷപ്പെട്ടാൽ അന്നു ധാരാളം മീൻ കരകയറുമെന്നാണു സൂചന. ഓരോ മീനിനും പ്രത്യേകം മേഘങ്ങൾ.

"ഇന്നെന്തു മീനായിരിക്കാം?"

ദാവീദ് മുകളിലേക്കു നോക്കി. അവന്റെ മുഖം അന്തിച്ചോപ്പേറ്റു തുടുത്തു. ഏതുതരം മീനായിരിക്കും? മേഘച്ചെതുമ്പലുകളെ നോക്കി ഊഹിച്ചെടുക്കുവാൻ അവൻ ശ്രമിച്ചു. കുറേനേരത്തോളം ശ്രമിച്ചിട്ടും അവനതിനു കഴിഞ്ഞില്ല. പടിഞ്ഞാറെച്ചരിവിലൂടെ മേഘങ്ങൾ സമുദ്രഗർത്തത്തിലേക്കിറങ്ങാൻ തുടങ്ങുന്നു. അവയുടെ തുടുപ്പിനു ചോരയുടെ ചോപ്പാണിപ്പോൾ. ചുവന്ന മേഘങ്ങൾ കടലിലലിയുന്നതു കാണാൻ എന്തൊരു ചന്തമായിരിക്കും! ചോരയുടെ ഒരു വൻകടലായിരിക്കും അവിടമാകെ. ഒന്നു കാണാൻ കഴിഞ്ഞിരുന്നെങ്കിൽ. അവനാശിച്ചു.

ദാവിദേ –അപ്പോൾ അതുവഴി വന്ന കാറ്റു വിളിച്ചു. അവൻ കേട്ടില്ല.

ദാവീദേ —പിന്നിൽ കനത്തുകൊണ്ടിരുന്ന ഇരുട്ടു വിളിച്ചു. അവൻ കേട്ടില്ല.

മോനേ ദാവീദേ — അകലെ ഭഗവതിക്കാവിനുള്ളിൽ ഒരു തേങ്ങലുയർന്നു.

അതുപോലും ഭാഗ്യഹീനനായ ഈ ദാവീദ് കേട്ടിരുന്നില്ല.

ഇരുട്ടിലും തിളങ്ങുന്ന വായ്ത്തലയുടെ ക്രൂരമായ സൗഹൃദം; ആഴത്തിലേക്കിറങ്ങിച്ചെന്നു. വിളിച്ചപ്പോൾ, ഒരു നടുക്കത്തോടെ, താണുപോയ ഒരു ഞരക്കത്തോടെ സ്ഥലകാലങ്ങളിലേക്കു ദാവീദ് മടങ്ങിവന്നു. പൊടുന്നനെ ഇത്ര കനത്ത ഇരുളോ? ഇരുട്ടിന്റെ വൻതിരകളോ? ആശ്ചര്യത്തോടെ അവൻ തിരിഞ്ഞു നോക്കി.

അടുത്തു കണ്ട പടുവാലിയിലേക്ക് ആരോ കുതിച്ചുചാടി. ആരാണത്? കണ്ണുകളിൽ തിമിരം! പിതാവേ! പിന്നാക്കം മലർന്നുപോയ ദാവീദ് കരുണയ്ക്കായി ഉയരങ്ങളെ തേടി. അവന്റെ കാഴ്ച മരണപ്പാറയോളം ചെന്നു തടഞ്ഞു നിന്നു. അവന്റെ കണ്ണുകൾ നിറഞ്ഞൊഴുകി.

പൂഴിയിൽനിന്നെന്നെ മെനഞ്ഞു പൂഴിയിലേക്കുതന്നെ ആദാനം ചെയ്യുന്ന പിതാവേ, എല്ലാം അവുടത്തെ ഹിതംപോലെ.

ദാവീദ് പടുവാലിയുടെ ഉള്ളറയിലേക്കൂർന്നുവീണു.

21

പുതിയ പള്ളിയുടെ പണി പാതിയോളമായി. ഓടു പാകാൻ അനുവാദമുണ്ട്. കത്തിത്തീർന്ന പഴയ പള്ളിയുടെ സ്ഥാനത്ത് സിമന്റിട്ടുറപ്പിച്ച പുതിയ പള്ളി ഏതാനും നാളുകൾക്കുള്ളിൽ ഉയർന്നുവരും. പള്ളി ഉദ്ഘാടനംചെയ്യാൻ നാഗരുകോവിലിൽനിന്നും സായ്‌വ് വരാമെന്നേറ്റിട്ടുണ്ട്. അപ്പോൾത്തന്നെ സ്കൂളിനുവേണ്ടിയുള്ള സ്ഥലം കാണാനും തീർച്ചയാക്കി.

ദാവീദിന്റെ മരണത്തോടെ എല്ലാം തകർന്നുവെന്നുപോലും കരുതിപ്പോയതാണ്. സംഭവിച്ചതു നേരെ മറിച്ചാണ്. പണിക്കൻപൊറ്റയിലെ ഊരാളികളാണ് ദാവീദിനെ കൊലപ്പെടുത്തിയത്. അതിനു പിന്നിൽ ചെല്ലോംപിള്ളയുടേയും അയ്യാവുവാത്തിയുടേയും കൈയുണ്ടെന്നാണ് പടിഞ്ഞാറ്റുമുറിക്കാരുടെ വിശ്വാസം. കുറേ നാളത്തേക്ക് മാറാന്തടത്തിന്റെ രാപ്പകലുകളെ ദാവീദിന്റെ കൊലപാതകം ശബ്ദമുഖരിതമാക്കിയിരുന്നു. അത്രവേഗം മാറാന്തടത്തിന് ദാവീദിന്റെ ദുരന്തത്തെ മറക്കാൻ കഴിയുമായിരുന്നില്ല.

പടിഞ്ഞാറ്റുമുറിയിലും പള്ളിത്തറയിലും എല്ലാ ദൈവകൽപ്പനകളേയും ലംഘിച്ചുകൊണ്ട് ആ ഓർമ സജീവമായി കിടന്നു.

"നില്ലെടാ അവുടെ!"

ഊരാളിക്കുഞ്ഞൻ തിരിഞ്ഞുനോക്കി. കപ്യാർമോശയാണ്. അയാളുടെ കൈയിൽ ഉയർത്തിപ്പിടിച്ച കുന്താലിയും. വേട്ടനായ്ക്കളെപ്പോലെ കപ്യാർമോശയുടെ ക്രോധം ഊരാളിക്കുഞ്ഞന്റെ പിറകെ ചാടിവീണു. തിരിഞ്ഞുനിൽക്കാതെ കുഞ്ഞൻ പടുവാലിയിറങ്ങി ഓടി.

"കയ്യീക്കിട്ടിയിരുന്നെങ്കി അവന്റെ കൊടല് ഞാൻ കുത്തിപ്പൊളന്നിട്ടേനെ."

വിവരമറിഞ്ഞ് ഉപദേശി വിളിച്ചു ചോദിച്ചപ്പോൾ കപ്യാർമോശ പറഞ്ഞു. ഉപദേശി അവനെ സാന്ത്വനപ്പെടുത്തി. ഉപദേശി അറിഞ്ഞു. കാട്ടുകുളത്തും പടിഞ്ഞാറ്റുമുറിയിലും മാറാന്തടത്തിന്റെ മറ്റുചില മൂലകളിലുമായി ചിതറിക്കിടക്കുന്ന പുലയർ സംഘടിച്ചാൽ ഒരു വലിയ ശക്തിയായിത്തീരും. ഒറ്റപ്പെട്ട സംഘട്ടനങ്ങൾ സംഘടിതമായ ആക്രമണങ്ങളിലേക്ക് വളർന്നേക്കാം. പിന്നെ പിടിച്ചാൽ കൈക്കുള്ളിൽ ഒതുങ്ങിയെന്നുവരില്ല. മുളയിലെ നുള്ളുക. ഹിംസയുടെ ഏതൊരു വിചാരത്തേയും അവരുടെ മനസുകളിൽനിന്നും മാച്ചുകളയുക. സൗഹൃദവും കരുണയും കൈമുതലായുള്ള ഒരു ജനസഞ്ചയത്തിനു മാത്രമേ വളരാൻ കഴിയൂ. അതല്ലെങ്കിൽ തുടക്കത്തിലേ അഴിഞ്ഞുപോകും.

"എപ്പോഴും നന്മയെക്കുറിച്ചു ചിന്തിക്കുക നന്മമാത്രം."

ഉപദേശി മോശയോടു പറഞ്ഞു. അതിനകം ആറിത്തണുത്തിരുന്ന അവന്റെ മുഖത്തേക്കു നോക്കിയപ്പോൾ അയാൾക്കു വിശ്വാസമേറി.

"ശത്രുക്കളോടു പകരം ചോദിക്കുവാൻ മനുഷ്യന് അധികാരമില്ല. പാപത്തിന്റെ ശമ്പളം മരണമാണ്. പ്രതികാരം ദൈവത്തിനു വിട്ടുകൊടുക്കുക. അവനെ കബളിപ്പിക്കുവാൻ ഒരു മണ്ണിരയ്ക്കുപോലും കഴിയില്ല."

മോശ നിർന്നിമേഷനായി എല്ലാം കേട്ടു നിൽക്കുകമാത്രം ചെയ്തു.

"രാജ്യങ്ങളുടെ ദൈവമായ യഹോവയുടെ പ്രതികാരം മരണത്തേക്കാൾ ഭീകരമായിരിക്കും. ദാവീദിന്റെ മരണം എന്നേ അവന്റെ കണക്കിൽ പെടുത്തിക്കഴിഞ്ഞു. നമുക്കു കാത്തിരിക്കാം."

ഉപദേശി വിശ്വാസികളോടു സമാധാനം പാലിക്കുവാൻ ആവശ്യപ്പെട്ടതിനു പിന്നിൽ മറ്റൊരു കാരണംകൂടിയുണ്ടായിരുന്നു. ദാവീദിന്റെ വധത്തിനുശേഷം രണ്ടുദിവസംകഴിഞ്ഞ് അധികാരി ഉപദേശിയെ ആളയച്ചു വിളിച്ചിരുന്നു. പോകുന്നവഴിക്ക് ഉപദേശി മുനമ്പത്തൊന്നുകയറി. അവിടെ ശേഖരപിള്ളയുണ്ടായിരുന്നു. അധികാരിയെ കാണാനാണെങ്കിൽ താൻകൂടെ വരാമെന്നായി ശേഖരപിള്ള. രണ്ടുപേരുംകൂടി പുറപ്പെട്ടു ചെന്നു.

കർശനമായ ഭാഷയിലാണ് അധികാരി സംസാരിച്ചത്. രണ്ടുപേരും കേട്ടുനിന്നു, ഉപദേശി വർഗീയസംഘട്ടനമുണ്ടാക്കാൻ ശ്രമിക്കുന്നുവെന്നു സമാജക്കാർ അധികാരിയെക്കണ്ടു പരാതിപ്പെട്ടിരിക്കുന്നു. അതു ശരിയല്ലേയെന്നയാൾ ഉപദേശിയോടു ചോദിച്ചു. ശേഖരപിള്ളയായിരുന്നു മറുപടി പറഞ്ഞത്. "അയ്യാവുവാത്തിയാണ് എല്ലാത്തിനും കാരണക്കാരൻ. അയാൾ ദാവീദിന്റെ ചോര വേണമെന്ന് നുള്ളിപ്പറഞ്ഞെന്നല്ലേ പറഞ്ഞുകേൾക്കുന്നത്? അധികാരിക്കറിയില്ലേ നീലകേശി നെറികേടിന്റെ ദേവിയല്ലെന്ന്? ഒരു സാധുമനുഷ്യന്റെ ചോരയ്ക്കായി ഒരിക്കലും ദാഹംകൊള്ളുകയില്ലെന്ന്? മാറാന്തടത്തിന്റെ ചരിത്രത്തിൽ അങ്ങനെയൊന്നുണ്ടായിട്ടുണ്ടോ?"

"അതു തന്നെ ശേകരാ ഞാനും കേക്കണെത്. ഇതിനുമുമ്പ് ഇങ്ങനെ എന്തെരെങ്കിലും നമ്മളെ മാറാന്തടത്തിലൊണ്ടായിട്ടൊണ്ടോ? നീ പറ. ആരെങ്കിലും പെരക്ക് തീവെച്ചിട്ടൊണ്ടോ? ആരെങ്കിലും പെലയരെ കുത്തിക്കൊന്നിട്ടൊണ്ടോ?"

അധികാരി സമാജക്കാരുടെ പക്ഷം ചേർന്നാണു സംസാരിക്കുന്നതെന്നു ശേഖരപിള്ളയ്ക്കു തോന്നി. ചെല്ലോംപിള്ള കാര്യമായി അയാളെ വശത്താക്കിയിരിക്കുന്നു. വരട്ടെ.

അധികാരിയുടെ സന്ദേഹങ്ങൾക്ക്, ഉപദേശിക്കു മറുപടിയുണ്ടായിരുന്നു. അയാൾ സംവത്സരങ്ങളെ സാക്ഷി നിർത്തി. ഇതാ, ഇതാ എത്ര വേണമെങ്കിലും തെളിവുകൾ. സംവത്സരങ്ങൾ പറഞ്ഞു. മാറാന്തടത്തിന്റെ ചരിവുകളിൽ, കുമിളിയുടെ ചതുപ്പുകളിൽ, മരണപ്പാറയുടെ അടിവാരത്തിൽ, വിളക്കെന്നിയിൽ, ചാവടിയിൽ അങ്ങനെ എത്രയെത്ര ഇടങ്ങളിൽ മനുഷ്യന്റെ ചോരവീണു! പണ്ടൊരു വെളുത്തയുടെ ചോരയും ഇവിടെയല്ലേ ഒഴുകിയുറഞ്ഞത്? അധികാരി എല്ലാം ഇത്രവേഗം വിസ്മരിച്ചെന്നോ?

"മേലാലിങ്ങനെ ഉണ്ടാവരുത്."

ഒരു താക്കീതോടെ അധികാരി ഉപസംഹരിച്ചു.

"അണ്ണന്റെ കാര്യം അണ്ണൻ നോക്കിക്കോളിൻ. ഒരു കാര്യം പറഞ്ഞേക്കാം. അണ്ണൻ മാറാന്തടത്തിന്റെ അധികാരിയാണെങ്കി, രണ്ടുകൂട്ടരോടും ഒന്നുപോലെ പെരുമാറണം. ദാവിശീനെ കൊന്നതാരെല്ലാമാണെന്ന് അണ്ണനറിയാം. എല്ലാരിക്കുമറിയാം. അതു മറച്ചുവെക്കാൻ നോക്കണ്ടാ. അതുകൊണ്ട് അണ്ണൻ അവരോടീം വിളിച്ചുപറയണം. ആ കെഴട്ടുവാത്തിയൊണ്ടല്ലോ, അവന്റോടി പറയണം, വെറിയൻ ചെല്ലപ്പന്റെ വാക്കും കേട്ടോണ്ട് കരക്കാരെ എളക്കിവിട്ടാല് അടിച്ചു കാലിനെ ഒടിച്ചു കളയുമെന്ന്."

ശേഖരപിള്ളയുടെ വാക്കുകളെ അധികാരി എന്നും മതിച്ചിരുന്നു. കാലൊടിക്കുമെന്നു പറഞ്ഞാൽ, കാലുമാത്രമേ ഒടിക്കുകയുള്ളു എന്നൊരു സമാധാനമുണ്ട്.

അടുത്ത ഞായറാഴ്ച പള്ളിപ്പുരയിൽ ആളുകൾ നിറഞ്ഞു. പള്ളിപ്പണി പൂർത്തിയാകാഞ്ഞതിനാൽ വീട്ടിൽവച്ചാണ് ആരാധന നടത്തിവന്നിരുന്നത്, രണ്ടാംമണിയുടെ ഒച്ച അടങ്ങുംമുമ്പുതന്നെ വീടും വരാന്തയും നിറഞ്ഞിരുന്നു. അതിനു ശേഷം വന്നവർ പുറത്തു നിന്നു.

ദാവീദിന്റെ സ്മരണയ്ക്കായുള്ള ശുശ്രൂഷാദിനമാണ്. കഞ്ഞി വീഴ്ത്തും നിശ്ചയിച്ചിട്ടുണ്ട്. കപ്യാർമോശയും തോമസുകുട്ടിയും വീടുകൾതോറും കയറിയിറങ്ങി ഏവരേയും ക്ഷണിച്ചു. ദാവീദിന്റെ ആത്മാവിനുവേണ്ടിയുള്ള പ്രാർഥനയാണ്. അതിനായി കൂടിയവരിൽ അധികവും പുതുമുഖങ്ങളായിരുന്നു. ഉപദേശി അതു ശ്രദ്ധിച്ചു.

"ശാന്തരായിരിക്കുവിൻ."

ഉപദേശി അവരോടാവശ്യപ്പെട്ടു. പൊടുന്നനെ പള്ളിപ്പുരയും പരിസരവും ശാന്തമായിത്തീർന്നു. ഉപദേശി ഓരോ മുഖത്തേയും മാറിമാറി നോക്കി. എല്ലാ കണ്ണുകളും തനിക്കുമേലാണെന്നറിഞ്ഞപ്പോൾ അയാളവരോടു പറഞ്ഞു. "ദൈവം എന്തോ നിശ്ചയിച്ചിരിക്കുന്നു. മാറാന്തടം ഒരു വരൾച്ചയുടെ പിടിയിലേക്കു വീണു കൊണ്ടിരിക്കുന്നു. വങ്ങേനി ഏലായും വങ്ങേനിത്തോടും താമസിയാതെ തന്നെ ശൂന്യതയെ പുതച്ചുറങ്ങേണ്ടി വരും. മാർത്താണ്ഡൻകുളത്തിലെ മീനുകൾ ഇപ്പോൾത്തന്നെ അടിപറ്റിത്തുടങ്ങിയ ചെളിയിൽ കുഴഞ്ഞു പിടയ്ക്കുന്നു. പല സ്ഥലത്തും ഭൂമി വാതരോഗിയുടെ ഉപ്പൂറ്റിപോലെ വിണ്ടുകീറിയിരിക്കുന്നു."

"ദൈവം ശിക്ഷിക്കുവാൻപോകുന്നു!"

പ്രാർഥന കഴിഞ്ഞ് കഞ്ഞികുടിക്കുവാനായി നിരന്നിരുന്ന വിശ്വാസികളോട് ഉപദേശി പറഞ്ഞു.

"ദൈവത്തിന്റെ കരങ്ങൾ മാറാന്തടത്തിനു മീതെ പ്രവർത്തിക്കുവാൻ തുടങ്ങിയിരിക്കുന്നു. അതെത്രത്തോളം ശക്തവും ഭീകരവുമാണെന്ന് മാറാന്തടം അനുഭവിച്ചറിയുവാൻപോകുന്നു. സോദോമിനേയും ഗൊമേറയേയും ഭസ്മമാക്കിയ ദൈവനീതി അതിഭയങ്കരമത്രേ. അതു വിശുദ്ധന് ആകാ

ശത്തിൽനിന്നും മന്നയും ദുഷ്ടന് ഉച്ഛ്വാസവായുവിൽനിന്ന് മഹാമാരിയ കളേയും നൽകുന്നു."

ആർത്തിയോടെ കഞ്ഞികുടിക്കുകയും, കഞ്ഞിയിലെ വെള്ളത്തിന്റെ അളവിനെക്കുറിച്ച് പരസ്പരം പരാതിപ്പെടുകയുംചെയ്തുകൊണ്ട് വിശ്വാസികൾ ഉപദേശിയെ ശ്രദ്ധിച്ചു.

"അവന്റെ നിശ്ചയമെന്തെന്ന് ആർക്കുതന്നെ അറിവൂ? പിതാവെ, നിന്റെ ഇംഗിതം, അതെന്തായാലും ഞങ്ങൾ സ്വാഗതംചെയ്യുന്നു."

"ദീനാമ്മേ!"

ഞായറാഴ്ച രാത്രി മുറിയിൽ കയറിയ ഉപദേശി വേച്ചുവേച്ചു പുറത്തിറങ്ങി. വല്ലാതെ വിവശനായിത്തീർന്നിരുന്നു അയാൾ. ദീനാമ്മ ഓടിച്ചെന്നു. ഇതു പതിവില്ലാത്തതാണ്. പ്രാർഥന ഇത്രവേഗം നിർവഹിച്ചു തീർക്കുക.

"തോമസുകുട്ടിയെവിടെ?"

ഉപദേശിയുടെ ശബ്ദം പരുങ്ങിപ്പരുങ്ങി പുറത്തുവന്നു.

"എന്താ, എന്തുപറ്റി?"

ദീനാമ്മ പിന്നിൽ നിന്നുകൊണ്ട് ഉപദേശിയെ താങ്ങി. എന്തുണ്ടായെന്ന് ആവർത്തിച്ചു ചോദിച്ചു.

"അതു സംഭവിക്കുവാൻപോകുന്നു."

ഏതെന്നവർ ചോദിച്ചില്ല. ഉപദേശി തീരെ അവശനാണ്. അയാളെ അമിതമായവിധം വിയർത്തൊഴുകുന്നു. അവർ തോമസുകുട്ടിയെ വിളിച്ചു.

"വെള്ളം തരട്ടെ?"

ഉപദേശി മറുപടി പറഞ്ഞില്ല. എന്തോ കണ്ട് അന്ധാളിച്ചതുപോലെ അയാളുടെ മുഖം നിർജീവവും വിളറിയതുമായിരുന്നു.

"കാപ്പി അനത്താം നിങ്ങലിവിടെ ഇരിക്കിൻ."

അതിനിടെ തോമസുകുട്ടി വന്നു. അവൻ ഉറങ്ങാൻ കിടന്നിരുന്നതേയുള്ളു.

"തോമസേ!" —ഉപദേശി വിളിച്ചു. അവൻ അടുത്തു കടന്നിരുന്നതേയുള്ളു.

"തോമസേ!" —ഉപദേശി വിളിച്ചു. അവൻ അടുത്തു ചെന്നു നിന്നു.

"റാന്തൽ കത്തിച്ചുകൊണ്ട് എന്നെ അനുഗമിക്ക."

"എവിടേക്ക്?" —സംഭ്രമത്തോടെ ദീനാമ്മ തിരക്കി.

"മരണപ്പാറയിലേക്ക്."

"അതിനിന്ന് ഞായറാഴ്ചയല്ലേ?"

മറുപടിയുണ്ടായില്ല. കണ്ണുകൾപോലും നന്നേ തെളിയുന്നില്ല. ഉപദേശിയുടെ മനസാകെ അഞ്ചിപ്പോയിരുന്നു. ധ്യാനത്തിന്റെ മൂർച്ഛയിൽ ചിറകടിച്ചെത്തിയ ആ മുഖത്തിന് എന്തൊരു പ്രഭയായിരുന്നു. എത്രയോ ഉച്ചസൂര്യന്മാർ ഒരുമിച്ചെരിയുന്ന ഒരു പ്രകാശസമുദ്രം നോക്കി മലച്ചിരുന്നുപോയി. ബോധം, ബോധത്തിൽനിന്നും അമൂർത്തമായകന്നതുപോലും അയാൾ അറിഞ്ഞിരുന്നില്ല.

"ദാനിയേലേ!" —മാറാന്തടത്തിന്റെ അകലങ്ങളാകെ മുഴുങ്ങുന്ന അഭൗമവും ഗാംഭീര്യമാർന്നതുമായ ഒരു ശബ്ദം.

"അതേയതേ, ഞാൻതന്നെ."

ധ്യാനത്തിലമർന്ന ഉപദേശിയുടെ നാവനങ്ങിയില്ല. ചുണ്ടുകളടഞ്ഞു തന്നെയിരുന്നു. എന്നിട്ടും പറഞ്ഞുപോയോ? എങ്ങനേയോ? എങ്ങനെ യാണെന്ന് ഇപ്പോഴും വ്യക്തമല്ല.

"ഞാനീ ഭൂമിയെ ശിക്ഷിപ്പാൻപോകുന്നു."

"അരുതേ!" —ഉപദേശി കേണു.

"ഈ വരൾച്ച അതിന്റെ തുടക്കമാണ്."

കേൾക്കുന്നില്ലേ? അവിശ്വാസിയുടെ ഭൂമിയായ മാറാന്തടമേ, നീയീ കൽപ്പനയുടെ ധ്വനി അറിയുന്നില്ലേ? ഇതാ നിനക്കുമേൽ ന്യായവിധിയുടെ ക്രൂരമായ ഖഡ്ഗം പതിക്കുവാൻപോകുന്നു.

"വരൾച്ചയെ തുടർന്ന് മഴയുടെ ആഗമനമുണ്ടാകും. നിലയ്ക്കാത്ത വർഷം മാറാന്തടത്തെ താമസിയാതെ വിഴുങ്ങും. നോഹയുടെ കാലത്തു ണ്ടായതിനു സമമായ മഹാമാരി."

"കർത്താവേ!" —തളർന്നിരുന്നുപോയി. ഓർത്തുനോക്കാൻ സമയം കിട്ടിയില്ല. വെള്ളത്തിനടിയിൽപ്പെട്ട് ഒരുതുള്ളി വായുവിനായി വീർപ്പുമു ട്ടുന്ന മാറാന്തടത്തെ കണ്ടു. കിതപ്പോടെ മാനത്തെ അള്ളിപ്പിടിക്കുവാൻ ശ്രമിക്കുന്ന മാറാന്തടം. ഒരിറ്റു വായുവിനായി, ഒഴുകിയെത്തുന്ന ഒരു കച്ചി ത്തുമ്പിനായി കൈകാലുകളിട്ടടിക്കുന്ന മാറാന്തടം. ഒടുവിൽ ആകാശ ത്തുനിന്നും മുഴക്കമുണ്ടായി:

"ദാനിയേലെ, യഹോവയുടെ പ്രിയമുള്ള പുരോഹിതാ, ഇതറിഞ്ഞു കൊള്ളുക. ഈ മാറാന്തടത്തിൽ അഞ്ചു നീതിമാന്മാരെങ്കിലുമുണ്ടെങ്കിൽ ഞാനീ നാടിനെ പ്രളയത്തിൽനിന്നും രക്ഷിക്കാം."

"എല്ലാം അവിടത്തെ ഹിതംപോലെ."

മരണപ്പാറയ്ക്കു താഴെ തോമസുകുട്ടി നിന്നു. റാന്തലിന്റെ തിരി താഴ്ത്തി ഉപദേശി മുകളിലേക്കു വലിഞ്ഞുകയറി. ഒന്നും കാണാനില്ല. താഴ്വാരങ്ങളിൽ അവിടവിടെയായി ചിമ്മിനിവിളക്കുകളുടെ വെട്ടം ഇരു ട്ടിന്റെ നിലയറിയിച്ചു. മുകളിൽ ശുഭമായ ആകാശം. ഉപദേശി പാറയുടെ മുകൾപ്പരപ്പേറിനിന്നു.

ശ്യാമനിശയ്ക്കും ശുഭ്രവിഹായസിനുമിടയിൽനിന്നും പ്രവാചകന്റെ സ്വരഗീതി താഴ്വാരത്തിലേക്ക് ഒഴുകി. താഴ്വാരം ഉണർന്നു. വെള്ളിയാ ഴ്ചയല്ല. എന്തുപറ്റി ഉപദേശിക്കിന്ന്? പതിവിനു വിരുദ്ധമായ വെളിപാ ടിനെ ദേശവാസികൾ വിസ്മയത്തോടെ ചെവിക്കൊണ്ടു. അതിന്റെ പൊരു ളറിയാതെ. നിദ്ര കനച്ച കണ്ണുകളുമായി അവരുണർന്നിരുന്നു.

"യഹോവ ഈ നാടിനെ ശിക്ഷിക്കുവാൻ പോകുന്നു!"

താഴ്വാരത്തിന്റെ ഉണർച്ച സാന്ദ്രമായി.

"ഫ്തൂ!" —ചെല്ലോംപിള്ള ചാടി പുറത്തിറങ്ങി. അയാളുടെ തല മുടി പോലും ആ രാവിൽ കോപംകൊണ്ടു വിറച്ചു.

"അയ് ദാവീശിനെ കൊലയ്ക്കു കൊടുത്തിട്ടും ആ മഹാപാപിക്കു മതിയായില്ലെന്നു തോന്നണ്."

കിടക്കയിൽ ചടഞ്ഞുകിടന്നുകൊണ്ട് അയ്യാവുവാത്തി മുരണ്ടു.

താഴെ മുടിപ്പുരയിലിരുന്നുകൊണ്ട് നീലകേശി മരണപ്പാറയെ അസുയയോടെ വീക്ഷിച്ചു.

ഭഗവതിക്കാവ് അതുവഴി വന്ന കാറ്റിനെ ഗർഭത്തിലാവാഹിച്ച് ജിജ്ഞാസയോടെ കാത്തുനിന്നു. കാവിന്റെ ഉള്ളറയിലിരുന്നുകൊണ്ട് ഭഗവതി ഉപദേശിയുടെ വാക്കുകളെ നിർവികാരതയോടെ ഏറ്റുവാങ്ങി.

"വങ്ങേനിയെ ഗ്രസിച്ചുതുടങ്ങിയിരിക്കുന്നു ഈ വേനൽ അതിന്റെ മുന്നോടിയാണ് ജനങ്ങളെ. വൈകാതെതന്നെ കൊടുങ്കാറ്റും പേമാരിയും ഉണ്ടാകും. കൊടുങ്കാറ്റ് വൃക്ഷങ്ങളെ കടപുഴക്കുകയും, ഭവനങ്ങളെ നിലംപരിശാക്കുകയും ചെയ്യും. കരുണയില്ലാതെ പെയ്യാൻപോകുന്ന മഹാമാരി ഈ നാടിനെ ഒന്നടങ്കം വിഴുങ്ങും."

രാവിന്റെ കണ്ണുകൾ ഒന്നൊന്നായി കെട്ടു. കുടികൾ ജാഗ്രതയോടെ ചെവിയോർത്തു.

"ആകയാൽ പ്രിയമുള്ളവരെ, യഹോവയുടെ കൽപ്പനയെന്തെന്നാൽ അഞ്ചു നീതിമാന്മാരെങ്കിലുമുണ്ടെങ്കിൽ മാറാന്തടത്തെ ഈ പെരുംശിക്ഷയിൽനിന്നും ഒഴിവാക്കാൻ യഹോവ സമ്മതിച്ചിട്ടുണ്ട്. നിങ്ങൾ ഉണർന്നുകൊള്ളുവിൻ! നിങ്ങൾ എല്ലായ്പ്പോഴും നീതിമാന്മാർക്കു സമമായതു ചെയ്യുവിൻ!"

ഒടുവിൽ മരണപ്പാറയ്ക്കു താഴെ റാന്തലിന്റെ തിരി ഉയർന്നു കത്തുന്നതും, വെട്ടം ചുരുങ്ങിച്ചുരുങ്ങി ഒരു പൊട്ടായി മറയുന്നതും മുനമ്പത്തെ മുറ്റത്തു നിന്നുകൊണ്ട് ശേഖരപിള്ള കണ്ടു. അയാൾ അവിടെത്തന്നെ തുടർന്നു. വിശ്വാസങ്ങൾ വേർതിരിയുന്ന വരമ്പ് എത്ര നേർത്തതാണ്! ശേഖരപിള്ള അത്ഭുതപ്പെട്ടു. ആ വരമ്പിൽ ചുവടുറപ്പിച്ചുകൊണ്ട് വശങ്ങളിലേക്കു വീഴാതിരിക്കുവാൻ ശേഖരപിള്ള ആവോളം ശ്രമിച്ചു.

"എങ്കി കുമിളിത്തലക്കലെ നമ്മളെ ആൾക്കാരിക്കല്ലേ കശ്ടം?" — കപ്യാർമോശ ഓർമിപ്പിച്ചു.

അതു ശരിയായിരുന്നുവെന്ന് ഉപദേശിക്കു തോന്നി. പ്രളയമുണ്ടായി വെള്ളം പൊങ്ങിയാൽ ആദ്യം താഴുക കുമിളിപോലെ താഴ്ന്ന പ്രദേശങ്ങളായിരിക്കും. രാവിലെ, തലേന്നു കണ്ട ദർശനത്തെക്കുറിച്ച് അയാൾ മോശയോടു പറയുകയായിരുന്നു. ഇടയ്ക്ക് ഇത്തരത്തിലൊരു ചോദ്യമുണ്ടാകുമെന്നു കരുതിയില്ല. അതിനും ഉപദേശി സമാധാനം കണ്ടെത്തി.

"മോശേ, വിശ്വസിക്കുന്ന ഏതൊരുവനേയും യഹോവ രക്ഷിക്കും. എത്രയോ ദൃഷ്ടാന്തങ്ങൾ ബൈബിളിലുണ്ട്! നിങ്ങൾ അതൊക്കെ അറിയുന്നവരല്ലേ? പിന്നെന്താ ഇത്തരത്തിലൊരു സംശയം? എത്രയുവേഗം നമുക്കു പള്ളിപ്പണി പൂർത്തിയാക്കാം. മേൽക്കൂര തൽക്കാലം ഓലകൊണ്ടു മേയാം. മഴവന്നു വെള്ളംകേറുമ്പോൾ കുറേപ്പേർക്ക് ഇവിടെ കഴിയാമല്ലോ."

കപ്യാർമോശ ക്രിമീരന്റെ ചായ്പ്പിലേക്കു ചെന്നു. ഉപദേശി ഏൽപ്പിച്ച ഒന്നുരണ്ടു കാര്യങ്ങൾ ചെയ്തുതീർക്കാനുണ്ട്. മഴ പെയ്യുമെന്ന് ഉപദേശി ഉറപ്പിച്ചു പറയുന്നു. ആകാശച്ചരുവുകളിൽ മഴയുടെ വരവോതുന്ന നിറഭേദങ്ങളൊന്നും തന്നെ കാണാനില്ല. മോശയ്ക്കു സംശയമായി. മഴ പെയ്യുമോ? ഇല്ലെങ്കിൽ മാനക്കേടാണ്. മരണപ്പാറയിൽ നിന്നുകൊണ്ടുള്ള പ്രവചനം മാറാന്തടം ഒന്നടങ്കം കേട്ടിരുന്നതല്ലേ? ഒരു ചാറ്റമഴയെങ്കിലുമുണ്ടായില്ലെങ്കിൽ പിന്നെ മച്ചോട്ടുമുക്കിലും, കുമിളിത്തലയ്ക്കലും ചെന്നു കേറേണ്ടതില്ല. അയ്യാവുവാത്തിയും സംഘവും ഒരവസരംപാർത്തു കാത്തിരിക്കുകയാണ്. പള്ളി കത്തിയെരിഞ്ഞു. അജ്ഞാതനായ ഒരു ഊരാളിയുടെ കുത്തേറ്റു ദാവീദ് ചത്തുവീണു. എവിടെപ്പോയിരുന്നു യഹോവേ? ആദ്യമാദ്യം പുറജാതിക്കാരായ ഹിന്ദുക്കൾ മാത്രമായിരുന്നു അതു ചോദിച്ചിരുന്നത്. കുറേക്കഴിഞ്ഞപ്പോൾ മാറാന്തടത്തിലെ വിശ്വാസികൾക്കും സന്ദേഹമായിത്തുടങ്ങി. അവർ രഹസ്യമായി പരസ്പരം ചോദിക്കുകയും, ഉത്തരം കണ്ടെത്താനാവാതെ നിസ്സഹായരായി തങ്ങളുടെ ജീവിതത്തെ പഴിക്കുകയും ചെയ്തു.

മോശ കയറിച്ചെല്ലുമ്പോൾ ചായ്പ്പിൽ കെഴക്കനുണ്ടായിരുന്നു. ഒന്നുരണ്ടു പറ്റുകാരുമുണ്ട്! മോശ ഒന്നു പരുങ്ങാതിരുന്നില്ല. എങ്കിലും ധൈര്യം അവലംബിച്ചുകൊണ്ട് അയാൾ അകത്തു കടന്നു. മോശയുടെ വരവും കാത്താണ് കെഴക്കൻ ഇരുന്നതെന്നു തോന്നുന്നു. അകത്തു കടന്ന് ഒഴിഞ്ഞ മരക്കാലിയിലിരുന്ന മോശയോട് ഒരുകൂട്ടം ചോദ്യങ്ങൾ കെഴക്കനെറിഞ്ഞു. എല്ലാം മോശ ഏറ്റുവാങ്ങി. പക്ഷേ, ഒന്നിനും വ്യക്തമായ മറുപടി അവനുണ്ടായിരുന്നില്ല. പതറരുത്. ഏതു ദുർവിധിയിലും വിശ്വാസിയുടെ മനസ്സ് തളർന്നടങ്ങാൻ പാടില്ല. മോശ പിടിച്ചിരുന്നു. ഉപദേശിയുടെ പ്രവചനം പെരുംനുണയാണെന്ന് കെഴക്കൻ പ്രഖ്യാപിച്ചു. അപ്പോൾ പുറത്തുനിന്നും കയറിവന്ന ചിലർ കെഴക്കന്റെ പക്ഷംചേരുകയും ഉപദേശി പറയുന്നതെന്തും ശുദ്ധ ഭോഷ്കാണെന്നു സമർഥിക്കുകയും ചെയ്തു. മോശ സഹതാപത്തോടെ ഓർത്തു. പത്തു നീതിമാന്മാരെങ്കിലും ഉണ്ടായിരുന്നെങ്കിൽ!

"ഉതേസി ദർസനം കണ്ടു."

എല്ലാത്തിനും മറുപടിയായി മോശ പറഞ്ഞു.

അതിനപ്പുറമുള്ളതൊക്കെ അവന്റെ കണ്ണുകളിലുണ്ടായിരുന്നു. ആരും അത് ശ്രദ്ധിച്ചിരുന്നില്ല.

"അറിഞ്ഞോ?"

മാറാന്തടത്തിന്റെ മക്കൾ, മാറാന്തടത്തിന്റെ മക്കളോടു ചോദിച്ചു.

"എന്തെര്?"

"ഒവതേസി ദർസനം കണ്ടെന്ന്."

"ആരിനെ?"

"ജഗോവേനെ."

"കള്ളം, കള്ളം."

"ജഗോവ കള്ളമോ?"

"ഓ, തെന്നെ."

"അപ്പോ മഴയും കാറ്റും ഒണ്ടാവില്ലെന്നോ പറയണത്?"

"പെയ്യും."

"എപ്പോ?"

"മഴക്കാലത്ത്."

"അതിനിപ്പം വെറിയല്ലേ?"

"എങ്കി മഴ പെയ്യൂല്ലതന്നെ."

മഴയുണ്ടാകുമെന്നും ഉണ്ടാവില്ലെന്നും അവർ വാദിച്ചു.

അപരാഹ്നത്തിന്റെ മുഖം മ്ലാനമായിത്തീർന്നിരിക്കുന്നു. വരാന്തയിലെ മയക്കംവിട്ട് ഉപദേശി ഇനിയും ഉണർന്നിട്ടില്ല. ഒന്നുരണ്ടു തവണ ദീനാമ്മ വന്നു വിളിച്ചു. ഉപദേശി ഉണർന്ന് ചരിഞ്ഞുകിടക്കുകമാത്രം ചെയ്തു. വൈകുന്നേരത്തെ പതിവുകാപ്പിപോലും അയാൾ തിരസ്കരിച്ചിരിക്കുന്നു. അയാളൊന്നാകെ പ്രവചനത്തിന്റെ ആഴങ്ങളിലായിരുന്നു. എപ്പോഴായിരിക്കും ആദ്യവർഷത്തിന്റെ വരവുണ്ടാവുക? അയാൾ ആശങ്കയെന്യേ കാത്തുകിടന്നു. ഒരുതുള്ളിയെങ്കിലും ഒന്നു പൊടിഞ്ഞുകിട്ടിയിരുന്നെങ്കിൽ മതിയായിരുന്നു. ഇപ്പോൾത്തന്നെ വിശ്വാസികളുടെ മനസിൽ സന്ദേഹങ്ങളരിച്ചുകൂടാൻ തുടങ്ങിയിരിക്കുന്നു. അതു വളരുവാൻ അനുവദിച്ചുകൂടാ. അയാൾ പ്രത്യാശയോടെ ഉയരങ്ങളിലേക്കു കണ്ണുകളുറപ്പിച്ചു കിടന്നു.

ഒരിരമ്പം!

പൊറ്റയിൽനിന്നാണ്. അതു വളർന്നു വളർന്നു വരുന്നു. എന്താണത്?

ദീനാമ്മയും രൂത്തും വാതിൽക്കലേക്ക് ഓടിവന്നു.

ഒരു കൂട്ടം ജനങ്ങൾ ആർത്തിരച്ചു വരുന്നു. അവർ പരിഭ്രമിച്ചു. പൊറ്റയിറങ്ങി മുന്നേറുന്ന ജനങ്ങൾ പള്ളിത്തറയെ ലക്ഷ്യമാക്കിയാണു നീങ്ങുന്നത്. ഉപദേശി എണീറ്റു. തിണ്ണയിലിറങ്ങി അയാൾ നിലയുറപ്പിച്ചു. അയാൾ തെല്ലും ചഞ്ചലപ്പെട്ടിരുന്നില്ല. അയാളുടെ കണ്ണുകളിൽ ഉറക്കച്ചടവല്ലാതെ മറ്റൊന്നുമുണ്ടായിരുന്നില്ല. പള്ളിത്തറയുടെ വരമ്പോളമെത്തിപ്പെട്ട ജനത്തെ ഉപദേശി ശ്രദ്ധിച്ചു. ഏറ്റവും മുന്നിലായി അയ്യാവുവാത്തിയുണ്ട്. കുതിച്ചുചാടിയാണ് അയാൾ ഓടിയിരുന്നത്. അയാൾക്കു പിന്നിൽ നായന്മാരും ഊരാളികളും കൈമണികളായ കുറെ പുലയരുമായിരുന്നു. വാത്തി അരയിൽ ചുവന്ന പട്ടു ചുറ്റിയിട്ടുണ്ട്. വലംകൈയിൽ ദേവിയുടെ കരവാൾ. കാലിലെ ചിലങ്കകളുടെ മണിയൊച്ച അകലെനിന്നുതന്നെ കേൾക്കാം. വാളിളക്കി, താളം ചവുട്ടി ഉറഞ്ഞുകൊണ്ട് വാത്തി ഓടുകയായിരുന്നു.

ഉപദേശിക്കു സംഗതി പിടികിട്ടി.

മരണപ്പാറയിൽനിന്നുള്ള പ്രവചനത്തിന്റെ പ്രതികരണമാണ്. അവിശ്വാസികൾ ഒന്നടങ്കം ഇളകിയിരിക്കുന്നു. ഇത്രയധികംപേരെ ആദ്യമായിട്ടാണു കാണുന്നത്. നേരിട്ടേ മതിയാവൂ.

"പിതാവേ!" —ഒട്ടുനേരത്തിനുള്ളിൽ ഒരു പ്രാർഥന. ദീനാമ്മ ഉപദേശിയുടെ അരുകിലായി വന്നുനിന്നു. അയാളുടെ മുതുകിൽ രഹസ്യമായി അവർ ഒന്നു രണ്ടുതവണ കൈപ്പടംകൊണ്ടു തഴുകി.

"ഒവതേസീ!"

തുള്ളിത്തുള്ളി മുറ്റത്തോളമെത്തിയ വാത്തി നിന്നു.

പള്ളിവാൾ ഇളക്കിക്കൊണ്ട് വാത്തി പറഞ്ഞു:

"ഇതു നിറുത്തണം. ങ്ഹേ! ഇതു നിർത്തിയേ പറ്റൂ."

ഏതെന്ന ചോദ്യമുണ്ടായില്ല. ഉപദേശി തിണ്ണയിൽത്തന്നെ നില കൊണ്ടു. ക്ഷോഭമകന്ന ഒരു മൗനം അയാളെ വന്നു മൂടി.

"വെളയാടരുതേ, നീലകേശീന്റെടുത്തു വെളയാടരുതേ!"

ഉപദേശിയുടെ മൗനം ഗാംഭീര്യമാർന്നു.

"ഈ പെരട്ടു നിർത്തണം. മേലാൽ കാറ്റെന്നും മഴേന്നുംപറഞ്ഞ് ആളുകളെ വെരട്ടി ക്രിസ്യാനികളാക്കാൻ നോക്കല്ല്."

ഉപദേശിയുടെ മൗനം നിശിതമായി. മുറിവേറ്റൊരു പെൺപുലിയെപ്പോലെ അതു നീലകേശിയുടെ പുരോഹിതനുമേൽ ചാടിവീണു.

"ദേവി കോപിച്ചാൽ പലമെന്തെന്നറിഞ്ഞില്ലേ? ആദ്യം പള്ളി കത്തി. പിന്നെ ദാവീശിന്റെ ഉയിരുംകൊണ്ടല്ലേ പോയത്? അപ്പോഴൊന്നും ജഗോവയില്ലാരിന്നോ രച്ചിക്കാൻ? ഇനി നിങ്ങളെ ഉയിരാണ് നോട്ടം. പറഞ്ഞേക്കാം. വലിച്ചുകീറി ചോര കുടിച്ചുകളയും, മരിയാദക്കിരുന്നില്ലെങ്കി."

തുള്ളലിനു മൂർച്ചയേറി. ചിലങ്കകളുടെ ഭ്രാന്തുപിടിച്ച മണിയൊച്ച അലച്ചു പൊങ്ങി.

"ഒവതേസീ, പരതേസീ, നിർത്തിക്കോളിൻ!"

പള്ളിവാൾ തിരിഞ്ഞുതുള്ളി. ചിലങ്കകൾ അകന്നുപോയി.

ഉദ്വേഗം നിറഞ്ഞ ദിനങ്ങൾ. എവിടേയും സംഘർഷകാലത്തിന്റെ വീർപ്പടക്കിയ മൂകത നിറഞ്ഞു. ഒരു കുരിശുയുദ്ധത്തിന്റെ പ്രതീതി.

ഒരുച്ചയ്ക്ക്, ദിവസം ഏതെന്നോർമയില്ല, പൊടുന്നനെ ആകാശം ഇരുണ്ടുകയറി. ചതുർദിക്കുകളിൽനിന്നും വെളിച്ചത്തിനുമീതെ ഇരുട്ടു നുഴഞ്ഞുകയറി. വൻ പാറകളുടെ ആകൃതിയിൽ മേഘങ്ങൾ ഉരുണ്ടു കേറി. മേഘങ്ങൾക്കുമീതെ വടതിക്കാറ്റു വീശാനാരംഭിച്ചു.

അന്നു വൈകുന്നേരം ആകാശത്തുനിന്നും ആദ്യത്തെ തുള്ളി പൊടിഞ്ഞു. അതു കുമിളിപ്പൊയ്കയിലാണു പതിച്ചത്. പൊയ്ക നുറുങ്ങിപ്പടർന്നു. തുടർന്ന് തുള്ളികൾ മഴയായി വളർന്നു പെയ്തു.

മഴ! മഴയെന്നു പറഞ്ഞാൽ ഘോരമായ മഴ. മഴ തുടങ്ങിയിരുന്നതേയുള്ളു.

22

ആകാശത്തിന്റെ എല്ലാ കിളിവാതിലുകളും മലർക്കെ തുറക്കപ്പെട്ടു. ആകാശം ഭൂമിയിലേക്കു ചുരന്നൊഴുകി. ആശിഷമാരിയെന്നപോലെ, സ്വർഗത്തിന്റെ നിലയ്ക്കാത്ത കാരുണ്യപ്രവാഹമെന്നപോലെ, യഹോവയുടെ ക്രൂരമായ ദണ്ഡനത്തെ അനുസ്മരിപ്പിക്കുമാറ് മഴ പേപിടിച്ചു പെയ്തു.

മൂന്നു ദിവസങ്ങളായി മഴ തുടങ്ങിയിട്ട്. നിലയ്ക്കാത്ത മഴ. നിരന്തരമായ മഴ. പേടിപ്പെടുത്തുന്ന മഴ. മഴയോടൊപ്പം ശക്തിയേറിയ കാറ്റുണ്ട്. കാറ്റു സകലദിക്കുകളിൽനിന്നും ഒരേസമയം ആഞ്ഞുവീശിക്കൊണ്ടിരുന്നു. ഉപദേശിക്കുപോലും അതു വിചിത്രമായി തോന്നി. കാറ്റിനു സൂചിയുടെ മുനയായിരുന്നു. അടച്ചുകെട്ടിയിരുന്നിട്ടും പുരകളുടേയും കുടികളുടേയും ചെറിയ വിടവുകളിലൂടെ കാറ്റ് ഊർന്നുകയറിയിരുന്നു. കാറ്റും മഴയും കൈകോർത്തു ചിന്നംവിളിച്ചുകൊണ്ട് മാറാന്തടത്തെ ആക്രമിച്ചുകൊണ്ടേയിരുന്നു.

നാലാംദിവസം പുലർന്നതറിഞ്ഞില്ല. പുലർച്ച ഏറെ വളർന്നിട്ടും ആകാശം പരിപൂർണമായി ഇരുട്ടിലാണ്ടുകിടന്നു. കാക്കകളുടെ കരച്ചിൽപോലും നിലച്ചിരിക്കുന്നു. മഴ തോർന്നപോലെ തോന്നുന്നു. മഴയുടെ അലോസരപ്പെടുത്തുന്ന ആരവങ്ങൾ മുഴങ്ങിക്കേൾക്കുന്നില്ല. തോർന്ന മഴയിൽ അനക്കമറ്റുനിൽക്കുന്ന മരങ്ങളും ചെടികളും ഒരെണ്ണച്ചായച്ചിത്രത്തെ ഓർമിപ്പിക്കുന്നു. പ്രകൃതി നിശ്ശബ്ദം എന്തോ ശ്രവിക്കുന്നു. പ്രകൃതിയുടെ വെടിപ്പായ മുഖം ഏതോ വിപത്തിന്റെ അവതരണഗീതം കേട്ടു ഭീതിപൂണ്ടിരിക്കുന്നു. മാറാന്തടത്തിനു മീതെ അതിഭീകരമായ ഒരലർച്ച മുഴങ്ങാതെ കെട്ടടങ്ങിക്കിടക്കുന്നു. ഏതുനേരവും ചുറ്റുപാടുകളെ പ്രകമ്പനം കൊള്ളിച്ചുകൊണ്ട്, ഒരിടിവാളുപോലെ അതു മാറാന്തടത്തിനുമേൽ വെട്ടിവീണേക്കാം. മൃത്യുവിന്റെ നിറമുള്ള ഒരുതരം കറുത്ത മൂകത മാറാന്തടത്തിന്റെ ജലാശയങ്ങൾക്കു മീതെ വീണു പടർന്നു.

ലോകം അവസാനിക്കാൻപോവുകയോ?

മാറാന്തടത്തിന്റെ മക്കൾ തങ്ങളുടെ ഗൃഹങ്ങളിൽ ചടഞ്ഞുകൂടിക്കിടന്നു. മഴയുടെ നിതാന്തമായ ഓരി ഒന്നടങ്ങിയല്ലോ എന്നോർത്ത് ആശ്വാസംകൊണ്ടു. മഴ തുടങ്ങിയതുമുതൽ അവരങ്ങനെയായിരുന്നു. പുറത്തെ താണ്ഡവത്തെ ശ്രവിച്ചുകൊണ്ടു പുതച്ചുമൂടിക്കിടന്നു. ഇടയ്ക്കു വർഷത്തിന്റെ അഹന്ത ഒന്നടങ്ങുമ്പോൾ പുതപ്പിനുള്ളിൽനിന്നും തല പുറത്തേക്കുരി ആകാശത്തെ ശ്രദ്ധിച്ചു. മേഘമൊഴിഞ്ഞ ആകാശത്തിനുവേണ്ടി അവർ ചക്രവാളമാകെ തിരഞ്ഞു. സായംകാലാകാശത്തിലെങ്ങാനും വിരിഞ്ഞുപൊട്ടിയ മഴവില്ലുകളെ അവർ തേടി.

മഴ വീണ്ടും പെയ്തുതുടങ്ങി.

നാലാംനാൾ രാത്രിയിലാണു പ്രവാചകന്റെ മഴ പെയ്യാനാരംഭിച്ചത്. യാമങ്ങൾ കഴിഞ്ഞപ്പോൾ മഴ സംഹാരരുദ്രയായിക്കൊണ്ട് ആർത്തലച്ചു പെയ്യാൻ തുടങ്ങി. ആകാശം ഒന്നോടെ തങ്ങൾക്കുമീതെ ഇടിഞ്ഞു വീഴുന്നതു കണ്ട മാറാന്തടക്കാർ അന്ധാളിച്ചുപോയി.

ഭ്രാന്തൻമഴ. ഇതൊന്നടങ്ങുകയുമില്ലല്ലോ!

മാറാന്തടത്തിന്റെ മക്കൾ ആവലാതിപ്പെട്ടു. അവർ ഋതുക്കളെ ഒന്നടങ്കം പ്രാകിക്കൊണ്ടു നാളുകളെപ്പോക്കി. അപ്പോഴും അവരുടെ ആഴങ്ങളിൽ നീലകേശിയുടെ ഗതകാലചരിതങ്ങൾ സജീവമായിക്കിടന്നു.

അപ്പോഴും ഉപദേശിയുടെ പ്രവചനത്തിന്റെ പൊരുളോർക്കുവാൻ ആരും തന്നെ തുനിഞ്ഞിരുന്നില്ല.

അഞ്ചാംദിവസം പുലർന്നപ്പോൾ മഴ അടങ്ങാതെ അതിന്റെ തേർവാഴ്ച തുടരുകതന്നെ ചെയ്തു. അനുസ്യൂതം പെയ്തുകൊണ്ടിരുന്ന മഴയുടെ വാത്സല്യമേറ്റു മരണപ്പാറ വളരുവാൻ തുടങ്ങി. പൊറ്റയിൽ കൊച്ചുകൊച്ചു തടാകങ്ങളുണ്ടായി. മഴയുടെ സമൃദ്ധിയിൽ അവ നിറഞ്ഞുകവിയുകയും പേടിപ്പെടുത്തുന്ന ഇരമ്പത്തോടെ ഒത്തുകൂടി താഴേക്കൊഴുകുകയും ചെയ്തു. കുത്തിയൊഴുകുന്ന വെള്ളച്ചാട്ടത്തിൽപ്പെട്ട ചെറുചെടികളും വൃക്ഷങ്ങളും കടപുഴകി ഒലിച്ചുപോയി. പടുവാലികൾ വശങ്ങളിലേക്കു വളർന്നു. പടുവാലികളെപ്പൊതിഞ്ഞു വളർന്നിരുന്ന കാട്ടുപൊന്തകൾ അപ്രത്യക്ഷമായിരിക്കുന്നു. പടുവാലികൾ ഭൂമിയുടെ ഉള്ളറയിലേക്കും വളർന്നിറങ്ങി. വയലുകൾ വെള്ളപ്പെരുക്കത്തിൽപ്പെട്ട് അടിമുടി മുങ്ങി. കുമിളിയിലെ കൈത്തോടെവിടെ? കൈതക്കാടുകൾ തലകുത്തിക്കിടന്നു കേഴുന്നത് ആർക്കുവേണ്ടി?

കുമിളിപ്പൊയ്കമുതൽ വടവുക്കരിവരെ ഒരു കടൽ!

വങ്ങേനിയിലും മഴയുണ്ടാക്കിയ കെടുതികൾ വിപുലമായിരുന്നു. മാർത്താണ്ഡൻകുളം തുളുമ്പി. ഓവുകളിലൂടെ വെള്ളം പുറത്തേക്കിരച്ചുപാഞ്ഞെങ്കിലും കുളത്തിന്റെ തടം ഇടിഞ്ഞുപോകുന്ന നിലയിലായി. വങ്ങേനിത്തോട് കരകവിഞ്ഞു. തോടുംചിറയും പൊട്ടിയാൽ? വങ്ങേനി ഏലാ ഒന്നടങ്കം മുങ്ങും. ഓരും ചെളിയുമിറങ്ങി പാടങ്ങൾ അപ്രത്യക്ഷമാകും. വടക്കുനിന്നും വരുന്ന മലവെള്ളം വയൽപ്പരപ്പിലേക്കും അവിടെനിന്ന് താഴ്വാരയിലെ സമതലങ്ങളിലേക്കും ഓടിക്കയറും. മണിക്കൂറുകൾകൊണ്ട് താഴ്വാരം ഒന്നാകെ വെള്ളത്തിന്റെ പിടിയിലമരും. അങ്ങനെയാണെങ്കിൽ കാട്ടുകുളവും പടിഞ്ഞാറ്റുമുറിയുടെ ചരിവുമായിരിക്കും ആദ്യം മുങ്ങുക.

അതോർത്ത് ഉപദേശി മ്ലാനചിത്തനായിത്തീർന്നു.

അവിടെ തലയെടുത്തു നിൽക്കുന്ന ധാന്യക്കതിരുകളും മനുഷ്യരും അവരുടെ വളർത്തുമൃഗങ്ങളും ജംഗമവസ്തുക്കളും ഒന്നോടെ വെള്ളത്തിലൊലിച്ചുപോകും.

എന്നിട്ടും മഴ നിലച്ചിരുന്നില്ല.

ഉപദേശി കപ്യാർ മോശയെ വിളിച്ചു.

ഓലമേഞ്ഞ പള്ളിക്കകത്ത്, ഒരു ബഞ്ചിൽ താടിക്കു കൈയുംകൊടുത്തിരിക്കുകയായിരുന്നു മോശ. അയാളെക്കൂടാതെ നാലഞ്ചുപേർകൂടി അവിടെയുണ്ട്. കണ്ണുപൊട്ടിപ്പോയ മഴയാണ്. ഈ മഴയിൽ എങ്ങോട്ടു പോകാൻ? എന്തും വരട്ടെ. ഉപദേശി പറയുന്നതിനപ്പുറമൊന്നുമില്ല. എത്ര ക്രൂരമായ രീതിയിലാണ് യഹോവ തന്റെ ശിക്ഷയെ നിർവഹിക്കുന്നത്! എല്ലാം ഉപദേശിയോടു നേരിട്ടു പറഞ്ഞതുപോലെതന്നെ. ഒരു നെല്ലിട ഭേദമില്ലാതെ. മാറാന്തടത്തിലെ ക്രിസ്ത്യാനികളടക്കം ആരെങ്കിലും മഴ തുടങ്ങുംമുമ്പ് അതൊക്കെ വിശ്വസിച്ചിരുന്നോ? പ്രതീക്ഷിച്ചിരുന്നോ ഇത്ത

രത്തിലൊരു പേമാരിയെ? ഉപദേശിയുടെ അനന്തര നിർദേശങ്ങൾക്കായി അവർ പള്ളിക്കകത്തുതന്നെ കഴിച്ചുകൂട്ടി.

ദീനാമ്മ അവർക്ക് ചുടുകഞ്ഞിയും ഇടനേരങ്ങളിൽ ചക്കരയിട്ടു തിളപ്പിച്ച ചൂടുകാപ്പിയും നൽകിയിരുന്നു.

“കാട്ടുകുളത്തുനിന്ന് ആരെങ്കിലും വന്നിരുന്നോ?”

ഉപദേശി അന്വേഷിച്ചു. ആരും വന്നിരുന്നില്ല. ഈ വെറിപിടിച്ച കാറ്റിൽ ആരു പുറത്തിറങ്ങും? മഴയാണെങ്കിലോ, അതിന്റെ ക്രൗര്യത്തെതെല്ലും ശമിപ്പിച്ചിരുന്നതുമില്ല. സർവത്ര ഇരുളാണ്. രാവും പകലും ഒരുപോലെയായിരിക്കുന്നു, ഇപ്പോൾ ദേശവാസികൾക്ക്.

“ഈ മഴേത്ത് ആരു വരാൻ?”

“തോടു നിറയാറായോ?”

ആശങ്കയോടെ ഉപദേശി തിരക്കി.

“അയ്യോ! അതിന്നലേ നെറഞ്ഞു!”

ഉപദേശി ചിന്തയിലാണ്ടു. പുറത്തു ചീറ്റിയടിക്കുന്ന മഴയുടെ ആരവത്തിൽ നിന്നും അയാൾ അകന്നുപോയി. അയാൾ കണ്ണുകൾ പൂട്ടി.

“പിതാവേ!”

ആർദ്രതയോലുന്ന സ്വരത്തിൽ ഉപദേശി മന്ത്രിച്ചു. അത് ആ മുറിയുടെ ചുവരുകൾക്കുള്ളിൽ കുടുങ്ങിക്കിടന്നു. ഉപദേശി മുട്ടുകുത്തി. മോശയും അയാൾക്കൊപ്പം ചുവരോരം ചേർന്നു മുട്ടുകുത്തി.

“പിതാവേ, നിന്റെ പ്രതികാരം അതിഭയങ്കരമെന്ന് ഞങ്ങൾ അറിയുന്നു. അത് പൊട്ടിത്തെറിച്ച അഗ്നിപർവതത്തേക്കാൾ തീക്ഷ്ണമെന്നും, അറുക്കവാളിനേക്കാൾ മൂർച്ചയേറിയതെന്നും ഞങ്ങളറിയുന്നു!”

“അതേ പിതാവേ!”

മുട്ടുകുത്തി ഇരുന്നുകൊണ്ട് മോശ മന്ത്രിച്ചു.

ഉപദേശി തുടർന്നു:

“പിതാവേ, ഞങ്ങളുടെ ഈ പാവം ഗ്രാമത്തിനുമേലുള്ള നിന്റെ പ്രതികാരം ഞങ്ങൾ ഊഹിച്ചതിലും എത്രയേറെ ഭീകരം! ഞങ്ങളുടെ ഇടയനും ഞങ്ങളുടെ നിയന്താവുമായുള്ളവനേ, ഞങ്ങൾക്കായി സ്വന്തം പുത്രനേ മരക്കുരിശിലേറ്റിയവനേ, ഞങ്ങളിൽനിന്നും ദുരിതത്തിന്റെ ഈ പാനപാത്രം നീക്കിത്തരേണമേ! ഞങ്ങൾക്കു വിടുതൽ തരിക ദൈവമേ!”

ഉപദേശിയുടെ പ്രാർഥന ദീനമായ ഒരു ഞരക്കംപോലെ നേർത്തുനേർത്തു വന്നു. അതു മുമ്പെന്നത്തേക്കാളും നിശിതമായിത്തീർന്നു. അത് അഭിമന്യുവിന്റെ ശരങ്ങളെപ്പോലെ മുനച്ചുള്ളവയായിത്തീർന്നു. അത് മഴയുടെ കനത്ത അട്ടികളേയും ഭേദിച്ചുകൊണ്ട് സ്വർഗത്തേക്കുയർന്നു. സ്വർഗവാതിലുകളിൽ മുട്ടിവിളിച്ചു.

ചെത്തുപൊടിഞ്ഞ മേൽക്കൂരയിലൂടെ മഴ അകത്തേക്കു പെയ്തുവീണുകൊണ്ടിരുന്നു. പുരയ്ക്കകവും പുറവും ഭേദമില്ലാതായിത്തീർന്നിരിക്കുന്നു. തറയാകെ നനഞ്ഞിളകി. ചാണകവും ചെളിയും കുഴഞ്ഞിളകി ദുസഹമായ ഗന്ധം പുരയ്ക്കുള്ളിൽ നിറഞ്ഞു. ഒപ്പം അസഹനീയ

മായ ശൈത്യവും. കൊടുമാരിയിലും ചോരാത്ത ഒരൽപ്പമിടമുണ്ടായിരുന്നു. അവിടെ നീലകേശിയുടെ പുരോഹിതൻ കൂനിക്കുരുങ്ങി ഇരുന്നു. മഴ തുടർന്ന് അഞ്ചു നാളുകൾകൊണ്ട് അയ്യാവുവാത്തിയുടെ ശരീരം വിറങ്ങലിച്ചു ചുളിഞ്ഞുപോയിരുന്നു. കൺപോളകൾക്കിടയിൽ മഞ്ഞിച്ച പീള അടിഞ്ഞുകൂടി. വയറ് മുതുകോളം താണു. വാരിയെല്ലുകൾ പുറത്തേക്കുന്തിനിന്നു. എന്നിട്ടും നീലകേശിയുടെ പുരോഹിതൻ വർത്തമാനത്തിന്റെ പീഠഭൂമിയിൽ കയറി നിൽക്കാൻ തയാറായില്ല. പുതപ്പിന്റെ കനത്ത മേലങ്കയണിഞ്ഞുകൊണ്ട്, സകലമാന ദീനചിന്തകളിൽനിന്നും മോക്ഷം നേടിയിരുന്ന വാത്തി പുറത്ത് പകയോടെ പെയ്തുവീഴുന്ന മഴയെ അംഗീകരിക്കുവാൻ തയാറായില്ല. വിശപ്പ്. വിശപ്പുമാത്രം. വിശപ്പിന്റെ ചേരട്ടകൾ ആർത്തിയോടെ അയാളുടെ കുടൽഭിത്തികളെ അള്ളിപ്പറിച്ചു. ദാഹം കഠിനമായിക്കൊണ്ടിരിക്കുന്നു. കൊടുംശൈത്യത്തിലും അയ്യാവുവാത്തിയുടെ അണ്ണാക്ക് വറ്റിവരണ്ടു. മുറ്റത്തു കാലുകുത്താൻ വയ്യ. വെള്ളം വീണിറങ്ങിയ ചുവരുകൾ കുതിർന്നു പൊടി പൊടിഞ്ഞുകൊണ്ടിരുന്നു. ഒരു രാത്രി അടുക്കളയുടെ പുറംഭിത്തി ഇടിഞ്ഞ് അകത്തേക്കു വീണു. വാത്തി അതറിഞ്ഞിരുന്നില്ല. ശേഷിച്ച ഓലച്ചീന്തുകളെ കാറ്റു പറത്തിക്കൊണ്ടുപോയി. ഒട്ടുമുക്കാലും അനാവൃതമായ മേൽക്കൂര. എന്നിട്ടും വെളിച്ചം എവിടെ? അയ്യാവുവാത്തി മുകളിലേക്കു നോക്കി വികാരഹീനനായി ഇരുന്നു. തികച്ചും മൂകനായി.

ദിനരാത്രങ്ങൾ ഒരുപോലെ കരാളമായിത്തീർന്നപ്പോൾ മാറാന്തടത്തിന്റെ മക്കൾ നിലവിളിച്ചു.

"വെളിച്ചത്തിന്റെ രാജാവേ, ഞങ്ങൾക്ക് ഒരുതുള്ളി വെട്ടം തരൂ."

വെളിച്ചം പുലർന്നില്ല. വെളിച്ചം സ്വർഗത്തിന്റെ വിതാനത്തിനു പിന്നിൽ ക്രൂരമായ പകയോടെ പതിയിരുന്നു.

അയ്യാവുവാത്തി കൈകാലുകളെ ഉള്ളിലേക്കു ചുരുക്കി. ചുരുങ്ങിക്കൂടിയ അയാൾക്ക് ഒരു മനുഷ്യന്റെ ലക്ഷണമേയുണ്ടായിരുന്നില്ല. പല്ലുകൾ തമ്മിൽ കൂട്ടിയടിക്കുന്നു. ഒരു റബ്ബർപന്തുപോലെ അയാൾ തറയിൽ കിടന്നുതുള്ളി. അയാളുടെ കണ്ണുകളിലൂടെ പരമ്പരകളുടെ നൊമ്പരം പൊടിഞ്ഞിറങ്ങി.

"തായേ! നീലകേശീ!"

വാത്തി ദുർബലമായ ശബ്ദത്തിൽ വിളിച്ചു.

"നീ കേട്ടതെല്ലാം നെനക്കു തന്നില്ലേ ദേവീ? പടുക്കയ്ക്കു പടുക്ക. പൊങ്കാലയ്ക്കു പൊങ്കാല. ചോരയ്ക്കു ചോര. ഒടുക്കം നീ ദാവീശിന്റെ ചോര കേട്ടപ്പം അതും ഞങ്ങളു തന്നില്ലേ തായേ? അയിനൊക്കെയുള്ള ഒപകാരമോ ഇത്? ഈ പെരുത്ത മഴ ആരു പറഞ്ഞിട്ട്? നീയ് പറഞ്ഞിട്ടോ? അതോ ജഗോവ പറഞ്ഞിട്ടാണെങ്കി ഇപ്പോത്തന്നെ നിർത്ത്."

അയ്യാവുവാത്തി കണ്ണുമൂടി കാത്തിരുന്നു. കാതുകൾ മലർക്കെ തുറന്നു ശ്രദ്ധിച്ചു. മഴയുടെ ഓരിയടങ്ങുന്ന ഒച്ച കേൾക്കാനായി. മഴ തോർന്നില്ല. പ്രവാചകന്റെ കാലവർഷം അനുസ്യൂതം പെയ്തുകൊണ്ടേ

യിരുന്നു. വാത്തിക്കു കോപമേറി. കുഴിഞ്ഞുവീണ കണ്ണുകൾ തുറിച്ചു പുറത്തേക്കു വന്നു.

"എന്നെ രച്ചിക്കണേ! എനക്കു വയറു വേവണേ! എനക്കു തിന്നാനും കുടിക്കാനും തായേ!"

അയ്യാവുവാത്തി കരുണയ്ക്കായി കേണു. ഏറുകൊണ്ട കൊടിച്ചിപ്പട്ടിയുടെ അവസാനത്തെ കരച്ചിൽപോലെയായിരുന്നു അയാളുടെ ശബ്ദം. അതു നേർത്തു നേർത്തില്ലാതായി.

നീലകേശി ഉണരാൻ മറന്നു.

മാറാന്തടത്തിന്റെ അധിദേവത, ശ്രീകോവിലിനുള്ളിലെ മൂടിയെ കെട്ടിപ്പിടിച്ച് കൽപ്പാന്തനിദ്രകൊള്ളുകയായിരുന്നു. ഉയരെ പൂവരശിന്റെ ചില്ലകൾ ഒടിഞ്ഞുതൂങ്ങി. പഴുത്തുവീണ അരശിലകൾ മുടിപ്പുരനടയിൽ കിടന്നു ചീഞ്ഞഴകുവാൻ തുടങ്ങി. ആരും അവിടേക്കു കടന്നുചെന്നിരുന്നില്ല. മഹാസമുദ്രത്തിലെ ദ്വീപുപോലെ ഒറ്റപ്പെട്ടുപോയ മുടിപ്പുരയ്ക്കുള്ളിൽ അനാഥയായിത്തീർന്ന ദേവി ഒന്നും ഓർക്കാൻ മിനക്കെടാതെ നിദ്ര തുടർന്നു.

രാത്രി!

വാതിലിൽ ആരോ മുട്ടുന്നു. ഉണർന്നിരുന്ന തോമസുകുട്ടി കതകു തുറന്നു. മഴയുടെ വമ്പിച്ച ഭേരിയും കപ്യാർ മോശയും ഒരുമിച്ച് അകത്തേക്കു തിക്കിക്കയറി. ഉപദേശി എവിടെ? മോശ ചോദിച്ചു. അകമുറിയിൽ ഉണർന്നുകിടക്കുകയായിരുന്ന ഉപദേശി പുറത്തുവന്നു.

"വങ്ങേനിത്തോടു പൊട്ടി."

"ദൈവമേ! എപ്പോൾ?"

"കൊറേനേരമായി."

"വെള്ളം എവിടംവരെ കയറി?"

"ഒന്നും കാണാൻ പറ്റണില്ല. ഒക്കെ ഒരുജാതി ഇരുട്ടല്ലേ? പച്ചേ തലക്കലും കട്ടക്കാലിലുമൊക്കെ വിളികളും കരച്ചിലുകളും കേട്ടോണ്ടാണ് ഞാൻ ഓടിപ്പോന്നത്."

കണ്ണുകൾ ഉയരങ്ങളിലേക്കു പറന്നു. കാത്തുനിന്നു. ഒടുവിൽ നിയോഗമുണ്ടായി.

"വേഗം വാ. നമുക്കു കാട്ടുകുളത്തേക്കു പോകാം. പള്ളിയിൽക്കിടന്ന് ഉറങ്ങുന്നവരേയും വിളിച്ചുകൊള്ളുക."

"പയങ്കര മഴയല്ലേ?"

അതിന് ഒരു നോട്ടത്തിൽ ഉപദേശി പ്രതികരിച്ചു. അതു താങ്ങുവാൻ മോശയ്ക്കു കഴിവില്ലാതായിപ്പോയി.

"യഹോവ അത് ആഗ്രഹിക്കുന്നു. ഒരു വളർത്തുനായയ്ക്കുപോലും ആപത്തു സംഭവിക്കരുത്."

തോർത്തെടുത്തു തലയിൽച്ചുറ്റി ഉപദേശി പുറത്തിറങ്ങി. പള്ളിക്കകത്ത് ഉറങ്ങിക്കിടന്നവരും എണീറ്റുവന്ന് അവർക്കൊപ്പം കൂടി. കുറെ നടന്നപ്പോൾ നനഞ്ഞു കനത്ത ഇരുളിൽ അവർക്കു വഴിമുട്ടി. കപ്യാർ

മോശയായിരുന്നു മുന്നിൽ നടന്നിരുന്നത്. മഴതന്നെ മഴ. ഭ്രാന്തുപിടിച്ചു പെയ്യുന്ന മഴ. പടുവാലികൾ നിറഞ്ഞൊഴുകുന്നു. നിരപ്പിൽ വിസ്തൃത മായ തടാകങ്ങൾ ഉണ്ടായിരിക്കുന്നു. അവയ്ക്കു നിമിഷംപ്രതി ആഴവും വലിപ്പവും ഏറിക്കൊണ്ടിരിക്കുന്നു. കൃഷിക്കായി വെട്ടിക്കേറ്റിയ തടങ്ങളും, കയ്യാലകളും ഒലിച്ചുപോയിരിക്കുന്നു.

എങ്ങും മഴയുടെ ഒടുക്കത്തെ താണ്ഡവം.

രക്ഷാസംഘം താഴ്വാരത്തിലെത്തി. പൊട്ടിയ തോടിൽനിന്നും വെള്ളം നാലുദിക്കുകളിലേക്കും ഇരച്ചുകയറുന്ന ശബ്ദം കേൾക്കാം. വയൽപ്പരപ്പ് ഒരു മഹാസമുദ്രമോ? താഴ്വാരത്തിന്റെ അലമുറകൾ മഴപ്പി ശറിനെ ഭേദിച്ചുകൊണ്ട് അരിച്ചുവീഴുന്നു. അതിവേഗം നടന്നു. നടക്കുക യല്ല, ഓടുകയും നീന്തുക്കയുമായിരുന്നു. എവിടംവരെ വെള്ളം കയറി യെന്നു പറയാൻ വയ്യ. സാർവത്രികമായ അന്ധകാരമല്ലേ?

"കൊറേ തലയ്ക്കൽവച്ചേ കരയിടിഞ്ഞുകാണും. ഇപ്പത്തന്നെ അര യളവു വെള്ളം കയറിയിരിക്കണമട്ടാണു കാണണത്."

വഴി തെളിച്ചുകൊണ്ടു മോശ പറഞ്ഞു.

"എങ്ങോട്ടാണ് ആദ്യം പോകേണ്ടത്?" —ഉപദേശി ചോദിച്ചു.

ആദ്യം വെള്ളംകയറാനിടയുള്ള താഴ്വാരത്തിലേക്കു പോവുകയല്ലേ നന്ന്?

"എങ്കി നമക്ക് കാട്ടുകൊളത്തേക്കു പുവാം."

"അങ്ങനെതന്നെയാകട്ടെ."

രക്ഷകരുടെ സംഘം നടന്നു. ചെളിയിൽ പുതയുന്ന ചുവട്ടടികളെ അതിശീഘ്രം ഇളക്കിച്ചവുട്ടിക്കൊണ്ട് അവർ കാട്ടുകുളത്തെ ലക്ഷ്യമാക്കി നീങ്ങി.

ഒരു കൂട്ടനിലവിളി!

ഇടത്തുനിന്നാണ്. കാലുകളെ ഉയർത്തിച്ചവുട്ടി സംഘം ഓടിയെ ത്തി. ഒരു ഭാഗം ഒടിഞ്ഞുകുത്തി നിലംപതിച്ച ഒരു കുടിൽ. ഉയർന്നു നിൽക്കുന്ന കോടിക്കൂരയ്ക്കു താഴെ എന്തുചെയ്യണമെന്നറിയാതെ അന്ധാളിച്ചുനിൽക്കുന്ന വീട്ടുകാർ. വെള്ളം കണങ്കാൽ പാകത്തിൽ കുടിൽ നിറഞ്ഞിരിക്കുന്നു.

"ആരെങ്കിലും അടീപ്പെട്ടോ?"

"ഇല്ല."

സംഘത്തെ കണ്ടതും കുട്ടികൾ ഉച്ചത്തിൽ നിലവിളിച്ചു.

"എങ്കി പള്ളിത്തറേലോട്ട് ഓടിച്ചെന്നോളിൻ. എല്ലാരുക്കും പള്ളീലെ ടമൊണ്ട്."

അവർ സംശയിച്ചുനിന്നു. മോശയ്ക്കു കലികയറി.

"വെള്ളമെടുത്തോണ്ടു പോണേനുമുന്നേ ഓടിപ്പൊയ്ക്കോളിൻ."

വടക്കൻമല ഇടിഞ്ഞിറങ്ങിവന്ന പെരുവെള്ളപ്പാച്ചിൽ കരയിടിഞ്ഞ തോടിലൂടെ ദ്രുതഗതിയിൽ താഴ്വാരത്തേയും സമതലത്തേയും വിഴു

ങ്ങുന്നു. കണ്ണുകളുടെ വിലയറിയിക്കുന്ന രാത്രിയാണെങ്കിലും വെള്ളം കരേറിക്കൊണ്ടിരിക്കുന്നത് ഹൃദയസ്പന്ദനങ്ങൾപോലെ സ്പഷ്ടം.

ഭഗവതിക്കാവിന്നുതാഴെ എത്തിപ്പെട്ടു നിന്നു.

കാട്ടുകുളം എവിടെ?

കുളം നിറഞ്ഞു കരയോടു ചേർന്നിരിക്കുന്നു. വെള്ളം കാവിന്റെ ഉള്ളറയോളം എത്തിയിരുന്നു. പ്രതിനിമിഷം വെള്ളം ഉയർന്നുകൊണ്ടിരിക്കുന്നു. കാത്തുനിന്നില്ല. യന്ത്രംപോലയായിരുന്നു സംഘം പ്രവർത്തിച്ചത്. ഓരോ കുടിയിലേക്കും പാഞ്ഞുചെന്നു. കിട്ടാവുന്നതൊക്കെ വാരിയെടുത്തുകൊണ്ട് പള്ളിത്തറയിലേക്കു ഓടിക്കൊള്ളുക. ശങ്കിക്കേണ്ട. അവിടെ നിങ്ങൾക്ക് അഭയമുണ്ട്. ചിലർ സന്ദേഹിച്ചുനിന്നു.

കൊതിമൂത്ത മലവെള്ളം ഇരമ്പിവരുന്നതു കേൾക്കുന്നില്ലേ? ഈ കുട്ടികൾ തണുത്തു വിറച്ചു ശ്വാസംമുട്ടിചാകണമെന്നോ? എല്ലാം ഒന്നോടെ അഴിയണമെന്നാണോ ആഗ്രഹം? മഴയുടെ ദയാവായ്പിനായി കാത്തുനിൽക്കേണ്ട. ദൈവകൽപ്പനയാണിത്. അവന്റെ അനേകം കൽപ്പനകളെ ലംഘിച്ചതുകൊണ്ടുള്ള ശിക്ഷയാണിത്. പ്രളയത്തിനു മുമ്പുള്ള പ്രവചനത്തെ നിങ്ങൾ ധിക്കരിച്ചു. അതിനു മുമ്പുള്ള നിരവധി അരുളപ്പാടുകളെ നിങ്ങൾ ധിക്കരിച്ചു. ഇനിയും അത് ആവർത്തിക്കരുതേ! അവന്റെ കോപത്തെ വരുത്തിക്കൂട്ടരുതേ! അത് ദുഷ്ടന്റെ വാൾമുനയേക്കാൾ നിശിതമായിത്തീരുന്നകാലമാണിത്. അറിഞ്ഞുകൊള്ളുവിൻ. രക്ഷയുടെ മാർഗത്തെ അറിഞ്ഞുകൊള്ളുവിൻ. അറിഞ്ഞു വേണ്ടതു പ്രവർത്തിക്കുവിൻ. തിരിഞ്ഞു പള്ളിത്തറയിലേക്കോടുമ്പോൾ നിങ്ങളുടെ വളർത്തുമൃഗങ്ങളിൽനിന്നും, അവ കോഴിയോ പട്ടിയോ ആടുമാടുകളോ മറ്റെന്തു തന്നെ ആയാലും ഓരോ ജോഡി ഇണകളേയും കരുതിക്കൊള്ളുക. അതിവേഗം മേടുകയറി രക്ഷനേടിക്കൊള്ളുവിൻ.

അടുത്ത പകൽ പുലർന്നപ്പോൾ പള്ളിപ്പുരയും പാതി പണിതീർത്ത പള്ളിയും അഭയാർഥികളാൽ നിറഞ്ഞിരുന്നു. താഴ്‌വാരമാകെ വെള്ളത്തിനടിയിലായി. കുടിലുകൾ പൊളിഞ്ഞുവീണു. അവയുടെ മേൽക്കൂരകൾ വെള്ളത്തിലൊഴുകിപ്പോയി. ചത്ത വളർത്തുജന്തുക്കളുടെ ശവങ്ങൾ അങ്ങിങ്ങായി പൊന്തിക്കിടന്നിരുന്നു.

ഉപദേശി അവരോട് ആവശ്യപ്പെട്ടു: “വിശ്വാസത്താൽ നിറഞ്ഞു പ്രാർഥിക്കുവിൻ. അഭയാർഥികൾ മിഴിച്ചിരുന്നു. ഈ ഭ്രാന്തൻമഴയോടോ പ്രർഥന? എങ്കിലും ഉപദേശി മുട്ടിന്മേൽ നിന്നപ്പോൾ അവരും മുട്ടുകുത്തി. അവരും കണ്ണുകളെ അടച്ചു. അവർക്ക് അറിയാവുന്ന ഭാഷയിൽ അവർ പ്രാർഥിക്കുകയുംചെയ്തു. ആരോടെന്നില്ലാതെ.

ഉപദേശി മുമ്പത്തേക്കു ചെന്നു. അമ്പരിപ്പിക്കുന്ന മഴയുടെ രഹസ്യത്തെപ്പറ്റിയുള്ള സത്യം ശേഖരപിള്ള ആവർത്തിച്ചന്വേഷിച്ചു. ഉപദേശിക്ക് പഴയ വാക്കുകൾ മാത്രമേ പറയാനുണ്ടായിരുന്നുള്ളു. ശേഖരപിള്ള അതു കേട്ടിരുന്നു. അതു ശരിയാണെന്നല്ലേ കാലംതെറ്റി തകർക്കുന്ന ഈ പെരു

വർഷം തെളിയിക്കുന്നത്? തുടർന്ന് ഉപദേശിക്ക് എല്ലാ സഹായങ്ങളും അയാൾ വാഗ്ദാനംചെയ്തു.

ഏഴാംദിവസം പുലർന്നപ്പോൾ മഴ പൂർണമായും പെയ്തു നിലച്ചു. ഉണർന്നു കൂട്ടംകൂടിയ വിശ്വാസികൾ പ്രത്യാശയോടെ പുറവെട്ടത്തെ നോക്കി. ഒരു തുള്ളിപോലും പൊടിയുന്നില്ല. അവരൊന്നോടെ പുറത്തിറങ്ങി. അതാ പടിഞ്ഞാറേ മാനത്ത് മഴവില്ല് പൂത്തുകിടക്കുന്നു. അവർ തുള്ളിച്ചാടി.

"പിതാവേ! നിന്റെ വാഗ്ദാനം എത്ര സത്യമായത്!"

കാക്കകളുടെ ആർത്തനാദം മാറാന്തടത്തിന്റെ ശ്മശാനശാന്തിയെ കുത്തിക്കീറി. മാധവൻനായരുടെ ചായക്കടയിൽ പുക പൊങ്ങി. ആളുകൾ ഒറ്റയായും കൂട്ടമായും മച്ചോട്ടുമുക്കിലേക്കു ചെന്നു. ആകാംക്ഷയോടെ, ആശങ്കയോടെ വെള്ളമിറങ്ങിയ പാടങ്ങളിലൂടെ അവരോടിനടന്നു. അവ പലതും വരമ്പുകളിടിഞ്ഞൊന്നായിത്തീർന്നിരിക്കുന്നു. ഇടവഴികൾ ഇടിഞ്ഞുനിരന്നിരുന്നു. പടുവാലികളിൽ കഴിഞ്ഞ ദിവസങ്ങളെപ്പറ്റിയുള്ള ഭീതി സാന്ദ്രമായിക്കിടക്കുന്നു.

ക്രിമീരന്റെ ചായ്പെവിടെ?

അതിനുമീതെ മുച്ചാണുയരത്തിൽ വെള്ളം കേറിയിരുന്നില്ലേ? ക്രിമീരനും സംഘവും അന്വേഷിച്ചിറങ്ങി. ഒടുവിൽ കണ്ടെത്തി. ഒരു തകർന്ന കപ്പൽകണക്കെ അകലെ വടവുക്കരിയിൽ നികന്നുകിടക്കുന്നു. വെള്ളം താഴാൻ ഇനിയും എത്രയോ നാളുകൾ വേണ്ടിവരും. പൊറ്റയിൽപ്പോലും തടാകങ്ങൾ കെട്ടിക്കിടക്കുന്നു.

"അറിഞ്ഞോ!"

"അറിഞ്ഞില്ലേ?"

"കഷ്ടമായിപ്പോയി." കേട്ടവർ കേട്ടവർ ഓടിക്കൂടി.

"എന്തെര്?"

അയ്യാവുവാത്തി പോയി!

ഇതു നേരോ? ഓടിക്കൂടിയവർ ചോദിച്ചു. ആദ്യം കണ്ടെത്തിയത് ഊരാളിക്കുഞ്ഞനായിരുന്നു. തൊടികയറി വരുമ്പോൾ കണ്ടു. മഴക്കനത്തിൽപ്പെട്ടു വീണു പതിഞ്ഞുകിടക്കുന്ന പുര. കുഞ്ഞൻ നടുങ്ങിപ്പോയി. ഉൽക്കണ്ഠയോടെ അവൻ മുറ്റത്തേക്കു കയറി. പുര ഒന്നോടെ നിലംപരിശായിരിക്കുന്നു. വാത്തിയെവിടെ? വാത്തിക്കെന്തു സംഭവിച്ചു? ഊരാളിക്കുഞ്ഞൻ പുറത്തുനിന്നു വിളിച്ചു. വിളി കേൾക്കാൻ ആരുംതന്നെ ഉണ്ടായില്ല. അവൻ ചുറ്റും ഓടിനടന്നു. അതിനിടെ, ഒടിഞ്ഞുകുത്തിക്കിടന്നിരുന്ന കഴുക്കോലിനിടയിലൂടെ വാത്തിയുടെ കൈകൾ പുറത്തേക്കു നീണ്ടുവന്നു. അതിനപ്പുറം, പഴയോലത്തൊത്തുകളിലും ചെളിയിലുമായി പുതഞ്ഞ തല. തോർന്ന മുടിയിഴകൾ മണ്ണിലേക്കു വളർന്നിറങ്ങിയിരുന്നു. അവൻ നിലവിളിച്ചുകൊണ്ടോടി.

ആൾക്കാരെത്തി കഴുക്കോലും മറ്റു ചെത്ത മേൽക്കൂരയും വലിച്ചുമാറ്റിയപ്പോൾ കണ്ടു. കളങ്കാവലിനും, ആണ്ടൊരിക്കലെ കൊടുതിക്കും

ബാധിച്ചുതുള്ളുന്ന വാത്തിയുടെ ബീഭത്സരുപത്തെ. മോണയിൽനിന്നും പല്ലുകളടർന്നു തെറിച്ചിരിക്കുന്നു. ഒരേക്കത്തിൽ തുറന്നപോലെ പിളർന്നു പോയ വായ. മലച്ച കണ്ണുകൾക്കു പളുങ്കുനിറം.

ഇതൊരു മനുഷ്യക്കോലമോ?

ഓടിക്കൂടിയവർ പലതും ഓർമിച്ചുപോയി!

അനാഥയായിത്തീർന്ന നീലകേശിയെപ്പറ്റിയാണ് അവർ അതീവവ്യാകുലരായിത്തീർന്നത്. എന്തുകൊണ്ടോ അവർ ദാവീദിനേയും ഉപദേശിയേയും ആ സമയം ഓർത്തുപോയി.

യഹോവയായ ദൈവത്തിന്റെ കുഞ്ഞാടുകളിതു കാണുന്നില്ലേ? അവർ കൂട്ടത്തിൽ തിരഞ്ഞു. പള്ളിക്കാരായി ആരുംതന്നെ അവിടെ ഉണ്ടായിരുന്നില്ല.

മരണപ്പാറയ്ക്കു താഴെ ചെളിമണ്ണിന്റെ ആശ്ലേഷമേറ്റ് അയ്യാവു വാത്തി ഉറങ്ങി.

23

പള്ളിച്ചലിൽനിന്നും മച്ചോട്ടുമുക്കുവഴി കടപ്പുറത്തേക്കൊരു പാത വേണം. പുന്നമൂടും ചാവടിക്കലവയും പിന്നിടുന്ന പാത മാറാന്തടത്തെ കീറിക്കൊണ്ട് കടൽത്തീരത്തേക്കു ചെന്നിറങ്ങും.

ഒരു സായാഹ്നസൗഹൃദത്തെ പങ്കിടവേ, ഉപദേശിയുടെ നിർദേശമുണ്ടായി. പറഞ്ഞുകേട്ടപ്പോൾ ശേഖരപിള്ളയ്ക്കും അതു നന്നെന്നു തോന്നി. മാത്രമല്ല, ഉപദേശിയുടെ അഭിപ്രായങ്ങളിൽ എന്നും നന്മ മാത്രമേ ഉണ്ടായിരുന്നുള്ളുവെന്നതും അയാളോർത്തു. മാറാന്തടത്തിന്റെ സ്വകാര്യങ്ങളിൽ ഉപദേശി പതിയെപ്പതിയെ ഇറങ്ങിചെല്ലുകയാണെന്നും പിള്ള അറിഞ്ഞു. കുമിളിയിലെ കൈത്തോടു കോരിക്കാൻ അയാൾ സ്വന്തം ആളെ നിർത്തി. അതിനായി അമ്പലത്തറക്കാരോടോ, അധികാരിയോടോ അയാൾ കണക്കു ചോദിച്ചിരുന്നില്ല. തലയ്ക്കൽ മുതൽ വടവുക്കരിവരെ അയാൾതന്നെ കോരിച്ചിരുന്നു. അങ്ങനെ ചെയ്യാതിരുന്നെങ്കിൽ ഇക്കഴിഞ്ഞ പെരുംമഴയിൽ എന്തുതന്നെ സംഭവിക്കുമായിരുന്നില്ല! ഒടുവിൽ മഴ തോർന്നപ്പോഴാണ് അധികാരിക്കു കണ്ണു തുറന്നുകിട്ടിയത്. അമ്പലത്തറയിൽ ചെന്ന് തോടു കോരിയതിന്റെ കൂലിപ്പങ്ക് ഉപദേശിക്ക് നൽകണമെന്ന് അധികാരി ചെല്ലോംപിള്ളയോടാവശ്യപ്പെട്ടത്രേ. കൂട്ടത്തിൽ കരിക്കാടി മുപ്പറനിലം ശേഖരപിള്ള ഉപദേശിക്കു കൈമാറിയതിന്റെ ഗുണത്തെക്കുറിച്ചും അധികാരി അയാളെ ഓർമിപ്പിച്ചിരുന്നു. ഏതായാലും കുമിളി ഏലായിലെ കുടുംബപ്പോരു തീർന്നല്ലോ! അധികാരിക്കും ആശ്വാസമായി.

ഉപദേശിയാണു പറയുന്നത്, പാത വേണമെന്ന്. പാത വന്നാൽ പല നേട്ടങ്ങളുമുണ്ടാകും. ഒരേ തവണ ഒന്നിലേറെ വില്ലുവണ്ടികൾക്കു യാത്ര ചെയ്യാം. പച്ചത്തൊണ്ടുമായി തിരുവല്ലത്തേക്കു പോകുന്ന കാളവണ്ടി

കൾക്കും, മലക്കറി വിളകളുമായി ആറാൽമൂട് ചന്തയിൽ പോകുന്ന പിടി വണ്ടികൾക്കും ഇനി കോട്ടുകാൽ വഴി ചുറ്റിപ്പോകേണ്ട കാര്യമില്ല. പുന്ന മൂടു ചെന്നു തിരിഞ്ഞു പോയാൽ മതിയാകും. പള്ളിച്ചലിൽനിന്നും മോട്ടോർബസിനു കടന്നുവരാം. പള്ളിച്ചൽമുക്കിൽ വണ്ടിയിറങ്ങി, തേരിയും ഇറക്കവും ചവുട്ടിക്കടന്നുള്ള അഞ്ചുനാഴിക നടത്ത ലാഭിക്കാം. കണ്ണടച്ചുതുറക്കുംമുമ്പ് തിരുവനന്തപുരത്തു ചെന്നുചേരാനും കഴിഞ്ഞേ ക്കും.

"പക്ഷേങ്കി ആരു വെട്ടും?"

ശേഖരപിള്ള ചോദിച്ചു. അത്രയ്ക്കു സുഗമമായ കാര്യമൊന്നും അല്ലെന്ന് അയാൾക്കറിയാം.

"സർക്കാരു വെട്ടും. നമ്മൾ നാട്ടുകാർ സർക്കാരിനെ സഹായിക്കും."

ഉപദേശി പിള്ളയുടെ സംശയം തീർത്തു. എന്നിട്ടും പിള്ള തൃപ്ത നായില്ല. ഒരു പാത വേണമെന്ന ആഗ്രഹം അതിനകം അയാളുടെ മന സിൽ അതിശക്തമായി തീർന്നകാരണം അതേക്കുറിച്ചുള്ള അനേകം ആശങ്കകൾ ശേഖരപിള്ളയെ അലട്ടുകയും ചെയ്തു.

"അതിനു സ്ഥലമെവുടുന്നു കിട്ടും? എവിടെക്കൂടി വെട്ടും?"

"നാട്ടുകാരോടു ചോദിക്കണം. അവർക്കുവേണ്ടിയാണല്ലോ പാത വെട്ടുന്നതുതന്നെ."

"അതിനു നമ്മളു പോയി ചോദിച്ചാൽ ആരെങ്കിലും സമ്മതിക്കുമോ?"

തുടക്കത്തിൽത്തന്നെ അത്തരമൊരു ശങ്ക ഉപദേശിയേയും ബാധി ച്ചിരുന്നു. പുറത്തുകാട്ടിയില്ലെന്നു മാത്രം. എങ്കിലും സ്വായത്തമായ ആത്മ വിശ്വാസത്തോടെ അയാൾ പാതയെക്കുറിച്ചു സംസാരിച്ചു. പ്രളയത്തി നുശേഷം ഉപദേശിയോടുള്ള മാറാന്തടക്കാരുടെ സമീപത്തിനു മാറ്റംവ ന്നിരുന്നു. അയാൾ പറയുന്നതിൽ കാര്യമുണ്ടെന്നു സമ്മതിക്കുവാൻ ചില രെങ്കിലും മുന്നോട്ടുവരുന്നു. പടിഞ്ഞാറ്റുമുറിയും കാട്ടുകുളവും അയാ ളുടെ സാന്നിധ്യത്തിൽ അഭിമാനംകൊണ്ടു. നന്മ മാത്രം ആഗ്രഹിക്കുന്ന ഒരു മനുഷ്യൻ. നന്മയ്ക്കുവേണ്ടി സന്ധിയില്ലാതെ പോരാടുന്ന ഒരേകാകി. ഈ മനുഷ്യനെ അറിയുവാൻ തങ്ങളിത്രയും വൈകിയല്ലോ എന്നോർത്ത പ്പോൾ അവർക്കു വല്ലാത്ത ദുഃഖമുളവായി. പശ്ചാത്താപത്തോടെ അവ രതിന് യഹോവയോടു മാപ്പുചോദിച്ചു. ഞായറാഴ്ചകളിൽ അവർ കൂട്ടും കൂട്ടമായി അയാളുടെ സുവിശേഷത്തെ കേൾക്കുവാൻ പള്ളിത്തറയി ലേക്കു ചെന്നിരുന്നു.

ഒരു ന്യൂനപക്ഷം ഇതൊന്നും കണ്ടില്ലെന്നു നടിച്ചു. അവരുടെ വൈരം നാൾതോറും ഏറിവരുകയാണുണ്ടായത്. അവർ ഉപദേശിക്കും അയാളുടെ പ്രവചനങ്ങൾക്കും, അയാളുടെ തെരഞ്ഞെടുക്കപ്പെട്ട ജന തയ്ക്കും എതിരായി ആക്രമങ്ങൾ തുടരുകതന്നെ ചെയ്തു. ഉപദേശി നിശബ്ദമായി എല്ലാം ശ്രദ്ധിച്ചുപോന്നു. നാൾക്കുനാൾ അയാളുടെ പ്രത്യാശ വളർന്നുകൊണ്ടേയിരുന്നു.

"എന്തെരിനു പാതയും നെരത്തുമൊക്കെ? ഇത്തറനാളും പാതയില്ലാതെ നമ്മള് ജീവിച്ചില്ലേ?"

പാതവെട്ടിനെതിരായ പ്രചരണം തുടങ്ങി. ചെല്ലോംപിള്ളയായിരുന്നു മുമ്പൻ. അയാൾ കൈമണികളായ കുഞ്ഞപ്പിയേയും വല്ലാടനേയും സജ്ജമാക്കി പുറത്തേക്കു വിട്ടു. അവരോടൊപ്പം ഊരാളികളുടേയും പുലയരുടേയും ഒരു ചെറു സംഘവുമുണ്ടായിരുന്നു.

ചായക്കടയുടെ മൺതിട്ടയിലിരുന്നുകൊണ്ട് വല്ലാടൻ സംഘട്ടനത്തിനു തുടക്കമിട്ടു. അരുകിൽ കുഞ്ഞപ്പിയുണ്ട്. അകത്ത് പറ്റുകാരായി വന്നുചേർന്ന ഒന്നു രണ്ടു ക്രിസ്ത്യാനികളുമുണ്ടായിരുന്നു.

"പാത വന്നാ ആരിക്കു ലാപം?"

വല്ലാടൻ ചോദിച്ചു. ആരോടന്നില്ലാതെ. ആർക്കും വേണമെങ്കിലും മറുപടി പറയാം. അവന്റെ ഔദാര്യം സ്വീകരിക്കുവാൻ കുഞ്ഞപ്പി മുന്നോട്ടുവന്നു. അയാൾ പറഞ്ഞു:

"ഒവതേസിക്ക്. അല്ലാതാരിക്ക്?"

"എങ്ങനെ?"

വീണ്ടും വല്ലാടൻ ചോദിച്ചു.

"അയാക്കു തോന്നുമ്പം തോന്നുമ്പം തിരുവന്തരത്തുക്കു പോകാം. ആളോളെ പറ്റിച്ച് ക്രിസ്യാനികളാക്കാൻ ഒരുവക ഇനിപ്പൊള്ള പൊടികളും ചീലകളും കൊണ്ടുവരാം."

കുഞ്ഞപ്പിയുടെ മറുപടി കേട്ട് ഉപജാപകസംഘത്തിൽപ്പെട്ട മറ്റുള്ളവർ, 'അതേ, അതേ' എന്നു തലകുലുക്കി സമ്മതിച്ചു.

"അയ്യാള് കരക്കാരെ മുയുവൻ ക്രിസ്യാനികളാക്കും. അപ്പംമാത്രം തമ്പ്രാക്കമ്മാരു കണ്ണുതൊറക്കും."

"പിന്നെപ്പിന്നെ അയ്യാളും കരക്കാരെ എല്ലാത്തിനേം ഒന്നോടെ ചെരയ്ക്കും."

"ഫ്ഫൂ!" —ചായക്കടയുടെ മുറ്റത്തുനിന്നായിരുന്നു ആ ശബ്ദമുണ്ടായത്. ദാമോദരൻനായർ തലയെത്തിച്ചു നോക്കി. ചെളികെട്ടിയുണങ്ങിയ നടയിൽ കപ്യാർ മോശ. അകത്ത് ഉൽക്കണ്ഠ പൊട്ടിവീണു നിമിഷം കൊണ്ടു നിറഞ്ഞു.

"പെലയാടികളെ, വെള്ളം പെരുകി ഒക്കെയും മുങ്ങിച്ചാവാൻ തൊടങ്ങിയപ്പം എല്ലാരിക്കും ഒവതേസിയും അയാളെ പള്ളിയും വേണമാരിന്ന്. അന്നു നെന്റെയൊക്കെ കൊടികെട്ടിയ തമ്പ്രാക്കമ്മാര് എവിടാരിന്നെടാ?"

മോശ ചോദിച്ചു. അതു കടയ്ക്കുള്ളിൽ തട്ടി തനിയെ തിരിച്ചു പോന്നു. അയാൾ അകത്തു കയറി മരക്കാലിയിലിരുന്നു. ആരുമൊന്നും ഉരിയാടിയില്ല. ദാമേദരൻനായർ നോക്കിനിന്നതേയുള്ളു.

"ഒവതേസീരെ തുണികളും മാവും ചക്രവുമൊക്കെ വേണം. അയ്യാളെ ദൈവത്തെ മാത്തരം വേണ്ട അതെന്തെരു ന്യായം?"

"ഓരോരുത്തരിക്കും അവരോരെ ദൈവങ്ങളൊണ്ട്." കുഞ്ഞപ്പിയാണ് മറുപടി പറഞ്ഞത്.

"ഇല്ലെന്നാരെങ്കിലും പറഞ്ഞോ?"

"പിന്നെ നീയും അയാളോടി ചേർന്ന് ആളോളെ ക്രിസ്യാനികളാക്കാൻ നടക്കണതോ?"

സംഭാഷണങ്ങൾ അപകടകരമായ ഒരവസ്ഥയിലേക്കാണ് നീങ്ങുന്നതെന്ന് ദാമോദരൻനായരറിഞ്ഞു. ഒന്നിനും കൂസാത്തവനാണ് കപ്യാർ മോശ. അവൻ വേലുവായിരുന്നപ്പോഴേ അറിയാവുന്നതല്ലേ?

"ഒന്നു മതിയാക്കിനെടേ. പള്ളിയും ദൈവവുമൊക്കെ കടയ്ക്കു പൊറത്ത്."

ദാമോദരൻനായർ അറിയിച്ചു.

"അങ്ങനെ മതിയാക്കാൻ വരട്ട്. ചോയിച്ചതിന് അവൻ മറുപടി പറയട്ട്."

വല്ലാടൻ ക്ഷുഭിതനായി. അകത്ത് മോശ ഒറ്റയ്ക്കാണെന്നവനറിയാം. ദാമേദരൻനായർപോലും അവന്റെ പക്ഷം പറയുകയില്ലെന്നു വല്ലാടൻ മനസിലാക്കി.

"എന്തെരു മറുപടിയെടേ?" —മോശ എഴുന്നേറ്റു.

"അയ്യാളെന്തെരിന് ഞാളെയൊക്കെ ക്രിസ്യാനികളാക്കാൻ നടക്കണത്?"

"അതോ, അത് സത്തിയമൊള്ളത് ജഗോവക്കായതുകൊണ്ട്. വെള്ളം കേറിയപ്പം അറിഞ്ഞില്ലേ? കണിശമായി വിളിച്ചുപറഞ്ഞോണ്ടല്ലോ പെരുത്ത മഴ പെയ്യിച്ചത്."

അവിടെ എല്ലാം വാഗ്വാദങ്ങളും അവസാനിച്ചു. വെള്ളപ്പെരുക്കത്തിന്റെ അസ്വാസ്ഥ്യവും ഭീതിയും ഉളവാക്കുന്ന ഓർമയിൽ വീണുപോകുന്ന അവിശ്വാസികൾക്ക് അവിടെ കടന്നുകയറാൻ കഴിയാറില്ല.

"ജഗോവ സത്തിയമൊള്ളതാണെങ്കി ഞങ്ങള് പാത വെട്ടുകത്തന്നെ ചെയ്യും. അതീക്കൂടി മോട്ടോറുമോടിക്കും."

പള്ളിച്ചലിൽനിന്ന് കടപ്പുറത്തേക്കൊരു ആറടിപ്പാത ഉപദേശി ആഗ്രഹിച്ചു. അതാണടുത്ത ലക്ഷ്യം. പള്ളിപ്പണി ഏകദേശം തീരാറായിരിക്കുന്നു. അതു കഴിഞ്ഞാലുടൻ സ്കൂളിന്റെ പ്രവർത്തനവും ആരംഭിക്കണം. അപ്പോഴേക്കും നാഗരുകോവിലിൽനിന്ന് പഠിപ്പുകഴിഞ്ഞ് ഹാബേലും ലാസറുംമറ്റും മടങ്ങിയെത്തുകയും ചെയ്യും. എല്ലാത്തിനും കടുത്ത എതിർപ്പു നേരിടേണ്ടിവരും. ഉപദേശി പ്രതീക്ഷിച്ചു. എന്തുവന്നാലും നേരിടാൻ അയാൾ തയാറായി. ആദ്യം പാതയുടെ പണി തുടങ്ങാം. തിരുവനന്തപുരത്തു പോയി കാണേണ്ടവരെയൊക്കെ കാണണം. കോട്ടയംകാരായ ചിലർ ദിവാനുമായി വളരെ അടുത്ത സമ്പർക്കം പുലർത്തുന്നവരായുണ്ട്. വേണമെങ്കിൽ റസിഡന്റ് സായ്‌വിനേയും കണ്ടു കാര്യം പറയാം. ഉപദേശിയുടെ എല്ലാ പദ്ധതികളേയും ശേഖരപിള്ള അംഗീകരിച്ചു. പാതയെക്കുറിച്ചുള്ള ശേഖരപിള്ളയുടെ വിശദീകരണം അധികാരിക്കും

ബോധിച്ചു. എല്ലാ സഹായസഹകരണങ്ങളും അധികാരി വാഗ്ദാനം ചെയ്തു.

മാറാന്തടത്തെ പിളർന്നുകൊണ്ട് ഒരു പാത. വാർത്ത സകല സ്ഥലങ്ങളിലും പരന്നു. നാലുപേർ ഒന്നിച്ചുകൂടിയാൽ അതുമാത്രമായി സംസാരവിഷയം. പാതയുടെ ഗുണഗണങ്ങളെക്കുറിച്ചായിരുന്നു ആരുംതന്നെ പറഞ്ഞിരുന്നത് —ചിലരൊഴിച്ച്. എല്ലാ പ്രവർത്തനങ്ങളുടേയും മുന്നിലായി ഉപദേശിയാണ്. അയാൾക്കു പുറകിൽ അധികാരിയും ശേഖരപിള്ളയുമുണ്ട്. തന്റെ കാലത്തുതന്നെ ഒരു പാത വന്നുകാണാൻ അധികാരിക്ക് അതിയായ താൽപ്പര്യമുണ്ടായിരന്നു. അതുകൊണ്ടായിരുന്നു ഉപദേശിയേയുംകൂട്ടി ശേഖരപിള്ള ചെന്നു കാര്യങ്ങളറിയിച്ചപ്പോൾ. അൽപ്പവുമാലോചിക്കാതെ അയാൾ എല്ലാത്തിനും സമ്മതം നൽകിയത്. കരക്കാരെ വിളിച്ചുകൂട്ടി അധികാരി പറഞ്ഞു. ഉപദേശിയുണ്ടെന്ന കാരണത്താൽ ആരും പിന്മാറേണ്ടതില്ല. കാര്യം മാറാന്തടത്തിന്റേതാണ്. വരത്തനായ ഉപദേശിയേക്കാൾ താൽപ്പര്യംകാട്ടേണ്ടത് നാമാണ്. അതു നമ്മുടെ ഗ്രാമത്തിന്റെ മുഖച്ഛായ തന്നെ മാറ്റിയേക്കും. നോക്കിക്കോളിൻ! പിരിയുന്നതിനുമുമ്പ് അധികാരി ഒരിക്കൽക്കൂടി ചോദിച്ചു:

"അപ്പോ, പാതവെട്ടാൻ സ്ഥലം തരാമെന്നുംകാണിച്ച് അപേക്ഷ കൊടുക്കാൻ എല്ലാരിക്കും സമ്മതമല്ലേ?"

"അതേ, സമ്മതം."

എല്ലാ നാവുകളും ഒരേ സ്വരത്തിൽ പറഞ്ഞു.

"പക്ഷേങ്കി ഏതുവഴി വെട്ടണമെന്നു നിശ്ചയിക്കുമ്പം ആരും തടസ്ഥംപിടിക്കല്ല്."

"ഇല്ലേ ഇല്ല."

അധികാരിയുടെ തീരുമാനവും കാത്തിരിക്കുകയായിരുന്നു കരക്കാർ.

"എന്റെ തറേന്ന് ഒരുപിടി മണ്ണ് ഞാങ്കൊടുക്കൂല്ല. കാണട്ട് അവന്റെയൊരു പാതവെട്ട്."

അമ്പലത്തറമുറ്റത്തു നിന്നുകൊണ്ടു ചെല്ലോംപിള്ള ആക്രോശിച്ചു. ഈ സംരംഭത്തിനുപിന്നിൽ ഉപദേശിയും ശേഖരനുമാണുള്ളത്. അധികാരി വെറുമൊരു പാവയാണ്. അയാൾ കരക്കാരെ അറിയിച്ചു. മാറാന്തടത്തിനു ഗുണംപിടിക്കാനല്ല. തനിക്കെതിരെ ശേഖരൻ അഴിച്ചുവിട്ടിരിക്കുന്ന മറ്റൊരു യുദ്ധമാണിത്. ഉപദേശിയെ മുന്നിൽ നിർത്തിയുള്ള യുദ്ധം. തോറ്റുകൊടുക്കാൻ ചെല്ലോംപിള്ള തയാറല്ല. ഒരിക്കൽ അഭിമാനം അറ്റു തറയോളം താണതാണ്. അന്നവന്റെ സമയമായിരുന്നു. അവന്റെ പുരമുറ്റത്തുവച്ച് മറ്റൊന്നിനും കഴിഞ്ഞില്ല. പുറത്ത് അതനുവദിച്ചുകൂടാ. അയാൾ കിഴക്കുംപുറമാകെ കയറിയിറങ്ങി. പള്ളിച്ചലിൽനിന്നും മാറാന്തടത്തിന്റെ തെക്കതിരുവരെയുള്ള ദേശത്തിന് പൂർണമായ അവകാശികൾ നായന്മാരാണ്. അതുവഴി വേണം പാതവെട്ടേണ്ടത്. ആ ഭാഗങ്ങളധികവുംതന്നെ ശേഖരപിള്ളയുടെ പക്ഷക്കാരുടേതാണ്. അവർ വിസമ്മതിച്ചാൽ പാതയെപ്പറ്റിയുള്ള എല്ലാ സ്വപ്നങ്ങളും തകരും. പിന്നെ ഉപദേശിയും ശേഖ

രനും അടച്ചുകെട്ടി വീട്ടിനകത്തിരുന്നാൽ മതി. പാതവെട്ടിയേക്കാൻ സാധ്യതയുള്ള നിരപ്പിലൂടെ ചെല്ലോംപിള്ള അനേകമാവൃത്തി നടന്നു.

ഇടയ്ക്കൊരുതുണ്ടു ഭൂമിയുണ്ടായിരുന്നു. വിളക്കെന്നിക്കു ചേർന്നതായിരുന്നു അത്. ചെല്ലോംപിള്ള തിരക്കിയറിഞ്ഞു. വിളക്കെന്നിയിൽ ഇപ്പോഴും ജീവിച്ചിരിക്കുന്ന മഹേശ്വരിപ്പിള്ളയുടെ കൊച്ചുമോൾ ശാരദയുടെ ജന്മാവകാശഭൂമി. മഹേശ്വരിപ്പിള്ള ശേഖരന്റെ ഭാഗം നിൽക്കുമെന്നു തോന്നുന്നില്ല. അവർ അമ്പലത്തറക്കാരുടെ വാക്കുകളേയും അനുസരിക്കുമെന്നു തോന്നുന്നില്ല. പാതവെട്ടാൻ സ്വന്തം ഭൂമി നൽകുകയില്ലെന്നു മഹേശ്വരിപ്പിള്ള ഒന്നു പറഞ്ഞുകിട്ടിയാൽ മതിയായിരുന്നു. ആരെയാണ് അതിനായി നിയോഗിക്കേണ്ടത്? ചെല്ലോംപിള്ള ആലോചിച്ചു. മറ്റാരേയും അയയ്ക്കേണ്ട കാര്യമില്ല. നേരിട്ടുതന്നെ പോയേക്കാം. പിള്ള തീരുമാനിച്ചു. അടുത്തകാലത്തായി അയാളുടെ വിചാരങ്ങളിൽ വിളക്കെന്നിയും പെട്ടിരുന്നു. യൗവനത്തിന്റെ പുളപ്പുകൾ നൃത്തംവയ്ക്കുന്ന കവിൾത്തടങ്ങൾ അയാളെ നിരന്തരം അസ്വസ്ഥനാക്കിത്തീർത്തിരുന്നു. ഇതാണവസരം.

“പെണ്ണേ!”

വിളക്കെന്നിയുടെ പൊളിഞ്ഞ കൊട്ടിയമ്പലത്തിൽ നിന്നുകൊണ്ട് ചെല്ലോംപിള്ള വിളിച്ചു. ആരുംതന്നെയുണ്ടായിരുന്നില്ല വിളികേൾക്കാനായി.

“മഹേശ്വരിയക്കോ!”

പിള്ള കുറേക്കൂടി ഉച്ചത്തിൽ വിളിതുടർന്നു. പടിപ്പുരയിൽ ആളനക്കമില്ല. അയാൾ കൊട്ടിയമ്പലം കവച്ച് അകത്തുകയറി. അകം നിറഞ്ഞു കിടന്നിരുന്ന ഇരുട്ട് അയാളെ തടഞ്ഞു. നിലവറ തുറന്നുകിടക്കുന്നു. പിള്ള നാലുപുറവും തിരിഞ്ഞുനോക്കി. ആകാംക്ഷയോടെ അയാൾ കാതോർത്തു. എവിടേയും ആൾപ്പാടില്ല. അയാൾ മെല്ലേ നിലവറയ്ക്കുള്ളിലേക്കു കാലെടുത്തുവച്ചു. തപ്പിത്തടഞ്ഞ് അടുത്തു തെളിഞ്ഞ മറ്റൊരു വാതിലിലേക്കു നടന്നു.

ഒരൊച്ചപ്പാട്!

പിള്ള നിന്നു. ചുവരിൽ മുഖം ചേർത്തു നിന്നുകൊണ്ട് പിള്ള ശ്രദ്ധിച്ചു. വെള്ളം ധാരകോരിയൊഴിക്കുന്ന ആരവം. ഇടവിട്ടിടവിട്ട് വെള്ളം നിലത്തു തൂവിയൊഴുകുന്നു. ആരോ കുളിക്കുകയാണ്. പിള്ളയിലൊരു വിദ്യുത്പ്രവാഹമുണ്ടായി. അയാളുടെ എല്ലാ ഇന്ദ്രിയങ്ങളും ജാഗരൂകമായിത്തീർന്നു. ആരവം തുടരുന്നു. അവയുടെ അലരുകളിൽ കൈപിടിച്ചുകൊണ്ട് പിള്ള അകത്തളത്തിന്റെ തിണ്ണയിലെത്തിപ്പെട്ടു.

തളത്തിന്റെ കൽത്തറയിൽ നിന്ന് ശാരദ കുളിക്കുകയായിരുന്നു. ഓവിലൂടെ വെള്ളം പുറത്തേക്കൊഴുകുന്ന ശബ്ദം കേൾക്കാം.

കുരുന്നുമെയ്. മാറിടം കറുത്തു കൂമ്പിത്തുടങ്ങുന്നതേയുള്ളു. മുതുകിൽ ഇഞ്ച പതച്ചു തേച്ചപ്പോൾ വീണ പാടുകൾ ചുവന്നുകിടക്കുന്നു. പിള്ള മരപ്പടിയിലേക്കു കാലുകയറ്റിവച്ചു. മുണ്ടിന്റെ വക്കിൽ കൈപ്പടം

തിരുകി. അയാളുടെ കഴുത്തിലെ ഞരമ്പുകൾ തുറിച്ചു. കണ്ണുകളിൽ പ്രാകൃതമായ ഒരാർത്തി നിറഞ്ഞു.

ഇറുങ്ങി വികലമായ ഒരപസ്വരം!

ശാരദ ഞെട്ടിത്തിരിഞ്ഞു. ചെല്ലോംപിള്ളയെ കണ്ട് അവൾ കൽത്തറയിലുറഞ്ഞുപോയി. ഇത്തിരി കഴിഞ്ഞാണ് താൻ നഗ്നയാണല്ലോ എന്ന് അവളോർത്തത്.

"എന്തെരു പെണ്ണേ, എത്തറ വിളിവിളിച്ചു?"

ശാരദ തിരിഞ്ഞുനിന്നു. ചെല്ലാംപിള്ളയിൽ ആഭാസം ചുവയ്ക്കുന്ന ഒരു ചെറുചിരി പൊട്ടി.

"ഇവിടെ ആരുമില്ലേ പെണ്ണേ?"

"ഇല്ലപ്പൂ!" അവൾ പറഞ്ഞു. ഏതുവഴിക്ക് ഇറങ്ങി ഓടണമെന്ന ചിന്തയിലായിരുന്നു അവൾ.

"അമ്മൂമ്മ വെളിയിൽ തോട്ടരുവത്താണ്. അപ്പു അങ്ങോട്ടു ചെന്നേച്ചാമതി."

"ഞാൻ ചെന്നോളം! അതിനു നീ നിന്നു വെറയ്ക്കണതെന്തരിന്?"

ഉടുമുണ്ടഴിച്ചെറിഞ്ഞിട്ട്, ഒരു ക്രൂരജന്തുവിനെപ്പോലെ ചെല്ലോംപിള്ള തളത്തിലേക്കു കുതിച്ചു. ശാരദ തെന്നിമാറി. കുതിപ്പിന്റെ ആക്കത്തിൽ ചെല്ലോംപിള്ള തറയിൽ കൈകുത്തിവീണു. ആ തക്കം നോക്കി അവൾ നിലവറയിലേക്കോടിക്കയറി. അലച്ചുവിളിക്കുവാനുള്ള ബലം അവൾക്കു നഷ്ടമായിരുന്നു. ഇതെന്തൊരു ദുഃസ്വപ്നം! അവൾ പരിചിതമായ ഇരുളിലൂടെ ഓടി അടുക്കളവാതിലിലെത്തിനിന്നു. പുറവാതിൽ കടന്നാൽപ്പിന്നെ വെളിച്ചമാണ്. അരയിലൊരു കറുത്ത ചരടു മാത്രമാണുള്ളത്. അവൾ തളർന്നുപോയി. ഇണചേർന്ന നായയെപ്പോലെ അവൾ നിന്നു കിതച്ചു. രണ്ടാമതാലോചിക്കുവാൻ നിന്നില്ല. നിലവറയ്ക്കുള്ളിൽ ചുവട്ടടികളടുത്തുവരുന്ന ഒച്ച കേൾക്കാം. തലമുറകളായി വിളക്കെന്നിക്കാര് വായ്ത്തല രാകി മൂർച്ചയേറ്റിയ വെട്ടുകത്തി കടന്നെടുത്തു. രണ്ടു കൈകളും കൊണ്ടു പിടിയിൽ ബലമായി അമർത്തിപ്പിടിച്ചുകൊണ്ട് അവൾ തയാറായിനിന്നു.

അടുത്തടുത്തുവരുന്ന ചുവടൊച്ച?

അവൾ പിടിമുറുക്കി.

ആദ്യം കട്ടളപ്പടിയിലൂടെ അകത്തേക്കു വന്നത് വലതുകൈയായിരുന്നു. പിന്നെ കരുവാളിച്ച മുഖവും. ഞൊടിയിടകൊണ്ട് എല്ലാം കഴിഞ്ഞു. ചോരയിറ്റിച്ചുകൊണ്ടു വെട്ടുകത്തി തെറിച്ചുവീണു. അവൾ തിരിഞ്ഞുനോക്കിയില്ല. പിൻഭാഗംവഴി നിലവറയിൽ കയറി പതുങ്ങിയിരുന്നു. അവളെ നിലവറയിലെ ഇരുട്ട് ആവോളം ഒളിപ്പിച്ചിരുത്തി.

അടുക്കളയിലും തളത്തിലും ചോരപ്പാടു കണ്ടു മഹേശ്വരിപ്പിള്ള വിഹ്വലയായിത്തീർന്നു.

"മക്കളേ, ശാരതേ!"

അവർ വിളിച്ചു. ശാരദ ഇറങ്ങിവന്നു. അവളുടെ കഴുത്തിലും കവിളത്തും ചോരപ്പാടുകൾ ഇറ്റിച്ചു കിടന്നിരുന്നു. മഹേശ്വരിപ്പിള്ള അതു കണ്ട് അന്ധാളിച്ചുപോയി. അവരുടെ തുറന്നുപിടിച്ച വായിൽനിന്നും ഒരു നിശ്വാസം മാത്രം പുറത്തുവന്നു.

ചെല്ലോംപിള്ളയുടെ മുതുകിലേയും വാരിയിലേയും മുറിവുണങ്ങുന്നതിനു മുമ്പുതന്നെ പാതവെട്ടാനുള്ള ഒരുക്കങ്ങളെല്ലാം പൂർത്തിയായി.

ആദ്യമൊക്കെ എതിരുനിന്നവരും ഒഴിഞ്ഞുമാറിയവരും പിന്നെപ്പിന്നെ അനുകൂലിക്കുവാൻ തുടങ്ങി. പലരും സഹായങ്ങൾ വാഗ്ദാനംചെയ്തു. സർക്കാരിൽ നിന്നും വന്ന ഉദ്യോഗസ്ഥന്മാരായിരുന്നു പാതയുടെ മാർഗം അളന്നു തിട്ടപ്പെടുത്തിയത്. ചെല്ലോംപിള്ളയെ പുറത്തു കാണാനേയില്ല, അയാൾ ഒറ്റപ്പെട്ടുകഴിഞ്ഞ നിലയാണിപ്പോൾ. പാതവെട്ടുന്ന കാര്യത്തിലെങ്കിലും അതങ്ങനെയായിരുന്നു. എങ്കിലും പുറത്തു നടക്കുന്ന കാര്യങ്ങളെല്ലാം അപ്പപ്പോൾ അയാളറിഞ്ഞിരുന്നു. ശരീരത്തിലെ മുറിവുണങ്ങുന്നതും കാത്ത് അയാൾ കിടന്നു. കുറേ ദിവസങ്ങളായി പുറവെളിച്ചത്തെ ദർശിച്ചിട്ട്. മുറിവിനു സാമാന്യം ആഴമുണ്ടായിരുന്നു. എന്നാൽ മനസിനേറ്റ മുറിവിനായിരുന്നു അതിലും ആഴം. പുറത്തേറ്റ മുറിവു കരിഞ്ഞൊരു പാടായി മാറിയാലും ഈ മുറിവു കരിയുകയില്ല. അതു കരിയണമെങ്കിൽ? അവിടെയെത്തുമ്പോൾ അയാളുടെ ചിന്തകൾ പുരോഗമനമില്ലാതെ തപ്പിത്തടഞ്ഞു. അയാൾക്കറിയാം, ആ മുറിവുണക്കാനുള്ള ഒറ്റമൂലി എന്താണെന്ന്. വരട്ടെ, സമയമുണ്ട്. ചെല്ലോംപിള്ള സമാധാനിച്ചു. പാതവെട്ടാനാരംഭിച്ചെന്നു കേട്ടപ്പോൾ വല്ലാടനേയും കൂട്ടിയിറങ്ങാൻ തുടങ്ങിയതാണ്. അരുതെന്നു കുഞ്ഞപ്പി തടഞ്ഞു. അവർക്കച്ഛനും മകനും ചെല്ലോംപിള്ളയുടെ ഇത്തരം ചെയ്തികളിൽ പലതിനോടും എതിർപ്പുണ്ടായിരുന്നു. ആരോടു പറയാൻ? അയാൾ ജനിച്ചതേ സ്ത്രീകളെ പ്രാപിക്കുവാനും, കരയിൽ എടങ്ങേറുകളുണ്ടാക്കുവാനുമാണെന്നു തോന്നിപ്പോകുന്നു.

മച്ചോട്ടുമുക്കിൽ ആർപ്പുവിളികളും ഉത്സാഹത്തിമിർപ്പുകളും.

ദിവാൻ കൽപ്പനയിട്ടിരിക്കുന്നു. പണ്ടു നാട്ടുവഴി വെട്ടിച്ചപ്പോഴുണ്ടായിതനേക്കാൾ ഉത്സവഘോഷം. ശേഖരപിള്ള, അധികാരി, ഉപദേശി എന്നിവർ സദാപണിക്കാരോടൊപ്പമുണ്ടായിരുന്നു. ഇടയ്ക്കിടയ്ക്കു നിർദേശങ്ങൾ നൽകിക്കൊണ്ട്, കൊച്ചുകൊച്ചു തമാശകൾ പൊട്ടിച്ചുകൊണ്ട് അധികാരി ഓടിനടന്നു. പുന്നമൂട്ടിൽ നിന്നും പെരിങ്ങമലവഴി, ചാവടിക്കയറ്റം കയറി മച്ചോട്ടുമുക്കിലെത്തിയിരിക്കുന്നു പാത. അധികാരി അത്ഭുതത്തോടെ വടക്കുദിക്കിലേക്കു നോക്കിനിന്നു. പാത വെട്ടാൻ വന്നവരിലധികവും കാട്ടുകുളത്തെ പുലയരായിരുന്നു. അവരെ വിളിക്കുവാൻ കപ്യാർ മോശയോടൊത്ത് ഉപദേശി നേരിട്ടു ചെന്നിരുന്നു. മറ്റെല്ലാം മറന്ന്, മൺവെട്ടിയുമെടുത്തുകൊണ്ട് അവർ അനേകമനേകമായി പാതവെട്ടിനു വന്നു. കഠിനമായി അധ്വാനിക്കുകയും ചെയ്തു.

“ഇങ്ങനെ പോവുകയാണെങ്കിൽ പാത കടപ്പുറത്തെത്താൻ രണ്ടാഴ്ച വേണ്ടിവരില്ല.” ഉപദേശി പ്രതീക്ഷ പ്രകടിപ്പിച്ചു.

“നാളെ കൊറേക്കൂടി ആളെറക്കാൻ നോക്കണം.” അധികാരിയുടെ നിർദേശത്തെ ശേഖരപിള്ളയും കൂടിനിന്നവരും ചേർന്നു പിന്താങ്ങി.

“മരം വെട്ടുകാരനെ കിട്ടീട്ടില്ല,”

ആരോ ഓർമിപ്പിച്ചു. ഒന്നുരണ്ടു കുറ്റൻമരങ്ങളുണ്ട്, വെട്ടിമാറ്റാനായി. അതുകൂടി കഴിഞ്ഞാലേ പാത പൂർത്തിയാവുകയുള്ളു. അക്കാര്യവും അധികാരിതന്നെ ഏറ്റു. അയാളുടെ വെട്ടുകാരൻ ആനക്കേശവനെ കൊണ്ടുവരാമെന്ന് ഉറപ്പു കൊടുക്കുകയും ചെയ്തു.

“അതിരിക്കട്ട്. പള്ളിപ്പണിയെല്ലാം ഏതുവരെയായി?” ഉച്ചയൂണിനായി മടങ്ങുമ്പോൾ ശേഖരപിള്ള ചോദിച്ചു. പണി ഊർജിതമായി നടക്കുന്നുണ്ട്. പാത പൂർത്തിയാകുമ്പോഴേക്കും പള്ളിപ്പണിയും കഴിയും. കപ്യാർ മോശ യുടെ നേതൃത്വത്തിൽ കൊത്തന്മാരും കയ്യാളന്മാരും കാര്യമായി പണി ചെയ്യുന്നുണ്ട്. പുതിയ പാതയിലൂടെ ആയിരിക്കും നാഗരുകോവി ലിൽനിന്നും സായ്‌വ് പള്ളി ഉൽഘാടനംചെയ്യുവാൻ എത്തുക.

“സായിപ്പോ ഉൽഘാടനം?” —അധികാരി തിരക്കി.

“അതേ, അദ്ദേഹം വരാമെന്നേറ്റിട്ടുണ്ട്.”

“എനിക്കു സായിപ്പുമായി മൊഹത്തോടുമൊഹമൊന്നു കാണണം. രണ്ടുവാക്കു സംസാരിക്കണം.” തന്റെ കൊച്ചുമോഹം അധികാരി അറി യിച്ചു. “പക്ഷേ, ഒരു തടസമുണ്ട്.” ശേഖരപിള്ള അതു ചൂണ്ടിക്കാട്ടി:

“പക്ഷേ, അണ്ണൻ സായിപ്പിന്റോടി മലയാളം പറയുമോ സംസ്കൃതം പറയുമോ?”

അധികാരിക്കു വിഡ്ഢിത്തം മനസിലായി. സായ്‌വിന്റെ ഭാഷ ഇംഗ്ലീ ഷാണ്, അതു തനിക്കറിയില്ല. എന്താണു വേണ്ടത്? അപൂർവമായ ഒരവ സരമാണിത്. സായ്‌വെന്നു കേട്ടാൽ അധികാരിക്കു പിന്നെ ഹാലിളകിയ മട്ടാണ്. അതിരറ്റ ബഹുമാനമായിരുന്നു അയാൾക്കവരോട്. അതിനാൽ എന്തുചെയ്തും സായ്‌വിനോട് ഒരു വാക്കെങ്കിലും സംസാരിച്ചേതീരു. അയാൾ നടന്നുകൊണ്ട് ഉപദേശിയെ ഒളികണ്ണാൽ നോക്കി.

“അതു സാരമാക്കേണ്ട. നമുക്ക് സായ്‌വിനോട് പറയേണ്ടതെല്ലാം പറയാം.”

ഉപദേശി പറഞ്ഞു. എങ്ങനെയെന്ന് ആരും ചോദിച്ചില്ല. ഉപദേശി യാണു പറയുന്നത്. നടക്കും. സന്ദേഹം വേണ്ട. അയാൾ മാറാന്തടത്തിന്റെ വിശ്വാസത്തേയും സൗഹൃദത്തേയും ആഴത്തിൽ കൈയടക്കാൻ തുട ങ്ങിയിരിക്കുന്നു. മരണപ്പാറയേക്കാൾ ഉയരമുണ്ട് അയാൾക്കിപ്പോൾ.

അതു കാണവേ, കുമിളിപ്പൊയ്കയിൽ ചോരപ്പു ചൂടിയ മാനത്തു കണ്ണികൾ മദംപൂണ്ടു തുള്ളി. ഭഗവതിക്കാവ് മന്ദഹാസം ചൊരിഞ്ഞു.

എന്തിന്, മാറാന്തടത്തിന്റെ ആത്മാവുപോലും കുളിരണിഞ്ഞുവെന്നു പറഞ്ഞാൽ മതിയല്ലോ!

24

പടിഞ്ഞാറ്റുമുറിയിലെ പുതുക്കിപ്പണിത പള്ളി തുറക്കാൻ നാഗരുകോവിലിൽ നിന്നും സായ്‌വ് വന്നു പോയി.

ഒരപമൃതിയുടെ പ്രഹരമേറ്റ് വ്യഥിതമായ മാറാന്തടമാണ് സായ്‌വിനെ എതിരേൽക്കാനുണ്ടായിരുന്നത്. മൃത്യുവിന്റെ അറിവുകെട്ട കരങ്ങൾ എത്ര നിന്ദ്യമായ രീതിയിലാണ് ഈ പാവം ഗ്രാമത്തിനുമേൽ പ്രവർത്തിച്ചിരുന്നത്! മാറാന്തടം അതോർത്ത് അതിന്റെ ആത്മാവോളം ആധിപൂണ്ടു. പള്ളിത്തറയേയും ഭഗവതിക്കാവിനേയും താഴെ മുടിപ്പുരയേയും ഒരുപോലെ സന്തപ്തമായ ഒരു വിമൂകത കീഴടക്കി. ഇതു മാറാന്തടത്തിന്റെ വിധിയാണെന്നു പറഞ്ഞാൽ മതി. കാലാകാലങ്ങളിൽ, ഇടതെറ്റാതെയുള്ള ഒരനുഷ്ഠാനമെന്നപോലെ ഇവിടെ ദുർമൃതികളുണ്ടാവുന്നു. തെല്ലും നീതീകരണമില്ലാത്ത മൃതികേളികൾ ഇവിടെ അരങ്ങേറപ്പെടുന്നു. മൃത്യു ബീഭത്സവും പരിഹാസ്യവുമായ അതിന്റെ സംയോഗം സാധിക്കുന്നു. അല്ലെങ്കിൽ മാറാന്തടത്തിന്റെ പരമാധികാരിയെന്തിന് മാർത്താണ്ഡൻകുളത്തിന്റെ ജലപ്പരപ്പിൽ, ആഴത്തിലേക്കു കണ്ണുംനട്ടു നികന്നുകിടക്കണം? ആർക്കും അതിന്റെ പൊരുൾ പിടികിട്ടിയില്ല.

ഏവരും വ്യർഥവും ഗൂഢവുമായ സന്ദേഹങ്ങളെ ഉള്ളിലടക്കി ആദിമമായ നിസ്സാഹായതയെ പുൽകി ശേഷിച്ച ദിനരാത്രങ്ങളെ പോക്കി.

"ഇതു നമക്കു പറഞ്ഞിട്ടൊള്ളതാണ്."

മാറാന്തടത്തിന്റെ മക്കൾ സമാശ്വസിച്ചു.

"എങ്കിലും അധികാരിയണ്ണന് ഇതു വരേണ്ടതില്ലായിരുന്നു."

മുനമ്പത്തെ തറവാടിന്റെ തിണ്ണയിലിരുന്നുകൊണ്ട് ശേഖരപിള്ള ആത്മഗതംചെയ്തു.

"എല്ലാം ദൈവഹിതം."

പണി പൂർത്തിയായ പള്ളിയുടെ വരാന്തയിൽ നിന്നുകൊണ്ട് ഉപദേശി അസ്വസ്ഥനായിത്തീർന്നു. ഒരു പാറാവുകാരനെപ്പോലെ വരാന്തയ്ക്കു നെടുകേ തിരിഞ്ഞും തിരിഞ്ഞും നടന്നുകൊണ്ട് ഉപദേശി വിചാരപ്പെടുവാൻ തുടങ്ങി. കുളക്കരയിലേക്കു പോകേണ്ടതില്ലായിരുന്നു. അയാൾക്കു തോന്നി. ദൈവഹിതത്തിനു ലക്ഷ്യമുണ്ട്. അവന്റെ ഓരോ നടത്തിപ്പിനും പിന്നിൽ കണ്ണീർപോലെ തെളിഞ്ഞ ഉദ്ദേശ്യമുണ്ട്. പക്ഷേ, മാർത്താണ്ഡൻകുളത്തിൽ ചീർത്തുപൊങ്ങിക്കിടന്നിരുന്ന അധികാരിയുടെ അപമൃതികൊണ്ട് എന്തു സാധിക്കാനാണ്? വിചാരങ്ങളെ പിടിച്ചിട്ടു നിൽക്കുന്നില്ല. അവ അയാളുടെ അവകാശപരിധിയും വിട്ട് ഉയരങ്ങളിലേക്കു പറന്നുകയറുന്നു. അവയെ പിടിച്ചു ഭൂമിയിലുറപ്പിക്കാൻ അയാൾ നന്നേ ക്ലേശിച്ചു.

പള്ളി തുറക്കാൻ വരുന്ന സായ്‌വിന് സ്വന്തം വീട്ടിലൊരു സദ്യ നൽകണമെന്ന് അധികാരി ആഗ്രഹിച്ചിരുന്നു. ഒന്നിലേറെ തവണ അയാൾ അത് ഉപദേശിയെ അനുസ്മരിപ്പിച്ചിരുന്നു. സായ്‌വിനോടു പറയേണ്ട

വിശേഷങ്ങൾ ഒന്നാകെ അയാൾ നേരത്തേതന്നെ ഉപദേശിയെ പറഞ്ഞു കേൾപ്പിക്കുകയും ചെയ്തതല്ലേ? ഇടയ്ക്കൊരു ദിവസം, മച്ചോട്ടു മുക്കിൽനിന്നും പാതവെട്ടു കഴിഞ്ഞ് മടങ്ങും വഴി അധികാരി പള്ളിത്തറ യിൽ വരികയുണ്ടായി. ശേഖരപിള്ള കഴിഞ്ഞാൽ പള്ളിത്തറ ചവിട്ടുന്ന ആദ്യത്തെ നായരായിരുന്നു അധികാരി.

"ഭേഷായിട്ടൊണ്ട്." —പള്ളി മുഖപ്പിനെ നോക്കി അയാൾ അഭിപ്രാ യപ്പെട്ടു. തുടർന്ന് അയാൾ വളരെനേരം സംസാരിക്കുകയുണ്ടായി. പള്ളി യെക്കുറിച്ചും ആരാധനാക്രമങ്ങളെക്കുറിച്ചും അയാൾക്കു നിരവധി സന്ദേ ഹങ്ങളുണ്ടായിരുന്നു. താൽപ്പര്യത്തോടെ അയാളെല്ലാം ആരാഞ്ഞറിഞ്ഞു. ചിലതൊക്കെ അയാൾക്കു മനസിലായിട്ടില്ലെന്ന് ഉപദേശി അറിഞ്ഞു. എങ്കിലും എല്ലാം ശ്രദ്ധയോടെ ക്ഷമയോടെ അയാൾ കാതുകൊടുത്തു കേട്ടിരുന്നു.

"എന്തെരു പറഞ്ഞാലും ഞങ്ങളെ പൂജപോലെ വരൂല്ല നിങ്ങളുടെ പ്രാർഥന."

അതു പറയുമ്പോൾ നിർദോഷമായ ഒരു ചിരി അധികാരിയുടെ മുഖം നിറഞ്ഞു പൂത്തിരുന്നു.

മച്ചോട്ടുമുക്കുതൊട്ടു പള്ളിത്തറവരെ അലങ്കരിക്കണം. വഴി വെട്ടി യൊരുക്കി മണൽ വിരിക്കണം. ഉലട്ടിപ്പനയോലയും കീരിപ്പന്നയുംകൊണ്ട് തോരണം തൂക്കണം. അധികാരിയുടെ പടിഞ്ഞാറേപ്പുറത്ത് രണ്ടുമൂന്ന് ഉലട്ടിമരങ്ങളുണ്ട്. ആളയച്ചു തലേദിവസം വെട്ടിക്കോളാൻ അധികാരി സമ്മതിച്ചു. വങ്ങേനിയിൽനിന്നു മണൽ വാരാനും അനുവാദം കിട്ടി.

"ഒവ്ദേസി പൊടിപൊടിക്കും."

പന്തലിനു മുള വെട്ടാനായി ചെന്നവരോട് അധികാരി പറഞ്ഞു.

"ഒവ്ദേസീരോടി പറഞ്ഞേരെ, സായിപ്പിനെ ആദ്യം നമ്മളെ വീട്ടിൽ കൊണ്ടുപോന്നോളാൻ. നല്ല ഒന്നാന്തരം വരിക്കച്ചക്ക വെട്ടി പഴുക്കാനിട്ടി ട്ടൊണ്ട്."

"അയിന് വെള്ളക്കാരമ്മാര് നമ്മളെ ചക്ക തിന്നുമോ ജമ്മീ?"

"പിന്നെന്തെര്? സായിപ്പിന് ഇങ്കിലീസ് വരിക്കച്ചക്ക വേറെ കായ്ക്കു മോടെ?"

എല്ലാവരും ചിരിച്ചു. അധികാരിയുടെ ഫലിതമാണ്. തലയറഞ്ഞു ചിരിച്ചു,

"നീലാണ്ടാ!"

ദാമോദരൻനായരുടെ ചായക്കടയ്ക്കു മുന്നിൽ അധികാരി നിന്നു "നീലകണ്ഠനില്ല." ദാമോദരൻ പുറത്തിറങ്ങി ആദരവോടെ അറിയിച്ചു.

"നോക്ക് ദാമോരാ, നമ്മളെല്ലാംകൂടി ചേർന്നു കഷ്ടപ്പെട്ടു വെട്ടിയ പാതയാണ്. അത് ഇല്ലാതാവാതെ നോക്കേണ്ടതും നമ്മളാണ്. അതിലി ങ്ങനെ കുണ്ടും കുഴിയും വെട്ടിയാൽ മഴയത്തു വെള്ളം നെറഞ്ഞു പടു വാലിയൊണ്ടാവൂലെ? പിന്നെ മോട്ടാറോടിപ്പാനും നടക്കാനുമൊക്കെ പറ്റുമോ? നീയ് പറയെടേ. ആ നീലാണ്ടന്റെ നടേല് ചെന്നു നോക്ക്

എമ്പാടും വെട്ടിക്കുഴിച്ചിട്ടിരിക്കണത്. അവന്റോടി ഞാൻ പറഞ്ഞെന്നു പറഞ്ഞേരെ പെട്ടെന്ന് അതൊക്കെ നെകത്താൻ."

മാറാന്തടത്തിന്റെ പാതയിലൂടെ അധികാരി സഞ്ചരിച്ചു. ഈ പാത ഗ്രാമത്തിന്റെ ഒരേയൊരു സിരയാണ്. ഇനിമേൽ ഈ ഗ്രാമത്തിന്റെ സകല തുടിപ്പുകളും ഈ സിരയിലൂടെയായിരിക്കും. അധികാരിക്ക് അഭിമാനം തോന്നി.

തെക്കു കടപ്പുറത്തേക്കു കയറിയിറങ്ങുന്ന പാതയെ അയാൾ കൊതിതീരെ നോക്കി നിന്നു.

വെള്ളിയാഴ്ച.

തലേരാത്രി ചാറ്റമഴ പെയ്തിരുന്നു. പാതയിലെ പൊടി ഈറൻപേറി അടിഞ്ഞിട്ടുണ്ട്. അധികാരി ചെളിയില്ലാത്ത ഓരംചേർന്നു നടന്നു.

"അണ്ണനെങ്ങോട്ട് ഇത്ര കാലത്ത്?"

എതിരായി വന്ന ഒരു നായർ ഭവ്യതയോടെ തിരക്കി.

"നമ്മളെ ചെല്ലോംപിള്ളയെ ഒന്നു കാണണമെടേ."

"അതിനു വീട്ടിലിരുന്നാപ്പോരെ? ഒരാളെ വിട്ടൂട്ടാ ചെല്ലപ്പൻ പറന്നു വരൂല്ലായിരുന്നോ?"

"അവന്റോടി ചില കാര്യങ്ങളും പറയണം. സ്വല്പം ചക്രം കടമായി വാങ്ങിക്കുകയും വേണം. എന്റോടി അവനിപ്പം ഇത്തിരി പെണക്കത്തിലല്ലേ? ഒന്നു നേരിട്ടു ചെന്നു കണ്ടാ പെണക്കോം തീർക്കാം ചക്രോം കിട്ടും."

"അതിനിന്ന് വെള്ളയാഴ്ചയല്യോ അണ്ണാ?"

അപ്പോഴാണ് അധികാരി അതോർത്തത്. വെള്ളിയാഴ്ച ആരും പെട്ടകം തുറക്കാറില്ല. തുറക്കരുത്. അതാണ് വഴക്കം. അകത്തു കുടിയിരിക്കുന്ന ലക്ഷ്മി പുറത്തിറങ്ങി ഓടിക്കളയും. രാവിലെ ഇറങ്ങിത്തിരിക്കുമ്പോൾ അതൊന്നും ഓർത്തിരുന്നില്ല. ഇനിയിപ്പോൾ എന്തുചെയ്യും! പണത്തിനു വളരെ അത്യാവശ്യമാണ്. ഉപദേശിയും കുറച്ച് ചക്രം ചോദിച്ചിട്ടുണ്ട്. എന്തെങ്കിലുമാകട്ടെ, ചെല്ലോംപിള്ളയോടു ചോദിക്കുകതന്നെ. അധികാരി താഴെ മുടിപ്പുരയിലേക്കു നടന്നു. മുടിപ്പുരനട ശൂന്യമായിരുന്നു. സമാജക്കാർ യോഗം കൂടുന്ന തിട്ടയിൽ അധികാരി ഇരുന്നു. ഉത്സവകാലങ്ങളിൽ വിളക്കുകെട്ടുകൾ ആടിയിരുന്നതും ഈ തിട്ടയിന്മേലാണ്. മുകളിൽ പന്തലിച്ചുനിൽക്കുന്ന പൂവരശ്. അപാരതയിൽനിന്നും ഒഴുകിയെത്തുന്ന ശാന്തമായ കാറ്റ്. പൂവരശിൽനിന്നും ഹൃദയത്തിലേക്കിറങ്ങിച്ചെല്ലുന്ന സംഗീതമുയർന്നു. അത് അധികാരിയുടെ മനസിനെ തഴുകി. മനസിൽനിന്നും കാലുഷ്യം അകന്നുപോയി. അധികാരി അപൂർവമായ ഒരു നിർവൃതിയിൽ വീണു.

കൺമുമ്പിൽ വങ്ങേനി ഏലായാണ്. അനന്തമായ വയൽപ്പരപ്പുകൾ. ഒന്നിലും കൃഷി പുനരാരംഭിച്ചിട്ടില്ല. അടിഞ്ഞുകിടക്കുന്ന ഓരും ചെളിയും മാറ്റിക്കിട്ടണമെങ്കിൽ മാസങ്ങൾതന്നെ വേണ്ടിവരും. ചില ഭാഗങ്ങളിലെല്ലാം മുട്ടളവു ചെളിയുണ്ടെന്നാണു പറഞ്ഞുകേൾക്കുന്നത്. എന്തൊരു മഴയാ

യിരുന്നു. ഏതായാലും അധികം നീണ്ടുപോകാതെ നിന്നുകിട്ടിയതു നന്നായി. മാറാന്തടം അക്കാര്യത്തിൽ രക്ഷപ്പെട്ടെന്നു വേണം പറയാൻ. ആരുടെ കോപമായാലും ശരി, ഇത്രപോന്നൊരു പേമാരിയുടെ ചരിത്രം ഇതിനുമുമ്പുണ്ടായിട്ടേയില്ല. പെയ്തുതീരാനായി മാറാന്തടം ശ്വാസമടക്കിപ്പിടിച്ചു കാത്തിരുന്ന ഒരു പെരുംകാലവർഷം. ആ മാത്രയിൽത്തന്നെ അധികാരിയുടെ മനസ്സ് നോവിപ്പിക്കുന്ന ഒരു സന്ദേഹത്തിൽപ്പെട്ടുഴറി. ഈ വന്മഴയ്ക്കും ഉപദേശിയുടെ പ്രവചനത്തിനും തമ്മിൽ എന്താണു ബന്ധം? മഴ തുടങ്ങുംമുമ്പു കൃത്യമായിത്തന്നെ ഉപദേശി പറഞ്ഞിരുന്നില്ലേ, മഴ പെയ്യുമെന്നും അത് യഹോവയുടെ ശിക്ഷയാണെന്നുമൊക്കെ? ആരെങ്കിലും അതു നടക്കുമെന്നു കരുതിയിരുന്നോ? അയ്യാവുവാത്തി എത്രതവണ ആണയിട്ടു പറഞ്ഞു മഴ പെയ്യുകയില്ലെന്ന്. കെഴക്കന്റെ വീരവാദമായിരുന്നു അതിലും പോന്നത്. മഴ വരുകയില്ലെന്നു മാത്രമല്ല, അടുത്ത രണ്ടുമാസത്തേക്ക് കടുത്ത വേനൽ മാറാന്തടത്തെ എരിക്കുവാൻപോകുകയാണെന്നും അയാൾ പ്രഖ്യാപിച്ചു. തലേരാത്രി കെട്ടഴിച്ചുവിട്ട കരിങ്കാളിയാണ് പോയിവന്ന് എല്ലാം അറിയിച്ചത്. എന്നിട്ടെന്തായി? മഴയൊഴിഞ്ഞത് അയ്യാവുവാത്തിയുടെ ജീവനും കൊണ്ടായിരുന്നില്ലേ? കെഴക്കൻ പുറത്തിറങ്ങാതായിരിക്കുന്നു. എല്ലാത്തിനും സ്വതസിദ്ധമായ മൗനംകൊണ്ട് നീലകേശി സമാധാനം പറഞ്ഞു. എത്രയോ തവണ ഈ ഭൂമിയിൽ പേമാരിയും പ്രളയവുമുണ്ടായിട്ടുണ്ട്! കുടികൾ ഒലിച്ചുപോവുകയും ഏലായിലെ വയലുകൾ ചെളിയിൽ താഴുകയും ചെയ്തിട്ടുണ്ട്. അപ്പോഴൊക്കെ കുടികൾ വീണ്ടും കെട്ടിയുയർത്തപ്പെട്ടു. ചെളി വടിച്ചു മാറ്റപ്പെട്ടു. ഉഴുതി നിലമൊരുക്കി കൃഷിയിറക്കി. വയൽപ്പരപ്പുകളും ജീവിതവും ഒരുപോലെ കതിരിട്ടു തളിർത്തു.

എത്രയോ തലമുറകളായി ഇതു തുടരുന്നു!

“എന്തെരിന്നായി?” —ആരോടാണു ചോദിക്കേണ്ടത്? അധികാരി അമ്പരന്നു. വിവരണാതീതമായ ചില ഹേതുക്കളാണ് എല്ലാത്തിനും പിന്നിലെന്ന് അയാളറിഞ്ഞിരുന്നു. അവിടെ ചോദ്യങ്ങളും അപ്രസക്തങ്ങളാകുന്നു. അവിടെ സന്ദേഹം ധിക്കാരവും പാപവുമാകുന്നു. ദേവി കേട്ടിരിക്കുമോ! അധികാരി തിരിഞ്ഞു മുടിപ്പുരയെ നോക്കി. ചിത്രപ്പണികളുള്ള കതകുകൾ ചാരിക്കിടക്കുന്നു. അകത്തും പുറത്തും ഒരുപോലെ കനംതൂങ്ങുന്ന മൂകത. അധികാരിക്കു മേലു കുളിർത്തു. അയാളെ ക്രമാതീതമായി വിറക്കൊള്ളാൻ തുടങ്ങി. എന്തിനുറക്കെ പറയണം! മനസിൽ നിനച്ചാൽ പോരേ തീക്കണ്ണു തുറന്നുകാണാൻ?

അധികാരി എണീറ്റ് അടച്ചിട്ടിരുന്ന ശ്രീകോവിലിനു മുമ്പിലായി ചെന്നു നിന്നു.

“അപരാതം പൊറുക്കണേ ദേവീ!”

അധികാരി നടയിൽ കവിണ്ണു വീണു.

“ഇതെല്ലാം എന്തെരിനെന്നു ചോദിച്ച് നെന്നെ ആക്ഷേപിച്ചത് അറിവില്ലാതെയാണേ!”

അധികാരി താഴ്മയോടെ കേണു.

"എല്ലാം നെന്റെ വെളയാട്ടുകളാണെന്നറിയാമേ— തായേ, നീ സൃഷ്ടിക്കും, നീ സംഹരിക്കും എല്ലാം നിന്റെ മനോതർമം. അടിയൻ അറിവില്ലാതെ കേട്ടത് നീ പൊറുക്കൂല്ലേ?"

അപാരതയിൽനിന്നുള്ള കാറ്റു കെട്ടടങ്ങി. പൂവരശിന്റെ സംഗീതം നിലച്ചു.

ശ്രീകോവിലിനുള്ളിൽ ക്രമംവിട്ടുയരുന്ന ശ്വാസോച്ഛ്വാസം അധികാരി ശ്രദ്ധിച്ചു.

കുടമണികൾ വിറക്കൊള്ളുന്നു. അകത്ത് ചിലങ്കകളുടെ മർമരം. എരിയുന്ന കർപ്പൂരത്തിന്റേയും അരച്ചെടുത്ത ചന്ദനത്തിന്റേയും സമ്മിശ്രഗന്ധം.

"അമ്മേ തായേ!"

അധികാരി ഗദ്ഗദത്തോടെ വിളിച്ചു.

"വേണ്ട, മതിയാക്ക് നെന്റെ വേലത്തരം."

—ദേവിയുടെ ക്രുദ്ധമായ ശബ്ദം.

"അരുതേ. അങ്ങനെ പറയല്ലേ! അടിയനു മാപ്പുതരണേ!"

അധികാരി തറയോളം നെറ്റിയമർത്തി കേണു.

"മാപ്പോ? ധിക്കാരം പറയുന്നോ? ആരിക്ക് മാപ്പ്? നെനക്കോ? അല്ല. നെനക്കോന്ന്? നീയ് എന്റെ ബക്തനല്ല. ആയിരുന്നെങ്കി എന്റെ വിരോദിക്ക് ചക്രം കൊടുക്കാനായി നീ ഇന്നു രാവിലെ എറങ്ങി പുറപ്പെടുമാരിന്നോ? പറ. ഇന്നു വെള്ളയാഴ്ചയാണെന്നറിഞ്ഞൂടെ?"

"മഹാമായേ, വെള്ളിയാഴ്ച വെലക്കാണെന്നറിഞ്ഞപ്പം പൂവാതെ ഞാൻ തിരിച്ചുപോന്നില്ലേ?"

"അല്ലാരിന്നേങ്കി നീയ് ക്രിസ്യാനിക്ക് പണം കൊടുക്കുമാരിന്നോ?"

അധികാരിക്ക് ഉത്തരംമുട്ടിപ്പോയി. അയാളുടെ നാവ് അണ്ണാക്കോളമിറങ്ങി. പൂവരശുംവളപ്പിലെ തെച്ചിക്കാടും പഞ്ചപുച്ഛമടക്കി.

"ഇതിനു മറുവഴിയില്ലേ തായേ?"

"ഒണ്ട്. കൊറച്ചു കടുപ്പമാരിക്കും."

"പറഞ്ഞാലും തായേ!'

"ഇല്ലെങ്കി കുരുപ്പെറിയുമോ തായേ?"

"ഇല്ല. കുരുപ്പെറിഞ്ഞാ എല്ലാരിക്കും വീഴും. അതോണ്ടു നെനക്കു ദാരികന്റെ ഗതി."

"അയ്യോ!" —അധികാരി കഴുത്തിനു ചുറ്റും കൈകൾ ചുറ്റി.

"മറുവഴി ചെയ്യാമേ. പറഞ്ഞാലും."

"പെട്ടകമൊണ്ടോ വീട്ടില്?"

"ഒണ്ടേ, ഒണ്ടു തായേ."

"എത്തറ അറകളൊണ്ട് മൊത്തത്തിൽ?"

"ഏഴറകളാണേ!"

"എല്ലാത്തിലുംകൂടി എത്തറ പവനൊണ്ട്?"

"നൂറ്റമ്പതു കുതിരപ്പവൻ."

"പോരാ ഇരുന്നൂറു തെകയണം."

"തെകയ്ക്കാമേ, കുഞ്ഞുലക്ഷ്മീരെ കഴുത്തീന്നൂരാമേ!"

"ഇന്നു രാത്രീല് ഇരുന്നൂറു തെകച്ച് ഈ പാദത്തിൽ കാഴ്ചവെക്കണം."

"ഓ, തായേ, എല്ലാം നീയ് പറേണപോലെ."

"എവുടെ വരും?"

"ഇവുടെ, ഈ നടേല്."

"വേണ്ട. ഇന്നു നീരാട്ടാണെന്നറിഞ്ഞൂടെ? പാതിരാത്തിരിക്കുശേഷം മാർത്താണ്ഡൻ കൊളത്തീ വാ."

"വരാമേ!"

"ഒരു നെയമം കൂടി."

"കൽപ്പിച്ചാലും! അനുസരിക്കാമേ!"

"ഇപ്പത്തൊട്ട്, പാതിരാത്തിരി മാർത്താണ്ഡൻകൊളം തീണ്ടുന്നതുവരെ ഒരു വാക്കുപോലും ഉരിയാടിപ്പോവല്ല്"

"ഇല്ലേ, ഇല്ല."

"ഇപ്പം ഉരിയാടിയതു പൊറുക്കാം. ഇനി പാടില്ല."

അതേയെന്ന് അധികാരി തലകുലുക്കി സമ്മതിച്ചു.

അപാരതയിൽനിന്നും കാറ്റു വീണ്ടും വീശിയെത്തി. മുകളിൽ പൂവരശിന്റെ സംഗീതം സജീവമായി.

ജീവച്ഛവമായിട്ടാണ് അധികാരി തറവാട്ടിലെത്തിച്ചേർന്നത്. കുഞ്ഞുലക്ഷ്മിയമ്മ ഓടിവന്നു. നില മോശമാണെന്നു കണ്ടപ്പോൾ കൈയ്ക്കു താങ്ങി തളത്തിൽ കൊണ്ടിരുത്തി. എന്തുപറ്റി? അവർ ആവർത്തിച്ചു ചോദിച്ചു. അധികാരി മിണ്ടിയില്ല. പകരം തുറിച്ചുനോക്കുകമാത്രം ചെയ്തു. അയാളുടെ കണ്ണുകളിലേക്കു നോക്കിയ കുഞ്ഞുലക്ഷ്മിയമ്മ ഭയന്നു പിന്മാറി. അവർ ഉച്ചത്തിൽ കിടന്നലറമുറയിട്ടു. കാര്യസ്ഥനും പണിക്കാരികളും ഓടിയെത്തി. അധികാരി മിണ്ടിയില്ല. അവർ മാറിമാറി അയാളോട് ഓരോന്നു ചോദിച്ചു. ഒരു വാക്കുപോലും അധികാരി മിണ്ടിയില്ല. അയാളുടെ മുഖം കർക്കശമാർന്നു. അയാളുടെ ചുണ്ടുകൾ തമ്മിൽ കൊരുത്തു. അയാളുടെ കണ്ണുകൾ അനന്തതയിലുടക്കി നിശ്ചലങ്ങളായി കിടന്നു.

"അണ്ണാ!"

അറിഞ്ഞെത്തിയ ചെല്ലോംപിള്ള വന്നു വിളിച്ചു. അപ്പോഴേക്കും അധികാരി തളത്തിൽനിന്നും അകമുറിയുടെ വാതിലോളം നിരങ്ങിയെത്തിയിരുന്നു.

"എന്തെരുപറ്റി അണ്ണന്? ഇങ്ങോട്ടു പൊറത്തെറങ്ങി വരീൻ."

ചെല്ലോംപിള്ള തളത്തിൽ നിന്നുകൊണ്ട് വിളിച്ചു പറഞ്ഞു. അധികാരി സംഭീതനായിക്കൊണ്ട് അയാളെ നോക്കി. കുറേക്കൂടി അകത്തേക്കുനിരങ്ങിയിറങ്ങി. ശേഖരപിള്ളയും പ്രമാണിമാരും വന്നു. അധികാരി കുറേക്കൂടി ഉള്ളിലേക്കു നിരങ്ങിച്ചെന്നു. എന്നിട്ടും ഒരു വാക്കുപോലും അയാൾ ഉരിയാടിയിരുന്നില്ല.

രാവണഞ്ഞപ്പോഴാണ് ഉപദേശി എത്തിച്ചേർന്നത്. കൂടെ ശേഖരപിള്ളയും ഒരുകൂട്ടം ആൾക്കാരുമുണ്ടായിരുന്നു. ഉപദേശിയെ കണ്ടതും അധികാരി പിടഞ്ഞെണീറ്റു. എന്നിട്ട് അലറിക്കൊണ്ടു പത്തായപ്പുരയിലേക്കോടിക്കയറി. അവിടെ അതിനകംതന്നെ സാന്ദ്രമായിത്തീർന്നിരുന്നു കാളിമയിലൊളിച്ചു. ശേഖരപിള്ള ഒന്നുരണ്ടു തവണ വിളിക്കാതിരുന്നില്ല. മുറ്റത്തു നിന്നുകൊണ്ട് ഒരു ചെറിയ പ്രാർഥന നടത്തിയിട്ട് ഉപദേശി മടങ്ങിപ്പോന്നു.

പത്തായപ്പുരയിലെ ഇരുട്ടു തീക്ഷ്ണമായിക്കൊണ്ടിരിക്കുന്നു. രാത്രിയുടെ വരവാണ്. രാത്രി വളരുകയാണ്. രാത്രിക്കു തീണ്ടാരിയും യൗവനവുമായി. അധികാരി കാതോർത്തു. പുറത്ത് ഒച്ചപ്പാടുകളടങ്ങിയിരിക്കുന്നു. പത്തായപ്പുരയ്ക്കു പുറത്തു കുഞ്ഞുലക്ഷ്മിയമ്മയുടെ ദീനമായ ഞരക്കങ്ങളും ഇല്ലാതായിത്തീർന്നിരിക്കുന്നു. അധികാരി ഇരുട്ടിൽനിന്നും പുറത്തുവന്നു. തളത്തിന്റെ തിണ്ണയിൽ ആരോ ചിലർ കിടന്നുറങ്ങുന്നു. കാലുകളമർത്തിച്ചവുട്ടി അയാൾ ഉറക്കറയിലേക്കു ചെന്നു. കുഞ്ഞുലക്ഷ്മിയമ്മ ഉറങ്ങുകയാണ്. അയാൾ അവരുടെ കഴുത്തിൽനിന്നും തടിച്ചു കനംതൂങ്ങുന്ന അഡ്ഡിയൽ അഴിച്ചെടുത്തു. അവരുണർന്നിട്ടില്ല. അധികാരി നടയിറങ്ങി. രാത്രി മൂകമായി ശ്രദ്ധിച്ചു. അയാളെ വിലക്കാൻ ആവതെല്ലാം രാത്രി ചെയ്തു. പടുവാലി കടക്കുമ്പോൾ വളച്ചുറ്റുകളായി വന്ന് രാത്രി അയാളുടെ കാലുകളിൽ കുരുങ്ങി. അയാൾ കാലുകൾ കുടഞ്ഞു തെറിപ്പിച്ചുകൊണ്ട് മാർത്താണ്ഡൻ കുളത്തിലേക്കു നടന്നു. കുളത്തിന്റെ കര കാണുമാറായി. അകലെയല്ലാതെ നിന്നുകൊണ്ട് അധികാരി ചെവി വട്ടംപിടിച്ചു. ജലപ്പരപ്പിൽ നീരാട്ടിന്റേയും അടിച്ചുകുളിയുടേയും ആരവാരം കേൾക്കാനില്ല. അധികാരി തീർത്തും ശ്രദ്ധിച്ചു. ഒരു വേള നീരാട്ടുകഴിഞ്ഞു മടങ്ങിപ്പോയോ?

എന്റെ ദേവീ!

അയാൾ കുളക്കരയിലേക്കോടി. അതിനുമുമ്പേ അയാളുടെ മനസവിടേക്ക് പറന്നെത്തി. കൈതപ്പൊന്തയ്ക്കരുകിലായി നിന്നു. ജലവിതാനം സ്പടികംപോലെ നിശ്ചലം.

'ഛിം ഛിം...ഛിം ഛിം!'

ചിലമ്പൊച്ച. അധികാരി തിരിഞ്ഞുനോക്കി. ആകെ തണുത്തുറഞ്ഞു പോയി.

മേലാകെ ചെമ്പട്ടു ചുറ്റി, കൈയിൽ ഉടവാളുമേന്തി ദേവി നടന്നടുക്കുന്നു.

"കൊണ്ടുവന്നോ കാഴ്ച?"

"ഓ, കൊണ്ടുവന്നേ!"

"എങ്കി വന്നു കാൽക്കല് വെച്ചു മാപ്പുപറ."

മുന്നോട്ടു ചെന്നു. തോർത്തിൽ പൊതിഞ്ഞ ഭാരം കാൽക്കൽ വെക്കാനായി കുനിഞ്ഞു. ഞെട്ടി മാറുന്നതിനു മുമ്പു പിൻകഴുത്തിൽ ഉടവാൾ മാറിമാറി വീണു.

സായ്‌വ് വരുമ്പോഴും ദുഃഖച്ഛവി മാറാന്തടത്തെ വിട്ടൊഴിഞ്ഞിരുന്നില്ല. പള്ളിച്ചലിൽനിന്നു വശങ്ങളിൽ കോഴിപ്പൂക്കൾ കെട്ടിയ വില്ലുവണ്ടിയി

ലാണ് സായ്‌വും കൂട്ടരും മച്ചോട്ടുമുക്കിൽ വന്നെത്തിയത്. സായ്‌വിന്റെ കൂടെ, സായ്‌വിനൊപ്പം നടന്നിരുന്നത് ഹാബേലായിരുന്നു. ആർഭാടങ്ങളില്ലാതെ, വാദ്യഘോഷങ്ങളില്ലാതെ മാറാന്തടം സായ്‌വിനെ വരവേറ്റു. മുക്കിൽനിന്നും പള്ളിത്തറയിലേക്കു നടന്നിറങ്ങിയ സായ്‌വ് വടവുക്കരിയിലെ ജലാശയത്തെ കണ്ടിട്ട് 'അതിമനോഹര' മെന്നു പറഞ്ഞു. കേട്ടുനിന്നവർ അത്ഭുതപ്പെട്ടു. ഉപദേശി മാറാന്തടത്തെപ്പറ്റി വിശദമായിത്തന്നെ പറഞ്ഞു. മാറാന്തടത്തിലെ ജനങ്ങളെക്കുറിച്ചും അയാൾ സായ്‌വിനു വിശദമായ ഒരു വിവരണം നൽകി. ഉടനടി ചെയ്തുതീർക്കേണ്ട കാര്യങ്ങളെക്കുറിച്ച് അയാൾ സായ്‌വുമായി ഏറെനേരം ചർച്ചചെയ്യുകയുണ്ടായി.

ഉപദേശിയുടെ പ്രവർത്തനത്തിൽ സായ്‌വ് സന്തുഷ്ടി പ്രകടിപ്പിച്ചു.

പള്ളിയിൽ സായ്‌വിനെ കാണാൻ ജനം തിക്കിത്തിരക്കി. പള്ളിയുടെ കിഴക്കുവശത്തുള്ള മൺതിട്ടയിൽ പുറജാതിക്കാരായവരും നിരന്നു. സായ്‌വ് അവരെ നോക്കി പുഞ്ചിരിച്ചു.

"പ്രിയമുള്ളവരെ."

സായ്‌വ് പ്രസംഗിച്ചു, ഹാബേൽ തർജ്ജുമചെയ്തു, സായ്‌വ് നിർത്താതെ പ്രസംഗിച്ചു. ഹാബേൽ ഒപ്പം ഓടിയെത്തി. വിശ്വാസികൾ മൂക്കത്തു വിരൽ വച്ചു. ഇതു നമ്മുടെ മോശയുടെ മോൻ ഹാബേലുതന്നെയല്ലേ? അവർ അത്ഭുതത്തോടെ നോക്കിയിരുന്നു. അവന്റെ ഭാഗ്യത്തെപ്പറ്റി ഓർത്ത് അവരഭിമാനംകൊണ്ടു.

ഭക്ഷണസമയത്ത് സായ്‌വ് ചോദിച്ചു:

"ഇവിടെ ഒരു സ്കൂളിനായി നീ അപേക്ഷിച്ചിരുന്നില്ലേ?"

"അതേ."

"നിന്റെ പ്രവർത്തനത്തിൽ എനിക്കു സന്തോഷമുണ്ട്. അതിനാൽ സ്കൂൾ അനുവദിച്ചിരിക്കുന്നു. അതിനുള്ള ഏർപ്പാടുകൾ തുടങ്ങിക്കോളുക."

സായ്‌വ് പോയി.

കാട്ടുകുളത്തിനു കിഴക്കുമാറി, ഭഗവതിക്കാവിന്റെ നിഴൽപ്പാടിനും കിഴക്കുമാറി ഉപദേശി സ്കൂളിനു സ്ഥലം കണ്ടു. അവിടെയായിരുന്നു വെളുത്തയെ സംസ്കരിച്ചിരുന്നത്. എവിടെയാണെന്ന് ഉപദേശി നോക്കി. കാണാൻ കഴിഞ്ഞില്ല.

25

വയൽവരമ്പുകളിൽ നീലാമരി പൂക്കുന്ന സുപ്രസാദകാലം. പ്രഭാതത്തിനും പ്രദോഷത്തിനും അഭേദമുളവാക്കുന്ന ആകാശം. പുലർച്ചക്കാറ്റ് ഉള്ളുറഞ്ഞ മണവുമായി വയലുകളുടെ കൗമാരത്തിനു മൂർച്ചയേറ്റിയിരുന്നു.

ഉപദേശി സദാനേരവും കാട്ടുകുളത്താണ്. സ്കൂളിന്റെ പണി തകൃതിയായി നടന്നുകൊണ്ടിരിക്കുന്നു. ചുവരു കെട്ടിക്കേറ്റി ഉത്തരവും പുട്ടി

ക്കഴിഞ്ഞ് ഇനി മേൽക്കൂര ഉറപ്പിച്ചാൽ തൽക്കാലം മേഞ്ഞുതീർക്കാം. ഭിത്തി പൂശുന്നതും കുമ്മായം തേക്കുന്നതും പിന്നീടാകാം. പണി ആരംഭിച്ചതോടെ നാഗരുകോവിലിൽനിന്നും ലാസറും ഹാബേലും വന്നുചേർന്നിരുന്നു. പകൽ കാട്ടുകുളത്തു പണിക്കു ചേരുക. രാത്രിയിൽ ഉപദേശിയോടൊപ്പം പടിഞ്ഞാറ്റുമുറിയിലേയും കാട്ടുകുളത്തേയും വീടുകൾ സന്ദർശിക്കുവാനിറങ്ങുക. അതായിരുന്നു അവരുടെ ദിനചര്യ. പണി തീർന്നു തുറന്നാലുടനെ പഠിക്കുവാൻ കുട്ടികൾ വേണം. അധ്യാപകരായി തൽക്കാലം ഹാബേലിനേയും ലാസറിനേയും നിയമിക്കാനാണ് തീരുമാനം. ഇപ്പോഴതു മതിയാകും. പുരോഗമിക്കുന്നതോടെ കുറേകൂടി അനുഭവമുള്ള ഒരാളെ പുറത്തുനിന്നും കൊണ്ടുവരാം. എന്തായാലും കുട്ടികൾ കൂടിയേതീരൂ. എല്ലാ പ്രയത്നങ്ങളും വൃഥാവിലായിത്തീരരുത്. ഇതു തുടക്കം മാത്രമാണ്. ഉപദേശി സഭാജനങ്ങളെ അറിയിച്ചു. വീടുകൾ കയറിയിറങ്ങി അയാൾ അവരോടു സംവദിച്ചു, വിദ്യാഭ്യാസത്തിന്റെ അനിവാര്യതയെക്കുറിച്ച് അവരെ ബോധവാന്മാരാക്കാൻ ശ്രമിച്ചു. ഈ ദുരിതത്തിൽ നിന്നും. മൃഗങ്ങളോടടുത്തു നിൽക്കുന്ന ഈ അവസ്ഥയിൽനിന്നും മോചനം വേണ്ടേ നിങ്ങൾക്ക്? അയാൾ ചോദിച്ചു, എത്രയോ സംവത്സരങ്ങളായി അനുഭവിച്ചുപോരുന്നതാണിത്! ഒരു മാർഗമേയുള്ളു കരേറാൻ. അയാൾ പറഞ്ഞു. പഠിക്കുക പഠിച്ചുപഠിച്ചുയരുക. വെള്ളക്കാരെപ്പോലെ, പള്ളിതുറക്കാനെത്തിയ സായ്‌വിനെപ്പോലെ, ദിവാൻജിയെപ്പോലെ വലിയ വലിയ ആളുകളായിത്തീരാം.

പനയോലപ്പറമ്പുകളിലിരുന്നുകൊണ്ട് പുലച്ചികൾ അയാളെ സന്ദേഹത്തോടെ നോക്കി.

ഉപദേശിക്കതു മനസിലായി. അവരുടെ സന്ദേഹത്തിൽ സംഘടിതമായ ഒരു തിരസ്കാരത്തിന്റെ മുന്നറിയിപ്പുണ്ടായിരുന്നു. ഉപദേശി അതു കണ്ടറിഞ്ഞു. പ്രിയമുള്ളവരെ, അവരിലൊരുവനെപ്പോലെ ആയിത്തീർന്നുകൊണ്ട് ഉപദേശി അവരെ വിളിച്ചു: "ഇതു നമ്മുടെ സ്വന്തം പള്ളിക്കൂടമാണ്." അയാളവരെ അനുസ്മരിപ്പിച്ചു, "വരുവിൻ. അറിവിന്റെ സാമ്രാജ്യത്തിന്റെ അതിരുകൾ നിങ്ങൾക്കായി തുറക്കപ്പെട്ടിരിക്കുന്നു. നിങ്ങളുടെ സ്വന്തം സാമ്രാജ്യം. നിങ്ങളുടെ സ്വന്തം പള്ളിക്കൂടം."

"അല്ല!"

"ക്രിസ്ത്യാനികളെ മാത്രം പള്ളിയാണത്."

അവരൊത്തുചേർന്നു പറഞ്ഞു.

"ദയവുചെയ്ത് നിങ്ങളങ്ങനെ കരുതരുത്." ഉപദേശി അവരോടഭ്യർഥിച്ചു. "ഇതു നിങ്ങൾക്കായി നിങ്ങളുടെ മണ്ണിൽ നിങ്ങൾ പടുത്തുയർത്തിയ സ്കൂളാണ്. അതുപയോഗിക്കേണ്ടതും, അതിനെ വളർത്തേണ്ടതും നിങ്ങളാണ്."

വല്ലാടൻ അമ്പലത്തറമുറ്റത്തു ചെന്നു നിന്നു. തലക്കെട്ടഴിച്ചു കക്ഷത്തിലിറുക്കി അവൻ ഒച്ചയിട്ടു. ചെല്ലോംപിള്ള ഇറങ്ങിവന്നു. പിൻതല ചൊറിഞ്ഞുകൊണ്ട് വല്ലാടൻ ചോദിച്ചു:

"ഒവതേസീ പള്ളിക്കൊടം കെട്ടണല്ലോ?"

"ചെല്ലോംപിള്ള അതറിഞ്ഞിരുന്നതല്ലേ? പിന്നെന്തിന് ഇപ്പോഴീ പയ്യാരം പറച്ചിൽ?"

"ങ്ഹും? അതോണ്ട്...?"

"ഒന്നു വന്നു ചോദിക്കാന്നു നിരുവിച്ച്."

"എന്തെരു ചോദിക്കാന്?"

"എന്റെ ചെറുക്കനെക്കൂടി അയാളെ പള്ളീല് വിട്ട് അച്ചരം പടിപ്പിക്കട്ടോന്ന്?"

ചെല്ലോം വരാന്തയിൽനിന്ന് മുറ്റത്തേക്കു നീട്ടിത്തുപ്പി. വല്ലാടന്റെ പാദം നനഞ്ഞു.

"ഹിയ്യാ; അച്ചരം പടിപ്പിക്കാമ്പോണൊരുത്തൻ! പടിപ്പിച്ച് ഇപ്പത്തന്നെ നീയവനെ മയിസ്രേട്ടാക്കൂല്ലേ!"

ചെല്ലാംപിള്ളയ്ക്ക് ഇഷ്ടമല്ലെന്നു വല്ലാടനറിഞ്ഞു. ഇറങ്ങിത്തിരിക്കുമ്പോഴേ അതു പ്രതീക്ഷിച്ചിരുന്നതായിരുന്നു.

"ഫ്ധൂ എരപ്പേ! ഒടുക്കം നീയും തൊടങ്ങിയോ?"

"ഇല്ല ജമ്മീ, അവനെ ഞാൻ വിടൂല്ല."

വല്ലാടനും കുഞ്ഞപ്പിയും അവരുടെ പൈതങ്ങളുമടങ്ങിയ പരമ്പര അമ്പലത്തറയിലെ അടിയാളന്മാരും കൈമണികളുമായിരിക്കണം. അതിലൊന്നുപോലും വഴിമാറിപ്പോവരുത്. അങ്ങനെയായാൽപ്പിന്നെ അമ്പലത്തറയ്ക്ക് സ്ഥാനമേത്, മാനമേത്? അടിയാളരൊഴിഞ്ഞ തറവാടുകൾ അതിവേഗം അഴിഞ്ഞുപോകും. ദുരിതത്തിന്റെ ദുർദേവതകൾ അവിടേക്കു പറന്നുവീഴും. പിള്ള ഭയന്നു. മാറാന്തടത്തിലെ എത്രയോ തറവാടുകൾ അടിയാളർ കൈവെടിഞ്ഞ് ഐശ്വര്യം വറ്റി തകർന്നുപോയിരിക്കുന്നു! നായന്മാർക്ക് ഭൂമി മാത്രമല്ലേ സ്വന്തം? അതിൽ വിതച്ചുകൊയ്യുന്ന അധ്വാനത്തിന് ഉടമ അടിയാളനാണ്. ഒരു തറവാടിന്റെ പ്രതാപം നിശ്ചയിക്കുന്നത്, അതിന്റെ മനയ്ക്കു ചുറ്റും രാവിലേയും വൈകുന്നേരവും വന്നു നിരക്കുന്ന അടിയാളന്മാരുടെ സംഖ്യയാണ്.

കാട്ടുകുളം സ്കൂളിന്റെ പണി പൂർത്തിയാകുന്തോറും ചെല്ലോംപിള്ളയിൽ അത്തരമൊരു ഭീതി വളർന്നുകൊണ്ടേയിരുന്നു. മാറാന്തടത്തിലെ പുലയരുടെ മനസിൽ വിദ്യാഭ്യാസത്തെപ്പറ്റിയുള്ള വിചാരം കടന്നുകൂടിയിരിക്കുന്നു. അക്ഷരം പഠിച്ചാൽ പുലയന് ആകാശത്തെപ്പോലും സ്വന്തമാക്കാൻ കഴിയുമെന്ന് ഉപദേശി അവരെ പറഞ്ഞു ധരിപ്പിച്ചിരിക്കുന്നു. വയലിലെ ചേറിന്റെ ഗന്ധത്തേക്കാൾ എത്രയോ മഹത്തരമാണ് അറിവു നൽകുന്ന തലച്ചോറിന്റെ സുഗന്ധം! പണ്ടത്തെപ്പോലെയല്ല. ഉപദേശിയുടെ വാക്കുകളെ വിശ്വസിക്കുവാനും, ഏറ്റുവാങ്ങാനും പലപ്പോഴും അവർ രണ്ടാമതൊന്നാലോചിക്കാറില്ല. അതിനാൽ ഉപദേശിക്കെതിരായുള്ള ഏതൊരു നീക്കങ്ങളും ആലോചിച്ചേ പാടുള്ളൂ. കണ്ടില്ലേ, വല്ലാടനുപോലും മനംമാറ്റമുണ്ടായിത്തുടങ്ങിയിരിക്കുന്നു. എങ്കിൽ മറ്റുള്ളവരുടെ

കാര്യം പറയാനുണ്ടോ? എന്താണു വേണ്ടതെന്നറിയാതെ ചെല്ലോംപിള്ള ശ്ലഥചിന്തകളുടെ പിടിയിൽപ്പെട്ടു വശായിത്തീർന്നു.

സ്കൂളിന്റെ നടത്തിപ്പിനെക്കുറിച്ചായിരുന്നു ഈ ദിവസങ്ങളിൽ ഉപദേശിയും ഓർത്തു വിചാരപ്പെട്ടിരുന്നത്. പണി തീരാറായിരിക്കുന്നു. അടുത്ത അധ്യയനവർഷമെത്തുമ്പോൾ ക്ലാസുകൾ തുടങ്ങാം. കുറച്ചു കുട്ടികളെ എന്തായാലും കിട്ടും. അതുപോര. തുടക്കത്തിൽത്തന്നെ മെച്ചപ്പെട്ട രീതിയിലായിരിക്കണം ഹാജർ. അതിനെന്താണു വേണ്ടത്? പള്ളിയിൽ വരുന്നവരുടെ കുട്ടികൾ മാത്രമായാൽ ചെറിയൊരു സംഖ്യ മാത്രമേ ആകുന്നുള്ളു. മറ്റു പുലയരുടെ കുട്ടികളെ കിട്ടുന്ന കാര്യമാണ് ബുദ്ധിമുട്ടായിരിക്കുന്നത്. എത്രയൊക്കെ കയറിയിറങ്ങി പ്രസംഗിച്ചിട്ടും, സന്ദേഹത്തോടെയാണ് എല്ലാംതന്നെ അവർ കേട്ടിരുന്നത്. പണിക്കൻപൊറ്റയിലും ഒന്നുരണ്ടുതവണ പോകാതിരുന്നില്ല. പക്ഷേ, എത്രത്തോളം ഫലിക്കുമെന്നു കണ്ടറിയേണ്ടിയിരിക്കുന്നു.

"ഇവുടമല്ലേ ഓതേസീരെ പള്ളിത്തറ?"

അതികായനായ ഒരാൾ മുറ്റത്തുവന്നു നിന്നുകൊണ്ട് ചോദിച്ചു. ഉപദേശി വരാന്തയിലുണ്ടായിരുന്നു. ആരാണെന്നൊരു തുമ്പും കിട്ടുന്നില്ല.

"ഇങ്ങോട്ടു കയറിയിരിക്കാം."

ഉപദേശി സന്ദർശകനെ സ്വാഗതം ചെയ്തു. അയാൾ വരാന്തയിലേക്കു കയറി ചെന്നു. ഉപദേശി നീക്കിയിട്ട കസേരയിലിരുന്നു. അയാളൊരു സംഘവുമായിട്ടാണു വന്നിരിക്കുന്നത്. സംഘം അറച്ചു മുറ്റത്തുതന്നെ നിലകൊണ്ടു. അവരേയും ഉപദേശി ക്ഷണിച്ചു. അവർ കയറിച്ചെന്നില്ല.

"എന്റെ പേര് ആണ്ടിനാടാർ."

ആഗതൻ സ്വയം പരിചയപ്പെടുത്തി. ഉപദേശിക്കു മനസിലായി. അയൽഗ്രാമമായ കാവുംപുറത്തുനിന്നെത്തിയിട്ടുള്ളവരാണ്. മുറ്റത്തു നിൽക്കുന്നവരെ ഉപദേശി ശ്രദ്ധിച്ചു. അവരുടെ കണ്ണുകളിൽ പൂത്തുകിടക്കുന്നത് സൗഹൃദംതന്നെയാണ്.

"ഞങ്ങള് കാവുംപൊറത്തുനിന്നാണ്." ആണ്ടിനാടാർ തുടർന്നു.

"മനസിലായി. ആണ്ടിനാടാരെക്കുറിച്ച് ഞാൻ വളരെയധികം കേട്ടിട്ടുണ്ട്."

"ഓ, എന്നെ ഇവുടങ്ങളിൽ എല്ലാരിക്കും അറിയാം."

"നാടാർ വൈദ്യനാണെന്നും പറഞ്ഞുകേൾക്കുന്നു. അതുശരിയാണോ?"

"ഓ. സ്വൽപ്പച്ചേ വൈത്യവുമൊണ്ട്."

"നിങ്ങളുടെ നാട്ടിലേക്കു വരണമെന്ന് കുറേ നാളുകളായി ഞാനാഗ്രഹിക്കുന്നു. വിരോധമൊന്നുമില്ലല്ലോ?"

"അയ്യോ! വിരോദമെന്തരിന്? മാറാന്തടമും കാവുംപൊറമും ഒരമ്മ പെറ്റമക്കളല്ലേ? വരാം വരാം. എപ്പോ വേണമെങ്കിലും വരാം."

മുഖവുര തീർന്നപ്പോൾ ആണ്ടിനാടാർ വന്നകാര്യം പറഞ്ഞുതുടങ്ങി. നിശ്ശബ്ദനായി ഉപദേശി കേട്ടിരുന്നു. അയാൾക്കു പറയാനുള്ളതെല്ലാം

കഴിഞ്ഞപ്പോൾ, ഉപദേശി രഹസ്യമായി സ്വർഗത്തേക്കു കണ്ണുകളെ ഉയർത്തി.

"കരുണയുള്ളവനെ, നിന്റെ നടത്തിപ്പിനായി ഞങ്ങൾ നിന്നെ സ്തുതിക്കുന്നു."

ആണ്ടിനാടാർ തുടർന്നു: "സ്കൂളിന്റെ പ്രവർത്തനങ്ങൾക്കായി എന്തു സഹായം ചെയ്യാനും കാവുപുറം തയാറാണ്. അവരുടെ കുട്ടികളെക്കൂടി പഠിപ്പിക്കണമെന്നു മാത്രം. ഇപ്പോൾത്തന്നെ ചോദിക്കാം. കാവുംപുറം എന്താണു ചെയ്യേണ്ടതെന്ന് ഈ അവസരത്തിൽത്തന്നെ പറയാം." ഉപദേശി എല്ലാം സമ്മതിച്ചു. സഹായം സ്വീകരിക്കാമെന്നും, കുട്ടികളെ ചേർക്കുന്ന കാര്യം സ്കൂൾ തുറന്നിട്ടു തീരുമാനിക്കാമെന്നും അയാളുറപ്പുകൊടുത്തു.

രാവിലെ സുവിശേഷവുമായി വന്ന സംഘത്തെ ഉപചരിച്ചുവിടുന്നതാണ് മര്യാദ. അകത്തുനിന്ന് ആരെങ്കിലും ഇതിനകം പ്രത്യക്ഷപ്പെടേണ്ടതായിരുന്നു. ദീനാമ്മപോലും വന്നിരുന്നില്ല. ഇതു പതിവില്ലാത്തതാണല്ലോ. രൂത്തും തോമസുകുട്ടിയും സ്ഥലത്തില്ലെന്നു തോന്നുന്നു. ആണ്ടിനാടാരോടും സംഘത്തോടും ഇരിക്കുവാൻ പറഞ്ഞുകൊണ്ട് ഉപദേശി അകത്തേക്കു ചെന്നു. അടുക്കളയിലും അകമുറികളിലും ആരേയും കാണാനില്ല. ആളനക്കത്തിന്റെ പാടുപോലുമുണ്ടായിരുന്നില്ല. അടുക്കളയിൽ ചെന്നപ്പോൾ വടക്കേപ്പുറത്തൊരു ശബ്ദം. വാതിൽവഴി പുറത്തിറങ്ങി. അവിടെ മുറ്റത്ത് ദീനാമ്മയുടെ നെഞ്ചിൽ മുഖമമർത്തി ചേച്ചമ്മ നിന്നു കരയുന്നു. ദീനാമ്മ അവളെ സമാശ്വസിപ്പിക്കുവാൻ ശ്രമിക്കുന്നു. ഒന്നും മനസിലായില്ല. ഉപദേശി മടങ്ങിവന്ന് ആണ്ടിനാടാരേയും സംഘത്തേയും യാത്രയാക്കി.

"എന്താ, എന്തുപറ്റി മോളെ?"

ഉപദേശി പുറമുറ്റത്തേക്കു ചെന്നു. ചേച്ചമ്മ അപ്പോഴും നിന്നു കരയുകയായിരുന്നു.

"ഒന്നുമില്ല."

മറുപടി പറഞ്ഞത് ദീനാമ്മയായിരുന്നു. ഉപദേശി അടുത്തുചെന്നു. അവളുടെ ശിരസിനെ തഴുകിക്കൊണ്ട് അവളെ ആശ്വസിപ്പിക്കുവാൻ ശ്രമിച്ചു.

"സാരമില്ല. മോളകത്തുപോയി കിടക്ക്. കുറച്ചു വിശ്രമിച്ചാൽ ശരിയായേക്കും."

ഉപദേശി അവളുടെ മൂർധാവിൽ ചുംബിച്ചു. അയാളുടെ കണ്ണുകളിലൊന്ന് ദീനാമ്മയിലും വീണിരുന്നു. അവിടെക്കണ്ട അസാധാരണഭാവത്തിന് ഹേതു വെന്താണെന്ന് ഉപദേശിക്കു മനസിലായില്ല. അൽപ്പം മുമ്പ് അയാളുനുഭവിച്ചിരുന്ന എല്ലാ ആഹ്ലാദവും ആ നിൽപ്പിൽ നഷ്ടപ്പെടുന്നതുപോലെ ഉപദേശിക്കു തോന്നി.

വൈകുന്നേരം കാവുംപുറത്തുനിന്നും ആണ്ടിനാടാരുടെ ദൂതനെത്തി. കാട്ടുകുളം സ്കൂളിൽ ചേരാൻ അവിടെനിന്നും ഒൻപതു കുട്ടികളെത്തി

ച്ചേരും. ഉപദേശി അറിയിക്കുന്ന ദിവസം അവർ കാട്ടുകുളത്തേക്കു കവാത്തുചെയ്യും. ഘോഷയാത്രയായി വരാനാണ് തീരുമാനം. അതിനുമുമ്പ് സ്കൂളിനുവേണ്ടി ഏഴു ബഞ്ചുകൾ പണിഞ്ഞുതരാൻ സന്നദ്ധതയും പ്രകടിപ്പിച്ചിട്ടുണ്ട്. പള്ളിക്കൂടം തുടങ്ങുന്നതിനുമുമ്പുതന്നെ ബഞ്ചുകളെത്തും. മറ്റൊരു കാര്യംകൂടി ആണ്ടിനാടാർ പറഞ്ഞയച്ചിരുന്നു. കാവും പുറത്തെ ഒരൊറ്റ നാടാർകുട്ടിയെപ്പോലും ക്രിസ്ത്യാനിയാക്കാൻ ഉപദേശി ശ്രമിക്കരുത്. അങ്ങനെയുണ്ടായാൽ അവിടെവച്ച് എല്ലാ സൗഹൃദങ്ങളും അസ്തമിക്കുന്നതായിരിക്കും. ഉപദേശി എല്ലാംകേട്ടു. സമ്മതമാണെന്നറിയിക്കുകയും ചെയ്തു.

സംഗതിയുടെ ഗൗരവത്തെക്കുറിച്ച് ഉപദേശിയും ബോധവാനായിരുന്നു. സംഖ്യയിൽ പുലയരെക്കാൾ കുറവായിരുന്നെങ്കിലും നാടാന്മാർ സംഘടിതരായിരുന്നു. സാമ്പത്തികമായി വളരെ മെച്ചപ്പെട്ട നിലയിലായിരുന്നു അവർ. കാവുംപുറമെന്ന, അത്രയ്ക്കു ചെറുതല്ലാത്ത ഗ്രാമഭൂമി അവർക്കു സ്വന്തമായുണ്ട്. നൂതനമതത്തിന്റേയോ, ബാഹ്യമായ മറ്റു സ്ഥാപനങ്ങളുടേയോ താങ്ങില്ലാതെ തന്നെ അവർക്ക് വളരുവാൻ കഴിയും. സ്വന്തം ആഭിചാരങ്ങളോട് അവർ മറ്റാരേയുംകാൾ ആബദ്ധരുമായിരുന്നു. ഉപദേശി ഓർത്തു. ആ കുരുക്കഴിക്കുവാൻ ശ്രമിക്കുന്നത് വിഡ്ഢിത്തമായിരിക്കും. പ്രാകൃതമതങ്ങളോടു പടവെട്ടിയ മുൻഗാമികളുടെ ദുരന്തങ്ങളെ ഉപദേശി വായിച്ചറിഞ്ഞിട്ടുണ്ട്. ക്രിസ്തുവിന്റെ പേരിൽ ഒരു രക്തസാക്ഷിയായിത്തീരുക. അതിൽപ്പരം മഹത്തായ ഒരു നേട്ടമെന്താണുള്ളത്? സാത്താനോടുള്ള യുദ്ധത്തിനു സന്ധിയും ഉടമ്പടികളുമില്ല. പറുദീസയിൽ നിന്നും അവൻ നിഷ്കാസനംചെയ്യപ്പെട്ട നാൾമുതൽ അതാരംഭിച്ചതാണ്. ഇനിയും അവസാനിച്ചിട്ടില്ല. സമുദ്രതീരത്തിലെ മണൽത്തരികൾപോലെ ലൂസിഫറിന്റെ സന്തതികൾ പെരുകുന്നു. ഭൂമിയിലെ സകല നിവാസികൾക്കുമേലും പാപം വിതയ്ക്കുന്നു. പാപത്തെ നൂറുമേനി കൊയ്തു സംതൃപ്തരായിത്തീരുന്നു. വീണ്ടും പാപത്തിലേക്കുതന്നെ ആബദ്ധരായിത്തീരുന്നു.

ഏതായാലും സ്കൂൾ തുറന്നു പ്രവർത്തനം തുടങ്ങട്ടെ. അതിനുശേഷം മതി നടത്തിപ്പിനെക്കുറിച്ചുള്ള ഏതു തീരുമാനവും. തൽക്കാലം ഒരുപാധികളുമില്ലാതെ പഠനം ആരംഭിക്കുന്നതായിരിക്കും നന്ന്.

ആണ്ടിനാടാരുടെ ദൂതന്മാർ പോയിക്കഴിഞ്ഞപ്പോൾ ഉപദേശി ചേച്ചമ്മയെ വിളിച്ചു. അവൾ വന്നിട്ട് ഒരാഴ്ചയോളമായിരിക്കുന്നു. ഇതുവരേയും ശരിക്കൊന്നു സംസാരിക്കുവാൻപോലും കഴിഞ്ഞിരുന്നില്ല. സ്കൂൾപണിയുടെ തിരക്കിലാണ്. രാവിലെ പുറത്തിറങ്ങുമ്പോൾ അവൾ നിദ്രയിൽനിന്നുണർന്നിട്ടുണ്ടാവില്ല. രാത്രി മടങ്ങിവരുമ്പോൾ അവൾ നിദ്രയെ പൂണ്ടു കഴിഞ്ഞിരിക്കും. നേരത്തേതന്നെ വരാനെഴുതിയിരുന്നതായിരുന്നു. എന്തുകൊണ്ടോ അവൾ വന്നില്ല. പിന്നെ പള്ളി ഉദ്ഘാടനത്തിനു സായ്‌വു വരുമ്പോൾ കൂടെയുണ്ടാകുമെന്നു പ്രതീക്ഷിച്ചു, വന്നില്ല. മദാമ്മയോടു

പ്രത്യേകം തിരക്കി. അവൾക്കു വരാൻ താൽപ്പര്യമുണ്ടായിരുന്നില്ലെന്നാണ് മറുപടി. ഒടുവിലവൾ വന്നുചേർന്നു. ഈ അവസരത്തിൽ വന്നുചേർന്നത് ഏതായാലും നന്നായി. സ്കൂളിൽ ഒരധ്യാപികയുണ്ടാകുന്നത് എന്തുകൊണ്ടും നല്ലതാണെന്ന് ഉപദേശി കരുതി. മദ്രാസിൽനിന്ന് തമ്പിയും വരുന്നുണ്ടെന്നെഴുതിയിരിക്കുന്നു. വിദേശത്തെവിടെയോ ഒരു ജോലി അവൻ കരസ്ഥമാക്കിയിരിക്കുന്നു. കടലിനക്കരെയാണ്. കപ്പലിൽ കയറി വേണം യാത്രചെയ്യാൻ. കുറേയധികം പണവും വേണ്ടിവരും. മറ്റെന്തൊക്കെയോ ഏർപ്പാടുകളും ചെയ്യേണ്ടതായുണ്ട്. അതിനുമുമ്പ് ചേച്ചമ്മയുടെ കാര്യത്തിൽ ഒരു തീരുമാനമെടുക്കണമെന്ന് അവനെഴുതിയിരിക്കുന്നു. എവിടെ നിന്നെങ്കിലും ഒരു ചെറുപ്പക്കാരനെ കണ്ടുപിടിക്കണം. വിദേശത്തായതിനാൽ എപ്പോൾ മടങ്ങിപ്പോരാൻ പറ്റുമെന്നു പറയാനാവില്ല. ദീനാമ്മയ്ക്കും അതിനോടു യോജിപ്പായിരുന്നു. എങ്കിൽ അങ്ങനെത്തന്നെ ആകട്ടെയെന്ന് ഉപദേശിയും കരുതി.

വരാന്തയിൽ നിന്നുകൊണ്ട് ഉപദേശി വീണ്ടും വിളിച്ചു. ചേച്ചമ്മ വന്നില്ല. കാത്തുനിന്നു. ചേച്ചമ്മ വന്നില്ല. രൂത്തിനേയും തോമസുകുട്ടിയേയും അയാൾ വിളിച്ചു. എന്നിട്ടും ചേച്ചമ്മ വന്നില്ല. ശബ്ദമുയർത്തി ഉപദേശി ദീനാമ്മയോടു വിളിച്ചു ചോദിച്ചു. എന്നിട്ടുപോലും വരാന്തയിലേക്കു ചേച്ചമ്മ വന്നില്ല. ക്ഷമ കെട്ടപ്പോൾ അയാൾ അകത്തേക്കു ചെന്നു. ഉറക്കറയിൽ കട്ടിലിൽ കിടക്കുകയാണവൾ. അയാളരികിലേക്കു ചെന്നു. ഉറക്കത്തിലാണെന്നു തോന്നുന്നു. അയാൽ കട്ടിലിലിരുന്നുകൊണ്ട് അവളുടെ ശിരസിനെ തഴുകി. ഗാഢസുഷുപ്തിയിലാണവൾ. ഉണർത്തേണ്ട. ഉപദേശി കട്ടിലിൽനിന്നെണീറ്റു. തിരിഞ്ഞൊന്നുകൂടി പുത്രിയെ നോക്കിയിട്ട് അയാൾ വാതിൽക്കലേക്കു നടന്നു. വാതിലിനപ്പുറത്ത്, ചുമരും ചാരി ദീനാമ്മ നിന്നിരുന്നു. ഭർത്താവിന്റെ നിഴൽപ്പാട് കണ്ണിൽപ്പെട്ടതും അവരവിടെനിന്നു പോയി. ഉപദേശിക്കൊന്നുംതന്നെ മനസിലായിരുന്നില്ല. ദീനാമ്മയുടെ മുഖം പ്രസന്നമല്ല. അയാൾ ശ്രദ്ധിച്ചു. ദീനാമ്മയുടെ മനസ്സ് വളരെയേറെ അസ്വസ്ഥമാണ്. ഒരു തീവ്രവ്യഥയുടെ അലരുകൾ ആ മുഖത്തു വീണു നിറഞ്ഞിരിക്കുന്നു. എന്താണിത്? അയാളറിയാതെ പള്ളിത്തറയുടെ നാലു ചുവരുകൾക്കുള്ളിൽ എന്തൊക്കെയോ നടന്നിരിക്കുന്നു. അതുപാടില്ല. അതനുവദനീയമല്ല. എങ്കിലും ദീനാമ്മ അതറിയേണ്ടവളല്ലേ? എത്രയോ സംവത്സരങ്ങളായി ഒരുമിച്ചു ജീവിക്കുവാൻ തുടങ്ങിയിട്ട്. അയാൾ നേരേ അടുക്കളയിലേക്കു ചെന്നു. കാപ്പി പകർന്നുകൊണ്ട് ദീനാമ്മ നിന്നിരുന്നു. ഉപദേശിയെ കണ്ടതും അവർ സാസ്പാൻ താഴെ വച്ചു. എന്നിട്ട് അയാളുടെ കണ്ണുകളെ ഉറ്റുനോക്കിക്കൊണ്ടു നിന്നു.

"എന്താ ദീനമ്മേ, എന്തുപറ്റി? നിന്നെ വല്ലാതെ ദുഃഖിച്ചുകാണുന്നു. പറയു."

മറുപടിയുണ്ടായില്ല. ഉപദേശി ഭാര്യയുടെ അരികിലേക്കു ചെന്നു.

"പറയു. നമുക്കു ദൈവത്തോടപേക്ഷിക്കാം."

ഒരു വാക്കുപോലും പറയാനുള്ള ബലമറ്റുപോയ അവർ ഉപദേശിയുടെ മാറിലേക്കു ചാഞ്ഞു. അയാൾ അവരെ മൃദുവായി ചുറ്റിപ്പിടിച്ചു. അവരുടെ മുഖം അയാളുടെ ചുമലിൽ താങ്ങിയിരുന്നു.

"ദീനാമ്മേ!"

ഒരു തേങ്ങലായിരുന്നു ആ വിളിയുടെ പ്രതികരണം. തേങ്ങൽ ഒരു പൊട്ടിക്കരച്ചിലായി മാറി. ഉപദേശിയിൽ ഒരു നൂറു സന്ദേഹങ്ങൾ കുമിളിയിട്ടുനിന്നു. അയാൾ ഭാര്യയെ ബലമായി താങ്ങിപ്പിടിച്ച് ഉറക്കറയിലേക്കു നടന്നു.

26

കഷ്ടാനുഭവകാലത്തിന്റെ തുടക്കമായി. മനുഷ്യവർഗത്തിന്റെ രക്ഷയ്ക്കായി സ്വന്തം ജീവൻ ആഹുതിചെയ്ത മനുഷ്യപുത്രനെയോർത്ത് ആത്മാവിൽ വിവശരായിത്തീരാനുള്ള ദിനങ്ങൾ.

ധ്യാനനിരതമായ ഒരു പകലിനുവേണ്ടി ഉപദേശി വട്ടംകൂടുകയായിരുന്നു. ചൂളയിൽ കിടക്കുന്ന ഒഴുക്കറയെപ്പോലെ മനസ്സ് വെന്തുരുകണം. മാലിന്യങ്ങളാകെ ഉൾത്താപത്തിന്റെ തീക്ഷ്ണതയിൽ കരിഞ്ഞേപോകണം. പക്ഷേ പഴയതുപോലെ ഉപവസിക്കുവാനോ, നേരത്തോടു നേരം മുട്ടിന്മേൽ നിന്നുകൊണ്ട് ധ്യാനിക്കുവാനോ ഇപ്പോൾ കഴിയുന്നില്ല. എങ്കിലും അനുതപിച്ചുകഴിഞ്ഞേ തീരൂ. വർഷത്തിലൊരിക്കൽ മാത്രമുണ്ടാകുന്ന അനുഭവമാണിത്. രാപ്പകലെന്നില്ലാതെ ഒരു മഹാത്യാഗത്തിന്റെ സ്മരണയിലേക്കു പൂർണമായും വീണിറങ്ങിയേ തീരൂ. ഐഹികതയുടെ മായികമായ വലയത്തിൽനിന്നും ഒരിടവേള തേടുക തന്നെ വേണം. എല്ലാ പ്രഭാതങ്ങളിലും പള്ളിയിൽ സമൂഹപ്രാർഥന വേണം. ഉച്ചയ്ക്കും വൈകുന്നേരവും അനുതപിച്ചു ധ്യാനിക്കുവാനാഗ്രഹിക്കുന്നവർക്കുവേണ്ടി സൗകര്യമുണ്ടാക്കണം. അവസാനത്തെ തിരുവത്താഴമൊരുക്കണം. കഴിയുമെങ്കിൽ ചാവടിക്കവലതൊട്ട് മച്ചോട്ടുമുക്കുവരെ ഒരു ഘോഷയാത്രയും വെളിയോഗവും നടത്തണം. ഇനിയിപ്പോൾ പ്രാസംഗികർക്ക് ഒരു കുറവുമുണ്ടാവുകയില്ല. ഹാബേലും ലാസറുമുണ്ട്. തോമസുകുട്ടിയും പ്രസംഗിക്കുവാൻ പഠിച്ചുകഴിഞ്ഞിരുന്നു. പള്ളിയിൽ അത്യാവശ്യം വേണ്ടതൊക്കെ നടത്തുവാൻ അവൻ വേണ്ടത്ര അറിവു നേടിയിരിക്കുന്നു. ജനതയുടെ മേലുള്ള ദൈവത്തിന്റെ അത്ഭുതകരമായ പ്രവർത്തനങ്ങളുടെ ഏറ്റവും വലിയ തെളിവാണ് തോമസുകുട്ടി. ഉപദേശി ജനങ്ങളെ എപ്പോഴും ഓർമിപ്പിച്ചിരുന്നു.

ഒറ്റയ്ക്കുള്ള പ്രാർഥന ഈ ദിവസങ്ങളിൽ അനിവാര്യമാണ്. മുട്ടിപ്പായുള്ള ധ്യാനത്തിന് അതാണു വേണ്ടത്. അതിനായി ഉപദേശി തന്റെ സ്വകാര്യ അറയിലേക്കു കടന്നു; നൊന്തുനുറുങ്ങുന്ന മനസുമായി.

അപ്പുറത്തൊരൊച്ച?

ആരോ ഇടറിയ ശബ്ദത്തിൽ കരയുന്നതുപോലെ. ഉപദേശി ശ്രദ്ധിച്ചു. ചേച്ചമ്മയല്ലേ അത്? ആ കേൾക്കുന്നത് ചേച്ചമ്മയുടെ ശബ്ദമല്ലേ? അവൾക്കെന്തോ പിണഞ്ഞതുപോലെ. ഉപദേശി ഓടിച്ചെന്നു. അടുക്കള വാതിലിൽ കാലെത്തിച്ചപ്പോൾ കണ്ടു, വിളറിയ ഇരുട്ടുമൂടിയ കോടിയിൽ ചേച്ചമ്മ കുത്തിയിരിക്കുന്നു. അവൾ മുഖം പൊത്തി കരയുകയായിരുന്നു. തൊട്ടുപിന്നിൽ അവളുടെ പുറം തടവിക്കൊണ്ട് ദീനാമ്മ നിൽക്കുന്നു. അസുഖം പരത്തുന്ന ഒരു ഗന്ധം മുറിയാകെ നിറഞ്ഞുനിൽക്കുന്നു.

"എന്താ മോളേ നിനക്ക്? സുഖമില്ലേ, പറയൂ."

മറുപടിയായി വന്നത് ദീനാമ്മയുടെ നിശിതവും ദീനവുമായ ഒരു നോട്ടമായിരുന്നു. കുരുശിനുനേരേ ആഞ്ഞുവീണിരുന്ന വാരിക്കുന്തങ്ങളുടെ മുനയുള്ള രൂക്ഷമായ നോട്ടം. അതിന്റെ പൊരുളറിയാതെ ഉപദേശി അവിടെത്തന്നെ നിന്നു. പൊടുന്നനെ ഏക്കമിട്ടുകൊണ്ട് ചേച്ചമ്മ മുന്നോട്ടു കമിഴ്ന്നു. ദീനാമ്മ അവളെ താങ്ങി. ഉപദേശി ഓടിയടുക്കുന്നതിനുമുമ്പ് ചേച്ചമ്മ അവിടെയാകെ ഛർദിച്ചു നിറച്ചു. അയാളുറച്ചുനിന്നു. ഛർദിയുടെ ഹീനമായ ഗന്ധം. ദീനാമ്മയുടെ അപേക്ഷനിറഞ്ഞ കണ്ണുകൾ അയാളെ അവിടെനിന്നും തള്ളിയകറ്റാൻ ശ്രമിച്ചു. ആ കണ്ണുകളിലേക്കു നോക്കി നിൽക്കേ, കൺകോണുകളിൽ ഉരുണ്ടുകൂടിയ വിളർത്ത ജലമണികളുടെ തിളക്കമില്ലായ്മയിൽനിന്നും ഉപദേശി ഉണ്മയുടെ തരിമ്പുകളെ അരിച്ചെടുത്തു.

തിരിച്ചു വരാന്തയിലേക്കു ചെല്ലുമ്പോൾ കാൽക്കീഴിൽ നന്മനിറഞ്ഞ ഭൂമി ഉണ്ടായിരുന്നില്ല. മനസ്സ് ആയിരം ചിറകുകൾ വിടർത്തി സ്വർഗത്തെ എത്തിപ്പിടിക്കുവാൻ തിടുക്കംകൂട്ടി. സകലതും വിസ്മൃതിയുടെ ഇരുൾമൂടിയ ഗർത്തത്തിൽ വീണഴിഞ്ഞുതുടങ്ങുന്നു. പ്രജ്ഞ അകലങ്ങളിലേക്കകലങ്ങളിലേക്കു തെറിച്ചു പോകുന്നു. സർവത്ര ഉറഞ്ഞുപോകുന്ന ഒരു നിസ്സഹായത. ഇരുളിൽ ഒരു വാൾ തിളങ്ങിക്കണ്ടു. രത്നഖചിതമായ കൈപ്പിടിയും തങ്കത്തിൽ വിളക്കിയ വായ്ത്തലയുമുള്ള ഒരു കരവാൾ. അത് ഇരുട്ടിന്റെ പശ്ചാത്തലത്തിൽ ശൂന്യതയിലുയർന്നുനിന്നിരുന്നു. അതു കണ്ട ഉപദേശി അമ്പരന്നു. ഉപദേശി വിയർത്തു. അയാൾ വിളറിപ്പോയി. ഒരു മാത്രകൊണ്ട് ശരീരത്തിലെ ചോര ഒന്നോടെ വാർന്നുപോയ ഒരവസ്ഥ.

കാലം ക്രൗര്യം നിറഞ്ഞ വായ പിളർന്നു തിരിഞ്ഞാക്രമിക്കുന്നു. വിശുദ്ധിയുടെ പാനപാത്രം ഒരു ചെറുകാറ്റിൽപ്പെട്ടു വീണഴിയുന്നു.

"എന്റെ കരുണയുള്ള പിതാവേ, നിനക്കു വേണ്ടതെല്ലാം നിറഞ്ഞ മനസോടെ ചെയ്തിട്ടും അകൃത്യയാഗത്തിനായി എന്നെ ഒരുക്കുന്നതെന്ത്?"

ഉപദേശി വേദനയോടെ ചോദിച്ചു. സത്യം എന്തെന്ന് ഉപദേശി അറിഞ്ഞു. അകമുറിയിൽ നിറഞ്ഞുനിൽക്കുന്ന രൂക്ഷമായ ഗന്ധത്തിൽ, ദീനാമ്മയുടെ നിർവികാരമായ കണ്ണുകളിൽ, കഴിഞ്ഞ ദിവസങ്ങളിലൊക്കെ

ചേച്ചമ്മ പാലിച്ചിരുന്ന നിശബ്ദതയിൽ സത്യം ലീനമായിക്കിടന്നിരുന്നു. ആത്മാവിന്റെ ആഴങ്ങളെയാകെ അത് ഉലച്ചിരിക്കുന്നു. എന്താണുവേണ്ടത്? മുന്നിലും പിന്നിലും അവ്യക്തതയുടേയും പതർച്ചയുടേയും ശ്യാമവിതാനങ്ങൾ. അതിനപ്പുറത്ത് കടിച്ചു കീറാൻ നിൽക്കുന്ന ഹിംസ്രജന്തുക്കൾ. സാത്താന്റെ അന്തമറ്റ പട. വെളിച്ചം എവിടെ? നേരിന്റെ മാർഗമെവിടെ? ജീവന്റെ വഴി ഏതാണ്? പിതാവേ, ഈ പരീക്ഷയിൽനിന്നും, സകലദോഷങ്ങളിൽ നിന്നും നീ എന്നെ വിടുവിക്കുകയില്ലയോ? പാപത്തിന്റെ ശമ്പളം മരണമാണെന്നു ഞാൻ അറിയുന്നു. ഏറ്റം ബീഭത്സമായ ഒരു മരണം. ഏഴെഴുപതുവട്ടം ക്ഷമിക്കുവാൻ കഴിവുള്ളവനാണു നീയെന്നും ഞാൻ അറിയുന്നു. കരുണയുടെ സാഗരമേ, നിന്റെ രക്ഷയുടെ ശീതസ്രോതസുകളെ എന്നിലേക്കൊന്ന് ഒഴുക്കേണമേ! ദയാപരനേ, പൈതലിന്റെ ഈ ചെറുവീഴ്ചയെ നീ കണക്കിലെടുക്കരുതേ! അവിടത്തെ ശിക്ഷയുടെ ഖഡ്ഗം അവൾക്കുമീതെ വീശരുതേ! പശ്ചാത്താപത്തിന്റെ പെരുമുള്ളുകൾ നിറഞ്ഞ പാതയിലൂടെ അവളെ നടത്താം. പ്രായശ്ചിത്തമായി അവളുടെ ശേഷിക്കുന്ന ജീവിതമൊന്നടങ്കം കാൽക്കൽ സമർപ്പിക്കാം. എങ്കിലും ന്യായവിധിയുടെ നാളിൽ നിന്റെ നിശിതമായ കരങ്ങൾ അവൾക്കുമീതെ വീഴരുതേ!

"വിശക്കുന്നില്ലേ, ചോറിടട്ടേ?"

ദീനാമ്മ വന്നു. ക്ഷീണിച്ചു വിളർത്ത സ്വരം. ഉപദേശി അതു ശ്രദ്ധിച്ചു. അയാൾ മൗനത്തെ അവലംബിക്കുകമാത്രം ചെയ്തു. അവരുടെ ശബ്ദം ഇത്രയ്ക്കു ലോലമായി ഇതിനുമുമ്പു കേട്ടിരുന്നില്ല. ഉപദേശി ഓർത്തു. സംവത്സരങ്ങൾക്കുമുമ്പ് ഒരു രാത്രിയുടെ വിശുദ്ധവും ഉന്മത്തവുമായ കുടക്കീഴിൽ അമർന്നുകിടക്കവേ ഉണ്ടായ അവരുടെ പ്രണയമന്ത്രങ്ങൾപോലും ഇതിലും എത്രയോ കനമേറിയിരുന്നു! അതിനുശേഷം എത്രയോ പ്രതിസന്ധികളുണ്ടായി! അപ്പോഴൊക്കെ അവർ അനുപമമായ അവരുടെ കരുത്തു തെളിയിക്കുംവിധം കനപ്പെട്ട ശബ്ദത്തിൽ മാത്രമേ എന്തും സംസാരിച്ചിരുന്നുള്ളു.

ദീനാമ്മയുടെ ഒരുക്കമുള്ള ആത്മാവ് അത്രമേൽ വ്രണിതമായിരിക്കുന്നു.

"മണി മൂന്നു കഴിഞ്ഞു. എന്തെങ്കിലും കഴിക്കണ്ടേ?"

ദീനാമ്മ ആർദ്രയായിക്കൊണ്ടു ചോദിച്ചു. ഉപദേശി അതു കേൾക്കുകയുണ്ടായില്ല. അയാൾ മറ്റെങ്ങോ ആയിരുന്നു. കുറഞ്ഞൊരു നേരത്തിനുള്ളിൽ അയാളുടെ രൂപത്തിനുപോലും വ്യതിയാനം സംഭവിച്ചിരുന്നു. അതു നോക്കിനിൽക്കുവാൻ ദീനാമ്മയ്ക്കു കഴിയുകയില്ല. എത്രയേറെ സംവത്സരങ്ങളായി ഈ മനുഷ്യന്റെ കൂടെ കഴിയുന്നു! ഈ മനുഷ്യന്റെ ശക്തിയും ദൗർബല്യവും അവർക്കൊരുപോലെ മനഃപാഠമാണ്. ഏതു കൊടുങ്കാറ്റിനുനേർക്കും എഴുന്നുനിൽക്കുവാനുള്ള കരുത്ത് ഈ മനുഷ്യനുണ്ട്. ഏതു പ്രചണ്ഡവാതത്തേയും എതിരിടുവാനുള്ള ഉള്ളുറപ്പ്

ഈ മനുഷ്യന് സ്വന്തമാണ്. എത്രയോ അനുഭവങ്ങളുണ്ടായിരിക്കുന്നു! സ്വന്തം ജന്മത്തിന്റെ സാഫല്യം കണ്ടെത്തിയ എത്രയേറെ പ്രതിസന്ധികളെ ഈ മനുഷ്യൻ ഒറ്റയ്ക്കു നേരിട്ടിരിക്കുന്നു! ഊരും പേരും ബന്ധുക്കളുമില്ലാതെ കയറിവന്ന ഈ മനുഷ്യൻ തനിക്ക് ഏറ്റം വിലപ്പെട്ട സമ്പത്താണിന്ന്. മാറാന്തടത്തിൽ വന്നെത്തിയതിനുശേഷമുള്ള കഥതന്നെ എടുക്കുക. ഇയാൾക്കല്ലാതെ മറ്റാർക്കാണ് അതിനു കഴിയുക? ഉള്ളിലൊതുക്കിയ ആദരവോടെ അവരോർത്തു. വീടായി, പറമ്പായി പള്ളിയും പള്ളിക്കൂടവുമായി. ആ നിൽപ്പിൽ നിന്നുകൊണ്ട് അവർ ദാനിയേലുപദേശിയെ അതീവപ്രണയത്തോടെ കടാക്ഷിച്ചു. ഉപദേശി അപ്പോഴും ഒരു നിരുപാധികമൗനത്തിന്റെ പിടിയിലാണ്. അതു താങ്ങുവാൻ ദീനാമ്മയ്ക്കു കഴിഞ്ഞില്ല. അവർ വിതുമ്പി, അവർ അറിയാതെ ഒരു തേങ്ങൽ വഴുതി പുറത്തേക്കു വീണു. പെട്ടെന്ന് അവർ മുഖം തിരിച്ചു വാപൊത്തി നിന്നു.

"എന്തിനാ ഈ വേണ്ടാത്ത ചിന്തകളൊക്കെ? വല്ലതും വന്നു കഴിക്കാമായിരുന്നില്ലേ?"

ഉടൻ എഴുന്നേറ്റുപോരുമെന്നു പ്രത്യാശിച്ചുകൊണ്ട് അവർ കാത്തുനിന്നു. ഉപദേശി അതേ ഇരിപ്പ് തുടരുകതന്നെ ചെയ്തു.

"ഞാൻ എത്ര ചോദിച്ചിട്ടും അവൾ ഒന്നുംതന്നെ പറയുന്നില്ല. ഒരക്ഷരം പോലും!"

അത്രയുമായപ്പോൾ മറുപടിയുണ്ടായി. ദൈവകോപത്തിലും കടുത്തതായ ഒരു നോട്ടം. അതിൽ എല്ലാം അടങ്ങിയിരുന്നു. മറ്റൊന്നും ചോദിക്കുവാനോ പറയാനോ ദീനാമ്മയ്ക്കു കഴിഞ്ഞില്ല. അവർ അവിടെ തറയിൽ വീണിരുന്നു.

പുറത്ത് ചൂടിറങ്ങിയ അപരാഹ്നവെയിൽ കാത്തുകിടന്നു. വെയിലിൽ കുളിച്ചു കത്തുന്ന മരണപ്പാറയിൽ, ഉപ്പുതൂണായിത്തീർന്ന ലോത്തിന്റെ നൊമ്പരം കല്ലിച്ചുകിടന്നിരുന്നു. പാറയുടെ വഴുപ്പാർന്ന ഉപരിതലത്തിലായിരുന്നു ഉപദേശിയുടെ കണ്ണുകൾ. അനന്തതയെ എത്തിപ്പിടിക്കുവാൻ ശ്രമിക്കുന്ന പാറ. അതിന്റെ ചോട്ടിൽ പരമ്പരകളുടെ നോവുപേറുന്ന കാലം പടിഞ്ഞുകിടക്കുന്നു. കണ്ടില്ലേ, കാലത്തിന്റെ ആരോഹണാവരോഹണങ്ങൾക്കുമീതെ കനത്തുകിടക്കുന്ന പാറയുടെ കാലാതീതമായ ദാർഢ്യത്തെ?

പാറച്ചോട്ടിൽ പടിഞ്ഞുകിടന്നിരുന്ന കാലത്തിന്റെ വിളി ഉപദേശി കേട്ടു. അയാളുടെ മനസ്സ് കാറ്റടങ്ങിയ കടൽപോലെ പ്രശാന്തമായിരുന്നു.

കായൽത്തീരം!

അഴുക്കുതൊണ്ടിന്റെ കറപിടിച്ചു കറുത്ത വെള്ളത്തിൽ കരയുടെ ആകാശം മുട്ടുന്ന നിഴൽ. കരയിലൂടെ പിതാവിന്റെ പുന്നാരങ്ങളും കേട്ട്, കായലിന്റെ വിശാലതയെ കൗതുകത്തോടെ കണ്ടുനടക്കുന്ന പെൺകുട്ടി. വെള്ളത്തിന്റെ നിരപ്പിൽ മുങ്ങാകുഴിയിട്ടു പൊങ്ങുന്ന കയലിമത്സ്യങ്ങൾ. അവ കൂർത്ത ചുണ്ടുകളാൽ ജലനിരപ്പിനെ അനുസ്യൂതം തുളച്ചുകൊ

ണ്ടിരുന്നു. വട്ടത്തിൽ ഇളകിപ്പരക്കുന്ന ഓളങ്ങൾ കരയോളമെത്തി പ്പെടുന്നു.

"അപ്പച്ചാ!"

"എന്താ മോളേ?"

"എനിക്കു കുളിക്കണം."

"അതിനെന്താ, വീട്ടിൽച്ചെന്നിട്ടാകാമല്ലോ."

"പോരാ."

"പിന്നെ?"

"എനിക്ക് ഈ കായലിൽ കുളിക്കണം."

"ഈ കുറവെള്ളത്തിലോ? ചൊറിപിടിക്കും മോളേ."

"ഹേയ്, അപ്പച്ചൻ നുണ പറഞ്ഞു."

"എന്തു നുണയാണ്?"

"ഈ വെള്ളത്തിൽ കുളിച്ചാൽ ചൊറിവരുമെന്ന്."

"ഉവ്വ്. മോൾ ആ വെള്ളത്തിലേക്കൊന്നു നോക്കിക്കേ."

"നുണ. വെറും നുണ. എങ്കിൽ ഈ മീനുകൾക്കെന്താ ചൊറിപിടി ക്കാത്തത്?"

ശരിയായിരുന്നു. കായലിലെ മത്സ്യങ്ങൾക്ക് ഒരു കുഴപ്പവും സംഭ വിക്കുന്നില്ല. കൊച്ചുമകളുടെ ബുദ്ധിയെക്കുറിച്ചു പിതാവ് അഭിമാനംകൊ ള്ളുന്നു.

"അപ്പച്ചാ! "

"മോൾക്ക് എന്തുവേണം? പറഞ്ഞോളൂ."

"ഇതെന്താ ഈ പറക്കുന്നത്? ചിറകിൽ മഞ്ഞപ്പുള്ളികളുമായി?"

"അതാണ് ബട്ടർഫ്ളൈ. മോൾ പഠിച്ചിട്ടില്ലേ?

ബട്ടർഫ്ളൈസ് ആർ പ്രെറ്റീതിങ്സ്
പ്രെറ്റിയർ ദാൻ യു ഓർ ഐ."

"ഉവ്വ്. പഠിച്ചിട്ടുണ്ട്. ഹാ, എന്തു രസമായിരിക്കുന്നു!"

വിസ്മയത്തോടെ നോക്കിനിൽക്കുന്ന പെൺകുട്ടിയുടെ ശബ്ദം വീണ്ടും ഉയരുന്നു.

"അപ്പച്ചാ!"

'എന്താ മോളേ?"

"ഈ ബട്ടർഫ്ളൈസ് എങ്ങനെയാ ഒണ്ടാകുന്നത്?"

"അതോ, പറയാം. നല്ല കുട്ടികൾ മരിക്കുമ്പോൾ അവരുടെ ആത്മാ വിനെ ദൈവം ശലഭങ്ങളായും പൂത്തുമ്പികളായും വീണ്ടും ഭൂമിയിലേക്കു പറഞ്ഞുവിടും. അവർക്ക് ഈ ഭൂമിയിൽ അങ്ങോളമിങ്ങോളം ഇഷ്ടം പോലെ പറന്നുനടക്കാം. തേനും പൂമ്പൊടിയും ഭക്ഷിക്കാം. നിലാവി നോടും കാറ്റിനോടും കളിപറഞ്ഞു രസിക്കാം. മേഘങ്ങളിൽ ഉറങ്ങാം."

രാത്രിയിൽ ചിറകിട്ടടിച്ചു പൊങ്ങി കട്ടിലിൽനിന്നും, വീണു കരയുന്ന പെൺകുട്ടിയുടെ കണ്ണുകളിൽ കുറേയേറെ നിറങ്ങളായിരുന്നു. കൗമാര

ത്തോളം ഒരു ചിത്രശലഭമാകാൻ കൊതിച്ചുകൊണ്ട് അവൾ പറമ്പിലാകെ ഓടിനടന്നിരുന്നു. പിന്നീടൊരിക്കൽ, ഒരു വൈകുന്നേരം വരാന്തയിലിരുന്നു കരയുന്ന കൊച്ചുമകളെ പിതാവു കണ്ടു. ധാരയായൊഴുകുന്ന കണ്ണുനീർ, കൊച്ചു മുഖം ചുവന്നു തുടുത്തിരുന്നു.

"മോൾ എന്തിനു കരയുന്നു?"

അവളുടെ കരച്ചിലിനു ശക്തിയേറിയതേയുള്ളൂ. അവളുടെ ഉള്ളം കൈകൾ വരിഞ്ഞു ചുറ്റിയപ്പോൾ അവളെ വിറകൊള്ളുന്നതായി തോന്നി.

"പറയൂ, മോൾക്ക് എന്തുപറ്റി?"

മുറ്റത്തേക്ക് അവൾ വിരൽചൂണ്ടി. പിതാവിന്റെ കണ്ണുകൾ അവിടേക്കു വീണു. ചത്തു ഉറുമ്പരിച്ചു ഒരു ചിത്രശലഭത്തിന്റെ മൃതശരീരം, കടിയുറമ്പുകളുടെ തേരേറി അതു നീങ്ങുന്നു.

കാലം എല്ലാത്തേയും തകർത്തിരിക്കുന്നു. ഇത്ര ദുർബലമായിരുന്നോ ഈ ഭവനത്തിന്റെ അടിസ്ഥാനം? പാറയുടെമേൽ പണിതുയർത്തിയതാണെന്ന വിശ്വാസം വ്യർഥമായിരുന്നോ? ആറ്ററുകിലെ മണൽക്കൂനയിലുയർത്തിയ വെറും വ്യാമോഹം മാത്രമായിരുന്നു അത്. ഒരു ചെറുകാറ്റേൽക്കവേ അത് ആടിയുലയുവാൻ തുടങ്ങിയിരിക്കുന്നു.

പള്ളിപ്പുര അപരിചിതമായ ഒരു വ്യഥയെ ഗർഭം ധരിച്ചു കിടന്നു.

പുറത്ത് ആളനക്കം കേൾക്കാതെയായിരിക്കുന്നു. സദാ ജനങ്ങൾ ഉൽക്കണ്ഠാകുലരായിത്തീർന്നു. ഉപദേശിയുടെ മൗനത്തിൽ പുതിയൊരു നിയോഗത്തിന്റെ വിശുദ്ധസൂചനകൾ അവർ കണ്ടെത്തി. അവർ അതേകുറിച്ച് രഹസ്യമായി ചർച്ചചെയ്തിരുന്നു. അതിന്റെ അനതിവിദൂരഫലങ്ങളെക്കുറിച്ചോർത്തപ്പോൾ അവരാകെ ഭയപ്പെടുവാൻ തുടങ്ങി. വെള്ളിയാഴ്ച വന്നു. വെള്ളിയാഴ്ച പുലരുകയും പൂക്കുകയും ചെയ്തു. രാത്രി മരണപ്പാറ പൂർണനിശ്ശബ്ദതയിൽ അമർന്നുകിടന്നു. വിശ്വാസികൾ ഭക്തിയോടെ ചെവിയോർത്തിരുന്നു. അരുളപ്പാടുണ്ടായില്ല. ഏറെ രാത്രിയോളം അവർ കാത്തിരുന്നു. അങ്ങനെ ഇരുന്നിരുന്ന് അവർ നിദ്രയെ പ്രാപിച്ചു. മരണപ്പാറ മാത്രം ഉറങ്ങിയില്ല. വെളുക്കുവോളം പ്രവാചകന്റെ പാദസ്പർശമേൽക്കാൻ കൊതിച്ചുകൊണ്ട് അത് ജാഗ്രതയോടെ നിന്നു.

കഷ്ടാനുഭവത്തിന്റെ നീറ്റുന്ന ദിനരാത്രങ്ങൾ! പള്ളിപ്പുരയിൽനിന്നും ആദ്യമായി ദീനാമ്മയുടെ രോദനമുയർന്നുകേട്ടു. അതു പുരയുടെ നാലു ചുവരുകൾക്കുള്ളിൽ കുടുങ്ങിക്കിടന്നു. ഉപദേശി അവിടേക്കു നടന്നുചെന്നു. ദീനാമ്മ കരയുകയാണ്. ദുഃഖവെള്ളിയാഴ്ചയോടടുക്കുന്ന ഈ നാളുകളിൽ മനമുരുകി ധ്യാനിക്കുമ്പോഴെല്ലാം ദീനാമ്മ ഇങ്ങനെ കരയാറുണ്ടായിരുന്നു. അപ്പോഴെല്ലാം മനസിൽ കുരിശേറിയ അവന്റെ തിരുരൂപമായിരിക്കും നിറഞ്ഞുനിൽക്കുക. ഇപ്പോൾ അങ്ങനെയല്ലെന്ന് ഉപദേശി അറിഞ്ഞു.

"നീയെന്തിനു കരയുന്നു?"

പ്രിയയുടെ വിലാപത്തെ നോക്കിനിൽക്കുവാൻ അയാൾക്കു കഴിഞ്ഞില്ല. സംവത്സരങ്ങളേകിയ ശക്തിയാണ് അവർ. ഏതു ഞെരുക്ക

ത്തിന്റെ നാളുകളിലും കണ്ണുകളിൽ ദിവ്യമായ പ്രകാശവും പരത്തി അവർ അരികിൽത്തന്നെ നിലകൊണ്ടിരുന്നു. അചഞ്ചലമായ ഒരു മനസുമായി, ഒരു താങ്ങായി, ഒരു കവചമായി, എല്ലാത്തിനുമുപരി വിലപ്പെട്ട ഒരു സാന്ത്വനമായി, കരയട്ടെ. മതിവരുവോളം കരയട്ടെ. കരയേണ്ട നാളുകളാണിത്. ഉള്ളുനുറുങ്ങി വിലപിക്കുക. മുട്ടിപ്പായി അപേക്ഷിക്കുക. നിന്റെ എല്ലാ അകൃത്യങ്ങളേയും ഉയരങ്ങളിലിരിക്കുന്നവനു പൊറുക്കുവാൻ കഴിയും. അവനല്ലോ സകലതിനും നിയന്താവായുള്ളവൻ. അവന്റെ ചോരയുടെ കൊച്ചുകൊച്ചരുവികൾ ഭൂമിയുടെ അഷ്ടദിക്കുകളിലേക്കും പടർന്നൊഴുകിയത് പാപികളുടെ മോചനത്തിനുവേണ്ടിയായിരുന്നു. പാപത്തിന്റെ വിത്തുകൾക്കുമീതെ അവന്റെ ചോര ലാവയായി പതിച്ചിരിക്കുന്നു. അത് പാപത്തെ ഒന്നോടെ ചാരമാക്കിത്തീർത്തിരിക്കുന്നു. സന്ധിയില്ലാതെ പ്രാർഥിക്കുക. പാപംപൂണ്ടിരിക്കുന്ന ഇളംമനസിലേക്ക് അവന്റെ ചോര ഒഴുകിയെത്തുവോളം പ്രാർഥിക്കുക.

ഒലീവുമലയിലെ തലേന്നിനെപ്പോലെ ആകുലമായിത്തീർന്ന സന്ധ്യ. ഒരു വിളിപ്പാടകലെ നിൽക്കുന്ന മരണത്തിന്റെ വിളി കേട്ട് ദുഃഖിതനായിത്തീർന്ന മനുഷ്യപുത്രനെപ്പോലെ വിമൂകയായിത്തീർന്ന പ്രകൃതി. ഭഗവതിയുടെ ഭൂതഗണങ്ങൾ സന്ധ്യയുടെ മറവിൽ കുമിളിപ്പൊയ്കയുടെ ജലവിതാനത്തിനു മുകളിൽ പ്രത്യക്ഷപ്പെട്ടു. അവ പൊയ്കയ്ക്കുമീതെ വട്ടമിട്ടു നിന്നു. അപ്പോൾ മാനത്തുകണ്ണികൾ ആഴത്തിലേക്കു കൂപ്പുകുത്തുകയും വിതാനത്തിലേക്ക് ഉയർന്നുവന്നു നീന്തിക്കളിക്കുകയും ചെയ്തു. തലയിൽ ചോരപ്പു ചൂടിയ ഒരു പെരുത്ത മാനത്തുകണ്ണി മാത്രം, ചിറകുകളിളക്കാതെ അടിവാരത്തിൽ തങ്ങിക്കിടന്നു. അതിന്റെ കണ്ണുകൾക്ക് രക്തവർണമായിരുന്നു. ക്രമാതീതമായി ഉയർന്നിരുന്ന ശ്വാസഗതിയെ നിയന്ത്രിക്കുവാൻ ശ്രമിച്ചുകൊണ്ട് അത് ആരെയോ കാത്തു കിടന്നു.

പടുവാലിയിൽനിന്നും ഇഴജന്തുക്കൾ പൊയ്കക്കരയിലേക്ക് ഇഴഞ്ഞുവന്ന് ഈർപ്പത്തിന്റെ സുഖസ്പർശമേറ്റു മയങ്ങി.

ഉപദേശി പുറത്തിറങ്ങി.

പുറത്തേക്കിറങ്ങുമ്പോൾ അയാൾ പതിവുകളെ ലംഘിച്ചിരുന്നു. നോക്കി നിന്നിരുന്ന ദീനാമ്മ അതിവേഗം അയാളുടെ ഒപ്പമെത്തി.

"എങ്ങോട്ടാ, ഈ സന്ധ്യയ്ക്ക്?"

അവർ വേദനയോടെ ആരാഞ്ഞു.

"വെറുതേ ഒന്നു നടക്കാൻ."

"ഈ നേരത്തോ?"

"അതേ."

"ഇന്നു രാത്രി സമൂഹപ്രാർഥനയുള്ളതല്ലേ? കഴിഞ്ഞ ഞായറാഴ്ച പ്രത്യേകം വിളിച്ചു പറഞ്ഞിരുന്നു."

"അതേ."

"ഇപ്പോൾ ഇവിടെനിന്നു പോയാലെങ്ങനാ?..."

"ഞാനില്ലാതെ പ്രാർഥന നടത്തിയാൽ മതി. ഞാനിവിടെയുണ്ടായി ട്ടെന്തു കാര്യം? എല്ലാം മുറപോലെ നടക്കുന്നില്ലേ?"

ഒന്നിലേറെ അർഥങ്ങൾ ആ വാക്കുകളിലുണ്ടായിരുന്നു. ദീനാമ്മ അതിന്റെ പൊരുളറിയുകയും ചെയ്തു.

"നമുക്ക് ദൈവത്തോടപേക്ഷിക്കാം."

തുടർന്നവിടെ നിൽക്കാൻ ഉപദേശിക്കു കഴിഞ്ഞില്ല. മരണപ്പാറയുടെ അടിവാരത്തിലൂടെ, ദാവീദിന്റേയും അയ്യാവുവാത്തിയുടേയും പ്രേതങ്ങൾ അലഞ്ഞു നടന്നിരുന്ന താഴ്വാരത്തിലൂടെ ഭഗവതിയുടെ ഭൂതഗണങ്ങൾ തമ്മിലിണചേരുന്ന പടുവാലിയുടെ വിള്ളലുകളിലൂടെ പരമ്പരയുടെ പുനർജനികൾ കൂപ്പുകുത്തി മറിയുന്ന കുമിളിപ്പൊയ്കയിലേക്ക് അയാൾ നടന്നിറങ്ങി. അയാളുടെ ചുവടൊച്ച കേട്ടപ്പോൾത്തന്നെ ഭൂതഗണങ്ങൾ തങ്ങളുടെ ആവാസസ്ഥാനങ്ങളിലേക്കു വലിഞ്ഞു. സർപ്പങ്ങൾ മയക്ക ത്തിൽനിന്നുണരുകയും പൊത്തുകളിലേക്കു വലിയുകയും ചെയ്തു. ദാവീദും വാത്തിയും പടർപ്പുകളുടെ ജരകൾക്കിടയിൽ പതുങ്ങിക്കൂടി.

ഉപദേശി പൊയ്കയുടെ തടത്തിൽ നിലയുറപ്പിച്ചു. അവിടെ നിന്നു കൊണ്ട് അയാൾ പ്രത്യാശയോടെ ജലവിതാനത്തിലേക്കു കണ്ണോടിച്ചു. സന്ധ്യ ജലത്തിൽ അലിഞ്ഞുതുടങ്ങിയിരുന്നു.

പൊയ്ക ഒന്നുലഞ്ഞു. ഉപദേശി ജാഗരൂകനായി. ഒരു പെരുത്ത മാനത്തു കണ്ണി വായുവിലേക്കു പിടിച്ചുയർന്നു. തിരിച്ചു വെള്ളത്തിൽ വീഴുന്നതിനിടയ്ക്ക് ഒരു വട്ടം കരണംമറിഞ്ഞ് അത് ഉപദേശിയെ നോക്കി. തലയിൽ ചോരപ്പൂവ്. കണ്ണുകളിൽ കത്തിനിൽക്കുന്ന വാത്സല്യം. പതറി പ്പോകാതിരിക്കുവാൻ ഉപദേശി സീനായിമലമേൽ മനസിനെ ഉറപ്പിച്ചു. പ്രവാചകൻ ഏറ്റുവാങ്ങിയ കൽപ്പനകളെ ഉരുവിട്ടു. എന്നിട്ടും ശ്ലഥവും അന്യാധീനവുമായിപ്പോയ മനസ്സ് പൊയ്കയെ ചുറ്റിത്തിരിഞ്ഞു. അയാ ളുടെ കണ്ണുകൾ നിറഞ്ഞുതുളുമ്പി. ചുണ്ടുകൾ വിറപൂണ്ടു. അയാൾ ഈർപ്പം പടർന്ന പുല്ലിൽ മുട്ടിന്മേലിരുന്നു. എന്നിട്ട് ഒരു കാൽ നിവർത്തി ജലസാന്ദ്രതയിലേക്കിറക്കിവച്ചു. അയാളുടെ കണ്ണുകൾ താനെ അടഞ്ഞു പോയി. ആദ്യരാവിനേയും ദീനാമ്മയേയും അയാളോർത്തു.

കാൽപ്പടങ്ങളിലേറ്റിരുന്ന മത്സ്യസ്പർശം നിലച്ചതും അയാളവിടെ നിന്നും മടങ്ങിപ്പോന്നു.

"അമ്മച്ചിക്കു തണുപ്പുകേറി."

മുറ്റത്ത് നടന്നുകയറിയ ഉപദേശി സാവധാനം അവിടേക്കു ചെന്നു. എസ്തറും കപ്യാർ മോശയുമുണ്ടായിരുന്നു കൂട്ടത്തിൽ. അവർ കുരുമു ളകില വാട്ടി ദീനാമ്മയെ മേലാസകലം അനത്തുകയും ആശ്വാസവചന ങ്ങൾ പറഞ്ഞു സാന്ത്വനപ്പെടുത്തുകയും ചെയ്യുന്നു. ചേച്ചമ്മയെ അവി ടെങ്ങും കാണാനുണ്ടായിരുന്നില്ല. അയാൾ തിരക്കിയതുമില്ല.

ദുഃഖവെള്ളിയാഴ്ച വന്നു.

ഉയർപ്പിൻഞായറും വന്നു. രണ്ടിനും പള്ളിപ്പുരയിൽ ഭേദമുണ്ടായിരുന്നില്ല.

ഒരു ദിവസം രാവിലെ കുടയും സഞ്ചിയുമെടുത്തുകൊണ്ട് ഉപദേശി പുറത്തു പോയി. എവിടേക്കാണെന്നാരും ചോദിച്ചില്ല. അയാൾ പറഞ്ഞതുമില്ല.

മൂന്നുരാത്രികൾ ഉദിച്ചണഞ്ഞു. ഒരുപോലെ മൂന്നു രാവുകളിലും പേടിച്ചരണ്ട മൗനം പള്ളിത്തറയെ ഭരിച്ചുപോന്നു. നാലാംനാൾ പുലർന്നപ്പോൾ ഉപദേശി മടങ്ങിയെത്തി. ദിവസങ്ങൾക്കുശേഷം അയാൾ ഭാര്യയോടു സംസാരിച്ചു.

"ചേച്ചമ്മയ്ക്കൊരു ചെറുക്കനെ കണ്ടുപിടിച്ചിട്ടുണ്ട്. മറ്റൊന്നും നോക്കണ്ട. ഉടനെ കല്യാണം നടത്തിയേക്കാം. പുറത്താരുമറിയാതിരിക്കാൻ നീ ശ്രദ്ധിച്ചോണം."

27

തോമസുകുട്ടി വരാന്തവിട്ടു പോയതും സീമാതീതമായ പ്രപഞ്ചരാശിയിൽ നിന്നും പടിഞ്ഞാറ്റുമുറിയിലെ പള്ളിത്തറയിലേക്ക് ഉപദേശി മടങ്ങിവന്നു.

തോമസുകുട്ടിക്കു ക്ലാസെടുക്കുകയായിരുന്നു. അടുത്ത ഞായറാഴ്ച പള്ളിയിൽ പ്രസംഗിക്കുവാനുള്ള വേദഭാഗം അവനെ പറഞ്ഞു പഠിപ്പിക്കുകയായിരുന്നു. നാളുകളോളമായി പള്ളിയിലെ ശുശ്രൂഷകളിൽ അവൻ പങ്കുചേരാൻ തുടങ്ങിയിട്ട്. ആദ്യമാദ്യം പീഠത്തിൽ നിന്നുകൊണ്ട് ഒരു ചെറിയ വേദവാക്യം വായിക്കുന്നതിലൂടെയായിരുന്നു തുടക്കം. തുടർന്നു വേദവാക്യത്തിന്റെ ഹ്രസ്വമായ വ്യാഖ്യാനങ്ങൾ ചെയ്യുവാൻ തുടങ്ങി. തലേരാത്രി പറഞ്ഞു പഠിപ്പിക്കുന്നതിൽ ഒരക്ഷരംപോലും അവൻ വിട്ടിരുന്നില്ല. ഒടുവിൽ ആരാധനയുടെ മുഖ്യഭാഗമായ വിശുദ്ധദൂതു നൽകുന്നതിലും അവൻ പ്രാവീണ്യം നേടിയിരിക്കുന്നു. ഉച്ചാരണശുദ്ധി അൽപ്പം കുറയുമെന്നേയുള്ളൂ. പലപ്പോഴും 'യഹോവ' എന്ന പദം മാറാന്തടത്തിന്റെ പൊതുനിയമമനുസരിച്ച് 'ജഗോവ' എന്ന് അവൻ പറഞ്ഞുപോകുന്നു. സാരമില്ല. ക്രമേണ എല്ലാം ശരിയായിരിക്കോളും. ഉപദേശി സമാധാനം കണ്ടെത്തി. അയ്യാവുവാത്തിയുടേയും നീലകേശിയുടേയും ചൊൽപ്പടിയിൽ ഉറ്റവരും ഉടയവരുമില്ലാതെ വളർന്നിരുന്ന പണിക്കൻപൊറ്റയിലെ 'മാതവൻ' പ്രസംഗപീഠത്തിൽ നിന്നുകൊണ്ട് രക്ഷയുടെ സുവിശേഷത്തെക്കുറിച്ചു വാചാലനായിത്തീരുമ്പോൾ വിശ്വാസികൾ അത്ഭുതംകൂറി ഇരുന്നുപോകുന്നു. അപ്പോഴൊക്കെ അവരുടെ ഓർമ്മ അയ്യാവുവാത്തിയിലേക്ക് ഇറങ്ങിച്ചെല്ലും. മരണപ്പാറയുടെ വേരുകളിൽ പിണഞ്ഞു ശയിക്കുന്ന വാത്തി ഇതുവല്ലതും അറിയുന്നുണ്ടോ? പാവം! അവർ സങ്കടപ്പെട്ടു.

"പ്രസംഗംവിഷയം കണ്ടുപിടിച്ചോ?"

വൈകുന്നേരം തോട്ടത്തിൽ നിന്നും മടങ്ങിവന്ന തോമസുകുട്ടിയെ ഉപദേശി വിളിച്ചു. കൈകാൽ കഴുകി അവനോടിയെത്തി. ഉപദേശിയുടെ ചോദ്യം നടകയറുമ്പോഴേ അവൻ കേട്ടിരുന്നു.

"അതേ, കണ്ടുപിടിച്ചു."

"പോയി വേദപുസ്തകമെടുത്തു വരൂ."

അവൻ അകത്തു ചെന്ന് വേദപുസ്തകവുമായി വന്നു.

"വായിക്ക്."

അവൻ പുസ്തകം തുറന്നു. ആദ്യത്തെ പുറത്ത് അവന്റെ കൈയക്ഷരത്തിൽ തോമസുകുട്ടി കെ എന്നെഴുതിയിരുന്നു. ആ പുറം ഒട്ടുനേരം നോക്കിയിരുന്നിട്ട് അടയാളമിട്ടിരുന്ന പുറം അവൻ വകഞ്ഞെടുത്തു.

"നൂറ്റിമുപ്പതാം സങ്കീർത്തനമാണ്."

"നല്ലത്. വായിച്ചോളൂ!"

തോമസുകുട്ടി ആദ്യവാക്യമുരുവിട്ടു.

തുടർന്ന് അവൻ സങ്കീർത്തനങ്ങളിൽ അലിഞ്ഞില്ലാതെയായി:

"കർത്താവേ! എന്റെ പ്രാർഥന കേൾക്കേണമെ! നിന്റെ ചെവി എന്റെ യാചനകൾ ശ്രദ്ധിച്ചിരിക്കേണമേ! യഹോവേ, നീ അകൃത്യങ്ങളെ ഓർമവച്ചാൽ കർത്താവേ ആർ നിലനിൽക്കും? എങ്കിലും നിന്നെ ഭയപ്പെടുവാൻ തക്കവണ്ണം നിന്റെ പക്കൽ വിമോചനമുണ്ട്. ഞാൻ യഹോവയ്ക്കായി കാത്തിരിക്കുന്നു. എന്റെ ഉള്ളം കാത്തിരിക്കുന്നു. അവന്റെ വചനത്തിൽ ഞാൻ പ്രത്യാശവെച്ചിരിക്കുന്നു. ഉഷസിനായി കാത്തിരിക്കുന്നവരേക്കാൾ എന്റെ ഉള്ളം യഹോവയ്ക്കായി കാത്തിരിക്കുന്നു."

വായിച്ചുതീർന്ന് തോമസുകുട്ടി നിശ്ശബ്ദനായി, ആ വരികളിലൂടെ വീണ്ടും കണ്ണോടിച്ചുകൊണ്ടിരുന്നു. ആശങ്കയോടെ ഉപദേശി അവനെ നോക്കി. അവൻ വായിച്ചുതീർത്ത തിരുവചനങ്ങൾ അയാളുടെ അവസ്ഥയെ പൂർവാധികം കലുഷമാക്കിത്തീർത്തു. ദൈവത്തിന്റെ കരങ്ങൾ തോമസുകുട്ടിയിലൂടെ പ്രവർത്തിക്കുകയാണോ? ഉപദേശി സന്ദേഹപ്പെട്ടു. സ്വർഗാരോഹണത്തിന്റെ സ്തോഭം നിറഞ്ഞ മുഹൂർത്തത്തിൽ ദൈവം നൽകിയ വാഗ്ദാനത്തിലായിരുന്നു ഉപദേശിയുടെ മനസ്സ് വഴുതിവീണത്. രണ്ടായിരം സംവത്സരങ്ങൾക്കുശേഷം തിരിച്ചുവരവുണ്ടാകും. അന്ന് മഹാസാഗരത്തിന്റെ വൻതിരകൾ വാനോളമുയരും. അന്നു വിശുദ്ധ യോർദാൻനദി ഭൂമിയുടെ ഉള്ളറയിലേക്കു പിൻവാങ്ങും. അന്നു മഹാപർവതങ്ങൾ മുട്ടാടുകളെപ്പോലെയും കുന്നുകൾ കുഞ്ഞാടുകളെപ്പോലെയും തുള്ളിയാർക്കും. ഭൂമി അനാദിയായവന്റെ സന്നിധിയിൽ നിന്നു വിറകൊള്ളും. അന്നു പാറകൾ സ്വയം പിളർന്നു തടാകങ്ങളായിത്തീരും. തീക്കല്ലുകൾ നീരുറവകളായി ഒഴുകും. അന്ന് അന്തരിച്ച വിശുദ്ധന്മാർ ശവക്കല്ലറകൾ തുറന്ന് പുതുജീവനെ പ്രാപിക്കും. ജീവിച്ചിരിക്കുന്നവരോ വിശുദ്ധിയുടെ മേലങ്കിയണിഞ്ഞുകൊണ്ടു ശാശ്വതഗാനങ്ങളാലപിച്ചുകൊണ്ട് സ്വർഗരാജ്യത്തേക്കുള്ള പൊൻകോണി ചവുട്ടിക്കയറും.

തോമസുകുട്ടി മടങ്ങിപ്പോയപ്പോൾ കർത്താവിന്റെ രണ്ടാം വരവിനെക്കുറിച്ചുള്ള വെളിപാടിനായി ഉപദേശി കണ്ണുകളെ പൂട്ടി. ഒരിരമ്പം! കെരൂബുകളുടെ കാഹളധ്വനി കാതിൽ മുഴങ്ങി. കണ്ണുകളിൽ ഉപമാനങ്ങൾക്കതീതമായ പ്രകാശം കത്തിവീണു. ഉപദേശി കണ്ടു. അഞ്ചിപ്പോയ കണ്ണുകളെ ക്ലേശിച്ചു തുറന്നുകൊണ്ട് അയാൾ അത്ഭുതത്തോടെ കണ്ടു. ഉലയാതെ കത്തുന്ന നാളങ്ങളുമായി ഏഴു പൊൻനിലവിളക്കുകൾ. വിളക്കുകൾക്കു നടുവിൽ നിലയങ്കി ധരിച്ചു മാറത്ത് പൊൻകച്ച കെട്ടിയവനായി മനുഷ്യപുത്രനോട് സദൃശനായ ഒരുവനേയും കണ്ടു. അവന്റെ ശിരസ്സ് ഹിമത്തോളം വെണ്മയേറിയതും അവന്റെ നേത്രങ്ങൾ അഗ്നിജ്വാലകൾക്കൊത്തതുമായിരുന്നു. അവന്റെ കാൽമടമ്പുകൾ ഉലയിൽ ചുട്ടുപഴുപ്പിച്ച വെള്ളോടുപോലെയും അവന്റെ ശബ്ദം പെരുവെള്ളച്ചാട്ടത്തിന്റെ ഇരമ്പം പോലെയും ആയിരുന്നു. അവന്റെ വലംകൈയിൽ ഏഴു നക്ഷത്രങ്ങൾ പ്രകാശിച്ചുനിന്നിരുന്നു. അവന്റെ വായിൽനിന്നും മൂർച്ചയേറിയ ഇരുവായ്ത്തലയുള്ളവാൾ പുറത്തേക്കു തള്ളിവന്നു. അവന്റെ മുഖം മധ്യാഹ്നസൂര്യനേക്കാൾ ഉജ്ജ്വലം.

അഭുതപൂർവമായ ആ കാഴ്ചകണ്ട ഉപദേശി മരിച്ചവനെപ്പോലെ ആയിത്തീർന്നു. അയാൾ നടുക്കത്തോടെ കണ്ണു തുറന്നു. എന്നിട്ടും സ്വർഗവും സ്വർഗത്തിന്റെ പ്രമാണങ്ങളും അയാളെ പൊതിഞ്ഞുനിന്നിരുന്നു. പകപൂണ്ട കടന്നലുകളെപ്പോലെ, മൂർച്ചയേറിയ ചിന്തകൾ ആഴങ്ങളിലാഞ്ഞു കുത്തുന്നു. ദുസഹമായ വേദനയാൽ അയാൾ പിടഞ്ഞു. അനാവശ്യചിന്തകളെ വിരട്ടിയകറ്റാൻ അയാൾ ക്ലേശിച്ചു. കഴിഞ്ഞില്ല. സകല പ്രതിരോധങ്ങളേയും ഭേദിച്ചുകൊണ്ട് അവ പൂർവാധികം ശക്തിയോടെ ആഞ്ഞുവീഴുന്നു.

കെരൂബുകൾ വാദിത്രയങ്ങൾ മീട്ടി ദിവ്യഗാനങ്ങളാലപിക്കുന്ന ന്യായവിധിയുടെ നാളിൽ വിശുദ്ധിയുടെ മേലങ്കിയണിയുവാൻ ചേച്ചമ്മയ്ക്കു സാധ്യമായിത്തീരുമോ? ജീവന്റെ പുസ്തകവും കൈയിലൊതുക്കി നീതിമാന്മാരുടെ നിരയിൽ നിൽക്കുവാൻ അവളുടെ പിതാവായ ദാനിയേലുപദേശിക്ക് അർഹതയുണ്ടോ? എവിടെയോ തുടങ്ങിയ ഈ ശാപം ഒടുങ്ങാതെ തുടർന്നാൽ അവസാനമെവിടെ? ആദി പാപം അതിന്റെ കണ്ണികളറ്റുപോകാതെ തുടർന്നുകൊണ്ടേയിരിക്കുന്നു. പാപം സാത്താന്റെ വക്രതംപോലെ പിളർന്നതും അഗാധവുമായിരിക്കുന്നു. സംഹാരദൂതന്റെ ചിറകടിപ്പാടുകൾ ഭൂതലത്തിനുമീതെ ഒഴിയാബാധപോലെ പതിഞ്ഞു കിടക്കുന്നു. എവിടെയും സാത്താന്റെ വേരുകളെത്തിപ്പെടുന്നു. അഭൗമമായ ഒരു കാന്തികശക്തി ആ വേരുകളിൽ കുടിയിരിക്കുന്നു. ചുറ്റുപാടുമുള്ള തെന്തിനേയും വലിച്ചടുപ്പിക്കുന്ന, പ്രലോഭിപ്പിക്കുന്ന പാവം, അതിന്റെ കാതരമായ ക്ഷണമാണെവിടെയും. ഒന്നു തിരിഞ്ഞുനോക്കിയാൽ വീണതുതന്നെ. കരേറാനാവാത്ത, തിരിച്ചുവരവില്ലാത്ത ഒരു മഹാപതനമായിരിക്കും അത്.

ചേച്ചമ്മയുടെ പതനവും അത്തരത്തിലുള്ളതായിരുന്നു. അവളേറ്റെടുത്ത പാപത്തിന്റെ ഭാരം അത്രയ്ക്കു കടുത്തതായിരുന്നു. ഭർതൃഗൃഹത്തിൽനിന്നും നിരന്തരം അവളയച്ചുകൊണ്ടിരിക്കുന്ന കത്തുകളിൽ അതിന്റെ സൂചനയുണ്ട്. ഓരോ വാക്കുകളിലും പാപത്തിന്റെ ശമ്പളമായി അവളനുഭവിക്കുന്ന പീഡയുടെ വിതുമ്പലുണ്ട്. സഹിക്കാവുന്നതിലുമപ്പുറം എല്ലാം എത്തിയിരിക്കുന്നുവെന്നല്ലേ കഴിഞ്ഞ കത്തിൽ അവളെഴുതിയിരുന്നത്? അനുഭവിക്കണം! അനുഭവിച്ചേ തീരു! അതാണു പ്രമാണം. അപഥസഞ്ചാരമെന്നതു വ്യഭിചാരത്തിനു തുല്യമാണ്.

"നീ വ്യഭിചരിക്കരുത്."

സമാഗമനകൂടാരത്തിനു മുകളിൽ, സീനായിമലമേൽനിന്നുള്ള മുഴക്കം. ഉപദേശി ശ്രവണപുടങ്ങളെ വിടർത്തി.

"വ്യഭിചാരം പാപമാകുന്നു. അതിനു ദണ്ഡനമായി മരണമാണു കൽപ്പിച്ചിട്ടുള്ളത്. മന്ദഗതിയിലുള്ളതും സുദീർഘവുമായ ഒരു മരണം."

ഉപദേശി കാതുകളെ പൊത്തി. ഇപ്പോൾ ചേച്ചമ്മ അനുഭവിക്കുന്നത് അത്തരമൊരു മരണമാണ്. എന്റെ ദൈവമേ! ഉപദേശി ഉള്ളുനീറ്റത്തോടെ കേണു. അതിലും എത്രയോ വലിയ പാപമാണ് അതു മറച്ചുവയ്ക്കുന്നതും മറ്റൊരു പുരുഷനുമേൽ ഗൂഢമായി അതു കേട്ടിയേൽപ്പിക്കുന്നതും! അതിനു ശിക്ഷ വിധിച്ചിട്ടില്ല. എങ്കിലും അതെത്രയേറെ ഭീകരമായിരിക്കുമെന്നൂഹിക്കാൻ ഉപദേശിക്കു കഴിഞ്ഞിരുന്നു. എത്രയെത്ര നുണകളായിരിക്കും ചേച്ചമ്മയ്ക്കു പറയേണ്ടിവരിക! എത്രയെത്ര ദിവസങ്ങളിൽ അവൾക്ക് ഇരുട്ടിനേയും മൗനത്തേയും ആശ്രയിക്കേണ്ടിവരുന്നു!

വിശുദ്ധപീഠത്തിനു മുന്നിൽ നിന്നുകൊണ്ട് ഒത്തുവാക്യം പറയുന്ന മകളെ ഉപദേശി കണ്ടു, നമ്രശിരസ്കയായിരുന്ന അവളുടെ മുഖം വേനലിന്റെ കടശിക്കാല സന്ധ്യപ്പോലെ വിവശമായിരുന്നു. അരുകിൽ ഒരു ജീവിതമൊന്നാകെ അവൾക്കു നിരുപാധികമായി നൽകാൻ തയാറായി നിൽക്കുന്ന ചെറുപ്പക്കാരനും. അവളുടെ സ്വരം മഞ്ഞുരാത്രിയിലെ മാരുതനെപ്പോലെ ആർദ്രമായിരുന്നു. അവളുടെ കണ്ണുകളിൽ പുരുഷസ്പർശമേൽക്കാത്ത നാണം കൂമ്പിനിൽക്കുന്നു. അയാൾ ബലിഷ്ഠങ്ങളായ കൈകളാൽ കഴുത്തിൽ മിന്നുകെട്ടിയ നേരം അവൾ ചൂളുകയും വിറയ്ക്കുകയും ചെയ്തു. ഹീനമായ ഒരു പുഞ്ചിരി അവളുടെ ചുണ്ടുകളിൽ പൊട്ടിയടർന്നു.

"എന്റെ കുഞ്ഞിന്റെ ജീവിതം തകരാതിരുന്നാൽ മാത്രം മതിയായിരുന്നു."

ചേച്ചമ്മയെ ഭർതൃഗൃഹത്തിലാക്കി മടങ്ങിയ ദീനമ്മ നൊമ്പരത്തോടെ പറഞ്ഞു. ഉപദേശിയല്ലാതെ മറ്റാരുമുണ്ടായിരുന്നില്ല. എന്തെങ്കിലും സാന്ത്വനം അയാളിൽനിന്നുണ്ടാകുമെന്ന് അവർ പ്രതീക്ഷിച്ചു. ഒന്നുമുണ്ടായില്ല. ഭർത്താവിന്റെ അവസ്ഥ എന്താണെന്ന് അവരറിഞ്ഞിരുന്നു. അതിനാലവർ മറ്റൊന്നിനും കാത്തുനിന്നില്ല. അവരുടെ മനസ്സ് മകളുടെ

ദീനമായ കണ്ണുകളിൽത്തന്നെ കൊരുത്തുകിടന്നിരുന്നു. മടങ്ങിപ്പോരാൻനേരം ഒന്നും പറയാൻ കഴിയാതെ നിന്നുകൊണ്ടുള്ള അവളുടെ നോട്ടത്തിൽ അവളുടെ ഭീതിയും ആശങ്കയുമെല്ലാം കനച്ചുകിടന്നിരുന്നു. തിരിച്ചുപോന്ന് നേരമേറെയായിട്ടും അത് ദീനാമ്മയുടെ മനസിൽനിന്നും മാഞ്ഞുപോയിരുന്നില്ല. മറ്റൊരു പാപത്തിനൊരുങ്ങിയതാണ്. ഉപദേശി അതു തടഞ്ഞു. ജീവന്റെ ഉടമ ക്രിസ്തു അല്ലാതെ മറ്റാരുമല്ല. സൃഷ്ടിക്കുവാനും സംഹരിക്കുവാനും അവകാശി അവൻ മാത്രമാകുന്നു. മാത്രമല്ല, മറ്റു കുഴപ്പങ്ങളുമുണ്ട്. ദീനാമ്മയുടെ പക്കൽനിന്നും അത്തരമൊരു നിർദേശമുണ്ടായപ്പോൾ ഉപദേശി പറഞ്ഞു. ഇതെല്ലാം രഹസ്യമായി ചെയ്യേണ്ട കാര്യങ്ങളാണ്. അങ്ങനെ നമ്മളെ സഹായിക്കുവാൻ ഈ മാറാന്തടത്തിൽ ആരാണുള്ളത്? സഭാജനങ്ങളോ? മറ്റേതെങ്കിലും ജാതി ആയിരുന്നെങ്കിൽ അത്ര സാരമാക്കാനില്ല. ഈ കൂട്ടരോടു മാത്രം അത്തരത്തിലൊരു ബന്ധം വേണ്ട. തീരെ ആലോചനാശക്തിയില്ലാത്തവരാണേറെയും. അല്ലെങ്കിൽത്തന്നെ ഇതിനൊക്കെ തയാറായി വരുന്നത് ആരായിരിക്കും? ഏതെങ്കിലും ആഭിചാരകർമികളായിരിക്കും. പ്രാകൃതമായ രീതിയിൽ അവരെന്തെങ്കിലും കാട്ടിക്കൂട്ടും. ചിലപ്പോൾ ചേച്ചമ്മയ്ക്ക് അപകടംതന്നെ സംഭവിച്ചേക്കാം. ഉപദേശിയുടെ വിശദീകരണങ്ങൾ കേട്ടപ്പോൾ അതു വേണ്ടെന്നുതന്നെ ദീനാമ്മയ്ക്കു തോന്നി. പരസ്യമായിത്തീരുന്ന പാപം ഏറ്റം വലിയതും കൂടിയാണ്. അതങ്ങനെയാണെന്ന് എല്ലാവരും അംഗീകരിച്ചുപോരുന്നതല്ലേ? വിലക്കുകളുടെ തുലാസിൽവച്ചളക്കുമ്പോൾ ചേച്ചമ്മയുടെ പാപം മറ്റൊരർഥത്തെ കൈവരിക്കുന്നു. ആയതിനാൽ ചേച്ചമ്മയുടെ പാപം കട്ടിയേറിയ മേലങ്കിക്കുള്ളിൽ ഗൂഢമായിത്തന്നെ തുടരട്ടെ. നീറുന്ന പശ്ചാത്താപത്തിന്റെ രഹസ്യനാളുകളായിത്തീരട്ടെ അവളുടെ പകലുകൾ. രാത്രികളിൽ അവൾക്കു സുഖനിദ്രയും കൈവരട്ടെ.

പിതാവിന്റെ ആശീർവാദം അങ്ങനെയായിരുന്നു, സംഭവിച്ചതോ?

പാപത്തിന്റെ ശമ്പളം മരണമാകുന്നു. മരണം ഒരു വൻ ഉൽക്കാപാതം പോലെ ഓർക്കാപ്പുറത്തായിരിക്കുകയില്ല. പാപിയെ പിടികൂടുക, പതിയെപ്പതിയെ പേശികൾക്കുള്ളിൽ പൊടിപ്പുവയ്ക്കുന്ന മാരകരോഗത്തെപ്പോലെ അതൊരുവനെ കാർന്നുതിന്നുന്നു. ഒടുക്കം കാണുന്നതുവരെ.

"ചേച്ചമ്മയുടെ കത്തു വന്നിരുന്നു."

അതു പറയുമ്പോൾ ദീനാമ്മയെ ഉപദേശി ശ്രദ്ധിച്ചു. കത്തിലെ ഉള്ളടക്കത്തെപ്പറ്റി ആകുലങ്ങളായ ചിന്തകൾ അയാളിൽ ജനിച്ചു. അതിനാൽ വിശേഷത്തെപ്പറ്റിയോ, മറ്റു കാര്യങ്ങളെപ്പറ്റിയോ അയാൾ തിരക്കിയില്ല. ഒന്നുകിൽ അവൾ സുഖമായി കഴിയുകയായിരിക്കാം. അല്ലെങ്കിൽ നീർപ്പോളപോലെ ഒരു ചെറുകാറ്റിൽപ്പെട്ട് എല്ലാം അഴിഞ്ഞുപോയിരിക്കാം. രണ്ടിലൊന്നു സംഭവിച്ചേതീരൂ. എന്തു സംഭവിച്ചാലും അതിനു സ്വർഗീയമായ ഒരു നീതീകരണമുണ്ട്. മനുഷ്യനു കഴിയുന്നത് ഏറെ തുച്ഛം.

മനുഷ്യനു മീതെയുള്ള ദൈവത്തിന്റെ അധികാരം അത്രയ്ക്കു ശക്തവും ഗുരുതരവുമാണ്.

"അയാൾ എന്തൊക്കെയോ അറിഞ്ഞെന്നു തോന്നുന്നു."

മടങ്ങിപ്പോകാൻ കഴിയാതെ ദീനാമ്മ നിന്നു. ചേച്ചമ്മയുടെ വാക്കുകളിൽ നിന്നും അവർ ഊഹിച്ചെടുത്ത ചില കാര്യങ്ങളുണ്ട്. അതു തെറ്റാനിടയില്ല. അങ്ങനെയാണെങ്കിൽ മകളുടെ ഗതി ഇപ്പോഴെന്തായിരിക്കാം? ഉള്ളൊന്നു പിടഞ്ഞെങ്കിലും ഉപദേശി അതു പുറത്തുകാട്ടിയില്ല. പുരുഷനാണ്. പിതാവാണ്. എല്ലാത്തിനും മീതെ അത്യുന്നതന്റെ തെരഞ്ഞെടുക്കപ്പെട്ട പടയാളിയുമാണ്. ഭൂമിക്കു മീതെ എന്തുതന്നെ നടന്നാലും അതിനു പിന്നിൽ ദൈവത്തിന്റെ നിശ്ചയങ്ങളുണ്ട്. അതേപ്പറ്റി മനുഷ്യൻ ഉത്കണ്ഠകൊള്ളേണ്ട കാര്യമില്ല.

"പറഞ്ഞതു കേട്ടില്ലേ?"

—വീണ്ടും ദീനാമ്മ.

"ഉവ്വ്. എന്നോടല്ല, ദൈവത്തോടാണു പറയേണ്ടത്."

"അങ്ങനെ പറഞ്ഞോണ്ട് ഇവിടിരുന്നാൽ അവൾക്കു സമാധാനം കിട്ടുമോ?"

"ഇല്ല."

"അതു പോരാ. നിങ്ങളെന്തെങ്കിലും ചെയ്തേ തീരു."

"നോക്കൂ, നീ പറയുന്നതെല്ലാം ഞാനംഗീകരിക്കുന്നു. ഒരു പിതാവാണ് ഞാൻ. പുത്രിയുടെ വേദന, അവളറിയുമുമ്പ് അനുഭവിച്ചിരിക്കേണ്ടവനാണ്. പക്ഷേ, നീ ചേച്ചമ്മയുടെ പാപത്തെപ്പറ്റി എന്താണ് ഉണരാത്തത്? അവളുടെ സമാധാനം അവൾതന്നെയല്ലേ നഷ്ടമാക്കിയത്? നേടേണ്ടതും അവൾതന്നെയാണ്."

"നിങ്ങൾക്കങ്ങോട്ടൊന്നു പോയിട്ടു വരരുതോ?"

"ദീനാമ്മേ!"

"എന്താ!" —അവർപോലും അറിയാതെയാണ് അവരുടെ തൊണ്ടയിൽ നിന്നും ആ പ്രതികരണം അടർന്നുപോയത്.

"ആർക്കും ശിക്ഷയിൽനിന്നും ഒഴിഞ്ഞുനിൽക്കാനാവില്ല. നമുക്കുപോലും. അവൾ നമ്മുടെ സന്തതിയാണ്. നീ പുറപ്പാടും ലേവ്യയുടെ പുസ്തകവും വായിച്ചിട്ടുള്ളവളല്ലേ? നീ കൽപ്പനകളേയും ന്യായപ്രമാണങ്ങളേയും കാണാപ്പാഠം പഠിച്ചിട്ടുള്ളവളല്ലേ? നീ ഫറവോന്റെയും പരീശന്മാരുടെയും ചരിതങ്ങൾ കേട്ടറിഞ്ഞിട്ടുള്ളതല്ലേ?"

ദീനാമ്മ മിണ്ടിയില്ല.

'ഇതു ജീവിതമാണ്.' എന്നു പറയാൻ ഭാവിച്ചതാണവർ. പറഞ്ഞില്ല. ഉപദേശിക്കും അറിയാവുന്നതല്ലേ അതൊക്കെ? പ്രമാണങ്ങൾക്കും ശാസനകൾക്കും നിരക്കാത്ത ജീവിതം മുമ്പ് പലതവണയും പുലർത്തേണ്ടി വന്നിട്ടുണ്ട്. അപ്പോഴൊക്കെ ഉപദേശി അവരെ സാന്ത്വനപ്പെടുത്തിയിരുന്നു. എന്തിനും ദൈവവചനങ്ങളെ മാറ്റുരച്ചു നോക്കരുതെന്ന് എത്രയോ

തവണ തീരുമാനിച്ചിട്ടുള്ളതാകുന്നു! ജീവിതത്തിന്റെ നിയമങ്ങൾ അനിയതങ്ങളാണ്. പലപ്പോഴും അവയ്ക്കുമേലുള്ള സ്വർഗത്തിന്റെ വ്യാഖ്യാനം പാളിപ്പോകുന്നു. അത് പൂർണമായും സ്ഥലകാലക്രിയകളുമായി ബന്ധപ്പെട്ടു കിടക്കുന്നു. അതിനൊരു മാനദണ്ഡമേയുള്ളു. മനുഷ്യൻ!

"നിങ്ങൾ അങ്ങോട്ടൊന്നു പോകാൻ കഴിയില്ലെങ്കിൽ ഒരു കാര്യം ചെയ്യുക."

അവർ ആവശ്യപ്പെട്ടു ഉപദേശി ശ്രദ്ധിച്ചു. സ്ത്രീയും അമ്മയുമാണവർ. അവരുടെ ദുഃഖത്തിന് ഇപ്പോഴും മുലപ്പാലിന്റെ ചവർപ്പുണ്ടായിരിക്കും.

"ആ കുഞ്ഞിന്റെ പേരിൽ എല്ലാദിവസവും വഴക്കാണെന്നറിയുന്നു. അയാൾ അവൾക്കൊരു സൈ്വരവും കൊടുക്കുന്നില്ല. ഇവിടെങ്ങാനുംനിന്ന് തന്തയില്ലാതെ പെറ്റിരുന്നെങ്കിൽ എത്രയോ ഭേദമായിരുന്നു!"

"അനുഭവിക്കുന്നത് ചേച്ചമ്മയല്ലേ?"

"അതേ, നമ്മുടെ കുഞ്ഞ്!"

"അവൾ പാപിയാണ്."

"പാപത്തെ വെറുക്കുക. പാപിയെ സ്നേഹിക്കുക. അങ്ങനേയും തിരുവചനം പറയുന്നില്ലേ?"

"നിനക്കെന്തുവേണം?"

"അവനൊരാൺകുട്ടിയാണ്."

"അതേ."

"വളരുന്ന ആൺകുട്ടിയാണെന്നു പറയാം."

"പറഞ്ഞോളുക."

"അവനെച്ചൊല്ലി ആ വീട്ടിൽ ഒരു യുദ്ധംതന്നെ നടക്കുന്നു."

"നടക്കട്ടെ. സാത്താനു തോൽവി സംഭവിക്കട്ടെ."

"അതിനിടയിൽ അവനെ നമുക്കു നഷ്ടമായിക്കൊണ്ടിരിക്കുന്നത് നിങ്ങളറിയുന്നില്ലേ?"

"മാതാപിതാക്കളുടെ പാപം ദുരിതങ്ങളായി സന്തതികളിലേക്കു പടരും. അതാണ് നീതിവാക്യം."

"എങ്കിൽ ഒന്നു ചോദിച്ചോട്ടെ."

"ആയിക്കോളൂ."

"ചേച്ചമ്മ നമ്മുടെ പുത്രിയല്ലേ?"

"അതേ."

"അവളനുഭവിക്കുന്ന ഈ ദുരിതത്തിനു കാരണം ആരുടെ പാപമാണ്? മാതാപിതാക്കളുടേതാണെന്ന് ആരെങ്കിലും പറഞ്ഞാൽ നമുക്കുത്തരമുണ്ടോ?"

ഉപദേശിയുടെ വാതായനങ്ങൾ ഒന്നൊന്നായി അടഞ്ഞുകൊണ്ടിരിക്കുന്നു. തെരഞ്ഞെടുപ്പുകളുടേയും നിരാസങ്ങളുടേയും നിരവധി സന്ധികൾ ജീവിതത്തിലുണ്ടാകുന്നു. എന്തുചെയ്യുവാനും സ്വാതന്ത്ര്യമുണ്ട്. കണ്ടെത്തൽ സ്വാതന്ത്ര്യമായിത്തീരുന്ന അപൂർവസന്ധികളാണവ. എന്താണു വേണ്ടത്? ഉപദേശി ആലോചിച്ചു. സ്വർഗത്തിന്റെ നിയമ

ങ്ങൾക്ക് ഭൂമിയുടെമേലുള്ള പ്രസക്തിയെക്കുറിച്ച് പള്ളിപ്പുര ഭാരപ്പെടാൻ തുടങ്ങി.

"മറ്റൊന്നും വിചാരിക്കേണ്ട. നമുക്കവനെ വളർത്താം. ദൈവത്തിന്റെ ഇഷ്ടം എപ്പോഴെങ്കിലും നടന്നേ മതിയാവൂ. അതു നടന്നോട്ടെ."

"ങ്ഹും!"

കനപ്പെട്ട മൂളലുണ്ടായി.

"ഇപ്പോൾത്തന്നെ നിങ്ങൾ പോയി അവനെയിങ്ങു കൂട്ടിപ്പോരുക. അവൾ സമ്മതിക്കുകയില്ലായിരിക്കും. സാരമില്ല. ബലാൽക്കാരമായിട്ടാണെങ്കിലും സാരമില്ല. ഒന്നു പോയി വരൂ."

"പോകാം."

"ഉടൻതന്നെ വേണം."

"ഞാനൊന്നാലോചിക്കട്ടെ."

"അതുപോര."

"നീ ഇപ്പോൾ അകത്തേക്കു പോകുന്നുണ്ടോ?"

ഒട്ടുനേരം വാതിൽക്കൽ നിന്നിട്ട് അവർ അകത്തു പോയി.

മറ്റൊരു പരീക്ഷ! ശൗലിനുനേരെയുണ്ടായ പരീക്ഷകളെക്കാൾ ഭീകരങ്ങൾ! എങ്ങനെയാണ് നേരിടേണ്ടത്? ഉപദേശി വരാന്തയിൽനിന്ന് മുറ്റത്തേക്കിറങ്ങി. പല കാര്യങ്ങളും തൽക്കാലം നിർത്തിവെക്കേണ്ടതായി വരുന്നു. സ്കൂൾ നടത്തിപ്പിനേക്കുറിച്ചാലോചിക്കുവാൻ ഒരു യോഗം വിളിച്ചുകൂട്ടിയിട്ടുണ്ട്. എല്ലാ സ്ഥലവാസികളോടും വരാനാവശ്യപ്പെട്ടിട്ടുണ്ട്. അതു മറ്റൊരു ദിവസത്തേക്കുമാറ്റിവെക്കാം. ഉടൻതന്നെ കപ്യാർ മോശയെ കാണണമെന്നയാൾക്കു തോന്നി. അയാൾ തോമസുകുട്ടിയെ വിളിച്ച്, മോശയെ കൂട്ടി വരാനയച്ചു. എന്നിട്ട് വരാന്തയിൽത്തന്നെ കാത്തു നിന്നു. അപ്പോൾ വിളിക്കെന്നിയിലെ ശാരദ മുറ്റം കയറിവരുന്നത് ഉപദേശി കണ്ടു. അയാളിറങ്ങിച്ചെന്നു.

28

ആരാണ് ഉപദേശിയോടൊപ്പം മുറ്റത്തു നിൽക്കുന്നത്? ദീനാമ്മ ഇറങ്ങിവന്നു നോക്കി. പാവാടക്കാരിയായ ഒരു പെൺകുട്ടി. ആരാണെന്നു മനസിലായില്ല. ഇതുവരെ കണ്ടിട്ടുള്ള മുഖമല്ല. ഇങ്ങനെയൊരു പെൺകുട്ടിയെപ്പറ്റി പറഞ്ഞുകേട്ടിരുന്നതുമില്ല. കാട്ടുകുളത്തും പടിഞ്ഞാറ്റുമുറിയിലുമുള്ളതായിരിക്കാൻ സാധ്യതയില്ല. അവർ മുറ്റത്തേക്കിറങ്ങിച്ചെന്നു.

"നിന്നോടു ഞാൻ പറഞ്ഞിരുന്നില്ലേ വിളക്കെന്നിക്കാരെക്കുറിച്ച്?" മുഖവുരയായി ഉപദേശി ചോദിച്ചു.

"അതേ."

"അവിടത്തെ ശാരദയാണിത്. മഹേശ്വരിപ്പിള്ളയുടെ കൊച്ചുമകൾ."

ദീനാമ്മ ശാരദയെ കണ്ടു. വിളിക്കെന്നിയെക്കുറിച്ചും മഹേശ്വരിപ്പിള്ളയെക്കുറിച്ചും കേട്ടിരുന്നു. ശാരദ ഇതാദ്യമായിട്ടാണ്, വാക്കായോ കാഴ്ച

യായോ അവരുടെ മുന്നിലെത്തപ്പെടുന്നത്. ഐശ്വര്യവതിയായ ഒരു പെൺകുട്ടി. അവളുടെ കണ്ണുകളിൽ പ്രായത്തിനുപോന്ന ഒരു തിളക്കമുണ്ടായിരുന്നില്ല. അതു ദീനാമ്മ ശ്രദ്ധിച്ചു.

"വാ മോളേ!"

ദീനാമ്മ വിളിച്ചു. അവൾ അവരുടെ അരുകിലേക്കു നീങ്ങിനിന്നു. അവർ അവളുടെ ശിരസിൽ കൈവച്ചു. തന്നിലേക്കടുപ്പിച്ചു. അവൾ അവരുടെ പുറത്തേക്കു ചാഞ്ഞു. അവരുടെ മാറത്തമർന്നു. മുഖത്തെ അവിടെനിന്നും വേർപ്പെടുത്താൻ അവൾക്കു തോന്നിയില്ല.

"ഞാൻ വിളക്കെന്നിവരെ ഒന്നു പോയി വരാം. മഹേശ്വരിപ്പിള്ളയ്ക്കു തീരെ സുഖമില്ലെന്ന്."

"അമ്മൂമ്മയ്ക്കെന്തുപറ്റി മോളെ?"

അവർ ശാരദയെ തലോടിക്കൊണ്ടു ചോദിച്ചു.

"ദീനം കൂടുതലാണ്. അകത്ത് ഒരേ കിടപ്പുതന്നെ. കാണാൻ വന്നോരെല്ലാം ഇനി അതികദെവസമില്ലെന്നു പറയുന്നു."

പറഞ്ഞവസാനിച്ചതും അവൾ പൊട്ടിക്കരഞ്ഞു. ദീനാമ്മ അവളെ കുറേക്കൂടി ചേർത്തുപിടിച്ചു. ചുമലിൽ കൈപ്പടമമർത്തി അവളെ സാന്ത്വനപ്പെടുത്തി. അവളുടെ കരച്ചിൽ താണുകൊണ്ടിരുന്നു. അവർ അവളേയുംകൊണ്ട് അകത്തു കയറി.

"കരയേണ്ട, അമ്മൂമ്മയ്ക്കു ഭേദമായിക്കോളും."

മറുപടി പറയാതെ, അടുക്കളവാതിലിൽ മുഖംകുനിച്ചു നിൽക്കാൻ മാത്രമേ ശാരദയ്ക്കു കഴിഞ്ഞുള്ളു.

കുടയുമെടുത്തുകൊണ്ട് പോകാൻ തയാറായി ഉപദേശി വന്നു. ശാരദയുടെ നിലപാടിൽ അയാൾക്ക് അനുകമ്പ തോന്നി. അവളെ ഉണർത്താനായി അയാൾ ചോദിച്ചു:

"മോളിന്നെന്തെങ്കിലും കഴിച്ചിരുന്നോ?"

അവളെ കണ്ടപ്പോഴേ തുടങ്ങിയ സംശയമായിരുന്നു. മുഖവും ശരീരവും കണ്ടാലറിയാം ഭക്ഷണം ശരിക്കു കഴിക്കാത്തതിന്റെ ക്ഷീണം അവളെ കഠിനമായി ബാധിച്ചിരിക്കുന്നു. അതിന്റെ പരിക്ഷീണം അവളുടെ ശബ്ദത്തിൽപ്പോലും അനുഭവപ്പെട്ടിരുന്നു. ഉപദേശിയുടെ ചോദ്യത്തിന് മൗനമായിരുന്നു പ്രതികരണം. എങ്കിലും അവളുടെ കണ്ണുകളിൽനിന്നും ദീനാമ്മ അതു പിടിച്ചെടുത്തു.

"വരൂ."

ദീനാമ്മ അവളെ വിളിച്ചു. മൃദുവായി അവർ അവളെ തീൻമുറിയിലേക്കു നടത്തി.

ഇനാമൽവസിയിൽ പകർന്ന ഭക്ഷണം അവൾ നിശ്ശബ്ദം വാരിത്തിന്നു. രണ്ടുപേർക്കും അവളെ ഒട്ടേറെ നിർബന്ധിക്കേണ്ടിവന്നു. ഒടുവിൽ അവൾ വഴങ്ങി.

ദൈവത്തിന്റെ പ്രതികാരം എത്ര മഹത്തായതാണ്!

അതു നോക്കിയിരിക്കെ ഉപദേശി ഓർത്തു: നിയോഗത്തിന്റെ പരിസമാപ്തികളിലൊന്നിന്റെ തുടക്കമാണിത്. മുഴുത്ത ആർത്തിയോടെ, അയാൾ നോക്കിയിരുന്നു. മഹേശ്വരിപ്പിള്ളയ്ക്ക് കാര്യമായിട്ടെന്തെങ്കിലും സംഭവിച്ചുകാണും. അതുകൊണ്ടായിരിക്കണം അവർ ശാരദയെ പറഞ്ഞയച്ചിരിക്കുന്നത്. കുറേ ദിവസങ്ങളായി അങ്ങോട്ടൊന്നു കയറിയിട്ട്. ഒന്നു പോയി നോക്കുവാൻ തീരെ സമയം കിട്ടിയിരുന്നില്ല. സ്കൂളിന്റെ പ്രവർത്തനം തുടങ്ങിയതോടെ പ്രശ്നങ്ങൾ വർധിക്കുകയായിരുന്നു. കാവുംപുറത്തുനിന്നും അപ്പിനാടാർ വാഗ്ദാനംചെയ്ത ഒൻപതു കുട്ടികളും ഏഴു ബഞ്ചുകളും എത്തിച്ചേർന്നിരുന്നു. ഘോഷയാത്രയായിട്ടായിരുന്നു വരവ്. പക്ഷേ, കാട്ടുകുളവും പടിഞ്ഞാറ്റുമുറിയും വേണ്ടതുപോലെ സഹകരിച്ചില്ല. കാരണമെന്തെന്ന് ആദ്യം തന്നെ പിടികിട്ടിയിരുന്നു. ഒരുകണക്കിന് ഉപദേശി അതു പ്രതീക്ഷിച്ചിരുന്നതുമായിരുന്നു. ആ ഭാഗങ്ങളിലെ പുലയർ അധികവും, എല്ലാമെന്നുതന്നെ പറയാം. നായന്മാരുടെ കൈമണികളായും കൂലിക്കാരായും വീടുപുലർത്തിവരുന്നവരാണ്. തറവാടുകളുടെ കൽപ്പനകളെ ലംഘിക്കുവാൻ അവർ അശക്തരായിരുന്നു. അവർക്കെല്ലാംതന്നെ ചെല്ലോംപിള്ളയിൽ നിന്ന് വല്ലാടനുണ്ടായ അനുഭവമുണ്ടാവുകയും ചെയ്തിരുന്നു.

"അങ്ങനേങ്കി നീയൊക്കെ നാളെത്തൊട്ട് ജോലിക്കെറങ്ങേണ്ട. ഒവതേസീരെ പള്ളിക്കൊടത്തീപ്പോയി കുട്ടികളെ കൂടിയിരുന്ന് അക്ഷരം പടിച്ച് വയറു നെറച്ചോ."

അക്ഷരം തിന്നാൻ കൊള്ളുകയില്ലെന്നറിയുവാനുള്ള ബുദ്ധി അവർക്കുവേണ്ടുവോളമുണ്ടായിരുന്നു. അതുകൊണ്ട് തങ്ങളുടെ കുട്ടികളെ കാട്ടുകുളം ലോവർപ്രൈമറി സ്കൂളിൽ പഠിക്കുവാനയച്ചില്ല. പകരം അവരെ ജന്മിമാരുടെ പറമ്പുകളിലേക്കും പാടങ്ങളിലേക്കും കൈപിടിച്ചു കൊണ്ടുപോയി.

"നമുക്കൊന്നുകൂടി നോക്കാം."

പരിക്ഷീണമാവാത്ത സ്വരത്തിൽ ഉപദേശി പറഞ്ഞു.

ഒരു അവസാനശ്രമമെന്ന നിലയ്ക്ക് ഹാബേലും ലാസറും തയാറായി. അവർ വീണ്ടും കുടികളിലും പുരകളിലും കയറിയിറങ്ങി. ഒന്നുരണ്ടു കുട്ടികളെക്കൂടി കിട്ടി. അതുകൊണ്ടും ഉപദേശി തൃപ്തനായില്ല. അയാൾ നേരേ മുനമ്പത്തേക്കു ചെന്നു. ശേഖരപിള്ള സ്ഥലത്തുണ്ടായിരുന്നു. ഉപദേശി കാര്യമറിയിച്ചു. പിള്ളയുടെ ഇളയ മകൾ അംബുജത്തെ സ്കൂളിലയയ്ക്കണം. ഇത്രയും കാലം നിരുപാധികമായി സഹകരിച്ചു. ഇക്കാര്യത്തിലും അതുണ്ടായിക്കാണണം. അയാളഭ്യർഥിച്ചു. ഉടനെ അതിനൊരു മറുപടി നൽകുവാൻ കഴിയാതെ ശേഖരപ്പിള്ള കുഴങ്ങി. പള്ളിക്കൂടം സ്ഥാപിച്ചതും നടത്തുന്നതും ഉപദേശിയായിരുന്നെങ്കിലും അവിടെ പഠിക്കുന്നതു മുഴുവൻ പടിഞ്ഞാറ്റുമുറിയിലെ അടിയാളക്കുട്ടികളാണ്. അവരെ പഠിപ്പിക്കുന്നതാകട്ടെ, മതംമാറിയ ഹാബേലും ലാസറും. ഇന്നലെവരെയുള്ള ചരിത്രം പിള്ളയ്ക്കറിയാം. ചെല്ലോംപിള്ളയോടുള്ള വൈര

ത്തിന്റെ പേരിൽ പലതും മറക്കുവാൻ അയാൾ നിർബന്ധിതനായിത്തീരുകയായിരുന്നു. എങ്കിലും ചിലതൊക്കെ വിസ്മരിക്കുവാൻ അയാൾ എത്ര തന്നെ പരിശ്രമിച്ചിട്ടും സാധിച്ചിരുന്നില്ല. കോന്നന്റേയും വേലുവിന്റേയും മക്കൾ പട്ടണത്തിൽ പോയി ഇംഗ്ലീഷ് പഠിച്ചതും വിദ്യാസമ്പന്നരായി മടങ്ങിവന്നതും അയാളിൽ തെല്ലൊരസുഖമുളവാക്കാതിരുന്നില്ല.

"ഏതായാലും സുഭദ്രയോടുംകൂടി ചോദിച്ചിട്ടു പറയാം. അതുപോരയോ?"

മതിയെന്ന് ഉപദേശി മറുപടി നൽകി. അടുത്തദിവസം ശേഖരപ്പിള്ളയുടെ അറിയിപ്പുണ്ടായി. സുഭദ്രയ്ക്കിഷ്ടമല്ല. ഒരുപാടകലത്തിലാണ് കാട്ടുകുളം സ്കൂൾ സ്ഥിതിചെയ്യുന്നത്. അതുവരെ നടന്നെത്താൻ ഒരു കാട്ടുവഴി മാത്രമേയുള്ളു. അതു വഴി ഒറ്റയ്ക്കു നടക്കാൻ അംബുജത്തിനു പേടിയാണത്രേ.

പക്ഷേ, അതല്ല കാരണമെന്ന് ഉപദേശിയറിഞ്ഞു. തൽക്കാലം അയാളതു മറന്നു. എത്രയോ സംവത്സരങ്ങളായി അനുസരിച്ചുപോരുന്ന വഴക്കങ്ങളാണ്! ഒരു സൗഹൃദത്തിന്റെ പേരിൽ, അല്ലെങ്കിൽ ഒരു വൈരത്തിന്റെ പേരിൽ അതൊക്കെ ഉപേക്ഷിക്കുവാൻ ശേഖരപ്പിള്ള തയാറല്ല.

ഭക്ഷണം കഴിച്ചു കൈകഴുകി വരുന്ന ശാരദയെ കണ്ടപ്പോൾ, വിചാരങ്ങളിൽനിന്നും മടങ്ങിപ്പോന്ന ഉപദേശി ഊറിച്ചിരിച്ചുപോയി.

വിളക്കെന്നിയുടെ ചെത്തുവീണ കൊട്ടിയമ്പലം കവച്ചുകടക്കുമ്പോൾ അവിടെയുമിവിടെയും ആൾവെട്ടം കണ്ടു. പരിചിതമായി ചില മുഖങ്ങളും അക്കൂട്ടത്തിലുണ്ടായിരുന്നു. പടിപ്പുരയിൽ അഞ്ചാറു സ്ത്രീകൾ കുത്തിയിരിക്കുന്നു. ഉപദേശി ചുറ്റുംപുറമാകെ കണ്ണോടിച്ചു. ആനയെ തളച്ചിരുന്ന കുറ്റിപ്പാടുകളൊക്കെ മാഞ്ഞുപോയിരിക്കുന്നു. സമാജക്കാരും കൊട്ടാരം ഉദ്യോഗസ്ഥൻമാരും നീലകേശിയുടെ പുരോഹിതന്മാരും കയറിയിറങ്ങിയിരുന്ന മുറ്റം, കാടും പടലും പിടിച്ച് നാശമായിരിക്കുന്നു. അടിയാളത്തറയുടെ അവശിഷ്ടംപോലും കാണാനായില്ല. നാലുകെട്ടിന്റെ ചിതലരിച്ച മൂലകളിൽ ഗതകാലത്തിന്റെ വിഷാദംപോലെ പതുങ്ങുന്ന ഇരുട്ടു മാത്രം. കണ്ടാലറിയാം, ഈ തറവാട് സദാനേരവും പോയകാലത്തിന്റെ പെരുമ്പറഭേരികളെ അയവിറക്കുകയാണെന്ന്. ഈ തറവാടിന്റെ ഉൾത്തടം കനത്ത് ദുഃഖത്തിൽ വിങ്ങുകയാണെന്ന്. ദാനിയേലുപദേശിയെ സംബന്ധിച്ചിടത്തോളം വിളിക്കെന്നിയുടെ ഈ ദുരവസ്ഥ ദൈവകൽപ്പിതമാണ്. അയാൾക്കു സഹതാപം തോന്നി.

ശാരദ അതിവേഗം അകത്തേക്കു പോയി. പോയപാടെ അവളോടി പുറത്തു വന്നു.

"അമ്മൂമ്മ ചെല്ലാൻ പറഞ്ഞു."

അറച്ചുനിൽക്കാതെ ഉപദേശി നിലവറയിലേക്കു കടന്നു. ആ നേരം അയാളുടെ മനം ദൈവനടത്തിപ്പിന്റെ ദുരൂഹതയെക്കുറിച്ച് അത്ഭുതപ്പെടുകയുണ്ടായി. അയാളുടെ പാദസ്പർശമേറ്റതും അകത്തളമൊന്നു വിറച്ചു. അപൂർവമായ ഒരനുഭൂതിയിൽപ്പെട്ട് അകത്തളത്തിലെ വായു കുളിരുചൂടി.

ഒരായിരം കണ്ഠങ്ങളുടെ ആർപ്പുവിളികൾ തനിക്കു പിന്നാലെ മുഴങ്ങുകയാണെന്ന് ഉപദേശിക്കു തോന്നി. അയാൾ തിരിഞ്ഞുനോക്കി. ഇരുളമർന്ന കോടികൾ മാത്രം കണ്ണിൽപ്പെട്ടു. തുറകണ്ണുകളുമായി അറച്ചുനിൽക്കുന്ന പുറവെട്ടവും. പത്തായപ്പുരയിൽ മുനിഞ്ഞു കത്തുന്ന ചിമ്മിനിയുടെ ശുഷ്കമായ വെളിച്ചത്തിൽ, മഞ്ഞിച്ചു വിളറിയ മഹേശ്വരിപ്പിള്ളയെ ഉപദേശി കണ്ടു.

ദൈവമേ!

ഉപദേശി അരികിലായി മുട്ടിന്മേലിരുന്നു. പുറപ്പെടുമ്പോൾ ഇത്ര അവശതയിലായിരിക്കുമെന്നു കരുതിയിരുന്നില്ല. തീരെ ശോഷിച്ചുപോയിരിക്കുന്നു. മനുഷ്യക്കോലമെന്നുവേണമെങ്കിൽ പറയാം. കുറേ നാളുകളായി ഉപദേശി അവരെ കണ്ടിട്ട്. തിരക്കിനിടയിൽ ഒന്നെത്തിനോക്കി പോകാൻ കഴിഞ്ഞില്ല. അവസാനമായി വന്നുപോകുമ്പോൾ മഹേശ്വരിപ്പിള്ള പറഞ്ഞിരുന്നതെല്ലാം അയാൾ മറന്നു. സമയം കിട്ടുമ്പോഴെല്ലാം ഉപദേശി വിളക്കെന്നിയിലേക്കു വരണം. ഞങ്ങളെ തിരിഞ്ഞുനോക്കാൻ ഇപ്പോൾ കരക്കാരാരുംതന്നെയില്ല. ബന്ധുക്കളുടെ കാര്യം പറയാനുമില്ല. സ്വത്തുക്കൾ അന്യാധീനമായതോടെ എല്ലാം നഷ്ടപ്പെട്ടു. സാന്ത്വനപ്പെടുത്തുന്ന ഒരു പുരുഷസ്വരത്തിനുവേണ്ടി എത്രയോ നാളുകളായി കാത്തിരിക്കുന്നു! ഉപദേശിക്കെങ്കിലും വരാൻ തോന്നിയല്ലോ. മേലിൽ സമയം കിട്ടുമ്പോഴൊക്കെ ഒന്നു വന്നു പോകണം. സമ്മതിച്ചിട്ടാണ് അന്നു പടിയിറങ്ങിയത്. മറ്റു വ്യവഹാരങ്ങൾക്കിടയിൽ അതു തീർത്തും വിസ്മൃതമായിത്തീർന്നു.

ഉപദേശിയുടെ ആഗമനം ശാരദ അറിയിച്ചു. പൊടുന്നനെ അവരുടെ കണ്ണുകളൊന്നു ചിമ്മി. വിളർത്ത ഒരു മിന്നാട്ടമുണ്ടായി. കണ്ണുകൾ അനങ്ങുന്നു. അവ ഉരുണ്ടുകൂടി ഉപദേശിയുടെ അവ്യക്തരൂപത്തിൽ കൊരുത്തു. കണ്ണുകൾക്കിരുവശത്തും, മൃത്യുവിന്റെ വിരൽപ്പാടുകൾ പെട്ടതുപോലെ അരണ്ട ചുളിവുകൾ കാണാം. പല്ലുകൾ കൊഴിയുകകാരണം, മോണയിലേക്കു ചുണ്ടുകൾ താണിറങ്ങിയിരുന്നു. വളരെ ക്ലേശിച്ചാണ് അവർ ശ്വാസോച്ഛ്വാസം ചെയ്യുന്നത്. ശ്വാസം പുറത്തേക്കു തള്ളിവിടുമ്പോൾ അവരുടെ ശുഷ്ക്കിച്ച മാറിടം മുതുകോളം ഉൾവലിയുന്നു. പേടിപ്പെടുത്തുംവിധം, ഉൾവലിഞ്ഞ മാറിടം ഏറെ നേരം അതേ അവസ്ഥയിൽത്തന്നെ ഇരിക്കുന്നു. പിന്നീട് അതുയർന്നു പൂർവസ്ഥിതിയെ പ്രാപിക്കുമ്പോൾ, മഹേശ്വരിപ്പിള്ളയിൽ നിന്നും വിറങ്ങലിച്ച ഒരു ശബ്ദം മുറിഞ്ഞുവീണിരുന്നു.

"അമ്മൂമ്മ!"

ഒരേക്കം. ശാരദയാണ്. അവളുടെ ശിരസ്സിൽ കൈവച്ച്, അവളെ പാർശ്വത്തിലേക്കു വലിച്ചടുപ്പിച്ച് ഉപദേശി അവളെ സമാധാനിപ്പിച്ചു.

മഹേശ്വരിപ്പിള്ള ഒന്നനങ്ങി. അവരുടെ ചോരവറ്റിയ ചുണ്ടുകൾ മെല്ലെ പുറത്തേക്കു തള്ളിവരുന്നു. എന്തോ പറയുവാനായി അവർ ബദ്ധപ്പെടുന്നു. ശബ്ദം മാത്രം പുറത്തു വരുന്നില്ല. സംയമനത്തോടെ ഉപദേശി നോക്കിയിരുന്നു.

"അമ്മേ, ഇതു ഞാനാണ്: ഉപദേശി."

"ഒ."

അവരുടെ ചുണ്ടുകൾ പറഞ്ഞു. പരിക്ഷീണമായ ഒരു ഞരക്കമായിരുന്നു അത്.

ഉപദേശി അവരുടെ നെറ്റിയിൽ കൈവച്ചു. വിരലുകൾ വിതുർത്തി വെള്ളികെട്ടിയ തലമുടിയെ വകഞ്ഞു.

"അമ്മയ്ക്കെന്തെങ്കിലും പറയാനുണ്ടോ?"

അവരുടെ കാതുകളിലേക്കു മുഖമടുപ്പിച്ച് ഉപദേശി ചോദിച്ചു.

"ഉണ്ട്."

പറഞ്ഞതവരുടെ കണ്ണുകളാണ്. കുറേനേരം ആരും ഒന്നുംതന്നെ ഉരിയാടിയില്ല. ഉപദേശി അവരുടെ വാക്കുകളെ കാത്തിരുന്നു. പൊടുന്നനെ മഹേശ്വരിപ്പിള്ളയറിയാതെ, അരുകിലിരുന്നിരുന്ന ശാരദപോലും കാണാതെ, പത്തായപ്പുരയും പുരയിലെ അരണ്ട വെളിച്ചവുമറിയാതെ, ഉപദേശി ദ്രുതഗതിയിൽ പുറത്തിറങ്ങി. അവിടെ ചിറകുവിടർത്തി കാലം അയാളേയും പ്രതീക്ഷിച്ചു നിന്നിരുന്നു. അയാൾ ചിറകേറി അതിവേഗം പിന്നാക്കം പാഞ്ഞുചെന്നു.

ആസന്നമായ ഒരു വൻലഹളയുടെ കരിനോവു പുകയുന്ന മാറാന്തടം. കാട്ടുകുളക്കരയിലെ വെളുത്തയുടെ ചെറുകുടിൽ. അകത്തു കുറുവടികളുടെ അടിയേറ്റ് അവശനായിത്തീർന്ന വെളുത്ത കിടക്കുന്നു. വെളുത്തയുടെ ദീനമായ ഞരക്കങ്ങൾ കേൾക്കാം. അകമ്പടിയായി നല്ലായിപ്പുലയിയുടെ അമർത്തിയ വിലാപവുമുണ്ട്. പുറംതിട്ടയിൽ ഗോപാലനിരിക്കുന്നു. കുന്തിച്ച കാൽമുട്ടിൽ മുഖം പൂഴ്ത്തിയിരിക്കുന്ന ഗോപാലനു വിശപ്പും ദാഹവുമുണ്ട്. അവന്റെ മനം പേടിയുടെ ആധിക്യത്തിൽ മറ്റെല്ലാം മറന്നിട്ടാണ്. പകൽ നടന്ന സംഭവങ്ങളിലായിരുന്നു അവൻ പൂർണമായും.

മുറ്റത്ത് നാട്ടുവാഴക്കൂട്ടങ്ങളിൽ ഒരനക്കം!

ഗോപാലൻ ഭയന്നുപോയി. വാഴക്കൂട്ടത്തിൽനിന്നും അടർന്നുവീണ നിലാത്തുണ്ടുപോലെ മഹേശ്വരിപ്പിള്ള ഇറങ്ങിവന്നു. എത്ര ചെറുപ്പമായിരുന്നു അന്നവർക്ക്! ഈ ശാരദയേക്കാൾ നാലഞ്ചു വയസുകൂടിക്കാണും. ഒരു സ്ത്രീക്ക് ഇത്രത്തോളം സുന്ദരിയാവാൻ കഴിയുമോ? ആ രാത്രിയിൽ ഗോപാലൻ അത്ഭുതപ്പെട്ടു.

പഴന്തുണി വലിച്ചുകീറിയതുപോലെ ഇടറിയ ഒരു ശബ്ദം.

ഉപദേശി മടങ്ങിപ്പോന്നു. മഹേശ്വരിപ്പിള്ളയുടെ ചുണ്ടുകൾ ബദ്ധപ്പെട്ട് അകലുന്നു. അവരുടെ മെലിഞ്ഞ കരങ്ങളുയർന്നു. അതു ശൂന്യതയിൽ എന്തോ പരതി അലഞ്ഞു. ഉപദേശി മുന്നോട്ടാഞ്ഞ് ഇരുകൈകളേയും ഏറ്റുവാങ്ങി. ഉണങ്ങിയ വാഴത്തണ്ടിൽ പിടിപറ്റിയതുപോലെ അയാൾക്കു തോന്നി. ചർമത്തിന്റെ മാർദവം പൂർണമായും വറ്റിയിരിക്കുന്നു.

"ശ്ശ്..ശാ...ര...ദ —" അക്ഷരങ്ങൾ മുറിഞ്ഞുവീണു. ശേഷം അവർക്കു പറയുവാനുള്ളതെന്തായിരിക്കുമെന്ന് ഉപദേശി ഊഹിച്ചു.

"ശാരദയെ ഓർത്ത് അമ്മ വിഷമിക്കേണ്ട. ഞാനുണ്ട്."

അവർ ശിരസിളക്കി. അപ്പോൾ അവരുടെ ചെവികൾക്കരുകിലായി രണ്ടു ക്ഷീണിച്ച നീർച്ചാലുകൾ ഒഴുകിപ്പടരുകയുണ്ടായി.

"അരുത്, അമ്മ കരയരുത്. ശാരദ എന്റെ കുഞ്ഞാണ്. അവളെ നോക്കാനുള്ള ഭാരം എനിക്കാണ്. ഞാനതേൽക്കുന്നു."

ഉപദേശി അവരുടെ കൈകളെ വേർപ്പെടുത്തി. പരമ്പരകളുടെ നാവുകൾ മറ്റെന്തൊക്കെയോ വിളിച്ചുപറയുവാൻ അയാളോടാവശ്യപ്പെട്ടു. അയാൾ എല്ലാം ഉള്ളിലൊതുക്കി സാക്ഷി നിൽക്കുകമാത്രം ചെയ്തു.

പത്തായപ്പുരയിലെ വെളിച്ചത്തിനു തളർച്ചപറ്റിയിരിക്കുന്നു. ഉപദേശി നോക്കി. ചിമ്മിനിയിൽ എണ്ണ നിശ്ശേഷം വറ്റാറായിരിക്കുന്നു. കരിന്തിരി കത്തിത്തുടങ്ങുകയാണ്. ക്രമാതീതമായ മിടിപ്പുകളോടെ ഉപദേശി നോക്കിയിരുന്നു. പുറത്തു പകൽവെട്ടവും ഉറഞ്ഞുകൊണ്ടിരിക്കുന്നു. അയാൾ ചഞ്ചലചിത്തനായിത്തീർന്നു. അയാളെണീറ്റു പിന്നീടു വരാമെന്നു പറഞ്ഞു പുറത്തിറങ്ങി. പടിപ്പുരയിൽ സ്ത്രീകളുടെ സംഖ്യ അപ്പോഴേക്കും വർധിച്ചിരുന്നു. ഉപദേശി പുറത്തിറങ്ങിയതും, അവരിൽ ചിലർ ഉള്ളിലേക്കു പ്രവേശിച്ചു.

തിരിച്ചു നടക്കുമ്പോൾ അന്നുതന്നെ മടങ്ങിച്ചെല്ലേണ്ടിവരുമെന്ന് ഉപദേശി കരുതി. കലുഷമായിത്തീർന്നിരുന്ന മനസിന് ആ മുറിയിലെ അനിശ്ചിതത്വത്തെ താങ്ങാനുള്ള കരുത്തുണ്ടായിരുന്നില്ല. കുറേനേരം കൂടി അവിടെ ഇരിക്കേണ്ടതായിരുന്നു. മഹേശ്വരിപ്പിള്ള യാത്രയാകുവോളം.

പാലപൂത്തുമണം പരത്തുന്ന മാറാന്തടത്തിന്റെ നിരപ്പിലൂടെ ഉപദേശി നടന്നു. വെളിപാടിന്റെ വിചിത്രദർശനങ്ങളായിരുന്നു അപ്പോൾ അയാളിൽ നിറഞ്ഞുനിന്നിരുന്നത്. വിശുദ്ധിയുടെ പൊൻകലശം ഭൂമിയെ പിളർന്നുകൊണ്ട് ഉയർന്നുവരുന്നത് അയാൾ കണ്ടു. ഏഴു മാലാഖമാർ ഒത്തുചേർന്നു താങ്ങിയിരുന്ന കലശത്തിനുള്ളിൽ വിചിത്രമൃഗത്തിന്റെ ചോരയായിരുന്നു. ആ ചോരയിൽനിന്നും ഒരു തുള്ളി ശരീരത്തിൽ വീണ മനുഷ്യൻ മാലാഖയെപ്പോലായിത്തീർന്നു. അയാൾക്കു ദിവ്യമായ സൗമ്യതയും പൊൻചിറകുകളും ലഭിച്ചു. അയാൾ ശേഷിച്ച മാലാഖമാരോടൊപ്പം സ്വർഗത്തേക്കു പറന്നുപോയി.

അന്നു വൈകുന്നേരം പള്ളിത്തറയിലേക്ക് അപരിചിതനായ ഒരു നായർ കടന്നുവന്ന് അറിയിച്ചു: മഹേശ്വരിപ്പിള്ള യാത്രയായിരിക്കുന്നു. കേട്ടപാടേ ഉപദേശി ഒട്ടൊന്നു നിശബ്ദനായിരുന്നു.

വിചിത്രമൃഗത്തിന്റെ ചോര വീണു മാലാഖയായിത്തീർന്ന മനുഷ്യന്റെ ചിത്രം ഉപദേശിയുടെ കണ്ണുകളിൽ മായാതെ കിടന്നു.

അന്നു രാത്രി മഹേശ്വരിപ്പിള്ളയുടെ ശവദാഹം നടന്നു. അകലെ നിന്നുകൊണ്ട് ഉപദേശി അതു കണ്ടുനിന്നു. രാത്രി മുഴുവൻ പട്ടടയുടെ ഹീനമായ ഗന്ധമായി മഹേശ്വരിപ്പിള്ള മാറാന്തടത്തേയും ഉപദേശിയേയും അലോസരപ്പെടുത്തിക്കൊണ്ടിരുന്നു.

29

മാറാന്തടത്തിന്റെ ചതുപ്പുകൾക്കും തേരികൾക്കും മീതെ, ദുരുഹവും പീഡിപ്പിക്കുന്നതുമായ ഒരു നോവിന്റെ തൊങ്ങലുകൾ വീണുനിറഞ്ഞു. മാറാന്തടത്തിന്റെ പകലുകൾ ദേശവാസികളുടെ മനസിൽ ഇടവപ്പാതിയിലെ പുലർച്ചകളായിത്തീർന്നു. മാറാന്തടത്തിന്റെ രാവുകൾ നിറയെ അഭൗമമായ സ്വപ്നങ്ങൾ പെറ്റു പെരുകിയിരുന്നു. ഞരമ്പുകൾപോലെ പുളഞ്ഞിറങ്ങുന്ന പടുവാലികൾ സാരവത്തായ മൗനത്തെ ഭജിച്ചുകൊണ്ട് ചത്ത പാമ്പുകളെപ്പോലെ കിടന്നു. അവയുടെ മൗനം നിറയെ സംവത്സരങ്ങളെപ്പറ്റിയുള്ള ഓർമകളായിരുന്നു. മാറാന്തടത്തിന്റെ വിദൂരവും അനാദിയുമായ ശൈശവം ആ ഓർമകളിൽ കനച്ചുകിടന്നു.

ദേശവാസികളും പുരാതനസ്മരണകളിൽനിന്നും വിമുക്തരായിരുന്നില്ല. ഉണർച്ചയിലും ഉറക്കത്തിലും ജീവിതനിർവഹണത്തിന്റെ ദുർവഹസന്ധികളിലും അവർ തങ്ങളുടെ ജനനിയാളുടെ പുരാവൃത്തങ്ങളെ അറിയുക പതിവായിരുന്നു. ഒരു പിറവിച്ചുഴിപോലെ അവ അവരുടെ ദിനചര്യകളെ ചുഴന്നുകിടന്നു.

മാർത്താണ്ഡൻകുളത്തിന്റെ പൊളിഞ്ഞിളകിയ പടവുകൾക്കുള്ളിൽ രാപ്പകലെന്യേ അടയിരിക്കുന്ന ഒരുകൂട്ടം പച്ചത്തവളകളുണ്ടായിരുന്നു. ജീവിച്ചിരിക്കെ ദുർമൃതിയെ പ്രാപിക്കുന്ന കാരണവന്മാരുടെ ആത്മാവുകളാണ്, മോക്ഷം കിട്ടാതെ പച്ചത്തവളകളായി മാർത്താണ്ഡൻകുളത്തിൽ പുനർജനിക്കുന്നത്. വീരമൃത്യുവടയുന്നവർ നീലകേശിയുടേയും ഭഗവതിയുടേയും ഭൂതഗണങ്ങളായിത്തീരുന്നു. എല്ലാ പകലുകളിലും പച്ചത്തവളകൾ സംഘമായി വന്ന് പുറവെളിച്ചത്തെ ഉറ്റുനോക്കിക്കൊണ്ടു ചോദിക്കുന്നു:

“മാറാന്തടത്തിനു ജരാനരകളുണ്ടോ ക്രോം...ക്രോം...”

നിശ്ചലമായ ജലനിരപ്പിൽ അവയുടെ ഒച്ച തെന്നിത്തെന്നി താഴുകയാണു പതിവ്.

മാറാന്തടത്തിന് എന്നും ശൈശവമാണ്. മാറാന്തടത്തിന് എന്നും കൗമാരവും യൗവനവുമാണ്. അതൊന്നു ചൊല്ലിക്കേൾക്കണം. പടിഞ്ഞാറുനിന്നെത്തുന്ന കാറ്റിനെങ്കിലും അതിനു കഴിഞ്ഞിരുന്നെങ്കിൽ! അതിനായി നോവുറ്റ കണ്ണുകളെ പുറത്തേക്കുന്തിച്ചുകൊണ്ട് തവളകൾ കാലത്തെ പോക്കി. ആരുംതന്നെ അവറ്റയ്ക്കു സമാധാനം നൽകിയിരുന്നില്ല. അവയുടെ ദുഃഖം ഏറിയതേയുള്ളു. രാത്രിയുടെ ഉച്ചകളിൽ അവ കൂട്ടത്തോടെ പുറത്തുവരികയും ഒരുമിച്ച് ആർത്തനാദം പുറപ്പെടുവിക്കുകയും ചെയ്തിരുന്നു.

ഒറ്റപ്പെട്ട ഒരു തവളയുണ്ടായിരുന്നു. ഒരു പെരുന്തവള. മറ്റാരുമില്ലാത്തപ്പോൾ മാത്രം പുറത്തുവന്നിരുന്നു. അതും വിളക്കെന്നിയിലെ ശാരദ കുളിക്കാനെത്തുമ്പോൾ, ഉള്ളിലെ ഇരുണ്ട ഞെരുക്കത്തിൽനിന്നും പുറത്തു വരുന്ന പെരുന്തവള നോവുന്ന വിമൂകതയിൽപ്പെട്ട് ശാരദയേയും

കാത്തിരിക്കുന്നു. അവൾക്കിപ്പോൾ തുണ ആരാണുള്ളത്! വർഷങ്ങൾക്കു മുമ്പ് മഹേശ്വരിപ്പിള്ള മരിച്ചു. അതിനുശേഷം ആരാണ് അവളെ പോറ്റുന്നത്? എത്രയേറെ വളർന്നിരിക്കുന്നു പെണ്ണ്! ഓരോന്നോർത്തു വ്യഥ കൊള്ളുന്ന നേരത്തായിരിക്കും ശാരദയുടെ വരവ്. പിന്നെ ശ്വാസോച്ഛ്വാസംപോലും അതു വളരെ ശ്രദ്ധിച്ചേ ചെയ്തിരുന്നുള്ളൂ. അപരാഹ്നത്തിന്റെ ഇളംചൂടുള്ള ജലത്തിൽ ശാരദ മുങ്ങിക്കിടക്കേ കോടിയിലിരുന്നുകൊണ്ട് പെരുന്തവള അവളോടു ചോദിക്കുന്നു:

"നീയാര്?"

ആദ്യകാലങ്ങളിൽ മറുപടി പറയുവാൻ അവൾ തുനിഞ്ഞിരുന്നില്ല. എന്നിട്ടും തവള ചോദ്യം ആവർത്തിച്ചുകൊണ്ടിരുന്നു. പിന്നെപ്പിന്നെ അവൾക്കലിവു തോന്നി. അവൾ വളരെ താഴ്ന്ന സ്വരത്തിൽ പറയുന്നു:

"ശാരദ."

ഉടനെ പെരുന്തവളയുടെ അടുത്ത ചോദ്യമായി:

"എവുടത്തേത്?"

"അറിഞ്ഞൂടെ, വെളക്കെന്നീലേത്."

"ഇപ്പോ കാരണവരാരാണു പെണ്ണേ?"

മറുപടിയില്ല. അവളൊന്നു മുങ്ങാകുഴിയിട്ട് ഉയരുമ്പോൾ തവളയുടെ ശോകച്ഛവി കലർന്ന ശബ്ദം:

"അല്ലെങ്കി വേണ്ട. നീ എന്നെ അറിയുമോ?"

"ഇല്ലേ ഇല്ല."

തിരിഞ്ഞുനോക്കാതെ അവൾ വിളിച്ചുപറയുന്നു. ചോദ്യം ആവർത്തിക്കപ്പെടുന്നു.

"എനിക്ക് അറിയാൻപാടില്ലെന്നു പറഞ്ഞില്ലേ."

പിന്നീട് പടവിൽനിന്നും ഒച്ചയൊന്നുമുണ്ടാകാറില്ല. ക്രമംവിട്ട കിതപ്പിന്റെ നേർത്ത ഒച്ച മാത്രമുണ്ടായിരിക്കും. കുറേക്കഴിഞ്ഞു ജലനിരപ്പിന്റെ ഓരി അടങ്ങുമ്പോൾ അതു പുറത്തേക്കു തലനീട്ടി പറയുന്നു.

"പക്ഷേ, നീ ആരാണെന്ന് എനിക്കറിയാമപ്പീ."

പച്ചപ്പെരുന്തലയ്ക്കു താഴെ, ജരതൂങ്ങുന്ന കഴുത്തിലെ വെള്ളപ്പാടയെ വിറപ്പിച്ചു കൊണ്ട് തവള ഞെരുക്കത്തിലേക്കു വലിയുന്നു, ശാരദ അതുപോലും കാണാറില്ല,

ആ രഹസ്യം ശാരദ ആരോടും പറഞ്ഞിരുന്നില്ല. രാത്രി പത്തായപ്പുരയിൽ അമ്മൂമ്മയുടെ ഓർമകളേയും കെട്ടിപ്പിടിച്ചു കിടക്കുമ്പോൾ അവൾക്കു തോന്നാറുണ്ട്, ആ തവള തന്റെ കാലം ചെന്ന പിതൃക്കളിലാരെങ്കിലും ആയിരിക്കാമെന്ന്. വീരമൃതിയെ പ്രാപിക്കാത്ത ഏതോ ഒരു കാരണവർ കുളപ്പടവിലെത്തിപ്പെട്ടിരിക്കുന്നു. രാത്രി തോറും നീരാട്ടിനെത്തുന്ന ഭൂതഗണങ്ങളെ നോക്കി ഈ തവള നെടുവീർപ്പിടുകയും തന്റെ കാലത്തെ പഴിക്കുകയും ചെയ്തുപോരുകയായിരിക്കാം. ശാരദ വിചാരിച്ചു.

മാറാന്തടം അതിന്റെ ഓരോ സന്ധിയിലും ഭൗതികേതരമായ അനവധി രഹസ്യങ്ങളെ വഹിച്ചുപോരുന്നു. ദേശവാസികളുടെ മനസുപോലെയായിരുന്നു അവയൊക്കെയും. തലമുറകൾ പരമ്പരകളായി അവയെ കൈമാറിക്കൊണ്ടിരിക്കുന്നു. അവയുടെ വേരുകൾ മാറാന്തടത്തിന്റെ ആഴങ്ങളോളം ചെന്നിറങ്ങിയിരിക്കുന്നു. ദാനിയേലുപദേശി തുടക്കത്തിൽത്തന്നെ അതറിഞ്ഞിരുന്നു. മതംമാറിയ ഓരോ വിശ്വാസിയേയും അയാൾ നിരീക്ഷിച്ചിരുന്നു. ഒരു ലോഹകവചം പോലെയായിരുന്നു അവ. ബാഹ്യമായ എന്തിനേയും അവ പ്രതിരോധിച്ചുനിർത്തി. വിശ്വാസികളിൽ ഒട്ടുമുക്കാൽപ്പേരും ആദിമമായ ആ രഹസ്യങ്ങളെ താലോലിക്കുന്നു. അവർ ഗൂഢമായിത്തന്നെ ഭഗവതിയേയും നീലകേശിയേയും ആദരിക്കുന്നു. അവരുടെ ദിനചര്യകളിൽനിന്നുപോലും അവ തെല്ലും തുടച്ചുനീക്കപ്പെട്ടിരുന്നില്ല. രാവിലെ ഉണർന്നു പകലിന്റെ ഖരരേഖകൾ കണ്ണിൽപ്പതിക്കുമ്പോൾ, അറിയാതെ അവർ കിഴക്കുദിക്കിലേക്കു തിരിഞ്ഞുനിന്നുകൊണ്ട് പുലർച്ചസൂര്യനെ അഭിവാദ്യം ചെയ്തുപോകുന്നു. കർക്കിടകവാവിൻനാൾ അവർ പിതൃക്കളെ കൈകൊട്ടി വിളിക്കുന്നു. കാക്കകളായി ചിറകടിച്ചെത്തുന്ന പരേതന്മാരെ ഊട്ടി നിറയ്ക്കുന്നു.

കഴിഞ്ഞ വാവൊരിക്കലിന് കപ്യാർ മോശയുടെ വീട്ടിൽനിന്നും പുന്നെല്ലിൽ പാകം ചെയ്ത പായസം കൊണ്ടുവന്നിരുന്നത് ഉപദേശി ഓർത്തു. മാറാബാധ പിടിപെട്ടാൽ പകൽ പള്ളിപ്പുരയിലിരുന്നു പ്രാർഥിക്കുന്നു. രാത്രിയാകുമ്പോൾ കെഴക്കനെ വിളിച്ച് ആഭിചാരപ്രയോഗങ്ങൾ നടത്തുന്നു. ഭഗവതിക്കാവിലും നീലകേശിമുടിപ്പുരയിലും കൊടുതി ഉത്സവം നടക്കുമ്പോൾ അവർ വെടിനേർച്ചയും പൊങ്കാലനേർച്ചയും കഴിക്കുന്നു. ചിലർ കെഴക്കന്റെ കരിങ്കാളിക്കുപോലും പടുക്കനേരാറുണ്ട്. സംവത്സരങ്ങൾ പേറുന്ന വിശ്വാസങ്ങൾ അത്രയ്ക്കു സൂക്ഷ്മവും നിശിതവുമാണ്. പച്ചകുത്തിയ വടുപോലെ അതു സംവത്സരങ്ങളുടെ പ്രജ്ഞയിൽ പറ്റിപ്പിടിച്ചുകിടക്കുന്നു. ഏതു കാലവർഷത്തിനും അഴിച്ചുമാറ്റാൻ കഴിയാത്ത വണ്ണം.

'ഇനി നോക്കണ്ട. മഴ ചെനത്തുപിടിച്ചു പെയ്യണ ലക്ഷണമാണു കാണണത്.'

തെക്കു കറുത്തുകയറുമ്പോൾ ഓരോ മാറാന്തടക്കാരനും വിചാരിക്കുന്നു. അടിച്ചുകുളിക്കായുള്ള പെരുംകാലവർഷത്തിന്റെ ലക്ഷണമാണു കാണുന്നത്. ആദ്യതുള്ളി പൊടിയുന്നതോടെ മുടിപ്പുരയിൽ സുഷുപ്തി കൊള്ളുന്ന നീലകേശി പുറത്തിറങ്ങുന്നു. പിന്നെ വിരലറ്റം നഖംവരെ തണുക്കുവോളം ദേവിക്കു പള്ളിനീരാട്ടുണ്ട്. അനർഗളമുയരുന്ന കുരവകളുടെ താളത്തിനൊപ്പിച്ച് ഒരു കാൽ നിലത്തൂന്നി, കുതിച്ചു നൃത്തംചെയ്തുകൊണ്ടുള്ള പള്ളിനീരാട്ട്. കണ്ണുകളിലെ തീ അടുങ്ങുവോളം അടിച്ചുകുളി തുടരും. നാവിലെ ചോരപ്പാടുകൾ തീർത്തും, മാഞ്ഞുപോകുമ്പോൾ മാത്രം മഴ ശമിക്കുന്നു. പലപ്പോഴും കാലവർഷം രൗദ്രമായിത്തീ

രാറാണു പതിവ്. കുളവും തോടുകളും കരകവിയുന്നു. മടവീണു ചീറി വരുന്ന വെള്ളത്തിൽപ്പെട്ട് ഇളംവെയലുകൾ ഒലിച്ചുപോകുന്നു. വെയിൽ മങ്ങിയ തുറസുകളിൽ കൊച്ചുകൊച്ചു സാഗരങ്ങളുണ്ടാകുന്നു. എവിടെ നോക്കിയാലും പകയോടെ മനുഷ്യനെ തിരഞ്ഞു നീന്തുന്ന നീർപ്പാമ്പു കളുടെ സംഘങ്ങളെ കാണാം.

അഞ്ചാറുവർഷങ്ങൾക്കപ്പുറം, പള്ളിനീരാട്ടിനു കാലമാകുംമുമ്പ് വന്നുപെട്ട ഒരു മഹാവർഷം ഇന്നും മാറാന്തടക്കാരുടെ മനസിൽ മായാതെ കിടക്കുന്നു. അതു പ്രവാചകന്റെ മഴയായിരുന്നു. മാറാന്തടത്തിനുമീതെ യുള്ള 'ജഗോവ' യുടെ ആദ്യത്തെ അടയാളം. അതിനുശേഷം മൂവാ ണ്ടൊരിക്കലെ അടിച്ചുകുളി രണ്ടെണ്ണം കഴിഞ്ഞു. രണ്ടുവർഷങ്ങൾ കൂടി ക്കഴിഞ്ഞാൽ അടുത്ത കുളിയുടെ കാലമായി. ഒരു പെരുംവർഷത്തിന് അതുവരെ കാത്തിരിക്കേണ്ടതുണ്ട്.

അതുവേണ്ടിവന്നില്ല. കാലം തികയുംമുമ്പ് ദേവിയുടെ മഴപെയ്യാൻ തുടങ്ങി. സാലഭഞ്ജികമാർ കെടാവിളക്കുകളേന്തുന്ന മരവാതിൽ തുറന്ന് ദേവി പുറത്തിറങ്ങി. നിദ്രാഭംഗം സംഭവിച്ചതിന്റെ ഒരു വിമ്മിട്ടവും ദേവി ക്കുണ്ടായിരുന്നില്ല. കുടമണികൾ കിലുക്കിക്കൊണ്ട് ഭൂതഗണങ്ങൾ ദേവിയെ അനുഗമിച്ചു. ഭഗവതിയും സഹചാരികളുമെത്തി. തുടർന്ന് മഴ ഊക്കോടെ പെയ്തു തുടങ്ങി. മാറാന്തടത്തിന്റെ സമതലങ്ങളിൽ നിന്നും അടിച്ചുകുളിയുടെ അലയൊച്ചകൾ ഉയർന്നു.

മാറാന്തടം സംവർത്തകാലമാരിയുടെ പടഹധ്വനിയും കേട്ടു കിടന്നു. പതിവിനു വിരുദ്ധമായി ജലാശയങ്ങൾ നിറഞ്ഞൊഴുകാതെ, ഇളംനെൽ തൊത്തുകളഴിയാതെ മഴയടങ്ങി.

മാറാന്തടക്കാർ നന്ദിയോടെ, മഴയുടെ അവസാനത്തെ തുള്ളി അടർന്നുവീണുവറ്റുന്നതും നോക്കി നിന്നു.

"ഇത്തവണ ദേവി ചതിച്ചില്ല."

നിറഞ്ഞ കൃതജ്ഞതയോടെ അവർ പരസ്പരം പറഞ്ഞു.

"അത് ദേവീരെ ചൊണയല്ല. ജഗോവേരെ അനിംഗിരഗമൊണ്ടായി രുന്നതുകൊണ്ടാണ്."

"ശെരിതെന്നെ ഇപ്പോ അവരു തമ്മിൽ യോജിപ്പിലാണെന്നു തോന്നുന്നു."

"ആരും ആരും?"

"ജഗോവേം നമ്മളെ ദേവിയും."

"അതിനു സംശയമെന്തിന്? അതങ്ങനേ വരൂ."

ശരാശരി മാറാന്തടക്കാരൻ അതു ശരിവച്ചു.

അവന്റെ അകതാരിന്റെ കൊച്ചുകോണിൽ മാറാന്തടത്തിന്റെ അധി ദേവതയായ നീലകേശിയും ഉപദേശിയുടെ യഹോവയും ഒത്തുവാഴാൻ തുടങ്ങിയിരിക്കുന്നു.

"ഭകവതീ ഈ ഉപദ്രവം നീ ഇല്ലായ്മചെയ്തുതരണം. നിനക്കിതാ കൊത്തിത്തുടങ്ങാത്ത ഒരു പൂവൻകോഴി നേർച്ച. സ്വീകരിച്ചാലും അമ്മാ!"

കാലു ചേർത്തുകെട്ടിയ പൂവനെ കാവിന്റെ ബലിക്കല്ലിലേക്കു വലിച്ചെറിഞ്ഞിട്ട് ദേശവാസി ഭഗവതിയോട് അപേക്ഷിക്കുന്നു. അവിടെനിന്നും അയാൾ നേരെ നടന്നെത്തുന്നത് പടിഞ്ഞാറ്റുമുറി പള്ളിത്തറയിലേക്കാണ്. അവിടെ ഗോപുരത്തിലെ കുരിശിനു താഴെയായി അടിച്ചൊതുക്കിയ പുറംതിണ്ണയിൽ മുതുകു വളച്ചുകൊണ്ടു അവൻ കേഴുന്നു:

"ഞങ്ങളെ സിറുശ്ട്ടിച്ച ജഗോവേ ഈ ഉപദ്രവത്തെ ഒഴുപ്പിക്കുമാറാക്കിത്തരേണമേ, ആമ്മേൻ!"

കിളിമരങ്ങളും കാട്ടുതെച്ചിയും പടർന്നുകൂനിയ പൊന്തയിൽ, കരിങ്കാളിയെ തളച്ചിട്ട പാലക്കുറ്റിയെ തഴുകിക്കൊണ്ട് കെഴക്കൻ അതു നിഷേധിച്ചു. അയാൾ ഉപദേശിയുടെ സകല അവകാശവാദങ്ങളേയും അവഗണിച്ചുതള്ളി. അയാൾ യഹോവയുടെ ശാസനകൾക്കുനേരെ അവജ്ഞയോടെ കാർക്കിച്ചുതുപ്പി. മാറാന്തടത്തെ സംബന്ധിച്ചിടത്തോളം നീലകേശിയാണ് സകലതും, എല്ലാത്തിനും ഉടയവൾ. എട്ടു കരങ്ങൾക്കൊണ്ട് അനാദിയായവൾ മാറാന്തടത്തെ ഭരിക്കുന്നു. കെഴക്കൻ പ്രഖ്യാപിച്ചു. തക്കത്തിനു കിട്ടുന്നവരെയെല്ലാം തടഞ്ഞുനിർത്തി കെഴക്കൻ ഉറപ്പിച്ചു പറഞ്ഞു.

എങ്കിൽ കരിങ്കാളിയോ?

ആരോ ഒരാൾ തിരിച്ചു ചോദിച്ചു.

കരിങ്കാളി വിവരംകെട്ട വെറുമൊരു അടിമ മാത്രമാകുന്നു. ചോരയും, പച്ചമാംസവും ഭക്ഷിച്ചുകൊണ്ട് കെഴക്കന്റെ ആജ്ഞകളെ പരിപാലിക്കുവാനായി കരിങ്കാളി തെച്ചിക്കാടിൽ അടങ്ങിക്കിടക്കുന്നു. കരിങ്കാളിക്ക് ഏറെയിഷ്ടപ്പെട്ട നിവേദ്യം കടൽമത്തിയാണ്. ഒരുതുണ്ടു മത്തിക്കുവേണ്ടി ഒരാളെ വലിച്ചുകീറാൻ പോലും കരിങ്കാളി മടിക്കാറില്ല. മാറാന്തടക്കാർക്കറിയാം. മലയിൽ വസിച്ചിരുന്നകാലത്ത് നൂറ്റൊന്നുപേരുടെ ജീവൻ ബലിയായി സ്വീകരിച്ച ഹീനത കരിങ്കാളിക്ക് കിരീടമായുണ്ട്. അഴിച്ചുവിട്ടാൽ, പറയുന്നതും അതിനപ്പുറവും ചെയ്യുന്നു. 'പോയി കുലമറുത്തുവാ' എന്നു ചൊല്ലിവിട്ടാൽ എല്ലാം നിർവഹിച്ചു മടങ്ങിപ്പോരും.

യഹോവയ്ക്കെതിരേയുള്ള എല്ലാ സമരങ്ങൾക്കും കരിങ്കാളി കെഴക്കനു നിരുപാധികമായ പിന്തുണ നൽകിവന്നു. കരിങ്കാളി മാത്രമല്ല, അമ്പലത്തറ ചെല്ലോംപിള്ളയും ഇക്കാര്യത്തിൽ അയാളെ താങ്ങിയിരുന്നു. നേരിട്ടുള്ള യുദ്ധം പിള്ള നിർത്തിയിരിക്കുന്നു. മാറാന്തടം പള്ളിത്തറയിലേക്കു സാവധാനം വളർന്നുകയറുകയാണ്. അയാളതറിഞ്ഞു. ശേഖരപിള്ള മാത്രമല്ല അധികാരിയുടെ മൂത്തമകനും മേടപ്പെരയിലെ അനന്തരവന്മാരും ഉപദേശിയുടെ ചങ്ങാത്തം സ്വീകരിച്ചിരിക്കുന്നു. ശേഖരന്റെ മൂത്തമകൻ സുകുമാരപിള്ള തിരുവനന്തപുരത്ത് പഠിക്കുവാൻ പോയത് ഉപദേശിയുടെ നിർദേശമനുസരിച്ചായിരുന്നു. അത്രവരെയെത്തിയിരിക്കുന്നു കാര്യങ്ങൾ. സുകുമാരൻ പഠിച്ചുതീരാറായെന്നാണു കേൾക്കുന്നത്. മടങ്ങി വന്നാൽപ്പിന്നെ ശേഖരൻ തറയിലായിരിക്കുകയില്ല. അരിശത്തോടെ ചെല്ലോംപിള്ള ഓർത്തു. കാട്ടുകുളം ലോവർ പ്രൈമറിസ്കൂ

ളിൽ കുട്ടികൾ രണ്ടിരട്ടിയിലധികമായിരിക്കുന്നു. പുതിയൊരോലപ്പുരകുടി പണിതിരിക്കുന്നു. അവിടെയിപ്പോൾ പണിക്കൻപൊറ്റയിലെ എത്രയോ കുട്ടികൾ പഠിക്കുന്നു. കാവുംപുറത്തു നിന്നുള്ള കുട്ടികളുടെ എണ്ണവും വർധിച്ചിരിക്കുന്നു. പഠിക്കുവാനെത്തുന്ന കുട്ടികൾക്കു പൊടിപ്പാലും വസ്ത്രങ്ങളും മറ്റു സഹായങ്ങളും ലഭിക്കുന്നു. ഉപദേശിയുടെ പള്ളിയിലും അതുതന്നെയായിരുന്നു സ്ഥിതി. ആളുകൾ ഏറിക്കൊണ്ടേയിരിക്കുന്നു. പല ഞായറാഴ്ചകളിലും പള്ളിക്കു പുറത്തും വിശ്വാസികൾക്ക് നിൽക്കേണ്ടി വന്നിട്ടുണ്ട്. മുമ്പ് മാറാന്തടത്തിലെ ഒട്ടുമുക്കാൽപ്പേരും ഉപദേശിയോട് എതിർപ്പുള്ളവരായിരുന്നു. ചെല്ലോംപിള്ളയുടെ ഏതു നീക്കത്തിലും മറുവാക്കു ചോദിക്കാതെ അവർ പങ്കുചേർന്നിരുന്നു. എത്രയെത്ര സംഭവങ്ങൾ! എന്നിട്ടും ഉപദേശി കുലുങ്ങിയോ? പാറമേൽപ്പണിത ഒരു മഹാമന്ദിരംപോലെ അയാൾ തെല്ലും ചഞ്ചലനാകാതെ നിന്നിരുന്നു. ഇന്ന് അവസ്ഥയാകെ മാറിയിരിക്കുന്നു. ദാമോദരന്റെ ചായക്കടയിലും ക്രിമീരന്റെ ചായ്പിലും ഉപദേശിക്കെതിരേയുള്ള ഏതൊരു പ്രസ്താവനയ്ക്കും സ്ഥാനമില്ലാതായിരിക്കുന്നു.

"അതൊക്കെ ഓരോരുത്തര് അസൂയകൊണ്ടു പറയണതല്ലേ?"

ഉപദേശിയുടെ ഏറ്റം കടുത്ത ശത്രുവായിരുന്ന കുഞ്ഞപ്പി അയാൾക്കുവേണ്ടി വാദിച്ചുതുടങ്ങിയിരിക്കുന്നു. അയാൾക്കിപ്പോൾ അമ്പലത്തറയിൽ കൈമണിയില്ല. തെങ്ങിന്റെ ആര് തറച്ചുകയറി വ്രണമായിത്തീർന്ന കാരണം ശരിക്കു നടക്കാൻപോലും കഴിയാതായിരിക്കുന്നു. കുഞ്ഞപ്പിയുടെ കുടിയിൽനിന്നും രണ്ടുകുട്ടികൾ കാട്ടുകുളം സ്കൂളിൽ പോകുന്നുണ്ട്. എല്ലാ ദിവസങ്ങളിലും അവർ ഓരോ പൊതി പൊടിപ്പാൽ വീട്ടിലേക്കു കൊണ്ടുവന്നിരുന്നു. പൊടിപ്പാലിൽ ചായ അനത്തിയാൽ ഒരു പ്രത്യേകസ്വാദാണെന്ന് ഒരിക്കൽ കുഞ്ഞപ്പി ചെല്ലോംപിള്ളയോടു പറഞ്ഞു. അതുകേട്ട് അയാൾ അരിശത്തോടെ ആട്ടുമെന്ന് കുഞ്ഞപ്പി കരുതി. ഒന്നുമുണ്ടായില്ല. അയ്യാവുവാത്തിയുടെ കാലശേഷത്തോടെ അയാളുടെ ഒരു ചെയ്തിയും വേണ്ടപോലെ ഫലിച്ചിരുന്നില്ല. നീലകേശിയുടെ പുതിയ പുരോഹിതനാകട്ടെ പള്ളിക്കെതിരേയുള്ള നടപടികളെ കണ്ണടച്ച് അനുകൂലിക്കുവാൻ തയാറായതുമില്ല. പലപ്പോഴും വിളിച്ചുവരുത്തി പിള്ളവാത്തിയോടാവശ്യപ്പെട്ടു. പണിക്കൻപൊറ്റയിലെ കുട്ടികളിലാരുംതന്നെ കാട്ടുകുളം സ്കൂളിൽ കടന്നുപോകരുതെന്നു കൽപ്പിച്ചു. വാത്തി ഒന്നിനും മറുപടി പറഞ്ഞില്ല. ഊരാളി കുട്ടികൾ സംഘം സംഘമായി പൊടിപ്പാലിന്റെ മഹത്വത്തെക്കുറിച്ച് ചർച്ചചെയ്തുകൊണ്ട് എല്ലാ പ്രഭാതങ്ങളിലും ഉപദേശിയുടെ സ്കൂളിലേക്കു പോയിരുന്നു.

എന്നിട്ടും ചെല്ലോംപിള്ള വിളവാരം നടന്നു. ചരിവിലെ വെപ്പാട്ടികളുടെ കുടികളിൽ കയറിയിറങ്ങി. പുതിയ ഇരകൾക്കായി വലവീശി. പത്തായപ്പുരയിൽ തടഞ്ഞുനിൽക്കുന്ന വിശാലത്തെ അത്യധികമായി സ്നേഹിച്ചു. അവളുടെ വിയർപ്പിന്റെ ഗന്ധം വേണ്ടുവോളമറിഞ്ഞു. തരംകിട്ടുമ്പോഴൊക്കെ ഉപദേശിക്കും യഹോവയ്ക്കും എതിരായി ഭർത്സനങ്ങൾ

ചൊരിഞ്ഞു. എല്ലാത്തിനും സാക്ഷിയായിക്കൊണ്ട് ഉള്ളിലടക്കിയ മന്ദഹാസവുമായി മരണപ്പാറ എഴുന്നുനിന്നു. മണ്ണിളകി മാറിക്കൊണ്ടിരുന്ന അടിവാരത്തിനുമീതെ പാറ വളരുകയും ചെയ്തിരുന്നു. വെള്ളയാഴ്ചരാവുകളിൽ പാറമേൽനിന്നും പ്രവാചകന്റെ അരുളപ്പാടുകൾ ഇടതടവില്ലാതെ താഴ്വാരത്തെ തഴുകിയെത്തി.

മൂവാണ്ടൊരിക്കലെ പള്ളിനീരാട്ടുകൾക്കിടയിൽ വങ്ങേനി നിരവധി തവണ വറ്റിരണ്ടു. പാടങ്ങൾ വിണ്ടുകീറി. വിള്ളലുകളിൽനിന്നും അവശയായിത്തീർന്ന അമ്മയുടെ നിശ്വാസങ്ങളുയർന്നു. സ്വർഗീയദാനംപോലെ കുമിളിപ്പൊയ്ക എല്ലാക്കാലങ്ങളിലും കുളിരണിഞ്ഞു കിടന്നു. പൊയ്കയിലെ മാനത്തുകണ്ണികൾ പരമ്പരയുടെ ദുഃഖവുംപേറി ആഴങ്ങളിൽ കൂപ്പുകുത്തി കാലം കഴിച്ചു.

ഒരു ശനിയാഴ്ച വൈകുന്നേരം ഉപദേശി മുനമ്പത്തു തറവാട്ടിലേക്കു ചെന്നു. പടിപ്പുരയിലിരുന്നുകൊണ്ടു അയാൾ ശേഖരപ്പിള്ളയുമായി ഏറെനേരം സംസാരിച്ചു. മാറാന്തടമായിരുന്നു അവരുടെ സംഭാഷണങ്ങിലാകെ സുഭദ്രപ്പിള്ള അവർക്ക് നനച്ച അവലും ചക്കരക്കാപ്പിയും നൽകി. മുമ്പൊരിക്കലുമില്ലാത്തവിധം ശേഖരപ്പിള്ള വാചാലനായി കാണപ്പെട്ടു. ഇടയ്ക്കയാൾ ചില തമാശകളൊക്കെ പൊട്ടിച്ചിരുന്നു. മടങ്ങാൻനേരം ഉപദേശിയോട് പിള്ള ഒരെളിയ ആഗ്രഹമറിയിച്ചു:

"നാളെ ഞായറാഴ്ചയല്ലേ?"

"അതെ. വിശുദ്ധശബ്ബത്തിന്റെ നാൾ."

"അങ്ങനെ പറഞ്ഞാലൊന്നും ഞങ്ങൾക്കു മനസിലാവുല്ല."

"ഞങ്ങളുടെ ദൈവത്തിനായുള്ള വിശ്രമദിവസം."

"അതന്നെ ഞാനും പറയാൻ വന്നത്. കൊറേക്കാലമായി എനിക്കൊരാശ. നിങ്ങളെ പള്ളീലൊന്നു വന്നാലെന്തന്ന്."

"വരുക. യഹോവയുടെ സ്വാഗതം മുൻകൂറായി ഇതാ അറിയിക്കുന്നു."

"എത്തറ മണിക്കു തൊടങ്ങും?"

"രണ്ടാംമണി കേൾക്കുംമുമ്പ് അങ്ങോട്ടു പോന്നേച്ചാൽ മതി."

"ഒരു കാര്യം. ഇതു സുഭദ്രപോലും അറയേണ്ട. അവുടത്തെ കാര്യങ്ങളൊക്കെ നേരിട്ടു കാണാൻ ഒരാശ. അത്രേ ഒള്ളു."

സമ്മതിച്ചുകൊണ്ട് ഉപദേശി പടിയിറങ്ങി. രാത്രി മുഴുവൻ പിള്ളയുടെ മനസിൽ പള്ളിത്തറയും യഹോവയുമായിരുന്നു. പള്ളിയിലേക്കുള്ള യാത്ര സുഭദ്രയെങ്കിലും അറിയുന്നതല്ലേ നന്ന്? ഏതായാലും അറിയേണ്ടിവരും. പോകുംമുമ്പ് അവളോട് പറയാം. അതു വേണ്ട. രാവിലെ ഉണർന്നാലുടനെ വിളിച്ചു പറഞ്ഞേക്കാം.

പിള്ള കിടന്നു. സ്വപ്നങ്ങൾ അയാളെ തീണ്ടാനറച്ചുനിന്നിരുന്ന ഒരു രാത്രി. അതിവേഗം അതു പുലർന്നു. പിള്ള ഉണർന്നു.

"സുഭദ്രേ!" —പിള്ള വിളിച്ചു.

"ങ്ഹേ!" —പിള്ള അത്ഭുതപ്പെട്ടു. തന്റെ നാവിനെന്തു സംഭവിച്ചു? വായ്ക്കകത്ത് നാവില്ലാത്ത ഒരവസ്ഥ. ശേഖരപ്പിള്ള ഒരിക്കൽക്കൂടി ശ്രമിച്ചു. കഴിയുന്നത്ര ശക്തിയേറ്റി അയാൾ വിളിച്ചു:

"സുഭദ്രേ...സുഭദ്രേ!"

ഇല്ല. നാവ് തീരെ അനങ്ങുന്നില്ല. എന്താണു സംഭവിച്ചിരിക്കുന്നത്? നാവിനെ തലോടി അറിയുവാനായി അയാൾ ഇടംകൈ മെല്ലെ ഉയർത്തി.

"ങ്ഹേ!"

ഇടംകൈക്കെന്തുപറ്റി? ഇടതുവശത്തിനെന്തുപറ്റി? അന്ധാളിപ്പോടെ പിള്ള എഴുന്നേൽക്കാൻ ശ്രമിച്ചു. കഴിഞ്ഞില്ല. അതേ കിടപ്പിൽ അയാൾ കിടന്നു. ചുറ്റുപാടും വളർന്നുകൊണ്ടിരുന്ന പുലർവെട്ടത്തിൽ അയാൾ ആരേയോ തിരക്കി. പടിഞ്ഞാറ്റുമുറിയിൽ അലച്ചെത്തുന്ന ഒരു മണിനാദത്തിനായി ഭീതിയോടെ അയാൾ കാതോർത്തു.

കപ്യാർ മോശയുടെ ഭാര്യ എസ്തർ മരിച്ചു. എന്തു ദണ്ഡമായിരുന്നുവെന്ന് ആർക്കും പിടികിട്ടിയില്ല. തലേ രാത്രി ഉറങ്ങാൻ കിടന്നപ്പോൾ അവർ ഹാബേലിനെ വിളിച്ചിരുന്നു. അതു പതിവില്ലാത്തതാണ്. ഹാബേൽ ചെന്നു. അവനെ അരികിലിരുത്തി എസ്തർ വളരെനേരം സംസാരിച്ചു. പള്ളിയും പള്ളിക്കൂടവുമായിരുന്നു വിഷയം.

"മക്കളെ, എന്തുവന്നാലും നിങ്ങൾ ഒപതേസിയെ കൈവിടല്ലേ!"

എസ്തർ അഭ്യർഥിച്ചു.

"ഇല്ല."

ഹാബേൽ ഉറപ്പുനൽകി. ഒടുവിൽ എസ്തർ പറഞ്ഞു. ശമ്പളം കിട്ടുമ്പോൾ അവർക്കൊരു മുണ്ടുവേണം. പുളിയിലക്കരയുള്ള ഇരട്ടമുണ്ട്. വാങ്ങിക്കൊടുക്കാമെന്ന് ഹാബേൽ ഏറ്റു.

രാവിലെ എല്ലാവരുമുണർന്നു. എസ്തർമാത്രം ഉണരാൻ കൂട്ടാക്കിയില്ല. പകരം ദീർഘമായ നിദ്രയുടെ കയങ്ങളിലേക്കിറങ്ങിപ്പൊയ്ക്കളഞ്ഞു. ഒരിക്കലുമുണരാത്തവണ്ണം.

അമ്പലത്തറ ചെല്ലോംപിള്ള വെപ്പാട്ടി കുഞ്ഞിയുടെ രണ്ടാമത്തെ മകൾ ഭാരതിയെ ഭാര്യയായി സ്വീകരിച്ചു. അരുതേയെന്നു കുഞ്ഞി അടക്കിപ്പിടിച്ചപേക്ഷിച്ചു. അവളുടെ മുറ്റിയ ഉടലിൽനിന്നും ശരീരത്തെ വേർപ്പെടുത്തി ചെല്ലോംപിള്ള അടുത്ത ചായ്പ്പിലേക്കു ചെന്നു. ഭാരതി കമിഴ്ന്നു കിടന്നു കരഞ്ഞു. പാതിരാവോളം അവളുടെ തേങ്ങലുകളുയർന്നിരുന്നു. പുലർന്നപ്പോൾ അമ്മയുടെ മുഖത്തു നോക്കാനാവാതെ പുറത്തിറങ്ങിയിരുന്നുകൊണ്ട് അവൾ രഹസ്യമായി മന്ദഹസിച്ചു. പിന്നീട് എല്ലാ പ്രഭാതങ്ങളിലും അവളതു തുടർന്നു.

ഒരു ബുധനാഴ്ച മധ്യാഹ്നത്തോടെ ആസുരമായ ഒരിമ്പം കേട്ട് മാറാന്തടക്കാർ ഭയവിഹ്വലരായിത്തീർന്നു. എന്താണെന്നറിയാതെ പലരും പരസ്പരം മിഴിച്ചു നോക്കി. പാതയിൽനിന്നാണ് ഒച്ച കേൾക്കുന്നത്. അതകന്നുപോകുന്നു. അവരോടിക്കൂടി.

ആദ്യത്തെ മോട്ടോർവാഹനം തീയും പുകയും തുപ്പിക്കൊണ്ട് പാതയിലൂടെ ഓടിമറഞ്ഞു.

അതിനിടയിലൊരു ദിവസം ചേച്ചമ്മയുടെ കത്തുവന്നു. ദീനാമ്മ അത് പൊട്ടിച്ചു വായിച്ചു. ഒട്ടുനേരം അവർ മൂകയായി നിന്നു. ഉപദേശി പുറത്തായിരുന്നു. വൈകുന്നേരം അയാൾ മടങ്ങിവന്നപ്പോൾ ദീനാമ്മ അറിയിച്ചു:

"ഇനിയൊരിക്കലും ഞാൻ പറയില്ല. ഇന്നും ചേച്ചമ്മയുടെ എഴുത്തു വന്നിരുന്നു. ദയവുചെയ്തു നിങ്ങൾ അവനെയിങ്ങു കൂട്ടിക്കൊണ്ടു വരൂ. അവനെന്തു പാപമാണു ചെയ്തത്. കൊച്ചുകുഞ്ഞല്ലേ. അവനെ പഠിപ്പിക്കുവാൻപോലും അയാൾ സമ്മതിക്കുന്നില്ലത്രേ. ദയവുചെയ്ത് ഇനിയും അമാന്തംകാട്ടരുത്."

മെയ്യപ്പൻ കമ്പനി വക ബസ് രാജധാനിയിൽനിന്നും പള്ളിച്ചൽ തേരി കയറി മാറാന്തടംവഴി കടപ്പുറത്തേക്കോടാൻ തുടങ്ങി. അതോടെ ദാമോദരൻനായർക്കു കച്ചവടം വർധിച്ചു. ആദ്യം ഉച്ചയ്ക്കു മാത്രമേ ബസ് വന്നിരുന്നുള്ളു. പിന്നീട് സമയത്തിനു മാറ്റമുണ്ടായി. രാവിലെയും വൈകുന്നേരവും രണ്ടു ബസുകൾ ഓടുക പതിവായി. ഒരു ദിവസം മോട്ടോർവാഹനത്തെ കാണുവാനായി ഹാബേലിന്റെ നേതൃത്വത്തിൽ കാട്ടുകുളം ലോവർ പ്രൈമറിസ്കൂളിലെ കുട്ടികൾ മച്ചോട്ടുമുക്കിൽ വന്നു. കുട്ടികൾ കുതൂഹലത്തോടെ കാത്തുനിന്നു. ഉച്ചയോടെ ബസ് എത്തിച്ചേർന്നു.

ഹാബേൽ കൈനീട്ടി. പുക തുപ്പിക്കൊണ്ട് ബസ് നിന്നു. കുട്ടികളടുത്തു കൂടി. അത്ഭുതത്തോടെ, ആദരവോടെ ബസിനുള്ളിലിരിക്കുന്ന യാത്രക്കാരെ അവർ നോക്കിനിന്നു.

ബസിൽനിന്നും ഉപദേശി ഇറങ്ങി. കുട്ടികൾ ഒട്ടു പിന്നിലേക്കു മാറി. ഹാബേൽ ഉച്ചത്തിൽ "ഹല്ലേലൂയ്യ!" എന്നു പറഞ്ഞു. കുട്ടികൾ അതേറ്റു ചൊല്ലി.

ഉപദേശിയുടെ കൈയിൽ തൂങ്ങി മോനായി മാറാന്തടത്തിന്റെ മണ്ണിൽ കാലുകുത്തി.

ബസ് ഇരമ്പത്തോടെ പുറപ്പെട്ടുപോയി.

30

അപരിചിതഭൂവായ മാറാന്തടത്തിലെ ആദ്യത്തെ പ്രഭാതം.

ഉറക്കമുണർന്നു മോനായി കിടക്കയിൽത്തന്നെ കിടന്നു. വലിയപ്പച്ചന്റെ കട്ടിലിലാണ് കിടന്നിരുന്നത്. ഉറക്കം സുഖകരവുമായിരുന്നു. കൊതുകില്ല. ഉറക്കത്തെ കെടുത്തുന്ന മൂട്ടകളുടെ ശല്യവുമുണ്ടായിരുന്നില്ല. ഏറെ വൈകിയിട്ടായിരുന്നു തലേരാത്രി വലിയപ്പച്ചൻ ഉറങ്ങാനെത്തിയത്. അതുവരെ ഒറ്റയ്ക്കു കിടന്നു. ഒരു പേടിയും തോന്നിയില്ല. എത്രയോ രാത്രികളിൽ, പുറത്ത് ഇടിമിന്നലുകളും പേമാരിയുടെ കൊടുങ്കാറ്റും ചരാചരങ്ങളെ ഭയവിഹ്വലരാക്കിത്തീർത്തിരുന്നു. എത്രയോ രാത്രികളിൽ, പുതപ്പിനടിയിലെ തമസിനെമാത്രം ശരണമാക്കി ഒറ്റയ്ക്കു കിടന്നുറങ്ങിയിട്ടുണ്ട്. എത്രയോ രാത്രികളിൽ ദുഃസ്വപ്നങ്ങൾ കണ്ടു നടുങ്ങിയുണർന്ന്

നിലവിളിച്ചിട്ടുണ്ട്. ഒന്നു വിളിച്ചുചോദിക്കുവാൻപോലും ആരുമുണ്ടായിരുന്നില്ല. ഉറങ്ങാതെ കിടക്കുമ്പോൾ മോനായിയുടെ ചിന്തകളിൽ അവന്റെ കഴിഞ്ഞ രാത്രികൾ വട്ടമിട്ടു നിന്നിരുന്നു.

അവൻ കാത്തുകിടന്നു, വല്യപ്പച്ചന്റെ വരവിനായി. ഒരു സാധാരണ മനുഷ്യന്റെ ജീവിതമായിരുന്നില്ല ദാനിയേലുപദേശിയുടേതെന്ന്, വന്നുകയറി മണിക്കൂറുകൾക്കകംതന്നെ മോനായി മനസിലാക്കി. അരപ്പകലിന്റെ പരിചയം മാത്രമേയുള്ളൂ. അതിനിടയിൽ എന്തൊക്കെ കണ്ടു! എത്രപേരാണ് പള്ളിത്തറയിൽ വന്നു പോയത്! പലരും മുറ്റത്തു നിൽക്കുകമാത്രം ചെയ്തു. വരാന്തയിലേക്കു കടന്ന ചിലരാകട്ടെ ഇരിപ്പിടങ്ങളിലിരിക്കാൻ മടിക്കുന്നു. എത്രപേർക്കാണ് വല്യമ്മച്ചി കാപ്പി പകർന്നു കൊടുത്തിരുന്നത്! ഏവരോടും അതിവാചലനായിത്തന്നെ വല്യപ്പച്ചൻ സംസാരിക്കുന്നു. എന്തൊരു ചുറുചുറുക്ക്!

സ്കൂളിൽ പുതിയ പുര പണിയുന്നതിനേക്കുറിച്ചുള്ള അന്വേഷണങ്ങൾ. ഏതു സ്കൂളാണോ ആവോ! കുളം ഇറച്ചു വറ്റിക്കണം. കുറേക്കൂടി കോരിയാൽ മഴക്കാലങ്ങളിൽ ഇരട്ടി വെള്ളം നിറയ്ക്കാം. അതിനായി വണ്ടേനിത്തോട്ടിൽ ഒരരുകിലായി അണകെട്ടി ചീപ്പിട്ടാൽ മതിയാകും.

തോടിനു വരമ്പരിയണം. കൈത്തോടിന് ആഴം പോര. കോരിക്കണം.

ആരുടേയോ സ്മാരകപ്രാർഥനയ്ക്കു കൂടണം.

ഒന്നിലും മോനായിക്കു താൽപ്പര്യംതോന്നിയില്ല. അകമുറിയിലിരുന്നുകൊണ്ട് അവനെല്ലാം കാണുകയും കേൾക്കുകയും ചെയ്തു. അവനിൽ കെട്ടടങ്ങിപ്പോയിരുന്ന ഉത്സാഹത്തിന്റെയും ജിജ്ഞാസയുടെയും തിരികൾ കത്താൻ തുടങ്ങുന്നതേയുള്ളൂ. അവനോർത്തു, ഇവിടത്തെ പകലുകൾ സ്വച്ഛങ്ങളായിരിക്കും. അവ വരാൻ പോകുന്ന ഓരോ രാത്രിയെക്കുറിച്ചും ഓർത്തു ഉൽക്കണ്ഠപ്പെടുകയില്ല. ഇവിടത്തെ സന്ധ്യകൾ ശാന്തങ്ങളായിരിക്കും. അവ ഒരിക്കലും ഒരാസന്ന ഭീതിയുടെ മിഴാവു കൊട്ടുകയില്ല. അവനങ്ങനെയാണു തോന്നിയത്. അത്രയ്ക്കു തിക്തങ്ങളായിരുന്നു അവന്റെ കഴിഞ്ഞകാലദിനങ്ങൾ. അവയെക്കുറിച്ചോർക്കുവാൻ അവനൽപ്പവും ആഗ്രഹിച്ചിരുന്നില്ല. രാവിലെ ഉറക്കച്ചടവുവറ്റാത്ത കണ്ണുകൾകൊണ്ട് പുറംലോകത്തെ ഉഴിഞ്ഞുകൊണ്ട് അവൻ ആ കിടപ്പു തുടർന്നു. ഇവിടത്തെ ആകാശം എത്ര ശുഭ്രം! ഇവിടത്തെ ഭൂമി എത്രമേൽ ഹരിതാഭ നിറഞ്ഞത്! ഒരിക്കലും അവ അവന്റെ സാന്നിധ്യത്തിൽ നൊമ്പരപ്പെടുകയോ അരിശംകൊള്ളുകയോ ഇല്ല.

പുലർച്ചപ്പൊൻവെയിലിന്റെ നേർമയിൽ ചടഞ്ഞുകിടക്കുന്ന പൊറ്റയിൽ കണ്ണുകളുറപ്പിച്ചു കിടക്കവേ, ഉപദേശി പുറത്തു നിന്നുകൊണ്ട് അവനെ വിളിച്ചു. അവൻ ശ്രദ്ധിച്ചു. മറ്റാരൊക്കെയോ അവിടെയുണ്ട്. മടിച്ചു മടിച്ച് അവൻ പുറത്തിറങ്ങി.

"മോനേ, ദേ ഇങ്ങോട്ടു വരൂ. മോനെക്കാണാൻ ആരൊക്കെയൊ ഇവിടെ വന്നിരിക്കുന്നതെന്നു നോക്കുക."

വല്യമ്മച്ചിയുടെ ശബ്ദം. പുറവാതിലിൽ അവൻ നിലയുറപ്പിച്ചു. അതിനിടെ നിക്കറിന്റെ ഒരു വള്ളി ഊർന്നു താഴേക്കു പോയി. അതിനെ പൂർവസ്ഥിതിയിലുറപ്പിച്ചുകൊണ്ട് അവനവിടെത്തന്നെ നിന്നു.

കപ്യാർ മോശ പടികയറി വന്നു.

"നല്ലയാളുതന്നെ. പുതുമോടിയായി വന്നിട്ട് അകത്തുകേറി ഒളിച്ചിരിപ്പോ? ഇങ്ങു വരീം."

കപ്യാർ മോശ വാത്സല്യത്തോടെ ക്ഷണിച്ചു.

"ഇങ്ങോട്ടൊന്നു വരീം. ഞാളൊന്നു ചൊവ്വേ കണ്ടോട്ട്."

ഒരു പരുക്കൻ കൈ അവനെ ചുറ്റിപിടിച്ചു. കപ്യാർ മോശ അവനേയും കൊണ്ടു പുറത്തിറങ്ങി. മുറ്റത്ത് ഉപദേശിയേയും ദീനാമ്മയേയും കൂടാതെ രൂത്തും തോമസുകുട്ടിയും നിന്നിരുന്നു. അമർത്തിപ്പിടിച്ച അവരുടെ ചിരിയേറ്റ് അവനാകെ നാണിച്ചുപോയി.

"ചെ ച്ചെ...ഇതെന്തെര്? ഞാളെ കണ്ടപ്പം ഇത്രയ്ക്കു നാണമോ? പെങ്കുട്ട്യോളെപ്പോലെ?"

കപ്യാർ മോശയുടെ ഫലിതം കേട്ട് കൂടിനിന്നവർ ചിരിച്ചു. അവർക്കു നടുവിലായി അവൻ നിന്നു. ഉപദേശിയുടെ മറവിൽ പാതിയൊളിച്ചുകൊണ്ട് അവൻ എല്ലാവരേയും കണ്ടു.

"ഇനിമേലിവിടെ നിന്നോണ്ടാ മതി. വലിയപ്പനും അമ്മച്ചിക്കും ഒരു തൊണയായി. ഇവുടെത്തന്നെ പടിക്കുകയും ചെയ്യാമല്ലോ."

മോശയുടെ നിർദേശം അവനിഷ്ടപ്പെട്ടു. പ്രഭാതം കാഴ്ചവച്ച അപരിചിതത്വം മെല്ലെമെല്ലെ അകലുന്നത് അവനറിഞ്ഞു.

"അവനെയിനി തിരിച്ചു വിടുന്നില്ല കപ്യാരേ. ഇവിടെ കഴിയട്ടെ. ഞങ്ങൾ വളർത്താൻപോകുന്നു."

"അതു കൊള്ളാം. വയ്യാതാകുമ്പോ ഇവരു നോക്കിക്കോളും കാര്യങ്ങളെല്ലാം. ഇപ്പോഴേ എല്ലാം പടിപ്പിച്ചെടുത്താമതി?"

"ഇവരെയൊക്കെ മോനറിയുമോ?"

അവന്റെ ശിരസിനെ തലോടിക്കൊണ്ട് ദീനാമ്മ ചോദിച്ചു. ഇല്ലെന്ന് അവന്റെ മൗനം വിളിച്ചു പറഞ്ഞു. അവർ കൂടിനിന്നവരെ അവനു പരിചയപ്പെടുത്തി.

"ഇതാണു നമ്മുടെ കപ്യാർ. കപ്യാർ മോശ. ദേ കാണുന്നില്ലേ നമ്മുടെ പള്ളി, ആ പള്ളിലെ വെല്യ ആളാ."

മോശ അതേ എന്നു തോന്നിപ്പിക്കുമാറ് ചിരിതൂവി. തുടർന്ന് ഉപദേശി തോമസുകുട്ടിയേയും രൂത്തിനേയും അവനു പരിചയപ്പെടുത്തി.

"അല്ല, ഇനിം നിങ്ങളെ പേരെന്തരെന്നു പറഞ്ഞില്ലല്ലോ? പേരക്കേന്നോ ചുണ്ടക്കേന്നോ?"

വീണ്ടും കപ്യാർ മോശയുടെ ഫലിതം.

"പേരു പറയൂ മോനേ."

ഉപദേശി അവനെ പ്രോത്സാഹിപ്പിച്ചു.

"മോനായി."

കപ്യാർ മോശയ്ക്കു പിടികിട്ടിയില്ല. അവനാവർത്തിച്ചു:

"മോനായി."

"മോന ആയിയെന്നോ? എന്തെരായീന്ന്? ദിവാനോ, പേശ്ക്കാരോ, അതോ അപ്പോത്തിക്കിരിയോ?"

"ദവളയായിരിക്കും."

രൂത്തിന്റെ ഒരു കൊച്ചുവിശദീകരണം. അതു കേട്ട് മോനായിയും ചിരിച്ചു പോയി. പാവം മനുഷ്യർ. നല്ലവരാണെന്നു തോന്നുന്നു.

"പടിച്ചുപടിച്ചു വലിയ ആളാകണം. നമ്മളെ മുനമ്പത്തെ പിള്ളേനെപ്പോലെ പട്ടണത്തിപ്പോയി ഇങ്കിലീശൊക്കെ പടിക്കണം.

പുതിയ മുഖങ്ങൾ, പുതിയ ശബ്ദങ്ങൾ, പുതിയ സൗഹൃദങ്ങൾ, അവനു കുളിരു തോന്നി.

ഇവിടം എത്രയ്ക്കു ശീതളം!

അവനോർത്തുപോയി.

ഉൽക്കണ്ഠയും ഉദ്വേഗവും പരസ്പരം മത്സരിക്കുന്ന രാത്രികൾ. ഒറ്റയ്ക്കൊരു മുറിയിൽ കിടക്കുക. ചുവരുകൾ മാത്രം കൂട്ടുകാർ. ഉറങ്ങാറില്ല. പാതിരാക്കുയിലിന്റെ പാട്ട് എല്ലാ ദിവസവും കേൾക്കാറുണ്ട്. അതിനുമുമ്പ് രാക്കുയിലിന്റെ ഗാനത്തിന് കേളികൊട്ടെന്നോണം മറ്റു ചിലതു കൂടി കേൾക്കേണ്ടിവരുന്നു. എത്രയ്ക്കു ശക്തമായി കാതുകളെ കൊട്ടിയടച്ചാലും ഉറക്കത്തെ ആട്ടിയകറ്റുന്ന അപസ്വരങ്ങൾ ചുവരുകൾക്കപ്പുറത്തു കാത്തുനിൽക്കുന്നു.

രാത്രിയെ പകയ്ക്കുന്ന ശകാരങ്ങൾ. അടക്കിപ്പിടിച്ച തേങ്ങലുകൾ.

അടുത്തമുറിയിൽ നിന്നുമാണ്. അപ്പന്റേയും അമ്മയുടേയും ഉറക്കറ. എല്ലാ രാത്രികളിലും അരങ്ങേറുന്ന നാടകത്തിന് ഒരേയൊരു രംഗം മാത്രമേയുണ്ടാകാറുള്ളു.

"സത്യം പറയെടീ!" —പരുഷമായ ശബ്ദം.

മറുപടിയില്ല.

"നിന്നോടു സത്യം പറയാനാണു പറഞ്ഞത്!"

ശബ്ദത്തിനു പാരുഷ്യം നഷ്ടപ്പെടുന്നു. പകരം പ്രാകൃതമായ ഒരു സ്വരഭേദം അതിനുണ്ടായിത്തീരുന്നു. അപ്പുറത്ത് ഭിത്തിയിലെന്തോ ആഞ്ഞു പതിക്കുന്ന ശബ്ദം. അടഞ്ഞുപോകുന്ന ഞരക്കം. തലയറ്റം പുതപ്പിൽ മൂടി ശ്രദ്ധിച്ചു കിടക്കുന്നു. ഒന്നും തിരിയുന്നില്ല. എന്നും ശ്രമിക്കാറുള്ളതാണ്. ഒരിക്കലും ഒന്നും മനസിലായിരുന്നില്ല. ഇന്നുവരേക്കും രാവിലെ ഉറക്കംവിട്ടെഴുന്നേൽക്കുമ്പോൾ അമ്മയുടെ വീർത്ത കൺപോളകൾ അവനോട് എല്ലാം വിളിച്ചുപറഞ്ഞിരുന്നു. അവന്റെ ഇളംശിരസിൽ ഭാരമായിരുന്നു എന്തോ ഒന്ന്.

ഒടുവിൽ ഒരു രാത്രി അപ്പൻ വൈകിയെത്തുന്നു. വരാന്തയിൽ അമ്മയോടൊപ്പം കാത്തിരുന്നു. വരാൻ വൈകിയപ്പോൾ ചുറ്റും തുറിച്ച കണ്ണുകളുമായി നിൽക്കുന്ന ഇരുട്ടുപോലുമറിയാതെ അവന്റെ ശിരസിൽ മുഖമമർത്തി കരഞ്ഞിരുന്നതെന്തിനാണ്?

അപ്പൻ വന്നുകയറുമ്പോൾ, നേർത്ത നിദ്രയുടെ തീരങ്ങളിലായിരുന്നു. വരാന്ത കടക്കുമുമ്പ് അമ്മ പറഞ്ഞു:

"അടുത്താഴ്ച സ്കൂളു തുറക്കുന്നു."

"അതിന്?"

"മോനായിയെ ഇത്തവണയെങ്കിലും..."

"ഓഹോ!"

"കഴിഞ്ഞ രണ്ടുതവണയും ഞാൻ പറഞ്ഞിട്ട് നിങ്ങളൊന്നും ചെയ്തില്ല. അവനെത്ര വയസാണെന്നറിയാമോ? ഇപ്പോൾതന്നെ അവനേക്കാൾ രണ്ടുമൂന്നു വയസിന് ഇളപ്പമുള്ളവരോടൊപ്പമല്ലേ അവൻ ചെന്നിരിക്കേണ്ടത്?"

മുന്നോട്ടു നീങ്ങുന്ന അപ്പനെ അമ്മ തടയുന്നു. "ഞാൻ കാലുപിടിച്ചു യാചിക്കുന്നു. എന്റെ കുഞ്ഞിന്റെ ജീവിതം നശിപ്പിക്കരുത്; ദൈവത്തെയോർത്ത്. ഇല്ലെങ്കിൽ ഞാനവനെ കൊണ്ടു ചേർക്കും."

"നീ ചേർക്കുമോ?"

"അതേ, ഞാനവനെ പഠിപ്പിക്കും."

അമ്മയുടെ കവിളത്തു പൊട്ടിത്തെറി. വേദന അടക്കിക്കൊണ്ട് അവർ മോനായിയെ തിരഞ്ഞു. അകലെ മാറിനിന്നുകൊണ്ട് ഒരു കോഴിക്കുഞ്ഞിനെപ്പോലെ അവൻ വിറയ്ക്കുന്നു. അതിനുശേഷം എത്രയോ സന്ധ്യകളിൽ അതുണ്ടായി.

സ്വാസ്ഥ്യത്തെ മേലാകെ പുതച്ചുറങ്ങാൻ കഴിഞ്ഞ ആദ്യത്തെ രാത്രി. അവൻ വലിയപ്പച്ചനെ നന്ദിയോടെ ഓർത്തു. രക്ഷയുടെ മൃദുവായ അലകുകൾ തലേരാത്രി തുടുത്തപ്പോൾത്തന്നെ അവനെ വന്നു പൊതിയാൻ തുടങ്ങിയതായിരുന്നു.

"മോനു മാറാന്തടം ഇഷ്ടമായോ?"

രാത്രി ഉണ്ണാനിരിക്കുമ്പോൾ വല്യപ്പച്ചൻ തിരക്കി. മേശമേൽ നിറഞ്ഞ പാത്രങ്ങൾക്കു മുന്നിലിരുന്നുകൊണ്ടുള്ള അത്താഴമുണ്. വിളമ്പിത്തരാൻ വല്യമ്മച്ചി അരികിൽത്തന്നെയുണ്ട്. രണ്ടുപേരും ചേർന്ന് വിശേഷങ്ങൾ ആരായാൻ തുടങ്ങി.

"അവനിങ്ങോട്ടു വന്നിട്ട് ഒരു പകൽപോലുമായിട്ടില്ല."

വല്യമ്മച്ചി അവനു തുണയായി.

"ഇച്ചിരുടെ മീൻ വെക്കട്ടെ?"

വേണമെന്ന് അവൻ തലകുലുക്കി.

"മോരൊഴിക്കട്ടെ?"

ഒഴിച്ചോളാൻ അവൻ അനുവാദം നൽകി.

ഉപദേശിയും ദീനാമ്മയും അവനിൽത്തന്നെ കണ്ണുകളുറപ്പിച്ചിരുന്നു. വളരെ സാവധാനം മറ്റൊന്നിലും ശ്രദ്ധിക്കാതെ, മറ്റെവിടെയോ മനസുറച്ചുപോയതുപോലെ അവനിരുന്നു ഭക്ഷിക്കുന്നു. ഉപദേശിയുടെ മനസ്സ് അവനെപ്രതി ആർദ്രമാകുവാൻ തുടങ്ങി. ന്യായപ്രമാണങ്ങളുടെ പെട്ടകത്തെ അയാൾ പൂർണമായും വിസ്മരിച്ചു.

ഒരിക്കലും അവനറിയാത്തൊരു പാപത്തിന്റെ വിധിതീർപ്പ് അവനെ തിരായി വീഴരുതേ! ഉപദേശിയുടെ ഉള്ളുരുകി.

അയാളുടെ കരങ്ങൾ മേശയുടെ വക്കിനെ തിരുപ്പിടിച്ചുകൊണ്ടിരിക്കുന്നതു ദീനാമ്മ കണ്ടു. അയാളുടെ വിചാരങ്ങളെന്തായിരിക്കാമെന്ന് അവർക്ക് അറിയാം. അവരും അത്തരമൊരു വേണ്ടാവിചാരത്തിന്റെ പിടിയിലായിരുന്നു. വിതുമ്പിക്കത്തുന്ന വിളക്കിന്റെ വെട്ടം ഉപദേശിയേയും മോനായിയേയും മാറിമാറി നോക്കി. പുറത്തു കാവൽ നിന്നിരുന്ന നിശയുടെ വാൾമുനകൾ തീൻമുറിയുടെ മൂലകളിൽ അവർക്കുനേരെ ഓങ്ങിക്കിടന്നു.

"മോൻ വല്യപ്പച്ചനോടൊപ്പം കിടന്നോളൂ."

"കിടന്നോളാം."

അവനു സമ്മതമായി. അതിനു വല്യപ്പച്ചനെവിടെ? അവൻ നോക്കി. ഉണ്ടുകൊണ്ടിരിക്കുമ്പോൾ വരാന്തയിൽ ചിലർ വന്നിരുന്നു. ഊണുകഴിഞ്ഞ് കൈകഴുകി അവരോടൊപ്പം ചേർന്നതാണ്. ഇനിയും വന്നിട്ടില്ല. ദീനാമ്മ അവനു കിടക്കവിരിച്ചു. കുറേനേരം അവർ അവനരുകിലായി ഇരുന്നു. വളരെയേറെ കാര്യങ്ങൾ ചോദിക്കണമെന്നുണ്ട്. ചേച്ചമ്മയുടെ കത്തുകളിൽനിന്നും അപ്പപ്പോൾ കിട്ടുന്ന വിവരങ്ങളല്ലാതെ മറ്റൊന്നുമറിയില്ലല്ലോ. അവളുടെ ജീവിതം ആ കത്തുകളിലുണ്ട്. എന്നാലും അതു പൂർണമല്ലെന്ന് ഒരു തോന്നൽ. മോനായിയോടു ചോദിക്കുവാനും ധൈര്യം പോരാ. ഉപദേശി അറിഞ്ഞാൽ ആകെ വയ്യാവേലിയാകും. അവനോട് ഒരു കാര്യവും ചോദിച്ചുപോകരുതെന്നാണ് താക്കീത്. കഴിഞ്ഞതെല്ലാം അവൻ മറക്കട്ടെ. അതിനായി അവനെ ഒന്നും ഓർമിപ്പിക്കാതിരിക്കുക. മാറാന്തടത്തിലെത്തിപ്പെടുന്ന നാൾതൊട്ട് അവൻ ഒരു പുതിയ മോനായി ആയിത്തീരണം. മനുഷ്യനെക്കുറിച്ച് അവന്റെ കുരുന്നുമനസിലുളവായിട്ടുള്ള ആധിയെല്ലാം അകലണം.

"മോനെ!"

വാതിലിൽ രൂത്ത് വന്നു നിന്നു. ആനത്തലയുള്ള ഒരു പെങ്കൊച്ച്. മാറാന്തടത്തിലെ ആദ്യത്തെ കണി. വല്യപ്പച്ചൻ വന്നു കിടന്നതുപോലെ എഴുന്നേറ്റുപോയതും അവനറിഞ്ഞിരുന്നില്ല. ഉച്ചവെയിലടങ്ങിയിരിക്കുന്നു. പുറത്ത് ആരുടേയും ശബ്ദമുണ്ടായിക്കേൾക്കുന്നില്ല. അവൻ ശ്രദ്ധിച്ചു കിടന്നു. അപ്പോഴാണ് ആനത്തലച്ചിയുടെ വരവ്. തലയിൽ ഒരു ഭാരം കയറ്റിവച്ചതുപോലെ ചുരുണ്ടു കുരുങ്ങിയ മുടി അവൾക്ക് തീരെ യോജിക്കുന്നില്ല. തലേന്നു കണ്ടപ്പോഴേ അതു തോന്നിയിരുന്നു. മുടിയേക്കാൾ കറുത്ത ശരീരം. പതിഞ്ഞ മൂക്കും ഇടുങ്ങിയ കണ്ണുകളും.

"ഇവളെവിടൊള്ളതാ?"

"കേട്ടില്ലേ, അമ്മച്ചി വിളിക്കണെന്ന്."

അവൾ നിന്നു ചിരിച്ചു. അവളുടെ പല്ലുകൾ കറുത്തതല്ലെന്ന് അവൻ കണ്ടു പിടിച്ചു. അവൻ എണീറ്റു പുറത്തിറങ്ങി.

ദാനിയേലുപദേശി തോട്ടത്തിലാണ്. നടുക്ക് അപൂർവവും അസുലഭവുമായ ഒരു ഫലവൃക്ഷത്തെ നട്ടുവളർത്തുന്ന തോട്ടം. ചുറ്റും ഓടമരങ്ങൾ ചായിച്ചു കെട്ടിയ വേലിയാണ്. അതിനുള്ളിൽ പച്ചച്ച സമൃദ്ധി. കൊതിയോടെ മോനായി തോട്ടത്തിലേക്കു നടന്നു. എത്രതരം ചെടികൾ! പലതും വിളഞ്ഞു മൂത്ത ഫലങ്ങൾ നിറഞ്ഞവ. അവനു കൊതിയേറി. ഒന്നിൽപ്പോലും കൈ തൊടാൻ അവൻ അറച്ചു.

വെയിൽ നന്നേ ആറിയപ്പോൾ ഉപദേശിയുടെ കരം പിടിച്ചുകൊണ്ട് അവൻ ചരിവിറങ്ങി. കൈയോന്നിയും വേലിപ്പരുത്തിയും ഇഴപടർന്ന വഴിത്താരയിലൂടെ നടക്കുമ്പോൾ ഉപദേശി അവനു മാറാന്തടത്തെ കാട്ടിക്കൊടുത്തു.

മരണപ്പാറയുടെ നിഴൽപ്പാട്.

അതിനു താഴെ കുമിളിപ്പൊയ്ക. തലയ്ക്കൽ നിന്നുകൊണ്ട് അവൻ വടവുക്കരിയിലെ ജലാശയത്തെ കണ്ടു. വിദൂരതയിൽ ഒരു വെള്ളത്താളുപോലെ കിടന്നിരുന്ന ജലാശയത്തിൽ മൊട്ടക്കാടിന്റെ നിഴലിറങ്ങിക്കിടന്നിരുന്നു.

അവർ വയലിറങ്ങി കരിക്കാടിയിലേക്കിറങ്ങി.

"മടങ്ങിവരുമ്പോൾ കുമിളിപ്പൊയ്കയിൽ പോകാം."

വല്യപ്പച്ചൻ പറഞ്ഞു. അവനു സമ്മതമായി. കരിക്കാടിയെ ചൂണ്ടി, അതു തങ്ങൾക്കു സ്വന്തമാണെന്നു പറഞ്ഞപ്പോൾ മോനായിയുടെ കാലുകൾ അറിയാതെ ഇളകിപ്പോയി. പാതി വളർന്ന വയൽത്തലപ്പുകളുടെ തിരകളിൽ അവൻ കൈ വച്ചു. അവയെ തഴുകി നടന്നപ്പോൾ അവന്റെ ഉള്ളം അപാരമായൊരു കുളിരിന്റെ സ്പർശമറിഞ്ഞു.

ഒരു വരമ്പിന്റെ മൂലയിൽ ഒരനക്കം!

അവന് ആകാംക്ഷയായി. പതുങ്ങിനിന്നുകൊണ്ട് അവൻ ഉറ്റുനോക്കി. ഇഞ്ചിപ്പുല്ലുകളുടെ തഴപ്പിനിടയിൽ ഒരു പൊത്തിൽ പുറത്തേക്ക് രണ്ട് ഇറുക്കാലുകൾ ഉന്തിനിൽക്കുന്നു. താഴെ വയൽഞണ്ടുകളുടെ ഉണങ്ങിയ തൊണ്ടുകളും കുറുക്കൻ കാഷ്ഠവും കിടന്നിരുന്നു. അവൻ പൊത്തിനരുകിലേക്കു ചെന്നു. ഞൊട്ടയിളക്കാതെ അവിടെയിരുന്നു. കാലുകൾക്കനക്കമില്ല. ഇഞ്ചിപ്പുല്ലിന്റെ ഒരു കണ ഇറുത്തെടുത്ത് മെല്ലെ പൊത്തിലേക്കെത്തിച്ചു. സ്പർശമേറ്റതും കാലുകൾ ഒന്നിളകിത്തെറിച്ചു. ഭയന്നുപോയി. ഭയന്നു പിന്നാക്കംമറിഞ്ഞത് കുഴഞ്ഞു പതംവന്ന ചെളിയിലായിരുന്നു.

ഉപദേശി ഓടിയെത്തി താങ്ങിയെടുത്തു.

അങ്ങനെ കൈത്തോടിന്റെ തെളിനീരിനോട് ആദ്യദിവസംതന്നെ സൗഹൃദം സ്ഥാപിച്ചു. മേലു തോർത്തി വീണ്ടും പടിഞ്ഞാറ്റുമുറി കയറുമ്പോൾ ഉപദേശി മാറാന്തടത്തിന്റെ ചുരുളഴിക്കുവാൻ തുടങ്ങി.

അതിനുശേഷമുള്ള എല്ലാ വൈകുന്നേരങ്ങളിലും അത് ആവർത്തിക്കപ്പെട്ടിരുന്നു.

31

ആ സായാഹ്നയാത്ര അവിരാമം തുടർന്നു.

ക്രമേണ അതൊരു ദിനചര്യയായിത്തീർന്നു. വെയിലാറുമ്പോൾ കുളിച്ചു വസ്ത്രം മാറി വരുന്ന മോനായി ഉപദേശിയോടൊപ്പം നാട്ടുവഴിയിലേക്കിറങ്ങുന്നു. അതിനുമുമ്പ് പാലൊഴിച്ച ചക്കരക്കാപ്പിയും, ചവച്ചു കടിക്കാനെന്തെങ്കിലും ദീനാമ്മ അവർക്കു നൽകിയിരുന്നു. കാപ്പികുടിക്കുന്നതിനിടയിൽ അവർ ചോദിക്കാറുണ്ട്:

"ഇന്നെവിടെത്തോളമാണ് യാത്ര?"

പോരത്തതിന് ഉപദേശിയും അവനോട് ആവശ്യപ്പെടുന്നു:

"എവിടേക്കാണെന്നു പറയൂ."

അവനറിയാം എവിടേക്കാണെന്ന്. തലേദിവസം പറഞ്ഞുനിർത്തിയ തുടർക്കഥപോലെ, തലേനാൾ എത്തിയവസാനിച്ച സ്ഥലത്തുനിന്നും മറ്റൊരിടത്തേക്ക്. അവൻ പറയുന്നു. ഇനിയും അനേകം ദൂരങ്ങളോളം നടന്നുതീർക്കാനുണ്ടെന്ന് എന്നും വല്യപ്പച്ചൻ പറയാറുള്ളതാണ്. എത്ര ദൂരമെങ്കിലും നടക്കുവാൻ മോനായിക്കു മടുപ്പില്ല. രസകരമായ ഒരനുഭവമായിട്ടാണ് ഓരോ നടത്തേയേയും അവൻ കരുതിയിരുന്നത്. എന്തൊക്കെ കാഴ്ചകൾ കാണണം? എന്തൊക്കെ വാർത്തകൾ കേൾക്കണം? പള്ളിത്തറവിട്ടിറങ്ങിയാൽ മടങ്ങിവരുന്നതിനുള്ളിൽ ഏകദേശം ഒരു കുപ്പിണി മനുഷ്യരുമായി വല്യപ്പച്ചൻ സംസാരിക്കുക പതിവാണ്. ആരേയും ഒഴിവാക്കാറില്ല. ഒരു നിഴലായി അരുകിലൂടെങ്ങാനും പോയാൽ മതി, ഉടൻ തന്നെ അന്വേഷണമുണ്ടാകുന്നു:

"ആരാ, പത്രോസോ?"

"ഓ!"

"എവിടെപ്പോകുന്നു?"

"കൊച്ചുഞ്ഞുവൈത്യരെ വീടുവരെ."

"എന്തുപറ്റി നിനക്ക്?"

"കഴലയിലൊരു നീര്. നല്ല വേദനയൊണ്ട്."

"വൈദ്യരുടെ ചികിത്സ ഫലിക്കുമോ?"

"ഓ. പലിക്കുമെന്നാണ് അനുപവസ്ഥരു പറയണത്. നമ്മളെ പെരേലെ കൊച്ചപ്പിക്കും ഇതാരിന്ന് സൂക്കേട്. വൈത്യരെ കഷായത്തിലാണ് ഒടുക്കം ഭേതമായത്."

"ശരി. സുഖമില്ലെങ്കിൽ രാവിലെ എന്നെ വന്നു കാണുക."

"ഓ! അല്ലേലൂയ്യാ!"

"ആരാ, ജ്ഞാനദീപമോ?"

"ഓ!"

"എങ്ങോട്ടാ, ചന്തയിലേക്കോ?"

"ഓ!

"എന്തു മീനാണിന്ന്?"

"നെത്തോലി."

"നിന്റെ യോഹന്നാൻ അവിടെയില്ലേ?"

"ഓ!"

"കഴിഞ്ഞ രണ്ടുമൂന്ന് ആഴ്ചകളായി പള്ളിയിൽ കാണുന്നില്ലല്ലോ? എന്തു പറ്റി?"

"അടുത്താഴ്ച കൊണ്ടുവരാം."

"ഏതായാലും എന്നെ വന്നു കാണാൻ പറയുക."

"ഓ. അല്ലേലൂയ്യാ!"

"അല്ലല്ല, ആരായിത്? കണ്ടിട്ട് ഒത്തിരിനാളായല്ലോ! ഇവിടെയൊന്നുമല്ലേ ഇപ്പോൾ?"

"ആരു പറഞ്ഞു ഇവുടെയൊന്നുമില്ലെന്ന്? അതിന് ഒപദേസിക്കിപ്പം നേരം കിട്ടിയിട്ടു വേണ്ടേ ഒന്നു കാണാൻ?"

"പിള്ളയുടെ നിലത്തിൽ കാറ്റിറങ്ങിയെന്നു കേട്ടു?"

"എന്തൊരു ചെയ്യാൻ? വങ്ങേനീല് ഇക്കണ്ട നെലങ്ങളൊക്കെ കെടന്നിട്ടും ശനിയൻ വന്നുവീണത് എന്റെ തലേല് മാത്തറം."

"സാരമില്ല. വിളസ്വൽപ്പം കുറയുമെന്നല്ലേയുള്ളു? അടുത്ത പൂവിന് നമുക്കതൊക്കെ ശരിയാക്കാം. പിള്ള വിഷമിക്കാതിരിക്കുക."

അപ്പോഴൊക്കെ മോനായി ഒറ്റയ്ക്കായിരിക്കും. അവൻ മാറാന്തടത്തിന്റെ ഭൂപരിധികളിലൂടെ യാനം ചെയ്യുകയായിരിക്കും. ഏകനായി അവൻ അറിഞ്ഞിരുന്ന വഴിത്താരയൊക്കെ അതിവേഗം കയറിയിറങ്ങുന്നു. സൗഹൃദസംഭാഷണം അവസാനിപ്പിച്ച് ദാനിയേലുപദേശി മടങ്ങിപ്പോന്നാൽക്കൂടി ചിലപ്പോൾ അവൻ ഉണരാറില്ല.

അങ്ങനെയൊരു സായാഹ്നത്തിൽ അവർ മച്ചോട്ടുമുക്കിലെത്തിപ്പെട്ടു. താൻ വന്നിറങ്ങിയത് ഈ കവലയിലായിരുന്നുവെന്ന് മോനായി ഓർത്തു. അതിനു ശേഷം ഇതേവരേയും ഇങ്ങോട്ടു വന്നിരുന്നില്ല.

"ഇതാണു മച്ചോട്ടുകവല. വല്യപ്പച്ചൻ ഇടയ്ക്കിടയ്ക്കു പറയാറില്ലേ? മോൻ ഓർക്കുന്നുണ്ടോ?"

ഉപദേശി ചോദിച്ചു.

"ഉവ്വ്, ഓർക്കുന്നുണ്ട്." ആ നിലയിൽ നിന്നുകൊണ്ട് മോനായി കവലയെ അവലോകനംചെയ്തു. നാലുദിക്കുകളിൽനിന്നും മൂന്നു പാതകൾ ഓടിയെത്തുന്ന ഒരു കവല. ഒരു പാത, താഴെ നീലകേശിയുടെ ദേവാലയത്തിലേക്കുള്ളതാണ്. മുടിപ്പുരയും കടന്ന് അതു വങ്ങേനി ഏലായുടെ ഒരുകിലേക്ക് ഇറങ്ങിച്ചെല്ലുന്നു. അതുവെട്ടിച്ചത് മേടപ്പെരേലെ കാരണവന്മാരായിരുന്നു. മച്ചോട്ടു ഹൈസ്ക്കൂൾ കവലയിൽത്തന്നെ കാണാം. ഓലമേഞ്ഞ് മരയഴിയിട്ട കുറേ ഷെഡ്ഡുകളും ഓടു പാകിയ ഒരാപ്പിസുമായിരുന്നു സ്കൂളിന്റെ ആകെത്തുക. കുറെ പീടികകളുണ്ട്. മാടക്കടകളും പലചരക്കുപീടികകളും അതിൽപ്പെടുന്നു. ആൾ കുടിയിരുന്നിരുന്ന ഒരു

തിണ്ണയിലേക്ക് മോനായി നോക്കി. ഒരു അലക്കുകടയാണത്. ആളുകൾ കൂടിയിരുന്ന് ഉറക്കെ സംസാരിക്കുകയും പൊട്ടിച്ചിരിക്കുകയും ചെയ്യുന്നു.

"അവിടെയാണു മാവു നിന്നിരുന്നത്."

"ഏതുമാവ്?" —മോനായിക്ക് ഉപദേശിയുടെ സൂചന മനസിലായില്ല.

"അതിനിടെ മോൻ അതു മറന്നോ? ഇന്നലെ പറഞ്ഞുതന്നതല്ലേ മച്ചോട്ടുമുക്കിന് ആ പേരു കിട്ടിയതിനു പിന്നിലെ കഥ? ആ കഥയിൽ ഒരു മാവുണ്ടായിരുന്നില്ലേ—ഒരു കൂറ്റൻ പുളിച്ചിമാവ്."

ശരിയാണ്. തലേന്നു വൈകുന്നേരം ആ കഥ കേട്ടു നടന്നത് മോനായി ഓർത്തു. അവൻ അതേയെന്നു തലകുലുക്കി സമ്മതിച്ചു.

പണ്ടു പണ്ട്...

അങ്ങനെയായിരുന്നു കഥയുടെ തുടക്കം. മാറാന്തടത്തെക്കുറിച്ചുള്ള ഏതൊരു കഥയും വല്യപ്പച്ചൻ തുടങ്ങിയിരുന്നത് അങ്ങനെയാണെന്ന് മോനായി എപ്പോഴും ഓർക്കാറുണ്ട്.

എന്നു പറഞ്ഞാൽ അത്രയ്ക്കു പണ്ടല്ലാതെ എന്നു വേണം പറയാൻ. അന്നു മാറാന്തടം വെറുമൊരു ഭൂഖണ്ഡം മാത്രമായിരുന്നു. അതിരുകളും വേലിച്ചുറ്റുകളുമില്ലാത്ത വിസ്തൃതമായ പ്രദേശം. കണ്ണുകൊണ്ട് അളന്നാണ് അതിർത്തി നിശ്ചയിക്കുക. അതിനുള്ളിൽപ്പെടുന്നതൊക്കെ ഒരാൾക്കു സ്വന്തം. ആർക്കും ഏതുവഴിയും നടക്കാം. ചോദിക്കുവാനും പിടിച്ചുകെട്ടുവാനും ആരുംതന്നെ ഒരുമ്പെടാറില്ല. കൈയൂക്കുണ്ടെങ്കിൽ പിന്നെ പറയുകയും വേണ്ട.

അക്കാലത്തു നാടു ഭരിച്ചിരുന്നത് പിടിവാശിക്കാരനായ ഒരു ദിവാനായിരുന്നു. അന്യരാജ്യക്കാരനായിരുന്നെങ്കിലും പൊന്നുതമ്പുരാന്റെ നാടിനോട് അയാൾക്ക് അതിരറ്റ താൽപ്പര്യമായിരുന്നു. നാടിനെ നന്നാക്കാനുള്ള അനേകം പദ്ധതികൾ അയാൾ ആസൂത്രണംചെയ്തു. അതിനായിയാതൊരു വിട്ടുവീഴ്ചയ്ക്കും അയാൾ തയാറായിരുന്നില്ല. നാടിന് ഉടമയായ പൊന്നുതമ്പുരാനുപോലും അയാളെ പേടിയായിരുന്നുവെന്നാണ് പിന്നീട് പറഞ്ഞുകേട്ടിട്ടുള്ളത്.

ഒരിക്കൽ കടപ്പുറം കാണണമെന്ന് ദിവാനു തോന്നി. തെക്കൻതീരത്തെ കടലോരം അതുവരെ ദിവാൻ കണ്ടിരുന്നില്ല.

അടുത്ത വേനലിൽ കടപ്പുറത്തു കഴിച്ചുകൂട്ടുവാൻ ആഗ്രഹിക്കുന്നതായി ദിവാൻ ഉദ്യോഗസ്ഥന്മാരെ അറിയിച്ചു. അതിനുവേണ്ട ഏർപ്പാടുകൾ ചെയ്യുക. ദിവാൻ ഉത്തരവിട്ടു.

നാലു കുതിരയെപ്പൂട്ടിയ വില്ലുവണ്ടിയിന്മേലാണ് കടപ്പുറത്തേക്കു യാത്രയാകേണ്ടത്. വേണ്ട വീതിയും ഉറപ്പുമുള്ള ഒരു നാട്ടുവഴി വേണം. ആളുകൾ നടക്കാനുണ്ടാക്കിയ വഴികൾ അവിടവിടെ കാണാനുണ്ടായിരുന്നു. അതു പോര. അതുവഴി വില്ലുവണ്ടി ഓടുകയില്ല. കുറഞ്ഞതൊരു അഞ്ചടിപ്പാതയെങ്കിലും വേണം. പള്ളിച്ചൽവരെ സർക്കാർ നിരത്തുണ്ട്. അവിടന്നിങ്ങോട്ടു വേണം വണ്ടിപ്പാത വേണ്ടിയിരുന്നത്.

അളവുകാരും വെട്ടുകാരും വന്നു. നാട്ടുവഴി ഉണ്ടാക്കുന്നതിൽ ആർക്കും പരാതിയുണ്ടായിരുന്നില്ല. മറിച്ച് സന്തോഷമേയുള്ളു. അതിനാൽ നാട്ടുകാരും സഹകരിക്കുകയുണ്ടായി.

നിരത്തുവെട്ടു തുടങ്ങി. ദിവാന്റെ കൽപ്പനയാണ്. അതു നേരത്തിനു മുമ്പാകുവാനും വയ്യ, നേരത്തിനു ശേഷമാകുവാനും വയ്യ. ആയതിനാൽ അളന്നുകുറിച്ച രീതിയിൽ പണി തുടർന്നുകൊണ്ടിരുന്നു. വഴി ചാവടിമുക്കും നിരപ്പും കഴിഞ്ഞ് വങ്ങേനിയുടെ മേലേത്തട്ടിലെത്തി.

ഒരു തടസ്സം!

ഒരു വൻ തടസ്സം. വഴിവെട്ടു മുടക്കിക്കൊണ്ട് കരപ്രമാണിമാരുടെ കുറുവടികൾ മുക്കിൽ നിരന്നുനിൽക്കുന്നു. എന്തിനും തയാറായിട്ടാണ് അവരുടെ നില. കൂലിക്കാരും നോട്ടക്കാരും വെട്ടു നിർത്തി. വാർത്ത ദിവാന്റെ കാതിലുമെത്തി. അയാൾ കാര്യം തിരക്കി.

അളന്നുകുറിച്ച മാർഗത്തിനു കുറുകേ ഒരു മഹാവൃക്ഷം എഴുന്നു നിൽക്കുന്നു. ചില്ലകൾ വിടർത്തി മാനം നിറഞ്ഞുനിൽക്കുന്ന ഒരു കൂറ്റൻ പുളിച്ചിമാവ്. രാത്രിയിൽ മാവിന്റെ നിഴൽ ക്രുദ്ധയായിത്തീർന്ന നീലകേശിയെ അനുസ്മരിപ്പിച്ചിരുന്നു.

“ഞങ്ങളെ നീലകേശിന് പറണേറാൻ നിർത്തിയിരിക്കുന്ന മാവാണ്. അതീ തൊട്ടുകളിച്ചാ ദേവി വെറുതേവിടൂല്ല.”

ദാരികനും നീലകേശിയും തമ്മിലുള്ള യുദ്ധമാണ് പറണേറ്റ്. പന്തിരാണ്ടൊരിക്കൽ മാത്രമാണ് അതു നടത്തിവന്നിരുന്നത്. മാറാന്തടത്തെ മാത്രമല്ല ചുറ്റുമുള്ള പ്രദേശങ്ങളെ ആകമാനം ഹരംപിടിപ്പിച്ചിരുന്ന ഉത്സവമാണത്. നീലകേശിയുടെ നടയ്ക്കു തൊട്ടുതാഴെയുള്ള കളത്തിൽ ആറാൾ പൊക്കത്തിൽ ഒറ്റത്തടിക്കൊണ്ട് അങ്കത്തിനുവേണ്ട പറണൊരുക്കുന്നു. ഉത്സവത്തിന്റെ അവസാന നാളാണ് പറണേറ്റു നടക്കുന്നത്. അന്ന് ഒറ്റത്തടിയിൽ കെട്ടിയേറ്റിയിരിക്കുന്ന തട്ടിൽ നിന്നുകൊണ്ട് ദാരികനും നീലകേശിയും ഏറ്റുമുട്ടുന്നു. ദാരികന്റെ തലയറ്റു തെറിക്കുന്നതുവരെ യുദ്ധം തുടരുന്നു. മാറാന്തടത്തിൽ ഒറ്റയില്ലാത്തൊരു സംഭവമാണത്. പൊരിഞ്ഞ പോര്. മെയ്യും തലയും മറന്നുള്ള പോര്. ചുറ്റുപാടുകൾ ശ്വാസമടക്കി നിന്നുപോവുകയും ആവേശത്താൽ തിളച്ചുമറിയുകയും ചെയ്യുന്ന മഹോത്സവം. ഒടുവിൽ ദാരികന്റെ കബന്ധത്തിൽനിന്നും ചോര വടിച്ചു മോന്തി ദാഹം തീർക്കുന്ന ഭദ്രകാളി, വിജയഭേരി മുഴക്കിക്കൊണ്ട്, കപാലമാലയണിഞ്ഞുംകൊണ്ട് പറണിറങ്ങുമ്പോൾ മാറാന്തടം തരിച്ചുനിൽക്കുന്നു.

ഇനിയും ഒന്നരയാണ്ടുകഴിഞ്ഞേ പറണേറ്റൊള്ളൂ. അതിനുമുമ്പ് മാവിലേക്കു വിരൽ ചൂണ്ടാൻപോലും പാടില്ല. പാപകരമാണത്. അതിനുമുമ്പ് മാവിലേക്കു കൊതിയോടെ നോക്കാൻപോലും അവർക്ക് അനുവാദമുണ്ടായിരുന്നില്ല. നോക്കിയാൽ? മാറാന്തടത്തിന് ഉത്തരം മുട്ടി. കുറുവടികൾ എന്തിനും ഒരുങ്ങി നിൽക്കുന്നു. പണി മുടങ്ങി. കലികയറിയ ദിവാൻ അംശം അധികാരിയെ വിളിപ്പിച്ചു.

"പറണേറ്റിനു നേർന്നു നിർത്തിപ്പോയതാണേ!"

കാര്യം അന്വേഷിച്ച ദിവാനോട് അധികാരി പറഞ്ഞു.

"പറണേറ്റും വെടിക്കെട്ടുമൊക്കെ വേണ്ടെന്നു ഞാൻ പറഞ്ഞോ? എല്ലാം നിങ്ങൾടെ നിശ്ചയം പോലെ നടത്തിക്കോളിൻ. പക്ഷേ, മരം മുറിക്കണം."

"വഴിയൊന്നു വളച്ചുവെട്ടിക്കൂടെ?"

"ങ്ഹേ! ധിക്കാരം പറയുന്നോ?"

"പറണേറ്റിനു മുപ്പത്തിമൂന്നു ദെവസം മുന്നേ തച്ചുപൂജ നടത്തി, കറതീർത്തു ശുദ്ധംവരുത്തി മാത്രമേ മാവു വെട്ടാൻ പാടുള്ളു. അതാണു വിധി. അതിനുമുന്നേ ഇരുമ്പു തീണ്ടാൻ പാടില്ല."

അധികാരി സവിനയം അറിയിച്ചു.

"ഇത്തവണ പറണേറ്റു വേണ്ടെന്നുവച്ചോ."

ദിവാൻ എളുപ്പമാർഗം നിർദേശിച്ചു.

"അയ്യോ! അങ്ങനെ കൽപ്പിക്കരുതേ! കോപം വരുത്തിവച്ചാല് ഞങ്ങള് മുടിഞ്ഞുപോകും."

"ഒരു കാര്യം പറഞ്ഞേക്കാം. മരം വെട്ടണമെന്നൊള്ളത് കൊട്ടാരത്തീന്നുള്ള കൽപ്പനയാണ്. ആരെങ്കിലും അതിനു തടസ്സം നിന്നാൽ പിന്നെ എന്താണൊണ്ടാവാൻ പോണതെന്നു ഞാൻ പറയേണ്ടല്ലോ?"

ഒടുവിൽ കൊട്ടാരത്തിൽനിന്നെത്തിയ ക്ലാസിപ്പേരുടെ മേൽനോട്ടത്തിൽ മരവേലക്കാർ നീലകേശിയുടെ മഹാവൃക്ഷത്തെ വെട്ടി വീഴ്ത്തി. അകലെ നിന്നുകൊണ്ട് വാത്തി കണ്ടു. മാവു തറയിൽ പതിച്ചപ്പോൾ വാത്തിയുടെ ഉള്ളൊന്നു പിടഞ്ഞു. നിരത്തു കടപ്പുറത്തേക്കു കയറിയിറങ്ങി. ഭീതിയോടെ, ഉള്ളു മരപ്പിക്കുന്ന നിസഹായതയോടെ മാറാന്തടക്കാർ നാളുകളെണ്ണിക്കഴിച്ചു. ഇരുമ്പുമുനയേറ്റ പുളിച്ചിമാവ് പകനിറഞ്ഞ ദാരികനെയാണ് ഓർമിപ്പിച്ചത്.

ഒന്നരയാണ്ടു കഴിഞ്ഞപ്പോൾ പറണേറ്റുത്സവകാലം സമാഗതമായി. അധികാരിയുടെ വീട്ടിൽ പ്രമാണികൾ കൂടിയാലോചിച്ചു, അവരുടെയിടയിൽ കണ്ണുകളിൽ ആസന്നമായൊരു ദുരന്തച്ഛവിയുമായി നീലകേശിയുടെ പുരോഹിതനിരുന്നു. ആലോചനയുടെ അവസാനം തീരുമാനമുണ്ടായി. പറണേറ്റുത്സവം നടത്തിയേ തീരു. പന്തീരാണ്ടുകാലമായി വരണ്ടുവറ്റിയ നാവിന് ദാരികന്റെ കരലറുത്തു നിണം നൽകിയേ തീരു. പറണേറ്റു മുടക്കരുത്.

"വാത്തീരെ അഭിപ്രായമെന്തരാണ്?"

അധികാരി ചോദിച്ചു. വെറുതേ, പേരിനുവേണ്ടി മാത്രമായിരുന്നു അത്.

"നടത്തണം. പച്ചേ...."

വാത്തിക്ക് വാക്കുകൾ മുട്ടി.

"എന്തെരു പക്ഷേ? നടത്തണോങ്കി നടത്തണം. അത്രതന്നെ."

"എന്തെരു പച്ചേ ആയാലും മൊടക്കാനൊക്കൂല്ല."

ഒരു പ്രമാണി അധികാരിയെ പിന്താങ്ങി.

"അങ്ങത്തോരോടി ഒന്നു പറയാനൊണ്ട്."

വാത്തി അഭ്യർഥിച്ചു:

"പറഞ്ഞോളം." അധികാരി അനുവാദം നൽകി.

"പറണു നിർത്താൻ തച്ചുപൂജ കയിച്ച ഒറ്റത്തടിക്കെവുടെപ്പോകും?" ആധിയോടെ വാത്തി ചോദിച്ചു.

"ഒറ്റത്തടി ഇവുടെങ്ങും ഇല്ലേ?"

"എവുടെ? കാട്ടിത്തരീൻ."

"മുക്കില് വെട്ടിത്തള്ളിയിരിക്കണ പുളിച്ചിമാവിനെന്തെരു കൊഴപ്പം? നേർന്നു നിർത്തിയിരുന്നതുംകൂടിയല്ലേ?"

"അയ്യോ അങ്ങത്തേ, അത് ഇരുമ്പു തീണ്ടിപ്പോയതാണേ! പൂജകയിച്ചതല്ലേ? അടിയനെ കൊലയ്ക്കുകൊടുക്കല്ലേ പൊന്നൊടയതുങ്ങളേ!" വാത്തി കേണു.

അധികാരി പറണേറ്റുത്സവം വിളംബരംചെയ്തു. പുളിച്ചിമാവു കൊണ്ടു തന്നെ പറണുയർത്തി. തട്ടടിക്കുവാൻ പണിക്കന്മാർ നിരന്നു. ആലോചിച്ചിട്ട് വാത്തിക്കൊരന്തവും കിട്ടിയില്ല. എങ്കിലും അയാൾ വ്രതം നോറ്റു. അയാൾ തയാറായിക്കൊണ്ടിരുന്ന അങ്കക്കളത്തിലേക്കു ചെന്നു. തച്ചുപൂജ കഴിക്കാത്ത മാവിനുമേൽ കൈയുളികളുമായി പണിക്കന്മാർ കയറിയിരുന്നു നിരങ്ങുന്നു.

"ഞാനറിഞ്ഞോണ്ടു ചെയ്യണതല്ലേ ദേവി! പൊറുക്കണം."

വാത്തി നീലകേശിയോടപേക്ഷിച്ചു. ദേവി പതിവു നിശബ്ദം കേട്ടിരുന്നതേയുള്ളു.

ഉത്സവത്തിനു കൊടിയേറി.

നൂറ്റൊന്നു കതിനാവെടുകൾ മുഴങ്ങി. വെടിയൊച്ച മാറാന്തടത്തേയും ചുറ്റുവട്ടങ്ങളേയും കോരിത്തരിപ്പിച്ചു. ആർപ്പുവിളികളോടെ പ്രദോഷമെന്നും പ്രഭാതമെന്നും ഭേദമില്ലാതെ ഭക്തന്മാർ മുടിപ്പുരയിൽ ദർശനം നടത്തിത്തുടങ്ങി. ചെണ്ടയുടെ ദ്രുതതാളങ്ങൾ താഴ്‌വാരങ്ങളെ പുളകം കൊള്ളിച്ചു. മാറാന്തടം ഇളകി മറിഞ്ഞു.

വാത്തിയുടെ മനസുമാത്രം ദുശ്ശങ്കകളാൽ കലുഷവും വിഷാദഭരിതവുമായിത്തീർന്നിരുന്നു. ചുറ്റുപാടുമുള്ള സകല ഘോഷങ്ങളേയും അതു മറന്നു. മഹാപ്രളയത്തിൽ ഒറ്റപ്പെട്ടുപോയ ഒരു തുരുത്തുപോലായിത്തീർന്ന അയാൾ അധികനേരവും പുരയ്ക്കുള്ളിൽത്തന്നെ കഴിച്ചുക്കൂട്ടി. പറണേറ്റിന് ഭദ്രകാളിയുടെ വേഷം കെട്ടാനുള്ള വ്രതമെടുക്കുകയാണെന്ന് മാറാന്തടം കരുതി. പുരയിലിരുന്ന വാത്തി സകല ദിനചര്യകളേയും മറന്നിരുന്നു. അതിനിടയിൽ വ്രതം നോൽക്കാനും അയാൾ മറന്നിരുന്നു. ഒരു ഭ്രാന്തനെപ്പോലെ അയാൾ സദാനേരവും വിലപിച്ചു. ചിലപ്പോൾ പൈതങ്ങളെപ്പോലെ പൊട്ടിക്കരയുകയും ചെയ്തിരുന്നു.

'ഈ കളി ഇനിയെങ്കിലും നിർത്തിക്കൂടേ അമ്മേ' എന്ന് ഒരിക്കൽ അയാൾ ചോദിക്കുകപോലുമുണ്ടായി.

അങ്കത്തിനുള്ള ദിവസമായി. അങ്കത്തട്ടൊരുങ്ങി. തച്ചന്മാർ തട്ടു പരിശോധിച്ചേൽപ്പിച്ചു. നാലു ഭാഗങ്ങളിൽനിന്നും ഉത്സുകരായ ജനങ്ങൾ വന്നു ചേർന്നു. വേണ്ടത്ര സ്ഥാനങ്ങളിൽ അവർ ഇരിപ്പുറപ്പിച്ചു. എങ്ങും ആർപ്പുവിളികൾ. അറഞ്ഞുകൊട്ടുന്ന ചെണ്ടയുടെ മാസ്മരമായ താളങ്ങൾ ജനക്കൂട്ടത്തെ ഹരംപിടിപ്പിച്ചു.

"ഇത്തവണ ദാരികനാര്?"

അറിയാത്തവരറിയാത്തവർ ചോദിച്ചു.

"പാണ്ടിയിൽനിന്നു വരുത്തിയ ഒരു തമിഴനാണുപോലും. നല്ലപോലെ ചുവടുവെക്കാനും, പറന്നു പയറ്റാനും അറിയാംപോലും."

ഇത്തവണ ആരാണു നീലകേശി? ആരും അങ്ങനെ ചോദിച്ചില്ല. ഏവർക്കും അതറിയുന്നതല്ലേ? രാവിലെ നൂറ്റൊന്നു കുടത്തിൽ കുളിച്ചു തോർത്തി, രക്തചന്ദനം കൊണ്ട് മാറിൽ കുറിയും തിലകവും ചാർത്തി, തലയിൽ അങ്കപ്പീലിയണിഞ്ഞുകൊണ്ട്, അരയിൽ വീരാളിപ്പട്ടുടുത്ത്, കൈയിൽ ഊരിയ കരവാളുമായി വരുന്ന നീലകേശി ആരാണെന്നു പറയേണ്ടതില്ലല്ലോ.

അങ്കച്ചമയങ്ങളൊരുങ്ങി. വാത്തി അങ്കവസ്ത്രമണിഞ്ഞു. കരവാളു വലിച്ചൂരിയതും, അയാൾ ഉറയാൻ തുടങ്ങി. തള്ളി അലറിക്കൊണ്ട് വാത്തി മുടിപ്പുരനടയിൽ ചെന്നു നിന്നു. ചെണ്ടക്കാരും ദീവെട്ടിക്കാരും കൂടെ ഓടി. ചെണ്ടക്കാർ മുറുക്കി താളമിട്ടു. ശംഖുവിളിയും കുരവകളും മുഴങ്ങി. യുദ്ധത്തിന്റെ കാഹളനാദം കേട്ട് ഭക്തന്മാർ ഉന്മത്തരായിത്തീർന്നു. കണ്ണുനീരൊഴുക്കി ദേവിയോട് അനുമതി ചോദിച്ചുകൊണ്ട് വാത്തി പുറത്തുവന്നു.

"അതാ ദാരികൻ."

ആരോ പറഞ്ഞു. വാത്തി ആ ഭാഗത്തേക്കു നോക്കി. കൈകാലുകളിളക്കി, കാറിവിളിച്ചുകൊണ്ട് ദാരികൻ പോർവിളി മുഴക്കുന്നു. പനയുടെ നിറവും കരുത്തും അയാൾക്കുണ്ടായിരുന്നു. അയാളുടെ പാട്ടുകൾ നിറയെ പുളിച്ച തെറിയായിരുന്നു. കാളിയെ പ്രകോപിപ്പിക്കുവാനുള്ള വെല്ലുവിളികളും ആക്ഷേപങ്ങളുമുണ്ടായി. പിന്നെ നിൽക്കാൻ തോന്നിയില്ല. നിലയറിഞ്ഞ നീലകേശി, തക്കകളിളക്കി പ്രചണ്ഡനാദം പുറപ്പെടുവിച്ചുകൊണ്ട് ആർത്തിയോടെ ദാരികന്റെ പിന്നാലെ ഓടി. ചുഴലിക്കാറ്റിൽപ്പെട്ടപോലെ കാഴ്ചക്കാർ വശങ്ങളിലേക്കുലഞ്ഞു. പറണിനു ചോട്ടലെത്തിയ ദാരികൻ തിരിഞ്ഞു നിന്നു. അവിടെ നിലത്തൊരു കളം വെട്ടിയൊരുക്കിയിട്ടുണ്ട്. അങ്കപ്പയറ്റിനു പ്രാരംഭമായി ആ കളത്തിൽ നിന്നുകൊണ്ട് ഒരു നിലത്തിപ്പോരുണ്ട്. തമ്മിൽ ആഞ്ഞുവെട്ടാതെ, വെറുതേ മുറകൾ കാണിക്കുകയാണു വേണ്ടത്. അതു കഴിഞ്ഞാൽ അങ്കത്തട്ടിലേക്കു കയറുന്നു. പരസ്പരം ഭർത്സനങ്ങൾ ചൊരിഞ്ഞുകൊണ്ടാണ് പറണേറുന്നത്.

നിലത്തിപ്പോരിനായി ദാരികൻ കളത്തിലെത്തി തിരിഞ്ഞുനിന്നു.

അതാ, അട്ടഹസിച്ചുകൊണ്ട് നീലകേശിപാഞ്ഞുവരുന്നു. ദാരികന് ഉത്സാഹമേറി. അയാൾ വന്ദനച്ചുവടുവച്ചു മാറിനിന്നു. നീലകേശി എത്തിക്കഴിഞ്ഞു. പെട്ടെന്ന് ദാരികൻ അതു കണ്ടു. നീലകേശിയുടെ കണ്ണിൽ പതിവിനു വിരുദ്ധമായി കത്തിയെരിയുന്ന ക്രോധം, തനിക്കു നേരേ വാളോങ്ങി കുതിച്ചെത്തുന്ന വാത്തിയുടെ വരവ് നിലത്തിപ്പോരിനായുള്ളതല്ലെന്ന് അയാളറിഞ്ഞു. കളത്തിലെത്തിയ വാത്തി, വാളുമായി ദാരികനുനേർക്ക് നിലവിളിച്ചു. വാത്തി ഇവിടെ നിലത്തിപ്പോരാണ്. പയറ്റൊക്കെ തട്ടിൽ കയറിയിട്ടു മതി.

ഒന്നുംതന്നെ വാത്തി കേട്ടിരുന്നില്ല. അയാൾ വാളുമായി കുതിച്ചു വീണു. പേടിച്ചരണ്ട ദാരികൻ അതിവേഗം ഒറ്റത്തൂണിൽ പടുത്തുയർത്തിയ പറണിൽ കേറാൻ തുടങ്ങി.

ചുവട്ടിൽ വാത്തി നിന്നു!

ദേവിയുടെ കണ്ണുകളിൽ ജ്വലിക്കുന്ന രൗദ്രം. ചെണ്ടക്കാർ താളം മാറ്റി കൊട്ടിത്തുടങ്ങിയപ്പോൾ നീലകേശി ഭൂമിവന്ദനം നടത്തി. തക്കെ ളിളക്കിത്തുള്ളിക്കൊണ്ട്, ഇടവും വലവും തല വെട്ടിച്ചു തുറിച്ചുകൊണ്ട്, കരവാളിനെ മണ്ണിലർപ്പിച്ചു കൊണ്ട് ദേവി അമ്മയെ തൊഴുതു. ഏറ്റവുമൊടുക്കമൊണ് ചുടലനൃത്തം. ചെണ്ടയുടെ മുഴക്കം പടഹധ്വനികളായി ചക്രവാളങ്ങളിലലയ്ക്കും. ആംഗ്യം കാട്ടി നീലകേശി കബന്ധങ്ങളെ വിഴുങ്ങുന്നു. കപാലങ്ങൾ കോർത്തു മാലയിടുന്നു. നീലകേശിയുടെ താണ്ഡവം, ആളുകൾ ഭക്ത്യാദരങ്ങളോടെ നോക്കി നിന്നു. താണ്ഡവം മുറുകിയതോടെ ദേവി പറണിനു ചുവട്ടിലെത്തി. മുകളിലേക്കു നോക്കിയ വാത്തി ഒന്നറച്ചുനിന്നു. കരവാൾ വിറച്ചു. കൊലവിളി ഉയരുന്നില്ല. ദാരികൻ കണ്ണിൽപ്പെടുന്നതേയില്ല. അങ്കത്തട്ടുമാത്രം കാണാം. ദാരികനെവിടെ? ദേവി തേടി. ദേവി പറണേറാൻ തുടങ്ങി.

വായ്ക്കുരവകളും കതിനാവെടികളും മുഴങ്ങി. ശ്വാസമടക്കിപ്പിടിച്ചു നോക്കി നിന്നിരുന്ന ജനം ആർത്തു വിളിച്ചു.

അങ്കത്തട്ടൊന്നുലഞ്ഞോ?

ഏണിപ്പഴുതുകൾ കയറുന്നതിനിടയ്ക്കു സന്ദേഹമായി. അൽപ്പനേരം ഒരു പഴുതിലുറച്ചിരുന്നു.

ഈ ദേവിക്കെന്തെര്, കേറിവെട്ടാനൊള്ളതിന്? ജനം അക്ഷമരായിത്തീർന്നു. വാത്തി ചുവട്ടിലെ പ്രതിഷേധങ്ങൾ കേട്ടു. വീണ്ടും കേറാൻ തുടങ്ങി. തമിഴൻ ദാരികൻ തട്ടിൽ നിന്നുകൊണ്ട് മുകളേറിവരുന്ന നീലകേശിയെ കണ്ടു. അത്ര തയാറായിട്ടല്ല വരവ്. എന്തോ പന്തികേടുള്ളതായും അയാൾക്കു തോന്നി.

'ദാരികവീരാ പോരിനു വാടാ."

ഭക്തജനം ആവേശം മൂത്തു പാടി:

"ദാരികന്റെ കരലറുത്തു
നിണം കുടിച്ച കാളിയമ്മ."

ജനം എല്ലാം മറന്ന മട്ടിലായിത്തീർന്നിരിക്കുന്നു. ഏതാനും നിമിഷങ്ങൾക്കുള്ളിൽ, പയറ്റുണ്ടാകും. അവർ നോക്കി നിന്നു.

ഏണിപ്പഴുതിന്റെ അവസാനമെത്തി. തൊട്ടുമുകളിൽ ദാരികൻ. പിന്നെ വൈകിയില്ല. നീലകേശി അവിടെ നിന്നുകൊണ്ട് തട്ടിലേക്കു കുതിച്ചുചാടി.

പിടികിട്ടിപ്പോയതായിരുന്നു. പക്ഷേ, വഴുതിപ്പോയി. ഒരലർച്ചയോടെ താഴേക്കു പതിച്ചു. ജനം അന്ധാളിച്ചുനിന്നു. കഴുത്തൊടിഞ്ഞു പിടയുന്ന നീലകേശിയെ കണ്ട ദാരികൻ നടുങ്ങിപ്പോയി. ദാരികന്റെ കണ്ണുകൾ നിറഞ്ഞു തുളുമ്പി. ശ്രദ്ധയോടെ ഓരോ പഴുതും ചവിട്ടിയിറങ്ങിയ ദാരികൻ തെല്ലുനേരം നോക്കി നിന്നിട്ട് നേരേ പാണ്ടിയിലേക്കു മടങ്ങിപ്പോയി.

"ഇവിടെയായിരുന്നു പണ്ട് ആ മാവു നിന്നിരുന്നത്." കഥാന്തത്തിൽ ഉപദേശി മോനായിയെ ഉണർത്തി.

മാവുനിന്ന ചോടെന്നായിരുന്നു ഈ സ്ഥലം ആദ്യകാലങ്ങളിൽ അറിയപ്പെട്ടിരുന്നത്.

മാവുനിന്ന ചോടി —മാവിൻചോട്.

മാവിൻചോട് —മാഞ്ചോട്.

മാഞ്ചോട്ടുമുക്ക് —മാച്ചോട്ടുമുക്ക്.

സംവത്സരങ്ങളുടെ അരമുള്ള നാവ് മാച്ചോട്ടുമുക്കിനെ, മച്ചോട്ടുമുക്കായി രാകിക്കുറുക്കി.

രാത്രി ഉറങ്ങാൻനേരം കഴുത്തൊടിഞ്ഞു പിടയുന്ന നീലകേശിയെ മോനായി സ്വപ്നത്തിൽ കണ്ടു. അവൻ കണ്ണുകൾ തുറന്നു. അപ്പോൾ കാണാം ചോരക്കണ്ണുകളുള്ള ദിവാൻ പ്രത്യക്ഷപ്പെടുന്നു. ദിവാൻ അവനെ നോക്കി ചിരിച്ചു. ആ ചിരി അവനേറ്റുവാങ്ങി. അവൻ ഉറങ്ങി.

32

മുനമ്പത്തു പോയി ശേഖരപിള്ളയെ കണ്ടു തിരിച്ചുനടക്കുമ്പോഴായിരുന്നു മോനായി ലൂസിഫറിനെ അറിഞ്ഞത്.

ദൈവത്തോടു സാദൃശ്യമുണ്ടായിരുന്ന ദൈവദൂതനായിരുന്നു ലൂസിഫർ. അവന് ദൈവത്തോളമായിത്തീരാൻ കൊതിയായി. അവന്റെ വക്രമായ ബുദ്ധി അതിനായി പ്രവർത്തിച്ചു തുടങ്ങി. ഒടുവിൽ എല്ലാം ക്ഷണം കൊണ്ടൊടുങ്ങി. അഹന്തയുടേയും തിന്മയുടേയും വാഹകപാത്രമായിരുന്നു. അവനെ ദൈവം ശപിച്ചു. അവനെ പാതാളത്തിലേക്കു ചവിട്ടിയിറക്കി. സംവത്സരങ്ങളായി ഭൂമിക്കു മീതെ തിന്മയെ വിതച്ചുകൊണ്ട്, നൂറുമേനി തിന്മ കൊയ്തുകൊണ്ട് പാതാളത്തിന്റെ അധിപതിയായി ലൂസിഫർ വാണരുളുന്നു.

കുറേ നാളുകളായി ഉപദേശി മുനമ്പത്തേക്കു ചെന്നിട്ട്. ശേഖരപിള്ള തളർവാതം പിടിച്ചു വീണ നാളുകളിൽ രാപ്പകലെന്നില്ലാതെ ഉപദേശി

അവിടെത്തന്നെയായിരുന്നു. ആദ്യം ഇടതുകൈയാണ് തളർന്നുവീണത്. മുഖം വലത്തേക്കു കോച്ചിയിരുന്നു. കാണേണ്ട വൈദ്യന്മാരെയെല്ലാം വരുത്തിക്കാണിച്ചു. തൈലം തേച്ചു, കിഴികെട്ടി അനത്തി, പാകമായി ചൂടാക്കിയ വെള്ളം കൊണ്ടു ധാരകോരി. തൽക്കാലം ശാന്തിയുണ്ടായി. മുഖം ഏകദേശം പൂർവസ്ഥിതിയിലായി. എണീറ്റിരിക്കാൻ ഒന്നുരണ്ടു തവണ ശ്രമിക്കാതിരുന്നില്ല. ആരുടേയും സഹായമില്ലാതെ ഒന്നും ചെയ്യാൻ കഴിഞ്ഞിരുന്നില്ല. സുഭദ്രപ്പിള്ള ഉറക്കമറിഞ്ഞ നാളുകൾ മറന്നു. സുകുമാരപിള്ളയെ ഇനിയും വിവരം അറിയിച്ചിട്ടില്ല. ഉപദേശിയുടെ നിർദേശം അതായിരുന്നു. വരുമ്പോൾ അറിഞ്ഞാൽ മതിയത്രേ. ഒന്നുരണ്ടു തവണ സുഭദ്രപ്പിള്ള ഉപദേശിയെ ഓർമിപ്പിക്കാതിരുന്നില്ല. അപ്പോഴും ഉപദേശിയുടെ പ്രതികരണം അതായിരുന്നു. പിള്ളയ്ക്കു പരീക്ഷ അടുത്തിരിക്കുന്ന സമയമായിരിക്കും. ഇത്രനാളും പഠിച്ചതല്ലേ? ഇനിയിപ്പോൾ പരീക്ഷ കൂടി കഴിഞ്ഞിട്ടു പോരേ? മതിയെന്ന് ഭാരപ്പെട്ട മനസോടെ അവർ സമ്മതിച്ചു.

ഒരു പുലർച്ചയ്ക്ക് ഉപദേശിക്ക് ആളുവന്നു. ഉടനെ മുനമ്പത്തേക്കു ചെല്ലണം. ശേഖരപിള്ളയ്ക്കു കൂടുതലാണ്. അയാൾ ചെന്നു. കൊട്ടിയമ്പലം കടക്കുമ്പോൾ നിറയെ ആൾക്കാർ കൂടിയിരുന്നു. അവർ ഉപദേശിക്കായി വഴിമാറി. അകത്തു നിന്നും സുഭദ്രപ്പിള്ളയുടെ തേങ്ങലുകളുയർന്നു കേൾക്കുന്നു.

ദൈവമേ!

ഉപദേശി ഉൽക്കണ്ഠയോടെ അകമുറിയിലേക്കു കണ്ണുകൾ പായിച്ചു. അരണ്ട വെളിച്ചത്തിൽ തിളങ്ങുന്ന രണ്ടു കണ്ണുകൾ. കണ്ണുകൾക്കു താഴെ തീരെ നേർത്ത രണ്ടു നീർച്ചാലുകൾ എന്തോ പറയാനായി ശേഖരപ്പിള്ള ബദ്ധപ്പെട്ടു. ഉപദേശി കൈ കാണിച്ചു തടഞ്ഞു. ഇപ്പോൾ ഒന്നും സംസാരിക്കേണ്ട, പിന്നെ നമുക്ക് വിശദമായി സംസാരിക്കാം. ഉപദേശി പിള്ളയുടെ അരികിലായി ഇരുന്നു. മുറിക്കകത്തുനിന്നിരുന്ന ഒന്നുരണ്ടു സ്ത്രീകൾ പുറത്തേക്കിറങ്ങിപ്പോയി. ഉപദേശി അതു ശ്രദ്ധിച്ചു. തൈലങ്ങളുടേയും പച്ചമരുന്നിന്റേയും, അതിനുമേൽ സദാ ഉറഞ്ഞുകിടന്നിരുന്ന വേദനയുടേയും കലർപ്പുള്ള ഗന്ധം മുറി നിറഞ്ഞുനിൽക്കുന്നു.

വ്യതിരിക്തമായ ഒരു വൈവശ്യത്തിന്റെ പിടിയിലായിരുന്നു ദാനിയേലുപദേശി. പിള്ളയുടെ രോമാവൃതമായ നെഞ്ച് ക്രമാതീതമായി ഉയർന്നുതാഴുന്നത് അയാൾ ശ്രദ്ധിച്ചു. എന്നുമെന്നും മാറാന്തടത്തിന്റെ എല്ലാം എതിർപ്പുകൾക്കും നേരെ കരുത്തോടെ എഴുന്നുനിന്നിട്ടുള്ള നെഞ്ചാണത്. തളർന്നുകിടക്കുന്ന കരങ്ങളെ അയാൾ കണ്ടു. എത്ര ബലിഷ്ഠങ്ങളായിരുന്നു അവ! അവയുടെ ശക്തി വിളിച്ചറിയിക്കുന്നതായിരുന്നു മാറാന്തടത്തിലെ ഉപദേശിയുടെ ഭൂതകാലം. കരക്കാരൊന്നടങ്കം നില കൊണ്ടപ്പോൾ ചഞ്ചലപ്പെടാതിരുന്ന ദാർഢ്യം ഇതാ കാലറ്റു മുടന്തിവീണിരിക്കുന്നു. ഏറെനേരം നോക്കിയിരിക്കാൻ അയാൾക്കു കഴിഞ്ഞില്ല. മയമില്ലാത്ത നിരവധി വിചാരങ്ങളിൽപ്പെട്ട് സന്ദർഭത്തെപ്പോലും വിസ്മരിച്ചേക്കുമെന്ന് ഉപദേശി ഭയന്നു.

അയാൾ മുന്നോട്ടാഞ്ഞു. അയഞ്ഞു ജീവസ്സറ്റ കൈകളെ തഴുകിക്കൊണ്ട് ഉപദേശി പ്രാർഥിച്ചു.

പുറത്തിറങ്ങുമ്പോൾ സുഭദ്രപ്പിള്ള പിന്നിൽ വന്നു.

"സുകുമാരനെ വിവരമറിയിക്കണം." —അവരാവശ്യപ്പെട്ടു.

"ഇപ്പോൾ വേണ്ട."

"എപ്പോഴും ഇങ്ങനെ പറഞ്ഞാ പറ്റൂല്ല. അവനെ അറിയിച്ചേ പറ്റൂ."

"പറ്റൂല്ല അവനെ കാണണണോന്നു ഞാൻ കേട്ടു. വേണമെന്നു പറഞ്ഞു. എനിക്കു സഹിക്കണില്ല ഒപതേസീ."

സുഭദ്രപ്പിള്ള പൊട്ടിക്കരഞ്ഞു.

"എല്ലാം ദൈവനടത്തിപ്പാണ്. നമുക്ക് പ്രാർഥിക്കാം. വേണ്ടതു ചെയ്യാം."

"എന്നും വരാം. കരക്കാരാരും സഹായിക്കൂല്ല."

"വരാം, ഭയപ്പെടേണ്ട."

തിരിഞ്ഞു നടക്കുന്നതിനിടയിൽ ഉപദേശി അവരെ പിന്നിലേക്കു വിളിച്ചു.

"പിള്ളയുടെ മുമ്പിൽ ഒരിക്കലും കരഞ്ഞുകൊണ്ടുമാത്രം പോകരുത്."

"ഇല്ല."

സുഭദ്രപ്പിള്ള ഏറ്റു.

അടുത്തയാഴ്ച കിഴക്കുദിക്കിൽനിന്നു പേരുകേട്ട ഒരു വൈദ്യൻ എത്തിച്ചേർന്നു. വൈദ്യം മാത്രമല്ല ആഭിചാരപ്രയോഗവും അയാൾക്കു വശമായിരുന്നു. കാവുംപുറത്തുനിന്നു അപ്പിനാടാരുടെ ഒരു ദൂതനായിരുന്നു. വൈദ്യനെ എത്തിച്ചത്. മുറ്റത്തൊരു പച്ചോലപ്പുര കെട്ടി വൈദ്യൻ ആദ്യം ആഭിചാരകർമങ്ങളാരംഭിച്ചു. ഉപദേശി വിലക്കാൻ മുതിർന്നില്ല. അതിനുള്ള അധികാരം തനിക്കില്ലെന്ന് അയാൾ അറിഞ്ഞിരുന്നു. നാൽപ്പതു പൂവൻകോഴികളെ വെട്ടി, ചോര അഗ്നിക്കു നേദിച്ചു. ഒരുകെട്ടു കുറുന്തോട്ടിയും പോത്തിന്റെ കരളും കൊണ്ടുവരാനാവശ്യപ്പെട്ടു. കുറുന്തോട്ടി ഉപദേശിയുടെ പറമ്പിൽ ധാരാളമുണ്ടായിരുന്നു. ഞറുങ്ങണവും കുരുമുളകിലയും വെട്ടിനുറുക്കി തിളപ്പിച്ച വെള്ളംകൊണ്ടു മൂന്നുനേരവും കുളിപ്പിച്ചു. കോഴികളെ വാറ്റിയെടുത്ത കഷായവും പോത്തിൻകരളുരുക്കിയ എണ്ണയും കൊണ്ടു ചികിത്സ നടത്തി. ശേഷമുള്ള ക്രിയകളെ നിർദേശിച്ചിട്ടു വൈദ്യൻ മടങ്ങിപ്പോയി. സുഭദ്രപ്പിള്ള ഇമയടക്കാതെ നോക്കിയിരുന്നു.

രണ്ടാഴ്ച കഴിഞ്ഞ് ഒരു ദിവസം ഉപദേശിക്കു വീണ്ടും ആളുവന്നു. ശേഖരപിള്ളയുടെ രണ്ടുവശങ്ങളും തളർന്നുപോയിരിക്കുന്നു. അരയ്ക്കു താഴെ തീരെ അനക്കമില്ല. ഉപദേശി ചെന്നു. സുഭദ്രപ്പിള്ളയുടെ നിലവിളി മാറാന്തടത്തെ ഒന്നടങ്കം ആകുലമാക്കിത്തീർത്തു. ഓടിക്കൂടിയ സ്ത്രീകൾ അവരെ അടക്കാൻ ശ്രമിച്ചു. കരഞ്ഞുകരഞ്ഞ് അവർ തറയി

ലേക്കു ചരിഞ്ഞു വീണു. അമ്മയെ കെട്ടിപ്പിടിച്ചുകൊണ്ട് അംബുജം അലമുറയിട്ടു. ശേഖരൻപിള്ള എല്ലാം കേൾക്കുന്നുണ്ടായിരുന്നു.

ശേഖരൻപിള്ളയുടെ യാത്രപറഞ്ഞ കൈകാലുകളെ തലോടിക്കൊണ്ട് ഉപദേശി അരികിലിരുന്നു. പിള്ളയുടെ മുഖത്തു നോക്കി ഉപദേശി ഒന്നു ചിരിക്കുവാൻ ശ്രമിച്ചു. ശേഖരപ്പിള്ള വെറുതെ നോക്കിക്കിടന്നു. ചോരപ്പാടുണങ്ങാത്ത ശിശുവിനെപ്പോലെ അയാളെല്ലാം നോക്കിക്കിടന്നു. ഉപദേശിയുടെ കൈ സ്വർഗീയമായ ഒരു പ്രേരണയാൽ പിള്ളയുടെ നെറ്റിയിലമർന്നു. രോമം കിളിർത്തിരുന്ന കവിളുകളിലും മാറത്തും ഉപദേശിയുടെ ആർദ്രമായ സ്പർശം പിള്ള അറിഞ്ഞു. അയാളുടെ കണ്ണുകൾ അനക്കമറ്റ്, ഉപദേശിയിൽത്തന്നെ തറച്ചുകിടന്നു. വളരെ ബദ്ധപ്പെട്ട് അയാൾ ചുണ്ടുകളനറ്റി.

"സുകുമാരൻ."

ചുണ്ടുകളുടെ അനക്കത്തിൽനിന്നും ഉപദേശി പിള്ളയുടെ വാക്കുകൾ പിടിച്ചെടുത്തു.

സുകുമാരൻ സുഖമായിരിക്കുന്നുവെന്നും ഉടൻതന്നെ മടങ്ങിവരുമെന്നും ഉപദേശി അറിയിച്ചു. പിള്ള പിന്നെ മിണ്ടിയില്ല. വെറുതെ മച്ചിലേക്കു കണ്ണും നട്ടു കിടന്നു. ആ മുറിയിലെ ഉഷ്ണം അമിതമായിരുന്നു. പിള്ളയെ വിയർത്തു. അയാളുടെ ശിരസിൽനിന്നും കാതുകൾക്കരികിലൂടെ വിയർപ്പുചാലുകൾ താഴേക്കൊഴുകുന്നു. തോർത്തെടുത്ത് ഉപദേശി വിയർപ്പ് ഒപ്പിയെടുത്തു. ദിവ്യമായ ഒരു സുഖം പിള്ളയെ മൂടി. ഒരു കൈക്കുഞ്ഞിനെപ്പോലെ പിള്ള ചുഞ്ചിരിച്ചു. ഉപദേശിയുടെ പ്രജ്ഞയിൽ നിറയെ, പഴയ ഒരു സായാഹ്നത്തെക്കുറിച്ചുള്ള ഓർമകളായിരുന്നു. ഒരു പിടി മണ്ണിനായി മാറാന്തടത്തിന്റെ തേരികൾ കയറിയിറങ്ങി ഒടുവിൽ വെറുംകൈയോടെ മുനമ്പത്തുവീടിന്റെ മുറ്റത്തെ സ്പർശിച്ച ഒരു സായാഹ്നം.

"വിദി എന്നൊന്നൊണ്ടെന്ന് ഇപ്പം തെളിഞ്ഞോ?" ക്രിമീരിന്റെ ചായ്പിലിരുന്നുകൊണ്ട് വല്ലാടൻ കെഴക്കനെ ഓർമിപ്പിച്ചു. എങ്ങനെയെന്നു കെഴക്കൻ തിരിച്ചുചോദിച്ചു. ചായകുടിക്കാനും സൊറപറയാനുമൊക്കെ കൂടിയ മറ്റു പറ്റുകാരും കെഴക്കനെ അനുകരിച്ചു. അവരും വല്ലാടനോട് അവന്റെ പ്രസ്താവനയ്ക്കൊരു വിശദീകരണം ആവശ്യപ്പെട്ടു.

"ഇതുവരേക്കും നെനക്കതു പിടികിട്ടീല്ലേ കെഴക്കാ!"

ഇല്ലെന്നു കെഴക്കൻ അറിയിച്ചു.

"നമ്മളെ മുനമ്പത്തെ ശേകരപിള്ളയങ്ങത്തേക്ക് എന്തെരോ പറ്റിയെന്നു കേക്കണെല്ലോ?"

"അയ്യാക്കു പച്ചവാതം പിടിച്ചതോ."

"ഓ, അതുതന്നെ. ഇപ്പം അങ്ങേത്തേരെ സിതി എന്തെരായെന്നു കണ്ടോ?"

"അയിനും നീ പറഞ്ഞതിനുംതമ്മിലെന്തൊരു പൊരുത്തമെടേ? അതൊരു സൂക്കേട്. വരോണ്ടോരിക്ക് വരും. ഇല്ലാത്തോരിക്ക് ഇല്ല."

"ശേകരപിള്ള അങ്ങത്തയ്ക്കു മാത്തറം എന്തെരിന് പച്ചവാതം പിടിക്കണം? ദേവീരെ ശാപം. അല്ലാതെന്തെര്?"

പെട്ടെന്ന് ചായ്പ്പിനുള്ളിൽ ഭയമലിഞ്ഞുചേർന്ന ഒരു മൂകത വന്നു വീണു.

എങ്കിലും ക്രിമീരന് വല്ലാടന്റെ വിശദീകരണം അത്ര ബോധിച്ചിരുന്നില്ല. അയാൾ വല്ലാടനോടു ചോദിച്ചു:

"ആരെടേ വല്ലാടാ, നിന്നെയിതൊക്കെ പടിപ്പിച്ചു വിട്ടിരിക്കണെത്, ചെല്ലോംപിള്ള അണ്ണനോ?"

വല്ലാടനു മറുപടിയുണ്ടായിരുന്നില്ല. ഏവർക്കും അതറിയാവുന്നതല്ലേ. ശേഖരപിള്ളയ്ക്കും ഉപദേശിക്കും എതിരായി അവനെന്തുതന്നെ പറഞ്ഞാലും, അതെല്ലാം ചെല്ലോംപിള്ളയുടെ സ്വന്തം വാക്കുകളാണെന്ന കാര്യം കുറേക്കാലമായി യാതൊരു ശല്യവുമുണ്ടാകാതിരുന്നതാണ്. ചായ്പ്പിലായിരുന്നാലും പുറത്തായിരുന്നാലും. ഉപദേശി പള്ളിക്കൂടം തുറന്നപ്പോൾ എന്തായിരുന്നു അവസ്ഥ? ചെവികേട്ട് ഇരിക്കപ്പൊറുതിയുണ്ടായിരുന്നോ? എത്രയോ തവണ മാറാന്തടത്തിന്റെ മക്കൾ പരസ്പരം സംഘട്ടനത്തിനുപോലും തയാറായി നിന്നു. കുഞ്ഞപ്പിയും വല്ലാടനുമായിരുന്നു എവിടേയും നേതൃത്വം. അതിനു പിന്നിൽ ചെല്ലോംപിള്ളയുടെ കരങ്ങളാണെന്ന് ആർക്കുംതന്നെ അറിയാവുന്നതല്ലേ? ഒടുവിൽ പള്ളിക്കൂടം വന്നപ്പോൾ കുഞ്ഞപ്പി കാലുമാറി. അയാളുടെ മറ്റു കൊച്ചുമക്കൾ പഠിക്കുവാൻ പോയി. വല്ലാടൻ എതിർത്തു. ഫലമില്ലെന്നു കണ്ടപ്പോൾ ക്രിസ്ത്യാനിയാകാതിരുന്നാൽ മതിയെന്ന ഉപാധിയിൽ വല്ലാടൻ കീഴടങ്ങി.

ശേഖരപിള്ളയ്ക്കു തളർവാതം പിടിപെട്ടത് നീലകേശി കോപിച്ചിട്ടാണെന്നു വല്ലാടനും കെഴക്കനും ചേർന്നു പറഞ്ഞു നടന്നു. ആരും അതു വിശ്വസിക്കുവാൻ തയാറായില്ല.

"ഇതാ ചെല്ലോംപിള്ളേരെ വേലയല്യോ!"

അവിടങ്ങളിലൊക്കെ ആൾക്കാർ പറഞ്ഞു. ശേഖരന്റെ കൈ വീണ തഴമ്പ് ഇപ്പോഴും അയാളുടെ ചെകിടത്തു കാണും. പിന്നെങ്ങനെ കുരുത്തക്കേടു പറയാതിരിക്കും?

"അവന്റത്രേ നേരും നെറിയുമുള്ള നായമ്മാര് വേറെ എത്തറയൊണ്ട് ഈ മാറാന്തടത്തില്? അവൻ വിഴുന്നുപോയെങ്കിലും അവന്റെ മോൻ വളർന്നു. എല്ലാരുമോർത്തോളിൻ!"

ക്രിമീരൻ മുന്നറിയിപ്പു നൽകി.

നാട്ടുവർത്തമാനങ്ങൾ ആകാശനദിയെപ്പോലെ എവിടേയും അറ്റം കാണാതെയൊഴുകി. അറ്റം തേടിയെത്താൻ ആരും തിടുക്കം കാട്ടിയതുമില്ല.

അമ്പലത്തറയുടെ ഇരുളടഞ്ഞ നിലവറയ്ക്കുള്ളിൽ, അന്ധയായ മകളുടെ വിയർപ്പിന്റെ ഗന്ധം ഒട്ടിപ്പിടിച്ച കിടക്കയിൽ കിടന്നുകൊണ്ട്, ചെല്ലോംപിള്ള ആലോചിച്ചു. ശേഖരനെ കാണണോ? കുറേയേറെ നേരമായി അയാൾക്കൊരു വിചാരമേയുള്ളു. സമയം കഴിയുന്തോറും വിചാരം

ശക്തിപ്പെട്ടുവന്നു. ഒരിക്കൽക്കൂടി മുനമ്പത്തേക്കെങ്ങനെ കയറിച്ചെല്ലും? സുഭദ്രയെ എങ്ങനെ നേരിടും? ശേഖരനെ ഭയപ്പെടേണ്ടതില്ലല്ലോ. പോകേണ്ടതില്ല എന്ന് ഒട്ടേറെത്തവണ തീരുമാനിച്ചതാണ്. എന്തുകൊണ്ടോ ആ തീരുമാനത്തിലുറച്ചുനിൽക്കാൻ പിള്ളയ്ക്കു കഴിയുന്നില്ല. നന്മയുടെ ശേഷിച്ച ഒരുതിരിവെട്ടം അയാളപ്പോഴും സ്വന്തമാക്കിയിരുന്നു. എല്ലാ മനുഷ്യരേയുംപോലെ ആ വെട്ടം, ആത്മാവിന്റെ ഏതോ തലങ്ങളെയെല്ലാം തപിപ്പിക്കുന്നു. ചെല്ലോംപിള്ള ആകെ ധർമസങ്കടത്തിലായി. കര മുഴുവൻ ഒരു കുറ്റവാളിയായിട്ടാണു തന്നെ കാണുന്നത്, അടുത്തകാലത്തായി അതു പിള്ളയെ നോവിപ്പിക്കുവാൻ തുടങ്ങിയിരുന്നു. ഒരു കിരാതന്റെ മനസാണു തനിക്കെന്ന് വെപ്പാട്ടിമാരിലാരോ ഒരാൾ ഒരു രാത്രി പറഞ്ഞത് അയാളോർത്തു. അതു കേട്ടു ചിരിക്കുവാൻ മാത്രമേ അന്നു കഴിഞ്ഞിരുന്നുള്ളു. കുറേക്കഴിഞ്ഞപ്പോൾ അറിഞ്ഞു, വെപ്പാട്ടിമാർ മാത്രമല്ല കര ഒന്നടങ്കം തന്നെ കാണുന്നത് ഒരേയൊരു കണ്ണിലൂടെ മാത്രമാണ്. അതുകൊണ്ടാണ് ശേഖരനെക്കുറിച്ചുള്ള അപവാദപ്രചരണത്തിൽനിന്നും പിന്മാറണമെന്ന് സമാജക്കാർ പിള്ളയോടാവശ്യപ്പെട്ടിരിക്കുന്നത്. സത്യം എന്തെന്നു പിള്ളയ്ക്കു മാത്രമേ അറിയൂ. ആ വല്ലാടൻ ചെയ്തുവയ്ക്കുന്ന പൊല്ലാപ്പുകളാണെല്ലാംതന്നെ. ശേഖരപിള്ളയുടെ തളർവാതവും നീലകേശിയുമായിട്ടെന്തു ബന്ധം. തന്റെ പ്രീതിക്കുവേണ്ടിയാണ് വല്ലാടൻ ഓരോന്നു പറഞ്ഞുനടക്കുന്നതെന്ന് ചെല്ലോംപിള്ള മനസിലാക്കിയിരുന്നു. അരുതെന്നു പറഞ്ഞുനോക്കി. വേണ്ടെന്നുവിലക്കി. പഠിച്ചുപോയതല്ലേ? പാടിയേ തീരു. പഠിപ്പിച്ചതും പാടിച്ചതും ആരായിരുന്നു? കുറ്റബോധത്തോടെ പിള്ള ഓർത്തു. അന്നതൊക്കെ ആവശ്യമായിരുന്നു. യഹോവയേയും അയാളുടെ പരിചാരകനേയും എതിർക്കേണ്ടത് മാറാന്തടത്തിന്റെ പരമ്പരകളുടെ ആവശ്യമായിരുന്നു. അതു താനേറ്റെടുത്തു അത്രതന്നെ. അതെല്ലാം ആരോപണങ്ങളായി ഇന്നു തനിക്കുചുറ്റും വളഞ്ഞുനിൽക്കുന്നു. ഒഴിഞ്ഞുമാറാനാവില്ലെന്നു പിള്ളയ്ക്കറിയാം. മാറാന്തടം സാവധാനം തനിക്കെതിരായിത്തീരുകയാണെന്നുപോലും പിള്ള ആശങ്കപ്പെട്ടു. വെപ്പാട്ടി കുഞ്ഞിയുടെ മകളെ ഭാര്യയാക്കിയതോടെ സമാജക്കാരും എതിരായിത്തീർന്നിരിക്കുന്നു. വരട്ടെ.

നീചൻ അമ്മയേയും മകളേയും ഭാര്യമാരാക്കിയിരുന്നു. ആ മകൾതന്നെ അവന്റേതല്ലെന്നാർക്കറിയാം! വേണമെങ്കിൽ സ്വന്തം മകളേയും...? എങ്ങനെ ഇതു മുഴുവൻ കഴുകിക്കളയും? അത്രവേഗം മായുന്നതാണോ പാപത്തിന്റെ ഈ വടുക്കൾ? നീലകേശിയുടെ കോപം ഏറ്റം കഠിനമായിത്തീരേണ്ടത് അവന്റെ നേർക്കല്ലേ? അംഗങ്ങൾ മുഴുവൻ ഒന്നോടെ തകരാനുള്ള പാപം അവന്റെ ശിരസിനു ഭൂഷണമായിട്ടുണ്ടല്ലോ!

ഒടുവിൽ അനുതാപാർദ്രമായ മനസുമായി ചെല്ലോംപിള്ള മുനമ്പത്തു മുറ്റത്തേക്കു ചെന്നു. വൈകുന്നേരമായിവരുന്നതേയുള്ളു. കൊട്ടിയമ്പലം കടക്കുമ്പോൾത്തന്നെ ശ്രദ്ധിച്ചു. പടിപ്പുരയിലോ തിണ്ണയിലോ ആളനക്കമില്ല. പുറത്തു നിന്നുകൊണ്ട് പിള്ള ഒന്നു മുരടനക്കി, കാത്തുനിന്നു.

അംബുജം പുറത്തുവന്നു. ആരെന്നു കണ്ടപ്പോൾ അവൾ അകത്തേക്കോടിപ്പോയി., കുറേക്കഴിഞ്ഞു വീണ്ടും അംബുജംതന്നെ ഇറങ്ങിവന്നു. പരുങ്ങിപ്പരുങ്ങിയായിരുന്നു അവളുടെ വരവ്.

"എന്തെര് വേണംന്ന്?" —പടിപ്പുരയിൽ നിന്നുകൊണ്ട് അവൾ വിളിച്ചുചോദിച്ചു,

"ശേകരനെ ഒന്നു കാണണം പിള്ളേ."

അവൾ മിണ്ടാതെ നിന്നതേയുള്ളു

"ശേകരനെവിടെയാണു കെടക്കണത്? ഒന്നു കണ്ടിട്ടു പൂവ്വാൻ?"

"ഓ അവുടെ ഉള്ള് മുറീല്."

അംബുജം വിരൽചൂണ്ടിയ ഭാഗത്തേക്കു പിള്ള നടന്നു. അംബുജം പിന്നാലെ കൂടി. അകമുറിയിലെ വാതായനത്തിന്റെ വിടവിലൂടെ രണ്ടു കണ്ണുകൾ അയാളെ ക്രുദ്ധമായി പിന്തുടർന്നിരുന്നു. ചെല്ലോംപിള്ള അതറിഞ്ഞിരുന്നില്ല.

'ദേവീ!'

ശേഖരപിള്ളയുടെ ശയ്യയ്ക്കരികിലെത്തിയ പിള്ളയുടെ അകം നൊന്തു. ഇത്രയ്ക്കു കൂടുതലായിരിക്കുമെന്നു കരുതിയിരുന്നില്ല. ഈ കിടക്കുന്നത് മുനമ്പത്തു ശേഖരപിള്ളയാണെന്നു വിശ്വസിക്കുവാനേ കഴിയുന്നില്ല. എത്രയോ തവണ ഏറ്റുമുട്ടിയ കണ്ണുകൾ! രൂക്ഷമായി അവ തനിക്കുമീതേ തറയ്ക്കുകയാണോ? പിള്ള ശ്രദ്ധിച്ചു. അല്ല. കണ്ണുകൾക്കു മീതെ അനിയതവിചാരങ്ങളുടെ മേൽമൂടികൾ വീണു കിടക്കുന്നു.

"ശേകരാ!"

പിള്ള സ്വരമമർത്തി വിളിച്ചു. കണ്ണുകളിൽനിന്നും മേൽമൂടികൾ തെറിച്ചു പോയി. തൈലത്തിന്റേയും വീണുപോയ പാരുഷ്യത്തിന്റേയും തീക്ഷ്ണമായ ഗന്ധം മുറി നിറഞ്ഞുകിടന്നിരുന്നു. നരച്ച ഇരുട്ടിന്റെ അറപ്പിക്കുന്ന സാന്നിധ്യവുമുണ്ട്. തോർത്തെടുത്തു വീശിക്കൊണ്ട് ചെല്ലോംപിള്ള മരക്കാലിയിൽ ഇരുന്നു.

ശേഖരപിള്ളയുടെ നെഞ്ച് ക്രമാതീതമായി ഉയർന്നുകൊണ്ടിരുന്നു. അണ്ണാക്കിലെന്തോ കുരുങ്ങിയതുപോലെ അയാൾ വൈവശ്യപ്പെട്ടു.

"ശേകരാ, ദേര് ഇതു ഞാന്തന്നെ. ചെല്ലപ്പൻ."

ശേഖരപിള്ളയിൽനിന്നും വികൃതമായ ഒരിടർച്ച കുരുക്കറുത്തു പുറത്തുവന്നു. അയാളുടെ ജീവസ്സറ്റ ഇടംകൈ എന്തിനോവേണ്ടി പരതി.

"ശേകരാ, ഒരു കാര്യം പറഞ്ഞ് നിന്റോടി രാജിയാകാനാണ് ഞാൻ വന്നിരിക്കുന്നത്."

വീണ്ടും വികൃതമായ ഇടർച്ച പൊട്ടിപ്പുറത്തുവരുന്നു.

"നീയ്യ് എല്ലാം മറന്നളയണം. ഇനീത്തൊട്ട് എനിക്കും നെനക്കും തമ്മീ വൈരമില്ല."

ശേഖരപിള്ള മെല്ലെ ശിരസുയർത്താൻ ശ്രമിച്ചു. ആയതുപോലെ അൽപ്പം ഉയർന്ന ശിരസ്സ് ഞെട്ടറ്റു താഴെ വീണു. ആ കിടപ്പിൽ തുടർന്നുകൊണ്ട് നിരന്തരമുയരുന്ന കിതപ്പുകൾക്കിടയിൽ അയാൾ ചെല്ലോം

പിള്ളയെ മനസിലാക്കുവാൻ ശ്രമിച്ചു. ആദിമനുഷ്യന്റെ വിഷാദം അയാളുടെ ചിന്തകളെ ചൂഴ്ന്നു. നിസഹായതയോടെ ചുവരുകൾക്കുള്ളിലെ വിമൂകതയെ അയാൾ വാരിപ്പുതച്ചു.

ചെല്ലോംപിള്ള യാത്ര പറഞ്ഞു തിണ്ണയിൽ വന്നു. പടിയിറങ്ങിപ്പോകാൻ അയാൾക്കു തോന്നിയില്ല. ഒരു പഴയ മൂവന്തിയുടെ ആഘാതം എവിടെയോ കല്ലിച്ചുകിടക്കുന്നു. അയാൾ ചുറ്റുപാടുകളെ നിരീക്ഷിച്ചു; അന്നത്തെ സന്ധ്യയെപ്പോലെതന്നെ. വിജനവും ഒറ്റപ്പെട്ടതുമായ സന്ധ്യ. പടിയിറങ്ങാതെ അയാൾ തിണ്ണയിൽ നിന്നു. അയാൾക്കു പിറകിൽ ആ വലിയ വീട് ഒന്നടങ്കം, അയാളുടെ നീക്കത്തെ ശ്വാസമടക്കിനിന്നു ശ്രദ്ധിക്കുകയാണെന്ന കാര്യം പിള്ള അറിഞ്ഞിരുന്നില്ല.

"സുഭദ്രേ— " ചെല്ലോംപിള്ള വിളിച്ചു. അകത്തു ശേഖരപിള്ളയുടെ കിടക്ക ഒന്നു പിടഞ്ഞു. പിള്ള അകത്തേക്കൊന്നു കണ്ണോടിച്ചു. നരച്ച ഇരുട്ടുമാത്രം. ഇരുട്ടിൽ ഏതോ മൂലയിൽ സുഭദ്രപ്പിള്ള പതുങ്ങിനിൽക്കുന്നുണ്ടാവും. വാതിൽപ്പടിയിലേക്കു കാലേറ്റിവച്ചുപോയതാണ്. അയാൾ കാലുകളെ പിൻവലിച്ചു. തിരിഞ്ഞു നടന്നു.

ആദ്യം നാട്ടുകാരറിഞ്ഞു ചെല്ലോംപിള്ള മുനമ്പത്തു ചെന്നിരുന്ന വാർത്ത. ആരും അത്ഭുതപ്പെട്ടില്ല. 'ചെല്ലോംപിള്ളയും മനുഷ്യജാതിയിൽ പിറന്നതല്ലേ' എന്ന് ഒറ്റ വാചകത്തിൽ പ്രതികരിക്കുകയാണുണ്ടായത്.

പിന്നീടാണ് ഉപദേശിയുടെ കാതിൽ അതു വീണത്.

"നന്നായി. എല്ലാം ദൈവഹിതം"

മനുഷ്യനന്മയിൽ വിശ്വസിക്കുന്ന ഏവരും ഇതിൽ ആനന്ദിക്കുകവേണമെന്ന് കണ്ടവരോടൊക്കെ ഉപദേശി പറഞ്ഞു.

പരീക്ഷ കഴിഞ്ഞ് സുകുമാരപിള്ള മടങ്ങിയെത്തി. അതറിഞ്ഞയുടനെ ഉപദേശി മുനമ്പത്തേക്കു ചെന്നു. കൂടെ അയാൾ മോനായിയേയും കൂട്ടിയിരുന്നു.

വന്നതിനുശേഷമാണ് അച്ചന്റെ രോഗത്തെക്കുറിച്ച് സുകുമാരപിള്ള അറിയുന്നത്. അയാൾക്കു വളരെ ദുഃഖം തോന്നി. തുടക്കത്തിൽതന്നെ വിവരം തന്നെ അറിയിക്കാഞ്ഞതിന് അയാൾ അമ്മയോടു പരാതിപ്പെട്ടു.

മാറാന്തടത്തിലെ ആദ്യത്തെ ഇന്റർകാരൻ ഉപദേശിയെ വരവേറ്റു. സുകുമാരപിള്ളയുടെ സംഭാഷണം മുഴുവൻ അച്ഛനെപ്പറ്റിയായിരുന്നു. ഇടയ്ക്ക് അയാൾ ഒന്നു വിതുമ്പുകപോലുമുണ്ടായി. വളരെയേറെനേരം അവർതമ്മിൽ സംസാരിച്ചു കൊണ്ടിരുന്നു. മോനായി അംബുജത്തോടൊപ്പം മഞ്ചാടിക്കുരു ശേഖരിക്കുവാൻ പോയി.

കുശലപ്രശ്നങ്ങൾ തുടർന്നുകൊണ്ട് രണ്ടുപേരും പുറത്തേക്കിറങ്ങി.

ഇനി എന്തുചെയ്യണമെന്നു ചോദിക്കാൻ അമ്മ പറഞ്ഞു.

ഉപദേശിയാണ് നഗരത്തിലയച്ചു പഠിപ്പിക്കാൻ വേണ്ട ഏർപ്പാടുകളൊക്കെ ചെയ്തത്. മേലിലും എന്തു ചെയ്യണമെന്ന് അയാളോടുതന്നെ ചോദിക്കുവാൻ തലേന്ന് സുഭദ്രപ്പിള്ള മകനോടു പറഞ്ഞിരുന്നു. തനിക്കു തുടർന്നു പഠിക്കുവാനാഗ്രഹമില്ലെന്നു പിള്ള അറിയിച്ചു. അച്ഛന്റെ

രോഗവും വീട്ടിലെ പരിതഃസ്ഥിതികളും അതനുവദിക്കുന്നില്ല. ഒരുദ്യോഗം കിട്ടിയാൽ നന്നായിരുന്നു. ശ്രീപത്മനാഭന്റെ നാലുചക്രം കൈനീട്ടി വാങ്ങാം. പഠിച്ചതിനൊരു ഫലമുണ്ടായെന്നു സമാധാനിക്കുകയും ചെയ്യാം.

"ഗുമസ്താവായി ജോലിയെടുക്കാനാണോ താൽപ്പര്യം?" ഉപദേശി ചോദിച്ചു.

"അങ്ങനെയൊന്നുമില്ല. ഒരു സർക്കാരുദ്യോഗം വേണമെന്നാണാഗ്രഹം."

"എവിടെങ്കിലും ഒഴിവുള്ളതായി കേൾക്കുകയുണ്ടായോ?"

'ഇല്ല. അന്വേഷിക്കാം."

"നമുക്ക് ശ്രമിക്കാം. പിന്നെ ഇടയ്ക്കിടയ്ക്ക് പത്രങ്ങളൊക്കെ നോക്കിക്കൊണ്ടിരിക്കണം. എവിടെയെങ്കിലും ഒഴിവുണ്ടാകാതിരിക്കില്ല."

"എല്ലാം ഉപദേശി പറയുമ്പോലെ."

"തൽക്കാലം ഞാനൊരു ജോലി തന്നാൽ ചെയ്യാമോ?"

"ഓ, സന്തോഷമേയുള്ളു."

"കാട്ടുകുളം സ്കൂളിൽ ഇംഗ്ലീഷ് പഠിപ്പിക്കാൻ ചേർന്നുകൂടേ?"

ഒരുമാത്ര പിള്ള നിശ്ശബ്ദനായിരുന്നു.

"അച്ചനോടു ചോദിച്ചു പറയാം."

തിരിച്ചു പള്ളിത്തറയിലേക്കു നടക്കുമ്പോഴാണ് ഉപദേശി ലൂസിഫറിന്റെ കഥ പറഞ്ഞുതുടങ്ങിയത്. വർധിച്ച കൗതുകത്തോടെ മോനായി അതു കേട്ടു നടന്നു. അവന്റെ ഉള്ളിൽ വിരുത്തിയ പക്ഷിച്ചിറകുകളും, വാവലിന്റെ മുഖവും, മൃഗത്തിന്റെ വാലുമുള്ള ലൂസിഫർ ജനിച്ചു. ഏതോ കാരണത്താൽ അവനു ലൂസിഫറെ ഇഷ്ടമായി. അവർ ലൂസിഫറെപ്പറ്റി സഹതാപത്തോടെ ഓർത്തുകൊണ്ട് വല്യപ്പച്ചനോടൊപ്പം നടന്നു.

33

സുഭദ്രപ്പിള്ളയ്ക്ക് ഇഷ്ടമായിരുന്നില്ല, മോൻ കാട്ടുകുളം ലോവർ പ്രൈമറി സ്കൂളിലെ ജോലി സ്വീകരിക്കുന്നത്. അത് മുനമ്പത്തുകാർക്ക് ചേരുന്നതല്ലെന്ന് അവർ കരുതി. ഭക്ഷണം കഴിക്കാനിരിക്കുമ്പോഴെല്ലാം അവർ സുകുമാരപ്പിള്ളയെ ഓർമിപ്പിച്ചു:

"എത്തറയായാലും നമ്മള് ക്രിസ്യാനികളെ കയ്യീന്ന് ചക്രം വാങ്ങിച്ചു ചെലവു കഴിക്കണോ മോനേ?"

സുകുമാരപ്പിള്ള മറുപടി പറഞ്ഞില്ല. അയാൾ മിണ്ടാട്ടമില്ലാതെ ഇരിക്കമാത്രം ചെയ്തു. എല്ലാം അച്ഛന്റെ തീരുമാനത്തിനു വിട്ടിരിക്കുകയാണ്. ഉപദേശിയെ പിണക്കുവാനും, അയാളുടെ അപ്രീതി സമ്പാദിക്കുവാനും അയാൾക്കു മനസുണ്ടായിരുന്നില്ല. അച്ഛൻ തീരുമാനിക്കട്ടെ. സുകുമാരപിള്ള അമ്മയോടാവർത്തിച്ചു പറഞ്ഞു. തൈലംപുരണ്ട നെറ്റിയിലും കവിളുകളിലും തഴുകിക്കൊണ്ട് അയാൾ അച്ഛനെ കാര്യമറിയിച്ചു. ശേഖരപ്പി

ള്ളയുടെ മുഖം പ്രസന്നമായി. ഒരു പൂ വിരിയുംപോലെ അയാളുടെ ചുണ്ടുകളകന്നു. സുകുമാരപിള്ള കാതുകൾ അടുപ്പിച്ചു.

"എല്ലാം ഉപദേശി പറയുംപോലെ ചെയ്യു. അച്ഛന് ഇനിമേൽ ഒന്നും പാടില്ലെന്ന് മക്കൾക്കറിയൂല്ലേ?"

ഉപദേശിക്കു സന്തോഷമായി, കാട്ടുകുളത്തേയും പടിഞ്ഞാറ്റുമുറിയിലേയും ക്രിസ്ത്യാനികൾക്കും സന്തോഷമായി, അതു കേട്ടപ്പോൾ. അതിനിടയ്ക്കാണ് മോനായിയെ സ്കൂളിൽ ചേർക്കുന്ന പ്രശ്നമുണ്ടായത്. ഏതു സ്കൂളിലായിരിക്കണമെന്ന കാര്യത്തിൽ ദീനാമ്മയ്ക്ക് അഭിപ്രായാന്തരമുണ്ടായിരുന്നു. കാട്ടുകുളത്തു വേണ്ട, അവർ പറഞ്ഞു. മച്ചോട്ടുമുക്കിലുള്ളത് ഹൈസ്കൂളാണ്. അവിടെ ചേർന്നാൽ പതിനൊന്നുവരെ ഒരേ പോക്കിൽ പോകാം. ഇടയ്ക്ക് സ്കൂൾ മാറിച്ചേരേണ്ടതില്ല. മാത്രമല്ല, ഭേദപ്പെട്ട കുട്ടികളുമായി കൂട്ടുകൂടുകയും ചെയ്യാം. കാട്ടുകുളത്തെ കുട്ടികൾ മോനായിക്കു പറ്റിയവരല്ല. അവൻ അവരെപ്പോലെ വളരാൻ പാടില്ല. ദീനാമ്മ ശാഠ്യംപിടിച്ചു. ഉപദേശി എല്ലാം കേട്ടിരുന്നു.

മോനായി കാട്ടുകുളത്തുതന്നെ പഠിക്കണം. ഒരു ക്ലാസായാൽ ഒരു ക്ലാസ്. മോനായി അവിടെ പഠിച്ചേതീരൂ.

ഉപദേശി വാശിയോടെ പറഞ്ഞു. അതിനു പിന്നിലെ ഹേതുവെന്തെന്നറിയാതെ ദീനാമ്മ അമ്പരന്നു. ഇത്രയധികം വാശി ഇതിനുമുമ്പൊരിക്കലും അയാൾ കാട്ടിയിരുന്നില്ലെന്ന കാര്യം അവരോർത്തു.

ഉപദേശി നാഗരുകോവിലിലേക്കു പോയി. സ്കൂളു തുറക്കാൻ കുറച്ചു ദിവസങ്ങളേയുള്ളു. പുതിയ നിയമനകാര്യം മാനേജർ സായ്‌വിനെ അറിയിക്കണം. ശേഖരപ്പിള്ളയെക്കുറിച്ച് ഒരിക്കൽ സായ്‌വിനോടു പറഞ്ഞിരുന്നു. അയാളുണ്ടായിരുന്നില്ലെങ്കിൽ മാറാന്തടം ഒരു സ്വപ്നം മാത്രമായി ശേഷിക്കുമായിരുന്നു. ശേഖരപ്പിള്ളയുടെ മകനെയാണ് പുതുതായി നിയമിക്കുവാൻ പോകുന്നത്. സായ്‌വ് സമ്മതിക്കാതിരിക്കുകയില്ല. ദാനിയേലുപദേശിയെ അത്രയ്ക്കു വിശ്വാസമാണയാൾക്ക്. ഒന്നാം ക്ലാസിൽ ഒരു ഡിവിഷൻകുടി ആരംഭിക്കേണ്ടിയിരിക്കുന്നു. ഈ വർഷവും കുട്ടികൾ തിരക്കുമെന്നാണു സൂചന. വളരെ വിശദമായി മറ്റു ചില കാര്യങ്ങളും സായ്‌വുമായി സംസാരിക്കേണ്ടതുണ്ട്.

മൂന്നു ദിവസങ്ങൾക്കുശേഷം മച്ചോട്ടുമുക്കിൽ വണ്ടിയിറങ്ങുമ്പോൾ കപ്യാർ മോശ കാത്തുനിൽപ്പുണ്ടായിരുന്നു.

"വന്നാലൊടനെ കാണണോന്നു പറഞ്ഞ് മാനേയര് ആളയച്ചിരുന്നു."

മോശ വിവരമറിയിച്ചു. മേടപ്പെരേലെ കാരണവരാണ് മച്ചോട്ടു ഹൈസ്കൂളിന്റെ മാനേജർ. പതിവില്ലാത്തതാണിത്. കാര്യമെന്തെന്ന് ഉപദേശി ഊഹിച്ചു. സുകുമാരപിള്ളയുടെ പ്രശ്നമായിരിക്കും. അതു മാറാന്തടം മുഴുവൻ സംസാരവിഷയമായിത്തീർന്നിരിക്കുന്നു.

റോഡുമുറിച്ച് ഇടവഴിയിറങ്ങുമ്പോൾ മോശ തുടർന്നു:

"നമ്മളെ സുകുമാരപിള്ളയങ്ങത്ത കാട്ടോളത്ത് വാദ്യാരാവണതില് നായമ്മാരിക്കെതിർപ്പൊണ്ട്."

"ഉണ്ടാകും; ഉണ്ടാകട്ടെ. മുക്കിലെന്താണു സംസാരം? നീ വല്ലതും കേൾക്കാറുണ്ടോ?"

"ഒവ്തേസി പോയന്നു മുതല് ഇവുടെ എവുടീം അതുതന്നെ വർത്തമാനം."

അസാധാരണമായ വേഗതയിലാണ് വാർത്ത പരന്നത്. ചായക്കടകളിലും ചായ്പുകളിലും മുക്കിലെ കടത്തിണ്ണകളിലും ജനങ്ങൾ ഉറക്കെയും രഹസ്യമായും അതേക്കുറിച്ചുതന്നെ സംസാരിച്ചു. മുനമ്പത്തെ സുകുമാരപിള്ള പെലയമ്മാരെ കുട്ടികളെ പഠിപ്പിച്ച് ശമ്പളം വാങ്ങിത്തിന്നാൻ പോകുന്നു.

ആദ്യം ഒരുപിടി മണ്ണ്. പിന്നെ മണ്ണിന്റെ ചുറ്റുവളപ്പിന് വലിപ്പമേറി. വിസ്തൃതമായ നിരപ്പും കട്ടയ്ക്കാലും സ്വന്തമായി. എല്ലാം ശേഖരപിള്ള കൈമാറ്റം ചെയ്തുകൊടുത്തത്, വേറെ ആരെങ്കിലും തയാറായോ ഈ വേണ്ടാതനങ്ങൾക്കൊക്കെ? പള്ളി വച്ചു. നായന്മാരുടെ മനപ്പുറങ്ങളിൽ കാവൽകിടന്നിരുന്ന അടിയാളന്മാരെ പിടിച്ചു ക്രിസ്ത്യാനികളാക്കി. അവരെ അക്ഷരം പഠിപ്പിച്ചു. അവർക്കു പഠിക്കുവാനും പഠിപ്പിക്കുവാനുമായി ഒരു സ്കൂൾ പണിതു. അഹങ്കാരത്തോടെയല്ലേ പെലേമ്മാരു പറയാൻ തുടങ്ങിയിരിക്കുന്നത്. 'ഞങ്ങളുടെ പള്ളിക്കൂട'മെന്ന്? ആരംഭത്തിൽ കുമിളിയിലെ കരിക്കാടി മാത്രമായിരുന്നു നിലമിനത്തിൽ സ്വന്തമായിരുന്നത്. ഇപ്പോൾ വങ്ങേനിയിലും കൈവച്ചുതുടങ്ങിയിരിക്കുന്നു. വിളക്കെന്നിയിലെ ഭാഗക്കാരിൽ ഒടുക്കത്തെ വാസവൻ അടുത്തകാലത്തല്ലേ സ്വന്തം നിലം ഉപദേശിക്കെഴുതിക്കൊടുത്തത്? മറ്റാരോ വിലപറഞ്ഞു വന്നപ്പോൾ, ഒന്നിനിരട്ടി വില നൽകാമെന്നു പറഞ്ഞ് വാശിയോടെയല്ലേ അയാൾ നിലമെഴുതിച്ചത്? മാറാന്തടത്തിലെ പുലയരെ നോക്കുവിൻ. ഏതു കാര്യത്തിനും അയാളുടെ ചാരത്തേക്കല്ലേ ഓടിയെത്തുന്നത്? തറവാടുകൾക്കും കാരണവന്മാർക്കും സ്ഥാനില്ലാതായിത്തുടങ്ങിയോ എന്നുപോലും ചിലർ ഭയപ്പെട്ടു. പണിക്കൻപൊറ്റയിലെ ഊരാളികളിൽ ചിലരും ഇപ്പോൾ പള്ളിത്തറ ചവുട്ടിത്തുടങ്ങിയെന്നാണു കേൾക്കുന്നത്. സുഖമായാലും ദുഃഖമായാലും അയാളുടെ ഉപദേശം വിലപ്പെട്ടതാണത്രേ. അയാളൊന്നു കാറിയാൽ പടിഞ്ഞാറ്റുമുറിയും കാട്ടുകുളവും ഓടിവന്ന് ഓച്ഛാനിച്ചുനിൽക്കുന്നു.

"ഈ പോക്കു പോയാൽ ഇതെവുടെച്ചെന്നവസാനിക്കും? പറയിൻ."

സമാജക്കാർക്കായുള്ള മൺതിട്ടയിലിരുന്നുകൊണ്ട് വേലായുധൻ ചോദിച്ചു. അവൻ തുടർന്നു:

"മൊളച്ചുകയറിയപ്പൊഴേ വലിച്ചു പിഴുതു ദൂരെ കളയേണ്ടിയിരുന്നത് വച്ചോണ്ടിരുന്നിരുന്ന് ഇപ്പോ ഇത്രവരെ എത്തിച്ചില്ലേ?"

വേലായുധൻ സാധാരണയിൽക്കവിഞ്ഞു ക്ഷോഭിക്കുന്നു. മറ്റുള്ളവർ അത്ഭുതപ്പെട്ടു. ചിലരതിന്റെ കാരണമറിഞ്ഞു. മേടപ്പെരേലെ മാനേജരുടെ ഇളയ അനന്തരവനാണയാൾ. സമാജത്തിലെ ഏറ്റം പ്രായം കുറഞ്ഞ അംഗവും അയാളായിരുന്നു. അയാളുടെ ക്ഷോഭത്തിനു മറ്റൊരു

കാരണംകൂടിയുണ്ടായിരുന്നു. മുനമ്പത്തുകാരേക്കാൾ ധനശേഷിയും ബന്ധുബലവുമുള്ള കുടംബമാണ് അയാളുടേത്. എന്നിട്ടും അയാൾക്കു സുകുമാരപിള്ളയെപോലെ പട്ടണത്തിൽ പോയി പഠിക്കുവാൻ കഴിഞ്ഞിട്ടില്ല. ശ്രമിച്ചുനോക്കാതിരുന്നില്ല. ഹൈസ്കൂൾ ക്ലാസ്സ് കടന്നിട്ടല്ലേ പട്ടണത്തിൽ പോകേണ്ടത്? അയാൾ പിൻവാങ്ങി. സുകുമാരപിള്ള ഇന്ററിനാണു പോകുന്നതെന്നറിഞ്ഞപ്പോൾ അയാളുടെ ആധി വർധിച്ചു.

"ഇനിയിപ്പോ പുരാണങ്ങളും പറഞ്ഞിരുന്നിട്ടെന്തു കാര്യം? നടക്കാനൊള്ളതും വല്ലതുമാണെങ്കിൽ പറയീൻ. നമക്കു നടത്താം."

കാരണവന്മാരിലൊരാൾ നിർദേശിച്ചു.

മുടിപ്പുരനടയിൽ, പൂവരശിനു കീഴിലായി, അപാരതയിൽനിന്നുള്ള കാറ്റ് വീശിയെത്തി. പലപ്പോഴും മാറാന്തടത്തിന്റെ ഭാഗധേയം നിർണയിച്ചിട്ടുള്ളതിട്ട അമർന്നുകിടന്നു.

"അവനെ വിളിച്ചു കാര്യം പറയാം." ആരോ പറഞ്ഞു.

"ആരിനെ?" ആരോ ചോദിച്ചു.

"ആ ശേകരന്റെ മോനെത്തന്നെ. ക്രിസ്യാനീരെ പള്ളീന് വാദ്യാരാവരുതെന്നവനോടു പറയാം. സമാജത്തിന്റെ തീരമാനമാണെന്നു പറയണം."

"അവൻ വരുമോ?"

തുടക്കത്തിലേയുണ്ടായ സംശയമായിരുന്നു അത്. ശേഖരപിള്ള കിടപ്പിലാണ്. അല്ലായിരുന്നെങ്കിൽ അയാളെത്തന്നെ വിളിച്ചു തീരുമാനമറിയിക്കാമായിരുന്നു. അതു നടപ്പില്ല. സുകുമാരനെ വിളിച്ചാൽ അവൻ വരുമെന്നതിനെന്താണുറപ്പ്? അങ്ങോട്ടു ചെന്നറിയിക്കുന്നത് സമാജത്തിന്റെ ഗൗരവത്തിനു ക്ഷീണമേൽപ്പിക്കും. എത്രയേറെ പ്രാവശ്യം സമാജം കൂട്ടത്തിന് അവനെ ക്ഷണിച്ചിട്ടുള്ളതാണ്! ഒരിക്കൽപ്പോലും അവൻ വന്നിരുന്നില്ല.

"എങ്കി നമക്കൊരു കാര്യം ചെയ്യാം. മാനേജരദ്യത്തിനെ സംഗതിയേൽപ്പിക്കാം. അവൻ പോകാതിരിക്കുമോ അദ്യം വിളിച്ചാ? വേണമെങ്കി മച്ചോട്ടു പള്ളിക്കൊടത്തിലൊരു വേല പകരം കൊടുക്കാമെന്നു പറഞ്ഞാപ്പോരെ?"

മാനേജർക്ക് അതു സമ്മതമായിരുന്നു.

ഉപദേശിയുടെ പ്രവർത്തനങ്ങളിൽ മാനേജരും അസംതൃപ്തനായിരുന്നു. കാട്ടുകുളം സ്കൂളിന്റെ ഉത്ഭവമായിരുന്നു മുഖ്യകാരണം. അതോടെ മച്ചോട്ടു ഹൈസ്കൂളിന്റെ അധീശപദവി നഷ്ടമായിത്തീർന്നു. ഒരു പ്രൈമറി സ്കൂളാണെങ്കിൽപ്പോലും തള്ളിക്കളയാവുന്ന അവസ്ഥയല്ല. അതിനുപിന്നിലെ സംഘാടകശക്തിയെക്കുറിച്ച് അയാൾ ബോധവാനായിരുന്നു. വരുംകാലത്ത് വെള്ളക്കാരന്റെ പിൻബലത്തോടെ അതിനു വളരെയേറെ വളരാൻ കഴിഞ്ഞേക്കും. മച്ചോട്ടുഹൈസ്കൂളിന് എന്നുമൊരു ഭീഷണിയായിരിക്കും. ഉപദേശിയുടെ വളർച്ചയും പ്രവർത്തനങ്ങളും തീരെ പ്രവചിക്കുവാൻ കഴിയുന്നതല്ല. വങ്ങേനിയിൽ ഉപദേശി

നിലം സ്വന്തമാക്കിയെന്നറിഞ്ഞപ്പോൾ മാനേജർ അസ്വസ്ഥനായി ത്തീർന്നു. കുമിളിയിൽ കരിക്കാടിക്കു വിസ്തൃതിയേറിയ കാര്യം അയാൾ അറിഞ്ഞിരുന്നു. അധികാരിയുടെ വിധവ കുഞ്ഞുലക്ഷ്മിയമ്മ ആരേയും അറിയിക്കാതെയല്ലേ, ജന്മം കിട്ടിയ നിലങ്ങളിൽ ഒരു പകുതി ഉപദേശി ക്കെഴുതിക്കൊടുത്തത്? അടിയന്തിരങ്ങൾ നടത്തി അന്യംനിന്നുപോകുന്ന ഭൂമികളെല്ലാം അയാൾ കൈവശമാക്കുന്നു. വങ്ങേനിയിലും അത് ആവർത്തിക്കുവാൻ സാധ്യതയുണ്ട്. ഓരോ അടിയന്തിരത്തിനും ഭാഗം കിട്ടിയ വീതത്തിന്റെ ഓരോ തുണ്ട് തീറെഴുതുന്നു. വാങ്ങാൻ പണമു ള്ളത് ഉപദേശിയുടെ കൈയിൽ മാത്രം. വെള്ളക്കാരന്റെ പൂത്ത പണം. പോരെങ്കിൽ മോന് സായ്‌വിന്റെ നാട്ടിലാണ് ജോലിയും. അവിടെനിന്നും പൊന്നും പണവും അളവില്ലാതെ ഒഴുകുന്നുവെന്നാണ് ജനസംസാരം. ഇതു മാറാന്തടത്തിനുനേർക്കുള്ള പരസ്യമായ അക്രമണമാണ്. ആർക്കു സഹിക്കാനാവും ഇത്? അവസാനം ഒരു നായരെ സ്വന്തം ശമ്പളക്കാര നായി വെക്കാൻപോലും അയാൾക്കു കഴിഞ്ഞിരിക്കുന്നു. അതനുവദിക്ക രുതെന്ന് സമാജക്കാർ ഒന്നടങ്കം ആവശ്യപ്പെട്ടിരിക്കുന്നു.

അതേ, എന്തുവന്നാലും അത് അനുവദിക്കുവാൻ പാടില്ല.

സമാജക്കാർ പിരിഞ്ഞപ്പോൾ മാനേജർ ആലോചിച്ചു. ഈ പറ്റിൽ ഉപദേശിയേയും ഒന്നു നേരിട്ടു കാണണം. താന്തോന്നിത്തങ്ങളൊക്കെ ഇവുടത്തോളം മതിയെന്നു വിലക്കണം. ഇതു മാറാന്തടമാണ്. ഞങ്ങളു നായമ്മാരാണ് മാറാന്തടം കണ്ടുപിടിച്ചത്. ഇവുടത്തെ സകലകാര്യങ്ങളും ഞങ്ങളു നോക്കിക്കോളാം. ഉപദേശിയോടു പറയേണ്ട വാചക ങ്ങൾപോലും അയാൾ ഹൃദിസ്ഥമാക്കിയിരുന്നു. അതിനുമുമ്പ് ആ ശേഖ രന്റെ മോനെയും ഒന്നു കണ്ടുകളയാം. മാനേജർ മുനമ്പത്തേക്ക് ആള യച്ചു.

സുകുമാരപിള്ള മേടപ്പെരയിലേക്കു ചെന്നു.

“നീയോ, മുനമ്പത്തെ ശേകരന്റെ മോൻ?”

മാനേജർ സുകുമാരപിള്ളയെ സ്വാഗതം ചെയ്തു.

“ഓ, ഞാൻതന്നെ.”

“ഇപ്പോഴത്തെ പുള്ളാരെയൊക്കെ കണ്ടാൽ അറിയാൻ പാടുതന്നെ. ക്രാപ്പുംചെയ്യിച്ച്, മീശകളും ചെത്തി വെള്ളക്കാരമ്മാരെപ്പോലെയല്ലേ നട ക്കണത്!”

“പട്ടണത്തിൽ ഇപ്പം ഇങ്ങനെയൊക്കെയാണ്.”

“പട്ടണത്തീ പല പ്‌രാന്തുകളും കാണും. അതൊക്കെ നമ്മളെ ഈ നാട്ടുമ്പറത്തുവേണമോ സുകുമാരാ?”

സുകുമാരപിള്ള ചിരിയടക്കി. ബഹുമാനപുരസരം ഒതുങ്ങിനിന്നു. വിളിച്ചത് ഇത്തരം വിശേഷങ്ങൾ പറയാനല്ലെന്ന് പിള്ള അറിഞ്ഞിരുന്നു.

“ശേകരനു ഭേദമൊണ്ടോ?”

“വലിയ മാറ്റമൊന്നുമില്ല.”

"അവന്റെയൊരു കഷ്ടകാലമല്ലാതെ എന്തെരെന്നു പറയാൻ! നീയ് പട്ടണത്തിപ്പോയതും പടിത്തമൊക്കെ ജയിച്ചു തിരിച്ചുവന്നതും ഇവുടത്തെ വേലായുതൻ പറഞ്ഞിരുന്നു."

"ഇന്റെർപരീക്ഷ ജയിച്ച വിവരം അറിഞ്ഞിട്ടു കുറച്ചു ദിവസങ്ങളേ ആയിട്ടുള്ളു."

"ഇവുടെ നൂറുകൂട്ടം കാര്യങ്ങളൊണ്ട്. എല്ലാത്തിനുംകൂടി എനിക്കു രണ്ടു കണ്ണല്ലേയൊള്ളു? അതിന്റേടേല് ഇതൊക്കെ എങ്ങനെ അറിയാൻ?"

"കുറേ ജോലിയൊക്കെ അനന്തിരവന്മാരെ ഏൽപ്പിക്കാമായിരുന്നു."

മാനേജർക്ക് അതിനു മറുപടിയുണ്ടായിരുന്നില്ല.

എങ്ങനെയാണ് വിഷയത്തിലേക്കു കടക്കേണ്ടതെന്നറിയാതെ അയാൾ വിഷമിച്ചു. സമാജത്തെ എന്നും ധിക്കരിച്ചുപോന്നിട്ടുള്ള ശേഖരന്റെ പുത്രനാണ്. നായന്മാരുടെ കൂട്ടത്തിലെങ്ങും അവൻ കൂടാറില്ല. അച്ഛന്റെ വഴിയിൽ കവിഞ്ഞ് അവനു മറ്റൊന്നുമുണ്ടായിരുന്നില്ല.

"നെന്നെ വിളിച്ചതെന്തിനാണെന്നു നെനക്കു മനസിലായോ സുകുമാരാ?"

"ഇല്ല."

"എങ്കിൽ കേട്ടോ. എനിക്കും നെനക്കും ഗൊണമൊള്ള ഒരു സംഗതി അറിയിക്കാമെന്നു വിചാരിച്ചിട്ടാണ്."

"അറിയുന്നതിൽ സന്തോഷമേയുള്ളു."

"നമ്മളെ മച്ചോട്ടെ പള്ളിക്കൊടം നീയറിയൂല്ലേ?"

ഇതെന്തൊരു ചോദ്യമെന്നോർത്ത് സുകുമാരപിള്ള അത്ഭുതപ്പെട്ടു. പതിനൊന്നു വർഷം അവിടെയാണു പഠിച്ചതെന്ന് മാനേജർക്ക് അറിയാവുന്നതല്ലേ?

"ഓ, അറിയും."

"അവുടെ ഒരൊഴിവൊണ്ട്. ഒരു ഡ്രിൽമാസ്റ്ററെ ഒഴിവ്. ആരേങ്കിലും നെയമിക്കണമെന്നു വിചാരിച്ചിട്ട് കൊറേ നാളുകളായി. നടക്കണില്ല. പക്ഷേ, നീയ് പടിച്ചുവരുമ്പം ഞാനായിട്ട് ഒരു ജോലി തന്നില്ലങ്കീ, കരക്കാരെന്തെരു പറയും? മോശമല്ലേ അത്?"

"അതിനു ഞാൻ ഡ്രിൽമാസ്റ്റർക്കായുള്ള ട്രെയിനിങ്ങിനു ചേർന്നിട്ടില്ലല്ലോ?"

"അതു നോക്കണ്ട. നീ ജോലിക്കു പോന്നേച്ചാ മതി. ബാക്കി കാര്യങ്ങള് ഞാൻ ശരിയാക്കിക്കോളാം."

"രണ്ടു ദിവസം കഴിഞ്ഞു മറുപടി പറയാം."

"ഇപ്പം പറയാനെന്തര് തടസ്ഥം?"

"അച്ഛനോടു ചോദിക്കണം."

"അപ്പോ, ഓദേശീരെ പള്ളിക്കൊടത്തീ വേലയ്ക്കു ചെല്ലാമെന്നേറ്റതും ശേകരന്റോടി ചോദിച്ചിട്ടാരിന്നോ?"

"തന്നെ. അച്ഛൻ അനുവദിച്ചിരുന്നില്ലെങ്കിൽ ഞാൻ അതു സമ്മതിക്കുകയില്ലായിരുന്നു."

"നീയ് മുടുമറന്നു കളിക്കരുത്. നെന്റെ തന്തയ്ക്കോ വെവരമില്ലാതെപോയി. മാറാന്തടത്തില് നായമ്മാരെ കേൾക്കാനും, കേൾപ്പിക്കാനും നായമ്മാരു മതി. വരുത്തമ്മാരിക്കും ക്രിസ്യാനിക്കും അതിനധികാരമില്ല."

മറ്റൊന്നും കേൾക്കാനോ പറയാനോ നിൽക്കാതെ സുകുമാരപിള്ള പടിയിറങ്ങി, വയലിറങ്ങി സമാജത്തിട്ടയിലൂടെ നടന്നുപോന്നു. ഒരു കുരുക്കിലേക്കു മാനേജർ വലിച്ചടുപ്പിക്കുകയായിരുന്നുവെന്ന് പിള്ള മനസിലാക്കി. അതിനു പിന്നിലെ ശക്തികളെക്കുറിച്ചും അയാൾ തികച്ചും ബോധവാനായിരുന്നു.

"ഒരു വർത്തമാനംകൂടി പറയാനൊണ്ട്."

നാഗരുകോവിലിൽ പോയി മടങ്ങിവന്ന ഉപദേശിയോടൊപ്പം പള്ളിത്തറയിലേക്കു നടക്കുന്നതിനിടെ കപ്യാർ മോശ പറഞ്ഞു.

"എന്താ, പറഞ്ഞോളു."

"തായി തിരിച്ചു വന്നു."

"നിന്റെ ആദ്യഭാര്യയോ?"

"ഓ! മെനിഞ്ഞാന്നു വയ്യുന്നേരമായപ്പം കരഞ്ഞോണ്ടു കയറിവന്നു. ഇനി തിരിച്ചു പോണില്ലെന്നും പറഞ്ഞു."

ഉപദേശി കണ്ടു, കപ്യാർ മോശയിൽ അതുവരെ അന്യമായിരുന്ന ഒരനുഭൂതി വിശേഷത്തിന്റെ അലയിളക്കം.

"നന്നായി, മോശേ. എല്ലാം ദൈവഹിതം. അവനറിയാതെ ഒരു കൂത്താടിക്കുപോലും ഈ ഭൂമിയിൽ ജന്മമില്ല."

മോശയ്ക്ക് ഇടയ്ക്കിടയ്ക്ക് വലിവു വരാറുണ്ട്. തണുപ്പുകാലങ്ങളിൽ അസുഖം അധികരിക്കുന്നു. അപ്പോഴൊക്കെ മോശ ആഗ്രഹിക്കാറുള്ളതാണ് തായി വന്നിരുന്നെങ്കിലെന്ന്. എസ്തറിന്റെ മരണത്തിനുശേഷം അയാളുടെ സ്ഥിതി വളരെ പരിതാപകരമായിത്തീർന്നിരുന്നു. അയാൾ പ്രതീക്ഷിച്ചു. എന്നെങ്കിലും തായി മടങ്ങിവരാതിരിക്കുകയില്ല. ഓടിപ്പോയ ചെറുമനോടൊപ്പം കുറേക്കാലം താമസിച്ചിട്ട് അവിടെനിന്നും തായി ചാടിപ്പോയെന്നു കേട്ടപ്പോൾ മോശയുടെ പ്രത്യാശ വർധിച്ചു. ഒടുവിൽ അവൾ മടങ്ങിവന്നപ്പോൾ കപ്യാർ മോശ അതിയായി ആഹ്ലാദിച്ചു.

"അതു നന്നായി."

ദീനാമ്മ വന്നു വിവരം അറിയിച്ചപ്പോഴും ഉപദേശിയുടെ പ്രതികരണം അതായിരുന്നു. അയാൾ എല്ലായ്പ്പോഴും നന്മയുടെ ഭാഗത്തായിരുന്നു. നിരുപാധികമായി അയാൾ നന്മയ്ക്കുവേണ്ടി യത്നിച്ചു. ഇവിടെ നന്മയുടെ നറുംമുത്തുകൾ വിതയ്ക്കുക. കരുണയുടേയും സ്നേഹത്തിന്റേയും വളമിട്ടു നന്മയെ വളർത്തുക. നൂറും ഇരുനൂറും മേനികളായി നന്മയെ കൊയ്തെടുക്കുക. അനേകം കടമ്പകളുണ്ടാകും. അവയെ ദൈവമഹിമയുടെ പിൻബലത്തോടെ നേരിടുക. ഇതുവരെ നടത്തിയവന്റെ അത്ഭുതാവഹമായ ശക്തി തനിക്കുമീതെ ഘനീഭവിച്ചുനിൽക്കുന്നത് ഉപദേശി എപ്പോഴും അറിഞ്ഞിരുന്നു. ആകാശത്തേയും ഭൂമിയേയും സൃഷ്ടിച്ചവന് ഇതെത്ര? സൈന്യങ്ങളുടെ ദൈവമായ യഹോവയിൽ അയാൾ എല്ലാം സമർപ്പിച്ചു.

"സായ്‌വിനോട് ആ കൊച്ചന്റെ കാര്യം സംസാരിച്ചോ?" ദീനാമ്മ തിരക്കി.

"ഉവ്വ്. സംസാരിച്ചു. ഒരു ഹൈന്ദവയുവാവിനെ കിട്ടിയതിൽ അദ്ദേഹം വളരെയേറെ സന്തോഷവാനാണ്."

"പക്ഷേ, ഇവിടൊക്കെ പലതും പറഞ്ഞുകേൾക്കുന്നു."

ദീനാമ്മയുടെ വാക്കുകളിൽ ഒരു ഭാര്യയുടെ സ്നേഹവായ്പ് ഇയന്നുനിന്നിരുന്നു.

"മാനേജർ ആളയച്ചിരുന്നു അല്ലേ?"

"അതെ. രണ്ടുമൂന്നുവട്ടം ആൾക്കാർ തേടിവന്നിരുന്നു."

"സുകുമാരന്റെ കാര്യത്തിൽ സമാജക്കാർക്കെതിർപ്പുണ്ടെന്നു കേട്ടു. അതറിയിക്കുവാനായിരിക്കും."

"പോകുന്നില്ലേ? ആരേയും പിണക്കാതെ....?"

ദീനാമ്മയുടെ വാക്കുകൾ മുറിഞ്ഞുപോയി. മുറ്റത്തൊരു നിലവിളി. ഒരു കരച്ചിൽ. പേടിച്ചരണ്ടു നിലവിളിക്കുന്നതുപോലെ. അവർ മുറ്റത്തേക്കിറങ്ങിച്ചെന്നു.

തിണ്ണയിലെ തൂണിൽ വരിഞ്ഞുപിടിച്ചുകൊണ്ട് ശാരദ നിന്നു കിതയ്ക്കുന്നു. അവൾ ഒന്നാകെ വിറയ്ക്കുന്നുണ്ട്. വളരെ പാടുപെട്ട് അവൾ കരച്ചിലടക്കി.

ദീനാമ്മ അവളെ അണച്ചുപിടിച്ചു. ഉൽക്കണ്ഠയോടെ ഉപദേശി ആ രംഗത്തിനു സാക്ഷി നിന്നു.

34

മധ്യവേനലവധി കഴിഞ്ഞ് മാറാന്തടത്തിലെ സ്കൂളുകൾ തുറന്നു.

അതോടെ കാലവർഷവും തുടങ്ങി. പ്രഭാതത്തിനും പ്രദോഷത്തിനുമിടയിൽ പകലിന്റെ അവസ്ഥാഭേദങ്ങൾക്കു വിലക്കുപറഞ്ഞുകൊണ്ട് മാറാന്തടത്തിനു മീതെ ആകാശം ഇരുണ്ടുകിടന്നു. പിശറടിച്ചു പെയ്യുന്ന മഴയിൽ രോഗബാധിതനായ ഒരു ഹിമമൃഗത്തെപ്പോലെ ഗ്രാമം കിടന്നു. മഴപെയ്ത വഴിത്താരകളിൽ നാട്ടുവള്ളികൾ അതിവേഗം വളർന്നു കാടുപിടിച്ചു. പൊറ്റയിൽനിന്നും ഊറിയിറങ്ങിയ വെള്ളച്ചാലുകൾ വഴികളെ എപ്പോഴും ചെളിപിടിപ്പിച്ചിരുന്നു.

ഉപദേശി ഇനിയും മാനേജരെ കാണാൻ പോയിരുന്നില്ല. കപ്യാർ മോശയും ദീനാമ്മയും ആവർത്തിച്ചോർമിപ്പിച്ചു. എന്നിട്ടും അയാൾക്കു പോകാൻ തോന്നിയിരുന്നില്ല.

"മാനേയരുജമ്മി പിന്നുംപിന്നും ആളെ വിട്ടോണ്ടിരുന്നിട്ടും പോവാതെയിരുന്നാലെങ്ങനെ?"

കപ്യാർ മോശ ആശങ്കയോടെ ചോദിച്ചു. മാനേജർക്കു കരയിലുള്ള സ്ഥാനത്തെക്കുറിച്ച് അയാൾക്കറിയാവുന്നതല്ലേയുള്ളു? പുതിയ അംശം

അധികാരിക്കിപ്പോൾ രണ്ടാം സ്ഥാനമല്ലേയുള്ളത്? കരക്കാരെല്ലാം അതംഗീകരിച്ച മട്ടാണു കാണുന്നതും.

"ഞാൻ ആവുന്നതരത്തിലൊക്കെ പറഞ്ഞുനോക്കി. കേൾക്കുന്നില്ല. ഇനി കപ്യാരൊന്നു പറഞ്ഞുനോക്ക്. ആരേം പിണക്കാതെ കഴിയുന്നതല്ലേ നല്ലത്.

ദീനാമ്മ മോശയോടഭ്യർഥിച്ചു. മോശയ്ക്കതിശയമായി.

"അമ്മച്ചി ഇതെന്തെരു പറയണത്? എന്നുമെന്നും ഞാൻ പറയണതല്ലേ, ഒന്നുപോയി കണ്ടളയാൻ. വേണോങ്കി ഞാനൂടിച്ചെല്ലാന്നു പറഞ്ഞു. പച്ചേ വന്നിട്ടു വേണ്ടേ! ഇനിപ്പോ ആരിനെക്കൊണ്ടു പറയിക്കും?"

അതെ, അതു സത്യമാണെന്ന് അവർക്കറിയാവുന്നതല്ലേ? ആരൊക്കെപ്പറഞ്ഞു. എന്നിട്ടും ഒരു പിടിവാശികണക്കെ ഉപദേശി അതിനു തയാറായിട്ടില്ല. അതിന്റെ ഭവിഷ്യത്തുകളെക്കുറിച്ച് ഉപദേശി ബോധവാനല്ലെന്നു പറയുന്നതു ശരിയായിരിക്കുകയില്ല. സംവത്സരങ്ങളുടെ ആത്മാവാണ് അയാളുടെ വഴികാട്ടി. അയാളുടെ ഏതൊരു ചുവട്ടടിയും പാഴായിരുന്നില്ല.

ഒരു രാത്രി ദീനാമ്മ വീണ്ടു ഉപദേശിയെ അനുസ്മരിപ്പിച്ചു. വിളിച്ചിരിക്കുന്നതു മാനേജരാണ്. സാധാരണക്കാരനല്ല അയാൾ. എത്രയും വേഗം ചെന്നു കാണുകയായിരിക്കും ഭേദം.

"സ്കൂൾ തുറന്നോട്ടെ. അതിനുശേഷം ചെന്നു കാണാം. അതുവരെ പിടിപ്പതു പണിയുണ്ടെന്നറിയില്ലേ നിനക്ക്?"

ഒടുവിൽ ഉപദേശി സമ്മതിച്ചു. അതുമതിയെന്ന് ദീനാമ്മയും തീരുമാനിച്ചു. സ്കൂൾ തുറക്കുന്ന സമയമായിരുന്നതിനാൽ അൽപ്പം തിരക്കിലാണു ഭർത്താവെന്ന് അവരറിഞ്ഞിരുന്നു. പുതിയ വർഷം ഒന്നാംക്ലാസിൽ ചേർക്കാൻ പുതിയ കുട്ടികൾ വേണം. പഴയതുപോലെ പ്രതിബന്ധങ്ങളും ബുദ്ധിമുട്ടുകളും ഇല്ലെങ്കിൽക്കൂടി എല്ലാ വീടുകളിലും കയറിയിറങ്ങിയേ തീരൂ. എത്രത്തോളം കൂടുതൽ കുട്ടികളെ ചേർക്കാൻ കഴിയുമെന്നാണ് ഉപദേശിയുടെ വിചാരം.

"അതിനു മുമ്പ് ആ പെങ്കൊച്ചിന്റെ കാര്യത്തിൽ ഒരു തീരുമാനമെടുക്കേണ്ടേ?"

ശാരദയെക്കുറിച്ചായിരുന്നു ദീനാമ്മയുടെ ആവലാതി, അവൾ വന്നിട്ടു കുറേയേറെ ദിവസങ്ങളായിരിക്കുന്നു. അവൾ വിളക്കെന്നിയിൽനിന്നും പള്ളിത്തറയിലേക്കോടിപ്പോന്നതും ദിവസങ്ങളായി അവിടെത്തന്നെ ഉണ്ടുറങ്ങുന്നതും ചുരുക്കം ചിലർ മാത്രം അറിഞ്ഞിരുന്നു. ആദ്യദിവസംതന്നെ ശാരദയ്ക്കു കൂട്ടുകിടക്കാറുള്ള സ്ത്രീയെ വിളിച്ച് ഉപദേശി പറഞ്ഞിരുന്നു; സംഗതി രഹസ്യമായി സൂക്ഷിക്കുവാനുംമറ്റും, ആ സ്ത്രീ അതു സമ്മതിച്ചു. വാക്കു പരിപൂർണമായും പാലിക്കുകയും ചെയ്തിരുന്നു.

"എന്തുണ്ടായി മോളേ? പറയൂ എന്താണുണ്ടായതെന്ന്."

ഉപദേശിയും ഭാര്യയും അവളോടു മാറിമാറി ചോദിച്ചു. അവൾ പൊട്ടിക്കരയുകമാത്രം ചെയ്തു. ഒന്നിനേയും നേരിടാനുള്ള കെൽപ്പില്ലാതെ അവൾ പൊട്ടിക്കരഞ്ഞു. ആദ്യസായാഹ്നമായിരുന്നു. അവൾ വല്ലാതെ ഭയന്നിരിക്കുന്നു. പേടിച്ചരണ്ടു വന്നുകയറിയതിൽനിന്നും ചെറിയൊരു മാറ്റമുണ്ടായെങ്കിലും സമനില അവൾക്കു കൈവന്നിരുന്നില്ല. ആ പകൽ മറ്റാരും അവളോടു സംസാരിക്കുകയുണ്ടായില്ല. മണിക്കൂറുകളോളം അവൾ തറയിൽ കുത്തിയിരുന്നു. ഉപദേശിയും ഭാര്യയും ഒന്നുരണ്ടുതവണ അവളോടു കാര്യങ്ങളന്വേഷിച്ചു. അവളൊന്നുംതന്നെ പറഞ്ഞില്ല. രാത്രി ഭക്ഷണം കഴിക്കുവാൻ അവളെ പിടിച്ചെഴുന്നേൽപ്പിക്കേണ്ടി വന്നു. അവൾ അവർക്കൊപ്പമിരുന്നു ഭക്ഷണം കഴിച്ചു. ഒരു മുത്തച്ഛന്റെ വാത്സല്യത്തോടെ ഉപദേശി അവളെ അരികുചേർത്തിരുത്തി.

രാത്രി.

നിലാവില്ലാത്ത രാത്രി, ഏതോ അപൂർണദുരന്തത്തെക്കുറിച്ചോർത്തു നൊമ്പരപ്പെടുകയാണെന്നേ തോന്നൂ.

ഉപദേശി മുറ്റത്ത് ഉലാത്തുകയായിരുന്നു. എന്നും അത്താഴം കഴിഞ്ഞാൽ അതു പതിവുള്ളതാണ്. ദീനാമ്മ ശാരദയേയുംകൂട്ടി എറമ്പത്തേക്കു വന്നു. തിണ്ണയിൽ അവരിരുന്നു. അവളെ അരികുചേർത്ത് അവരണച്ചുപിടിച്ചു. നെറ്റിമേൽ പാറിക്കിടന്നിരുന്ന അളകങ്ങളെ വിരലുകൊണ്ടൊതുക്കി. ചുറ്റും കറുത്ത നിഴൽ വീണിരുന്ന അവളുടെ കണ്ണുകൾക്കു ചുറ്റും അവർ കരുണയോടെ തലോടി.

"മോളുറങ്ങിയോ?"

"ഇല്ല."

തലയൊന്നനക്കി ശാരദ മറുപടി പറഞ്ഞു. അവളുറങ്ങിയിരുന്നില്ല. കണ്ണും പൂട്ടി ഒരു പകൽ ദുഃസ്വപ്നത്തിന്റെ കൂർത്ത ആരുകളെ പിഴുതെറിയുവാൻ ശ്രമിക്കുകയായിരുന്നു. അവളുടെ ബോധത്തെ അത്തരം ആരുകൾ ആഴത്തിൽ തുളച്ചിരുന്നു. ദിവസത്തിന്റെ ഉണർച്ചയിൽ തികച്ചും അപരിചിതമായ ചുറ്റുപാടുകളിൽ ഇടയ്ക്കിടെ അതോർത്ത് അവൾ നടുങ്ങിയിരുന്നു. ആ പകലിനെ അപ്പാടെ മറക്കാൻ നോക്കി. കഴിയുന്നില്ല. വിചാരങ്ങളെ മറ്റു സ്മരണകളിലേക്കു തിരിച്ചു വിടാൻ അവൾ ആവോളം ശ്രമിച്ചു. സാധിച്ചില്ല. പള്ളിപ്പുരയിൽ പരിപൂർണമായും അലിഞ്ഞില്ലാതാകാൻ അവൾ പണിപ്പെട്ടു. അതിലും അവൾ പരാജയപ്പെട്ടു.

ഇവിടെ ഈ സുഖകരമായ ഊഷ്മളതയിൽ തലചായ്ച്ചു കിടക്കുമ്പോൾ അവളുടെ മനം കൊടിയ ഭീതിയാൽ വേപഥു പൂണ്ടിരുന്നു.

"മോളേ." —ദീനാമ്മയുടെ സ്വരം.

അവളുണർന്നു.

"എന്തേ?"

അവൾ മൂളിക്കേട്ടു.,

"മോളിനിക്കരയുമോ? പറയൂ."

"ഇല്ല."

"എങ്കിൽ മോൾക്കെല്ലാം പറയരുതോ? ഈ അമ്മച്ചി ആരോടും പറയില്ല."

എന്തുണ്ടായെന്ന് അവൾ പറഞ്ഞില്ല. പറയാൻ അവൾക്കു തീരെ മനസു വന്നില്ല. എല്ലാം തന്നിൽത്തന്നെ അടങ്ങിയിരുന്നില്ലാതായിപ്പോകട്ടെ. അവൾ തീരുമാനിച്ചു. അപ്പോൾത്തന്നെ അവളൊരു ധർമസങ്കടത്തിൽപ്പെടുകയുമുണ്ടായി.

"മോളേ!"

വിളറിയ ശബ്ദത്തിൽ അവൾ വിളികേട്ടു.

"മോളൊന്നോർത്തുനോക്കിക്കേ." —ദീനാമ്മ അവളിൽ നിന്നും രഹസ്യം അറിയുവാനുള്ള ശ്രമത്തിലായിരുന്നു.

"മോളുടെ അമ്മയോട് മോളിങ്ങനെ പെരുമാറുമായിരുന്നോ?"

അവരുടെ ചൂണ്ടാണിവിരൽ അവളുടെ പുരികത്തെ അളന്നു. ആ വിരൽ സ്പർശം അവളുടെ ഉള്ളത്തെ തൊട്ടുണർത്തി. അവളിൽ സഹജമായ ഒരലിവൂറി. പണ്ടെങ്ങോ കേട്ടു മറന്ന അരുമത്വമാർന്ന ശീലുകൾ അവളെ ആർദ്രയാക്കി. അവൾ അവരെ കെട്ടിപ്പിടിച്ചു. അവരുടെ ഉദരത്തിൽ മുഖമമർത്തി അവൾ തേങ്ങി.

വിചാരബദ്ധമായ നിശബ്ദതയിൽപ്പെട്ട് ദീനാമ്മ മൂകയായിരുന്നു.

മഹേശ്വരിപ്പിള്ളയുടെ വേർപ്പാടിനുശേഷം വിളക്കെന്നിയിൽ ശാരദ ഒറ്റയ്ക്കായിരുന്നു. പകൽ മുഴുവനും ഇടിഞ്ഞുപൊളിഞ്ഞ പൂമുഖത്തും, നാട്ടുവാഴകൾ തലകുത്തിക്കിടക്കുന്ന തൊടിയിലും, വങ്ങേനിത്തോട്ടിലെ കുളിക്കടവിലുമായി അവൾ സമയത്തെ ഉന്തിത്തള്ളിവിടും. ഒപ്പം ശാന്തയുമുണ്ടായിരിക്കും. അയൽക്കാരിയാണ് ശാന്ത. രാത്രിതോറും ശാന്തയും അവളുടെ അമ്മയുമായിരുന്നു ശാരദയ്ക്കു കൂട്ടുകിടന്നിരുന്നത്. പ്ടാകയിലും കരയിലുമുള്ള മറ്റാരുംതന്നെ അവളെ തിരിഞ്ഞുനോക്കിയിരുന്നില്ല. ഒരാളൊഴിച്ച് മറ്റാരുംതന്നെ അവളെ ഓർക്കുകപോലുമുണ്ടായില്ലെന്നു പറയുകയായിരിക്കും ശരി. ചെല്ലോംപിള്ള! അയാൾ ശാരദയെ മറന്നിരുന്നില്ല. ഉണങ്ങാത്ത ഒരു ക്ഷതമായി വിളക്കെന്നിയെക്കുറിച്ചുള്ള ഓർമ അയാളുടെ മനസിൽ സജീവമായിക്കിടന്നു. ചില പകലുകളിൽ ശാന്ത ഉണ്ടായിരിക്കയില്ല. അമ്മയോടൊപ്പം വിറകൊടിക്കുവാനോ, കൂലിക്ക് ഓല മെടയുവാനോ അവളും പോവുക പതിവായിരുന്നു. അത്തരം മധ്യാഹ്നങ്ങളിൽ ശാരദ ഒറ്റയ്ക്കായിരിക്കും. അവൾ പുറംവെളിച്ചത്തിലേക്കിറങ്ങാറില്ല. നിലവറയ്ക്കുള്ളിൽ തനിച്ചു കിടക്കുകയാണു പതിവ്. പൊളിഞ്ഞ മേൽക്കൂരയിലൂടെ പ്രകാശവൃത്തങ്ങൾ തറയിലും ചുവരിലും പതിഞ്ഞു കിടക്കുന്ന നിലവറയിലിരുന്നുകൊണ്ട് അവൾ മഹേശ്വരിപ്പിള്ളയെ ഓർത്തിരുന്നു. ഓർമയുടെ ആർദ്രമായ തീരങ്ങളിൽ അലയുന്ന അവളുടെ മാനസം പലപ്പോഴും ചഞ്ചലമായിത്തീർന്നിരുന്നു. അപ്പോഴൊക്കെ അവൾ നിശബ്ദം മഹേശ്വരിപ്പിള്ളയെ വിളിച്ചിരുന്നു. വടക്കിനിയിലെ അരവാതിൽ തുറന്ന് മഹേശ്വരിപ്പിള്ള കൊച്ചുമകളുടെ ചാരത്തേക്കു നടന്നെത്തും. തല

ത്തിൽ മുളവടിയുടെ കാലൊച്ച കേൾക്കുമ്പോൾത്തന്നെ ശാരദ വിങ്ങിപ്പൊട്ടാൻ തുടങ്ങുന്നു. അവൾ ശ്വാസമടക്കി ശ്രദ്ധിക്കുന്നു.

"മക്കളെ!" —അമ്മൂമ്മയുടെ വിറങ്ങലിച്ച വിളി.

"എന്തേ!" —അവൾ വിളി കേൾക്കുന്നു.

"മക്കൾക്കു സുഖംതന്നല്ലേ?"

"ഓ."

"എന്റെ മക്കളൊരുപാടൊണങ്ങിപ്പോയല്ലോടി?"

ജരപടർന്നു മെല്ലിച്ച കൈകൾ വളച്ച് അവരവളെ പുണരുന്നു. ഹീനമായ ഒരു തരം തണുപ്പ് അവളെ ചൂഴ്ന്നിറങ്ങുന്നു. അവളതു നിരന്തരം സഹിച്ചിരുന്നു.

"മോളെ!"

"ഓ!"

"അമ്മൂമ്മ പോട്ടോ?"

"വേണ്ട."

അവൾ അമ്മൂമ്മയെ തടയുന്നു. അവളുടെ ബലത്തെ ഭേദിക്കാനാവാതെ മഹേശ്വരിപ്പിള്ള നിൽക്കുന്നു.

"അമ്മൂമ്മ പോവരുത്!"

മഹേശ്വരിപ്പിള്ള അതു കേൾക്കുമ്പോൾ നിശബ്ദയായി നിൽക്കുന്നു. അവർക്കു മടങ്ങിപ്പോകാതിരിക്കുവാൻ കഴിയില്ലല്ലോ? അവർ തിരിഞ്ഞു നടക്കുന്നു.

"അമ്മൂമ്മയ്ക്കു ദുരിശമാണെങ്കിൽ ഇത്തിരി ചോറും തിന്നിട്ട് പോയാമതി."

ഒടുവിൽ നിസ്സഹായയായി ചിരിച്ചുകൊണ്ട്, അവളുടെ ദുർബലമായ ആശകളെ നിരാകരിച്ചുകൊണ്ട് അവർ വടിക്കുത്തിയകലുന്നു.

ഒരുനാൾ അവളുടെ വിലക്കിനെ ധിക്കരിക്കുവാൻ അവർക്കു കഴിഞ്ഞില്ല. വടിയുംകുത്തി അവളോടൊപ്പം മഹേശ്വരിപ്പിള്ള അടുക്കളയിലേക്കു ചെന്നു. അവൾക്കൊപ്പമിരുന്നു നാക്കിലയിൽ അവൾ കോരിയ തുമ്പപ്പൂചോറും കറികളും ഭക്ഷിച്ചു. ചിലപ്പോൾ ശോഷിച്ച കൈകാലുകൾകൊണ്ട് അവരവളെ വാരിയൂട്ടുകയും ചെയ്തിരുന്നു. അന്ന് ശാരദ വളരെയേറെ ഭക്ഷിച്ചു. പതിവായി അവൾ അമ്മൂമ്മയ്ക്ക് ഭക്ഷണം തയാറാക്കി കാത്തിരിക്കാൻ തുടങ്ങി. എല്ലാ ദിവസങ്ങളിലും അതു തുടർന്നു വന്നിരുന്നു.

ഒരു മധ്യാഹ്നം.

വെള്ളിയാഴ്ചയായിരുന്നു. അമ്മൂമ്മ നേരത്തെ ഉണ്ണാൻവരുന്ന ദിവസമാണ്. ഭക്ഷണമൊരുക്കിയിട്ട് ശാരദ കാത്തിരുന്നു. നിലവറയിലേക്കു ചെന്ന അവൾ അവിടെ തറയിൽ മലർന്നുകിടന്നുകൊണ്ട് മഹേശ്വരിപ്പിള്ളയെ വിളിച്ചു. അന്ന് അവർക്ക് ഏറെ ഇഷ്ടമുള്ള വാഴപ്പിണ്ടിത്തോരൻ അവൾ തയാറാക്കിയിരുന്നു. അതിനാൽ എത്രയുംവേഗം അമ്മൂമ്മ വന്നുചേരുമെന്ന് അവൾ പ്രതീക്ഷിച്ചു. കാലൊച്ചയ്ക്കായി അവൾ കാത്തു

കിടന്നു. അറയിൽ പുള്ളികുത്തിയിരുന്ന പ്രകാശവൃത്തങ്ങൾ അവളെ സഹതാപത്തോടെ നോക്കി.

വടക്കിനിയിലെ അരവാതിൽ തുറക്കുന്ന ഒച്ച അവൾ കേട്ടു. അവളുടെ മനസ്സ് ത്രസിച്ചു. കണ്ണുകൾ തുളുമ്പിയടർന്നു. അമ്മൂമ്മ പ്രവേശിച്ചിരിക്കുന്നു. വരട്ടെ, അവൾ അതേ കിടപ്പിൽത്തന്നെ കിടന്നു.

ഊന്നുവടിയുടെ കാലൊച്ച കേൾക്കാനില്ല. തുറന്ന അരവാതിൽ ഞരങ്ങി അടയുന്നു. അവൾ കാതോർത്തു. പതിഞ്ഞ നെടുനിശ്വാസങ്ങളോ, കിതപ്പുകളോ ഇല്ല. അടുക്കളപ്പുരയുടെ ഭാഗത്ത് എന്തോ ഞെരഞ്ഞമരുന്ന ശബ്ദം.

അമ്മൂമ്മ ഇന്നു വഴിമാറി വരുകയോ?

എങ്കിൽ ഊന്നുവടിയുടെ ക്ഷീണിച്ച താളമെവിടെ? വിളിച്ചുചോദിക്കുവാൻ തോന്നി. വേണ്ട. അവൾ ഭിത്തിയുടെ ഓരത്തു ചെന്നു നിന്നു. നിലവറയിലെ ഇരുളിന് അവളെ മറയ്ക്കുവാനുള്ള ആരോഗ്യമുണ്ടായില്ല. അവൾ ചുമരോരത്തിലൂടെ വാതിൽ ലക്ഷ്യമാക്കി കാലുകൾ ഞരക്കി. കൈകൾ ചുവരിൽ പിടിയുറയ്ക്കാതെ വഴുതിപ്പോകുന്നു.

ക്ണിം!

അവൾ പെട്ടെന്നു പിൻവാങ്ങി. പത്തായപ്പുരയിൽ ഒരു ചെമ്പുപാത്രം മറിഞ്ഞുവീണ ശബ്ദം.

ആരായിരിക്കാം?

അമ്മൂമ്മയോ ശാന്തയോ? അതോ ഓർമവയ്ക്കുംമുമ്പ് കാലമടഞ്ഞ അവളുടെ അമ്മയോ? ഒന്നു ചെന്നു നോക്കിയാലോ?

അവൾക്കെന്തെങ്കിലും ചെയ്യാൻ കഴിയുംമുമ്പ് വാതിലിന്റെ വെട്ടത്തിൽ ചെല്ലോംപിള്ളയുടെ നിഴൽ വീണു. വലിപ്പമേറിയ ഒരു കരിനിഴൽ. നിഴൽ അവിടെത്തന്നെ നിലയുറപ്പിച്ചു.

അവൾ അടക്കിപ്പിടിച്ചു നിന്നു. കാൽക്കീഴിൽ തറയുടെ തണുപ്പ്. തണുപ്പേറ്റ് അവൽ നന്നേ ചുരുങ്ങിപ്പോയി. അവൾ വിറക്കൊള്ളാൻ തുടങ്ങി.

നിഴലനങ്ങി. നിഴൽ വളർന്നു നീണ്ടു. വാതിലിൽ ചെല്ലോംപിള്ളയുടെ പർവതസമാനമായ ആകാരം നിറഞ്ഞു.

അവളൊന്നു തിരിഞ്ഞു. മറ്റൊന്നും ആലോചിക്കാൻ നിന്നില്ല. പരിചിതമാർഗങ്ങളിലൂടെ അതിവേഗം പുറത്തുചാടി. ചുറ്റുപാടും വിജനം. തിരിഞ്ഞുനിൽക്കാതെ ഓടി. പള്ളിത്തറയിൽ വന്നെത്തണമെന്ന വിചാരമേയില്ലായിരുന്നു. കണ്ട വഴികളിലൂടെ കിതച്ചുകൊണ്ടോടി. വന്നെത്തിയതവിടെയായിരുന്നു.

പറഞ്ഞുതീർന്നപ്പോഴേക്കും ശാരദ പൊട്ടിക്കരഞ്ഞുപോയി. ഉപദേശി നടത്ത നിർത്തി. അവളപ്പോഴും ദീനാമ്മയുടെ മടിയിൽത്തന്നെയായിരുന്നു. ഉപദേശി അവളുടെ അരികിലേക്കു നടന്നു. ശാരദ നിയന്ത്രണമില്ലാതെ കരയുന്നു. അയാൾ അവളെ സാന്ത്വനപ്പെടുത്തി.

"മോളിതു പുറത്താരോടും പറയേണ്ട."

ഉപദേശി അവളോടു പറഞ്ഞു. ഇല്ലെന്നവൾ സമ്മതിച്ചു. കുറേക്കഴിഞ്ഞ് ദീനാമ്മയുടെ മടിയിൽത്തന്നെ തലവച്ചുറങ്ങുകയുംചെയ്തു.

സ്കൂൾ തുറക്കുന്നതിന്റെ തലേദിവസം സുകുമാരപിള്ള പള്ളിത്തറയിലേക്കു വന്നു. ഉപദേശി പള്ളിമുറ്റത്തായിരുന്നു. വടവുക്കരികാറ്റിന്റെ സൗഹൃദങ്ങളും അറിഞ്ഞുകൊണ്ട് അർധമയക്കത്തിൽ കിടന്നിരുന്ന ഉപദേശി എഴുന്നേറ്റുവന്നു പിള്ളയെ സ്വീകരിച്ചു. അന്നു വൈകുന്നേരം കാട്ടുകുളത്തേക്കു പോകണമെന്നു നേരത്തെ തീരമാനിച്ചിരുന്നതാണ്. സ്കൂൾവളപ്പിൽ രക്ഷാകർത്താക്കളുടെ ഒരു യോഗം വിളിച്ചുകൂട്ടിയിട്ടുണ്ട്. വരുംവർഷത്തെ സ്കൂളിന്റെ നടത്തിപ്പിനെക്കുറിച്ച് ചില തീരുമാനങ്ങളെടുക്കേണ്ടതായിട്ടുണ്ട്. എല്ലാം അവരു തീരുമാനിക്കുന്നതുപോലെ നടക്കട്ടെ. ജനങ്ങളുടെ ശക്തിയെക്കുറിച്ച് ഉപദേശി അത്രയ്ക്കു ബോധവാനായിരുന്നു. ആ യോഗത്തിൽവച്ച് സുകുമാരപിള്ളയെ പരിചയപ്പെടുത്തുകയും വേണം. പുതിയ അധ്യാപകനായി അടുത്ത ദിവസം അയാൾ കാട്ടുകുളത്തേക്കു ചെല്ലുമ്പോൾ സൗഹൃദത്തോടെ വേണം കുട്ടികൾ അയാളെ സ്വീകരിക്കുവാൻ.

"നമുക്കു വരാന്തയിലോട്ടിരിക്കാം."

ഉപദേശി പിള്ളയെ ക്ഷണിച്ചു. അയാൾ വരാന്തയിൽ കടന്നിരുന്നു. ഉപദേശി ദീനാമ്മയെ വിളിച്ചു. അവർ പുറത്തെവിടെയോ ആയിരുന്നു.

"ഞങ്ങൾക്കൊരതിഥി വന്നുചേർന്നിട്ടുണ്ട്. കുറേ ദിവസങ്ങളായി ഞങ്ങളോടൊപ്പമുണ്ട്."

വല്ല വെള്ളക്കാരന്മാരോ പുറംനാട്ടുകാരോ ആയിരിക്കുമെന്നു സുകുമാരപിള്ള കരുതി.

"ആരാണ്? എവിടെനിന്നാണ്?"

"വളരെ അടുത്തുനിന്നാണ്. എന്നാൽ വളരെ അകലെനിന്നാണെന്നും പറയാം."

"അതൊരു നല്ല ഫലിതമാണല്ലോ."

"അതേ കുഞ്ഞേ. ചിലർക്ക് എന്തും ഫലിതമായേ തോന്നാറുള്ളു."

"എന്തായാലും പള്ളിത്തറയിലെ അതിഥി എനിക്കന്യനായിരിക്കുകയില്ല."

ഉപദേശി അകത്തുപോയി മടങ്ങിവന്നു.

അൽപ്പം കഴിഞ്ഞപ്പോൾ നാണത്തിന്റെ തേരേറി കൈയിൽ കാപ്പി നിറച്ച പാത്രങ്ങളുമായി ശാരദ വരാന്തയിലേക്കു വന്നു. മേശമേൽ പാത്രങ്ങൾ വെച്ചു മടങ്ങിപ്പോകാൻനേരം ഉപദേശി അവളെ തടഞ്ഞു:

"മോളവിടെ നിൽക്കു."

അവൾ നിന്നു. കണ്ണുകളെ തറയിലിട്ടുകൊണ്ട്.

"ഇതാണു ഞങ്ങളുടെ അതിഥി."

മനസിലായോ എന്ന അർഥത്തിൽ ഉപദേശി പിള്ളയെ ഒന്നു നോക്കി. ഉപദേശിയുടെ മകളായിരിക്കാമെന്നു പിള്ള കരുതി. അല്ലെങ്കിൽ ബന്ധത്തിൽപ്പെട്ട ആരെയെങ്കിലുമായിരിക്കാം. മയിലാഞ്ചിയിട്ട കാൽനഖങ്ങൾ.

പാദങ്ങളുടെ അരികുകൾക്കും ഉള്ളംകൈപ്പത്തിക്കും അവളുടെ കവിളുകൾക്കും ഒരേ നിറം. പൊടുന്നനെ ഒരപരാധബോധം അയാളിൽ ജനിച്ചു. അയാൾ പള്ളിപ്പുരയുടെ വരാന്തയിലേക്കു മടങ്ങിവന്നു.

"നമ്മുടെ വിളക്കെന്നിയിൽനിന്നാണ്. ശാരദ. മരിച്ചുപോയ മഹേശ്വരിപ്പിള്ളയെ കേട്ടിട്ടില്ലേ?"

"ഉണ്ട്."

"അവരുടെ കൊച്ചുമകൾ."

ശാരദയെക്കുറിച്ച് അമ്മ പറഞ്ഞു. സുകുമാരപിള്ള കേട്ടിട്ടുണ്ട്. പക്ഷേ, കാണുന്നതാദ്യമായിട്ടാണ്.

സ്കൂളിലേക്കു നടക്കുമ്പോഴും സുകുമാരപിള്ള അപ്പപ്പോൾ പള്ളിപ്പുരയുടെ വരാന്തയിലേക്കോടിയെത്തിയിരുന്നു. മയിലാഞ്ചിച്ചോപ്പേറ്റ നഖങ്ങൾ, മുനയില്ലാതെ മൃദുവായി അയാളെ മുറിപ്പെടുത്താൻ തുടങ്ങിയിരുന്നു.

ഉപദേശി എത്തിച്ചേരുന്നതിനു മുമ്പുതന്നെ സ്കൂൾ മുറ്റം നിറഞ്ഞുകഴിഞ്ഞു. പണിക്കൻപൊറ്റയിൽനിന്നു വൈദ്യരും രാമകൃഷ്ണപ്പണിക്കരും യോഗത്തിൽ പങ്കെടുക്കുവാനെത്തിയിട്ടുണ്ട്. എല്ലാവരുടേയും കണ്ണുകൾ സുകുമാരപിള്ളയിൽ വീണു.

"നമ്മുടെ പുതിയ സാറാണ്."

ഉപദേശി പരിചയപ്പെടുത്തി. ആരാണെന്നും പറഞ്ഞു. പിള്ളയെ അവർ നേരത്തേതന്നെ അറിയുമായിരുന്നു. ഉപദേശി തുടർന്നു. അടുത്ത അധ്യയനവർഷം ആരംഭിക്കുകയാണ്. ഒന്നാംക്ലാസിൽ ചേർക്കാവുന്നത്രയും കുട്ടികളെ ചേർക്കണം. ഓരോരുത്തരും അതിനു ശ്രമിക്കണം. സുകുമാരപിള്ള കുട്ടികളെ ഇംഗ്ലീഷ് പഠിപ്പിക്കും. വെള്ളക്കാരന്റെ ഭാഷ പഠിച്ചാൽ പല ഗുണങ്ങളുമുണ്ടാകും. ആദ്യം കുറച്ചു ബുദ്ധിമുട്ടനുഭവപ്പെടുമെങ്കിലും ആരും ഇതിൽനിന്നും പിന്തിരിയരുതെന്ന് ഉപദേശി അഭ്യർഥിച്ചു.

യോഗം തീർന്നപ്പോൾ സന്ധ്യ വളരെയേറെ വളർന്നിരുന്നു. ഉപദേശി പിള്ളയെ യാത്രയാക്കി. മോശ കാത്തുനിന്നു. അയാൾക്കെന്തോ പറയാനുണ്ടായിരുന്നു. അതൊക്കെ അടുത്തദിവസം കാലത്തെയാകാമെന്നു പറഞ്ഞ് ഉപദേശി മോശയേയും യാത്രയാക്കി.

ഒറ്റയ്ക്കായിത്തീർന്ന ഉപദേശി ഭഗവതിക്കാവിലേക്കു നടന്നു. രാത്രിയുടെ ചുറ്റുവെട്ടത്തിൽ കാവ് മുടിയഴിച്ച കോമരത്തെപ്പോലെ കാണപ്പെട്ടു. കാവിന്റെ ഉള്ളറയിൽ കത്തുന്ന നെയ്ത്തിരി. കന്യകയുടെ ശുഭ്രമായ മനസുപോലെ നിശ്ചലമായ കാട്ടുകുളം. ഉപദേശി കാവിന്റെ മറുവശത്തേക്കു നടന്നെത്തി. അവിടെ കാടും പടലും പിടിച്ചിരുന്ന ഒരു തുണ്ട് ഭൂമിയിൽ അയാൾ നിന്നു. അയാളുടെ കാൽക്കീഴിൽ സംവത്സരങ്ങൾ തേച്ചു നിരപ്പാക്കിയ ഒരു മൺകൂനയുടെ അവശിഷ്ടങ്ങളായിരുന്നു. അയാൾ മുട്ടുകുത്തി മൺകൂനയെ കുനിഞ്ഞു ചുംബിച്ചു.

ഉപദേശിയുടെ മനസ്സ് ദ്രവമായൊഴുക്കുവാൻ തുടങ്ങി.

35

മച്ചോട്ടുമുക്കിൽനിന്നും കുമിളിയിലേക്കു ചരിഞ്ഞിറങ്ങുന്ന വെട്ടുവഴിയിലൂടെയാണ് സുകുമാരപിള്ള ദിവസവും കാട്ടുകുളം ലോവർ പ്രൈമറി സ്കൂളിലേക്കു പോയിരുന്നത്. വശങ്ങളിൽ തഴച്ചുവളരുന്ന കാട്ടാവണക്കുകളുടേയും ഓടമരങ്ങളുടേയും സ്വച്ഛതയിൽ അമ്മയെ അനുസരിക്കാത്ത ആട്ടിൻകുട്ടിയുടേയും എട്ടുതവണ ചാടി ഒരു രാജാവിന്റെ തലവിധി തിരുത്തിയ ചിലന്തിയുടേയും സിംഹത്തെ കബളിപ്പിച്ചു ജീവൻ രക്ഷപ്പെടുത്തിയ കൊച്ചുമുയലിന്റേയും കഥകൾ ഈ യാത്രകളിൽ അയാൾക്ക് അകമ്പടിസേവിച്ചിരുന്നു. വൈകുന്നേരം മടങ്ങുന്നതും അതുവഴിതന്നെ. ചിലപ്പോൾ അയാളോടൊപ്പം ഒരു സംഘം കുട്ടികളുണ്ടാവും. കാട്ടുകുളം ലോവർ പ്രൈമറി സ്കൂളിലെ വിദ്യാർഥികളാണവർ. തങ്ങളുടെ അധ്യാപകന്റെ കൂടെയുള്ള യാത്രകൾ അവരെ സംബന്ധിച്ചിടത്തോളം അഭിമാനകരങ്ങളായിരുന്നു. അയാളുമായി എത്രത്തോളം അടുത്തുകൂടാമോ, അത്രത്തോളം അവർ ചേർന്നു നടന്നിരുന്നു. ആരംഭത്തിൽ സുകുമാരപിള്ളയ്ക്ക് അതൊരു ശല്യമായിട്ടാണു തോന്നിയത്. പിന്നെപ്പിന്നെ അത്തരം സായാഹ്നയാത്രകൾ ഒഴിച്ചുകൂടാനാവാത്ത ഒരു ദിനചര്യയായിത്തീർന്നു. കുട്ടുകൾ പലതും ചോദിക്കും. കൊച്ചുകൊച്ചു സന്ദേഹങ്ങൾ പലതുംതന്നെ ശുദ്ധ അസംബന്ധങ്ങളായിരിക്കും. എന്നാലും എന്തെങ്കിലും ഉത്തരങ്ങൾ അയാൾ അവർക്കു നൽകിയിരുന്നു. അതിനു പകരമെന്നോണം അവർ അയാൾക്കു തോരാത്ത നാട്ടുവർത്തമാനങ്ങൾ നൽകിയിരുന്നു.

കപ്യാർ മോശയുടെ ആദ്യഭാര്യ മടങ്ങിവന്നു.

അവർ അറിയിച്ചു.

സാറിനറിയാമോ, അയ്യാളെ ആദ്യഭാര്യ വേറെ രണ്ടാണുങ്ങളുടെ കൂടെ ഓടിപ്പോയതായിരുന്നു. എന്നിട്ടിപ്പം അവരെ കളഞ്ഞിട്ട് മോശേരെ അടുത്തുതന്നെ വന്നുപറ്റി.

കപ്യാർമോശയുടെ മകൻ രാജാമണി ഉപദേശിയുടെ പാകിയിരുന്ന തേങ്ങകൾ മോഷ്ടിച്ചു. അവൻ ചീത്തയാണു സാർ. പണ്ടെങ്ങോ ഒളിച്ചോടിപ്പോയതാണ്. എന്നിട്ടു വളർന്നു തടിയനായപ്പോൾ മടങ്ങിവന്നു. അതോടെ നാട്ടിൽ ചില്ലറ മോഷണങ്ങൾ ഉണ്ടായിത്തുടങ്ങിയിരിക്കുന്നു. അവൻ കള്ളുകുടിക്കുകയും പള്ളുപറയുകയും ചെയ്യും സാർ.

അറിഞ്ഞോ സാർ, നമ്മളെ വയലില് രണ്ടു തലയുള്ള ഒരു സർപ്പം വന്നിരുന്നു. അതിന്റെ തലേല് എപ്പോഴും കത്തിക്കൊണ്ടിരിക്കണ ഒരു കല്ലുണ്ടായിരുന്നു. കൊറേനേരം വയലില് കെടന്നിട്ട് അതിഴഞ്ഞു കിഴക്കുംപുറത്തേക്കുപോയി. സാർ, എല്ലാരും പറയണത് അത് അമ്പലത്തറയിലെ തെക്കതിലിരിക്കണെന്നാണ്.

കുമിളിപ്പൊയ്കയിലെ മാനത്തുകണ്ണികൾ ചിരിക്കുന്നതു കണ്ടിട്ടുണ്ടെന്ന് അവരൊത്തുചേർന്നു പറഞ്ഞു. അതിലൊരുത്തൻ, കുമിളിപ്പൊ

യ്കയിലെ മാനത്തുകണ്ണികൾ പാട്ടുപാടുന്നതു കേട്ടിട്ടുണ്ടെന്നുപോലും ഒരിക്കൽ അവകാശപ്പെടുകയുണ്ടായി. സുകുമാരപിള്ള അവനെ നിരാശപ്പെടുത്തിയില്ല. അയാൾ അതെല്ലാം വിശ്വസിച്ചു.

"എങ്ങനെയുണ്ട് കുട്ടികളൊക്കെ?"

ഒരു വൈകുന്നേരം പള്ളിത്തറയിലേക്കു കയറിച്ചെന്ന സുകുമാരപിള്ളയോട് ഉപദേശി അന്വേഷിച്ചു. ആഴ്ചയിലൊരിക്കൽ തമ്മിൽ കാണണമെന്നാണ് കരാറ്. ഹാബേലും ലാസറും സാധാരണ എല്ലാ ദിവസങ്ങളിലും ചെന്നു കാണാറുണ്ട്. അവർക്കു സംസാരിക്കുവാൻ മറ്റു പല കാര്യങ്ങളുമുണ്ടായിരുന്നു. പള്ളിയേയും ജനങ്ങളേയും സംബന്ധിക്കുന്ന പ്രശ്നങ്ങൾ. അതിനാൽ കരാറനുസരിച്ചുള്ള ദിവസങ്ങളിൽ ചെല്ലാൻ പിള്ള വളരെ നിഷ്കർഷ പാലിച്ചിരുന്നു.

ഉപദേശിയുടെ ചോദ്യത്തിന് സുകുമാരപിള്ള മറുപടി കണ്ടെത്തി.

"പരിചയിച്ചു വരണതല്ലേയുള്ളു? ക്രമേണെ ശരിയായിക്കോളും."

"എങ്കിലും തുടക്കമെങ്ങനെയുണ്ടെന്നൊന്നു പറഞ്ഞോട്ടെ."

ഉപദേശി നിർബന്ധിച്ചു. ഒരു പക്ഷേ, മറ്റു രണ്ടധ്യാപകരും തരുന്നതിനേക്കാൾ ശരിയായ ഒരു മറുപടി തരാൻ സുകുമാരപിള്ളയ്ക്കു കഴിഞ്ഞേക്കുമെന്ന് ഉപദേശി കരുതി.

"ഒന്നാംക്ലാസും രണ്ടാംക്ലാസും തരക്കേടില്ല. അവുടെയൊക്കെ മലയാളമാണു പഠിപ്പിക്കണത്. പക്ഷേ, നാലാംക്ലാസിലെ കാര്യം ഇത്തിരി കഷ്ടമാണ്."

"പറയു."

"അവിടെ ഇംഗ്ലീഷാണു പഠിപ്പിക്കണത്. ഒരു രക്ഷയുമില്ലാത്ത മട്ടാണു കാണണത്. A എന്നെഴുതാൻ പറഞ്ഞാൽ 'എ' എന്നെഴുതിക്കൊണ്ടു വരും. ബി എന്നു പറഞ്ഞാൽ ബി, പി, ഭി എന്നീ അക്ഷരങ്ങളിലേതെങ്കിലുമൊന്നായിരിക്കും എഴുതുക. അതല്ലെങ്കിൽ ചില പടങ്ങളായിരിക്കും സ്ലേറ്റിൽ കാണുക."

"ഇംഗ്ലീഷ് പഠിക്കുവാൻ അവർക്കിത്തിരി ബുദ്ധിമുട്ടായിരിക്കും. നമുക്കു നോക്കാം."

"അതൊക്കെ സഹിക്കാം. പക്ഷേ,...."

സുകുമാരപിള്ള മുറിച്ചു നിർത്തി.

"എന്താണ്? മടിക്കാതെ പറഞ്ഞോളു."

"ഉപദേശി മറ്റൊന്നും വിചാരിക്കരുത്."

"ഇല്ല, പറയൂ."

"ആ സ്കൂളിലെ ഒരധ്യാപകനെന്നനിലയ്ക്ക് ഇതു പറയാൻ ഞാൻ കടപ്പെട്ടിരിക്കുന്നു. കുട്ടികൾ സ്കൂളിൽ വരുന്ന വേഷം തീരെ മോശമാണ്. അസഹനീയമെന്നുതന്നെ പറയാം. ചെളിപിടിച്ച മുണ്ട് വെറുതേ വെള്ളത്തിലിട്ട് ഒന്നു തിരുമ്മുകപോലും ചെയ്യാറില്ല. കുളിക്കുകയും പല്ലു തേക്കുകയും ചെയ്യുക വളരെ അപൂർവമായിരിക്കും. ഞാൻ ഒന്നുരണ്ടു

തവണ ഹെഡ്മാസ്റ്ററോടു സൂചിപ്പിച്ചു. എന്നാലും ഇവിടേയും ഒന്നു വന്നു പറഞ്ഞേക്കാമെന്നു കരുതി."

"അതേ, പിള്ള പറഞ്ഞത് പൂർണമായും ശരിയാണ്. ഞാനതു പല പ്പോഴും ശ്രദ്ധിച്ചിട്ടുണ്ട്. പക്ഷേ,...."

മറ്റൊരു പക്ഷേയിൽ ഉപദേശിയുടെ വാക്കുകളെ മുറിച്ചു നിർത്തി. എന്തുകൊണ്ടായിരുന്നുവെന്നു പിള്ളയ്ക്കറിയാം. കൂടുതൽ സംസാരിക്കു വാൻ നിൽക്കാതെ പിള്ള യാത്രപറഞ്ഞിറങ്ങി.

സുകുമാരപിള്ള സ്കൂളിന്റെ പാഠ്യേതരകാര്യങ്ങളിലും ശ്രദ്ധവച്ചു തുടങ്ങിയിരിക്കുന്നു. അതൊരു നല്ല തുടക്കമായി ഉപദേശിക്കു തോന്നി. ഹെഡ്മാസ്റ്ററും മറ്റധ്യാപകരും ചൂണ്ടിക്കാട്ടാത്ത കാര്യമാണിത്. സ്കൂളിന്റെ അന്തസ്സിനെ ബാധിക്കുന്ന പ്രശ്നമാണിത്. എത്രയും വേഗം എന്തെങ്കിലും ചെയ്തേ മതിയാവൂ. ഇനിമേൽ പടനിലമെന്നത് സ്കൂളി ലേക്കു മാറ്റണം. ശേഷമുള്ള യുദ്ധം മുഴുവനും സ്കൂൾ ഉയർത്തിക്കൊ ണ്ടുവരുന്നതിലായിരിക്കണം. ചുറ്റും നിരന്തരമായ വെല്ലുവിളികളാണ്. കാലം ചെല്ലുന്തോറും അവ കൂടുതൽ സങ്കീർണമായിക്കൊണ്ടിരിക്കുന്നു. സാത്താന്റെ നേരിട്ടുള്ള പരീക്ഷകളേക്കാൾ അസ്വാസ്ഥ്യം മുളവാക്കുന്ന വയാണ് എല്ലാം തന്നെ. ഏറെ ശക്തിയാർജിക്കുക. ഉപദേശി തീരുമാനി ച്ചു. കരുത്തോടെ മുന്നോട്ടു പോവുക.

മാനേജർ വീണ്ടും ആളയച്ചിരിക്കുന്നു.

കണ്ടേ മതിയാവൂ എന്നാണറിയിപ്പ്. വന്നു പറഞ്ഞ ദൂതന്റെ വാക്കു കളിൽപ്പോലും ഒരു താക്കീതിന്റെ കാർക്കശ്യമുണ്ടായിരുന്നു. കണ്ടല്ലാതെ അടങ്ങുകയില്ലെന്ന മട്ടാണ്. സുകുമാരപിള്ള സ്കൂളിൽ പോയിത്തുടങ്ങി യതു മാത്രമായിരിക്കുകയില്ല കാരണം. അതു കഴിഞ്ഞിട്ടിപ്പോൾ എത്രയോ നാളുകളായിരിക്കുന്നു!

മാനേജരെ കണ്ടുകളയാമെന്നുതന്നെ ഉപദേശി തീരുമാനിച്ചു. നല്ല തെന്ന് ദീനാമ്മയും കപ്യാർ മോശയും പറഞ്ഞു.

വള്ളികെട്ടിയ സഞ്ചിയും കുടയുമെടുത്തുകൊണ്ട് ഉപദേശി പുറ ത്തിറങ്ങി. മുറ്റം ചവുട്ടിയില്ല, അതിനുമുമ്പ് താഴെ ഒതുക്കുകല്ലിൽ ആള നക്കം കണ്ടു. ഉപദേശി നോക്കി. സുഭാജനങ്ങളാണ്.

"വരിൻ, വരിൻ. അകത്തേക്കു വരിൻ."

ഉപദേശി അവരെ ക്ഷണിച്ചു. മടിച്ചുമടിച്ച് അവർ വരാന്തയിലേക്കു കയറി.

"ഒരു വിശേഷം പറഞ്ഞുപോവാനാണ് ഞാളു വന്നത്."

"അതിനെന്താ ദാസാ, പറഞ്ഞോളു."

"ഒന്നു വീടുവരേക്കും വരണം. ഇന്നല്ല, മറ്റന്നാക്കില്. ഇത്തിരി പ്രാർത്തിച്ചിട്ടു പോയാൽ ഞാക്കു വലിയ അനിംഗിരഹമായിരിക്കും."

"എന്താ വിശേഷം?"

"ഞാളെ മണിച്ചീനെ നോക്കാനെക്കൊണ്ട് ഒരു ചെറുക്കനും കൂട്ടരും അന്നേക്കും വരണൊണ്ട്. നരുവാമൂട്ടിന്നാണ്. നമ്മളെ പത്തറോസിന്റെ ഏർപ്പാടില്."

"ചെറുക്കനെന്താ പണി?"

"വേറെ പ്രത്യേഗിച്ചു പണിയൊന്നുമില്ല. ഇത്തരിപ്പോരമൊക്കെ കൈമ ണീം, കിർഷിയുമൊക്കെയൊണ്ടെന്നു പത്തറോസ് പറഞ്ഞു."

"അന്നെന്താ, വീട്ടിൽ ചെലവു വല്ലതുമുണ്ടോ?"

"ഒണ്ടേ. നാലഞ്ചെടങ്ങഴി അരീടെ ചെലവൊണ്ട്. ദൂരത്തീന്നു വര ണവരല്ലേ?"

"ശരി." —ഉപദേശി അകത്തു നോക്കി തോമസുകുട്ടിയെ വിളിച്ചു. മുറ്റമിറങ്ങി അവൻ തിടുക്കത്തിലെത്തി.

"എടാ, ഇവർക്കു വേണ്ടതെന്തെന്നുവച്ചാൽ കൊടുത്തേരെ."

ഉപദേശി എണീറ്റു.

"കാലത്തെതന്നെ പോരണം."

"വന്നേക്കാം."

വെട്ടുവഴിയിലൂടെ, ഇലച്ചാർത്തുകളുടെ തലോടലേറ്റു നടക്കുമ്പോൾ മനസ്സ് പടനീക്കം തുടങ്ങിയിരുന്നു. സൗഹൃദസംഭാഷണത്തിനല്ല മാനേ ജർ വിളിച്ചിരിക്കുന്നത്. ഉപദേശി ആലോചിച്ചു. വാക്കുകൾക്കൊണ്ട് പൊരിഞ്ഞ ഏറ്റുമുട്ടലുകൾതന്നെയുണ്ടായേക്കും. സമാജത്തിന്റെ തീരു മാനങ്ങളെക്കുറിച്ച് സുകുമാരപിള്ള തന്ന വിവരങ്ങൾ വച്ചു നോക്കുക യാണെങ്കിൽ ഇതു മിക്കവാറും അവസാനത്തെ യുദ്ധമായിരിക്കും. ആരെ ങ്കിലും ഒരു കൂട്ടർ അടിയറവുപറഞ്ഞേ മതിയാവൂ. ആരു പറയും? എത്ര ത്തോളം വിട്ടുവീഴ്ചയുണ്ടാകണം? അയാളോലോചിച്ചു.

മാറാന്തടത്തിന്റെ ഭാഗധേയത്തെ എന്നുമെന്നും നിർണയിച്ചുപോന്നി ട്ടുള്ള സമാജമാണ് ഒരു ഭാഗത്ത്. മറുഭാഗത്ത് എന്നുമെന്നും അടിയാള ന്മാരായിക്കഴിയാൻ വിധിക്കപ്പെട്ട ഒരു കൂട്ടം മനുഷ്യരും. ഉപദേശി അവ രുടെ ഭാഗത്തായിരുന്നു. അതിനു ന്യായീകരണങ്ങളൊന്നും ആവശ്യമാ ണെന്ന് അയാൾക്കു തോന്നിയിട്ടില്ല. അധ്വാനിക്കുന്നവർക്കും ഭാരം ചുമ ക്കുന്നവർക്കും അത്താണിയായിരുന്നവന്റെ പോരാളിയാണയാൾ. അയാൾക്കു മറ്റൊരു ഭാഗം തിരഞ്ഞെടുക്കുക സാധ്യമല്ല. അയാളുടെ നിയോഗം അതാണ്. അതു നിഷേധിക്കുവാൻ ദാനിയേലുപദേശി അശ ക്തനാണ്. അതു നടത്തിയേ തീരു.

"യാഹെന്ന ദൈവമെന്നിടയനഹോ!
യാതൊരു കുറവുമില്ലെനിക്കിനിയും
പച്ചപ്പുൽപ്പുറത്തെന്നെ കിടത്തുന്നവൻ,
നിശ്ചലജലമെന്നെ കുടിപ്പിക്കുന്നു."

സ്വരമമർത്തി പാടിക്കൊണ്ട് ഉപദേശി വെട്ടുവഴി കയറി മച്ചോട്ടുമു ക്കിലെത്തി. അപ്പുവിന്റെ മാടക്കടയുടെ മുമ്പിൽ നിന്നു. കണ്ടപ്പോൾ ത്തന്നെ അപ്പു എണീറ്റു നമസ്ക്കരിച്ചു. ഉപ്പിട്ട നാരങ്ങാവെള്ളം തയാ റാക്കി നൽകി.

"നമസ്കാരം!"

"സലാമൊണ്ട്!"

"എത്രേടംവരെ രാവിലെ?"

"ഇപ്പോൾ ഇങ്ങോട്ടൊന്നും കാണാനില്ലല്ലോ? പള്ളിക്കൂടമൊക്കെ എങ്ങനെപോകുന്നു? വയലിൽ ചാഴിവീണെന്നു കേട്ടല്ലോ? ഇത്തവണ മഴയ്ക്കുമുന്നേ നമുക്കു കുളം വെട്ടണം." എല്ലാ അന്വേഷണങ്ങൾക്കും മറുപടി പറഞ്ഞുകൊണ്ട് അയാൾ എല്ലാവരേയും പരിഗണിക്കുന്നു. മുക്കിലെത്തിപ്പെട്ടാൽ കൂട്ടംകൂടി നിൽക്കുന്നവരുടെയും, ഒറ്റപ്പെട്ടു നിൽക്കുന്നവരുടെയുമൊക്കെ നോട്ടത്തിനും സംഭാഷണത്തിനും ഉപദേശി പാത്രമായിത്തീരാറുണ്ട്. അയാളെ കാണുന്നവരും, അയാളെ കണ്ടുമുട്ടു നടിക്കാത്തവരുമുണ്ട്. പക്ഷേ, ഉപദേശി ഏവരേയും കണ്ടിരുന്നു. സ്വതഃസിദ്ധവും ദിവ്യവുമായ പുഞ്ചിരിയോടെ അയാളേവരേയും സ്വാഗതം ചെയ്തിരുന്നു.

മച്ചോട്ടു ഹൈസ്കൂളിനടുത്താണ് പുതിയ തപാലാപ്പീസ്. മാനേജർ ദാനമായി നൽകിയ സ്ഥലത്ത് നാട്ടുകാരും സമാജക്കാരും പിരിവെടുത്തു നിർമിച്ച കെട്ടിടമായിരുന്നു അത്. ആദ്യത്തെ തപാലാപ്പീസിനു ചുവരുകളുള്ള സ്വന്തം മുറിയുണ്ടായിരുന്നില്ല. കരുണൻനായരുടെ പലചരക്കു പീടികയുടെ ഒരു വശത്തായി ഇറക്കിക്കെട്ടിയ ഒരോലപ്പുരയിലായിരുന്നു അക്കാലത്തെ തപാൽവ്യവഹാരങ്ങളൊക്കെ നടത്തിവന്നിരുന്നത്. കത്തുകൾ കൊണ്ടുവന്നിരുന്നത് അഞ്ചലോട്ടക്കാരായിരുന്നു. മാറിമാറി ഓരോ സ്ഥാനത്തും അഞ്ചലോട്ടക്കാരൻ ഉരുപ്പടികളുമായി ഓടിയെത്തുന്നു. കത്തുകൾ വിതരണം ചെയ്തിരുന്നതും അയാളായിരുന്നു. പിന്നീടാണ് പോസ്റ്റ്മാസ്റ്റർ സ്വാമി ആഗതനാകുന്നത്. അപ്പോഴും ആപ്പീസ് ഓലപ്പുര തന്നെയായിരുന്നു. ചാവടിയിലെ ഒരു വാടകവീട്ടിലായിരുന്നു സ്വാമി താമസമാക്കിയിരുന്നത്. അവിടെ നിന്നും മെയിൽവാഹനത്തിലെത്തുന്ന ഉരുപ്പടികളടങ്ങിയ തോൽസഞ്ചി തലച്ചുമടായി രാവിലെ ഓലപ്പുരയിലെത്തുന്നു. വൈകുന്നേരം മടങ്ങിപ്പോകുമ്പോൾ തലച്ചുമടായിതന്നെ തോൽസഞ്ചി മടക്കിക്കൊണ്ടുപോവുകയും ചെയ്യുന്നു. പലപ്പോഴും സ്വാമി വേണ്ടപ്പെട്ടവരോടു പറഞ്ഞു. എല്ലാവരുംകൂടി സഹകരിച്ച് ഒരു പുര പണിതുകൊടുക്കാൻ. ആരും ചെവികൊടുത്തില്ല. ചിലരൊക്കെ വേണമെങ്കിൽ ഉപദേശി ചെയ്യട്ടെ എന്ന നിലപാടുപോലും എടുക്കുകയുണ്ടായി. വിദേശത്തുനിന്നും മറ്റും അയാൾക്കല്ലേ മിക്കവാറും കത്തുകൾ വരുന്നത്? കത്തുകൾ മാത്രമോ, തുണിയും പൊന്നും മറ്റുമടങ്ങിയ വലിയ വലിയ പാർസലുകളും അയാൾക്കല്ലേ വരുന്നത്? അതുകൊണ്ടയാൾ കെട്ടട്ടെ. ഉപദേശി അതു കേട്ടെങ്കിലും അവഗണിച്ചതേയുള്ളു. പകരം സ്വാമിയെ പറഞ്ഞു മേടപ്പെരേലേക്ക് അയയ്ക്കുകയാണു ചെയ്തത്. മാനേജർ നല്ലവനും ഉദാരമതിയുമാണെന്ന് ഉപദേശി മനസിലാക്കിയിരുന്നു. കാര്യങ്ങൾ പറഞ്ഞുകേൾപ്പിച്ചാൽ അയാൾ വഴങ്ങാതിരിക്കില്ല. ഒരു തപാലാപ്പീസ് കെട്ടാൻ ഏറ്റം യോജിച്ച ഭൂമി അയാളുടെ കൈവശമാണിരിക്കുന്നത്. മച്ചോട്ടുമുക്കു വളർന്നുകൊണ്ടിരിക്കുകയാണ്. സ്വന്തം മുറിയുള്ള ഒരു തപാലാപ്പീസ് മുക്കിന്റെ വളർച്ചയുടെ നാഴികക്കല്ലായിരിക്കും.

മാനേജർ സമ്മതിച്ചു.

നാട്ടുകാരോടു സഹകരിക്കുവാൻ മാനേജർ ആവശ്യപ്പെടുകയും ചെയ്തു. മുറികെട്ടിക്കേറ്റാനുള്ള പണിക്കാരെ ഉപദേശിയാണു നൽകിയത്. വളരെ വേഗത്തിലായിരുന്നു എല്ലാം പൂർത്തിയായത്. സ്വാമിയുടെ ഭാരം മുക്കാലോളം കുറഞ്ഞു. മേലിൽ മരപ്പെട്ടിയും ചുമന്നുകൊണ്ട് റോഡുവഴി അങ്ങോട്ടുമിങ്ങോട്ടും നടക്കേണ്ടതില്ല. അന്തസ്സോടെ മുറിക്കകത്തു വച്ചു പൂട്ടിയിട്ടു പോകാം.

സ്വാമി എപ്പോഴും ശ്രദ്ധിച്ചിരുന്ന ഒരു കാര്യമുണ്ടായിരുന്നു. പോസ്റ്റാപ്പീസു കൊണ്ട് ഏറ്റം ഗുണം കിട്ടിയിരുന്നത് ഉപദേശിക്കാണ്. ബഹ്റിനിനിൽനിന്നും മുടങ്ങാതെ കത്തുകളും പണവും വന്നുകൊണ്ടിരിക്കുന്നു. ഇടയ്ക്കിടെ ഭാരമുള്ള പാർസലുകളും വരാറുണ്ട്. എല്ലാംതന്നെ തടിച്ച പുസ്തകങ്ങളായിരുന്നു. ഒപ്പിട്ടുവാങ്ങി പോകുന്ന ഉപദേശിയെ അത്ഭുതത്തോടെ സ്വാമി നോക്കിനിന്നുപോകുന്നു. ചിലപ്പോൾ ഒരു കുശലപ്രശ്നത്തിന്റെ രീതിയിൽ എന്തെങ്കിലും അറിയുവാനും സ്വാമി ശ്രമിച്ചിരുന്നു:

"മോനെവിടെയാണ് ജോലി?"

"വിദേശത്താണ്. ബഹ്റിൻ എന്നൊരു കൊച്ചുനാടുണ്ട്. ആറേഴുദിവസം കപ്പലിൽ യാത്രചെയ്യേണ്ടതുണ്ട് ചെന്നെത്തണമെങ്കിൽ."

"എന്തു ജോലിയാണവിടെ?"

"മെയിൽ നേഴ്സ്."

"അയ്യോ, അതു പെണ്ണുങ്ങൾക്കൊള്ള ജോലിയല്ല്യോ?"

"അതുകൊണ്ടാ മെയിൽ നേഴ്സെന്നു പറഞ്ഞത്. സ്വാമിക്ക് പിടികിട്ടിയില്ലെന്നു തോന്നുന്നു."

"ഓ, പിടികിട്ടി. വേണ്ടതെല്ലാം പിടികിട്ടി. മോനവുടെ നല്ല ശമ്പളമുണ്ടായിരിക്കും."

"തരക്കേടില്ലാത്ത ഏർപ്പാടുകളാണവിടെയൊക്കെ."

പണം വാങ്ങുമ്പോഴും പാർസലുകൾ സ്വീകരിക്കുമ്പോഴും ഉപദേശി സ്വാമിക്ക് കൈമടക്കുകൾ നൽകിവന്നിരുന്നു. തുച്ഛമായ ശമ്പളത്തിന് വാടകവീട്ടിൽ കഴിഞ്ഞുകൂടുന്ന അയാളെ സംബന്ധിച്ചിടത്തോളം അതു വിലപ്പെട്ടതായിരുന്നുതാനും. തപാലാപ്പീസ് തുറന്നിട്ടില്ല. അതുകൊണ്ട് അങ്ങോട്ടു പോകേണ്ടതില്ലെന്നു തീരുമാനിച്ചു നിൽക്കുമ്പോൾ അകലെയല്ലാതെനിന്നും നടന്നുവരുന്ന സ്വാമിയെ കണ്ടു. അയാളുടെ കൈയിൽ അന്നത്തെ മെയിലുണ്ടായിരുന്നു. ഉപദേശിയെ കണ്ടതും സ്വാമി അഭിവാദനം ചെയ്തു. ഉപദേശി അതു സ്വീകരിച്ചു.

"നമസ്കാരം!"

"നമസ്കാരമുണ്ട്!"

"ഇന്ന് ഉപദേശിക്ക് എന്തെങ്കിലുമുള്ള കോളൊന്നും കാണുന്നില്ലല്ലോ?"

"സ്വാമി നോക്കിയിരുന്നോ."

"എന്തിനു നോക്കണം? അല്ലാതെതന്നെ അറിയുല്ലേ? ഉപദേശിക്കെ ന്തെങ്കിലുമൊള്ള ദിവസം, ദാ ഇങ്ങോട്ടു നോക്കീൻ, ഈ കെട്ടെടുക്കാൻ തന്നെ ഒരു പ്രത്യേക സുഖമായിരിക്കും."

"അതു ശരി."

"ഏതായാലും നമുക്ക് നോക്കാം. വരണം."

സ്വാമിയുടെകൂടെ തപാലാപ്പീസിലേക്കു നടന്നു. ഒരു കൂട്ടം വിശേഷങ്ങൾ പറയുവാനുണ്ട് അയാൾക്ക്. വന്നിട്ട് കുറച്ചുനാളുകളേ ആയിട്ടുള്ളുവെങ്കിലും അയാളും മാറാന്തടത്തിന്റെ തുടിപ്പുകളെ ശ്രദ്ധിക്കുന്നുണ്ടായിരുന്നു. ഒഴിവുദിവസങ്ങളിലും മറ്റും അയാൾ മുക്കിലോ ചാവടിനടയിലോ കൂടിയിരിക്കുന്ന ചെറുപ്പക്കാരുടെ ഇടയിലേക്കു ചെല്ലുന്നു. മാറാന്തടത്തിലെ ഒരേയൊരു സർക്കാരുദ്യോഗസ്ഥനായിരുന്ന സ്വാമിക്ക് എവിടേയും സ്ഥാനമുണ്ടായിരുന്നു. അയാൾക്കു ചില്ലറ തമാശകൾ പറയുവാനുള്ള കഴിവുമുണ്ടായിരുന്നു. അത്തരം സംഘങ്ങളിൽ നിന്നാണ് വിശേഷങ്ങളെല്ലാം അയാൾ സാധാരണ അറിയാറ്. വന്നകാലംതൊട്ടെ കേൾക്കുന്നതാണ് ഉപദേശിയും സമാജക്കാരും തമ്മിലുള്ള പോരിനെക്കുറിച്ച്. മാറാന്തടത്തിലുള്ള ഉപദേശിയുടെ ഏതൊരു പ്രവർത്തനത്തിലും ദോഷം കണ്ടെത്താൻ സമാജം മനഃപൂർവം ശ്രമിക്കുകയാണെന്നുപോലും സ്വാമിക്കു തോന്നിയിട്ടുണ്ട്. ഏറ്റവുമൊടുവിലായി ഒരു സുകുമാരപിള്ളയുമായി ബന്ധപ്പെട്ടാണ് സമാജക്കാർ ഉപദേശിയുമായി ഇടഞ്ഞിരിക്കുന്നത്. അയാളുടെ സ്കൂളിൽ സുകുമാരപിള്ളയ്ക്ക് ജോലി നൽകിയത്രേ. അതു സമാജക്കാർക്ക് രസിച്ചില്ല. മച്ചോട്ടു നായമ്മാരു നടത്തുന്ന ഒന്നാംതരം ഹൈസ്കൂളുള്ളപ്പോൾ, അയാളെന്തിന് പുലക്കുട്ടികൾക്കു മാത്രമായുള്ള അന്യജാതിക്കാരന്റെ സ്ഥാപനത്തിൽ പണിയെടുക്കണം? സമാജക്കാരുടെ ചോദ്യമതാണ്. ഏതായാലും പ്രശ്നം ഇപ്പോൾ ഗുരുതരമായിരിക്കുകയാണ്. മാനേജരുടെ വിലക്കിനെ ധിക്കരിച്ചുകൊണ്ട്, മാനേജർ നൽകിയ വാഗ്ദാനത്തെ നിരസിച്ചുകൊണ്ട് സുകുമാരപിള്ള ഉപദേശിയുടെ സ്കൂളിൽ ചേർന്നിരിക്കുന്നു. കുറേക്കാലമായെങ്കിലും സമാജക്കാർ വിടാനുള്ള ഭാവമില്ല. മാനേജർ ഉപദേശിയെ കാണണമെന്നാവശ്യപ്പെട്ടിരുന്നതും, ഉപദേശി പോകാനിരുന്നതും സ്വാമി അറിഞ്ഞിരുന്നു. ഏതായാലും ഇക്കാര്യത്തിൽ തനിക്കൊരു അഭിപ്രായമുണ്ടെന്ന് സ്വാമി ഉപദേശിയെ അറിയിച്ചു.

"സ്വാമിക്കു പറയാനുള്ളതു പറയാം. കേൾക്കട്ടെ."

"മാനേജരെ പിണക്കുന്നത് അത്ര നല്ലതാണെന്ന് എനിക്കു തോന്നുന്നില്ല."

"ആരു പറഞ്ഞു, മാനേജരുമായി ഞാൻ പിണക്കത്തിലാണെന്ന്? അതൊക്കെ നാട്ടുകാരുടെ കുപ്രചരണങ്ങളാണ് സ്വാമീ. എല്ലാവരോടും സ്നേഹപൂർവം കഴിയുക. അതാണെന്റെ മതം എന്നെ പഠിപ്പിക്കുന്നത്."

"മാനേജരു കാണണമെന്നു പറഞ്ഞിട്ട് ഇതുവരേയും ചെന്നിട്ടില്ലെന്നു കേട്ടു."

“അതു ശരിയാണ്. അത്രയ്ക്ക് അത്യാവശ്യമുള്ള കാര്യത്തിനാണ് അയാൾ വിളിച്ചതെന്നു തോന്നിയില്ല. വെറുതേ വിളിച്ചാക്ഷേപിക്കുവാനാണെന്നും കേട്ടു. അതൊഴിവാക്കുന്നതല്ലേ ഭംഗി? ഏതായാലും ഇപ്പോഴങ്ങോട്ടാണു പോകുന്നത്. എന്താ സ്വാമിയും പോരുന്നുണ്ടോ?”

“അയ്യോ, ഞാനില്ല. ഉപദേശിയെപ്പോലെ ഞാനും ഒരു വരത്തനാണ്. പക്ഷേ, നിങ്ങളെ ധൈര്യം എനിക്കു പോരാ.”

മാനേജരെ കാണാനായി കിഴക്കുംപുറമിറങ്ങുമ്പോൾ നീലകേശിയുടെ പൂവരശു കണ്ണിൽപ്പെട്ടു. ഇളംകാറ്റിൽ തലയറയുന്ന കവരങ്ങൾ! ഇലച്ചാർത്തുകളുടെ മർമരം! വെള്ളിയാഴ്ചയാണ്. വിശേഷപൂജയുടെ ദിവസം. ഇന്നു മരണപ്പാറയിൽനിന്നുള്ള ഗിരിപ്രഭാഷണത്തിന്റേയും ദിവസമാണല്ലോ.

മറ്റൊരു വഴിത്തിരിവിന്റെ വാതായനത്തിലേക്ക് ഉപദേശി നടന്നടുത്തു.

36

നീലകേശിയുടെ നടയിറങ്ങി, വങ്ങേനിത്തോടു താണ്ടി, ഉപദേശി മേടപ്പെരയുടെ നടയ്ക്കലെത്തിപ്പെട്ടു. ഓല കുത്തി മേൽക്കൂരയാക്കിയ ചുറ്റുമനയും, എണ്ണമെഴുക്കു പുരണ്ട കൊട്ടിയമ്പലവും അയാൾ ശ്രദ്ധിച്ചു. അത്ര പഴക്കമുണ്ടായിരുന്നതല്ല അവ. മനയ്ക്കു പുറത്ത് അടിവീർത്ത എണ്ണമറ്റ വൈക്കോൽക്കൂനകൾ കാണാം. കിഴക്കുദിക്കിലായി ഉണക്കത്തൊണ്ടുകളുടെ പർവതസമാനമായ കൂമ്പാരം. തെക്കരുകിലായി തഴപ്പുള്ളൊരു തുളസിത്തറയും പീഠവും കാണാം. ഉപദേശി കൊട്ടിയമ്പലം കടന്ന് അകത്തു പ്രവേശിച്ചു. ഉപദേശിയെ കണ്ടു മേടപ്പെര, അകത്തെവിടെയോ കാര്യങ്ങളന്വേഷിച്ചു നടന്നിരുന്ന മാനേജരെ തട്ടിവിളിച്ചു. ആളനക്കത്തിനായി ഉപദേശി പടിപ്പുരയിൽതന്നെ നിലയുറപ്പിച്ചുനിന്നു. എന്തു വന്നാലും നേരിടുകയാണുവേണ്ടത്. അതിരുകടന്നു സംസാരിച്ചാൽ പിരിയുന്നിടത്തോളം മൗനംഭജിക്കുക. പ്രകോപനപരമായ ഒന്നുംതന്നെ തന്റെ ഭാഗത്തുനിന്നുണ്ടാകരുത്. എല്ലാത്തിനുംകൂടി രാത്രി മരണപ്പാറയിൽ നിന്നുകൊണ്ട് മറുപടി പറയുക. അതാണ് നിയോഗത്തിന്റെ മാർഗം. തിരുവചനങ്ങൾ പുതുമഞ്ഞുപോലെ വിശുദ്ധവും കുളിർമയുറ്റതുമാകുന്നു. അതിന് ഉരുക്കുന്ന തീയുടെ താപവും പടക്കുന്തത്തിന്റെ മുനയുമാകുന്നു. വിശ്വാസിയുടെ ഏറ്റം കരുത്തുള്ള ആയുധവും അതാണ്.

“ആരിത്, ഒപതേസിയോ?”

മാനേജർ പൂമുഖത്തു പ്രത്യക്ഷപ്പെട്ടു.

“വന്നകാലില് നിന്നുകളഞ്ഞതെന്ത്? വരീം, കയറിയിരിക്കീം.”

ഉപദേശി പടികയറി. മാനേജർ എന്തോ തൈലം തേക്കുകയായിരുന്നു. സുഖകരമായ ഒരു ഗന്ധം പൂമുഖത്തു വ്യാപിച്ചു. ഇഴയകന്ന ഒരു തോർത്തുമാത്രമാണ് വേഷം. അടിവസ്ത്രമായി കോണകം കെട്ടിയിരുന്നു. കോണകത്തിന്റെ വാൽ തോർത്തിന്റെ അതിരുകളേയും ഭേദിച്ചു

കൊണ്ട് ഞാന്നുകിടന്നിരുന്നു. അയാൾ നാൽക്കാലി നിരക്കി മുന്നിലേക്കിട്ടു. നാൽക്കാലിയുടെ കാലുകളിൽ പടംവിടർത്തിയാടുന്ന നാഗത്താന്മാർ തമ്മിൽപ്പിണഞ്ഞുനിൽക്കുന്നു. ഉപദേശി നാൽക്കാലിയിൽ ഉപവിഷ്ടനായി.

"കുറച്ചു നാളുകളായി ഇങ്ങോട്ടൊക്കെ വരണമെന്നു വിചാരിക്കുന്നു."

ഉപദേശി തുടക്കമിട്ടു. രോമാവൃതമായ കുടവയർ തടവിക്കൊണ്ട് മാനേജർ കേട്ടു.

"ഇവിടെന്നാളയയ്ക്കുമ്പോഴെല്ലാം ഓരോ കാര്യത്തിനായി ഇറങ്ങുകയായിരിക്കും. എത്ര ശ്രമിച്ചാലും സമയം കിട്ടാറില്ല. അല്ല, നമുക്കോരോരുത്തർക്കും ഓരോ കാര്യങ്ങളാണല്ലോ. ഏതായാലും ഇപ്പോഴെങ്കിലും കാണാൻ കഴിഞ്ഞതു നന്നായി."

"എന്തു പറയാൻ! ഒപതേസിക്ക് സമയം കാണൂല്ലന്നറിയാം. എന്നിരുന്നാലും കാണാതിരിക്കാൻ പറ്റുമോ? കരക്കാരെ തീരമാനങ്ങളല്ലേ, അറിയിക്കാതിരിക്കുവാനും പറ്റൂല്ല."

"ഇവിടത്തെ ബുദ്ധിമുട്ടെനിക്കറിയാവുന്നതല്ലേ?"

"കരക്കാര് തെളച്ചോണ്ടു നിൽക്കുമ്പോൾ, പൊടോനെയങ്ങു തണുപ്പിക്കാൻ പറ്റുമോ? പിന്നെ ഒന്നൊള്ളത് എന്തെരു കാര്യവും നമ്മളുതമ്മില് പറഞ്ഞാ മംഗളമാക്കിത്തീർക്കാൻ പറ്റണതല്ലേയൊള്ളൂ?"

കരക്കാരുടെ തീരുമാനങ്ങളെന്താണെന്നറിയാൻ ഉപദേശിക്കു തിടുക്കമായി. എങ്കിലും അയാൾ സംയമനം പാലിച്ചു. സംസാരിച്ചുതീർക്കാൻ വളരെയേറെയുണ്ടെന്നയാളറിഞ്ഞിരുന്നു. നന്നായി. മാനേജരുടെ ഭാഗത്തുനിന്നുതന്നെയാവട്ടെ തുടക്കം. അയാൾ കാത്തിരുന്നു.

"ഒപതേസി ഞങ്ങലെ മാറാന്തടത്തില് വന്നിട്ടെത്ര കൊല്ലങ്ങളായി?"

മാനേജർ ചോദിച്ചു.

"അതു മാനേജർക്കറിയാവുന്നതല്ലേയുള്ളു!"

"അറിയാം. അതോണ്ടല്ലേ ചോദിച്ചത്? ഞങ്ങളെ അപേക്ഷിച്ചു നോക്കുമ്പം ഒരുപാടു കൊറച്ചല്ലേ ആയിട്ടൊള്ളു? പിന്നെ ഞങ്ങളിവുടെത്തന്നെ ജനിച്ചവരും കൂടെയാണല്ലോ."

ഉപദേശി രഹസ്യമായി ചിരിച്ചു അതു പുറത്തുകാട്ടിയില്ല. സംവത്സരങ്ങളുടെ തമാശക്കളിയെപ്പറ്റി അയാളൊരുമാത്ര ഓർത്തുപോയി.

"അതെ!" ഉപദേശി സമ്മതിച്ചു.

"എങ്കിലും ഞങ്ങളെ മാറാന്തടത്തെക്കുറിച്ച് എന്തെരൊക്കെ നിങ്ങൾക്കറിയാം? പറയിന് കേൾക്കട്ടെ."

വളരെ പരിമിതമായ അറിവേ തനിക്കുള്ളൂവെന്ന് ഉപദേശി പറഞ്ഞു. അന്യനാണ്. വന്നിട്ടു വളരെക്കുറച്ചുകാലമേ ആയിട്ടുള്ളുവെന്നും അതുകൊണ്ടാണങ്ങനെ സംഭവിച്ചതെന്നും ഉപദേശി അറിയിച്ചു.

"അതു പോര!"

മാനേജർ വാശിപിടിച്ചു. മാറാന്തടത്തെക്കുറിച്ചു കുറേക്കൂടി മനസിലാക്കേണ്ടതുണ്ട്. ഉപദേശിയല്ല, ഏതു പരദേശിയായാലും മാറാന്തട

ത്തിന്റെ ആദിമ രഹസ്യങ്ങളെക്കുറിച്ച് ഒന്നുരണ്ടു കാര്യങ്ങളറിഞ്ഞിരിക്കണം. അവശ്യമായും വേണം. മാനേജർ തുടർന്നു:

"മാറാന്തടം അനാദിയാണ്."

"എന്നു പറഞ്ഞുകേട്ടിട്ടുണ്ട്."

"കേക്കണെതു മാത്രമല്ല അതുതന്നെ സത്തിയവും. അതുപോലെ തന്നെ മാറാന്തടത്തിന്റെ രക്ഷാദൈവമായ നീലകേശിക്കും ആദിയില്ല. മനസിലായോ ഒപതേസിക്ക്?"

"ഉവ്വ്!"

"അതിലെന്തെരെങ്കിലും തർക്കമുണ്ടോ?"

"ഇല്ല."

"സമ്മതിച്ചോ?"

ആണെന്നും അല്ലെന്നു പറഞ്ഞില്ല. മച്ചിലെ ചിത്രപ്പണികൾ വെറുതേ നോക്കിയിരുന്നതേയുള്ളു. വങ്ങേനിയിൽനിന്നെത്തുന്ന തണുത്ത കാറ്റ് പൂമുഖത്തെ തഴുകിയൊഴുകുന്നു. മാനേജരുടെ ദേഹത്തുനിന്നും ശേഖരിച്ച തൈലഗന്ധവുമായി കാറ്റ് പൂമുഖത്തുകിടന്നു ചുറ്റിത്തിരിഞ്ഞു.

"എങ്കി കേട്ടോളിന്, നീലകേശീരെ കൽപ്പനയൊണ്ട്."

"കേൾക്കാൻ ആഗ്രഹിക്കുന്നു." ഉപദേശി തയാറായി.

"പെലേമ്മാരിക്ക് പള്ളിക്കൊടം കെട്ടാൻ വിതിയില്ല."

ഉപദേശിയുടെ ഉള്ളുണർന്നു. അയാൾ മാനേജരുടെ മുഖത്തു സൂക്ഷിച്ചു നോക്കി. അവിടെ മറ്റെന്തെങ്കിലുമുണ്ടോ? ഒരു പഴങ്കഥയുടെ തുറക്കപ്പെട്ട താളുകൾ? ഇല്ല.

"ഏതു സ്കൂളിനെക്കുറിച്ചാണ് പറയുന്നത്?"

"നിങ്ങളെ കാട്ടുകുളം പള്ളിക്കൊടംതന്നെ."

"അതു പുലയരുടേതാണെന്നാരു പറഞ്ഞു? ഇവിടന്ന് തെറ്റിദ്ധരിച്ചിരിക്കുകയാണ്. ആ സ്കൂൾ പണിഞ്ഞത് ഞാനാണ്. വെള്ളക്കാരുടേതാണ് പണം."

"പക്ഷേ, പടിക്കണത് പെലേമ്മരാണ്."

"കാവുംപുറത്തുനിന്നും പണിക്കൻപൊറ്റയിൽനിന്നും കുട്ടികൾ അവിടെ പഠിക്കുവാൻ വരാറുണ്ടല്ലോ?"

"എങ്കിലും പെലേമ്മാരെ കുട്ടികൾക്കാണ് ബൂരിപച്ചം."

"എന്നാലൊരു കാര്യം ചെയ്യാം. മാറാന്തടത്തിലെ മറ്റു ജാതിക്കാരും നായന്മാരടക്കംതന്നെ കുട്ടികളെ അവിടേക്കു വിടട്ടെ. എനിക്കു യാതൊരെതിർപ്പുമില്ല. വേണമെങ്കിൽ ഭൂരിപക്ഷം സ്ഥാപിക്കുകയും ചെയ്യാവുന്നതേയുള്ളു."

"ഒപതേസീ!"

മാനേജർ അകവാതിൽവരെ നടന്നിട്ട് മടങ്ങിവന്നു.

"എരണക്കേടു പറയല്ല്. നായമ്മാരെ കുട്ട്യള്, പെലേമ്മാരെ കൂടിയിരുന്ന് അക്ഷരം പടിക്കാനോ? ഫ്തു!"

"എല്ലാവരും മനുഷ്യകുട്ടികളല്ലേ? അക്ഷരത്തിന് അയിത്തക്കാരോടു പ്രത്യേകിച്ചു വിരോധമൊന്നുമില്ലല്ലോ. അക്ഷരത്തിനില്ലാത്ത അയിത്തം മനുഷ്യർക്കെന്തിന്?"

"എന്നു നിങ്ങളു പറഞ്ഞാ മതിയോ?"

"ഞാൻ പറയുന്നതുമാത്രമല്ല. നമ്മുടെ ചുറ്റും നടക്കുന്നതുംകൂടിയാണിത്. കാട്ടുകുളം സ്കൂളിലെ അധ്യാപകരെ നോക്കുക. ഹാബേലും ലാസറും ഈ മാറാന്തടത്തിലെതന്നെ കുട്ടികളല്ലേ? നിങ്ങളുടെ ഭാഷയിൽ അയിത്തക്കാർ. അവർക്കും ബുദ്ധിയുണ്ടെന്നു പഠിക്കുവാൻ കഴിയുമെന്നു ഇനിയെങ്കിലും നമുക്കങ്ങു സമ്മതിക്കരുതോ? അല്ല, ഇവിടന്നു തീരുമാനിച്ചാൽ മതി."

"ഒക്കെ ശരിതന്നെ. പക്ഷേ, നീലകേശീരെ കൽപ്പനയിതാണ്."

"എന്തു കൽപ്പന? ആരോടും കൽപ്പിച്ചു? കാട്ടുകുളത്തു സ്കൂൾ തുടങ്ങിയിട്ട് കൊല്ലങ്ങൾതന്നെയായില്ലേ? ഇതുവരേയും അങ്ങനെയൊരാളെ ഞാൻ കാണുകയോ, അങ്ങനെ ഒരാൾ എന്നോടു കൽപ്പിക്കുകയോ ചെയ്തിട്ടില്ല."

"ഒപതേസീ, ആക്ഷേപിക്കല്ല്. ദേവി മറുപടി തന്നാ ബയങ്കരമായിരിക്കും. ഒടുക്കം ഓടിയാ മുഴുക്കൂല്ല."

"ഏൽക്കാൻ ഞാൻ തയാറാണ്. പക്ഷേ, ഞാനുമായി ബന്ധപ്പെട്ടതെന്തും എന്നെ നേരിട്ടുവന്നറിയിക്കണം."

"അതില്ല. ദേവി നായമ്മാരോടി മാത്രമേ സംസാരിക്കൂ. അന്യജാതിക്കാരോടി ദേവി ഒന്നും പറയൂല്ല, നിങ്ങൾക്കു കേൾക്കണോ സമാജക്കാരോടി പറഞ്ഞതു മുഴുവനും? ആ ശേകരന്റെ മോനു വേല കൊടുത്തില്ല്യോ? അതിന് ആ ശേകരൻ അനുപവിക്കണെത് നിങ്ങൾ കണ്ണുകൊണ്ടു കാണണതല്ലേ?"

"അക്കാര്യത്തിൽ ശേഖരപിള്ളയും മകനും നിരപരാധികളല്ലേ? ജോലി നൽകിയെന്ന കാരണത്താൽ ശിക്ഷ എനിക്കല്ലേ ഉണ്ടാകേണ്ടത്?"

"ഒപതേസീ, ധിക്കാരം പറയല്ല്. ശിക്ഷിക്കാൻ പറ്റൂല്ലന്നോ വിചാരം? നിങ്ങള് കാണണതും കേക്കണതുമല്ലേ ഓരോരോ സംഗതികള്? എത്തറവട്ടമാണ് ദേവി വെളിച്ചപ്പെട്ട് അരുളിച്ചെയ്തത്? ശേകരന്റോടി ക്രിസ്യാനികളുമായി കൂട്ടുകൂടരുതെന്ന്! എന്നിട്ടിപ്പം എന്തെരായി? കെടന്നകെടപ്പീന്നനങ്ങണമെങ്കി മറ്റൊള്ളോരെ താങ്ങു വേണം. നിങ്ങള് മിടുക്കനുമായി."

അതിനു മറുപടി പറയുവാൻ വാക്കുകൾ കിട്ടാതെ ഉപദേശി പതറി. ശരിയാണ്. പൊതുവിൽ അങ്ങനെയൊരു സംസാരവും ഇല്ലാതില്ല.

ശേഖരപിള്ളയുടെ തളർവാതം നീലകേശിയുടെ ശാപം കാരണമാണെന്ന്. അല്ലെന്നു തെളിയിക്കുവാൻ കഴിഞ്ഞിട്ടില്ല. ആരെ, എങ്ങനെ തെളിയിക്കും? മാനേജർ തുടർന്നു. ശേഖരപിള്ളയെക്കുറിച്ചുതന്നെ സംസാരിച്ചു. ഓരോ കഴിഞ്ഞകാല സംഭവങ്ങളേയും അയാൾ ചൂണ്ടിക്കാട്ടി. എല്ലാം

കരയ്ക്കും നീലകേശിക്കും എതിരായുള്ളതാണ്. എങ്ങനെ ദേവി കോപി ക്കാതിരിക്കും? ശിക്ഷിക്കാതിരിക്കും?

"നിങ്ങളെ ജഗോവ ശക്തിയൊള്ളതെന്നല്ലേ പറയണത്?"

"അതെ. പ്രപഞ്ചത്തെ സൃഷ്ടിച്ച യഹോവയിലും ശക്തിമാനായി ആരും തന്നെയില്ല."

"അപ്പോ ഞങ്ങളെ നീലകേശിക്കു ശക്തി കുറയും."

"അതെ."

"എങ്കി ആ ശേഖരന്റെ ദണ്ഡം ഭേദപ്പെടുത്താൻ ജഗോവരോടി ഒന്നു പറഞ്ഞുടിയോ? ശേകരനില്ലായിരുന്നെങ്കി ജഗോവയ്ക്കു കയറിക്കിടക്കാൻ ഈ മാറാന്തടത്തില് എടം കിട്ടുമായിരുന്നോ? പറയിന്."

ഉപദേശി അപാരതയിലേക്കു കണ്ണുകൾ തൊടുത്തുവിട്ടു. പൂർവാ ഹ്നവെയിലിൽ കുളിച്ചുകിടക്കുന്ന വെളിമ്പറമ്പുകൾ കണ്ണിൽപ്പെട്ടു. മാനേ ജർ പൂമുഖത്തുകൂടെ ഉലാത്തുന്നു. അയാളുടെ മുഖത്തേക്കു നോക്കു വാൻ ഉപദേശി ഭയന്നു. അയാൾ എറിഞ്ഞിരിക്കുന്ന ചോദ്യത്തിനു മറു പടി പറയുവാനുള്ള അധികാരം തനിക്കല്ലല്ലോ എന്ന് ഉപദേശി സമാധാ നിച്ചു. മാറാന്തടത്തിലെ മറ്റു ജനങ്ങളും ഇതേ ചോദ്യങ്ങൾ നിരന്തരം തനിക്കുനേരെ തെടുത്തുവിടുന്നുണ്ടെന്ന് ഉപദേശി അറിഞ്ഞിരുന്നു. എന്തിന്, പള്ളിത്തറയിലെ വിശ്വാസികൾപോലും അത്തരം സന്ദേഹങ്ങ ളിൽനിന്നും വിമുക്തരല്ലല്ലോ. അധികാരി നടത്ത നിർത്തി. ഉള്ളിൽപ്പെട്ട പരുങ്ങലറിയിക്കാതെ ഉപദേശിയിരുന്നു. പൂമുഖത്തുകൂടെ കൂരാപ്പുകുത്തി വീശിയിരുന്ന ഇളംകാറ്റിൽ ഉപദേശി നനഞ്ഞുകുതിർന്നു.

"നിങ്ങളെ വിളിച്ചതു രണ്ടു കാര്യങ്ങളറിയിച്ചേക്കാനാണ്. രണ്ടിനും എന്തൊരാണ് നിങ്ങളെ തീരുമാനങ്ങളെന്ന് ഇപ്പം ഇവുടെവെച്ച് പറയണം."

"ആകട്ടെ."

ഉപദേശി നിവർന്നിരുന്നു. മാനേജർ സാവധാനം പറഞ്ഞുനിർത്തി:

"നിങ്ങളെ പള്ളിക്കൊടത്തീന്ന് ശേകരന്റെ മോനെ പിരിച്ചുവിടണം."

ഉപദേശിക്ക് ആലോചിക്കുവാനായി മാനേജർ സമയം നൽകി. അയാൾ കോണകത്താർ അതിനിടയിൽ ഒന്നു വലിച്ചുമുറുക്കി. കൈയിൽ പറ്റിയ തൈലം തുടകളിൽ തേച്ചുപിടിപ്പിച്ചു. ഇടയ്ക്ക് ഒരു കണ്ണ് അയാൾ ഉപദേശിയിലേക്കും എറിഞ്ഞിരുന്നു.

"എന്തൊരു തീരുമാനിച്ചു.?"

അനുവദിച്ച സമയം തീർന്നിരിക്കുന്നു എന്നറയിച്ചുകൊണ്ട് മാനേ ജർ തിരക്കി.

"അയാൾ ഇന്റർ പാസായ ഒരു കൊച്ചനാണ്. വെറുതെ നിൽക്കുന്ന തിലും ഭേദം എവിടെയായാലും ഒരു ജോലി ചെയ്യുകയല്ലേ?"

ഉപദേശി അനുരഞ്ജനത്തിന്റെ ഭാഷ സ്വീകരിച്ചു.

"അക്കാര്യം നിങ്ങളു നോക്കണ്ട. അവനൊരു പള്ളിക്കൊടമൊണ്ടി വിടെ."

"അങ്ങനെയാണെങ്കിൽ ശേകരപിള്ളയോടു ചോദിച്ചിട്ടാകാം."

"എന്തെരിന് ചോദിക്കണത്? അവന്റെ സ്ഥിതി എന്തെരെന്നറിഞ്ഞുടെ? നിങ്ങളവനെ പിരിച്ചുവിട്ടേക്കീം. ബാക്കി കാര്യം എന്റേത്."

"അതു തൽക്കാലം സാധിക്കുമെന്നു തോന്നുന്നില്ല."

മാനേജർ പടിവാതിലിൽനിന്നും അതിശീഘ്രം ഉപദേശിയുടെ അരികിലെത്തി. ഉപദേശി അയാളെ ഉറ്റുനോക്കി. മാനേജർക്ക് മറ്റൊരു മുഖം. കണ്ടുമറന്ന ആരെയൊക്കെയോ അനുസ്മരിപ്പിക്കുന്ന ഒരു മുഖപടം അയാളണിഞ്ഞിരിക്കുന്നു!

വിളക്കെന്നിയിൽ അനന്തൻപിള്ള!

ചത്തുപോയ അധികാരി!

കുറുവടികളുടെ നായകൻ അച്ചുതൻപിള്ള!

അതോ, അമ്പലത്തറയിലെ മാതുപിള്ളയോ?

അവ്യക്തമായ ഒരോർമപോലെ— ഒരു മഞ്ഞുവീണ പ്രഭാതത്തിലെ അവ്യതിരക്തമായ പ്രകൃതിയെപ്പോലെ, മാറാന്തടത്തെ ഭരിച്ചിരുന്ന പരമ്പരകളുടെ ഒടുങ്ങിയ കഥകളെപ്പോലെ അനേകം മുഖങ്ങൾ.

"ഒപതേസീ നിങ്ങൾക്കു വെളക്കെന്നീലെന്തെരു കാര്യം? പറയിന്!"

മാനേജരുടെ ശബ്ദം, പൂമുഖവും കൊട്ടിയമ്പലവും കടന്ന് വങ്ങേനിയുടെ വിശാലതകളിലേക്കു വീണു.

"മാനേജർക്കറിയാവുന്നതിൽ കൂടുതലായി ഒരു കാര്യവുമില്ല."

"ഇല്ലല്ലോ?"

"ഞാൻ നുണപറയാറില്ല."

"എന്നാ ആ മഹേശ്വരീരെ ചെറുമോളെ മേലാല് നിങ്ങളെ പെരേല് വളിച്ചുകേറ്റിപ്പോകരുത്."

"നിങ്ങളാരാ അതു ചോദിക്കുവാൻ?"

ചോദിച്ചുപോയതാണ്. ഒരു തിരിച്ചടിപോലെ തിരുവചനങ്ങൾ ഓടിമറഞ്ഞു. മനസ്സ് കാലുഷ്യത്തിന്റെ വേലിയേറ്റം കണ്ടു. ഈ അഹംഭാവത്തിനു മുമ്പിൽ എങ്ങനെ അടങ്ങിനിൽക്കാനാവും? ഇത്രമേൽ വേണോ? ഒതുങ്ങാവുന്നതിലുപരി ഒതുങ്ങിക്കഴിയുകല്ലേ. അറിയാം, എല്ലാത്തിനും പകയുടെ നീറ്റമുണ്ടെന്നറിയാം. എത്രയൊക്കെ ഒഴിവാക്കാൻ ശ്രമിച്ചാലും അത് ആഴത്തിൽനിന്നും കുമിളയായി പൊന്തിവന്നു പൊട്ടുന്നു. ഇതുവരെയെത്തി. കൈപ്പാടകലത്തിലാണ് കര. ഇനിയൊരൽപ്പം മുങ്ങിയാലും വലിയ തകരാറൊന്നും വരാൻ പോകുന്നില്ല.

ഉപദേശി എഴുന്നേറ്റു. മാനേജരുടെ ഉരുക്കഴിഞ്ഞ ക്രോധം അയാളെ തടുത്തു നിർത്താൻ ശ്രമിച്ചു. കഴിഞ്ഞില്ല. പടിക്കെട്ടിന്റെ അവസാനത്തെ കല്ലിറങ്ങി ഉപദേശി തിരിഞ്ഞുനിന്നു.

"മേൽപ്പറഞ്ഞ രണ്ടപരാധങ്ങൾക്കും നീലകേശിയിൽനിന്നുണ്ടാകുന്ന ഏതു ശിക്ഷയും നേരിടാൻ ഞാനൊരുക്കമാണ്. അതു സമാജക്കാരെ അറിയിച്ചോളുക. പിന്നെ, നീലകേശിയെ അറിയിക്കുന്നതിലും എനിക്കു വിരോധമില്ല."

മാനേജർ നോക്കിനിന്നു. ഒരു അമൂർത്തശിൽപ്പത്തെ നോക്കിക്കാണുന്ന ഗ്രാമീണനെപ്പോലെ അയാൾ ഉപദേശിയുടെ നിഴലണയുംവരെ ആ നിൽപ്പു തുടരുകയുണ്ടായി.

"ധിക്കാരി!"

മാനേജർ പുറത്തേക്കു കാർക്കിച്ചുതുപ്പി.

മൂത്ത വെയിലിന്റെ പാണ്ടൻകുടക്കീഴിലൂടെ ഉപദേശി നടന്നു. പള്ളിവീടിന്റെ വടക്കേപ്പുറത്തെത്തുമ്പോൾ മനസ്സ് വളരെയേറെ ശാന്തമായിരുന്നു. തലയ്ക്കു മീതെ ഉരുണ്ടുകൂടിയ ഒരു ചുഴലിക്കാറ്റ് ദിശതെറ്റി വീശിപ്പോയ അനുഭവമാണു തോന്നിയത്. ആയതിനാൽ നന്നേ വിശപ്പും ദാഹവുമുണ്ടായിരുന്നു. നല്ല വെയിലായിരുന്നു. മേടപ്പെരയിൽനിന്നും അയാൾ നേരെ വിളക്കെന്നിയിലേക്കാണു പോയത്. ഉടൻതന്നെ ശാരദയെ പള്ളിത്തറയിലേക്കു കൂട്ടികൊണ്ടുപോകാനാണു തീരുമാനിച്ചത്. ശാരദ അവിടെ നിൽക്കട്ടെ. അവിടെനിന്ന് അവൾ വളരട്ടെ. അവൾ അക്ഷരം പഠിക്കുകയും വേദപുസ്തകം വായിക്കുകയും ദൈവത്തെ മഹത്വപ്പെടുത്തുകയും ചെയ്യട്ടെ. ഈ പ്രതികാരബുദ്ധി അരുതെന്ന് ഇടയ്ക്കു തോന്നാതിരുന്നില്ല. അതിനേക്കാൾ പതിന്മടങ്ങു ശക്തിയുറ്റതായിരുന്നു, കോശങ്ങളിലേക്കുപോലും പടർന്നു വ്യാപിച്ചിരിക്കുന്ന പകയുടെ ശലാകകൾ.

വിളക്കെന്നിയിൽ ശാരദ ഉണ്ടായിരുന്നില്ല. പുറത്തെങ്ങാനും പോയതായിരിക്കും. ഉപദേശി പള്ളിത്തറയിലേക്കു നടന്നു. ഒതുക്കുകല്ലുകൾ കയറുമ്പോൾ വടക്കേപ്പുറത്ത് ഒരു കൊച്ചുകൂട്ടം കണ്ടു. കുറേ സ്ത്രീകൾ. ദീനാമ്മയെ കാണാൻ വന്നവരായിരിക്കും. കുടിക്കാനെന്തെങ്കിലും വേണമെന്നു പറഞ്ഞുകൊണ്ടകത്തുകയറി. കോട്ട് അഴിച്ച് അഴയിലേക്കിട്ടു. ചാരുകസേര വിലിച്ചിട്ടു കിടന്നു.

ഉപ്പിട്ട കഞ്ഞിവെള്ളവുമായി ദീനാമ്മ വന്നു.

"നമ്മുടെ രൂത്ത് ഋതുവായി."

പ്രാർഥനപോലെ ദിവ്യമായ സ്വരം. ഉപദേശി കണ്ണുകൾ പൂട്ടി ഒരു നിമിഷം ധ്യാനത്തിലമർന്നു.

"കപ്യാരെ വിവരമറിയച്ചോ?"

"ഇല്ല. തോമസുകുട്ടി പോയിരിക്കുന്നു. കുറേ സ്ത്രീകളും തായിയും വന്നിട്ടുണ്ട്. മോശയെത്തിരക്കിപ്പോകുമ്പോൾ തോമസുകുട്ടി അവരോടു പറഞ്ഞിരുന്നത്രേ."

ദീനാമ്മ പോയി. വീണ്ടും ഉപദേശി ധ്യാനത്തിന്റെ പടവുകളിലേക്കിറങ്ങിച്ചെന്നു. വിശുദ്ധിയുടെ പീഠത്തിൽ ഉപവിഷ്ടയായിരിക്കുന്ന രൂത്തിന്റെ ചിത്രം തെളിഞ്ഞു. അൽഫായും ഒമേഗയുമായവന്റെ നിശ്ചയമാണ്. നീ വേദനയോടെ മക്കളെ പ്രസവിക്കും. സൃഷ്ടിയുടെ ഏറ്റം സങ്കീർണമായ ഒരു സന്ധി.

കൊച്ചുമകളെ, നിനക്കു നന്മവരട്ടെ!

ആദിശാപത്തിന്റെ ക്രൂരമായ നിവൃത്തിക്കായി രൂത്ത് ഒരുക്കപ്പെട്ടിരിക്കുന്നു. വെളിച്ചത്തിന്റെ മുഖം അവൾക്കു മുമ്പിൽ അനാവരണംചെയ്യപ്പെട്ടിരിക്കുന്നു.

പൊടുന്നനെ ഉപദേശി സംവത്സരങ്ങളുടെ പിടിയിൽപ്പെട്ടു. ഒരു പഞ്ഞിത്തുണ്ടിനെയെന്നപോലെ സംവത്സരങ്ങൾ അയാളേയുംകൊണ്ടു പറന്നു.

ചേച്ചമ്മ!

വിശുദ്ധിയുടെ പീഠത്തിൽ, മൂടിയൂർന്ന മുഖത്തിനു മുമ്പിൽ നാണം പൂണ്ടു കുനിഞ്ഞിരിക്കുന്ന ചേച്ചമ്മ. കെട്ടുപാടിന്റെ നൊമ്പരമറിഞ്ഞുപോയ പിതാവിന്റെ തൃപ്തമായ മാനസം. മൂർധാവിൽ ചുണ്ടുകളണച്ച് അവൾക്കു നന്മനേരുമ്പോൾ, അവൾക്കായി ഒരു സ്വർഗത്തെ നേരുമ്പോൾ, എല്ലാത്തിനും പകരം നിൽക്കുന്ന ഒരു പിൽക്കാലം അന്നേ അവൾ കരുതിവെച്ചിരുന്നോ?

പിതാവേ! എന്റെ പിതാവേ!

ഈ മധ്യാഹ്നത്തിൽ അനുഗ്രഹത്തിന്റേതായ നിന്റെ കരങ്ങൾ ഈ ഗൃഹത്തിനുമേൽ പ്രവർത്തിച്ചിരിക്കുന്നതു ഞാനറിയുന്നു. പിതാവേ! നീയെന്റെ വേദന അറിയുന്നില്ലയോ? പിതാവേ! ഈ പാനപാത്രം.....!

37

ഉപദേശിക്കൊരു പെട്ടിയൊണ്ട്. തപാലാപ്പീസിലോട്ടു ചെല്ലാൻ സാമി പറഞ്ഞു.

മച്ചാട്ടു പോയി മടങ്ങിയ ഒരു വിശ്വാസി രാവിലെ വന്നറിയിച്ചു.

ഉപദേശി പോയി. ബഹ്റിനിൽനിന്നും തമ്പി അയച്ച ഒരു പുസ്തക്കെട്ടായിരുന്നു അത്. ഒപ്പിട്ടു വാങ്ങി. പോസ്റ്റ്മാസ്റ്റർ സ്വാമിയോട് ഒന്നു രണ്ടു വാക്കുകളിൽ സൗഹൃദമൊതുക്കിയിട്ട് അതിവേഗം പള്ളിത്തറയിലേക്കു നടന്നു. വഴിക്ക് എതിരായി വന്നിരുന്ന പലരും സലാമും ഹല്ലേലൂയായും പറയുകയുണ്ടായി. അതിവേഗം അവരെയൊക്കെ ഒഴിവാക്കിയിട്ട് അയാൾ ദ്രുതഗതിയിൽ വീടുപൂകി.

"അപ്പുറത്താരാ ഉള്ളത്?"

അയാളേയും കാത്തുനിന്നിരുന്ന ദീനാമ്മയോടയാൾ ആരാഞ്ഞു. ആരുമില്ലെന്നവർ പറഞ്ഞു.

"നീയാ കതകടച്ചു കുറ്റിയിട്ടു വാ!"

ഉപദേശി അകത്തു കടന്നു. പുസ്കക്കെട്ട് മേശമേൽ വച്ചിട്ട് മൂടിയിളക്കുവാൻ തുടങ്ങി. ദീനാമ്മ ആകാംക്ഷയോടെ നോക്കിനിന്നു. പുറത്തൊരനക്കം കേട്ടു. ഉപദേശി കെട്ടിൽനിന്നും കൈകളെ അകറ്റി. ദീനാമ്മയുടെ മുഖത്തു നോക്കി.

"പോയി ആരെന്നു നോക്ക്."

അവർ സാവധാനം കതകിന്റെ കുറ്റിയിളക്കി.

"എന്നെയാണ് തിരക്കുന്നതെങ്കിൽ, ഇവിടെയില്ലെന്നു പറഞ്ഞേരെ."

ദീനാമ്മ പുറത്തുപോയപാടെ മടങ്ങിവന്നു. തോമസുകുട്ടിയാണ്. മറ്റാരുമില്ല. അവൻ വളക്കുഴിക്കരയിൽ നിൽക്കുന്നുണ്ട്. സാരമില്ല. അവർ അക

ത്തുകയറി കുറ്റിയിട്ടു. മൂന്നു തടിച്ച പുസ്തകങ്ങളുണ്ടായിരുന്നു. പുറന്തൊലി പൊളിച്ച് പുസ്തകങ്ങൾ ഉപദേശി പുറത്തെടുത്തു. ഇടയ്ക്ക് ഒരു പുസ്തകത്തിന്റെ മിനുപ്പാർന്ന പുറംചട്ടയിൽ ദീനാമ്മ കൈവച്ചു. ഉപദേശി അവരുടെ കൈകൾ തട്ടിമാറ്റി. രൂക്ഷമായ ഒരു നോട്ടം. ദീനാമ്മ മുഖം കുനിച്ചു നിശബ്ദയായിത്തീർന്നു.

മൂന്നു പുസ്തകങ്ങൾ.

അയാൾ ഒരു പുസ്തകമെടുത്തു നടുവിൽ വച്ചു പിളർന്നു.

"ങ്ഹാ! ഉണ്ടല്ലോ!"

ദീനാമ്മ മുന്നിലേക്കാഞ്ഞു. ഉണ്ട്! പുസ്കത്തിനു നടുവിൽ ദീർഘചതുരത്തിൽ വെട്ടിയുണ്ടാക്കിയ ഒരു കിടങ്ങിൽ ഒരു കട്ടിസ്വർണം. പുസ്തകം കമഴ്ത്തിയപ്പോൾ സ്വർണക്കട്ടിയൂരി മേശമേൽ വീണു. മറ്റു പുസ്തകങ്ങൾക്കുള്ളിലും ഇത്തരം സ്വർണക്കട്ടികളുണ്ടായിരുന്നു. കൈപ്പത്തി വളച്ച് ഉപദേശി അവയെ വാരിക്കൂട്ടി. എന്നിട്ട് ആ ഇരുപ്പിൽ ഇരുന്നുകൊണ്ട്, സ്വർഗസ്ഥനായ പിതാവിനു നന്ദി പറഞ്ഞു. പ്രാർഥിക്കുകയും ചെയ്തു.

ആ കാഴ്ച നോക്കിനിൽക്കവേ, ദീനാമ്മയിൽ അകാരണമായ ഒരു വല്ലായ്മ അനുഭവപ്പെട്ടു.

വങ്ങേനി ഏലായിൽ രണ്ടു നിലങ്ങൾ കൂടി ഉപദേശി വാങ്ങി. ഒന്നു വിളക്കെന്നിക്കു ചേർന്നതായിരുന്നു. മുപ്പറക്കണ്ടം. മഹേശ്വരിപ്പിള്ളയുടെ ഉടപ്പിറന്നോൻ വാസുപിള്ളയുടേതായിരുന്നു അത്. സാമാന്യം പ്രതാപിയായിരുന്നു അയാൾ. ഒരു വേനലിനു കുരുപ്പു വീണു വാസുപിള്ളയ്ക്കു കാഴ്ച നഷ്ടപ്പെട്ടു. കുറേക്കാലം ആശ്രിതന്മാരുടെ സഹായത്തോടെ കൃഷിക്കാര്യങ്ങളും മറ്റും നോക്കി കഴിഞ്ഞു. തുടക്കത്തിൽ അയാളെ ശ്രദ്ധിക്കുവാനും പരിചരിക്കുവാനും മക്കളും ബന്ധുക്കളുമുണ്ടായിരുന്നു. അത്യാവശ്യകാര്യങ്ങൾക്കായി ആദ്യമാദ്യം വാസുപിള്ള ആശ്രിതന്മാരിൽനിന്നും പണം കടംവാങ്ങി. തിരിച്ചുകൊടുക്കാൻ കഴിയാതായപ്പോൾ അയാൾ നിലങ്ങൾ കടക്കാർക്കു തീറെഴുതി. കാലം കുറേകൂടി കടന്നുപോയി. വാസുപിള്ളയുടെ അറപ്പുരയും തളവും എട്ടുകെട്ടും തൊഴുത്തും ശൂന്യമാകാൻ തുടങ്ങി. തറവാട്ടിൽ അടകിടന്നിരുന്ന മക്കളും ബന്ധുക്കളും അയാളെ വിട്ടുപോകാൻ തുടങ്ങി. ഒടുവിൽ പരിചാരകന്മാരും വിട്ടുപോയി. ഏലായിൽ തരിശായ മുപ്പറക്കണ്ടം മാത്രം ശേഷിച്ചു. വീടും പരിമിതമായ മുറ്റവും ഇടിഞ്ഞമർന്ന തുളസിത്തറയും മാത്രം കരയിൽ ശേഷിച്ചു. എല്ലാവരും വാസുപിള്ളയെ ഉപേക്ഷിച്ചുപോയി. ഇളയമകൻ ശിവൻപിള്ള മാത്രം ശേഷിച്ചു. കുട്ടിക്കാലംതൊട്ടേ കാലിനു മുടന്തുബാധിച്ച അവൻ അച്ഛനോടൊപ്പം കൂടി. അവൻ മുടന്തുകാലിലേറി അച്ഛനെ പരിചരിച്ചു. അവൻ അച്ഛനു വെളിച്ചമായി. പലപ്പോഴും വേദനിപ്പിക്കുന്ന ഏകാന്തതകളിൽനിന്നും അവൻ അച്ഛനെ മോചിപ്പിക്കുകകൂടി ചെയ്തു.

വിശക്കുന്നു. ദാഹിക്കുന്നു. എന്തുചെയ്യും?

ശിവൻപിള്ള മുകളിലേക്കു നോക്കി. മുറ്റത്തു നിൽക്കുന്ന കൊന്ന ത്തെങ്ങുകളുടെ മണ്ടകൾ വെളുത്തുകിടക്കുന്നു. വെള്ളയ്ക്കാപോലുമി ല്ലാതെ ശൂന്യമായിത്തീർന്ന ക്ലാഞ്ഞിലുകൾ മാത്രം കാണാം. വാസുപിള്ള വിശന്നു തളർന്ന് ഇറയത്തു കിടന്നു. എന്തെങ്കിലും തന്നാൽ മതി എന്ന യാൾ ആവർത്തിച്ചു പറഞ്ഞുകൊണ്ടേയിരുന്നു. ഒടുവിൽ സഹികെട്ടപ്പോൾ ശിവൻപിള്ള പുറത്തിറങ്ങി. എവിടെ കയറിച്ചെല്ലാൻ? സകലരും തമ്മിൽത്തല്ലിയല്ലേ പിരിഞ്ഞത്? പ്രതാപത്തിന്റേയും കുടുംബത്തിന്റേയും പേരു പറഞ്ഞു ചോരചിന്തുകയായിരുന്നില്ലേ പരസ്പരം?

വിശപ്പു സഹിയാഞ്ഞു വാസുപിള്ള അലമുറയിട്ടു. വിശപ്പിന്റെ ചേര ട്ടകൾ അയാളുടെ കുടൽഭിത്തിയിൽ കടിച്ചുതൂങ്ങി. അവ അവശേഷിച്ച ഈർപ്പത്തേയും കുടിച്ചുവറ്റിച്ചു. അയാൾ ദുസ്സഹമായ പശിയാലും, ദാഹ ത്താലും പിടഞ്ഞു. അയാളുടെ വിലാപം ക്ഷീണിച്ച ഞരക്കങ്ങളായി താണു. ഒടുവിൽ അയാളൊരു ജീവച്ഛവത്തെപ്പോലെ ഇറയത്തു വീണു കിടന്നു. അയാളുടെ കണ്ണിൽ ജലമണികളുരുണ്ടുകൂടി പൊടിഞ്ഞുവീ ഴാതെ നിന്നു. എന്തുചെയ്യണമെന്നറിയാതെ അച്ഛന്റെ അണഞ്ഞുപോയ കണ്ണുകളെ നോക്കി ശിവൻപിള്ള നിസഹായനായി ഇരുന്നു.

അങ്ങനെയാണ് മുപ്പറക്കണ്ടം വിൽക്കുവാനുള്ള തീരുമാനമുണ്ടാ യത്.

ഉപദേശി കേട്ടറിഞ്ഞു. അയാൾ ഓടിയെത്തി. വാസുപിള്ള ഇറയ ത്തിരിക്കുന്നു. വിളക്കെന്നിയിലെ പെരുംതറവാടിൽ, പട്ടുകോണകവുമു ടുത്ത് അമ്മാവന്മാരുടെ കൊലവിളികളും, ആശ്രിതന്മാരുടെ ഉപജാപ ങ്ങളും, അടിയാളന്മാരുടെ രോദനങ്ങളും കേട്ടു വളർന്ന വാസുപിള്ളയെ ഉപദേശി കണ്ടു. ഉപദേശിയെ സംബന്ധിച്ചിടത്തോളം, മുപ്പറക്കണ്ടം വാസുപിള്ളയുടേതല്ല. അതു വിളക്കെന്നിക്കു ചേർന്നതാണ് . അതു തരി ശായാലും, വെറും പാറക്കെട്ടുകളായായലും, മരുഭൂവായാലും ഉപദേശിക്കു വേണം.

ഉപദേശിയാണെന്നും, മുപ്പറക്കണ്ടത്തെക്കുറിച്ച് ചോദിക്കുവാനുമാ ണെന്നറിഞ്ഞപ്പോൾ വാസുപിള്ളയ്ക്കു സന്തോഷമായി. സമാജക്കാരുടെ കടിപിടി ഒഴിവാക്കാമല്ലോ. അയാൾ തിണ്ണയിൽനിന്നെണീറ്റിരുന്നു.

"എന്തുവേണം?" —ഉപദേശി ചോദിച്ചു.

"നാലുക്കൊപ്പമുള്ള വെല തന്നാ മതി."

വാസുപിള്ള പറഞ്ഞു. അരികിൽ ശിവൻപിള്ളയുണ്ടായിരുന്നു.

"അതിൽക്കൂടുതൽ തന്നാലോ?"

ഉപദേശിയുടെ പ്രലോഭനം വാസുപിള്ളയെ അത്ഭുതപ്പെടുത്തി. എന്തു പറയണമെന്നറിയാതെ അയാൾ മുന്നിലെ ഇരുട്ടിനെ തുറിച്ചു നോക്കി.

"സാധാരണ ആരും തരുന്ന വിലയിലും അൽപ്പം കൂടുതൽ തരണ മെന്നാണെന്റെ തീരുമാനം. അതിനു രണ്ടു കാരണങ്ങളുണ്ട്. ഒന്ന് ഞാൻ ഭൂമിയുടെ വിലയറിയുന്നവനാണ്. ഭൂമി എനിക്കു ദൈവതുല്യമാണ്. അതി

നുവേണ്ടി ഞാൻ വിലപേശൽ നടത്തുകയില്ല. രണ്ടാമതായി വാസുപിള്ള യുടെ സ്ഥിതിയിൽ എനിക്കു സഹതാപമുണ്ട്. നിങ്ങൾക്ക് ഈവിധമെ ങ്കിലും ഒരു സഹായം ചെയ്യാൻ കഴിയുന്നതിലെനിക്ക് അതിയായ സന്തോഷമുണ്ട്."

"ഓ!"

"എപ്പോൾ വേണം പണം?"

"ഇഷ്ടമൊള്ളപ്പോ തന്നാ മതി."

"പിള്ളയ്ക്കു പണത്തിന് ഇപ്പോൾ ബുദ്ധിമുട്ടുണ്ടെന്നു തോന്നി. അതാണ് ഞാനോടിവന്നത്."

"ഓ, വലിയ പാടാണ്."

"എങ്കിൽ പണം നാളെത്തന്നെ ഞാൻ തരാം."

"ഓ!"

"നാളെത്തന്നെ എഴുതിക്കുകയുംവേണം."

"ഓ!"

"മറ്റാരും അറിയേണ്ട."

"രണ്ടു കണ്ണുദിറുഷ്ടിയാണെ അറിയുല്ല."

വങ്ങേനി മുപ്പറക്കണ്ടം ഉപദേശിക്കു ചേർന്ന വിവരം സമാജക്കാരും മാനേജരും അറിഞ്ഞു. ആരും അറിയാതെ അയാളതെങ്ങനെ സാധിച്ചെ ടുത്തു? ആരും തന്നെ അത്ഭുതപ്പെട്ടു. മാനേജർ കോപംകൊണ്ടു വിറ ച്ചെങ്കിലും പതിവുപോലെ അട്ടഹസിക്കുകയോ അലറുകയോ ചെയ്തി ല്ല.

തമ്പിയുടെ പുസ്തക്കെട്ടുകളും ധാരാളമായ പണവും വന്നുകൊ ണ്ടേയിരുന്നു. ഓരോന്നു കൈമാറ്റംചെയ്യുമ്പോഴും സ്വാമി, ഉപദേശിയോട് രഹസ്യമായി ചോദിക്കുന്നു:

"ഈ പൊസ്തകങ്ങളെല്ലാംകൂടി ഉപദേശി എപ്പോ വായിച്ചു തീർക്കും?"

ഉപദേശി അതിനു മറുപടി പറയാറില്ല. അർഥവത്തായി ചിരിക്കുക മാത്രം ചെയ്യുന്നു. സ്വാമിയാകട്ടെ, വിസ്മയം ജനിപ്പിക്കുന്ന വിവരങ്ങളാണ് അവയെപ്പറ്റി നാട്ടുകാർക്കും നൽകിയിരുന്നത്.

"ഇങ്ങനെ തുടർച്ചയായി പുസ്തകങ്ങളയക്കുന്നതു മതിയെന്ന് തമ്പി ക്കെഴുതിയാല്ലോ?"

ദീനാമ്മ അഭിപ്രായപ്പെട്ടു. ആർക്കെങ്കിലും സംശയം തോന്നിയാലെ ന്തായിരിക്കും ഫലം? സ്വർണം കടത്തുന്നതു കുറ്റകരമാണ്. പുറത്തറി ഞ്ഞാൽ പല കുഴപ്പങ്ങളുമുണ്ടായേക്കും. എങ്കിൽ നമ്മുടെ സ്ഥിതി എന്താ യിരിക്കും? ഒന്നാലോചിച്ചു നോക്കൂ. അവർ ഭർത്താവിനോടു പറഞ്ഞു.

ദൈവത്തിന്റെ കണ്ണിൽ ഇതൊരു കുറ്റമല്ല. ഉപദേശി പ്രഖ്യാപിച്ചു. രാജ്യത്തിന്റെ നിയമങ്ങളല്ല ദൈവത്തിന്റേത്. അതു മനുഷ്യന്റെ ഇടുങ്ങിയ താൽപ്പര്യങ്ങളിൽനിന്നെല്ലാം അതീതമാകുന്നു. രാജ്യങ്ങളുടെ നിയമങ്ങൾ തെറ്റെന്നു വിധിക്കുന്ന പലതും ദൈവത്തിന്റെ മുന്നിൽ ശരിയായിത്തീ രുന്നു.

ദീനാമ്മയ്ക്ക് ആ വിശദീകരണം ദഹിച്ചില്ല. അവർ വീണ്ടും ഭർത്താവിനെ ഉപദേശിച്ചു. "നമുക്കിതൊക്കെ പോരേ? നമുക്കു താങ്ങാവുന്നതിലധികം ഇപ്പോൾത്തന്നെയായി. ഇനി വേണമെങ്കിൽ തമ്പി വന്നിട്ട് ആയിക്കോട്ടെ. കരക്കാരെന്തു വിചാരിക്കുമെന്നാണ്? പല സ്ഥലങ്ങളിലും പലതും പറഞ്ഞുകേൾക്കുന്നു. മുപ്പറക്കണ്ടം കൈവശമാക്കിയതിന്റെ പക ഇനിയും തീർന്നിട്ടില്ല. നമ്മൾ അവരെ കബളിപ്പിച്ചതായിട്ടാണ് ജനങ്ങൾ പറയുന്നത്. ഒരു കണക്കിന് അതും ശരിയല്ലേ?"

"ഏതും ശരിയല്ലെന്ന്?" —ഉപദേശി ക്ഷുഭിതനായിക്കൊണ്ടു ചോദിച്ചു.

"നമ്മൾ സമാജക്കാരെ കബളിപ്പിച്ചെന്നു പറയുന്നതും?"

"എങ്ങനെ?"

"നമ്മൾ കൂടുതൽ കാശുകൊടുക്കാമെന്നു പറഞ്ഞതുകൊണ്ടല്ലേ ആ കണ്ണുപൊട്ടൻ നായര് നമുക്കു കണ്ടമെഴുതിയത്?"

"അതിനാരെ കബളിപ്പിച്ചുവെന്നാണ് നീ പറയുന്നത്? നമുക്കു കൊടുക്കാൻ പണവും സന്മനസുമുണ്ടായിരുന്നു. അതുകൊണ്ടു കൊടുത്തു."

"നമ്മെക്കാൾ കാശുകാരിവിടെയില്ലെന്നാണോ പറയുന്നത്?"

"അവരറിഞ്ഞിരുന്നില്ലല്ലോ."

"ആരുടെ കുറ്റം? ആവശ്യക്കാരന്റെ കടമയാണ് കണ്ടുപിടിക്കേണ്ടത്. നമുക്കാവശ്യമുണ്ടായിരുന്നു. നാം കണ്ടെത്തുകയും കൈകയടക്കുകയും ചെയ്തു."

അധികം സംസാരിക്കുവാൻ ദീനാമ്മ കൂട്ടാക്കിയില്ല. ഇങ്ങനെ സംസാരിച്ചു പോയാൽ ഒരിടത്തും അവസാനിക്കാറില്ല. അതാണു പതിവ്. എത്രയോ സംവത്സരങ്ങളായി അനുഭവിച്ചുപോരുന്നതാണ്. തർക്കുത്തരങ്ങൾക്കും ഉദാഹരണങ്ങൾക്കും ഇതിനേക്കാൾ സമർത്ഥനായ മറ്റൊരാൾ ജനിക്കേണ്ടിയിരിക്കുന്നു. ഈ മനുഷ്യന്റെ ചെയ്തികൾക്ക് ദൈവത്തിന്റേയോ മനുഷ്യന്റേയോ നിയമങ്ങൾ ബാധകമല്ലെന്ന് അവരെത്രയോതവണ അറിഞ്ഞിരിക്കുന്നു! അയാൾക്കു സ്വന്തമായ ചില നിയമങ്ങളും വിശദീകരണങ്ങളുമുണ്ടായിരുന്നു. മറ്റൊരാൾക്ക് അത്രവേഗം കൊള്ളാൻ കഴിയാത്തവയാണെല്ലാംതന്നെ.

കുറ്റം പറഞ്ഞിട്ടു കാര്യമില്ല. എന്തൊക്കെ ഭാരങ്ങളാണ് ഈ മനുഷ്യൻ തലയിലേറ്റി നടക്കുന്നത്! എത്രയ്ക്കു കർമനിരതനായ ഒരു ജീവിതമാണ് ഇയാളുടേത്! ദാനിയേലുപദേശിയുടെ ഭാര്യയാകാൻ കഴിഞ്ഞതിൽ രഹസ്യമായി അവർ പലപ്പോഴും ആനന്ദിച്ചിരുന്നു. ഇത്തരത്തിലുള്ള ഒരു മനുഷ്യൻ ന്യായാന്യായങ്ങളുടെ സ്വരഭേദങ്ങളെ എപ്പോഴെങ്കിലും മറന്നുപോകുന്നതിൽ അതിശയിക്കാനെന്താണുള്ളത്? ദീനാമ്മ സ്വയം സമാധാനം കണ്ടെത്തി.

അങ്ങനെയിരിക്കെ കാട്ടുകുളം ലോവർ പ്രൈമറി സ്കൂളിൽനിന്നും ഒരു വൈകുന്നേരം ഒറ്റയ്ക്കു മടങ്ങുകയായിരുന്ന സുകുമാരപിള്ള വഴിയിൽവച്ചു ശാരദയെ കാണാനിടയായി. പുതിയ ഹെഡ്മാസ്റ്ററുമായി

സംസാരിച്ചിരുന്നു. സമയം പോയതറിഞ്ഞിരുന്നില്ല. വടക്കെവിടെനിന്നോ ഒരാൾ മുഖ്യാധ്യാപകനായി വരുന്നെണ്ടന്നുകേട്ടപ്പോൾ ചെറിയ തോതിൽ പിള്ളയ്ക്കു ഭയം തോന്നാതെയിരുന്നില്ല. പൊരുത്തപ്പെട്ടുപോകാൻ കഴിയുമോ എന്നും ശങ്കിച്ചിരുന്നു. നേരിട്ടു കണ്ടപ്പോൾ എല്ലാ ആശങ്കകളും ദൂരത്തായി. പറഞ്ഞുകേൾക്കുന്നതുപോലൊന്നുമല്ല, വടക്കരിൽ നല്ല മനുഷ്യരുമുണ്ട്. ഉപദേശിയും ഭാര്യയും തന്നെ മതിയായ തെളിവാണല്ലോ. സ്കൂളിന്റെ പ്രവർത്തനത്തിൽ ഏറെ തൽപ്പരനാണ് പുതിയ ഹെഡ്മാസ്റ്റർ. ഉപദേശിയെ അയാൾ നേരത്തേ അറിയുമായിരുന്നത്രേ. ഉപദേശിയുടെ കഴിവിൽ അയാൾക്കു മതിയായ വിശ്വാസമുണ്ടായിരുന്നു. എത്ര ആദരവോടുകൂടിയാണ് അയാൾ ഉപദേശിയെക്കുറിച്ചു സംസാരിച്ചതു തന്നെ! പുതിയ അധ്യയനവർഷത്തോടെ കുട്ടികളുടെ സംഖ്യ വർധിച്ചിരിക്കുന്നു. പ്രതീക്ഷിച്ചതിലുമധികം കുട്ടികൾ കാവുംപുറത്തുനിന്നും എത്തിയിരുന്നു. ഒന്നുരണ്ടു പുതിയ ക്ലാസുകൾകൂടി തുടങ്ങേണ്ടിയിരിക്കുന്നു. രണ്ടധ്യാപകരെങ്കിലും പുതുതായി വേണ്ടി വരും. അതേക്കുറിച്ചാലോചിച്ചും ചർച്ചചെയ്തുമിരുന്ന് നേരം പോയതറിഞ്ഞില്ല. ഇറങ്ങുമ്പോൾ മരണപ്പാറയ്ക്കു മീതെ ചുവന്ന കിരീടം തിളങ്ങിക്കണ്ടിരുന്നു.

വഴിയാത്രയിൽ അനേകം ചിന്തകൾ സുകുമാരപിള്ളയെ അനുഗമിക്കുക പതിവാണ്. അച്ഛനെയോർത്തുള്ള വ്യഥയാണ് ഒരിക്കലും വിട്ടുമാറാതെ നിന്നിരുന്നത്. എപ്പോഴും അയാളോർക്കും: അച്ഛൻ യാത്രയാരംഭിച്ചുകഴിഞ്ഞു. ഇനിയൊരു തിരിച്ചുവരവ് അസാധ്യമാണ്. മടക്കയാത്രയുടെ ആദ്യനാളുകൾ അച്ഛൻ ഉന്തിയും തള്ളിയും നീക്കിവിടുകയാണ്. കൈകാലുകൾ ഇതിനകം യാത്രപറഞ്ഞു കഴിഞ്ഞിരുന്നു. അങ്ങനെ ഓരോന്നായി വിടചൊല്ലി അകന്നുപോകും. അവസാനം? അതുവരെയെത്താനേ സുകുമാരപിള്ളയ്ക്കു കഴിഞ്ഞിരുന്നുള്ളൂ. വീട്ടിൽ ചെന്നുകയറിയാൽ തൈലത്തിന്റേയും നാട്ടുകുഴമ്പുകളുടേയും ചുവയുള്ള ഗന്ധം അനുഭവിക്കുന്ന മാത്രയിൽ അയാൾ വല്ലാതെ വിവശനായിത്തീരുന്നു. രാത്രി മുഴുവൻ അയാൾ ശേഖരപിള്ളയോടൊപ്പം കഴിച്ചുകൂട്ടുന്നു. ഉറങ്ങാതെ പാതിരാവോളം അയാൾ അച്ഛനെ പലതും പറഞ്ഞു സാന്ത്വനപ്പെടുത്തിയിരുന്നു. മക്കൾ ഒരിറ്റു വേദനിക്കുവാൻപോലും അച്ഛൻ ഇടയാക്കിരുന്നില്ല. മക്കൾകാരണം അച്ഛനും വ്യാകുലപ്പെടരുത്. ഇടയ്ക്കിടെ അച്ഛനോടയാൾ നാട്ടുവിശേഷങ്ങൾ പറയാറുണ്ട്. എന്തെങ്കിലും ചോദിക്കുവാനോ പറയുവാനോ ഉള്ള കെൽപ്പ് ശേഖരപിള്ളയ്ക്കു നഷ്ടമായിരുന്നു. എല്ലാത്തിനും ഒരു ഞരക്കത്തിലയാൾ മറുപടി പറയുന്നു. മറ്റു സമയങ്ങളിൽ അയാൾ തികഞ്ഞ മൗനത്തിൽ അമർന്നുകിടക്കുന്നു. കണ്ണുകൾ മച്ചിന്റെ പലകകളിൽ തറച്ചുകിടക്കുന്നു. സുകുമാരപിള്ളയുടെ സാന്നിധ്യമുണ്ടാകുമ്പോൾ മാത്രം അയാൾ പ്രസന്നവദനനായിത്തീരുന്നു. ചിലപ്പോൾ സുകുമാരപിള്ള ചില തമാശകൾ പൊട്ടിക്കാറുണ്ട്. 'ഇന്നച്ഛൻ സുന്ദരനായിരിക്കുന്നു' വെന്നോ, 'അച്ഛനെ കണ്ടാലിപ്പോൾ പതിനെട്ടു വയസ്സേ പറയൂ' എന്നോ

മറ്റോ മകൻ പറഞ്ഞുകേൾക്കുമ്പോൾ ശേഖരപിള്ള ചിരിക്കുന്നു. ആദ്യം അയാളുടെ കണ്ണുകൾ മെല്ലെ വിടരുന്നു. പിന്നെ ചുണ്ടിൽ ചെറിയൊര നക്കം. തുടർന്ന് തൊണ്ടയിൽനിന്നും വികൃതമായ ഒരിടർച്ച അറ്റുവീഴുന്നു. വേദനപ്പെട്ടുള്ള ഞരക്കങ്ങളാണെന്നേ ആദ്യമായി അതു കേൾക്കുന്ന ഒരാൾക്കു തോന്നൂ.

തുടുത്ത വഴിത്താരയിലൂടെ നടക്കുമ്പോഴും സുകുമാരപിള്ളയുടെ അകം നിറയെ അച്ഛനായിരുന്നു. അച്ഛനെക്കുറിച്ചുള്ള ഒരുകൂട്ടം നോവുന്ന വിചാരങ്ങളായിരുന്നു.

പള്ളിത്തറയിലേക്കു തിരിയുന്ന വഴിമുക്കിലെത്തിയപ്പോൾ താഴെ ഒരു നിഴലനക്കം കണ്ടു. ആരോ മുകളിലേക്കുള്ള വഴി കയറിവരുന്നു. ഒരു വളർന്ന പെൺകുട്ടിയാണ്. ശാരദയാണല്ലോ അത്! ആണോ? അയാൾ സൂക്ഷിച്ചുനോക്കി. ആണ്. കുറേ നാളുകൾക്കുമുമ്പ് ഉപദേശിയുടെ വീട്ടിൽവച്ചു കണ്ടതാണ്. പിന്നീടു കാണാൻ അവസരം കിട്ടിയിരുന്നില്ല. അവളടുത്തേക്കു നടന്നുവരുന്നു. ആൾപ്പാട് കണ്ടിട്ടാവണം അവൾക്കൊരു പരുങ്ങൽ.

"ശാരദയാണല്ലേ?"

സുകുമാരപിള്ള തെല്ലും കൂസാതെ ചോദിച്ചു.

"ഓ."

വഴിമുക്കിലെത്തിയ ശാരദ പള്ളിത്തറയിലേക്കുള്ള വഴിയിലേക്കു തിരിഞ്ഞു.

"പള്ളിത്തറയിലേക്കോ പോക്ക്?"

"ഓ."

"എന്നെ നെനക്കു മനസിലായോ പെണ്ണേ?"

"ഓ."

അവൾ കുനിഞ്ഞു കാൽപ്പാടുകളിൽ കണ്ണുകളെ ഉറപ്പിച്ചു നിന്നു.

"ഇപ്പോഴെന്തരിന് പള്ളിത്തറയിൽ പോകുന്നു? രാത്രിയാവാൻപോകുകല്ലേ?"

എന്തു പറയണം? അവളാലോചിച്ചു. എന്താണു പറയേണ്ടത്? അവൾക്കു സന്ദേഹമായി. അവൾ പറഞ്ഞു:

"ഇന്ന് അന്തിയുറക്കം പള്ളിപ്പെരേലാണ്. രാത്രി കൂട്ടുകെടക്കാൻ വരണവര് ഒരു ചാവടിയന്തിരത്തിനു പോയിട്ടിതുവരേം വന്നിട്ടില്ല."

"എങ്കിൽ നേരത്തേ പോവാൻ പാടില്ലാരിന്നോ?"

"ഊദേസീരെ മോനായി വരാന്നു പറഞ്ഞിരുന്നു, ഇത്രടംവരെ നോക്കി. കണ്ടില്ലാഞ്ഞോണ്ട് ഒറ്റയ്ക്കു പൂവ്വാന്നു കരുതി."

"മോനായിയുമായി ഇപ്പോ കൂട്ടിലോ?"

"ഓ. അവധിദെവസങ്ങളിൽ മോനായി വെളക്കെന്നീത്തന്നെ."

"ഏതായാലും ഒറ്റയ്ക്കു പോകണ്ടാ. സന്ധ്യവാക്കാണ്. ഞാൻകൂടി വരാം." —അവർ നടന്നു. അവർക്കു മുന്നിലെ വീഥി അത്ര തെളിഞ്ഞതായിരുന്നില്ല.

38

കാട്ടുകുളം ലോവർ പ്രൈമറി സ്കൂളിലെ നാഴികമണി ആരോ മോഷ്ടിച്ചിരിക്കുന്നു. മോഷണം പോയിരിക്കുന്നുവെന്നാണ് സാധാരണ രീതിക്കു പറയേണ്ടത്. ഇവിടെ മോഷ്ടാവാരെന്നു വ്യക്തമായി അറിയാവുന്നതാണല്ലോ. എങ്കിൽപ്പിന്നെ ആരോ എന്നു പ്രയോഗിച്ചതെന്തിന്? കപ്യാർ മോശയുടെ മകൻ രാജാമണി മാറാന്തടത്തിന് ആരോ ഒരുത്തനായിത്തീർന്നിരിക്കുകയാണ്. ശല്യം സഹിയാതെ മോശ അവനെ വീട്ടിൽനിന്നും അടിച്ചു പുറത്താക്കിയിരുന്നു. നാടുവിട്ടു പോയിരുന്ന അവൻ അടുത്തകാലത്താണു മടങ്ങിവന്നത്. അതിനുമുമ്പുതന്നെ മോശയുടെ ആദ്യഭാര്യ തായി തിരിച്ചുവന്നിരുന്നു. രാജാമണി വന്നുകയറിയപ്പോൾ മോശ അവനെ കെട്ടിപ്പിടിച്ചു കരഞ്ഞു. ഇപ്പോഴെങ്കിലും അവനു നല്ലബുദ്ധി തോന്നിയല്ലോ എന്നോർത്ത് അയാൾ സന്തോഷിച്ചു. വാർത്ത കേട്ടപ്പോൾ, ഉപദേശിക്കും അതു നന്നായെന്നു തോന്നി.

"അവനെ ഇവിടംവരെ ഒന്നു വരാൻ പറയൂ."

ഉപദേശി മോശയോടു പറഞ്ഞു:

"എന്തെങ്കിലും ജോലി കൊടുക്കാം."

മോശ വിവരം രാജാമണിയെ അറിയിച്ചു. അവൻ ചെന്നു മുറ്റത്തു നിന്നു. കിഴക്കുവശത്ത് കിണറ്റിനരുകിലായി മടലുകുത്തിയ വേലിക്കുള്ളിൽ പാകിയിരുന്ന തേങ്ങകൾ അവന്റെ കണ്ണിൽപ്പെട്ടു. കുത്തിയിളക്കിയ പുതുമണ്ണിന്റെ നിറം മാഞ്ഞിട്ടില്ല. അവൻ കണക്കുകൂട്ടി. ഏറിയാലൊരു മൂന്നുദിവസത്തിൽ കൂടുതലായിക്കാണുകയില്ല. ഏകദേശം പത്തൻപതു തേങ്ങയോളം പോരും. ഉപദേശി ഇറങ്ങിവരുമ്പോഴും അവന്റെ കണ്ണുകൾ കിണററരുകിലായിരുന്നു.

ആരോഗ്യവാനായ ഒരു ചെറുപ്പക്കാരൻ. രാജമാണിയെ ഉപദേശി കണ്ടു. എന്തുജോലി ചെയ്യാൻ കഴിയുമെന്ന് അയാൾ അവനോടു ചോദിച്ചു. അവൻ മിണ്ടിയില്ല. അയാൾ ചോദ്യം ആവർത്തിച്ചു. അവൻ നിശബ്ദത തുടർന്നു. മോശ ഒന്നുംതന്നെ അവനോടു പഞ്ഞിരിക്കുകയില്ലെന്ന് ഉപദേശി കരുതി. അയാൾ അവനെ വിളിച്ചത് എന്തിനാണെന്നറിയിച്ചു. പള്ളിത്തറയിലേക്കു പോന്നോളൂ. എന്തെങ്കിലും ജോലികളുണ്ടാവും. പറമ്പിലോ പാടത്തോ കൊച്ചുകൊച്ചു പണികൾ. മോശയ്ക്കൊരു സഹായവുമാകും. അവൻ എല്ലാം നിശബ്ദം കേൾക്കുകമാത്രം ചെയ്തു. ഉപദേശി അതു നോക്കി അത്ഭുതപ്പെടാതിരുന്നില്ല. സ്കൂളിൽ ഒരു തോട്ടക്കാരനെ വേണമെങ്കിൽ നിയമിക്കാം. പല മരാമത്തുജോലികളുമുണ്ട്. ഇപ്പോഴതൊക്കെ ചെയ്യുന്നത് ഹെഡ്മാസ്റ്ററും മറ്റധ്യാപകരും കുട്ടികളുമൊക്കെ ചേർന്നാണ്. രാജാമണിയെ വിളിപ്പിക്കുമ്പോൾ അങ്ങനെയൊരുദ്ദേശം കൂടി ഉപദേശിയുടെ മനസിലുണ്ടായിരുന്നു.

ഏതായാലും വ്യക്തമായ ഒരു മറുപടി പറയാതെ രാജാമണി പോയി. അന്നു രാത്രി പള്ളിത്തറയിൽ പാകിയിരുന്ന തേങ്ങകൾ മോഷ്ടി

ക്കപ്പെട്ടു. മാറാന്തടക്കാർ അത്ഭുതത്തോടെയാണ് ആ വാർത്ത സ്വീകരിച്ചത്. അന്നു വൈകുന്നേരം തന്നെ പ്രതിയെ പിടികൂടി. രാജാമണി! രാത്രി കുത്തിയിളക്കിയ തേങ്ങകൾ, ചരിവിലൊരു പടുവാലിയിൽ കൊണ്ടു പാത്തുവച്ചു. അടുത്ത ദിവസം ഉച്ചയോടെ അവൻ അവിടേക്കു ചെന്നു. കൈയിലൊരു കൊടുവാളുമുണ്ടായിരുന്നു. അവൻ പടുവാലിയുടെ ഉള്ളിലേക്കിറങ്ങി. കുറേക്കഴിഞ്ഞ് അതുവഴി വന്ന ഒരു ഊരാളിയാണ് സംഗതി കണ്ടുപിടിച്ചത്. പടുവാലിക്കുള്ളിൽ ഇടവിട്ടിടവിട്ട് ഒരു ശബ്ദം. അയാൾ പതുങ്ങിപ്പതുങ്ങിച്ചെന്ന് എത്തിനോക്കി. രാജാമണിയാണ്. അവൻ തേങ്ങകളോരോന്നായി കൊടുവാളുകൊണ്ടു പൊതിക്കുകയായിരുന്നു. തേങ്ങകൾക്ക് കഴുത്തോളം മണ്ണിറങ്ങിയ അടയാളമുണ്ടായിരുന്നു.

രാജാമണി അവന്റെ ദൗത്യം തുടങ്ങിയിരുന്നതേയുള്ളു. കള്ളൻ രാജാമണി താമസിയാതെതന്നെ മാറാന്തടത്തിനൊരു പേടിസ്വപ്നമായി ത്തീർന്നു. പടിഞ്ഞാറ്റുമുറിയിലെ ഒരു കുടിയിലും അവനു പ്രവേശനമുണ്ടായിരുന്നില്ല. ക്രിമീരന്റെ ചായ്പിലും ദാമോദരൻനായരുടെ ചായക്കടയിലും അവനെ കയറ്റാതെയായി. ഒടുവിൽ മോശയും അവനെ തല്ലി പുറത്തിറക്കി. അതുകൊണ്ടൊന്നും രാജാമണി അടങ്ങിയില്ല. അവനു തോന്നുന്നിടങ്ങളിലെല്ലാം അവൻ കയറി. കാണുന്നതെല്ലാം കൈക്കലാക്കി സ്ഥലംവിട്ടിരുന്നു. ഒരു കാര്യം അവനു നിർബന്ധമായിരുന്നു. കിട്ടുന്നതിലൊരു പങ്ക് മുടിപ്പുരയിലെ നീലകേശിക്കും കാവിലെ ഭഗവതിക്കും അവൻ വീതിച്ചു നൽകിയിരുന്നു. എന്തുകൊണ്ടോ യഹോവയോട് അവനു തീരെ കരുണയില്ലാതെപോയിരുന്നു.

സ്കൂളിന്റെ മരയഴി മുറിച്ച് അകത്തു കടന്നിട്ടായിരുന്നു രാജാമണി നാഴികമണി മോഷ്ടിച്ചത്. സ്കൂളിന്റെ പരിസരങ്ങളിൽ അസമയത്ത് അവനെ കണ്ടവരുണ്ട്. അപ്പോൾ പിന്നെ തർക്കമുണ്ടായിരുന്നില്ല. മോശ പള്ളിത്തറയിലേക്കോടിയെത്തി. പള്ളിപ്പുരയുടെ പടിയിലേക്കു വീണുകൊണ്ട് മോശ കരഞ്ഞു. അരുതെന്ന് ഉപദേശി വിലക്കി. പുതിയൊരു ടൈംപീസ് വാങ്ങാമെന്നു പറഞ്ഞ് അയാൾ മോശയെ സാന്ത്വനപ്പെടുത്തി. അതിനെത്തുടർന്നാണ് സ്കൂളിന് മരയഴി മാറ്റി മൺചുവരു കെട്ടാനുള്ള തീരുമാനമുണ്ടായത്. സായ്വിന്റേയും തമ്പിയുടേയും സഹായത്തോടെ അതും പൂർത്തിയാക്കി. പുറവും അകവും കുമ്മായം തേച്ചു മോടിപിടിപ്പിച്ചു. ഒരു ദിവസം ബഹ്റനിൽനിന്നും സ്കൂൾ ഹെഡ്മാസ്റ്റർക്കൊരു പാർസൽ വന്നു.

ഒരു ക്ലോക്ക്. വിശേഷപ്പെട്ട രീതിയിലുള്ള ഒന്നായിരുന്നു അത്.

ഹെഡ്മാസ്റ്ററുടെ മേശയ്ക്കുയരെ, ഭിത്തിയിലായിരുന്നു ക്ലോക്ക് സ്ഥാപിക്കപ്പെട്ടത്. കുട്ടികൾക്ക് ആരംഭത്തിൽ ഈ ക്ലോക്ക് രാജാമണിയേക്കാളും വലിയ അത്ഭുതമായിരുന്നു. ഒഴിവുസമയങ്ങളിൽ കൗതുകത്തോടെയും ജിജ്ഞാസയോടെയും അവർ അതിനു കീഴിൽ കൂട്ടംകൂടിയിരുന്നു. നിശ്ശബ്ദം മറ്റെല്ലാം മറന്ന് അവർ നോക്കിനിൽക്കുന്നു. കുറേക്കഴിയുമ്പോൾ പെൻഡുലത്തിന്റെ ചലനത്തിനൊത്ത് അവരുടെ ശിര

സുകളും ആടിത്തുടങ്ങും. സുകുമാരപിള്ളയുടെ മുതിർന്ന ശിഷ്യന്മാർ ക്ലോക്കിനുമേൽ എഴുതിയിരുന്ന ഇംഗ്ലീഷ് അക്ഷരങ്ങൾ വായിച്ചു മറ്റുള്ള വരെ ആശ്ചര്യപ്പെടുത്തിയിരുന്നു.

"ബി ഐ ജി ബി ഇ എൻ."

സമയമറിയിച്ചുകൊണ്ടുള്ള ശ്രുതിമധുരമായ മണിനാദം കേൾക്കു മ്പോൾ അവർ താണു വലിഞ്ഞ് അതിന്റെ രഹസ്യത്തെ കണ്ടുപിടിക്കു വാൻ ശ്രമിച്ചിരുന്നു. അവർ അവർക്കു തോന്നിയ പല നിഗമനങ്ങളിലും എത്തിച്ചേർന്നു.

"മണിയടി കേക്കണെതെങ്ങനെയെന്നു നെനക്കറിയാമോ?"

ഒരു മടക്കയാത്രയിൽ മോനായിയോടു വസന്ത ചോദിച്ചു. അവനതു കേട്ടില്ല. അവന്റെ ശ്രദ്ധയത്രയും വെട്ടുവഴിയിൽ പടർന്നുകിടക്കുന്ന വേലി പ്പരുത്തിലയിലായിരുന്നു. പടർപ്പിൽ പൂത്തുമ്പികൾ പറന്നുനടക്കുന്നുണ്ട്. ഒരു പൂത്തുമ്പിയെ എങ്കിലും പിടി കൂടണം. അവൻ ഒന്നുരണ്ടു തവണ ശ്രമിച്ചു. നിന്നു പതുങ്ങി, കണ്ണുകളുറപ്പിച്ച് മെല്ലെ കൈകൾ മുന്നോട്ട് അരിച്ചു നീക്കി, തൊട്ടുതൊട്ടില്ലെന്നാകുമ്പോൾ പൂത്തുമ്പി ചിറകടിച്ചു പറന്നുപോകുന്നു. അപ്പോഴൊക്കെ വസന്ത അവനെ കളിയാക്കിയിരുന്നു. അവൾക്കറിയാം, വേലിപ്പരുത്തിയിലെ പൂത്തുമ്പിയെ പിടിക്കാൻ പറ്റൂല്ല. എത്ര നോക്കിയാലും പറ്റൂല്ലതന്നെ. അവനു വാശിയേറി. അവന്റെ ഇളം മനസിൽ ഒരു പൂത്തുമ്പിക്കായുള്ള അഭിവാഞ്ഛ ശക്തമായിക്കൊണ്ടി രുന്നു.

"ഒന്നിനെയെങ്കിലും പിടിക്കും. നോക്കിക്കോ."

"പിന്നെ, ഇപ്പത്തന്നെ പിടിക്കൂല്ലേ? കൊറേ വലിയവരു ജാരിച്ചിട്ട് നടന്നില്ല. പിന്നെയാണ് നീയ്!"

അവനതു സുഖിച്ചില്ല. നരുന്തുപെണ്ണ്. അവൾ തന്നെ കൊച്ചാക്കാൻ ശ്രമിക്കുന്നു. അവന്റെ വാശി മൂത്തു. അവൻ തിരിഞ്ഞുനിന്നു:

"നീ പൊയ്ക്കോ. ഞാനൊറ്റയ്ക്ക് വന്നോളാം."

അവൾക്കു മനസിലായി. മോനായി പിണങ്ങിയിരിക്കുന്നു. അവൾക്കു ചിരിയും സങ്കടവും വന്നു. പൂത്തുമ്പിയെ പിടിക്കാൻ പറ്റൂല്ലെന്നു പറ ഞ്ഞതുനൊണയല്ലല്ലോ. അവൻ എത്രയോ ശ്രമിച്ചു! ദിവസവും ശ്രമി ക്കുന്നതല്ലേ? എത്രയോ ദിവസങ്ങളായി! എന്നിട്ടിതുവരേക്കും ഒന്നിനെ യെങ്കിലും കിട്ടിയോ? അവൾക്കു സങ്കടം സഹിക്കവയ്യാതെയായി. എന്നാലും മോനായി തന്നോട് ഒറ്റയ്ക്കു പൊയ്ക്കോളാൻ പറഞ്ഞല്ലോ? തിരിഞ്ഞു നടന്നാലോ? അവനുവേണ്ടിയല്ലേ അവളീ വഴിയൊക്കെ നട ന്നുകയറുന്നത്. കാട്ടുകുളത്തുനിന്നും പണിക്കൻപൊറ്റയിലേക്കു നേരേ നടന്നുകയറാൻ വഴിയില്ലാത്തുകൊണ്ടൊന്നുമല്ല. അവൾ തിരിഞ്ഞുനട ക്കാൻ ഭാവിച്ചു. പിന്നിൽനിന്നും മോനായി വിളിക്കുമെന്നുപോലും അവൾ കരുതി.

സത്യം പറഞ്ഞാൽ അവൾ തിരിഞ്ഞുനടക്കുന്നത് മോനായി കണ്ടി രുന്നില്ല. അവനൊരു പൂത്തുമ്പിയുടെ പിന്നാലെയായിരുന്നു. പിടികിട്ടി

പ്പോയതായിരുന്നു. വാലിൽ സ്പർശിച്ചുവെന്നു തോന്നുന്നു. അതിന്റെ ഉൾക്കുളിർ ഇനിയും മാറിയിട്ടില്ല. തെന്നിമാറി അതു പറന്നു പൊയ്ക്കളഞ്ഞു. എന്നാലും വാലിൽ തൊടാൻ കഴിഞ്ഞല്ലോ. അടുത്തതിനു പിടി വീണതുതന്നെ.

"നോക്കിക്കോ."

അവൻ തിരിഞ്ഞുനോക്കി. വസന്ത ഉണ്ടായിരുന്നില്ല. അവൻ ഓടിച്ചെന്നു പിന്നിലെ വഴിത്താരയിൽ കണ്ണെത്തിച്ചു നോക്കി. എവിടേയും അവളെ കാണാനില്ല. ശബ്ദമുയർത്തി അവൻ വിളിച്ചു. വെയിലിന്റെ പുള്ളി വീഴ്ത്തുന്ന തണലിൽ ദീർഘമായ വഴിത്താര അവനുനേരേ മൗനം പുലർത്തി. അവൻ തിരിഞ്ഞോടി. വീട്ടിലെത്തിയതറിഞ്ഞില്ല. സ്ലേറ്റും പുസ്തകവും മേശമേൽ വലിച്ചെറിഞ്ഞിട്ടു കിടക്കയിലേക്കു ചെന്നു വീണു, കുറേനേരം അങ്ങനെ കിടന്നു. വിശക്കുന്നു. എന്നിട്ടും എഴുന്നേറ്റു തീൻമുറിയിലേക്കു ചെല്ലാതെ അവൻ ആ കിടപ്പു തുടർന്നു.

ഓർത്തപ്പോൾ പിന്നേയും പിന്നേയും അവനു കരച്ചിൽ വന്നു. വസന്ത പിണങ്ങിയിരിക്കുന്നു. നാളെ രാവിലെ പൊറ്റയിൽനിന്നിറങ്ങുന്ന വെട്ടുവഴിയിൽ അവൾ കാത്തുനിൽക്കുകയില്ല. കൈയിൽ ഒരുപിടി മഷിത്തണ്ടയുമായി, പുഞ്ചിരിച്ചുകൊണ്ടവൾ ഓടിയെത്തുകയില്ല. അവൻ വീണ്ടും ഒറ്റയ്ക്കായിത്തീരും. ഓർക്കാൻകൂടി വയ്യ. കാട്ടുകുളം വരെ ഒറ്റയ്ക്കുള്ള യാത്ര. വിരസവും പേടിപ്പെടുത്തുന്നതുമായ യാത്ര. ആദ്യകാലങ്ങളിലും അവനൊറ്റയ്ക്കായിരുന്നു. കാട്ടാവണക്കു വളർന്നു പച്ച്ച വഴിയിലൂടെ അപ്പോഴൊക്കെ അവൻ ഓടുകയാണു ചെയ്തിരുന്നത്. വല്യപ്പച്ചനോടു പറഞ്ഞാൽ രൂക്ഷമായ ശാസന കിട്ടും. ദൈവം സഹായത്തിനുള്ളപ്പോൾ സാത്താനെ എന്തിനു പേടിക്കണം? ആവശ്യമുള്ളപ്പോൾ സഹായത്തിനായി നീളുന്നതാണ് ദൈവകരങ്ങൾ എന്നും ധൈര്യമവലംബിച്ചുകൊണ്ടു വീടു വിട്ടിറങ്ങും. പക്ഷേ, ഇടതിങ്ങി വളരുന്ന തരുനിരകൾക്കിടയിലൂടെ, ഇരുണ്ട ആകാശത്തിനു കീഴിലൂടെ, ഇരുണ്ടതും നിശബ്ദവുമായ ചുറ്റുപാടുകൾക്കു നടുവിലൂടെ ഒറ്റയ്ക്കു നടക്കുമ്പോൾ ഭയം എവിടെനിന്നോ ഊളിയിട്ടെത്തുന്നു. കണ്ണുപൂട്ടിക്കൊണ്ടൊരു നെട്ടോട്ടമാണു പിന്നെ: കാട്ടുകുളംവരെ.

അത്തരമൊരു യാത്രയ്ക്കിടയിലാണ് വസന്തയെ കണ്ടുമുട്ടിയത്.

വെട്ടുവഴി അവസാനിക്കുന്ന നിരപ്പിലൂടെ വഴിത്താര കയറി ഓടാൻ തുടങ്ങുമ്പോൾ പിന്നിൽനിന്നൊരു വിളി:

"കൂ....കൂ!"

തിരിഞ്ഞുനോക്കി. അവൾ നിന്നു ചിരിക്കുന്നു. കണ്ടിട്ടുണ്ട്, അടുത്ത ക്ലാസിൽ പഠിക്കുന്ന കുട്ടിയാണ്!

"നില്ല് ഞാനും വരണ്"

വേണ്ടെന്നു പറഞ്ഞില്ല. ഒരു കൂട്ടായല്ലോ? അടുത്തേക്കു നടന്നുവന്ന അവൾ ഒരുപിടി മഷിത്തണ്ടകൾ നീട്ടി.

"ഇന്നാ!"

അവൻ വാങ്ങി, സ്ലേറ്റു മായിക്കാൻ ഇനിമേൽ സാറുകാണാതെ തുപ്പേണ്ടതില്ല. തണ്ടൊടിച്ചു പിഴിഞ്ഞാൽ ധാരാളം ചാറു കിട്ടും. മായിക്കാം.

"ഇതെവിടെന്നാ?" അവൻ ചോദിച്ചു.

"ഞങ്ങളെ വീട്ടീന്ന്." അവൾ പറഞ്ഞു.

"ഒത്തിരിയുണ്ടോ?"

"ഓ! ഒരുപാടൊണ്ട്. വേണോങ്കി നട്ടുവളത്താനും തരാം, വേണോ?"

അവൾ അവനു വേരുള്ള ഒരു തണ്ടു നൽകി.

"നെന്റെ പേരു മോനെന്നല്ലേ?"

സൗഹൃദം തുടർന്നുകൊണ്ട് അവൾ ചോദിച്ചു.

"അതേ."

"ഞങ്ങളെ വീട്ടിലൊക്കെ മോനെന്നു പറഞ്ഞാ പേരല്ല."

"പിന്നെ?"

"അതു ഞങ്ങളെ അച്ഛനും അമ്മയും വിളിക്കണെതാണ്."

"എന്റെ പേര് മോനായീന്നാ"

"എന്റെ പേരറിയാമോ നെനക്ക്?"

"ഇല്ല."

"ഇല്ല! നീയ് കള്ളം പറയണതല്ലേ?"

"ഇല്ല. ബൈബിൾ സത്യം, എനിക്കറിയില്ല."

അവനെന്താണു പറഞ്ഞതെന്ന് അവൾക്കു പിടികിട്ടിയില്ല.

വസന്ത മുമ്പിൽ നടന്നു. അവന് അവളോടൊപ്പം നടക്കാൻ ഉത്സാഹം തോന്നി. ഒരാൾകൂടിയുണ്ടെങ്കിൽ അത്രയ്ക്കു പേടിയില്ല. എന്നാലും പാർശ്വങ്ങളിലേക്കു നോക്കാൻ അവനു മനസുവന്നില്ല. ഇടയ്ക്കു വഴിത്താരമുറിച്ച് അവളൊരു പൊന്തയിലേക്കു കയറി. മോനായി നിന്നു. തിരിച്ചെത്തിയപ്പോൾ അവളുടെ കൈയിൽ ഒരുകുല തെച്ചിപ്പഴങ്ങളുണ്ടായിരുന്നു. അവളവനു നീട്ടി. രണ്ടുപേരും കൂടി പഴങ്ങളിറുത്തുതിന്നു.

"നെനക്കു തെച്ചിപ്പഴം പറിക്കാനറിയുമോ?"

അവൾ ചോദിച്ചു. അതിനെന്തറിയാനിരിക്കുന്നു. തെച്ചിക്കാട്ടിൽച്ചെന്ന് ചെമ്പോത്തിന്റെ കണ്ണുകളെപ്പോലെ ചുവന്ന പഴങ്ങളിറുത്തെടുത്താൽ പ്പോരെ?

"അയ്യോ പോര!" അവൾ ചിരിച്ചു തള്ളി.

"അങ്ങനെ കണ്ണിക്കണ്ടതൊക്കെ പറിച്ചുതിന്നാ, കൂട്ടത്തി പാമ്പുകൊത്തിയ പഴങ്ങളും കാണും!"

മോനായിക്കു മനസിലായില്ല.

"നെനക്കറിഞ്ഞൂടേ മോനായി? തെച്ചി പഴുത്താല് രാത്രി കാട്ടീന്ന് പാമ്പുകളു വന്നു പഴം തിന്നും. പാമ്പുകളു കൊത്തിവിഴുങ്ങുല്ല. പുറം തോട്ടില് കൊത്തീട്ട് അകത്തൊള്ളതൊക്കെ ഊറ്റിക്കുടിക്കും. കാലത്തു നമ്മളു നോക്കുമ്പം സാദാരണപഴം പോലെ നിൽക്കും. പറിച്ചു തിന്നാലൊടനെ ഫലവും കിട്ടും."

"എന്തു ഫലം?"

"പാമ്പുകൊത്തിയ പഴം തിന്നണോരെ മൂലത്തീ വാലുമൊളയ്ക്കും."

അതു കേട്ടപാടെ വായിൽക്കിടന്ന പഴമൊന്നാകെ മോനായി പുറത്തേക്കു തുപ്പി. മേൽവരിപ്പല്ലുകൾകൊണ്ട് നാവുവടിച്ചു പുറത്തേക്കു വീണ്ടും വീണ്ടും തുപ്പി. അവളതു നോക്കി വാപൊത്തി ചിരിച്ചു. അവനു വല്ലാത്ത കോപമുണ്ടായി. ചന്തിയിൽ വാലെങ്ങാനും മുളയ്ക്കുകയാണെങ്കിൽ! അവളെ കൊന്നുകളയണമെന്നുപോലും അവൻ തീരുമാനിച്ചു. നിന്നു ചിരിക്കുന്നതു കണ്ടില്ലേ?

"മോനായി."

അവൻ വിളികേട്ടില്ല

"പേടിച്ചുപോയോ നീയ്? എനിക്കു പാമ്പുകൊത്താത്ത പഴം പറിക്കാനറിയാം. അതോണ്ടല്ലേ ഞാനും തിന്നത്?"

അവൻ തലകുനിച്ചു പിണക്കം ഭാവിച്ചു നടന്നു.

"പാമ്പു കൊത്താത്ത പഴം പറിക്കണതെങ്ങനെയെന്നോ?"

"എങ്ങനെ?" അവൻ മുഖമുയർത്തി

"പഴുത്ത ഒരു തെച്ചിക്കൊല പിടിച്ചു നോക്കാം. അതിലൊരു പഴം കറുത്തിരുന്നാല് ആ കൊല പറിക്കരുത്. അത് പാമ്പു തീണ്ടിയതായിരിക്കും. ഇപ്പോ മനസിലായോ?"

അങ്ങനെ എത്രയെത്ര അറിവുകളാണ് അവൾ പകർന്നുതന്നിട്ടുള്ളത്! എങ്കിലും തെച്ചിപ്പഴം തിന്ന ആദ്യരാത്രി അവനുറങ്ങാൻ കഴിഞ്ഞിരുന്നില്ല. മുതുകിലോ ഉദരത്തിലോ ഒരു ചെറിയ വേദനയുണ്ടായാൽ ഉടൻതന്നെ അവൻ ചന്തിയിൽ വിരൽവച്ചു നോക്കുമായിരുന്നു; വാലിന്റെ മുളപ്പെങ്ങാനും പൊട്ടുന്നുണ്ടോ എന്നറിയാൻ.

"കുമിളിപ്പൊയ്കേല് പുവാമോ?"

ഒരിക്കൽ ഉച്ചമടക്കത്തിൽ വസന്ത അവനോടു ചോദിച്ചു.

കുമിളിപ്പൊയ്ക!

അവൻ കേട്ടിട്ടുള്ള പേരാണത്. അനേകം തവണ വലിയപ്പച്ചൻ കുമിളിയുടേയും അവിടത്തെ പൊയ്കയുടേയും കഥകൾ പറഞ്ഞിട്ടുള്ളതാണ്. അപ്പോഴൊക്കെ ആശിച്ചിട്ടുള്ളതാണ് പൊയ്കയൊന്നു പോയിക്കാണണമെന്ന്.

"നെനെക്കൊരു വിശേഷം കേക്കണോ?"

"എന്താ പറയു."

"കുമിളിപ്പൊയ്കേല് നെറച്ച് മാനത്തുകണ്ണികളൊണ്ട്."

"അതിലെന്തു വിശേഷമിരിക്കുന്നു? എല്ലാടത്തും ഉള്ളതല്ലേ?"

"ഛേ! അതല്ല."

ഇവനെന്തൊരു വിവരംകെട്ടവനാണെന്ന അർഥത്തിൽ അവൾ മോനായിയെ നോക്കി. എന്നിട്ടു തുടർന്നു:

"പൊയ്കേലെ മാനത്തുകണ്ണികള് സാദാരണ മീനുകളെപ്പോലെയല്ല. അതുങ്ങളു വർത്തമാനം പറയുകയും ചിരിക്കുകയും ചെയ്യും."

"നുണ പറയതരുത്."

"പിന്നെ! നെന്റോടി നൊണപറഞ്ഞിട്ടല്ലേ എനിക്കു കപ്പലുവാങ്ങാന്! എങ്കി വാ നമുക്ക് പോയി നോക്കിവരാം."

അവനു കൊതിയായി. വലിയപ്പച്ചനറിഞ്ഞാൽ ശകാരിക്കും. എന്നിരുന്നാലും സാരമില്ല. അവൻ അവളോടൊപ്പം പതിവുവഴിവിട്ടു നടന്നു. അവൾ അവനെ ഒരു പടുവാലിയുടെ ഉള്ളറയിലേക്കു നയിച്ചു. അവൾ മുന്നോട്ടു നടന്നു. അവൻ അവളെ പിന്തുടർന്നു. ആഴത്തിലോട്ടു നടക്കുന്തോറും അവനു പേടിയായി. ഇടുങ്ങിയ പടുവാലി. വശങ്ങളിൽ പടർന്നുകിടക്കുന്ന കാട്ടുവള്ളികൾ, ദുരപിടിച്ച സർപ്പങ്ങളെപ്പോലെ അവ പടുവാലിയുടെ ഉള്ളറയെ വളർന്നു മൂടിയിരിക്കുന്നു. ഇടയ്ക്കിടെ എത്തിപ്പിടിക്കുവാൻ കൈനീട്ടി വളരുന്ന കീരിപ്പന്നകൾ. ആകാശം കാണാനില്ല. അവൻ മുകളിലേക്കു നോക്കി. മുകളിൽ വള്ളിപ്പടർപ്പുകളും കാട്ടുചെടികളും ഒത്തു കൂടി വളർന്നു ജഢപിടിച്ചു കിടക്കുന്നു. ഇടയ്ക്കിടെ പുള്ളികുത്തി വീഴുന്ന ഉച്ചവെളിച്ചം അവന്റെ ഭീതിയെ വളർത്തി. തിരിഞ്ഞോടിയാലോ എന്നുപോലും അവനു തോന്നിപ്പോയി.

"വാ."

മടിച്ചുനിന്ന അവനെ അവൾ വിളിച്ചു. അവൾക്കൊരു കൂസലുമില്ല. എന്തുമാതിരി പെൺകുട്ടിയാണിവൾ! അവൾ അവനരുകിലായി വന്നു. അവന്റെ ചുമലിൽ കൈ വളച്ചുപിടിച്ചുകൊണ്ട് അവിടെനിന്നും, അവിടെനിന്നും, പിന്നെ അവിടെനിന്നും അവൾ താഴേക്കിറങ്ങി.

"അതാ കുമിളിപ്പൊയ്ക!"

അവൾ പറഞ്ഞു. അവൾ കൈചൂണ്ടിയ ഭാഗത്തേക്ക് അവൻ എത്തിനോക്കി. അവൻ കണ്ടു.

തലമുറകളുടെ സാന്ദ്രമായ കാരുണ്യംപോലെ പടുവാലിയുടെ തലപ്പത്ത് വൃക്ഷശിഖരങ്ങളുടേയും കൈതത്തലപ്പുകളുടേയും പച്ചച്ച വിതാനത്തിനു താഴെ കുമിളിപ്പൊയ്ക നിശ്ചലമായിക്കിടക്കുന്നു.

അവനു മോലാകെ കുളിർത്തു. ഉറക്കത്തിൽ മാത്രം അനുഭവപ്പെടുന്ന ഒരു നിശ്ചലത അവിടെയാകെ നിറഞ്ഞുനിൽക്കുന്നു. അവർ കുറേക്കൂടി മുന്നിലേക്കു നടന്നു. മോനായി ജലപ്പരപ്പിലേക്കെത്തിനോക്കി. അവൻ മലർന്നുകിടന്നുകൊണ്ട് കൗതുകത്തോടെ നോക്കുന്നു.

പൊടുന്നനെ പൊയ്ക ഒന്നുലഞ്ഞു. പൊയ്കയുടെ അഗാധതയിൽനിന്നും തലയിൽ ചോരപ്പൂവണിഞ്ഞ ഒരു പെരുത്ത മാനത്തുകണ്ണി പിടച്ചലച്ചുകൊണ്ടുയർന്നുവന്നു. അവൻ ഉറ്റുനോക്കി. അവന്റെ മുഖം വിസ്മയത്തിന്റെ പൂക്കളെ വിരിയിച്ചു. പൊയ്ക ഉലയുന്നു. എവിടെ മാനത്തുകണ്ണികളുടെ ചിരിയൊച്ച? എവിടെ അവയുടെ കലമ്പലുകൾ. അവൻ കാത്തുനിന്നു. ഒന്നുമുണ്ടായില്ല.

ഉപദേശി വന്നപ്പോൾ മോനായിക്ക് എന്തോ അസുഖമാണെന്ന് ദീനാമ്മ അറിയിച്ചു. ഭക്ഷണമൊന്നും കഴിച്ചിട്ടില്ല. ഉപദേശി അവനെ വിളിച്ചു. ഉച്ചയ്ക്കു വന്നപാടെ കയറിക്കിടന്നതാണ്. ഇതുവരേക്കും എണീ

റ്റിട്ടില്ല. ദീനാമ്മ പറഞ്ഞു. ഉപദേശി അവനെ വീണ്ടും വിളിച്ചു. അവനതു കേട്ടില്ല.

അവന്റെ മനസു നിറയെ പൂത്തുമ്പികളായിരുന്നു. പൂത്തുമ്പികൾക്കു നടുവിൽ തലയറഞ്ഞു ചിരിക്കുന്ന വസന്തയും.

39

"**നേ**രം സന്ധ്യയായില്ല. അതിനുമുമ്പുതന്നെ ആകാശമെല്ലാം കറുത്തിരുണ്ടു കയറി. മഴക്കുരാപ്പു വിളിച്ചറിയിക്കിണ കാറ്റ് വങ്ങേനി ഏലേന്ന് കെഴക്കുംപുറം കയറി പൊറ്റയിലേക്കു വീശാൻ തൊടങ്ങി. പെരയീന്ന് അപ്പാവു പൊറത്തിറങ്ങി, അപ്പോക്കാണാം വടവുക്കരിക്കുമേലെ ഒരു ഭയങ്കരമിന്നൽ. അപ്പാവുന്റെ കണ്ണുകളഞ്ചിപ്പോയി. കൊറേനേരം അയാക്കും ചുറ്റും രാത്രിയായിരിന്ന്. അങ്ങോട്ടുമിങ്ങോട്ടും തിരിയാൻ പറ്റാതെ അയാളവുടെത്തന്നെ നിന്നുപോയി."

"എന്നിട്ട്?"

ഉദ്വേഗത്തോടെ, ഉൽക്കണ്ഠയോടെ മോനായി ശാരദയുടെ ചുണ്ടുകൾ അനങ്ങുന്നതും നോക്കിയിരുന്നു. വിളക്കെന്നിയുടെ അകത്തളത്തിലിരുന്നുകൊണ്ടാണ് ശാരദ അവന് അപ്പാവുവിന്റെ കഥ ചൊല്ലിക്കേൾപ്പിച്ചിരുന്നത്. ദിവസവും ഓരോ കഥ. അതാണു നിബന്ധന. കഥകൾ കേട്ടുകൊണ്ട് മോനായി ശാരദയ്ക്കു കൂട്ടിരുന്നു. അവളുടെ ആശങ്കാകുലമായ ഏകാന്തതയെ അവൻ ഭദ്രമാക്കിത്തീർത്തു. മാറാന്തടമാകട്ടെ കഥകളുടെ ഒരു വറ്റാത്ത സ്രോതസായിരുന്നുതാനും. അതിന്റെ വിസ്തൃതികളിലും ഉയരങ്ങളിലും താഴ്വാരങ്ങളിലും ചരിവിനെ കീറിക്കൊണ്ടോടുന്ന പടുവാലികളുടെ ഉള്ളറകളിലും എത്രയെത്ര കഥകളാണ് മാറാന്തടം കാത്തുസൂക്ഷിച്ചുപോരുന്നത്! സംവത്സരങ്ങളുടെ നിശിതമായ വർഷമുണ്ടായിട്ടും ഒലിച്ചുപോകാതെ അവ മാറാന്തടത്തിന്റെ ആത്മാവിൽ ഒട്ടിപ്പിടിച്ചു നിൽക്കുന്നു. അതു കേൾക്കുമ്പോഴെല്ലാം മോനായി വിസ്മയത്തിന്റെ സമുദ്രത്തിൽ വീണു പോകുന്നു. അവിടെക്കിടന്നുകൊണ്ട് വീണ്ടും വീണ്ടും കഥകൾ പറയുവാൻ അവൻ ശാരദയോട് ആവശ്യപ്പെടുന്നു.

സ്കൂൾ വിട്ടു വന്നാലുടനെ വിളക്കെന്നിയിലേക്കവൻ തിരക്കിട്ടെത്തുന്നു. അവനു മറ്റു കൂട്ടുകാരാരുമുണ്ടായിരുന്നില്ല, വസന്തയൊഴിച്ച്. അവളാണെങ്കിൽ മറ്റൊരു ക്ലാസിലുമായിരുന്നു. ഉപദേശി അതറിഞ്ഞു. മോനായി ഒറ്റയ്ക്കാണ്. പുതിയ സാഹചര്യത്തോടിണങ്ങുവാൻ ഇത്രകാലമായിട്ടും അവനു കഴിഞ്ഞിട്ടില്ല. മറ്റു കുട്ടികളിൽനിന്നും അവൻ അകന്നു നിൽക്കുന്നു. അതു ശരിയല്ലെന്ന് ഉപദേശിക്കു തോന്നി. മറ്റു കുട്ടികളുമായി ഇടപഴകി വളരണം. അല്ലെങ്കിൽ ഭാവിയിൽ മാറാന്തടം അവനെ ഒറ്റപ്പെടുത്തിയെന്നിരിക്കും. അതുകൊണ്ടാണ് അയാൾ അവനെ വിളക്കെന്നിയിലേക്കു പോകുവാൻ അനുവദിച്ചിരുന്നത്.

മോനായിക്കു ശാരദച്ചേച്ചിയെ ഇഷ്ടമായി. കുളിച്ചുകയറിവരുമ്പോൾ വല്ലാത്തൊരു മണമാണു ചേച്ചിക്ക്. അവനതു ശ്രദ്ധിച്ചിരുന്നു. അവളുടെ വിതുർത്തിയിട്ടിരിക്കുന്ന മുടിത്തുമ്പുകളിൽ ജലമണികളുരുണ്ടുകൂടി നിൽക്കുന്നതുകാണുക അവനു വല്ലാത്ത രസമായിരിക്കും. അവയെ നോക്കി അവൻ മനക്കണക്കുകൂട്ടുന്നു. ഒന്ന്, രണ്ട്, മൂന്ന്,....മിക്കവാറും പത്തു തികയുമ്പോൾ അവൻ നോട്ടമിടുന്ന തുള്ളികൾ അടർന്നുവീഴാറാണു പതിവ്. അവൻ ശ്രദ്ധിച്ചിരുന്ന മറ്റൊരു കാര്യം കൂടിയുണ്ടായിരുന്നു. ശാരദച്ചേച്ചി മുടി പിന്നിക്കെട്ടുകയോ, പൂചൂടുകയോ ചെയ്യാറില്ല. എന്തുകൊണ്ടാണെന്നു ചോദിക്കുവാൻ പലപ്പോഴും അവനൊരുമ്പെട്ടിട്ടുണ്ട്. ചോദിച്ചിരുന്നില്ല. ചേച്ചിക്കിഷ്ടമായില്ലെങ്കിലോ? കഥപറച്ചിൽ നിർത്തിക്കളഞ്ഞാലോ? എത്രയെത്ര കഥകൾ അവളവനു പറഞ്ഞുകൊടുത്തിരിക്കുന്നു! അനാദിയായ മാറാന്തടത്തിന്റെ അക്ഷയമായ നിരവധി ചെപ്പുകളിൽ കാലം ഒളിപ്പിച്ചുവെച്ചിരിക്കുന്ന കൊച്ചുകൊച്ചത്ഭുതങ്ങൾ. ആ കഥകളും കേട്ടുകൊണ്ടവൻ അവളോടൊപ്പം വിളക്കെന്നിയുടെ പൂമുഖത്തും നിലവറയ്ക്കുള്ളിലും പത്തായപ്പുരയിലും ചെത്തുവീണ എട്ടുകെട്ടുതൊഴുത്തിന്റെ അവശിഷ്ടങ്ങൾക്കിടയിലും കുറുന്തോട്ടി വളർന്ന പറമ്പുകളിലും അലഞ്ഞുനടന്നിരുന്നു. അവന്റെ മനസ്സ് ക്രമേണ മാറാന്തടത്തിന്റെ വിശാലതകളിലേക്കു വളരുവാൻ തുടങ്ങി. മരണപ്പാറയും, പണിക്കൻപൊറ്റയും, കാട്ടുകുളവുമൊക്കെ അവനു പരിചിതങ്ങളായിക്കഴിഞ്ഞിരുന്നു. അവൻ അതോടൊപ്പം മാറാന്തടത്തിന്റെ ഗതകാലങ്ങളിലേക്കു വളർന്നുകൊണ്ടിരുന്നു. അത്തരം അനേകം കഥകളിലൊന്നായിരുന്നു അപ്പാവുവിന്റെ ചരിതം.

തുലാവർഷകാലം. പകലുടനീളം നിറം മങ്ങിക്കിടക്കുന്നു. ഉച്ചയാണെന്നറിയുന്നത് ഇടയ്ക്കിടെ കത്തിവീഴുന്ന മിന്നലുകളിലൂടെയാണ്. മോനായിക്കു മിന്നലുകളെ ഭയമാണ്. ആകാശത്തെവിടെയെങ്കിലും, ഒരു പിളരു പൊട്ടുന്നതു കണ്ടാൽ മതി അവൻ പേടിച്ചു വിറക്കൊള്ളാൻ തുടങ്ങുന്നു.

"മിന്നലിന്റോടി ഇത്രയ്ക്കു പേടിയോ മോനായിക്ക്?"

ശാരദച്ചേച്ചി ചോദിച്ചു.

"ങ്ഹും" —ഒരപരാധമേറ്റുപറയുന്നതുപോലെ അവൻ സമ്മതിച്ചു. എന്നിട്ട് നാണത്താൽ തല താഴ്ത്തിയിരുന്നു.

"ചേച്ചിക്കു പേടിയില്ല്യോ?"

"ഇല്ല."

"ങ്ഹേ!"

അവനത്ഭുതമായി.

"എന്തിനു പേടിക്കണം?"

അവൾ ചോദിച്ചു. അവനു വിശ്വസിക്കുവാൻ കഴിഞ്ഞില്ല. അത്ഭുതത്തോടെ അവളെ അവൻ നോക്കിയിരുന്നു. ഇടിമിന്നലുകളെ ഭയപ്പെടാത്ത ആരുംതന്നെയുണ്ടാവില്ലെന്നാണ് അവൻ കരുതിയിരുന്നത്. അനുഭവവും അതായിരുന്നല്ലോ? ഇപ്പോഴിതാ ശാരദച്ചേച്ചിക്ക് തെല്ലും ഭയമില്ലത്രേ.

അവൻ ആകാശത്തെയുഴിഞ്ഞു. ഉടനീളം ഇരുണ്ടുകിടക്കുന്നു. ശാരദച്ചേച്ചിയുടെ മുടിക്കെട്ടിനോളം നിറമുണ്ട് ആകാശത്തിനും. ഇത്രത്തോളം ഇരുണ്ടുകയറിയാലുണ്ടാകുന്ന ഇടിയൊച്ച ഭയങ്കരമായിരിക്കും. അതു ചുറ്റുപാടുകളെ എരിച്ചു വെണ്ണീറാക്കിക്കളയും.

"ഇടിവെട്ടുന്നതെങ്ങനാ ചേച്ചീ?"

"അതോ?" —അവൾ പറഞ്ഞു തുടങ്ങി:

"അതു ദൈവങ്ങള് കോപിച്ച് ആകാശത്തുനിന്നും വാളെറിയുന്നതാണ്. ഭൂമിയിൽ അവരിക്ക് ഇഷ്ടക്കേടായി ആരെങ്കിലും പ്രവർത്തിച്ചാല് അവരിക്കു കോപം വരും. സാദാരണ മനുഷമ്മാരെ കോപമല്ല. പെരുത്ത കോപം. ഒടൻ തന്നെ അവരു വാളുകളെടുത്തു തുരുതുരാന്ന് താഴോട്ടു വീശിയെറിയും. വാളെന്നു പറഞ്ഞാ സാദാരണവാളല്ല. കത്തിയെരിഞ്ഞു കൊണ്ടിരിക്കുന്ന സ്വർണവാൾ."

"സ്വർണമോ?"

"ഓ, തനിത്തങ്കം."

"ദൈവങ്ങൾക്കു സ്വർണം എവിടെന്നാണു കിട്ടുക?"

ശാരദ ചിരിച്ചുപോയി. ഉടൻതന്നെ അവളൊരു വിഷമസ്ഥിതിയെ പ്രാപിക്കുകയും ചെയ്തു. അവന്റെ ചോദ്യത്തിനെന്തു മറുപടി നൽകും? സ്വർണം ഭൂമിയിൽനിന്നും കുഴിച്ചെടുക്കുന്നുവെന്നാണവന്റെ വാദം. അവന്റെ വല്യപ്പച്ചൻ അവനോടു സ്വർണത്തിന്റെ ഉൽപ്പത്തിയെപ്പറ്റിയും മറ്റും പറഞ്ഞുകൊടുത്തിട്ടുണ്ടത്രേ!

"മടയൻ മോനായി! ഈ ഭൂമിയേയും മനുഷ്യനേയും മൃഗങ്ങളേയുമൊക്കെ സൃഷ്ടിച്ച ദൈവങ്ങൾക്ക് ഇത്തിരി സ്വർണം ഒണ്ടാക്കാനോ പാട്?"

അവൻ തനിക്കു പിണഞ്ഞ അബദ്ധം സമ്മതിച്ചു. അങ്ങനെയാണ് അവർ അപ്പാവുവിന്റെ കഥയിലേക്കു കടന്നത്. ഇടിവാളു വീശുമ്പോൾ, സ്വർണം വാരാനു കാവലിരുന്ന പാവം അപ്പാവു.

അപ്പാവു ഉഴവുകാരനായിരുന്നു. സ്വന്തമായി കലപ്പയും, കാളകളുമില്ലാത്തവർ അപ്പാവുവിനെ പൂട്ടാൻ വിളിച്ചിരുന്നു. കാളകളെക്കൂടാതെ കറവയുള്ള രണ്ടെരുമകളേയും അയാൾ വളർത്തിയിരുന്നു. സുഭിക്ഷമായ ഒരു ജീവിതം. ബന്ധുക്കളോ കുടുംബക്കാരോ ഇല്ലാത്ത ഒറ്റത്തടിയാണയാൾ. കിട്ടുന്ന പണം മുഴുവൻ അയാൾ ശേഖരിച്ചുവച്ചു. കൂടുംതോറും പണത്തോടുള്ള അയാളുടെ ദുര വർധിച്ചിരുന്നതേയുള്ളു. മറ്റൊന്നും വേണമെന്നില്ല. ഭൂമികൾ വിസ്തൃതമാക്കണമെന്നോ, നിലങ്ങൾ വിസ്തൃതമാക്കണമെന്നോ, വെപ്പാട്ടികളുടെ സംഖ്യ വർധിപ്പിക്കണമെന്നോ യാതൊരു താൽപ്പര്യവുമില്ല. പണംവേണം. ഒരു വങ്കൻപെട്ടകം നിറയെ പണം വേണം. ചാകുമ്പോൾ പണംകൊണ്ടായിരിക്കണം മൂടേണ്ടത്. സംവത്സരങ്ങളായി അയാൾ പണം ശേഖരിക്കുന്നു. ആർത്തിയോടെ അയാൾ പണത്തിനുവേണ്ടി പൊരുതുന്നു. ഇക്കാലമിത്രയായിട്ടും പെട്ടകത്തിന്റെ മൂലയിൽ കൊള്ളാനുള്ള നാണയങ്ങളായിട്ടില്ല. ഓരോ രാത്രി

യിലും അത്താഴം കഴിഞ്ഞാൽ പുറമെല്ലാം അടച്ചു പൂട്ടി, അയാൾ പെട്ടകം തുറക്കുന്നു. ചിമ്മിനിവെട്ടത്തിൽ അയാൾ കാണുന്നു. ഒരു മൂലയിൽ സ്വരൂപിച്ചുകിടക്കുന്ന ഏതാനും നാണയങ്ങളെ നോക്കി അയാൾ മൂകനായിരിക്കുന്നു. എന്നാണിതൊന്നു നിറഞ്ഞുകിട്ടുക? അരിശത്തോടെ അയാൾ നീലകേശിയേയും ഭഗവതിയേയും പിന്നെ അറിയാവുന്ന സകല ദൈവങ്ങളേയും വിളിച്ചു കേഴുന്നു. മറ്റു ദൈവങ്ങളറിയാതെ നീലകേശിക്കു നേർച്ചകൾ നേരുന്നു. എത്രയും വേഗം പെട്ടകം നിറഞ്ഞാൽ തിരുനടയിലൊരു കുരുതി നടത്താം. കോഴിയെങ്കിൽകോഴി, ആടെങ്കിൽ ആട്. അതുമല്ല മനുഷ്യനെ വേണോ അതിനും അയാൾ തയാറായിരുന്നു. പറയേണ്ട താമസമേയുള്ളു. അമ്മേ, തായേ, നിനക്കു വേണമെങ്കിൽ മതി. എന്നും അയാൾ വിലപിച്ചപേക്ഷിക്കുന്നു. സംവത്സരങ്ങൾ അനവധി കഴിഞ്ഞു. രാത്രികളിൽ പെട്ടകം തുറക്കുന്ന അപ്പാവു സഹിയാതെ പൊട്ടിക്കരയുന്നു! എത്രയേറെ നാളുകളായി പെട്ടകം നിറയ്ക്കാൻ ശ്രമിക്കുന്നു! സാധിക്കുന്നില്ല! ഇനി അവശേഷിക്കുന്നത് എത്രയോ തുച്ഛമായ ഒരു കാലയളവാണ്! അതോർക്കുമ്പോൾ മാനുഷികവും സർവസാധാരണവുമായ ഒരു നിസഹായത അയാളിലും നീറിപ്പടരുന്നു.

നേർച്ചകൾ വീണ്ടും നേർന്നു.

കാത്തിരുന്നു.

ഫലമുണ്ടായില്ല.

കുടിമുറ്റത്തു തറയൊതുക്കി ഹോമകുണ്ഡം കത്തിച്ചു. കോഴിയെ വെട്ടി കുരുതികഴിച്ചു. ചുറ്റും നൂറ്റൊന്നു പടുക്കകൾ നിരത്തി. ചോരയിറ്റുന്ന കൊടുവാൾ ഹോമകുണ്ഡത്തിൽ നീട്ടിപ്പിടിച്ച് അപ്പാവു മുകളിലേക്കു നോക്കി അലറി.

മനസുണ്ടെങ്കിൽ ആശ നിറവേറ്റിത്തന്നാൽ മതി. തൃപ്തിയായില്ലെങ്കിൽ പറ. എന്തുവേണമെങ്കിലും ചെയ്തുതരാം.

അപ്പാവു ദേവിയോടു പറഞ്ഞു.

കുരുതിച്ചോര തീയിൽ വീണു കരിഞ്ഞ മണം മാഞ്ഞപ്പോൾ അപ്പാവു കുടിയിലേക്കു കയറി. അയാൾ തളർന്നു വീണു. അവിടെക്കിടന്നുകൊണ്ട് അയാൾ അമ്മയെ വിളിച്ചു ഞരങ്ങി. കണ്ണുകളടഞ്ഞു തുടങ്ങുന്നു. ഒരു മയക്കത്തിന്റെ പിടിയിലേക്ക് അപ്പാവു വീണിറങ്ങി.

ആരോ വാതിലിൽ മുട്ടി വിളിക്കുന്നു. അപ്പാവു എഴുന്നേറ്റു ചെന്നില്ല. കാത്തുകിടന്നു. ഉളുത്ത പലകകളുടെ ഞരക്കം കേട്ടു. മെല്ലിച്ച കാലൊച്ച. അപ്പാവു എഴുന്നേൽക്കാൻ ശ്രമിച്ചു. വീണുപോയി.

മുകളിൽ തീപാറുന്ന കണ്ണുകൾ. കണ്ഡത്തിൽ കപാലമാല. നാവിൽ ഇറ്റു വീഴുന്ന ചോരത്തുള്ളികൾ. അതു കുരുതിച്ചോരയല്ലേ?

വിഭ്രാന്തിയോടെ അയാൾ കണ്ണുകൾ മുറുക്കിയടച്ചു. കൈകൾ കൂപ്പിവിറങ്ങലിച്ചു കിടന്നു.

"അമ്മേ, അനാതിയേ!"

അപ്പാവു വിളിച്ചു.

"ഭക്തരേ!"

മുഴക്കമുള്ള മറുവിളി.

"എന്തോ!"

അപ്പാവു വിളികേട്ടു.

"ഭക്തരേ, ഞാൻ നിന്നിൽ പ്രസാദിച്ചിരിക്കുന്നു. നിന്റെ നിവേദ്യങ്ങളും കുതിരച്ചോരയും സ്വീകരിച്ചിരിക്കുന്നു. വരം ചോദിച്ചുകൊള്ളുക."

അപ്പാവുവിനു നാവനങ്ങാതെയായി. ചുണ്ടുകൾ മരവിച്ചുപോയതു പോലെ, ഒരായിരം വരങ്ങൾ തിക്കിത്തിരക്കുന്നു. ഒന്നെങ്കിലും ഒന്നു പറഞ്ഞുതീർക്കാൻ അപ്പാവു ക്ലേശിച്ചു, കഴിഞ്ഞില്ല. കിടന്ന കിടപ്പിൽനിന്നും ഒന്നനങ്ങാൻപോലുമാകുന്നില്ല. ദാരികന്റെ കരളറുത്തവളേ, ഇതെന്തൊരു മായ? ഞാനെത്ര നിസാരൻ!

"വേണ്ട. നീ പറയണമെന്നില്ല. നിന്റെ അവസ്ഥ എന്താണെന്നു ഭക്തരേ, നാമറിയുന്നു."

ദേവി അരുളിച്ചെയ്തു. അതേ, അതേ എന്ന് താഴ്മയോടെ അപ്പാവു കണ്ണുകൾകൊണ്ടു പറഞ്ഞു.

"നിന്റെ ഇംഗിതം എന്താണെന്നും നാമറിയുന്നു. നിനക്കു വേണ്ടതു പണമാണ്. അല്ലയോ ഭക്തരേ, ഒരു പെട്ടകം നെറയെ പണം. എത്ര നിസാരമായ ഒരാഗ്രഹം! ഇനി താമസിക്കണ്ട. ഇന്നു രാത്രിതന്നെ വേണ്ടതു നീ നേടിക്കൊള്ളുക. എല്ലാം ഞാൻ പറയുംപോലെ കേട്ടാൽ മതി."

"ഓ!" —അപ്പാവു ഞരങ്ങി.

ദേവി തുടർന്നു:

"ഇന്നു രാത്രി ഘോരമായ മഴപെയ്യും. ഭയങ്കരമായ ഇടിമിന്നലുകളുണ്ടാകും. മഴ തുടങ്ങിയാലുടനെ നീ നിന്റെ എരുത്തിലിന്റെ തൊട്ടടുത്തുള്ള ചാണകക്കുഴിയിലേക്കു ചെല്ലുക. അവിടെചെന്ന് എന്നെത്തന്നെ ധ്യാനിച്ചുകൊണ്ടു കണ്ണടച്ചു നിൽക്കുക. ഒരിടിവെട്ടും. കണ്ണു തുറക്കരുത്. ആ ഇടിവാൾ ചാണകക്കുഴിയിൽ പതിക്കും. നിനക്കു വേണ്ടത് നീ എടുത്തുകൊള്ളുക."

ദേവി അപ്രത്യക്ഷയായി.

അപ്പാവു പിടഞ്ഞെണീറ്റു. ഓടി പുറത്തിറങ്ങി മുകളിലേക്കു നോക്കി. മഴ തുടങ്ങിക്കഴിഞ്ഞിരുന്നു. അയാൾ ചാണകക്കുഴിക്കരികിലേക്കോടി. ഇടിവാൾ സാധാരണ ഭൂമിയിൽ പതിച്ചാൽ കരിഞ്ഞുപോകും. ചാണക്കുഴിയിൽ വീണാൽ ആറിത്തണുത്ത് ഒരു ദോശയുടെ വലിപ്പമുള്ള സ്വർണക്കട്ടിയായിത്തീരും. മാറാന്തടത്തിൽ ഒരിക്കലും ചാണകക്കുഴികളിൽ ഇടിവാൾ വെട്ടിവീണിരുന്നില്ല. അപ്പാവുവിനു സന്ദേഹമായി. ദേവിയാണു പറഞ്ഞിരിക്കുന്നതു. വാക്കിനു മാറ്റമുണ്ടാവില്ല. അയാൾ ധ്യാനനിമഗ്നനായി കുഴിക്കരയിൽ നിന്നു. ആർത്തലച്ചു പെയ്യുന്ന മഴ. ചൂളംകുത്തി വീശുന്ന കാറ്റ്. മഴയിൽ, മഴ വിതറിയ കൊടുംതണുപ്പിൽ അപ്പാവു നിന്നു. അയാളുടെ മനസു നിറഞ്ഞു. സ്വർണത്തളിക കിടന്നുതിളങ്ങി. പണം നിറഞ്ഞു ഭാരമേറിയ പെട്ടകം കൺമുമ്പിൽ. അകലെ മാനത്തു പിണരുകൾ കത്തി

യണഞ്ഞുകൊണ്ടിരുന്നു. ആർത്തിയോടെ അപ്പാവു മേഘക്കാടുകളെ ഉറ്റു നോക്കി. അയാൾ അതിനകം അക്ഷമനായിത്തീർന്നിരുന്നു.

മാറാന്തടത്തെ കത്തിച്ചുകൊണ്ടൊരു മിന്നൽ ആളിപ്പാഞ്ഞു. ഉടൻ തന്നെ ഇടിമുഴക്കവുമുണ്ടായി. അതു മാറാന്തടത്തെ ആഴങ്ങളോളം പിളർന്നുകളഞ്ഞു.

രാവിലെ ചാണകക്കുഴിക്കരയിൽ വെന്തുകരിഞ്ഞ അപ്പാവുവിന്റെ മൃതദേഹം ആളുകൾ കണ്ടെത്തി. അയാളുടെ ശിരസിൽ ഇടിവാളേറ്റ പാടുമുണ്ടായിരുന്നു. തുറന്നുപിടിച്ചിരുന്ന ചത്ത കണ്ണുകളിൽ പണത്തി നായുള്ള അയാളുടെ ആർത്തി പളുങ്കുനിറത്തിൽ നിറഞ്ഞുകിടന്നിരുന്നു.

നിലവറയിലൊരു അനക്കം!

ശാരദ കഥ പറഞ്ഞുനിർത്തി. ആരോ നിലവറയ്ക്കകത്തു കടന്നിരി ക്കുന്നു. പുറത്തു പിമ്പിരി മഴ പൊടിയുന്നുണ്ട്. കാറ്റിന്റെ ചൂളംകുത്തലും കേൾക്കാം. അവൾക്കാകെ സംഭ്രമമായി. അവൾ മോനായിയോടു ചേർന്നി രുന്നു. അവനെ കൈകൾകൊണ്ടു വരിഞ്ഞുകെട്ടി. അവനു വല്ലാത്ത സുഖം തോന്നി. അവളുടെ മുഴുപ്പു കുറഞ്ഞ മാറിടത്തിൽ അവൻ മന പ്പൂർവം കവിളമർത്തി. അഭൂതപൂർവമായ ഒരനുഭവം. അവനും അവളെ ചുറ്റിപ്പിടിച്ചു.

പിന്നിലാരോ വന്നു കയറിയ നിഴൽപ്പാടു തളത്തിൽ വീണതും ശാരദ തിരിഞ്ഞുനോക്കി. അവൾ തിടുക്കത്തിൽ എണീറ്റു മാറിനിന്നു. അതു വരെ അപ്പാവുവിന്റെ കുഴിക്കരവിട്ട്, തന്റെ ശൈശവകാലരാവുകളിൽ എന്തോ ചികയുകയായിരുന്ന മോനായിയും ഉണർന്നു.

പിന്നിൽനിന്നുകൊണ്ട് സുകുമാരപിള്ള അവരെ നോക്കിച്ചിരിച്ചു:

"മഴകയറിയതുകൊണ്ട് ഓടിവന്നു കയറിപ്പോയതാണ്."

താനൊരു തെറ്റാണു ചെയ്തിരിക്കുന്നതെന്ന ബോധത്തോടെ അയാൾ പറഞ്ഞു. അവൾ അതിനൊന്നും തന്നെ മറുപടി പറയാൻ നിന്നി ല്ല. അത്രയ്ക്കു വലിയ മഴയൊന്നുമില്ലെന്ന് അവളറിഞ്ഞു. അഥവാ മഴ യാണെങ്കിൽത്തന്നെ പടിക്കലല്ലേ കയറിനിൽക്കേണ്ടത്? അതാണു മര്യാ ദ. അവിടെ നിന്നാലും മഴകൊള്ളില്ലല്ലോ. ആളൊഴിഞ്ഞ വീടാണെന്നറി ഞ്ഞുകൊണ്ട് മനഃപൂർവം കയറി വന്നതല്ലേ? എന്നിട്ട് മഴയുടെമേൽ പഴി ചാരുന്നു.

"എറയത്തു നിന്നപ്പോ, അകത്തു വർത്തമാനം കേട്ടു. ശ്രദ്ധിച്ചപ്പോൾ കഥയാണെന്നു മനസിലായി, ഒന്നു കേക്കാന്നും പറഞ്ഞു വന്നതാണ്. അപ്പോത്തന്നെ കഥ നിർത്തിക്കളയുകയും ചെയ്തു."

സുകുമാരപിള്ള പരിഭവിച്ചു. അവൾ നാണംകൊണ്ടു ചൂളിപ്പോയി.

"മോനായിക്കിപ്പോൾ ശാരദയോ കൂട്ട്? ഒന്നാന്തരം കൂട്ടുതന്നെ."

അതേയെന്നു മോനായി പറഞ്ഞു. ഗുരുഭക്തിയെക്കുറിച്ചുള്ള വലി യപ്പച്ചന്റെ സൂക്തങ്ങൾ അവന്റെ കാതിൽ സദാ മുഴങ്ങിയിരുന്നതുകാ രണം മോനായി ശാരദയുടെ പിന്നിലേക്കു വലിഞ്ഞുനിന്നു.

"ഇനിയുമൊണ്ടോ കഥകള്?"

അവൾക്കെന്തെങ്കിലും പറയുവാനുള്ള താൽപ്പര്യം നഷ്ടമായിരിക്കുന്നു. ഏറ്റം വാചാലമായ ഒരവസ്ഥ. കഥകൾ ഇനിയും ധാരാളമുണ്ട്. മോനായിക്കു മാത്രമല്ല, വന്നാൽ ദിവസവും താങ്കൾക്കും എത്ര കഥകൾ വേണമെങ്കിലും പറഞ്ഞുതരാം. വരൂ, എന്നോടൊപ്പമിരിക്കൂ. എനിക്കു പറയാനുള്ളതു കഥകൾ മാത്രമല്ല നാവിൽ തത്തിക്കളിക്കുന്ന നാണം പുരണ്ട കുറേയേറെ കാര്യങ്ങൾ. കേൾക്കുവാൻ താൽപ്പര്യമില്ലേ? അയാൾ കേൾക്കാതെ, അവൾക്കു ചാരെ കാതുകൂർപ്പിച്ചുനിന്നിരുന്ന വായുപോലും കേൾക്കാതെ അവൾ തെരുതെരെ പറഞ്ഞുതുടങ്ങി.

"ഞാനിവിടെ വന്നതു ശാരദയ്ക്കു പിടിച്ചില്ലെന്നു തോന്നുന്നു. തന്നെയോ?"

അവൾ നമ്രശിരസ്കയായി നിൽക്കുകമാത്രം ചെയ്തു.

"മോനായി വരുന്നോ? ഞാൻ പള്ളിത്തറയിലേക്കാണു പോകണത്. നമുക്കൊരുമിച്ചു പോകാം."

"അതേ ഞാനും വരുന്നു."

അവൻ പോകാനായി ആഞ്ഞു. ശാരദ അവനെ പിടിച്ചുനിർത്തി.

"മഴ തോർന്നിട്ടു പോയാൽ മതി മോനായി."

അവൾ മോനായിയോടു പറഞ്ഞു. എന്നിട്ട് ഇടക്കണ്ണുകൊണ്ട് സുകുമാരപിള്ളയെ നോക്കുകയുംചെയ്തു. അപ്പോഴേക്കും മഴ വർധിച്ചു പെയ്യാൻ തുടങ്ങി. മഴയുടെ ഇരമ്പം, തളത്തിലെ സന്ദിഗ്ദതയെ അനുസ്യൂതം പരിക്കേൽപ്പിച്ചുകൊണ്ടിരുന്നു. ശാരദയുടെ ഉള്ളിലും ഒരിരമ്പം. അനക്കമില്ലാത്ത നിരവധി ചിന്തകൾ തമ്മിൽ പിണഞ്ഞുപൊട്ടുന്ന ഒരു മുഴക്കം.

സുകുമാരപിള്ള പടിപ്പുരയിലേക്കു നടന്നു. പെട്ടെന്നുണ്ടായ മൗഢ്യത്തിലമർന്നു പോയ ശാരദ അവിടെത്തന്നെ നിന്നു. സുകുമാരപിള്ള ഒന്നുകൂടി തിരിഞ്ഞുനോക്കി, അവൾ അതേ നിൽപ്പ് തുടരുന്നു.

മഴ തോർന്നപ്പോൾ അവൾ പുറത്തിറങ്ങി. അവിടെ ആരുമുണ്ടായിരുന്നില്ല. അവൾക്കു അകാരണമായ ഒരു വല്ലായ്മ തോന്നി. അവൾ അവിടെ കുത്തിയിരുന്നു.

40

മുനമ്പത്തുവീട്ടിൽ സുകുമാരപിള്ളയും വിളക്കെന്നിയിലെ ശാരദയും തമ്മിൽ പ്രേമത്തിലാണ്.

മാറാന്തടത്തിലെ ചെറുപ്പക്കാർ രഹസ്യമായി പരസ്പരം പറഞ്ഞു. ദിവസവും അവർക്ക് ഓരോ പുത്തൻ വാർത്ത കിട്ടിക്കൊണ്ടേയിരുന്നു. കാട്ടുകുളം സ്കൂളിലേക്കുള്ള വഴിയിൽവച്ചാണ് രണ്ടുപേരും കണ്ടുമുട്ടുക. ഏതോ കഥാപുസ്കങ്ങളൊക്കെ കൈമാറ്റം ചെയ്യാറുണ്ട്. അക്കൂട്ടത്തിൽ പ്രണയലേഖനങ്ങളും ഉണ്ടായിരിക്കാൻ സാധ്യതയുണ്ട്. ചിലപ്പോൾ അയാൾ വിളക്കെന്നിയിലേക്കിറങ്ങിച്ചെന്നിരുന്നുവെന്നും കേൾ

ക്കുന്നു. ആരുമില്ല. നല്ല സൗകര്യമല്ലേ? എന്നിരുന്നാലും ആ മഹേശ്വരി പ്പിള്ളയുടെ എല്ലാ തന്റേടവും ആ പെണ്ണിനും കിട്ടിയിരിക്കുന്നു.

രഹസ്യമായി പറയാൻ കാരണമുണ്ട്. മുതിർന്നവർ അതറിയരുത്. പ്രത്യേകിച്ച് കിഴക്കുംപുറത്തെ കാരണവന്മാർ. അറിഞ്ഞാൽ അവർ അട ങ്ങിയിരിക്കുകയില്ല. കിഴക്കുംപുറത്തെ വീടുകൾതോറും കയറിയിറങ്ങി അപവാദങ്ങൾ പറഞ്ഞുപരത്തും. കൊഴുപ്പുകൂട്ടാനായി ഏറെയേറെ നുണ കൾ കെട്ടിച്ചമയ്ക്കും. മുനമ്പത്തെ ശേഖരപിള്ളയുടെ മകനെ മാറാന്തട ത്തിലെ കരടായിട്ടാണ് അവർ കരുതിപ്പോരുന്നത്. സദാനേരവും ആ കരട് അവരുടെ മനക്കണ്ണുകളെ അലോസരപ്പെടുത്തികൊണ്ടിരുന്നു. നായർസ മാജം മുനമ്പത്തുതറവാടിന് ഭ്രഷ്ട് കൽപ്പിച്ചിരിക്കുകയാണ്. സമാജ ത്തിന്റെ ഏതൊരു തീരുമാനങ്ങളേയും ഇന്നുവരെ ശേഖരപിള്ള അനു സരിച്ചിരുന്നില്ല. അയാളുടെ മകനാണെങ്കിൽ സമാജത്തെ ധിക്കരിക്കുക കൂടി ചെയ്തിരുന്നു. ഉപദേശിയുടെ ശമ്പളം പറ്റുന്ന കൂലിക്കാരനാകാൻ മറ്റേതെങ്കിലും നായർയുവാക്കൾ തയാറായോ? ശാരദയാകട്ടെ അഹങ്കാ രിയായ മഹേശ്വരിപ്പിള്ളയുടെ കൊച്ചുമകളും. പിന്നെ പറയേണ്ട കാര്യ മുണ്ടോ? ഒറ്റത്തടിയായിരുന്നിട്ടുകൂടി അവൾ കാരണവന്മാരേയോ കര ക്കാരേയോ ഭയന്നിരുന്നില്ല. മേലിൽ ഉപദേശിയുടെ വീട്ടുപടി ചവിട്ടിപ്പോ കരുതെന്നായിരുന്നില്ലേ സമാജത്തിന്റെ അന്ത്യശാസനം? അവൾ വഴങ്ങു കയുണ്ടായോ? സകല വിലക്കുകളേയും അതിലംഘിച്ചുകൊണ്ട് അവൾ എന്നും പള്ളിത്തറയിലേക്കു പോയിരുന്നു. അവിടെനിന്നു ഭക്ഷണം കഴി ക്കുകയും അവിടെ ഉപദേശിയുടെ ഭാര്യയോടൊപ്പം കിടന്നുറങ്ങുകയും ചെയ്യുന്നു. ഇപ്പോഴും കിഴക്കുപുറം അസഹ്യത കനച്ചു കടുത്ത കണ്ണു കളോടെ അതു നോക്കി നിൽക്കുന്നു. ആർക്കും മുന്നോട്ടു വന്ന് അവ ളുടെ കൈയ്ക്കുപിടിച്ച് അവളെ തടയാൻ ധൈര്യമുണ്ടായിരുന്നില്ല. 'എങ്കിൽ ഞാൻ നിങ്ങളുടെ വീട്ടിൽ വരട്ടോ, വന്നാൽ ഉണ്ണാൻ ഭക്ഷണവും ഉടുക്കാൻ വസ്ത്രങ്ങളും ഉറങ്ങാൻ തഴപ്പായയും തരാമോ' എന്ന് അവൾ ചോദിച്ചാൽ എന്താണു മറുപടി പറയുക? അവളുടെ പ്ടാഹയിൽപ്പെട്ട അടുത്ത ബന്ധുക്കൾപോലും അതോർത്തു ഭയന്നിരുന്നു.

പിന്നെ എന്തിനു കാരണവന്മാർ ഇക്കാര്യത്തിൽ ഇടപെടുന്നു.? അവർക്ക് വെറുതേയിരിക്കരുതോ? മാറാന്തടത്തിലെ ചെറുപ്പക്കാർ സ്വയം ചോദിക്കുന്നു. ഉത്തരവും അവർക്കുതന്നെ അറിയാവുന്നതാണ്.

സുകുമാരപിള്ളയേയോ ശാരദയേയോ സംബന്ധിച്ചിടത്തോളം ഏതു കാര്യത്തിനും പിന്നിലുള്ളത് ഉപദേശിയാണെന്ന് അവർക്കറിയാം. അവ രുടെ ഓരോ ചലനത്തിനു പിന്നിലും ഉപദേശിയുടെ വാക്കുകളാണുള്ള ത്. ശേഖരപിള്ള കുറേക്കാലമായി തളർവാതംപിടിച്ചു കിടപ്പിലാണ്. മഹേ ശ്വരിപ്പിള്ള ചത്തതോടെ ശാരദ അനാഥയായിത്തീരുകയും ചെയ്തു.

ഇനി അവർക്കാര്?

കേട്ടവർ കേട്ടവർ ചോദിച്ചു.

ഉപദേശിയല്ലാതെ മറ്റാര്? ഉള്ളവരാരും മുന്നോട്ടുവന്നതുമില്ല.

ഈ പുതിയ പ്രേമബന്ധത്തിനു പിന്നിലും ഉപദേശിയാണ്. സംശയമില്ല.

വാർത്ത ചെറുപ്പക്കാരുടെ ചുണ്ടുകളിൽനിന്നും തെന്നിത്തെറിച്ച് കവലയിലും ക്രിമീരന്റെ ചായ്പിലും എത്തിപ്പെട്ടു. കാറ്റിൽ പറന്നുവീഴുന്ന പരാഗരേണുക്കളെപ്പോലെ അതു മാറാന്തടത്തിന്റെ ചരിവുകളിലേക്കും ചതുപ്പുകളിലേക്കും വ്യാപിച്ചു. കുറഞ്ഞോരുകാലം കൊണ്ട് അതൊരു ചൂടുള്ള വിഷയമായിത്തീർന്നു. ആളുകൾ തങ്ങളുടെ ഇടവേളകളിലെ ആലസ്യമകറ്റുവാനായി ഈ വാർത്ത ഒരു വിവാദമാക്കി മാറ്റുകപോലുമുണ്ടായി.

"ഓ, അതിൽ അൽബുതമെന്തെരിന്? അവരു രണ്ടുപേരിൽ ഒരാൾ ആണും മറ്റേയാൾ പെണ്ണുംതന്നല്ലോ?"

"പോരെങ്കി ഒരേ ജാതിക്കാരും."

"പക്ഷേ, കാരണോമ്മാരു സമ്മതിക്കുമോ? സമാജക്കാരും കരേലൊള്ളവരും അവരെ ഭാഗം പറയുമോ?"

"എന്തെരു സമ്മതിക്കാൻ? അവരുക്കുതമ്മി ഇഷ്ടമാണെങ്കിൽ അങ്ങു നടത്തിക്കൊടുക്കണം."

"അത്രതന്നെ."

"പക്ഷേ, കാരണോമ്മാരിക്കു പിടിച്ചില്ലെങ്കിലോ?"

"എങ്കിലും അവരു നടത്തും."

"അതെങ്ങനെ? കരയീന്നു നാലാളറിയാതെ കർമവും പരികർമിയൊന്നുമില്ലാതെ പുടവകൊടുപ്പോ? കൊള്ളാം. അതെവുടത്തെ മൊറ?"

"ആരു പറഞ്ഞു ഒന്നും കാണത്തില്ലെന്ന്? എല്ലാമുണ്ടായിരിക്കും. നിറപറയും കതിർമണ്ഡപവും കുരവയും എല്ലാം കാണും."

"അതു പിന്നെങ്ങനെ? പറയണതിനും ഒരു നീക്കുപോക്കൊക്കെ വേണ്ടേ? ആ പെണ്ണിന് വീട്ടുകാരായി ആരാണൊള്ളത്?"

"ഉപദേശി."

അവിടെ സംഭാഷണത്തിനു ക്ഷതം സംഭവിക്കുന്നു. പക്ഷം പിടിച്ചവരുടെ വിചാരധാരയ്ക്ക് ഒരേകതാനത കൈവന്നുപോകുന്നു. ശരിയാണ്. അവർ ഒത്തു പറയുന്നു. ശാരദയ്ക്ക് എല്ലാ കാര്യത്തിനും ഉപദേശിയുണ്ട്. നടത്തേണ്ടിവന്നാൽ അയാൾ നടത്തും. എന്തിനും പോന്നവനാണ് അയാൾ. ഒറ്റയ്ക്കല്ലേ ഈ മാറാന്തടത്തിൽ കയറിവന്നത്? ചേക്കകൊടുക്കുവാൻ ആരെങ്കിലും തയാറായോ? ശേഖരപിള്ളയല്ലാതെ? ഇപ്പോഴോ? ഒരുചോടു മണ്ണിൽനിന്നും വളർന്ന് വളർന്ന് എവിടംവരെ എത്തിയിരിക്കുന്നു? പടിഞ്ഞാറ്റുമുറിയും കാട്ടുകുളവും അയാളുടെ ചൊൽപ്പടിയിലായില്ലേ? പണിക്കന്മാർപോലും അയാളുടെ നിർദേശവും സഹായങ്ങളും തേടിചെല്ലുന്നു. അതിനു തോമസുകുട്ടിയെ വേണമെങ്കിൽ കാരണമാക്കാം. കവിളൊട്ടി കണ്ണുകളിൽ കുഴിഞ്ഞുതാണ ജീവിതവുമായി ഉന്തിയ വാരിയെല്ലുകൾക്കുമീതെ വരട്ടുചൊറിയുടെ അറപ്പുളവാക്കുന്ന തഴമ്പുമായി ആർക്കും വേണ്ടാത്തവനായി അലഞ്ഞുതിരിഞ്ഞിരുന്ന മാതവൻ

മതംമാറി തോമസുകുട്ടിയായി ഇംഗ്ലീഷു പഠിക്കുവാൻ നാഗരുകോവിലിലേക്കു പോയിരിക്കുന്നു. ആദ്യം ഊരാളികൾ അതു വിശ്വസിക്കുവാൻ തയാറായിരുന്നില്ല. ഒടുവിൽ സത്യത്തെ ഗ്രഹിച്ചപ്പോൾ അവർ രഹസ്യമായി ആഹ്ലാദിച്ചു. രഹസ്യമായി അവർ ഉപദേശിയെ അഭിനന്ദിക്കുകയും ആദരിക്കുകയും ചെയ്തിരുന്നു.

ഒരിക്കൽ ഹാബേലിനേയും ലാസറിനേയുംപോലെ തോമസുകുട്ടിയും കളസവും കോട്ടും ധരിച്ച് മാറാന്തടത്തിലെത്തും. അവൻ സായ്‌വിനോട് ഇംഗ്ലീഷിൽ സംസാരിക്കുകയും ഒപ്പം ഇരിക്കുകയും ചെയ്യും. അവൻ സായ്‌വിന്റെ ഭാഷ മലയാളത്തിലാക്കും. അവൻ ഊരാളിക്കുടികളുടെ ആകമാനം അഭിമാനമായിത്തീരും. അവർ പ്രത്യാശയോടെ കാത്തിരുന്നു.

മാറാന്തടത്തിലെ പുതിയ പ്രണയത്തെപ്പറ്റി ചൂടുമാറാത്ത കഥകളുണ്ടായിക്കൊണ്ടിരുന്നു. ഊഹാപോഹങ്ങളുണ്ടായി. രഹസ്യങ്ങൾ കാതുകൾ മാറിമാറി സഞ്ചരിച്ചു. ഒടുവിൽ അതു കുമിളിപ്പൊയ്കയിലെ മാനത്തുകണ്ണികളുടെ കാതിലും വീണു. പൊയ്കയിൽ നീരാടാൻ വന്ന പുലച്ചികളുടെ കിന്നാരങ്ങളിൽനിന്നായിരുന്നു അവ അതു പിടിച്ചെടുത്തത്. കേട്ടപാതി കേൾക്കാത്തപാതി അവ പൊയ്കയിലുടനീളം കൂപ്പുകുത്തിമറിഞ്ഞു. പുലച്ചികൾ കാണാതെ തമ്മിൽ പുണരുകയും ചുംബിക്കുകയും ഇണചേരുകയുമൊക്കെ ചെയ്തു.

മാർത്താണ്ഡൻകുളത്തിന്റെ കല്ലിളകി മാറിയ പടവുകിലൊന്നിലെ ഇരുട്ടിൽ ഒരു പെരുന്തവള വെളുത്തുഞൊന്ന അണ്ണാക്കു പതപ്പിച്ചുകൊണ്ട് ശാരദയുടെ കാൽപ്പെരുമാറ്റത്തെ കാത്തിരുന്നു. എത്രയേറെ നാളുകളായിരിക്കുന്നു അവളെയൊന്നു കണ്ടിട്ട്! അവളുടെ നറുംമൊഴികൾ കേട്ടിട്ട്! അവളുടെ നഗ്നതയെ ദർശിച്ചിട്ട്! കണ്ണുകളിലൂറിക്കൂടിയ വിഷാദവുമായി തവള ഒരേയിരുപ്പിരുന്നു. എല്ലാ അപരാഹ്നങ്ങളിലും അതു തന്റെ വിഷാദഗ്രസ്തമായ കണ്ണുകൾ പുറവെളിച്ചത്തിലേക്കു പായിച്ചിരുന്നു.

ശാരദ വന്നില്ല.

"ക്രോം ക്രോം....ക്രോം ക്രോം."

തവള കരഞ്ഞു. തവളയുടെ തുടർച്ചയായ ആർത്തനാദം നിശ്ചലമായ ജലപ്പരപ്പിനെപ്പോലും അലിയിച്ചുകളഞ്ഞു.

എന്നാൽ ശാരദ വിളികേട്ടു. കാതരമായ സ്വരത്തിൽ:

"എന്തേ?"

ഒരുമാത്ര മൂകയായി നിന്നിട്ട് അവൾ തിരിഞ്ഞു വീണ്ടും വിളികേട്ടു:

"എന്തേ?"

തളത്തിൽ നിന്നുകൊണ്ട് സുകുമാരപിള്ള അവളെ നിലവറയുടെ ഇരുട്ടിലേക്കു ക്ഷണിച്ചു.

"വേണ്ട."

അവൾ ക്ഷണത്തെ നിരസിച്ചു. ക്ഷണത്തിന്റെ നിശിതമായ സ്വരമുന ഒരിക്കൽക്കൂടി ഏൽക്കാനായി അവൾ തളത്തിൽ നിന്നു. അവളുടെ

പാതി മയക്കം പൂണ്ട കണ്ണുകളെ നോക്കിനിൽക്കെ സഹജമായ ബല ഹീനത അയാളെ കീഴടക്കുവാൻ തുടങ്ങി.

"വാ, എനിക്കു നിന്നോടൊരുപാടു പറയുവാനൊണ്ട്. നമുക്കിവിടെ ഇരിക്കാം."

"ഇല്ലെങ്കിലോ?"

"ഞാൻ പോകും."

"വേണ്ട."

"എന്നാൽ വാ."

അവൾ ചെന്നു. നിലവറയിലെ ഇരുട്ട് അവളെ വാരിപ്പൊതിഞ്ഞു. മുകളിലെ ചെത്ത മേൽക്കൂരയിലൂടെ ചരിഞ്ഞുവീണിരുന്ന കുഴൽവെളിച്ചം അവളുടെ മൂർധാവിൽ പൊട്ടുകുത്തി. അവൾ അവന് അഭിമുഖമായി നിന്നു. അവന്റെ നിശ്വാസങ്ങൾ അവളുടെ നെറ്റിയെ ചുട്ടുപൊള്ളിച്ചു.

"ഒപ്ദേസീരോടി പറഞ്ഞോ?" —ശാരദ ചോദിച്ചു.

"ഇല്ല. പറഞ്ഞിട്ടില്ല."

"പറയേണ്ടേ?" —അവൾക്ക് ആകാംഷയായി. അതു ചോദിക്കുമ്പോൾ അവളുടെ ശബ്ദം വ്യക്തമായിരുന്നില്ല.

"ഞാൻതന്നെ നേരിട്ടു പറയാം. അതല്ലേ നല്ലത്?"

"ഇനിയിപ്പോ...."

"ഞാൻ അതിനു സമയവും നോക്കിയിരിക്കയാണു പെണ്ണേ. ഇങ്ങോട്ടു നോക്ക്. നീ സങ്കടപ്പെടരുത്. അച്ഛനു തീരെ സുഖമില്ലാതായി ത്തീർന്നിരിക്കുന്നു. ഒരു മനഃസമാധാനവുമില്ലാത്ത സമയമാണ്. വൈദ്യ രുപോലും കൈയൊഴിഞ്ഞമട്ടാണ് കാണുന്നത്. ഈ അവസ്ഥയിൽ അച്ഛ ന്റോടി ഇതു വല്ലതും പറയാൻ പറ്റുമോ? നീ പറ."

"എങ്കിലാദ്യം ഒപദേസീരോടി ചോദിക്കണം. അതു കഴിഞ്ഞിട്ട് അച്ഛനെ അറിയിച്ചാൽ പോരെ?"

"മതി."

അവൾക്കു സമാധാനമായി. ചുറ്റും പുറത്തെ വായുപോലും അറി യാതെ അവൾ നെടുവീർപ്പിട്ടു. പൊടുന്നനെ അവളുടെ മിഴികൾ, അയാ ളുടെ കണ്ണുകളിൽ കൊരുത്തു. അവ തമ്മിൽ കൊരുത്തുപിണഞ്ഞു. നക്ഷ ത്രവും നക്ഷത്രവും തമ്മിൽ പിണഞ്ഞതുപോലെ.

"കല്യാണം കഴിഞ്ഞാൽ നമുക്കിവിടെ താമസിക്കാം. നിനക്കിഷ്ട മല്ലേ?"

"ഇഷ്ടം തന്നെ. ഇവുടെയല്ലേ ഞാൻ ജനിച്ചതും വളർന്നതു മൊക്കെ?"

"ഈ നിലവറ നമുക്കു മണിയറയാക്കണം."

അവൾ ലജ്ജയാൽ നിറയപ്പെട്ടു. അയാളുടെ വെടിപ്പാക്കിയ കാൽന ഖത്തെ നോക്കി അവൾ മന്ദസ്മിതംതൂവി നിന്നു.

"അതിനുമുമ്പ് ഈ പെരയൊക്കെ മേയണം. അല്ലെങ്കിൽ മഴ പെയ്യു മ്പോൾ വെള്ളപ്പൊക്കമായിരിക്കും ഇവുടെല്ലാം. തറയൊന്നു മെഴുകിയാലും

വേണ്ടില്ല. ദാ കണ്ടില്ലേ, വെള്ളം കയറിയാൽ നീന്തിക്കളിക്കാൻ പറ്റിയ ഓരോ കുഴികള്."

കനത്ത നാണത്താൽ അവൾക്കൊന്നുംതന്നെ കേൾക്കാൻ കൂടി കഴിഞ്ഞില്ല. മേൽമുണ്ടു മാറിവീണ അവളുടെ മാറിടം അതിവേഗം ഉയർന്നുതാണു. സുകുമാരപിള്ള അതു കണ്ടു. കുറേനേരത്തോളം അയാളതു നോക്കി നിന്നു. അയാൾ കൈകൾ നീട്ടി.

"വരൂ." —അയാൾ വിളിച്ചു.

കരുണ നിറഞ്ഞുനിൽക്കുന്ന കണ്ണുകൾ. അലിവുപുരണ്ട കൈത്തണ്ടകൾ. അവൾക്ക് ആ വിളി കേൾക്കാതിരിക്കുവാൻ കഴിഞ്ഞില്ല. അവൾ മെല്ലെ ചുവട്ടടികളെ മുമ്പോട്ടു ഞരക്കി. എന്നിട്ടയാളുടെ ഇടനെഞ്ചിലേക്കു ചരിഞ്ഞുവീണു.

അങ്ങനെയങ്ങനെ ദാനിയേലുപദേശിയുടെ കാതിലും വാർത്ത എത്തിപ്പെട്ടു. ദീനാമ്മയായിരുന്നു അയാളെ വിവരങ്ങൾ ധരിപ്പിച്ചത്. ദീനാമ്മയോട് കപ്യാർ മോശയുടെ ആദ്യഭാര്യ തായി പറഞ്ഞു.

ശേഖരപിള്ളയെക്കുറിച്ചുള്ള ചിന്തകളിൽപ്പെട്ടു കിടക്കുകയായിരുന്നു ഉപദേശി. തലേന്നു വൈദ്യരെ കണ്ടിരുന്നു. കൈയൊഴിയാൻപോകുന്നു വെന്നാണ് വൈദ്യർ അവസാനമായി പറഞ്ഞത്. അയാൾക്കാവുന്നതൊക്കെ ചെയ്തുകഴിഞ്ഞു. ഇപ്പോൾ ചെയ്യുന്നതിലും വലിയ ചികിത്സയൊന്നും ഈ രോഗത്തിന് ഇനിയില്ല. രോഗം കുറഞ്ഞുകാണുന്നതുമില്ല. ഇപ്പോൾ സംസാരിക്കുവാൻപോലും വയ്യാതായിത്തീർന്നിരിക്കുന്നു. ഇനിയെന്തുചെയ്യും? പിള്ളയുടെ കുഴഞ്ഞുപോയ നാവ് ഒരു ചോദ്യചിഹ്നം പോലെ ഉപദേശിയുടെ തലയ്ക്കു മുകളിൽ കിടന്നാടി.

എല്ലാം സ്വർഗസ്ഥനായവന്റെ കരങ്ങളിലാണ്. അവന്റെ നിശ്ചയങ്ങൾക്കുപരി ഒന്നുംതന്നെ ഈ ഭൂമിയിൽ സംഭവിക്കുന്നില്ല. എങ്കിലും മനുഷ്യൻ ചെയ്യേണ്ടത് ചെയ്തേതീരൂ. നാഗരുകോവിലിലേക്കു കൊണ്ടുപോയാലോ? പ്രസിദ്ധനായ ഒരു ഡോക്ടർ ഇംഗ്ലണ്ടിൽനിന്നും അവിടെയെത്തിയിരിക്കുന്നതായി കേട്ടിരുന്നു. അനങ്ങാൻപോലുമാവാത്ത അവസ്ഥയാണെങ്കിലും ഒന്നു ശ്രമിച്ചാലോ? സുകുമാരപിള്ളയുടെ അഭിപ്രായംകൂടി ആരാഞ്ഞിട്ടുചെയ്യാം.

"കാപ്പി."

ദീനാമ്മ വന്നു. ഉപദേശി കാപ്പി വാങ്ങി ചുണ്ടത്തു വച്ചു. ഇക്കാര്യത്തിൽ ദീനാമ്മയുടെ അഭിപ്രായംകൂടി ആരായുന്നത് നന്നായിരിക്കും. കാപ്പി കുടിച്ചിട്ടാകാമെന്നയാൾ കരുതി."

"ഒരു വിശേഷം കേട്ടു."

മുഖവുരയിട്ടുകൊണ്ട് ദീനാമ്മ തുടങ്ങി. ഉപദേശി ദീനചിന്തകൾ അടക്കിയിട്ട് അവരെ നോക്കി.

"നിങ്ങളറിഞ്ഞുകാണില്ലെന്നു വിചാരിക്കുന്നു."

"എന്താണ്? പറയൂ. കേൾക്കട്ടെ."

"നമ്മുടെ സുകുമാരൻസാറിനേയും ശാരദയേയുംപറ്റി ഒത്തിരി കഥകൾ പറഞ്ഞുകേൾക്കുന്നു!"

"ഓഹോ! എന്തൊക്കെ കഥകളാണ്?"

"അത്ര നല്ലതല്ലാത്ത കാര്യങ്ങളാണ്."

"ആരു പറഞ്ഞു? ആരാണു പറഞ്ഞത്?"

"ഒന്നും രണ്ടും പേരല്ല. ഇവിടങ്ങളിൽ എല്ലാവരും ഇപ്പോൾ അതു തന്നെയാണ് സംസാരിക്കുന്നത്!"

"നിന്നോടാരു പറഞ്ഞു?"

"തായി. കുമിളിപ്പൊയ്കയിൽ കുളിക്കാൻ പോയപ്പോഴും, ചന്തയിൽ മീൻ വാങ്ങാൻ പോയപ്പോഴും ആൾക്കാർ പറയുന്നതവൾ കേട്ടിരുന്നുവത്രേ!"

"അവർതമ്മിൽ കണ്ടുമുട്ടാറുണ്ടോ?"

"ഉണ്ടെന്നാണ് പറഞ്ഞുകേൾക്കുന്നത്. ആളില്ലാനേരങ്ങളിൽ ആ കൊച്ചൻ വിളക്കെന്നിയിലേക്ക് ഇടയ്ക്കിടെ ചെല്ലാറുണ്ട്."

ദൈവഹിതത്തിനെതിരെ, വീണ്ടും സ്വന്തം കാൽക്കീഴിലൊരു പോർവിളിയുടെ മുഴക്കം ഉപദേശി കേട്ടു. പാപത്തിന്റെ വിത്തുകൾ വീണ്ടും മുളപൊട്ടാൻ പോകുന്നു. അയാൾ പൂർവാധികം ജാഗ്രതയുള്ളവനായിത്തീർന്നു. കൽപ്പവൃക്ഷത്തിന്റെ കനി സ്വർഗത്തിന്റെ അനുവാദമില്ലാതെ അനുഭവിക്കുവാൻ മനുഷ്യനധികാരമില്ല. അങ്ങനെ ചെയ്യുന്നത് ധിക്കാരമാണ്. ദൈവനിഷേധമാണ്.

ലില്ലിപ്പൂപോലെ വിശുദ്ധയായ ഒരു പെൺകുട്ടി, പാപത്തിന്റെ അഴുക്കുചാലിൽ വീണഴിയുവാൻ പാടില്ല. ആണ്ടുപോകുംമുമ്പ് അവളെ കോരിയെടുക്കണം.

വിളക്കെന്നിയോടുള്ള ഉപദേശിയുടെ മഹത്തായ പ്രതികാരമാണ് ശാരദ!

എന്തു പ്രതികാരം?

ആരോടുള്ള പ്രതികാരം?

മാറാന്തടത്തിന്റെ അനവധി പൊത്തുകളിൽ, കെട്ടുകഥകളായി, ഐതിഹ്യങ്ങളായി, പേടിസ്വപ്നങ്ങളായി പടിഞ്ഞുകിടക്കുന്ന കാലത്തിനറിയാം, എന്തിനും ആരോടുമുള്ള പ്രതികാരമാണെന്ന്.

സമയമായിരിക്കുന്നു. ഉപദേശി തയാറെടുത്തു.

41

മച്ചോട്ടുമുക്കിലും, ദാമോദരൻനായരുടെ ചായക്കടയിലും ക്രിമീരന്റെ ചായ്പിലും, ചുരുക്കിപ്പറഞ്ഞാൽ മാറാന്തടമാകെ ഒരു വർത്തമാനമേയുള്ളൂ!

അമ്പലത്തറ ചെല്ലോംപിള്ള തലേരാത്രി പടുവാലിയിൽ ചാടിപ്പോയി.

രാവിലെ കണ്ടുമുട്ടുന്നവർതമ്മിൽ ആദ്യം പറയുന്ന വിശേഷവും ഇതു തന്നെയായിരുന്നു. ഒന്നിച്ചുള്ള യാത്രയ്ക്കിടയിലും കുടിമുറ്റത്തിരുന്നു തീ കായുമ്പോഴും ഭക്ഷണം കഴിക്കുമ്പോഴും എന്നല്ല എവിടെവച്ചും മാറാ

ന്തടത്തിന്റെ മക്കൾക്കും പറയാനുള്ളതും കേൾക്കാനുള്ളതും അതൊന്നു മാത്രമായിരുന്നു. പരസ്പരം അവർ അതേക്കുറിച്ചു വിശദമായി സംസാരിക്കുകയും അതോർത്ത് അപഹസിച്ചു ചിരിക്കുകയും ചെല്ലോംപിള്ളയെ വേണ്ടുവോളം പഴിക്കുകയും ചെയ്തു.

"ഈ ചെല്ലോംപിള്ളയണ്ണനെന്തെര് മന്ത്രമോ മായാജാലമോ മറ്റോ ഒണ്ടോ? —"

ക്രിമീരൻ പറ്റുകാരോടായി ചോദിച്ചു. ചോദിക്കുമ്പോൾ അയാളുടെ ചുണ്ടുകളിൽ അനാവശ്യമായ ഒരു ചിരി തത്തിനിന്നിരുന്നു. പറ്റുകാരിൽ കെഴക്കനും ഒന്നുരണ്ട് ഊരാളികളുമുണ്ട്.

"അതെന്ത്, അങ്ങനെ കേക്കാൻ?"

ഒരാൾ ചോദിച്ചു.

"അല്ല, മന്ത്രവാദികള് പാതിരാത്രീല് മന്ത്രോംജപിച്ചോണ്ടിറങ്ങി നടക്കുമെന്നൊക്കെ കേട്ടിട്ടുണ്ട്. ഏതു കുറ്റാകുറ്റിരുട്ടത്തും അവരിക്കു നടക്കാൻ പറ്റും. എവിടെവേണമെങ്കിലും അവരു നടന്നുചെല്ലും. പക്ഷേ, ചെന്നേനുശേഷമേ ചെന്നേടം അറിയൂ."

"അപ്പോ അവരു രാത്രീല് നടക്കണതു കണ്ണടച്ചുപിടിച്ചുകൊണ്ടോ അങ്ങത്തേ?"

"അതല്ലെടേയ് കാര്യം. മന്ത്രം ജപിച്ചുകഴിഞ്ഞാൽ അവസാനം ദേവതകളു വെളിച്ചപ്പെടും. ഓരോ മന്ത്രവാദിക്കും ഓരോ ദേവതയൊണ്ട്. അവരു വെളിച്ചപ്പെട്ടാ ആ നിമിഷംതന്നെ മന്ത്രവാദികൾക്ക് കണ്ണുകാണാതാവും."

"എങ്കി പിന്നെ അവരെറങ്ങിനടക്കണതെങ്ങനെ?"

പറ്റുകാരിലൊരാൾ ആകാംക്ഷാഭരിതനായിത്തീർന്നു.

"എങ്ങനെ?" —ക്രിമീരൻ ആരോടെന്നില്ലാതെ ചോദിച്ചു.

"അത് വാദകളെ സക്തി."

പറ്റുകാരിലൊരാൾ പറഞ്ഞു.

"എന്തെരു സക്തി?" —ക്രിമീരൻ വിട്ടില്ല.

"മായാസക്തി. ദേവതകൾ വന്നുപെട്ടാൽ പിന്നെ ആ മായാസക്തിയാൽ താനെ കണ്ണുകാണാം പറ്റും."

"ഛേ, എവനാരെടാ?" —കെഴക്കന് അമളിപറ്റിയിരിക്കുന്നതായി ക്രിമീരൻ ശേഷിച്ചവരെ അറിയിച്ചു. കെഴക്കന്റെ നാവടങ്ങിപ്പോയി.

"അങ്ങനെയല്ല." —കൃത്രിമമായ ഒരു ഗൗരവത്തോടെ ക്രിമീരൻ പറഞ്ഞു തുടങ്ങി.

"മന്ത്രം ജപിച്ച് അതിന്റെ ഉച്ചിയിലെത്തുമ്പംതന്നെ മന്ത്രവാദീരെ കണ്ണുകളു താനെ അടയാൻ തൊടങ്ങും. ഒടുക്കം തീരെ കാണാൻ പറ്റാതാവും. അപ്പോ വെളിച്ചപ്പെടണ ദേവത ചോദിക്കും. എവുടെപ്പോണം? എവുടെപ്പോണോ, അവുടം മനസീ വിചാരിച്ചാ മതി. പറയണ്ട. ഒടൻതന്നെ ദേവത അയാളെ താങ്ങിയെടുക്കും. എന്നിട്ട് ആകാശത്തുകൂടെ

പറക്കും. ഒടുക്കം എറങ്ങേണ്ടിടത്ത് ചെല്ലുമ്പം പഞ്ഞിപോലെ എറക്കി തറേൽ വയ്ക്കും."

"തന്നെ. തന്നെ. ഞാനുമതു കേട്ടിട്ടൊണ്ട്." —പറ്റുകാരിലൊരാൾ അതു ശരിയാണെന്നറിയിച്ചു.

"ചെല്ലോംപിള്ളയണ്ണന്റോടി ദേവതമാര് കേട്ടുകാണും, എവുടെപ്പോവണം?"

"പണിക്കൻപൊറ്റേല്." ചെല്ലോംപിള്ള പറഞ്ഞു. ദേവത പിന്നും ചോദിച്ചു. "പണിക്കൻപൊറ്റലെവുടെ?" കവലാക്ഷീരെ വീട്ടിലെന്ന് ചെല്ലോംപിള്ള പറഞ്ഞുകാണും. ദേവത അയാളേംകൊണ്ടു പറന്നിരിക്കും. കിഴക്കുംപുറത്തുനിന്ന്, മരണപ്പാറയും കടന്ന്, പണിക്കൻപൊറ്റയിൽക്കൂടെ ഒടുക്കം കവലാക്ഷീരെ വീട്ടിന്റെ അരുകിൽ വന്നുനിന്നു ദേവത ചിറകടിച്ചുകാണും. എന്നിട്ട് പിന്നെയും ചെല്ലോംപിള്ളയോടു ചോദിച്ചു:

"കവലാക്ഷീരെ പെരേലെന്തെരു കാര്യം?"

പറയണോ വേണ്ടയോ എന്നു ചെല്ലോംപിള്ള ആലോചിച്ചു. നല്ല കാര്യത്തിനല്ല. എങ്ങനെ ദേവതയോടു പറയും? പക്ഷേ, അയാളുടെ ചോരയോട്ടംപോലും കണ്ണുകൊണ്ടു കാണുന്ന ദേവത, അയാളുടെ ഇംഗിതമെന്തെന്നറിഞ്ഞു. അതോടെ ദേവത ചെല്ലോംപിള്ളയെ കൈവിടുകയും ചെയ്തു. അയാൾ പൊത്തോന്നു പടുവാലീ ചെന്നു വീണു.

"ഒള്ളതല്യോടെ കുഞ്ഞപ്പീ?"

പറഞ്ഞുതീർന്ന് ക്രിമീരൻ കുഞ്ഞപ്പിയോടു ചോദിച്ചു. കുഞ്ഞപ്പി ഇടയ്ക്കു കയറിവന്നയാളാണ്. അതുകൊണ്ട് ക്രിമീരന്റെ ചോദ്യമെന്തെന്നു പിടികിട്ടാതെയിരുന്നു വിഷമിച്ചു.

"ദേവതകളാണെങ്കിലും, അവരിക്കും നേരും നെറീമൊക്കെയൊണ്ട്."

അതു കേട്ടാരും ചിരിച്ചില്ല. ക്രിമീരൻ പറഞ്ഞതുപോലെയല്ല കാര്യമെന്ന് ഏവർക്കുമറിയാം. മാറ്റാർക്കെങ്കിലുമാണ് അതു സംഭവിച്ചിരുന്നതെങ്കിൽ മാറാന്തടം ഒന്നടങ്കം അവിശ്വാസത്തോടെ മുഖം തിരിച്ചുപിടിച്ചേനെ.

"ആര്, ചെല്ലോംപിള്ളയോ? അയാള് രാത്രികാലങ്ങളില് പടുവാലീ ചാടാതിരുന്നാലല്ലേ അതിശയം?"

നാട്ടുകാർക്കറിയാം. രാത്രി ചെല്ലോംപിള്ള അമ്പലത്തറയിലല്ല ഉറങ്ങാറുള്ളതെന്ന കാര്യം. അയാളുടെ ഓരോ രാത്രിയും സംഭവബഹുലങ്ങളാണ്. ആരും അറിയുന്നില്ലെന്നുമാത്രം. ഒരു കണക്കിൽ അയാളുടെ പകലുകൾ അർധരാത്രിവരെ നീണ്ടുപോകുന്നു. ഏതിരുട്ടിലും മാറാന്തടം നടന്നുകയറാൻ അയാൾക്കു ബുദ്ധിമുട്ടില്ല. പണിക്കൻപൊറ്റയിലേയും, പടിഞ്ഞാറ്റുമുറിയിലേയും, പല ചെറ്റകളും പല മരവാതിലുകളും അയാൾക്കായി രാത്രികളിൽ മലർക്കെ തുറക്കപ്പെടുന്നു. അയാളുടെ ഒടുങ്ങാത്ത കാമത്തെ ആദാനംചെയ്തു വിശപ്പടക്കുന്നു. അടുത്തകാലത്തായി ചെല്ലോംപിള്ളയെ പകൽ ഇറങ്ങി അധികം കാണാറില്ല. രാവി

ലേയും വൈകുന്നേരവും ഓരോ ചുറ്റു നടക്കുന്നു. ബാക്കി സമയം മുഴുവനും വീട്ടിനുള്ളിൽത്തന്നെ. മുമ്പങ്ങനെ ആയിരുന്നില്ല. പകലുടനീളം കണ്ണെത്താത്ത സ്വന്തം ഭൂമിയിലൂടെ ചുറുചുറുക്കോടെ നടന്നുകയറുമായിരുന്നു. കൈയിൽ ഒരു വാക്കത്തിയുമുണ്ടായിരിക്കും. പോകുന്ന പോക്കിൽ പുലച്ചികളും ഊരാളിച്ചികളും അയാൾക്കായി കിടങ്ങുകളിലും പടുവാലികളിലും കാത്തുനിൽക്കുന്നു. പകൽ പ്രാപിക്കുവാൻ കഴിയാത്ത വെപ്പാട്ടികളുടെ കുടികളിലേക്കാണ് രാത്രിയിലെ യാത്ര. ഒറ്റയ്ക്കൊരു കരിമ്പടവും മൂടി കൈയിൽ വെട്ടുകത്തിയുമായി പതുങ്ങിപ്പതുങ്ങിപ്പോകുന്ന ചെല്ലോംപിള്ളയെ കണ്ടു പലരും ഭയന്നുപോയിട്ടുണ്ട്. ആളനക്കം കേട്ടാൽ അയാൾ നടത്ത നിർത്തി നിശ്ചേഷ്ടനായി നിൽക്കും. ആരാണെന്നു ചോദിച്ചാൽ മിണ്ടില്ല. ചോദ്യം മുന്നിലേറെത്തവണ ആവർത്തിച്ചാൽ ഒന്നമർത്തി മൂളും. പിന്നെ വഴിയാത്രക്കാരൻ അവിടെ നിൽക്കാറില്ല. അസമയമാണെങ്കിൽ പറയേണ്ടതുമില്ല. ചെല്ലോംപിള്ളയ്ക്കെന്തു പറ്റി? രഹസ്യമായി ഓരോരുത്തരും പരസ്പരം തിരക്കി.

മുമ്പിങ്ങനെ ആയിരുന്നില്ലല്ലോ? മാറാന്തടത്തിന്റെ പൊതുകാര്യങ്ങളിൽ എവിടേയും അയാൾതന്നെയായിരുന്നല്ലോ തലപ്പത്ത്. നീലകേശിയുടെ ഉത്സവത്തിലും, മാർത്താണ്ഡൻകുളം കോരി വറ്റിക്കുന്നതിലും, ഉപദേശിക്കും ശേഖരപിള്ളയ്ക്കുമെതിരായ യുദ്ധത്തിലും എത്ര ഉത്സാഹത്തോടെയും വാശിയോടെയുമായിരുന്നു അയാൾ പങ്കെടുത്തിരുന്നത്! എന്നിട്ടെന്തായി? അയാൾക്കു മനുഷ്യത്വമില്ലെന്നു പറയാനാവുമോ? എല്ലാവർക്കും എല്ലാവരോടും ഒരേ കാലത്തിൽ സൗഹൃദം പുലർത്താൻ കഴിഞ്ഞെന്നു വരില്ല. എങ്കിലും ശേഖരപിള്ള വീണപ്പോൾ ചെന്നു കണ്ടിരുന്നില്ലേ? ആരെങ്കിലും അതു പ്രതീക്ഷിച്ചതാണോ?

പിന്നെ പെണ്ണിന്റെ കാര്യം! അവിടെ ചെല്ലോംപിള്ള ഒരു വിട്ടുവീഴ്ചയ്ക്കും തയാറല്ല. പെണ്ണിനു പകരം പെണ്ണു മാത്രമേയുള്ളു. പെണ്ണിനുവേണ്ടിയുള്ള അയാളുടെ ദാഹം ഒരിക്കലും ശമിക്കുവാൻ പോകുന്നില്ല. വയസെത്രയായി. അറുപതുകളിലെത്താൻ ഇനി അധികമുണ്ടോ? എന്നിട്ടും അയാളുടെ ആസക്തിക്ക് തെല്ല് ക്ഷീണമെങ്കിലുമുണ്ടായിട്ടു വേണ്ടേ? അയാളുടെ വർത്തമാനകാലജീവിതത്തിന്റെ ഓരോ നിമിഷവും പെണ്ണെന്ന സമസ്യയിൽ കുരുങ്ങിക്കിടക്കുന്നു. പെണ്ണിന്റെ ചൂടേൽക്കുവാൻ കഴിയാത്ത ഒരു ദിവസത്തെക്കുറിച്ച് അയാൾക്കു സങ്കൽപ്പിക്കുവാൻ പോലും കഴിയില്ല.

പെണ്ണിനുവേണ്ടിയുള്ള ചെല്ലോംപിള്ളയുടെ അഭിവാഞ്ഛ അത്രയ്ക്കു തീക്ഷ്ണമായിരുന്നു. പെണ്ണിനോടുള്ള അയാളുടെ കാമം ഒരിക്കലും വറ്റാത്ത സമുദ്രത്തോളമുണ്ടെന്നു പറഞ്ഞാൽ അതു തീരെ അതിശയമാകയില്ല.

എങ്കിലും ചെല്ലോംപിള്ള തൃപ്തനല്ല. അയാളുടെ കാമന സഫലമായിത്തീരാത്ത ചില വാതായനങ്ങളുമുണ്ടായിരുന്നു. അവ അയാളെ സദാ അലട്ടിക്കൊണ്ടിരുന്നു. സുഭദ്രപിള്ള അയാളുടെ മനസിലെ ഉണ

ങ്ങാത്ത മുറിവായിരുന്നു. ശേഖരപിള്ളയുമായുള്ള പകയ്ക്കു കാരണം ആ മുറിവായിരുന്നുവെന്ന് ചെല്ലോംപിള്ളയ്ക്ക് അറിയാം. അതിനിയൊരിക്കലും ഉണങ്ങുവാൻ പോകുന്നില്ല!

ശാരദ!

വിളക്കെന്നിയിൽ ഒരു വെല്ലുവിളിയായി അവൾ ശേഷിക്കുന്നു. മാധവന്റെ മോളുടെ പ്രായമേയുള്ളു. എങ്കിലും ധിക്കാരിയാണവൾ. തന്റെ കാമത്തെ ക്ഷതപ്പെടുത്തിയവളാണ്. സ്വന്തം ബോധത്തിന്റെ മൃദുലതലങ്ങളിലൊരു കടുത്ത നീറ്റലായി അവൾ മാറിയിരിക്കുന്നു! ക്ഷതപ്പെട്ട കാമം, ക്ഷതമേറ്റ പാമ്പിനേക്കാൾ വീറുറ്റതും ക്രൂരവുമായിരിക്കും. വിളക്കെന്നിയിൽ വച്ചേറ്റ ക്ഷതത്തെ വിളക്കെന്നിയിൽവച്ചുതന്നെ ഉണക്കുവാൻ അവസരവും നോക്കി നടക്കുകയാണ് അയാൾ.

"അതങ്ങു മനസീ വച്ചേച്ചാൽ മതി."

പണിക്കൻപൊറ്റയ്ക്കു താഴെ, ഒരു പടുവാലിയുടെ ഉള്ളറയിൽ കരിഞ്ഞ കാടുകളൊടിച്ചു ശേഖരിക്കുകയായിരുന്ന കമലാക്ഷി പൊട്ടിത്തെറിച്ചു. എന്നിട്ട് പടുവാലിയുടെ ഉയരം കുറഞ്ഞ കരയിൽ നിന്നു കൊണ്ട് ചെല്ലോംപിള്ള വീണ്ടും ചോദിച്ചു.

"പറ കവലാക്ഷീ, ഞാനെറങ്ങിവരട്ടോ?"

"എന്തെരിന്?"

"അതു പിന്നെയെന്തരീനെന്ന് നെനക്കറിഞ്ഞൂടെ? ചെല്ലോംപിള്ള വേറെന്തെരിനെങ്കിലും നെന്റെടുത്തു വരുമോ?"

ചുള്ളി വെട്ടാൻ കരുതിയിരുന്ന മണുക്കുകത്തിയെടുത്ത് ഓങ്ങിക്കൊണ്ട് കമലാക്ഷി പറഞ്ഞു:

"തേണ്ടെ, ഒരു കാരിയം പറഞ്ഞേക്കാം. പെരുത്ത ജമ്മീന്നൊന്നും ഞാൻ നോക്കൂല്ല. കമലാച്ചീരോടി കളിച്ചാ, വെവരമറിയിച്ചേ വിടൂ. കാണണോ!"

ചെല്ലോംപിള്ള ചിരിച്ചു. ആഭാസന്റെ ചിരി. എന്നിട്ടയാൾ മുണ്ടിന്റെ കുത്തിനു താഴെ കൈ തിരുകി.

"ഫൂ!"

അവൾ പടുവാലിയുടെ ഗഹ്വരത്തിലേക്കു നടന്നു മറഞ്ഞു.

രാത്രി പൂർവാധികം അസ്വസ്ഥമായിരുന്നു. അന്നു ഭാരതിയുടെ വീട്ടിൽ പോകേണ്ട മുറയാണ്. അയാൾ പോയില്ല. രാത്രി വിശാലം തപ്പിത്തടഞ്ഞുവന്നതു പോലും രാവിലെയാണ് അയാൾ അറിഞ്ഞത്.

പുലർച്ചയ്ക്കുതന്നെ ചെല്ലോംപിള്ള പുറത്തിറങ്ങി. പൊറ്റയ്ക്കു മുകളിൽ മരണപ്പാറയ്ക്കു ചുറ്റും കറങ്ങി നടന്നു. അയാളുടെ മടിശ്ശീല കനത്തിരുന്നു. കുറേക്കഴിഞ്ഞപ്പോൾ അയാൾ താഴ്വാരത്തിലേക്കിറങ്ങി നടന്നു. പടുവാലിയിലൂടെ ഊർന്ന് കുമിളിപ്പൊയ്കയുടെ തലപ്പത്തെത്തി. അവിടെ കാട്ടുവള്ളിപ്പടർപ്പുകൾക്കിടയിൽ പതുങ്ങിനിന്നു. എത്രയേറെ നേരമെന്ന് അയാൾക്കുപോലും അറിയില്ല. ഒടുവിൽ അയാൾ പടുവാലി കയറി പടിഞ്ഞാറ്റുമുറിയാകെ അലഞ്ഞുനടന്നു. കണ്ണുകളിൽ തലേരാ

ത്രിയുടെ ഒറക്കച്ചടവും അറിഞ്ഞോരു പാപത്തിന്റെ വ്യഥയും കനച്ചുകിടന്നിരുന്നു. ഒടുവിൽ വഴിമുക്കിലെ പച്ചപ്പടർപ്പുകൾക്കിടയിൽ കമലാക്ഷിയെ കണ്ടെത്തി. ചെല്ലോംപിള്ള നിന്നു. ചുറ്റുപാടുകൾ വിജനം.

"കവലാച്ചീ."

"എന്തെര്?" — തുടക്കത്തിൽത്തന്നെ അവൾ വശംകെട്ട ലക്ഷണമാണു കാണുന്നത്.

'ദേര്, നെനക്കെന്തെരുവേണമെങ്കിലും തരാം. നീ ഇതു കണ്ടോ?"

അയാൾ മടശ്ശീല അഴിച്ചു. നിറയെ നാണയങ്ങൾ. അവൾ മുഖംതിരിച്ചു ജോലി തുടർന്നു.

"ദേര്, കവ്ലാച്ചീ, പകല് പറ്റൂല്ലങ്കി ഞാൻ രാത്രി വീട്ടിലോട്ടു വരാം."

അവൾ വെട്ടിത്തിരിഞ്ഞു. ആഭാസൻ!

"നോക്കീം ജമ്മി, പറയേണ്ടതൊക്കെ ഇന്നലെത്തന്നെ ഞാൻ പറഞ്ഞുകഴിഞ്ഞു. ഇനി ജമ്മീരെ ഇശ്ട്ടംപോലെ."

അവൾ അവിടെനിന്നും പോയി.

കമലാക്ഷിയുടെ ചൊല്ലിൽ ഒരു ക്ഷണത്തിന്റെ കാതരമായ വിളിയുണ്ടായിരുന്നില്ലേ? അയാൾക്കു സന്ദേഹമായി. ഉണ്ടെന്ന് അയാൾ ഉറപ്പിക്കുകയും ചെയ്തു.

രാത്രി വന്നു.

കരിമ്പടവും പുതച്ചുകൊണ്ട് പിള്ള പുറത്തിറങ്ങി. കൂരിരുട്ടായിരുന്നു. മേഘാവൃതമായ മാനത്തു നക്ഷത്രവെട്ടം മാത്രമുണ്ട്. വഴിത്താരയിലെ ഇരുണ്ടു സമൃദ്ധമായ രാത്രി യാത്രയെ ഏറെ ദുഷ്കരമാക്കിത്തീർത്തു. അയാൾ നടന്നു കമലാക്ഷിയുടെ വീടിനു മുമ്പിലെത്തിപ്പെട്ടു. തുറന്നിട്ടിരിക്കുന്ന വാതിൽ. അകത്തു ചിമ്മിനിവിളക്കിന്റെ വെട്ടത്തിൽ കമലാക്ഷി കാലുംനീട്ടി ഇരിക്കുന്നു. കുട്ടികൾ രണ്ടും പൊരിഞ്ഞ ഉറക്കത്തിലാണ്. വിളക്കിന്റെ പ്രകാശത്തിൽ അവളുടെ മേൽച്ചുണ്ടിലെ രോമങ്ങൾ സ്വർണസൂചികളെപ്പോലെ ശോഭിച്ചു. അവളുടെ വലിപ്പമേറിയ മാറിടം തുറിച്ചുനിന്നിരുന്നു. പിള്ളയെ തീപിടിപ്പിക്കുവാൻ തുടങ്ങി. അയാൾ കരിമ്പടം ചുരുട്ടി എറയത്തെ ചെറുതിണ്ണയിൽ സ്ഥാപിച്ചിട്ട്, അകത്തു കയറി.

"ആരത്?"

കമലാക്ഷി പിടഞ്ഞെണീറ്റു. അവളുടെ കണ്ണുകൾ വാരിയിലെ കൊയ്ത്തരിവാളിനെ തേടി.

"കവ്ലാക്ഷി."

ചെല്ലോംപിള്ളയെ കമലാക്ഷി കണ്ടു. അവൾ മുഖംതിരിച്ചുകളഞ്ഞു. നാണംകെട്ടവൻ.

"എറങ്ങിപ്പോയീം ജമ്മീം!" —അവൾ ആവശ്യപ്പെട്ടു.

"കവ്ലാക്ഷി ഇന്നൊരിക്കലത്തേക്കു മതി."

"എറങ്ങിപ്പോകാൻ!"

അവളുടെ ശബ്ദത്തിനു മൂർച്ചയേറി. അതു സമീപത്തിലെ ഇരുളിനെ തുളച്ചു.

ചെല്ലോംപിള്ള മുന്നിലേക്കാഞ്ഞു. ഞൊടിയിടയിൽ കമലാക്ഷി കുതറി മാറി. അവൾ വാരിയിൽത്തടഞ്ഞ അരിവാൾ ഊരിയെടുത്തു.

"എറങ്ങെടാ പട്ടീ!"

അവൾ അലറി.

"എറങ്ങെടാ മുതുകെളവാ!"

അരിവാൾ ഓങ്ങിക്കൊണ്ട് അവൾ മുന്നിലേക്കു കുതിച്ചു. ചെല്ലോംപിള്ള പുറത്തുചാടി. കരിമ്പടമോ ഉടുമുണ്ടോ തിരയാൻ നിന്നില്ല. ചുറ്റുപാടുകൾ ഉണർന്നിരിക്കുന്നു. അയാൾ അഞ്ചിപ്പോയ കണ്ണുകളെ ആവോളം തുറന്നുകൊണ്ട് ഇരുട്ടിലൂടെ വഴിയറിയാതെ ഓടി.

പ്ഴം!

പടുവാലി ആഴമേറിയതായിരുന്നു. വീണപാടെ കാൽമുട്ടു തെറിച്ചപോലെ തോന്നിപ്പോയി. അവിടെത്തന്നെ കിടന്ന് ഉറങ്ങിപ്പോയി. രാവിലെ തൂറാൻ വന്ന ഊരാളികളാണ് കണ്ടെത്തിയത്.

"ഛേ! നാണോം മാനോം കെട്ട മുപ്പില്!"

കേട്ടപാടെ കുഞ്ഞപ്പി കുടിക്കുള്ളിൽക്കിടന്നിരുന്ന വല്ലാടനെ നോക്കി പറഞ്ഞു. വല്ലാടൻ അതുകേട്ടു. അവന് ഒന്നുംതന്നെ പറയാനുണ്ടായിരുന്നില്ല. ചെല്ലോംപിള്ളയുടെ വിശ്വസ്തനായ കൈമണിയാണ് അവൻ. അച്ഛനു നന്ദിയില്ലെന്നു കരുതി എന്തെങ്കിലും പറയാൻ അവൻ തയാറായിരുന്നില്ല. പലരും പലവിധത്തിലാണു പറയുന്നത്. ഏറെയും പള്ളിത്തറപ്പള്ളീലെ ക്രിസ്ത്യാനികളാണു പറഞ്ഞുനടക്കുന്നത്. അവൻ ഒന്നും തന്നെ വിശ്വസിക്കുവാൻ തയാറായില്ല. ജന്മിയോടു നേരിട്ടു ചോദിക്കാം. കാലൊടിഞ്ഞെന്നല്ലേ പറഞ്ഞുകേൾക്കുന്നത്? എങ്കിൽ അമ്പലത്തറയിൽത്തന്നെ കാണേണ്ടതാണ്. ശരിയാണെങ്കിൽ ഒന്നും മിണ്ടാതെ തിരിച്ചുപോരണം. എന്തിനും ജന്മിയെ ആശ്രയിച്ചുള്ള ജീവിതമാണു വല്ലാടന്റേത്. ജന്മി എന്തുചെയ്താലും അതു ശരിയാണെന്നു സമ്മതിച്ചേതീരു. ഈ കേൾക്കുന്നതൊക്കെ ശരിയല്ലെങ്കിൽ പറഞ്ഞുപരത്തിയവന്റെയൊക്കെ നാവ് എണ്ണിക്കൊണ്ട് അരിയണം. നന്ദിയുള്ള ഒരു വളർത്തുമൃഗത്തെപ്പോലെ വല്ലാടൻ തീരുമാനിച്ചു.

"പോണില്ലേ കാലത്ത് ശെമ്മീനെ കാണാൻ?"

അച്ഛന്റെ ചോദ്യത്തിലെ പരിഹാസച്ചുവ അവനെ വേദനിപ്പിച്ചു. അവൻ എഴുന്നേറ്റു പുറത്തിറങ്ങി. ഏറ്റതു ചെല്ലോംപിള്ളയ്ക്കാണെങ്കിലും അതിന്റെ ഭാരം താൻകൂടി ഏറ്റെടുത്തേ മതിയാകൂ. നന്ദികേടു കാട്ടരുത്.

മടിച്ചുമടിച്ച് ആരുടേയും കണ്ണിൽപ്പെടാതെയാണ് വല്ലാടൻ അമ്പലത്തറയിലെത്തിയത്. മുറ്റത്തും വടക്കേപ്പുറത്തും ആരുമില്ല. വാതിലുകളെല്ലാം തുറന്നു കിടക്കുന്നു. അവൻ വിളിച്ചു. മറുപടിയില്ല. നല്ല വീഴ്ചയാണെന്നു. കേട്ടു കാലൊടിഞ്ഞുവെന്നും ഇല്ലെന്നും പറയുന്നു. അവ

നാകെ പരിഭ്രമമായി. കിടപ്പിലായിരിക്കും. രാവിലെ അറിഞ്ഞയുടൻതന്നെ പോരേണ്ടതായിരുന്നു. വഴിയിൽ മുക്കിലൊന്നു കയറിയതാണു കുഴപ്പമായത്. എത്രപേരോട് ഏറ്റുമുട്ടേണ്ടിവന്നു. എത്ര പേരോടു സമാധാനം പറഞ്ഞു! എവിടേയും അതുതന്നെയാണു സംസാരം. കമലാക്ഷിയുടെ വീടിനു പിന്നിലെ പടുവാലിയല്ലേ? സാമാന്യം ആഴമുള്ളതായിരുന്നു അത്. ചാകാതിരുന്നത് ഭാഗ്യമാണെന്നു പറയണം.

വല്ലാടൻ പൂമുഖത്തേക്കു കയറി. അവൻ ശബ്ദമുയർത്തി വിളിച്ചു. ആരുമില്ല. ഉച്ചഭക്ഷണം കഴിഞ്ഞു മയങ്ങുകയായിരിക്കും. എങ്കിൽ വിശാലമെങ്കിലും വിളികേൾക്കേണ്ടതല്ലേ? ആരുണ്ടു തിരിഞ്ഞുനോക്കാൻ? കരയൊന്നടങ്കം എതിരല്ലേ? അവൻ അകത്തേക്കു കാൽവച്ചു. വിലക്കാണെന്നോർക്കാൻകൂടി അവൻ നിന്നില്ല. തുറന്നിട്ടിരുന്ന വാതിലുകളിലൂടെ അവൻ നടന്നുകയറി. തളവും പത്തായപ്പുരയും കടന്ന് നിലവറയിലെത്തി. അവിടെ തറയിൽ വിശാലം കിടന്നുറങ്ങുന്നു. അവൻ ദ്രുതഗതിയിൽ മറ്റു മുറികളിലേക്കു നടന്നുകയറി നോക്കി. എവിടേയും ചെല്ലോംപിള്ളയെ കാണാനില്ല. അവൻ മടങ്ങിവന്നു വിശാലം നല്ല ഉറക്കത്തിലാണ്. വിളിച്ചുണർത്തി ചോദിച്ചാലോ? അവൻ വിശാലത്തെ കണ്ടു. അരണ്ട വെളിച്ചത്തിൽ, കെട്ടിനിൽക്കുന്ന ഉഷ്ണത്തിനെതിരെ വിയർത്തു കിടന്നുറങ്ങുന്ന വിശാലം. അഴിഞ്ഞു മാറിക്കിടന്നിരുന്ന മുണ്ടെടുത്തു പുതപ്പിച്ചിട്ട് വിളച്ചുണർത്താം. അതിനായിട്ടാണ് അവൻ കുനിഞ്ഞത്. പക്ഷേ, കൈകൾ ചെന്നുപെട്ടത് മറ്റൊരിടത്തായിരുന്നു. യൗവനം വീർപ്പടക്കിനിൽക്കുന്ന നഗ്നമായമേനിയിലുടനീളം അവന്റെ കൈകൾ നീന്തിച്ചെന്നു. മുഖംതാഴ്ത്തി അവൻ അവളുടെ നാഭിയിൽ ചുംബിച്ചു. എന്നിട്ട് മുകളിലേക്കും താഴേക്കും ചുണ്ടുകളെയുരസി.

സൂര്യവെളിച്ചം മുറിയാകെപ്പടർന്നു. കത്തുന്ന വിമൂകത. അവളുടെ കണ്ണുകളിൽ നോക്കിയിരിക്കെ അവന് വല്ലാത്ത ധൈര്യം തോന്നി. അവൻ ഒരുങ്ങിയെണീറ്റു. പുറത്താരുമില്ല. അവൻ തിരിച്ചുവന്ന് അവളോടൊപ്പം കിടന്നു. അവളെ കെട്ടിപ്പുണർന്നു.

പിന്നെ കുറേനേരം കിതപ്പുകൾ മാത്രമായിരുന്നു.

കിതപ്പടങ്ങുംമുമ്പ് വിശാലം ഉണർന്നിരുന്നു. വല്ലാടൻ എണീറ്റുമാറി ചുവരോരം ചേർന്നിരുന്നു. വിശാലം അവനുവേണ്ടി കൈകളെ മുന്നോട്ടുനീട്ടി. അവൻ ശബ്ദമുണ്ടാക്കാതെ ഒഴിഞ്ഞുമാറി. തുടരെത്തുടരെ ഇളകുന്ന അവളുടെ കണ്ണുകൾ അവനെ പേടിപ്പിച്ചു. അവൾ വീണ്ടു പരതി.

"അച്ഛാ!" —വിശാലം വിളിച്ചു.

വല്ലാടൻ പകച്ചിരുന്നുപോയി.

അമ്പലത്തറയും അതടങ്ങുന്ന കിഴക്കുംപുറവും ഒന്നാകെ ഇളകിമറിയുന്നു.

വിശാലം പായയിലിരുന്നു നിരങ്ങി മുന്നിലേക്കു നീങ്ങി.

"അച്ഛൻ പോയോ?"

അവൾ വീണ്ടും ചോദിച്ചു.

"മൃഗമേ!"

വല്ലാടന്റെ മനസു മുറയിട്ടു. അവൻ എണീറ്റു. കാലുകൾ മെല്ലേ ഇളക്കി പുറത്തിറങ്ങി.

അവിടെനിന്ന് ഇറങ്ങി ഓടുമ്പോൾ അവന്റെ ബോധം ഭ്രാന്തിന്റെ സീമകളോളം .എത്തിപ്പെട്ടിരുന്നു.

42

വളരെ തിടുക്കത്തിലായിരുന്നു ഹാബേലിന്റെ വിവാഹം നിശ്ചയിച്ചതും നടത്തിയതും. സൗകര്യത്തിനൊരു പെണ്ണിനെ കണ്ടെത്തി. ഹാബേലിനു ബോധിച്ചു. കപ്യാർ മോശയെ വിളിച്ചു ചോദിക്കേണ്ടിവന്നില്ല. അതിനുമുമ്പുതന്നെ അയാളോടിയെത്തി എല്ലാം സമ്മതമാണെന്നറിയിച്ചു. വിവാഹം മംഗളമായി കലാശിച്ചു. എല്ലാത്തിനും മേൽനോട്ടം ഉപദേശി തന്നെയായിരുന്നു. ഇടയ്ക്ക് രാജാമണി അടുത്തെവിടെയോ വന്നെന്നു കേട്ടു. ഉപദേശി അവന് ആളുവിട്ടു. അവൻ വന്നില്ല. കാട്ടുകുളം ലോവർ പ്രൈമറി സ്കൂളിനടുത്തായി ഒരു പുരയിൽ നവദമ്പതികൾ പാർക്കുവാൻ തുടങ്ങി.

ഹാബേൽ ഭാര്യയോടൊപ്പം പുത്തൻപുരയിലേക്കു മാറിപ്പോയതിന്റെ അടുത്തദിവസം ബഹ്റിനിൽനിന്നും തമ്പിയുടെ കത്തു വന്നു. ഏതാനും ദിവസങ്ങൾക്കുള്ളിൽ അയാൾ മാറാന്തടത്തിലെത്തിപ്പെട്ടു. കപ്പൽ കയറിയിട്ടുണ്ട്. മൂന്നുമാസത്തെ അവധി കഴിഞ്ഞിട്ടേ തിരിച്ചു പോകൂ.

അതിവേഗം ആ വാർത്തയ്ക്കു കനംവെച്ചു. കേട്ടവർ കേട്ടവർ വീണ്ടും അതു തന്നെ കേൾക്കുവാൻ ആഗ്രഹിച്ചു.

"പൊന്നും പണവും മാത്തറമോ, നോക്കിക്കോളിൻ ഇവുടെ എന്തെരൊക്കെ നടക്കാൻ പോണെന്ന്!"

ഉപദേശിയുടെ മകൻ അളവില്ലാത്തത്ര പൊന്നും പണവും കൊണ്ടുവരുമെന്നാണ് പൊതുവേയുള്ള സംസാരം. അയാൾ മാറാന്തടത്തെ വിലയ്ക്കു വാങ്ങും. നോക്കിക്കോളിൻ. ദാമോദരൻനായരുടെ പറ്റുകാരെ കുഞ്ഞപ്പി ഓർമിപ്പിച്ചു.

"നോക്കാനെന്തെരെടെ കുഞ്ഞപ്പി? അയാളു വന്നാ മാറാന്തടമൊക്കെ കെളച്ചു കാണം വെതയ്ക്കുമോ?"

അരിശം മൂത്ത ഒരു ഊരാളി ചോദിച്ചു.

"വേണോങ്കി കാണോം വെതക്കും!"

ഉപദേശിയുടെ മകനാണ്. നടക്കുന്നതേ വിചാരിക്കുകയുള്ളു. വിചാരിച്ചാൽ അതു നടത്തുകതന്നെ ചെയ്യും. സംശയമെന്തിന്?

മാറാന്തടമൊന്നടങ്കം തമ്പിയുടെ വരവിനുവേണ്ടി കാത്തിരുന്നു. ഇതുവരെ അയാളെപ്പറ്റി കേട്ടിരുന്നതേയുള്ളു. അയാളെ കണ്ടതായി ഓർക്കുന്നവർ നന്നേ ചുരുങ്ങും. കുറഞ്ഞോരു കാലത്തിനുള്ളിൽ അയാൾ ഒരു അത്ഭുത പുരുഷനായി മാറി. പള്ളിക്കാരായ ക്രിസ്ത്യാനികൾ അയാളെ

ക്കുറിച്ചു നിരവധി കഥകൾ പറഞ്ഞുണ്ടാക്കി. അവയെ വിശ്വസിക്കുവാനും വിശ്വസിക്കാതിരിക്കുവാനും മാറാന്തടക്കാർക്കു കഴിഞ്ഞിരുന്നില്ല.

കൈത്തോടിന്റെ വരമ്പത്തുവച്ച് ഒരു ഊരാളി ചെല്ലോംപിള്ളയോടു കുശലം പറഞ്ഞു:

"ഓതേസീരെ മോൻ വരാമ്പോണെന്നു കേക്കണെല്ലോ ജമ്മി. ഒള്ള തോ?"

"ഓ, കേട്ടെടേയ്."

"തോനെ പണവും കൊണ്ടാണു വരവുപോലും."

"വരട്ട്."

"ജമ്മിമാരു സൂക്ഷിക്കണം."

"എന്തെരു സൂക്ഷം? വരുമ്പം കാണാം."

മാനേജർക്കും മറ്റു സമാജക്കാർക്കും അക്കാര്യത്തിൽ കടുത്ത ആശങ്കയുണ്ടായി. ഉപദേശിയുടെ മകനാണ്. അയാളുടെ എല്ലാ അടവുകളും കൈവശമുണ്ടാകും.

"നമുക്കൊരു വെലക്കേർപ്പെടുത്തിയാലോ?"

"എന്തെരെന്നും പറഞ്ഞ്?"

"ആരും കൊറേ നാളത്തേക്കു ഭൂമി കൈമാറ്റം ചെയ്തുപോകരുതതെന്ന്."

"നമ്മളു പറഞ്ഞാ ആരെങ്കിലും കേക്കുമോ?"

"കേൾക്കുകയില്ലെന്നു മാനേജർക്ക് അറിയാവുന്നതല്ലേ? ഉത്സവങ്ങളും അടിയന്തിരങ്ങളും നടത്തി മുടിഞ്ഞ അനേകം തറവാടുകൾ മാറാന്തടത്തിലുണ്ട്. അവശേഷിക്കുന്നതു കുറച്ചുപറമ്പും നിലങ്ങളും മാത്രം. ന്യായമായ വില കിട്ടുകയാണെങ്കിൽ ആർക്കു വേണമെങ്കിലും എഴുതിക്കൊടുക്കാമെന്ന അവസ്ഥയിലാണു പല കാരണവന്മാരും. തടഞ്ഞിട്ടു കാര്യമില്ല. ഉപദേശിക്കെതിരെ എത്രയോ വിലക്കുകളുണ്ടായി. വല്ലതും നടന്നോ? വരട്ടെ!"

"വരുന്ന വഴിയിവെച്ചു കാണാം!"

ഒടുവിലൊരു രാത്രിയിൽ, മാറാന്തടത്തിന്റെ സുഖനിദ്രയെ കശാപ്പു ചെയ്തുകൊണ്ട്, ഇരമ്പത്തോടെയും ഘോഷത്തോടെയും തമ്പി മച്ചോട്ടുമുക്കിൽ വന്നിറങ്ങി.

"എന്റെ ജീവതത്തീ ഇത്തറേം വലിപ്പമൊള്ള ഇരുമ്പുപെട്ടികള് ഞാൻ കണ്ടിട്ടില്ല. ദേവിയാണെ കള്ളമല്ലേ! എന്തെരൊക്കെയായിരിക്കും അതിനകം നെറയെ!"

കേൾവിക്കാർ കരുതലോടെ ശ്രദ്ധിച്ചു. തമ്പിയുടെ വരവിനെക്കുറിച്ചുള്ള സംഭാഷണങ്ങളാണ് മുക്കിലെവിടെയും. ദാമോദരൻനായരുടെ ചായക്കടയിലിരുന്ന്, സ്തോഭജനകമായ യക്ഷിക്കഥയുടെ ചുരുളഴിക്കുന്ന ഉദ്വേഗത്തോടെ വെള്ളയ്യൻ തുടർന്നു:

"മൊത്തം മൂന്നു പെട്ടികള്. അയിന്റെ കൊളുത്തി തൂക്കിയിട്ടിരിക്കണെ പൂട്ടുകളെ കനം വരൂല്ലല്ലോ ഇവുടത്തെ പെട്ടികൾക്ക്. ഹോയ് എന്തൊരു

കനമാരിന്ന്. ആറാളമ്മാര് ചേർന്നു നിന്നപ്പോഴേ ഒന്നെടുത്തു പൊക്കാൻ കഴിഞ്ഞൊള്ളു."

"അതെന്തെരെടേ വെള്ളയ്യാ, അതിന്റെകത്തു നെറയെ പാറക്കല്ലു കളാരിന്നോ?"

ഒരാൾ വെള്ളയ്യനെ ചെറുതായൊന്നു പരിഹസിച്ചു.

"അല്ല, പറയണതിനും വേണ്ടേ ഒരതിരൊക്കെ?"

വെള്ളയ്യൻ പരുങ്ങി. അവന്റെ വാക്കുകളെ കേൾവിക്കാർ സംശയി ക്കുന്നു. അവിശ്വസിക്കുന്നു. ഒടുവിൽ ദാമോദരൻനായർ അവന്റെ രക്ഷ യ്ക്കെത്തി.

"നെറയെ തങ്കമാരിന്നിരിക്കും. അല്ല്യോടെ വെള്ളയ്യാ? അവുടെ യൊക്കെ തങ്കത്തിനു നമ്മളെ ചുടുകട്ടേരെ വെലയേ ഒള്ളു. തോനെ കൊണ്ടുവന്നുകാണും."

വെള്ളയ്യൻ നിർബാധം വിശേഷങ്ങൾ തുടർന്നു:

"പെട്ടീം ചെമന്നോണ്ടിറങ്ങുമ്പം ഞാമ്പതുക്കനെ അടുത്തു ചെന്നൊരു ചോദ്യം, മറ്റേതൊണ്ടോന്ന്."

"എന്തെര്?"

വാപിളർന്നു വലംകൈയുടെ പെരുവിരൽ വായിലേക്കു ചൂണ്ടി ക്കൊണ്ട് വെള്ളയ്യൻ മറുപടി പറഞ്ഞു. എന്താണെന്നവർക്കു പിടികിട്ടി.

"ഒണ്ടാരിന്നോ?"

ആകാംക്ഷയോടെ അവർ ചോദിച്ചു.

"പറയണതു കേക്കീം. മൂന്നെണ്ണത്തില് ഒന്നീ നെറയെ മറ്റതുതന്നെ യാരിന്ന്."

"നെനക്കു തന്നോ?"

"തന്നോന്നോ! ദേര് ഗോവി രണ്ടു കണ്ണുദിറുശിട്ടിയാണെ ഒള്ളതാ ണേ. കൂലി വാങ്ങിച്ചു തിരിഞ്ഞപ്പോ എന്റെ പൊറത്തു തോണ്ടിയിട്ട് സ്വല്പം കഴിഞ്ഞു ചെല്ലാമ്പറഞ്ഞു. ബാക്കിയൊള്ളോരെ സൂത്രത്തീ പറ ഞ്ഞുവിട്ടിട്ട് ഞാഞ്ചെന്നതും, ഒരു കപ്പില് ഒഴിച്ചുതന്നു. രണ്ടു കപ്പ്."

"എങ്ങനെ ഇരുന്നെടേയ്?"

"ഇനിച്ചോ, കച്ചോണ്ടോ?"

"ഇനിപ്പ്, ഓഹോഹോ! ഇത്തറേം ഇനിപ്പ് ആയുസീ ഞാൻ കുടിച്ചി ട്ടില്ല."

വെള്ളയ്യൻ ശേഷിച്ചവരുടെ മുന്നിലിരുന്നുകൊണ്ട്, വിദേശമദ്യ ത്തിന്റെ സ്വാദ് അയവിറക്കി.

പുലർച്ചയ്ക്കു തന്നെ കപ്യാർ മോശയും ഭാര്യയും പള്ളിത്തറയി ലെത്തി. വെളുപ്പിന് ആരോ എലുകയിൽനിന്നു വിളിച്ചു പറഞ്ഞിട്ടാണ് അവർ വിവരമറിയുന്നത്.

"ഉറങ്ങുകയാണ്."

വരാന്തയിലിരുന്നു വേദപുസ്തകം പാരായണം ചെയ്യുകയായിരുന്ന ഉപദേശി അറിയിച്ചു. വടക്കേപ്പുറത്തുള്ള ഇടുക്കുവാതിലിൽ തായി ഇരുന്നു. അടുക്കളയിൽ രൂത്ത് തീ ഊതുന്ന ശബ്ദം കേൾക്കാം.

"തായിയാണോ? ഇങ്ങോട്ടൊന്നു വായോ."

തായിയെ ദീനാമ്മ വിളിച്ചു. അടുക്കളയിൽ അവർക്കെന്തോ പണിയുണ്ടായിരുന്നു.

"എടീ, ഇവിടെയെങ്ങാനും നല്ല കോഴികളെ കിട്ടുമോ?"

"ഓ, കിട്ടുമല്ലോ. പണിക്കമ്മാരോടി കേട്ടാമതി.'

"നീ ഒരു കാര്യം ചെയ്യ്, വീട്ടിൽ പോയി ഒരുങ്ങിവാ. ഒന്ന് ആറാലുമ്മൂട് ചന്തേൽവരെ പോയി നല്ല മലക്കറികളുണ്ടെങ്കിൽ കുറെ വാങ്ങാൻ."

"ഓ, ശെരി."

'മോശ വന്നിട്ടൊണ്ടോ?"

"ഓ, അപ്പറത്തൊണ്ട്."

"നീ ചെന്ന് ഇങ്ങോട്ടൊന്നു വരാൻ പറ."

വീട്ടിനുള്ളിൽനിന്നും ശ്രുതിമധുരമായ ഒരു പാട്ട്. മോശ എണീറ്റു. തായി പ്രവൃത്തി മതിയാക്കി ശ്രദ്ധിച്ചു. പാട്ടു മാത്രമല്ല. വാദ്യങ്ങളുമുണ്ട്. ഇത്തരത്തിലൊന്ന്, ആദ്യമായിട്ടാണ് കേൾക്കുന്നത്. മോശ ജനാലയ്ക്കടുത്തായി ചെന്നു നിന്ന് അകത്തേക്കു നോക്കി. ഗ്രാമഫോണിന്റെ കറങ്ങുന്ന ഡസ്കിൽ അയാളുടെ കണ്ണുകൾ വീണു. അടുത്തുതന്നെ മോനായി ഇരിപ്പുണ്ട്. അവർ പരസ്പരം നോക്കി ചിരിച്ചു.

ഞായറാഴ്ച പള്ളിയിൽ ആരാധകരുടെ എണ്ണം വർധിച്ചിരുന്നു. പതിവിലും നേരത്തെതന്നെ ആളുകളെത്തി. കൊച്ചുകുട്ടികൾ പള്ളിപ്പുരയുടെ വരാന്തയിലും, ജനാലകൾക്കരുകിലുമായി എന്തോ തേടിക്കൊണ്ടു ചുറ്റിത്തിരിഞ്ഞു. മുതിർന്നവർ പള്ളിക്കകത്തിരുന്നുകൊണ്ട് ഉച്ചത്തിൽ തമ്പോടിച്ചു പാടി. തങ്ങളുടെ ശബ്ദം ഉപദേശിയുടെ മകൻ തിരിച്ചറിയണമെന്ന ആശയാൽ ഓരോരുത്തരും കഴിയുന്നത്ര ഉച്ചത്തിൽ പാടി.

ആരാധന തീർന്നതും കപ്യാർ മോശ ജനങ്ങളെ പള്ളിപ്പുരയിലേക്കു ക്ഷണിച്ചു. അപരിചിതരായ ജനങ്ങളെ നോക്കി തമ്പി മന്ദഹസിച്ചു. അവരതൊരു വലിയ കാര്യമായി കരുതുകയും താഴ്മയോടെ പുഞ്ചിരിച്ചുകൊണ്ട് അയാളെ മതിയാവോളം നോക്കിനിൽക്കുകയും ചെയ്തു. അവരുടെ താണിറങ്ങിയ കണ്ണുകളിലെ തിളക്കം അയാൾ ശ്രദ്ധിച്ചു. പള്ളിപ്പുരയിൽ തയാറാക്കിയ ലഘുഭക്ഷണം കഴിച്ച് യഹോവയ്ക്കും ഉപദേശിക്കും നന്ദി പറഞ്ഞുകൊണ്ട് അവർ പിരിഞ്ഞു.

പൊന്നു വിളയുന്ന സായാഹ്നം. വളർന്ന കുന്താലിപ്പല്ലുകൾക്കു മീതെ വടവുക്കരിക്കാറ്റു വീശാൻ തുടങ്ങിയിരിക്കുന്നു. കാറ്റിൽ ഉലയുന്ന പുൽത്തലപ്പുകൾ ഏതോ ഇംഗ്ലീഷ് നർത്തകിയുടെ സ്വർണമുടികളെയാണോർമിപ്പിച്ചത്. തമ്പി മുടികളെ തഴുകി. അന്തിവെയിൽ വീണ ചെമ്മൺതരിശുകൾക്ക് അവളുടെ കവിളുകളുടെ തുടുപ്പായിരുന്നു. എല്ലാം കണ്ടുകൊണ്ട് ഉപദേശിയുടെ പിന്നാലെ അയാൾ കാട്ടുകുളം സ്കൂളിലേക്കു നടന്നു. വഴിത്താരയിലൂടെ, പടുവാലിക്കരയിലൂടെ, തരിശുകളിലൂടെ ദ്രുതഗതിയിൽ നടക്കുമ്പോൾ തമ്പിയുടെ കണ്ണുകൾ ചുറ്റുപാടു

കളെ അതിവേഗത്തിൽ കൊത്തിപ്പെറുക്കുകയായിരുന്നു. വഴിവക്കിൽ കൂടി നിൽക്കുന്ന ഗ്രാമീണർ മടക്കഴിച്ച് ആദരവോടെ മാറിനിന്നു.

"കഴുത്തീ കെടക്കണ മണിമാലേരെ വലിപ്പം കണ്ടില്ലേ! ഇതിനും വേണ്ടിയ സ്വർണം എവുടെ കെടക്കണെത്!"

ഗ്രാമവാസികൾ അത്ഭുതപ്പെട്ടു.

"ഇട്ടിരിക്കണ ഉടുപ്പിന്റെ വട്ടണിസും തനിത്തങ്കംതന്നെയായിരിക്കും. അതിന്റെയൊരു തെളക്കം കണ്ടില്ലേ!"

കുമിളിപ്പൊയ്ക!

ഉപദേശി ചൂണ്ടിക്കാട്ടി. തമ്പിക്കോർമയുണ്ട്. അപ്പച്ചൻ ഈ പൊയ്കയെക്കുറിച്ചു ധാരാളം എഴുതിയിരുന്നു.

"ജനങ്ങളൊക്കെ വളരെ സാധുക്കളാണെന്നു തോന്നുന്നു."

പാടം മുറിച്ചു കയറുമ്പോൾ തമ്പി അഭിപ്രായപ്പെട്ടു.

"കൂലിപ്പണിക്കാരാ മോനെ കൂടുതലും."

"പഠിച്ചിട്ടുള്ളവരാരുമില്ലേ?"

"നമ്മളിവിടെ വന്നതിനുശേഷമാണ് വെളിച്ചം കാണാൻ തുടങ്ങുന്നതുതന്നെ, സ്കൂളിലെ രണ്ടധ്യാപകരായ ഹാബേലും ലാസറും ഇവിടെയുള്ളവരാ. രാവിലെ മോൻ പരിചയപ്പെട്ടിരുന്നില്ലേ? അപ്പച്ചനായിരുന്നു അവരെ നാഗരുകോവിൽ ബോർഡിലയച്ചു പഠിപ്പിച്ചത്."

ഉപദേശി അഭിമാനത്തോടെ ആ പഴയ കഥ പറഞ്ഞു. അയാളുടെ വാക്കുകളിൽ തൊട്ടറിയാവുന്നവിധം ചാരിതാർഥ്യം വിതുമ്പിയിരുന്നു.

സ്കൂളിന്റെ ചാണകം മെഴുകിയ തറയിലൂടെ നടക്കുമ്പോൾ തമ്പിയുടെ മനസ്സ് ആർദ്രമായിത്തീർന്നു. ദാനിയേലുപദേശിയോടുണ്ടായ വർധിച്ച ആദരവുകാരണം ആരും കാണാതെ മുഖം പൊത്തിക്കരയുവാൻപോലും അയാൾ കൊതിച്ചു. അയാൾക്കറിയാം. ഈ സ്കൂളിന്റെയും ഈ പള്ളിയുടേയും ഇവിടത്തെ പടനിലത്തുനിന്നും വീണ്ടെടുക്കപ്പെട്ട പടയാളികളുടേയും പിന്നിലുള്ള ദുരിതത്തിന്റെയും കഷ്ടപ്പാടിന്റേയും ഓർക്കുവാൻ അറയ്ക്കുന്ന കഥകൾ. അയാൾ തിരിഞ്ഞ് പിതാവിനെ തിരഞ്ഞു.

ഒരു ബഞ്ചിന്റെ ഇളകിവീണ കാലുറപ്പിക്കുകയായിരുന്നു ഉപദേശി.

പള്ളിപ്പുരമുറ്റത്തുനിന്നും രാത്രി തോറ്റോടി ഗ്യാസ്ലൈറ്റിന്റെ വെളിച്ചം താഴ്വാരത്തോളം ചെന്നെത്തിയിരുന്നു. രാത്രിയുടെ വിമൂകതയിലമർന്ന പടിഞ്ഞാറ്റുമുറിയെ പള്ളിത്തറയിൽനിന്നൊഴുകിയെത്തിയ ഗ്രാമഫോൺ സംഗീതം ഹരം പിടിപ്പിച്ചു. ഉറങ്ങാൻകിടന്നവർപോലും പുറത്തിറങ്ങിവന്ന് സംഗീതം ശ്രദ്ധിച്ചു. അപ്പോഴൊക്കെ അവരതിന്റെ രഹസ്യത്തെക്കുറിച്ചോർത്തിരുന്നു.

"അയിന്റെ വേല നമക്കറിയാം."

ദാമോദരൻനായരോടു വെള്ളയ്യൻ പറഞ്ഞു.

"എങ്ങനെ?" നായർ ചോദിച്ചു. എങ്ങനെയെന്നു വെള്ളയ്യനും ആലോചിച്ചു.

"അതയ്യാളു നമക്കു പടിപ്പിച്ചുതന്നു."

"പിന്നെ, പിന്നെ ഒവതേസീരെ മോൻ എവനെരിക്കാർട്ടിന്റെ വേല പടിപ്പിക്കാനല്ലേ അങ്ങമേരിക്കേന്ന് ഒക്കേം കെട്ടിപ്പറക്കി ഇങ്ങു പോന്നിരിക്കുന്നത്. പോടാ നൊണയാ."

പറ്റുകാർ ശരിയെന്നു സമ്മതിച്ചു ചിരിച്ചു.

"ദേരു പണിക്കാ, ഞാമ്പറഞ്ഞതു കള്ളമെന്നോ വിചാരം?"

"സത്തിയമെങ്കീ നിയ് അതിന്റെ വേല പറ, കേക്കട്ടെ."

"കണ്ണദിറുശ്ട്ടിയാണെ അയ്യാളുപറഞ്ഞുതന്നേ. ഇന്നലെ ഞാള് സ്വപ്പം മറ്റേതും അടിച്ചോണ്ടിരുന്നപ്പം ഞാമ്പറഞ്ഞ് എനിക്കിപ്പം രിക്കാർട്ടു കേക്കണെമെന്ന്. ദേവിയാണെ ഞാൻ നല്ല കറക്കത്തിലായിരുന്നേ. അയിനെന്തെന്നും പറഞ്ഞ് അയ്യാളകത്തീന്ന് ആ പെട്ടീനേം എടുത്തോണ്ടു പൊറത്തുവന്നു. എന്നിട്ട് എന്റോടി ഒരു ചോദ്യം. വെള്ളയ്യാ നെനക്കിതു തൊറക്കാൻ പറ്റുമോ? ഞാൻ ആലോചിച്ചു നല്ല കറക്കത്തിലല്ലാരിന്നോ? എന്നിട്ടും ആലോചിച്ചു. ഒടുക്കം ഞാനാമുടി ഒറ്റവലിപ്പിനങ്ങു തൊറന്നു. ഓദേസീരെ മോൻ ഇരുന്നുപോയി. ഈ മാറാന്തടത്തീ ആദ്യമായിട്ട് അതു തൊറന്നത് ഞാന്തന്നേന്ന് സമ്മതിക്കേംചെയ്തു."

"അതു കൈയീ വച്ചേരേടെ വെള്ളയ്യാ. തൊറന്നാ ഒടനെ രിക്കാർട്ടു പെട്ടി പാടുല്ലന്നു ഞാക്കറിഞ്ഞൂടെന്നോ നിന്റെ വിജാരം?"

"പറയണതു കേക്കീൻ." വെള്ളയ്യൻ തുടർന്നു:

"എന്നിട്ടയാളു പിന്നിം എന്റോടി ചോയിച്ചു. നെനക്കിതു കേൾപ്പിക്കാനറിയാമോന്ന്. അറിയാന്നു ഞാമ്പറഞ്ഞില്ല. ഒന്നു നോക്കാം. അത്തറതന്നെ. പച്ചേ എങ്ങനെ നോക്കീട്ടും പാട്ടു കേക്കൂല്ല. അയിന്റെ യന്തരങ്ങളു മുഴുവൻ ഞാൻ തട്ടീം മുട്ടീം നോക്കി. എവുടെന്നു കേക്കാൻ! രിക്കാർട്ടു കറക്കി അയിന്റെ പൊറത്തു തൂശീം വച്ചു. പച്ചേ കേക്കൂല്ല. ഒടുക്കം ഞാൻ സമ്മതിച്ചു. അയിന്റെ വേല പറഞ്ഞുതരണമെന്നു കേക്കുകേംചെയ്തു."

"എന്നിട്ടു പറഞ്ഞുതന്നോ?"

"പിന്നെത്തരാതെ? ഒടൻതന്നെ എന്റോടി കണ്ണടച്ചുപിടിച്ചോളാനയാളു പറഞ്ഞു. കാതും അടക്കണം. കാതടച്ചു. പച്ചേ കണ്ണു സ്വപ്പം തൊറന്നുവച്ചിരുന്നു. ഒടനെ അയ്യാളു മന്തറം തൊടങ്ങി."

"മന്തറമോ?"

"ഓ! പാട്ടുവരണ മന്തറം."

"എന്നിട്ട്?"

"അയ്യാളതു പറഞ്ഞുതീർന്നതും ഞാൻ കണ്ണുതൊറന്നു പടപടാന്നു ചിരിച്ചതും ഒത്തിരിന്ന് അയ്യാള് അന്തംവിട്ടു പോയില്ലേ! വേല കൈയീ വച്ചിട്ടു നമക്കും കൂടെ പടിപ്പിച്ചുതരാൻ പറഞ്ഞു."

"എന്നിട്ട് പടിപ്പിച്ചുതന്നോ?"

"തന്നു. പച്ചേ മറന്നോയി."

"അതെന്ത്?"

"അത്തറേം ഇങ്കിലീശിലാരിന്ന്. വെള്ളക്കാരമ്മാരെ യന്തറത്തിന് നമ്മളെ മന്തരം പറ്റുമോ?"

തുടർന്ന് എല്ലാ രാത്രികളിലും പള്ളിത്തറയിൽനിന്നും ഗ്രാമഫോൺസംഗീതം ഉയർന്നു കേട്ടിരുന്നു. ദാമോദരൻനായരുടെ പറ്റുകാരിൽ പലരും അപ്പപ്പോഴൊക്കെ നിഗൂഢമായ ഒരു മന്ത്രത്തിന്റെ കാണാപ്പുറങ്ങൾ തേടി മനസുകൾ പുണ്ണാക്കിയിരുന്നു.

തമ്പി വന്നു രണ്ടാമത്തെ ആഴ്ചയിൽ ചില വസ്തു കൈമാറ്റങ്ങളൊക്കെ നടന്നു. സമാജക്കാർ ആശങ്കപ്പെട്ടിരുന്നതുപോലെ വങ്ങേനിയിൽനിന്നും വീണ്ടും നിലങ്ങൾ ഉപദേശിയുടെ പേരിലായിത്തീർന്നു. ആരും ഒന്നുംതന്നെ കണ്ട ഭാവം നടിച്ചില്ല. എന്നും എല്ലാത്തിനും ഉപദേശിയെ ഒരു ശനിബാധപോലെ പിന്തുടർന്നിരുന്ന ചെല്ലോംപിള്ളപോലും അമ്പലത്തറയിലെ നിലവറയിൽ കിടന്നതല്ലാതെ പുറത്തുവന്നിരുന്നില്ല. ആരേയും പിണക്കരുത്. തമ്പി എപ്പോഴും പറഞ്ഞിരുന്നു. നാം ആർക്കുമൊരു ദ്രോഹവും ചെയ്യരുത്. ഉപദേശിയുടെ മതവും അതായിരുന്നു.

ഒരു സായാഹ്നത്തിൽ തമ്പി ഉപദേശിയോടൊപ്പം ശേഖരപിള്ളയെ കാണാൻ പോയി. നേരത്തെത്തന്നെ സുകുമാരപിള്ളയെ പരിചയപ്പെട്ടിരുന്നു. ശേഖരപിള്ള കിടപ്പിലായ വാർത്ത മുമ്പുതന്നെ അപ്പച്ചൻ എഴുതി അറിയിച്ചിരുന്നതാണ്. വന്നതിരക്കിൽ ഉടൻതന്നെ അങ്ങോട്ടു ചെല്ലാൻ സമയം കിട്ടിയില്ല. സാവകാശത്തിൽ മതിയെന്ന് ഉപദേശിയും പറഞ്ഞിരുന്നു.

"ഇതാ ഇതിരുന്നോട്ടെ. ഒരു കരിമ്പടമാണ്. അച്ഛനുപയോഗിക്കാം."

വലിയ കമ്പിളിക്കെട്ട് സുകുമാരപിള്ള വാങ്ങി. ശേഖരപിള്ള ഉണർന്നു കിടക്കുകയായിരുന്നു. മച്ചിൽ കൊരുത്ത കണ്ണുകളുമായി ഉപദേശി കട്ടിലിൽ അയാൾക്കരുകിലായി ഇരുന്നു. സുഭദ്രയും അംബുജവും മാറിനിന്നു.

"എന്റെ മകനാണ്. തമ്പി."

കാതിൽ മുഖമടുപ്പിച്ച് ഉപദേശി പറഞ്ഞു.

നിർജീവമായ മുഖം മൃത്യുവിന്റെ നിറം പുരണ്ട ചുണ്ടുകൾ. യാത്ര പറയാനൊരുങ്ങിനിൽക്കുന്ന ശോഷിച്ച ഇടനെഞ്ച്. അപ്പച്ചന്റെ കത്തുകളിൽ ഇതാണവസ്ഥയെന്ന് എഴുതിയിട്ടില്ലായിരുന്നു. തമ്പി അരുകിലേക്കു നീങ്ങിച്ചെന്നു.

"അച്ഛാ!"

അയാൾ മെല്ലെ വിളിച്ചു. എല്ലുന്തി നരവളർന്ന കവിളിലൂടെ വിരലുകളോടിച്ചു. പ്രതികരണമില്ല. കൺമണികൾക്കുപോലും ഇളക്കമില്ല. കാണുമ്പോൾ തന്നെയറിയാം ശേഖരപിള്ള ആ പരിസരങ്ങളിലെങ്ങുമായിരുന്നില്ലെന്ന്. വളരെയകലെ സംവത്സരങ്ങളുടെ പിന്നാമ്പുറങ്ങളിലെവിടെയോ ആണ് അയാൾ.

അമർത്തിയ ഒരു വിങ്ങൽ!

സുഭദ്രപ്പിള്ളയായിരുന്നു.

"അമ്മേ!"

തമ്പി അവരുടെ ചുമലിൽ കൈവച്ചു വിളിച്ചു. അവരെ സമാശ്വസിപ്പിക്കുവാൻ ശ്രമിച്ചു.

"അമ്മ കരയരുത്."

അതിനകം കണ്ണടച്ച്, ആകസ്മികധ്യാനത്തിലമർന്നിരുന്ന ഉപദേശിയുടെ നാസികയ്ക്കിരുവശവും നനഞ്ഞിറങ്ങുന്നത് സുകുമാരപിള്ള കണ്ടു. അയാളവിടെക്കിടന്നിരുന്ന നിശ്ശബ്ദതയെ വാരിപ്പുതച്ചു.

തിരിച്ച് വിളക്കെന്നിവഴിയാണ് അവർ നടന്നുപോന്നിരുന്നത്. ശാരദയുണ്ടായിരുന്നു. അവളിറങ്ങിവന്നു. രണ്ടുപേരേയും വീട്ടിലേക്കു ക്ഷണിച്ചു. പിന്നൊരിക്കലാകാമെന്നു പറഞ്ഞ് അവർ അവിടെനിന്നും പോയി.

സംവത്സരങ്ങൾക്ക് അവയുടേതായ പ്രതികരണങ്ങളുണ്ട്. തമ്പി ഓർത്തു. ചില രാത്രികളിൽ ശാരദയെപ്പറ്റി ഓർത്ത് അയാൾ വളരെയേറെ വിചാരപ്പെട്ടിരുന്നു. ഈർച്ചവാളുപോലെ തലമുറകളെ സംവത്സരങ്ങൾ അരിഞ്ഞുതള്ളിയിരിക്കുന്നു. പരമ്പരകളുടെ ഗതികിട്ടാത്ത കബന്ധങ്ങൾ സംവത്സരങ്ങളുടെ വൻഗർത്തങ്ങളിൽക്കിടന്നു ശാന്തിക്കായി കേഴുന്നു. സംവത്സരങ്ങളുടെ തിരിച്ചടി മഹായുദ്ധങ്ങളേക്കാൾ ഭീകരമാണെന്ന് അവരറിഞ്ഞു.

ശാരദ! മാറാന്തടത്തിനുമേലുള്ള സംവത്സരങ്ങളുടെ തിരിച്ചടികളിലൊന്നായിത്തീർന്നിരിക്കുന്നു അവൾ.

മൂന്നുമാസം പെട്ടെന്നു തീർന്നു. തമ്പി മടങ്ങിപ്പോയി. തുടർന്നുള്ള മാറാന്തടത്തിന്റെ യാനം അതിവേഗത്തിലായിരുന്നു.

ഒരു രാത്രിയുടെ വിളിയെ സ്വീകരിച്ച ശേഖരപിള്ള, രാവിലെ ഉണരാതെ ഉറക്കം തുടർന്നുകൊണ്ടേയിരുന്നു.

ശേഖരപിള്ളയുടെ മരണത്തോടെ, സുകുമാരപിള്ളയുടെ മനസ്സ് ശാരദയെപ്പറ്റിയുള്ള ചിന്തകളാൽ വീണ്ടും ഭാരപ്പെടാൻ തുടങ്ങി. ഉപദേശിയുടെ സമ്മതമാണ് പ്രധാനം. നേരിട്ടു ചോദിക്കുവാൻ ധൈര്യം പോരാ. ഹെഡ്മാസ്റ്ററോടു കാര്യം പറഞ്ഞു.

ഉപദേശി തടസം പറഞ്ഞില്ല. അതിനു മുമ്പുതന്നെ അയാൾ ഇക്കാര്യത്തെക്കുറിച്ച് വളരെയധികം ആലോചിച്ചിരുന്നു. ശാരദയെ സംബന്ധിച്ചിടത്തോളം മറ്റു ചില ഉദ്ദേശ്യങ്ങളായിരുന്നു മനസിൽ. അവൾക്കേതായാലും സുകുമാരപിള്ളയോടു താൽപ്പര്യമുണ്ടായ സ്ഥിതിക്ക്, അതു വേണ്ടെന്നുവയ്ക്കുകയാണുണ്ടായത്.

സുകുമാരപിള്ളയുടെയും ശാരദയുടെയും, 'പുടവകൊട' നിശ്ചയിച്ചു. സ്കൂളടയ്ക്കുമ്പോൾ. അതോടെ ശാരദ സ്വപ്നങ്ങളുടേയും പ്രതീക്ഷകളുടേയും പകലുകളിലകപ്പെട്ടു.

അതോടെ പാപം വെട്ടുകിളികളുടെ അനന്തകോടി സംഘങ്ങളെപ്പോലെ മാറാന്തടത്തിനു മീതെ പറന്നുവീഴാനും തുടങ്ങി.

43

അമ്പലത്തറയിലെ അടച്ചുപൂട്ടിയ നാലുകെട്ടിനുള്ളിൽ ചെല്ലോം പിള്ള കിടന്നു.

ദിവസങ്ങളായി പുറത്തിറങ്ങിയിട്ട്. ഇറങ്ങണമെന്നു തോന്നിയില്ല. അറയിലെ ചാണകത്തറയിൽ മലർന്നുകിടന്നു. ഇടയ്ക്കു വിശാലം വാതിലിൽ തപ്പിത്തടഞ്ഞു ചെന്നുമുട്ടി. പിള്ള വാതിൽ തുറന്നില്ല. പിള്ള വിളി കേട്ടതുമില്ല. അവൾ കുറേനേരം കാത്തുനിന്നു. എന്നിട്ട് കരഞ്ഞുകൊണ്ടു മടങ്ങിപ്പോന്നു. രാത്രിയിൽ മുളവട്ടിയിലാക്കിയ ഭക്ഷണം വാതിലിൽ കൊണ്ടുവച്ച് വീണ്ടും വിളിച്ചു. ഭക്ഷണമാണെന്നു പറഞ്ഞപ്പോൾ അയാൾ അറ തുറന്നു പുറത്തു വന്നു. അയാളുടെ കണ്ണുകളുടെ വീഴ്ച രൂക്ഷമായിരുന്നു.

"നീ പോയ്ക്കോ, ഞാൻ തിന്നോളാം."

മയപ്പെട്ട സ്വരത്തിൽ പിള്ള പറഞ്ഞു. അച്ഛന്റെ സാരമില്ലാത്ത ഒരു നിർബന്ധം മാത്രമായി വിശാലം കരുതി. അവളവിടത്തന്നെ തുടർന്നു. പിള്ള ഒരിക്കൽക്കൂടി പറഞ്ഞു. ഇത്തവണ അയാളുടെ സ്വരം കുറേക്കൂടി പരുക്കനായിരുന്നു. അച്ഛനു സംഭവിച്ചിരിക്കുന്ന ഏതോ ദുരൂഹമായ വ്യഥ കാരണമാണ് ഇങ്ങനെയൊക്കപ്പറയുന്നത്. 'സാരമില്ല' എന്നു ധരിച്ചുകൊണ്ട് വിശാലം അവിടെനിന്നും പോകാൻ കൂട്ടാക്കിയില്ല.

"ഫാ! പെലായിമോളെ, നിന്റോടിയല്ലേ പറഞ്ഞത് പോവാൻ!"

മുളവട്ടിയെടുത്ത് അയാൾ അവളുടെനേർക്ക് വലിച്ചെറിഞ്ഞു. ചോറും കറികളുംഅവിടാകെ വീണുചിതറി. മുന്നോട്ടാഞ്ഞ് അവളുടെ മുടിക്കുത്തിനു പിടിച്ച്, ഒരു ചുറ്റു കറക്കി ദൂരേക്കെറിഞ്ഞു. വാല്യക്കാരി ഓടിയെത്തുമ്പോൾ വിശാലം നിലത്തുകിടന്നു കരയുകയായിരുന്നു. അതിനു ശേഷം വിശാലം അയാളെ വിളിക്കുവാനോ, അയാളുടെ അടുത്തേക്കു ചെല്ലുവാനോ തുനിഞ്ഞില്ല. ഭക്ഷണം നിറച്ച മുളവട്ടി വാതിലിൽ കൊണ്ടു വച്ചിട്ട് മൂന്നോ നാലോ വട്ടം കൈവിരൽകൊണ്ടു വാതിലിൽ മുട്ടും; അത്ര തന്നെ.

"ജമ്മി ഇവുടെയില്ലേ?"

ചെല്ലോംപിള്ള തപസു തുടങ്ങി മൂന്നാംദിവസം വല്ലാടൻ അമ്പലത്തറയിലേക്കു ചെന്നു. എല്ലാ ദിവസങ്ങളിലും അതു പതിവുള്ളതാണ്. എന്തെങ്കിലും തട്ടുമുട്ടുപണികളുണ്ടാവും. എന്തുകൊണ്ടോ കുറേ ദിവസങ്ങളായി അവനു വരാൻ തോന്നിയില്ല.

പുറത്താരേയും കാണുന്നില്ല. പൂമുഖത്ത് ജന്മിയുള്ള ലക്ഷണവുമില്ല. അതിനാലാവൻ നേരെ നടന്നു വടക്കേപ്പുറത്തേക്കു ചെന്നു. അവിടെ നിന്നുകൊണ്ട് അവൻ വീണ്ടും വിളിച്ചുചോദിച്ചു.

"വല്ലാടാ?"

പിന്നിലെ തൊഴുത്തിന്റെ ഓരത്തു നിന്നുകൊണ്ട് വിശാലം അവനെ വിളിച്ചു. അവനങ്ങോട്ടു ചെന്നു. അവന്റെയുള്ളിൽ തെല്ലു ഭീതിപോലുമുണ്ടായിരുന്നില്ല.

"ജമ്മി എവുടെപ്പോയി പിള്ളേ? കാണാനേയില്ലല്ലോ?"

പതുക്കെ എന്നു സൂചിപ്പിച്ചുകൊണ്ട് വിശാലം വായിൽ വിരലൂന്നി സീൽക്കരിച്ചു. അവൻ തൊഴുത്തിലെ പുല്ലുവട്ടിയുടെ പുറത്തിരുന്നു. പുല്ലു വട്ടിക്കകത്തു നിൽക്കുകയായിരുന്നു വിശാലം.

"വല്ലാടാ!"

"എന്തെരു പിള്ളേ?"

"അച്ഛനെന്തെരോ സുകമില്ലെന്നു തോന്നുന്നു."

"എന്തെരു സൂക്കേടു പിള്ളേ?"

"അതറിഞ്ഞൂടാ. രണ്ടുമൂന്നു ദെവസങ്ങളായി പൊറത്തെറങ്ങീട്ട്. മുറി യടച്ച് ഒരേയിരിപ്പുതന്നെ. ചാപ്പാടും വല്ലപ്പോഴുമേയുള്ളു!"

"ഇതൊക്കെ എന്തെരിനെന്നു പിള്ള ചോദിച്ചില്ലേ?"

"ഓ!ചോദിച്ചു."

"എന്നിട്ടെന്തരു പറഞ്ഞു?"

"ഒന്നും മിണ്ടണില്ല. എനിക്കു പോടിയാവണു വല്ലാടാ."

വിശാലത്തിന്റെ അടഞ്ഞ കൺപീലികൾ അതിദ്രുതം ചലിക്കുന്നു. അതു കണ്ടപ്പോൾ വല്ലാടന് അലിവുതോന്നി.

"ഞാൻ വിളിച്ചുനോക്കട്ടോ?"

"ഇപ്പം വേണ്ട."

"ഇങ്ങനെത്തന്നെ ഇരുന്ന് എന്തെരെങ്കിലും കൊഴപ്പങ്ങളൊണ്ടാ യാലോ പിള്ളേ?"

വിശാലത്തിന് അവിടെ മറുപടി അറച്ചു. അവളും അതു ചിന്തിക്കാ തെയിരുന്നില്ല. ഇങ്ങനെ തുടർന്നാൽ അവസാനമെന്തായിത്തീരും? അവ ളെപ്പോഴും അതേക്കറിച്ചോർത്ത് നൊമ്പരപ്പെട്ടിരുന്നു. എന്തൊക്കെയാണ് ഈ നാലുകെട്ടിനുള്ളിൽ നടക്കുന്നത്? ഒന്നുംതന്നെ തനിക്കു കാണേ ണ്ടിവരുന്നില്ലെന്നോർത്ത് അവൾ ചിലപ്പോഴൊക്കെ ആശ്വാസംകൊണ്ടി രുന്നു. എങ്കിലും പെരുത്ത ദുഃഖം കാരണം ചില രാത്രികളിൽ അവൾക്ക് ഉറങ്ങാൻ കഴിഞ്ഞിരുന്നില്ല.

"ആരെയെങ്കിലും അറിയിക്കേണ്ടേ?"

വല്ലാടാൻ ചോദിച്ചു.

"ആരിനെ?"

അതും വിശാലം ആലോചിക്കാതെയിരുന്നില്ല. അച്ഛനോടു പിടിപ്പു ള്ളവരായിട്ട് ആരാണുള്ളത് കരയിൽ? മേടപ്പെരക്കാരുപോലും ഇപ്പം പിണ ങ്ങിയ മട്ടല്ലേ? അച്ഛന്റെ സ്വഭാവത്തിന് ആരു വഴങ്ങും? കുറേ പെണ്ണു ങ്ങൾ മാത്രമുണ്ട്. നാനാജാതികളിലും പെട്ട കുറേ തേവിടിശ്ശികൾ!

"ആരെ അറിയിക്കണമെന്നു നീയ് പറ?"

"ആരിനേം അറിയിക്കാതിരുന്നു വല്ല പൊല്ലാപ്പും വന്നുപെട്ടാലോ?"

"എങ്കി നീയ് പള്ളിച്ചലുവരെ ഒന്നു പോയിട്ടു വാ. അവിടെച്ചെന്നു കരുണൻമാമാന്റോടി കാര്യം പറ. പെട്ടെന്നു വരാനു പറ."

"ഓ!"അവൻ സമ്മതിച്ചുകൊണ്ടു മുറ്റമിറങ്ങി നടന്നു.

ഒരാഴ്ചയോളമായി ചെല്ലോംപിള്ള വെളിച്ചം കണ്ടിട്ട്. മാറാന്തടത്തിന്റെ വിശാലതയിൽ അങ്ങോളമിങ്ങോളം ചിതറിക്കിടന്നിരുന്ന അനേകം തുണ്ടുഭൂമികൾ അയാളുടെ ചുവട്ടടികളുടെ സ്പർശത്തിനായി കൊതി പൂണ്ടുകിടന്നു. രണ്ടുംമൂന്നും നേരം ഓരോ ദിവസവും അയാൾ ആ ഭൂമിയൊക്കെ ചവിട്ടിക്കടക്കാറുണ്ട്. ഓരോ ഫലവൃക്ഷത്തേയും കണ്ണുകൾകൊണ്ടു തഴുകാറുണ്ട്. എന്തിന്, ഓരോ പുൽക്കൊടിപോലും അയാൾക്കു സുപരിചിതമായിരുന്നു. വെളുപ്പിന് കിഴക്കു തുടുക്കുമ്പോൾ ആരംഭിക്കുന്ന ദിനചര്യ രാവണഞ്ഞാലും അവസാനിക്കാറില്ല. രാത്രി ഉറങ്ങാൻ കിടക്കുമ്പോഴും അയാൾ കിടക്കവിട്ടുയർന്ന് അയാളുടെ ഭൂസ്വത്തുക്കൾക്കു മീതെ പറന്നുകൊണ്ടേയിരിക്കും. അടുത്ത പുലർച്ചയിൽ ഒരു പുൽക്കൊടി നഷ്ടമായാൽ അയാൾ അതറിയുന്നു. ഒരു കാൽപ്പാട് മണ്ണിലെവിടെയെങ്കിലും പുതുതായി വീണാൽ അയാൾ അതു കാണുന്നു. അയാളുടെ അസ്തിത്വം അയാളുടെ ഭൂസമ്പത്തിനെയാണ് നിദാനമാക്കിയിരുന്നത്. അവയോ, അയാളുടെ വരവിന്റെ മരണമേൽക്കുമ്പോൾത്തന്നെ തങ്ങളുടെ പരിമിതമായ പുറങ്ങളെ ഏറെ ഹരിതാഭമാക്കിത്തീർക്കുകയും ചെയ്തിരുന്നു.

നിലവറയിലെ ചാണകത്തറയിൽ കിടക്കുമ്പോൾ ചെല്ലോംപിള്ളയുടെ മനസിൽനിന്നും ഭൗതികമായ സകലകെട്ടുപാടുകളും അഴിഞ്ഞുപോയിരുന്നു. ഒന്നൊഴിച്ച്, സംവത്സരങ്ങളായി ഉള്ളിലെവിടെയോ കൊളുത്തിക്കിടക്കുന്ന ഒരോർമയൊഴിച്ച് മറ്റെല്ലാം അയാൾ മറന്നിരുന്നു. അയാൾ അയാളുടെ തുണ്ടുഭൂമികളേയും വയൽപ്പരപ്പുകളേയും മറന്നിരുന്നു. അയാൾ അയാളുടെ അസംഖ്യം വരുന്ന ഫലവൃക്ഷങ്ങളേയും, വെപ്പാട്ടിമാരേയും മറന്നിരുന്നു. അയാൾ അയാളുടെ പ്രിയങ്കരിയായ പുത്രിയെ മറന്നു. അയാൾ അയാളുടെ ഊഴവൃത്തിക്കാരായ കൈമണികളെ മറന്നു. ഒടുവിൽ എല്ലാത്തിനും മീതെയെന്നു കരുതിപ്പോന്നിരുന്ന നീലകേശിയെപ്പോലും ചെല്ലോംപിള്ള മറന്നിരുന്നു. ഒന്നുണ്ടായിരുന്നു മറക്കാത്തതയായി. ഉള്ളിൽ അപ്പപ്പോൾ തികട്ടിക്കൊണ്ടിരുന്ന ഒരു പ്രതികാരത്തെക്കുറിച്ചുള്ള ജാഗ്രത. ക്ഷതപ്പെട്ട കാമത്തിന്റെ ഹരംപിടിപ്പിക്കുന്ന അന്ത്യം. അത് അനിവാര്യമായിത്തീർന്നിരിക്കുന്നു. അധികം നീട്ടിക്കൊണ്ടുപോകാനാവില്ല അത്രയ്ക്കു ശക്തമായിത്തീർന്നിരിക്കുകയാണ്, മാംസത്തിന്റെ ഉൾവിളി. ക്ഷതപ്പെട്ട മാംസത്തിന്റെ പ്രതികാരബുദ്ധിക്കു തീപ്പിടിച്ചിരിക്കുന്നു. അതു നിലവറയ്ക്കുള്ളിലെ ഇരുളിലിട്ട് ചെല്ലോംപിള്ളയെ ദഹിപ്പിക്കുന്നു. തീയടക്കാൻ ഒരു മാർഗമേയുള്ളു. അതീതസീമകളിൽനിന്നും അയാളുടെ ബോധം നിലവറയിലോടിക്കൂടി, ആ മാർഗത്തെക്കുറിച്ച് സജീവമായി ചിന്തിച്ചുതുടങ്ങി.

ചെല്ലോംപിള്ള ആശിച്ചുപോയതാണ്. നടക്കാതെ തരമില്ല. മാറാന്തടത്തിലെ സകലസ്ത്രീകൾക്കും അതറിയാം. അയാളുടെ കണ്ണിൽപ്പെട്ടാൽ, അയാളുടെ അഭിലാഷത്തിനു പാത്രമായിത്തീർന്നാൽ എപ്പോഴെങ്കിലും അയാളെ നേരിട്ടേ മതിയാവൂ. വെപ്പാട്ടിമാരുടെ കേൾവിക്കു നിര

ക്കാത്ത സംഖ്യതന്നെ അതിനു തെളിവാകുന്നു. അതുകൊണ്ടാണ് വിള ക്കെന്നിയിലെ ശാരദയ്ക്ക് കല്യാണമാകാൻ പോകുന്നെന്നും കേട്ടപ്പോൾ അയാളിൽ അത്ര ശക്തമായ ഒരേക്കമുണ്ടായത്. അതിന്റെ ആഘാതം അയാളെ വിഹ്വലനാക്കിത്തീർത്തിരുന്നു.

അറയിൽ സഹതാപത്തോടെ, അവധാനതയോടെ പതുങ്ങി നിൽക്കുന്ന വെളിച്ചത്തോട് അയാൾ പറഞ്ഞു. കാലമായിരിക്കുന്നു. ബോധത്തെ അള്ളിപ്പിടിച്ചിരിക്കുന്ന പകയുടെ നീരാളിയെ പറിച്ചെറിയാൻ കാലമായിരിക്കുന്നു. പുറവെളിച്ചത്തിന്റെ സാഗരമേ, ഞാനിതാ വരുന്നു. എനിക്കു നിഴലായി, എനിക്കു തണലായി, എനിക്കു തുണയായി വർത്തിക്കുക!

ചെല്ലോംപിള്ള എഴുന്നേറ്റു വാതിൽ തുറന്നു. കിഴക്കു നീണ്ടുകിടക്കുന്ന നിഴലുകളെ നോക്കിനിന്നു. പാളികളുടെ ഞരക്കം കേട്ടിട്ടാവണം എവിടെനിന്നോ വിശാലം ഓടിയെത്തിയത്. അവൾ വിളിച്ചു. പിള്ള അനങ്ങിയതുമില്ല. വിളികേട്ടതുമില്ല. അവൾ മുന്നോട്ടു നീങ്ങി. അയാൾ ശബ്ദമുണ്ടാക്കാതെ ഒഴിഞ്ഞുമാറി പുറത്തിറങ്ങി.

അതിവേഗം അയാൾ ഏലായിൽ നടന്നെത്തി. തോടിന്റെ കരയിലൂടെ നടക്കുമ്പോൾ ആരുടേയും കണ്ണിൽപ്പെടാതിരിക്കുവാൻ അയാൾ ശ്രദ്ധിച്ചു. ഇടയ്ക്കൊരു തല എതിരായി വരുന്നതു കണ്ടു. അടുത്തുള്ള പൊന്തയിൽ അയാൾ കയറിയൊളിച്ചു.

വങ്ങേനി ഏലായുടെ പടിഞ്ഞാറേക്കരയിൽ, വിളക്കെന്നിയുടെ വിദൂരമല്ലാത്ത ദൃശ്യത്തെ അയാൾ അൽപ്പനേരം നോക്കിനിന്നു. വയൽ മുറിച്ച് അവിടേക്ക് അയാൾ നടന്നു. മുകളിലേക്കൊരിടവഴിയുണ്ട്. അതുകയറി വേണം വിളക്കെന്നിയിലേക്കിറങ്ങാൻ. ഇടവഴി തേരിയായിരുന്നു. അയാൾ തേരി ചവുട്ടിക്കയറി. അയാൾ അമിതമായി അണയ്ക്കുവാൻ തുടങ്ങി. ഓരോ ചുവടുവയ്ക്കുമ്പോഴും ശക്തിചോർന്നുപോകുന്നതുപോലൊരു തോന്നൽ. കാൽവണ്ണയിലൊരു ബലഹീനത അനുഭവപ്പെടുന്നുവോ! അയാൾ സംശയിച്ചു. ഇടവഴിയുടെ ചുവരുകളിൽ പിടിയുറപ്പിച്ച് അയാൾ അൽപ്പനേരം നിന്നു. തിരിഞ്ഞുനടന്നാലോ? പാടില്ല. ചുറ്റുപാടുകൾ വിജനം. ഒന്നറച്ചുനിന്നതിനുശേഷം അയാൾ മുന്നോട്ടു നീങ്ങി.

വിളക്കെന്നിയുടെ മേൽക്കൂര കണ്ണിൽപ്പെട്ടു. ഒടിഞ്ഞു മുഖംകുത്തി വീണ പൂമുഖം. പൊളിഞ്ഞുവീണ കൊട്ടിയമ്പലത്തിന്റെ കുറ്റികൾ.

ചെല്ലോംപിള്ള നടത്തയുടെ വേഗത കുറച്ചു. മുകളിലായി കണ്ട പ്ലാവിന്റെ മറവിൽ അയാൾ നിന്നു. അയാളുടെ മനസ്സുതിടുക്കപ്പെട്ടു. ആസുരമായ പ്രേരണകൾ നാലു ഭാഗത്തുനിന്നും അയാൾക്കുനേരേ അടുക്കുവാൻ തുടങ്ങി. അയാൾ അവയെ സ്വാഗതം ചെയ്തു. കാൽക്കുഴകളിൽനിന്നും വേദനയും ബലഹീനതയും മാറി.

പതുക്കെപ്പതുക്കെ പിള്ള താഴേക്കിറങ്ങി. മനയുടെ കൂമ്പാരം കടന്ന് പുറമുറ്റത്തെത്തി. പുറത്തും പിന്നെയകത്തും അനക്കമില്ല. നാട്ടുവാഴക്കൂട്ടത്തിന്റെ അരികുപറ്റി നിന്നുകൊണ്ട് അയാൾ നിരീക്ഷിച്ചു. അറപ്പുളവാ

ക്കുന്ന ഒരു നിശ്ശബ്ദത മാത്രം. ഒരുപക്ഷേ, ഉറങ്ങുകയായിരിക്കും. അയാളുടെ എല്ലാ ഇന്ദ്രിയങ്ങളും സജ്ജമായി.

ഒട്ടുനേരം കാത്തുനിന്നശേഷം അടുക്കളവാതിൽ തള്ളിത്തുറന്ന് ചെല്ലോംപിള്ള അകത്തു കയറി.

തികഞ്ഞ മൂകതയെ അപഹസിച്ചുകൊണ്ടൊരു പൊട്ടിച്ചിരി എവിടെനിന്നോ ഓടിവന്നു. ചെല്ലോംപിള്ള ഇരുളുവീണ ഒരു മൂലയിലൊതുങ്ങിക്കൂടി.

ആരോ അകത്തുണ്ട്. ശാരദ മാത്രമല്ല, മറ്റൊരാൾകൂടി അവളോടൊപ്പം ഈ പുരയ്ക്കുള്ളിലുണ്ട്. ആ അറിവ് അയാളെ തെല്ലു നിരാശനാക്കാതിരുന്നില്ല. അയാൾ കാതോർത്തു. പത്തായപ്പുരയിലോ നിലവറയിലോ ആണ്.

"ഇങ്ങോട്ടു വരാൻ!"

ആണിന്റെ ശബ്ദം. തിരിച്ചറിയാൻ കഴിയുന്നില്ല. വീണ്ടും ശബ്ദമുയർന്നു. തരളമെങ്കിലും ഉള്ളുറപ്പുള്ള ശബ്ദം.

ചെല്ലോംപിള്ള ഉൽക്കണ്ഠാകുലനായിത്തീർന്നു.

"ഇങ്ങോട്ടു വരാനല്ലേപറഞ്ഞത്?"

"ഇല്ല, വരൂല്ല."

"പറഞ്ഞാൽ കേക്കുല്ലേ?"

"ഇല്ല."

"എന്നാ ഞാനങ്ങോട്ടു വരും."

"വേണ്ട."

"വരും."

"ങ്ഹൂം!"

"ഓടിക്കളയല്ല്."

"ങ്ഹൂം!"

"ദാ, ഓടരുതെന്ന്. അനങ്ങിയാലെനിക്കു കലിവരും പറഞ്ഞേക്കാം."

"ങ്ഹൂം!"

ചാണകത്തറയുടെ ചങ്കിടിക്കുന്ന ശബ്ദം ചെല്ലോംപിള്ളയുടെ കാതിൽ വീണു.

"പെലയാടീരെ മോൻ!'

പിള്ള ആത്മഗതം ചെയ്തു.

അകത്തുനിന്നും വിധേയത്വത്തിന്റെ അടഞ്ഞടഞ്ഞു പോകുന്ന നിശ്വാസങ്ങൾ അടുക്കളയിലെത്തിപ്പെട്ടു. പിള്ളയുടെ കാൽപ്പടങ്ങളിലൂടെ ക്രൗര്യത്തിന്റെ പുഴുക്കൾ ഇഴഞ്ഞുകയറി.

"ശാരദേ?"

"ങ്ഹൂം!"

"എന്നെ നെനക്കു പേടിയോ?"

"ഇല്ല."

"കതകടയ്ക്കട്ടോ?"

"വേണ്ട."

"എന്റോടി സ്നേഹമല്ലേ?"

"ഓ."

"കതകടയ്ക്കട്ടോ?"

"വേണ്ട. ഇനി കൊറച്ചു ദെവസങ്ങളല്ലേയൊള്ളു?"

"എന്നാലും?"

"ങ്ഹൂം."

അവിടെ ഒരർധവിരാമം വീണു. തുടർന്ന് ഒരു മൗനത്തിന്റെ ഋജുരേഖയും. രേഖ ചെല്ലോംപിള്ളയുടെ അക്ഷമപോലെ നീണ്ടുപോയി.

"ഞാൻ പോട്ടോ?"

"ഓ."

"ഇനി വരണ്ടേ?"

"............"

"എന്നാ വരൂല്ലാ."

"........"

"നാളെയും കാത്തിരിക്കുമോ?"

"ഓ, കാത്തിരിക്കാം."

കതകുകളുടെ വിലാപം. പടിപ്പുരകടന്നകലുന്ന കാലൊച്ചയെ ചെല്ലോംപിള്ള പകപ്പോടെ കേട്ടുനിന്നു. അയാൾ തോർത്തെടുത്തു വിയർപ്പുതുടച്ചു.

ഇറങ്ങിവന്നപോലെ പുറത്തേക്കു പോയാലോ?

പിള്ള ഒരിക്കൽക്കൂടി ആലോചിച്ചു. പാടില്ലെന്നു തീരുമാനിക്കുകയും ചെയ്തു. അയാൾ മെല്ലേ അകവാതിലിലേക്കു കാലുകളെ നിരക്കി നീങ്ങി. ഒന്നു രണ്ടു ചുവടു നീങ്ങിയില്ല, അയാൾക്കു പിന്നാക്കം മാറേണ്ടിവന്നു.

ചെല്ലോംപിള്ള തയാറായി. കാലുകളെ ശക്തമാക്കി. തോർത്തെടുത്തു തലയിൽ കെട്ടി. ഒരു കൈപ്പാടകലത്തിൽ വാതിൽ. തറയിൽ വീണുകിടന്നിരുന്ന പ്രകാശത്തിൽ ശാരദയുടെ അടുത്തുകൊണ്ടിരിക്കുന്ന നിഴൽ. അവളുടെ ചുണ്ടുകളിലൊരു മൂളിപ്പാട്ടുണ്ടായിരുന്നോ?

നിഴലൊന്നോടെ ചെല്ലോംപിള്ളയുടെ ഇടനെഞ്ചിലകപ്പെട്ടു. അയാൾ നിഴലിനെ വാരിക്കൂട്ടി. അയാളുടെ ബലിഷ്ഠമായ കൈത്തണ്ടയിൽ കിടന്ന് ശാരദ പിടഞ്ഞു.

"മിണ്ടിപ്പോകല്ല്!"

ശാരദ അലറിവിളിക്കാനുള്ള ശ്രമത്തിലാണ്.

"മിണ്ടിയാ കൊന്നുകളയും ഞാന്!"

അയാൾ അവളുടെ വായടക്കം പൊത്തി. ശ്വാസത്തിനായി അവൾ ഞരങ്ങി. അവളുടെ കണ്ണുകൾ ഉരുണ്ടു തുറിച്ചു. അവളുടെ കൈവിരലുകൾ, അയാളുടെ പുറമാകെ മാന്തിപ്പൊളിച്ചു.

"എന്റെ പരദൈവങ്ങളേ!"

ശാരദ കേണു. കേൾക്കാൻ ദൈവങ്ങളുണ്ടായിരുന്നില്ല. അവൾ ചുറ്റും ഉഴറി നോക്കി. കാണുവാൻ ഭഗവതിയോ നീലകേശിയോ ഉണ്ടായിരു

ന്നില്ല. അവളുടെ വിധിയെ അവളിൽത്തന്നെ നിക്ഷിപ്തമാക്കിയിട്ട് അവരെങ്ങോ മറഞ്ഞുനിന്നു. അവൾ പകരം കണ്ടത് ചെല്ലോംപിള്ളയുടെ മുഖമായിരുന്നു. അവിടെ കാട്ടുമൃഗങ്ങൾ ആർത്തുകളിക്കുന്നു. അവിടെ കാട്ടുതീ പടരുന്നു. അവൾക്കു പ്രജ്ഞയറ്റുപോയി.

പിന്നെ പകലണയുമ്പോഴായിരുന്നു അവളുണർന്നത്. അവൾക്കു ചുറ്റും ആർദ്രമായ കാറ്റു വീശിയിരുന്നു. കീറിപ്പിഞ്ഞിയ അടിവസ്ത്രത്തിനു മീതെയാണ് ശിരസ്സ്. അവളെണീറ്റു. നഗ്നയായിരുന്ന അവൾ നേരേ തളത്തിലേക്കു നടന്നു. കാറ്റ് അവളുടെ പിന്നാലെ കൂടി. അവൾ കാറ്റിനെ അരുതെന്നു വിലക്കി.

എങ്ങനെയാണ് പള്ളിത്തറയിലെത്തിപ്പെട്ടതെന്ന് ശാരദ അറിഞ്ഞില്ല. ഒരു വഴിത്താര കണ്ണിൽപ്പെട്ടു. അതിലൂടെ അതിവേഗം അവളോടുകയായിരുന്നു. വഴിയിൽ പതുങ്ങിക്കിടന്നിരുന്ന ഇരുട്ട് സഹതാപംപൂർവം അവൾക്കു വഴിമാറി, എന്നിട്ട് ഇരുട്ട് അവളുടെ ഉള്ളിൽ തിക്കിത്തിരക്കി നുഴഞ്ഞുകയറി.

അകം നിറയെ ഇരുളുമായി ദീനാമ്മ അവളെ അരികിലേക്കു വിളിച്ചു.

സന്ധ്യയുടെ നിലപാടു കണ്ട ദീനാമ്മ അന്ധാളിച്ചുപോയി.

44

വളരെ വൈകിയാണ് ഉപദേശിയെത്തിയത്. മാലമോഷണക്കേസിന് തെളിവുകൊടുക്കേണ്ടിയിരുന്നു. നേമത്താണ് പൊലീസ് സ്റ്റേഷൻ. കപ്യാർ മോശയുടെ മൂത്ത മകൻ രാജാമണി മടങ്ങിവന്നപ്പോഴേ മാറാന്തടം ഒരു പുതിയ നടുക്കത്തിനായി കാത്തുകിടക്കുകയായിരുന്നു. ഓരോ തവണയും വലിയൊരിടവേളയ്ക്കു ശേഷം അവൻ മടങ്ങിയെത്തുന്നു. അതോടെ മാറാന്തടത്തിന്റെ രാപ്പകലുകൾ ഒരുപോലെ കാതോർക്കുന്നു. ഒരു പിടിച്ചുപറി, ഒരു കവർച്ച, ഒരു ബലാത്സംഗം, എന്തെങ്കിലുമുണ്ടാകാതിരിക്കുകയില്ല. മാറാന്തടത്തിന്റെ ഏറ്റം ഹീനമായ കളങ്കങ്ങളിലൊന്നായിത്തീർന്നിരിക്കുന്നു രാജാമണി. ഇത്തവണ ഒരു ഊരാളിച്ചിയുടെ കഴുത്തിൽക്കിടന്ന പൊന്നഡ്യൽ പൊട്ടിച്ചെടുത്ത് ഓടുകയാണു ചെയ്തിരിക്കുന്നത്. സംഭവം കേസായിരിക്കുന്നു. ആ ഭാഗത്തൊരു കുറ്റകൃത്യമുണ്ടായാൽ പൊലീസ് രണ്ടാമതൊന്നാലോചിക്കാറില്ല. പ്രതി രാജാമണി തന്നെ; അവർ തീർച്ചയാക്കും. ഉടൻതന്നെ അന്യായം ഫയലാക്കുകയും ചെയ്യുന്നു. ഇത്തവണ ഊരാളിച്ചിതന്നെ പറഞ്ഞിരിക്കുന്നു. അവൾക്കു രാജാമണിയെ അറിവുള്ളതാണല്ലോ. എങ്ങനെയോ പൊലീസുകാർ ഉപദേശിയേയും കേസിൽ ബന്ധിപ്പിച്ചിരിക്കുന്നു. അതിനാൽ സ്റ്റേഷനിൽ പോയേതീരു. പോവുകയും ചെയ്തു. രാജാമണിയുടെ പാപബദ്ധമായ ജീവിതത്തെപ്പറ്റി അറിയാവുന്നതെല്ലാം പറഞ്ഞു.

റാന്തൽവെളിച്ചത്തിൽ ചുവരുചാരി നിൽക്കുന്ന ശാരദ മറ്റേതൊരു ചിന്തയും ഉപദേശിയിലുണ്ടാക്കിയില്ല. കയറിവരുമ്പോൾത്തന്നെ കണ്ടി

രുന്നു. തന്നേ ക്ഷീണമുണ്ടായിരുന്നു. അതിനാൽ ഏറെ സംസാരിച്ചില്ല. എപ്പോൾ വന്നെന്നു തിരക്കി, ദീനാമ്മയാണു മറുപടി പറഞ്ഞത്. സന്ധ്യയോടെ ശാരദയിങ്ങു പോന്നു. രാത്രി അയൽക്കാരാരുംതന്നെ സ്ഥലത്തുണ്ടാവില്ലത്രേ. ഒടുവിൽ ഉറങ്ങാനായി കിടക്കയൊരുക്കുമ്പോഴാണ് അവർ വിവരങ്ങൾ ധരിപ്പിച്ചത്. ഒടുവിൽ കേട്ടുകഴിഞ്ഞപ്പോൾ പകച്ചിരുന്നുപോയി. ദൈവാധീനമല്ലാത്ത ഒരു പകയുടെ കൂറ്റൻ നീരാളി മനസിൽ കിടന്ന് ആയിരം കരങ്ങളിളക്കി അലറിവിളിച്ചു. കണ്ണുപൊത്തി ഉടൻതന്നെ മാപ്പു പറഞ്ഞു. വ്യഥ മനസിനെ ഭേദിക്കാതിരിക്കുവാൻ ഉണർന്നുതന്നെയിരുന്നു. ദൈവത്തിന്റെ കണ്ണുകൾ ഈ ഭൂമിയിൽനിന്നും പിൻവാങ്ങുകയാണോ? ഉറക്കം ഉപദേശിയെ തീണ്ടാനറച്ചു. അപ്പുറത്ത് ശാരദയെ സാന്ത്വനപ്പെടുത്തുന്ന ദീനാമ്മയുടെ സൗമ്യസ്വരം കേൾക്കുന്നു. ശാരദയുടെ അടക്കിയ തേങ്ങലുകൾ മുറിഞ്ഞുവീഴുന്നു. പെട്ടെന്ന് ഉപദേശിയുടെ മനസിൽ ഒരു തുലാസ് ഉയർന്നുവന്നു. തുലാസ്സിന്റെ രണ്ടു തട്ടുകളിലായി, ചേച്ചമ്മയും ശാരദയും ചമ്രം പടിഞ്ഞിരിക്കുന്നു. ഉപദേശി സൂക്ഷിച്ചുനോക്കി. ഭാരമേറിയത് ചേച്ചമ്മയുടെ തട്ടാണ്. ഓർത്തപ്പോൾ അതങ്ങനെയാവനേ തരമുള്ളുവെന്ന് ഉപദേശിക്കു തോന്നി. ആ ദൃശ്യത്തിൽനിന്നും കണ്ണെടുക്കാവാനാവാതെ, തിരുവചനത്തിന്റെ ആഴങ്ങളിൽ ചുറ്റിത്തിരിഞ്ഞുകൊണ്ട് അയാൾ രാത്രിയെ പുലർത്തി.

അതിരാവിലെതന്നെ മുനമ്പത്തേക്ക് മോനായിയെ അയച്ചു. സുകുമാരപിള്ള ഉടൻതന്നെ പള്ളിത്തറയിലെത്തിച്ചേരണം. അവൻ ചെല്ലുമ്പോൾ പിള്ളയുണ്ടായിരുന്നില്ല. അവൻ കാര്യം പറഞ്ഞിട്ടു മടങ്ങിപ്പോന്നു. ഉച്ചയോടെയാണ് സുകുമാരപിള്ള മുനമ്പത്തെത്തിയത്.അയാളെക്കണ്ട് സുഭദ്രപ്പിള്ള അമ്പരന്നു പോയി. 'എന്തുപറ്റീ മോനേ നിനക്കെ' ന്ന് അവർ ആവർത്തിച്ചു ചോദിച്ചു. പിള്ള മറുപടി പറഞ്ഞില്ല. ഉടൻതന്നെ ഉപദേശി ആളയച്ചിരുന്ന കാര്യം അവർ അയാളെ അറിയിച്ചു. അതിനും പിള്ള മൗനംകൊണ്ടുപ്രതികരിക്കുകയാണു ചെയ്തത്. എന്തുചെയ്യണമെന്നറിയാതെ സുഭദ്രപ്പിള്ള പൊട്ടിക്കരഞ്ഞു. കേൾക്കുന്നതെല്ലാം ശരിയായിരിക്കാനേ തരമുള്ളു. പക്ഷേ, ശാരദ അത്തരക്കാരിയാണോ? ഒരു പുരുഷനെ നോക്കാൻപോലും അവൾക്കെന്തൊരു ഭയമാണ്! താൻ വിളക്കെന്നിയിൽ ചെല്ലുമ്പോഴെല്ലാം അങ്ങനെയായിരുന്നല്ലോ. ഉറച്ചൊന്നു നോക്കിയാൽ മയങ്ങിവീണു പോകുമെന്നു തോന്നും കണ്ടാൽ. ചെല്ലോംപിള്ളയെക്കുറിച്ചു പറയേണ്ടതില്ല. പക്ഷേ, കുറേക്കാലമായി ഇതു നടന്നുവരുകയായിരുന്നുവെന്നല്ലേ നാട്ടുകാർ പറയുന്നത്? ആയിരിക്കുമോ? മനുഷ്യസ്വഭാവത്തെക്കുറിച്ചുള്ള ഏതൊരു മുൻവിധിയും അബദ്ധമായിട്ടേ പിന്നീടനുഭവപ്പെടൂ. ശാരദയുടെ കാര്യത്തിലും അതങ്ങനെയല്ലെന്നാർക്കറിയാം? ഉപദേശിയും ഇതറിയാതിരിക്കില്ല. തുടർച്ചായി അയാൾ ആളെ വിടുകയാണ്. ചെല്ലാൻ ഇനിയും തയാറായിട്ടില്ല. അതു മര്യാദകേടാണെന്നു തോന്നാതിരുന്നില്ല. എങ്കിലും എന്തിനാണു വിളിക്കുന്നതെന്ന് പിള്ള

ഊഹിച്ചിരുന്നു. അതുകാരണം പോകാൻ അയാൾക്കു തീരെ മനസു ണ്ടായില്ല.

"മക്കളൊന്നു പോയിട്ടുവാ. തക്ക കാര്യമില്ലാതെ അയാളിങ്ങനെ ആളെ വിടുകയില്ല."

സുഭദ്രപ്പിള്ള മകനെ നിർബന്ധിച്ചു. അയാൾ പോകാമെന്നു സമ്മ തിച്ചു.

സുകുമാരപിള്ള ചെല്ലുമ്പോൾ ഉപദേശി പൂമുഖത്തുതന്നെയുണ്ടാ യിരുന്നു.

എവിടെത്തുടങ്ങണം? എങ്ങനെ തുടങ്ങണം?

ഉപദേശി കണ്ണുകളെ പൂട്ടി മുഖംകുനിച്ച് രണ്ടുചാലുകൂടി നടന്നു. എന്തോ ഗൗരവമേറിയ പ്രശ്നമാണെന്ന് പിള്ള മനസിലാക്കി. എന്താ ണെന്നതിനേക്കുറിച്ച് അയാൾക്കും കുറെയൊക്കെ മനസിലായിരുന്നു.

"വരൂ."

ഉപദേശി പിള്ളയെ പള്ളിമുറ്റത്തേക്കു ക്ഷണിച്ചു. മുന്നിലും പിന്നി ലുമായി അവർ നടന്നു. മന്ദഗതിയിലുള്ള ആ നടത്തയിൽ ഉപദേശി വേണ്ട തെല്ലാം പറഞ്ഞു. കുറെ നടന്നുകഴിഞ്ഞു മറുപടിയൊന്നും കേൾക്കാഞ്ഞ് ഉപദേശി തിരിഞ്ഞു നോക്കി. സുകുമാരപിള്ള അഞ്ചാറു ചുവടു പിന്നി ലാണ്. അയാൾ അവിടെത്തന്നെ നിൽക്കുന്നു. അയാളുടെ കണ്ണുകൾ മറ്റെവിടെയോ ആണെന്ന് ഉപദേശി കണ്ടു. ഒട്ടുനേരം നോക്കിനിന്നിട്ട് ഉപ ദേശി മടങ്ങിച്ചെന്നു.

"വരൂ" —ശാന്തസ്വരത്തിൽ ഉപദേശി വിളിച്ചു.

"വരണില്ല. പറയാനൊള്ളത് ഇവുടെ നിന്നോണ്ടു പറഞ്ഞാ മതി."

ദാനിയേലുപദേശി ഉള്ളിലുയർന്ന ഏക്കത്തെ അടക്കി. ദീനമായ ഒരു മന്ദഹാസം അയാളിൽ വിരിഞ്ഞു.

"എല്ലാം ദൈവഹിതമാണെന്നു കരുതിയാൽ മതി കുഞ്ഞേ."

"ഏതു ദൈവം?" —തീരെ കൂസാതെ പിള്ള ചേദിച്ചു. അയാളുടെ ശബ്ദത്തിനു സംവത്സരങ്ങളുടെ ക്രുദ്ധതയായിരുന്നു.

മറുപടി വാക്കുകൾകൊണ്ടു പറയാതെ ഉപദേശി പള്ളിയിലേക്കു വിരൽ ചൂണ്ടി.

"അതാരെ ദൈവം?"

"നമ്മുടെ."

"അതുവേണ്ട. ഞങ്ങൾക്കു ദൈവം വേറെയുണ്ട്. ആ ദൈവം ഞങ്ങൾക്കു വേണ്ടി തീരുമാനിക്കും. അതനുസരിച്ചാൽപ്പോരെ?"

ഉപദേശി സംയമനം പാലിച്ചു. അയാളുടെ ചുവട്ടടികളിൽ മനുഷ്യ സഹജമായ ഒരു നിസാഹായത അരിച്ചുകയറാൻ തുടങ്ങി.

"എങ്കിൽ ആ ദൈവത്തിന്റെ തീരമാനമാണെന്നു കരുതിയാൽ മതി."

"അത് ഉപദേശി പറയേണ്ട. കണ്ട വെറിയന്മാരൊടൊക്കം കൂത്താടി നടക്കണ പെണ്ണിനു പുടവകൊടുക്കാൻ അങ്ങനെ ഞങ്ങളെ ദൈവം പറ

യുല്ല. ആർക്കും അറിയുല്ലെന്നോ വിചാരം? ഈ നാട്ടില് ഇനി അറിയാനാരുമില്ല. എത്ര നാളുകളുകൊണ്ടു നടത്തിവരണ വേലയായിരുന്നു."

"അരുതു കുഞ്ഞേ, ശാരദയെക്കുറിച്ചു തിന്മ വിചാരിക്കുന്നതുതന്നെ പാപമാണ്."

"ഓഹോ! അതിന്റെ ശിക്ഷ ഞാനനുഭവിച്ചോളാം."

അയാൾ തിരിഞ്ഞു നടന്നു. ഉപദേശി അയാളെ തടഞ്ഞു.

"ഞാൻ അമ്മയെ വന്നു കാണാം."

"വേണ്ട. മേലാൽ അങ്ങോട്ടു കയറിപ്പോവരുത്."

നിർവികാരനായി ഉപദേശി അതു കേട്ടുനിന്നു. സുകുമാരപിള്ള നടന്നു. കുറേദൂരം ചെന്നിട്ട് അയാൾ മടങ്ങിവന്നു. പ്രത്യാശയോടെ ഉപദേശി നിന്നു.

"ഉപദേശിക്ക് ആ പെണ്ണിന്റോടി അത്രയ്ക്കു സഹതാപമാണെങ്കി ഒരു കാര്യം ചെയ്യിന്. നിങ്ങൾക്കും ഒരു മോനൊണ്ടല്ലോ. അയാൾക്കു പിടിച്ചു കൊടുക്കീന്. വേശിമാർക്ക് ആരായാലും ഏതു ജാതിയായിരിന്നാലും കൊഴപ്പം കാണുല്ല."

അകത്തു ശാരദയുടെ തേങ്ങലുയർന്നു. അതു കേൾക്കാൻ സുകുമാരപിള്ള നിന്നില്ല. അയാൾ പള്ളിത്തറയിറങ്ങി നടന്നകന്നു.

പരീക്ഷയാണ്. ഉപദേശി ഓർത്തു നേരിട്ടേ മതിയാവൂ. സാത്താന്റെ പടകൾ നാലുഭാഗത്തുനിന്നും പരീക്ഷിക്കും. യെരീഹോമലയുടെ കരുത്തു നേടിക്കൊണ്ടു സകലതിനേയും നേരിടുക. സംവത്സരങ്ങൾക്കു മുമ്പു സ്വന്തം പൈതൽ ഒരു വൻപരീക്ഷയായിത്തീർന്നിരുന്നില്ലേ? അന്നു നേരായ മാർഗം ദൈവം കാട്ടിത്തന്നില്ലേ? എല്ലാം അവന്റെ നടത്തിപ്പാണ്. ഇതാ മറ്റൊരു പരീക്ഷ. അത്യുന്നതങ്ങളിലിരിക്കുന്നവൻ അതിനും വഴി തുറക്കാതിരിക്കില്ല. അയാൾ മുറിക്കകത്തു കയറി ധ്യാനത്തിൽ ലയിച്ചു.

പുറത്ത് ദീനാമ്മ കാവൽ നിന്നു. നേരം കുറേയേറെയായി പ്രാർഥിക്കുവാൻ തുടങ്ങിയിട്ട്. ഇതുവരെ പുറത്തിറങ്ങിയിട്ടില്ല. മുട്ടിവിളിക്കുവാൻപോലും അവർ ഭാവിച്ചതാണ്. വേണ്ടെന്നു തീരുമാനിച്ചുകൊണ്ട് അവരവിടത്തന്നെ തുടർന്നു.

ധ്യാനത്തിന്റെ അന്ത്യത്തിൽ നിയോഗത്തിന്റെ ഉണ്മയെ ഉപദേശി അറിഞ്ഞു. ദൈവഹിതത്തിന്റെ വേദനിപ്പിക്കുന്ന പൊരുളറിഞ്ഞ അയാൾ പുറത്തു വന്നു. കാൽവരിയിലെ ശാന്തി പള്ളിപ്പുരയെ മൂടിക്കിടന്നിരുന്നു. ഉപദേശി അതു ശ്രദ്ധിച്ചു. അയാൾ നേരെ എഴുത്തുമേശയ്ക്കരുകിലായി ചെന്നിരുന്നു.

ദീനാമ്മ കാപ്പിയുമായി വന്നു. മൺകോപ്പ മേശമേൽ വെയ്ക്കുന്നതിനിടെ അവർ ആ കത്തിലൊന്നു നോക്കി:

"ആർക്കാ, തമ്പിക്കാണോ കത്ത്?"

"അതെ."

തുടർന്നുള്ള വരികളിലേക്കവർ കണ്ണോടിച്ചു. എന്നിട്ട് പിടച്ചിലോടെ ചോദിച്ചു:

"എന്തിനാ അവനെ ഉടനെതന്നെ വരാനെഴുതുന്നത്?"

"അതേ. അവനുടൻതന്നെ വരണം. അതാണു ദൈവനിശ്ചയം!"

"വേണ്ട."

"വേണം. ഏതു പാപത്തിനും അതിന്റേയതായ ശിക്ഷയുണ്ട്. നീ ചേച്ചമ്മയെ ഓർക്കുന്നില്ലേ?"

എഴുത്തിനു മീതെ വിലങ്ങനെ വച്ചിരുന്ന ദീനാമ്മയുടെ വിരലുകൾ ഇളകി. ഉപദേശി എഴുത്തു തുടർന്നു. അയാളിൽ ശാന്തിയുടെ കാശിത്തുമ്പകൾ പൂത്തു.

ദിവസങ്ങളായി കപ്യാർ മോശ പള്ളിത്തറയിലേക്കു വന്നിട്ട്. ഉപദേശി നോക്കിയിരുന്നു. എത്രയെത്ര പ്രശ്നങ്ങളുണ്ടായിരുന്നു നേരിടാൻ! എന്നിട്ടും മോശ അവിടേക്കു ചെന്നില്ല.

കപ്യാർ മോശ എവിടെ?

കപ്യാർ മോശയ്ക്കെന്തുപറ്റി?

അയാൾ പള്ളിത്തറയിലേക്കു മാത്രമല്ല, മറ്റെവിടേയുംതന്നെ പോയിരുന്നില്ല. എവിടെയാണ്?

ഒരുദിവസം മോനായി മോശയെ വിളിക്കാനായിച്ചെന്നു. പുറത്തുനിന്നുകൊണ്ട് അവൻ വിളിച്ചു ചോദിച്ചു: ഇവിടെയാരുമില്ലേ! ഇറങ്ങിവന്നത് തായിയായിരുന്നു. അവൾ ബ്ലൗസിന്റെ കടുക്കുകളിടാൻ മറന്നിരുന്നു. കൗതുകത്തോടെ മോനായി അവളുടെ മുലകളെ നോക്കി. മറ്റാരോ അകത്തുണ്ടെന്ന് അവളുടെ പരിഭ്രമം വിളിച്ചറിയിച്ചു.

"അയ്യാള് ഇവുടെയില്ല." —തായി പറഞ്ഞു.

"എവിടെയാ പോയിരിക്കുന്നേ? വല്യപ്പച്ചന് അത്യാവശ്യമായി കാണണമെന്നു പറഞ്ഞു."

"അയ്യോ! ഞങ്ങക്കറിഞ്ഞൂടപിള്ളേ!"

"ഇന്നലെയുണ്ടായിരുന്നോ?"

"എന്തോ ഞങ്ങക്കറിഞ്ഞൂടാ!"

"പിന്നാർക്കറിയാം?"

"നെന്റെ തന്തേരോടെ ചെന്നു ചോയിക്കെടാ."

ശബ്ദം കേട്ടു മോനായി നോക്കി. അകത്തുനിന്നും രാജാമണി ഇറങ്ങിവന്നു. മോനായി പേടിച്ചുപോയി. അവനൊന്നും മിണ്ടാതെ തിരിച്ചുനടന്നു. കണ്ണുമറഞ്ഞതും പള്ളിത്തറയിലേക്ക് അവൻ തിരിഞ്ഞുനോക്കാതെ ഓടിപ്പോന്നു.

നട്ടുച്ചയിലും പാതിരാത്രി അടക്കി വാഴുന്ന പടുവാലികളിലൊന്നിലായിരുന്നു സദാനേരവും കപ്യാർ മോശ. അയാൾ മാറാന്തടത്തിന്റെ ജാഗ്രതയിൽ നിന്നകന്നുമാറി അവിടെയിരുന്നുകൊണ്ട് സ്വന്തം വിധിയെ തിരയുകയായിരുന്നു. രാജാമണി മടങ്ങിവന്നതും, ഊരാളിച്ചിയുടെ മാല കവർന്നതും വിധിയാണ്. കപ്യാർ മോശ വിശ്വസിച്ചു. എത്രയോ സംവ

ത്സരങ്ങളായി ഈ മാറാന്തടത്തെ വിധി അടക്കിഭരിക്കുവാൻ തുടങ്ങിയിട്ട്! സ്വന്തം ചരിതംതന്നെ അതിനെത്രയോ മതിയായ തെളിവാണ്. അപ്പോൾ വിധി എന്നൊന്നില്ലെന്ന് ഉപദേശി പറഞ്ഞതോ? എല്ലാം യഹോവയുടെ നടത്തിപ്പെന്നല്ലേ അയാൾ പഠിപ്പിക്കുന്നത്? അവിശ്വാസിയുടെ കെട്ടുകഥയാണു വിധി. അങ്ങനെയൊന്നിൽ വിശ്വസിച്ചാൽ പാപം കിട്ടുകയും ചെയ്യും. ജനനംതൊട്ട് മരണംവരെ, അതിനപ്പുറമുള്ളതിനും ഉടയവൻ യഹോവമാത്രം. നന്മചെയ്യുന്നവന് യഹോവ നന്മയെ പാലിക്കുന്നു. തിന്മയ്ക്കു കൊടിയ ദണ്ഡനവും ലഭിക്കും. അവിടെയെത്തിയപ്പോൾ മോശയുടെ ചിന്താധാരയ്ക്കു ഭംഗം സംഭവിച്ചു. അയാൾ പെട്ടെന്നു മാറാന്തടത്തിന്റെ സമീപകാലവർത്തമാനങ്ങളിലേക്ക് ഓടിക്കയറി. എല്ലാത്തിനും ഉടയവനായി, പാപപുണ്യങ്ങളെ വേർതിരിക്കുന്ന, നന്മതിന്മകളെ പൊലിക്കുന്ന, അൾഫായും ഒമേഗയുമായ യഹോവയുടെ പുരോഹിതൻ ദാനിയേലുപദേശി എന്തിനു ദണ്ഡനമനുഭവിക്കണം? അവന്റെ പ്രാകൃതമനസുണർന്നു. വിധിക്കും യഹോവയ്ക്കും മധ്യേ അവനറിയാത്ത ഒരുണ്മയുടെ നേരിയ നിഴൽ വീണുകിടന്നിരുന്നു.

പണിക്കൻപൊറ്റയിലെ ഊരാളിച്ചിയുടെ കഴുത്തിൽനിന്നും മാല പൊട്ടിച്ചതു രാജാമണിയായിരുന്നു. പഴി ആർക്കു ചെന്നു? നീലകേശിയുടെ വാത്തി ഉപദേശിയുടെനേർക്കല്ലേ കൈ ചൂണ്ടിയത്? മാറാന്തടം ഒന്നടങ്കം ചോദിച്ചില്ലേ പള്ളിയിൽ ഉപദേശി പഠിപ്പിക്കുന്നതു മാലപൊട്ടിക്കാനും, കണ്ടവരുടെ മുതൽ കവരാനുമാണോയെന്ന്. ഈ മാറാന്തടത്തിൽ വന്നതിനുശേഷം സ്വസ്ഥമായ ഒരു രാത്രിയെങ്കിലും അയാൾക്കു ലഭിച്ചിട്ടുണ്ടോ? അയാളുടെ ഒരു പകലിനെയെങ്കിലും സ്തോഭവിമുക്തമാക്കാൻ കഴിഞ്ഞിട്ടുണ്ടോ? അയാൾ മാറാന്തടത്തിലെ സാധുക്കൾക്കു മേൽ കാട്ടിയിട്ടുള്ള നന്മയ്ക്കു കണക്കുണ്ടോ?

ഇല്ല!

എന്നിട്ടും യഹോവ ഇതൊന്നും കാണുന്നില്ലേ? ഇല്ലെന്നു പറഞ്ഞാൽ പിന്നെ മോശയ്ക്കു സന്ദേഹമായി. അങ്ങനെയാണ് അയാൾ വിധിയുടെ കൈകളിലേക്കു ചെന്നുവീണത്. അല്ലെങ്കിൽ മറ്റെവിടെയും പോകാതെ ഉപദേശി എന്തിനു മാറാന്തടത്തിൽത്തന്നെ വന്നുചേരണം?

ഉപദേശിയെക്കുറിച്ച് ഓർത്തപ്പോൾ കപ്യാർ മോശയുടെ മനസ്സ് തീരെ അലിഞ്ഞുപോയി. അയാളുടെ സ്വകാര്യദുഃഖം ഉപദേശിയുടെ സുദീർഘവും തീവ്രവുമായ വ്യഥയുടെ മുമ്പിൽ ഒന്നുമല്ലെന്ന് മോശയ്ക്കു തോന്നി. അയാൾക്ക് തദവസരത്തിൽ എന്തെന്നില്ലാത്ത അനുതാപമുണ്ടായി. അയാൾ പടുവാലിയിൽനിന്ന് എണീറ്റു. മുകളിൽ രാവിന്റെ ശീലുകൾ വളർന്നുകിടന്നിരുന്നു. ഉടൻതന്നെ പള്ളിത്തറയിലെത്തി ഉപദേശിയെ കാണാൻ അയാൾ കൊതിച്ചു. ഈ അവസരത്തിൽ ഉപദേശിയെ ഒറ്റപ്പെടുത്തുന്നതു ശരിയല്ല. രാജാമണി ചെയ്ത പാപം സ്വയം ഏറ്റുവാങ്ങണം. എന്തു പ്രായശ്ചിത്തം വേണമെങ്കിലും ഏൽക്കാം. മോശ കരയേറി പള്ളിത്തറ ലക്ഷ്യമാക്കി അതിവേഗം നടന്നു.

സ്വന്തം പുരയുടെ മുന്നിൽ എത്തിപ്പെട്ട മോശ അത്ഭുതപ്പെട്ടു. പള്ളിത്തറയിലേക്കല്ലേ താൻ നടന്നുകയറിയത്? എങ്ങനെ ഇവിടെ എത്തിച്ചേർന്നു? തികച്ചും അത്ഭുതംതന്നെ. അയാൾ പുരയിലേക്കു നോക്കി. തായി ഉറങ്ങിയിട്ടുണ്ടാകും. അകത്തു പടുതിരി കത്തുന്ന വെളിച്ചമുണ്ട്. വിശപ്പും ദാഹവും വല്ലാതെ അനുഭവപ്പെടുന്നു. എന്തെങ്കിലും കാണാതിരിക്കില്ല. ഉണ്ടെങ്കിൽ അതെടുത്തു കഴിച്ചിട്ട് പള്ളിത്തറയിലേക്കു പോകാം.

തായിയെ ഉണർത്തേണ്ടതില്ല. അടുക്കളഭാഗത്തെ ചെറ്റ പൊന്തിച്ചാൽ അകത്തു കയറാം. അയാൾ അതിനായി ചെറ്റയിളക്കി തല ഉള്ളിലേക്കിട്ടു.

നടുങ്ങിപ്പോയി!

ആളിപ്പോയ നെഞ്ചിൽ കൈപ്പടം അമർത്തികൊണ്ട് മോശ നിശബ്ദം പിൻവാങ്ങി.

ഉറക്കപ്പായയിൽ തായിയോടൊത്ത് രാജാമണി!

കണ്ണുകളിൽ രാത്രി ഒന്നോടെ തള്ളിക്കയറി. എവിടെ എത്തിപ്പിടിക്കേണ്ടതെന്നറിയാതെ മോശ വിരണ്ടു.

ഉറക്കപ്പായയിൽ നഗ്നയായിക്കിടക്കുന്ന തായിയോടൊത്ത് രാജാമണി!

'ഒരുത്തൻ അവന്റെ അപ്പന്റെ ഭാര്യയുടെ നഗ്നത ദർശിക്കുകയോ അവളോടൊപ്പം ശയിച്ചുകൊണ്ട് അവളുടെ നഗ്നതയെ അശുദ്ധമാക്കുകയോ ചെയ്താൽ അവൻ മരണദണ്ഡനയല്ലോ അനുഭവിക്കേണ്ടത്!'

സീനായി പർവതത്തിനു മുകളിൽനിന്നുള്ള ഗംഭീരസ്വരം മോശയുടെ കാതിൽ മുഴങ്ങി.

യഹോവയുടെ കൽപ്പനയ്ക്കു മുമ്പിൽ മോശ ചൂളിപ്പോയി. ഭയംകൊണ്ട് അയാൾക്കു നിലതന്നെ തെറ്റിയിരുന്നു.

പിന്നെ നിന്നില്ല. ഇരുട്ടിൽ അയാൾ അവിടെയൊക്കെ പരതി. കൈയിൽ തടഞ്ഞതൊരു കുന്താലിയായിരുന്നു. എടുത്തു പിടിമുറുക്കി. ചെറ്റ പൊളിച്ച് അകത്തു കയറി. ആദ്യം വിളക്കിന്റെ കണ്ണുപൊട്ടിച്ചു. എന്നിട്ട് ഓങ്ങിയോങ്ങി വെട്ടി. ഇരുട്ടു കിടന്നു പിടഞ്ഞു. ഇരുട്ട് അമറുകയും ഞരങ്ങുകയും ഒടുവിൽ കൂരിരുട്ടായി കെട്ടടങ്ങുകയും ചെയ്തു.

അലറിക്കൊണ്ടായിരുന്നു മോശ പള്ളിത്തറയിലെത്തിയത്. മുറ്റത്തെ ഇരുട്ടിൽ നിന്നുകൊണ്ട് അയാൾ അട്ടഹസിച്ചു. ദാനിയേലുപദേശി ഉറങ്ങിയിരുന്നില്ല. അലർച്ചകേട്ട് വിളക്കും എടുത്തുകൊണ്ട് അയാൾ കതകു തുറന്നു. ദാനിയേലുപദേശി കണ്ടു.

മോശ!

കൈയിൽ ചോര പതയുന്ന കുന്താലി.

കണ്ണിൽ നിലയ്ക്കാതെയൊഴുകുന്ന പ്രവാഹം.

"വരൂ."

ശാന്തനായിക്കൊണ്ട് ഉപദേശി വിളിച്ചു.

മോശ മുറ്റത്തു നിന്നുകൊണ്ട് പൊട്ടിക്കരഞ്ഞു. ദീനാമ്മയും ശാരദയും ഉണർന്നു പുറത്തുവന്നു. ഉപദേശി മോശയെ സമീപിച്ചു. അവന്റെ മുഖം അടുത്തു കണ്ട ഉപദേശിയുടെ അകം കരുണയാൽ നിറഞ്ഞു വിങ്ങി.

മോശ ഉപദേശിയുടെ പാദങ്ങളിൽ മുഖമമർത്തി. പാദങ്ങൾ നനഞ്ഞു. അയാളെ പിടിച്ചുയർത്താനായി ഉപദേശി കുനിഞ്ഞു.

പെട്ടെന്നു പിടഞ്ഞെണീറ്റ മോശ ഇരുട്ടിലൂടെ എവിടേക്കോ ഓടിമറഞ്ഞു.

45

ദാനിയേലുപദേശി വീണു!

ങ്ഹേ!

പള്ളിത്തറയിലെ ഉപദേശിയെ അറിയില്ലേ? യഹോവയുടെ മാറാന്തടത്തിലെ പടനായകൻ? അയാൾ വീണെന്ന്!

എവിടെ?

വീട്ടുനടയിൽത്തന്നെ! വീണപ്പോൾ കാര്യമായിട്ടുതന്നെ വീണിരിക്കുന്നു. ഇനി എണീക്കുന്ന കോളൊന്നുമില്ല.

ആരും അതു വിശ്വസിച്ചില്ല. അങ്ങനെയായിരുന്നെങ്കിൽ എമ്പണ്ടേ വീഴേണ്ടതായിരുന്നു! മാറാന്തടവും, മാറാന്തടത്തിന്റെ പരദേവതകളും മാറാന്തടത്തിന്റെ സകലമാന ജനതതിയും അയാൾക്കെതിരേ പടപ്പുറപ്പാടു നടത്തിയിരുന്നതല്ലേ? എത്രയോ അവസരങ്ങളുണ്ടായിരുന്നു വീഴാൻ! അപ്പോഴൊക്കെ അനുപമമായ സ്വന്തം കരുത്തിനെ വിളിച്ചറിയിച്ചുകൊണ്ട് അയാൾ നിവർന്നുനിൽക്കുകയല്ലേ ചെയ്തത്? സംവത്സരങ്ങൾക്കെതിരെ നിതാന്തമായ ചെറുത്തുനിൽപ്പും തുടരുന്ന മരണപ്പാറയെപ്പോലെ?

എങ്കിലും ഉപദേശി വീണുപോയി. ഉപദേശി മനുഷ്യന്റെ ഏറ്റവും മ്ലേച്ഛവും ദാരുണവുമായ അവസ്ഥയിലേക്കു വീണുപോയി. അവിടെക്കിടന്നുകൊണ്ട് അയാൾ തീരെ നാണമില്ലാതെ തന്റെ വീഴ്ചയെ ഓർത്തു പരിതപിച്ചു.

പട്ടണത്തിലെ ജയിലിൽപ്പോയി കപ്യാർ മോശയെ കണ്ടിട്ടു വന്നു പടികയറുമ്പോഴായിരുന്നു ആദ്യത്തെ വീഴ്ചയുണ്ടായത്?!

ഹാബേലിന്റെ നിർബന്ധമായിരുന്നു. എത്രയായാലും സ്വന്തം പിതാവല്ലേ? മോശയുടെ സ്വഭാവം ആർക്കുംതന്നെ അറിയാവുന്നതല്ലേ? സാധു എന്ന വാക്കിനു പര്യായം പോലുമാക്കാം അയാളുടെ പേരിനെ. അങ്ങനെയുള്ള അച്ഛൻ എന്തുകൊണ്ട് ഇങ്ങനെ ചെയ്തെന്നറിയണം. ഇടയ്ക്കിടെ ദീനാമ്മയും ആവശ്യപ്പെട്ടിരുന്നു. കപ്യാർ മോശ അറസ്റ്റുചെയ്യപ്പെട്ടു എന്നറിഞ്ഞപ്പോൾത്തന്നെ പോകണമെന്നു കരുതിയതാണ്. ഓരോ തവണയും വേണ്ടെന്നുവയ്ക്കുകയാണുണ്ടായത്.

മാറാന്തടം ആകെ ഇളകിവശായിരിക്കുന്നു. പ്രചണ്ഡമായ ഒരു ചുഴലിക്കാറ്റിൽപ്പെട്ടിട്ടെന്നപോലെ മാറാന്തടത്തിന്റെ മനസുകളൊന്നടങ്കം ഒന്നിനു പിന്നാലെ ഒന്നായി സംഭവിച്ചുകൊണ്ടിരിക്കുന്ന പൊരുളറിയാതെ സ്വൈരം കെട്ടുഴന്നു. രണ്ടു കൊലപാതകങ്ങൾ ഒരുമിച്ചു ചെയ്തിരിക്കുന്നു. അതും ഏറ്റം ഭീകരമായ രീതിയിൽ. പ്രതിമോശയാണ്. വെറും മോശയല്ല. പടിഞ്ഞാറ്റുമുറി പള്ളിയിലെ കപ്യാർ മോശ. ഉപദേശിയുടെ സന്തതസഹചാരി.

ഇരുമ്പഴികൾക്കപ്പുറം മോശ നിന്നു.

ഉപദേശി മോശയെ അലിവോടെ നോക്കി.

"മോശേ!"

ആർദ്രമായ സ്വരത്തിൽ ഉപദേശി വിളിച്ചു.

"ഓ!"

"നിനക്കു സുഖമാണോ?"

"ഓ!"

"നിനക്കു ദുഃഖം തോന്നുന്നില്ലേ?"

"ഓ!"

"നിനക്കു പശ്ചാത്താപം തോന്നുന്നുവോ?"

"ഓ!"

"നിനക്കു മടങ്ങിവരണ്ടേ?"

അതിന് മോശയ്ക്കു മറുപടിയില്ലായിരുന്നു.

പോരാൻ കഴിയില്ലെന്ന് അവനറിയാം. അതിനാലവൻ നിശ്ശബ്ദനായി നിന്നതേയുള്ളു.

"മോശ!"

"ഓ!"

"എന്നോടു പറയില്ലേ?"

"............?"

"എല്ലാം എന്നോടു പറയൂ. ഞാൻ ദൈവത്തോടപേക്ഷിക്കാം. എല്ലാത്തിനും ശക്തൻ അവനാണെന്ന് നീ അറിയുന്നില്ലേ?"

"ഓ, പറയാം."

"പറയൂ."

പറഞ്ഞു.

മുഴുവനും പറഞ്ഞു. പുള്ളിവീഴാതെ പറയുകതന്നെ ചെയ്തു.

പാപം!

മനസു പെരുമ്പടയടിച്ചു തുള്ളി. പാപത്തിന്റെ ഭീകരങ്ങളായ മേഘങ്ങൾ മാറാന്തടത്തിന്റെ ആകാശത്തിനു മീതെ ഉരുണ്ടുകൂടിയിരിക്കുന്നു.

നഗരം മുഴുവനും കേൾക്കേ വിളിച്ചോതണമെന്നു തോന്നി:

മാറാന്തടം ഹീനവും നിന്ദ്യവുമായ പാപത്തിന്റെ കരങ്ങളിലേക്കു വീണിരിക്കുന്നു. ദൈവകൽപ്പനകൾ ഇവിടെയിതാ പരസ്യായി ലംഘിക്കപ്പെടുന്നു. സമാഗമനകൂടാരത്തിനുയരെവച്ചു കൽപ്പിതമായ സകലപ്രമാ

ണങ്ങളേയും മാറാന്തടം കാറ്റിൽപ്പറത്തിയിരിക്കുന്നു. മാറാന്തടമേ നിനക്കു സോദോമിന്റേയും ഗോമേറായുടേയും വിധിയാണ് വരാൻപോകുന്നത്. നിനക്കു മീതെ ദൈവകോപത്തിന്റെ അഗ്നിഖഡ്ഗം പതിക്കുവാൻപോകുന്നു. മാറാന്തടമേ, നീ മ്ലേച്ഛമായ ശിരോവസ്ത്രം ധരിച്ചിരിക്കുന്നു. നീ ഹൃദയത്തിൽ കളങ്കത്തെ ചൂടിയിരിക്കുന്നു. നീ കണ്ണുകളിൽ വേശ്യമാരെ കുടിപ്പാർപ്പിക്കുന്നു. നീ നാവുകളിൽ അസത്യവും കള്ളസാക്ഷ്യവും പേറുന്നു. നീ ജുഗുപ്സാവഹമായ വിചാരങ്ങളെ പുലർത്തുന്നു.

മടങ്ങിപ്പോരാൻനേരം ഉപദേശി മോശയുടെ കരങ്ങളെ ചുംബിച്ചു.

മച്ചോട്ടുമുക്കിൽ ബസിറങ്ങിയപ്പോൾ രാത്രിയായിക്കഴിഞ്ഞിരുന്നു. ഹാബേലിനെ യാത്രയാക്കി ഒറ്റയ്ക്കാണ് പള്ളിത്തറയിലേക്കു നടന്നത്. അതിവേഗം നടന്നു ചരിവുകയറി മുറ്റത്തെത്തി നിന്നു.

ദീനാമ്മ!

ഇടനെഞ്ചിലൊരു കത്തൽ. അതിനാൽ വിളി ഉയർന്നില്ല. വീണുപോയി. തിണ്ണയിൽ അള്ളിപ്പിടിച്ചുകൊണ്ടെഴുന്നേൽക്കാൻ ശ്രമിച്ചു.

പിതാവേ! ഇതാണോ നിന്റെ ഹിതം?

ഇതാണോ നിന്റെ മഹത്തായ പാരിതോഷികം? ചോദിച്ചു പോയി. സ്വർഗത്തെ നോക്കി ദാനിയേലുപദേശി അകംപൊട്ടുമാറു ചോദിച്ചുപോയി.

മാറാന്തടം സാവധാനം അതു വിശ്വസിക്കുവാൻ തുടങ്ങി. ഉപദേശി വീണുപോയി. ഓരേ കിടപ്പാണ്. ആദ്യം ആരുംതന്നെ അവിടേക്കു പോകാൻ തുനിഞ്ഞില്ല. ഒടുവിലൊടുവിൽ ഓരോരുത്തരായി ഉപദേശിയെ അന്വേഷിച്ചു ചെല്ലാൻ തുടങ്ങി.

ബഹ്റിനിൽനിന്നും തമ്പിയുടെ മറുപടി വന്നു.

അന്നു വൈകുന്നേരമാണ് സുകുമാരപിള്ള രാജിക്കത്തുമായി ഉപദേശിയെ കാണാൻ ചെന്നിരുന്നത്.

തമ്പിയുടെ എഴുത്തുണ്ട്.

മധ്യാഹ്നഭക്ഷണം കഴിച്ചുകൊണ്ടിരിക്കെ നീട്ടിപ്പിടിച്ച കത്തുമായി ദീനാമ്മ വന്നു. ഉപദേശി പാത്രത്തിൽനിന്നും കൈകളെ മാറ്റി. ആകാംക്ഷയോടെ അയാൾ കത്തിലേക്കു നോക്കി.

"തുറന്നു വായിക്ക്!"

ദീനാമ്മ കത്തുപൊട്ടിച്ചു. വായിക്കണോ വേണ്ടയോ എന്ന് ഒട്ടുനേരം അവരാലോചിച്ചു. ഒടുവിൽ വായിച്ചു.

ദൈവമേ!

കത്തു വായിച്ചുകേട്ടതും ഉപദേശി ആത്മഗതംചെയ്തു.

ഉയരങ്ങളിലിരുന്നുകൊണ്ട് ദൈവം വിളികേട്ടു.

തമ്പി വരാൻ തീരുമാനിച്ചിരിക്കുന്നു. മറുപടിക്കത്തെഴുതുന്നതോടൊപ്പം അവധിക്കായുള്ള അപേക്ഷയും അവനെഴുതുന്നുണ്ട്. ഒരുപക്ഷേ, അൽപ്പം വൈകിയേക്കും. അപ്പന്റെ ഇഷ്ടങ്ങൾക്കുപരി തനിക്കു മറ്റൊന്നുമില്ലെന്ന് അവൻ എഴുതി അറയിച്ചിരിക്കുന്നു.

"ഇവിടെ ഞാൻ നന്മയെ നൂറുമേനി വിളയിപ്പിക്കും."

ഉപദേശി പറഞ്ഞു. ദീനാമ്മ കേട്ടിരുന്നു.

"എനിക്കു പിന്നാലെ വരുന്നവൻ എന്നേക്കാൾ എത്രയോ ഉന്നതൻ! അവന്റെ ചെരുപ്പിന്റെ വാറഴിക്കുവാൻപോലും ഞാൻ യോഗ്യനല്ല."

"മതി." ദീനാമ്മ വിലക്കി. ഈ അവസരത്തിൽ അധികം ആനന്ദിക്കുന്നതു നല്ലതല്ല.

"ഇരിക്കൂ."

ചുവരുചാരി നിൽക്കുകയായിരുന്ന പിള്ളയോടായി ഉപദേശി പറഞ്ഞു. അയാൾ ഇരുന്നില്ല. എന്തുചെയ്യണമെന്ന് അയാൾക്കു നിശ്ചയമില്ലെന്നു പറയുകയായിരിക്കും ശരി.

"അമ്മയും അംബുജവും സുഖമായിരിക്കുന്നല്ലോ?"

അതിനു മറുപടി പറയുവാനും അയാൾക്കു കഴിഞ്ഞില്ല. അയാളുടെ മുഖത്ത് പ്രസാദവും വിഷാദവുമല്ലാത്ത ഒരവസ്ഥ.

"തെറ്റുചെയ്തത് ഞാനായിരുന്നു. അതിനു കുഞ്ഞെന്തിനു ദുഃഖിക്കണം?"

ഉപദേശി പിള്ളയോടു ചോദിച്ചു.

"അല്ല, ഞാനാണ്." സുകുമാരപിള്ള മുന്നോട്ടു നീങ്ങി. ഉപദേശി ഏകദേശം അരികിലേക്കെത്തിനിന്നു.

"അതിനു പ്രായശ്ചിത്തംചെയ്യുവാനും ഞാൻ തീരുമാനിച്ചിരിക്കുന്നു."

ഉപദേശി വെറുതേ മന്ദഹസിച്ചു.

"ഇതാ!" പിള്ള ഒരു കടലാസ് നീട്ടി.

"ഇതെന്റെ രാജിക്കത്താണ്. മേലിൽ ഞാൻ കാട്ടുകുളം സ്കൂളിൽ തുടരുന്നതു ശരിയല്ല."

അത്രത്തോളം പ്രതീക്ഷിച്ചതല്ല. ഉള്ളൊന്നു പിടഞ്ഞുവെന്നു തോന്നി. നീട്ടിപ്പിടിച്ച കൈയിൽനിന്നും കത്തു കൈപ്പറ്റുവാൻ ഉപദേശി അറച്ചു. പകരം കൈയിലേക്കയാൾ വിരലുകളെ എത്തിച്ചു. കൈ പിൻവലിക്കണമെന്ന് പിള്ളയ്ക്കു തോന്നാതിരുന്നില്ല. ഉപദേശി അയാളെ വലിച്ചു കിടക്കയിലേക്കടുപ്പിച്ചു. അയാളുടെ ക്ഷീണിച്ച ബലത്തിനു കീഴ്പ്പെടാതിരിക്കുവാൻ പിള്ളയ്ക്കു കഴിഞ്ഞില്ല.

സുകുമാരപിള്ള ഉപദേശിയുടെ ശയ്യയിലിരുന്നു. ഉപദേശി പിള്ളയെ നോക്കി മന്ദഹസിച്ചു. അതിലൊരപേക്ഷയുണ്ടായിരുന്നു. എന്നെ തോൽപ്പിക്കരുതേ, തോൽപ്പിക്കരുതേ എന്ന് ആ മന്ദഹാസം ഉച്ചത്തിൽ പറയുന്നുണ്ട്. അതു കേൾക്കാനുള്ള കാത് പിള്ളയ്ക്കുണ്ടായിരുന്നില്ല.

"മോൻ ഒന്നുമോർത്തു വിഷമിക്കരുത്. കഴിഞ്ഞ ദിവസം ഞാൻ പറഞ്ഞവാക്കുകളെ ഇതാ ഇപ്പോൾ ഞാൻതന്നെ പിൻവലിക്കുന്നു."

ഉപദേശി പറഞ്ഞു.

"കഴിയാത്ത കാര്യത്തിനായി എന്നെ നിർബന്ധിക്കരുതെന്ന് ഞാനും അപേക്ഷിക്കുന്നു."

സുകുമാരപിള്ള എങ്ങനേയോ പറഞ്ഞൊപ്പിച്ചു.

"ആ കഥ ഇവിടെ അവസാനിക്കുന്നു. അതേക്കുറിച്ചോർത്തു മോൻ വിഷമിക്കേണ്ട. എന്റെ മകൻ ഉടൻതന്നെ കപ്പൽകയറി ഇവിടെത്തും. അതോടെ സംവത്സരങ്ങളായുള്ള ഒരു പക ഇവിടെ നീറിയടങ്ങുകയും ചെയ്യും."

ഉപദേശി പറഞ്ഞുനിർത്തി.

"പകയോ?"

പിള്ള ചോദിച്ചു. ഉപദേശി അതിനു മറുപടി പറഞ്ഞില്ല. രാജിക്കത്തു പിള്ളയിൽനിന്നും വാങ്ങി അയാൾ കീറിക്കളഞ്ഞു.

"നാളെ നേരത്തേതന്നെ സ്കൂളിൽ എത്തിയിരിക്കണം."

പിള്ള എണീറ്റു. അതിവേഗം അയാൾ പുറത്തിറങ്ങി നടന്നകന്നു. പ്രത്യാശയോടെ ഉപദേശി അയാളെ നോക്കിയിരുന്നു.

വെള്ളിയാഴ്ച പുലർച്ചയ്ക്കാണ് നാഗരുകോവിലിൽനിന്നും തോമസുകുട്ടി എത്തിയത്. കവലയിൽ വന്നിറങ്ങിയപ്പോൾത്തന്നെ ആരോ അവനെ വിവരം ധരിപ്പിച്ചിരുന്നു. അതിവേഗം അവൻ പള്ളിത്തറയിലെത്തി.

ഉപദേശി ചാരുകസേരയിൽ കിടക്കുന്നു.

ഞാൻ നല്ല പോർ പൊരുതി.

ഓട്ടം തികച്ചു.

വിശ്വാസമുള്ളവനായിത്തീർന്നിരിക്കുന്നു.

വേദവാക്യങ്ങളുടെ ധ്വനികൾ ഉപദേശിക്കുമീതെ മുഴങ്ങുന്നതായി തോമസുകുട്ടിക്കു തോന്നി.

അർധമയക്കത്തിലാണ്. അരുകിൽ തുറന്നപടി മലർത്തിവച്ചിരിക്കുന്ന ബൈബിൾ. ഇറ്റുനേരം അവൻ ഉപദേശിയെ നോക്കിനിന്നു.

ഉപദേശി ഉണർന്നു.

"ഇരിക്ക്."

തോമസുകുട്ടി ഇരുന്നു. അവന്റെ കണ്ണുകൾ വിടാതെ ഉപദേശിയെ വലയമിട്ടുനിന്നു.

ദൈവനിയോഗത്തിന്റെ പൊരുൾ ഉപദേശി അവനെ അറിയിച്ചു.

"ഈ ദേശം വീണ്ടും പാപത്തിന്റെ ഹീനമായ ഗർത്തത്തിലേക്ക് വീണുകൊണ്ടിരിക്കുന്നു."

തോമസുകുട്ടി ശ്രദ്ധിച്ചു. സമീപകാല സംഭവങ്ങളോരോന്നായി ഉപദേശി വിവരിച്ചു.

"ഈ ദേശത്തിനുമേൽ ദൈവശിക്ഷയുടെ ഇരുവായ്ത്തലയുള്ള വാൾ ഏതു സമയവും പതിക്കാം. ഉണർന്നിരുന്നുതന്നെ ജനത്തെ രക്ഷിക്കുവാനുള്ള ഭാരം നമ്മുടെ ശിരസുകളിലാണ്. നാം അതേറ്റെടുക്കണം."

പൊടുന്നനെ ഉപദേശിയുടെ വാക്കുകൾക്കു തടസ്സം സംഭവിച്ചു. തൊണ്ടയിൽ കുരുങ്ങിയിട്ടെന്നപോലെ, അവ അടങ്ങിപ്പോയി. അനതിദീർഘമായ ഒരു നിശ്ശബ്ദതയിലേക്ക് പരിസരം വീണിറങ്ങി.

"ഞാൻ വിശ്വാസത്തോടെ, നല്ല പോർ പൊരുതി, ഓട്ടം തികച്ചിരിക്കുന്നു."

ഇടർച്ചയോടെ ഉപദേശി പറഞ്ഞു.

"ആയതിനാൽ എനിക്കു പിന്നാലെ വരേണ്ടവനെ കണ്ടുപിടിക്കേണ്ട സമയം അതിക്രമിച്ചിരിക്കുന്നു."

വീണ്ടും നിശ്ശബ്ദത! ഉപദേശിയിൽ ഒരപൂർവവ്യഥയുടെ കാളിമ പരന്നു.

"വരൂ!"

ഉപദേശി കൈകൾ നീട്ടി അവനെ വിളിച്ചു. അവൻ മുന്നോട്ടു ചാഞ്ഞു. അവന്റെ ശിരസിൽ കൈവച്ചുകൊണ്ട് ഉപദേശി മന്ത്രിച്ചു:

"നിന്നിൽ ഞാൻ പ്രസാദിച്ചിരിക്കുന്നു. നിന്റെ കൈകൾ കരുത്തേറിയതും, നിന്റെ മനസ്സ് ദൃഢവുമാണെന്നു ഞാനറിയുന്നു. ആകയാൽ കുഞ്ഞാടുകളുടെ നായകനായി നീ തെരഞ്ഞെടുക്കപ്പെട്ടിരിക്കുന്നു."

അവന്റെ കണ്ണുകൾ നിറഞ്ഞൊഴുകി. പരമ്പരയുടെ ദുഃഖം അവന്റെ കവിളുകളിലൂടെ ഉറവപൊട്ടി ഒഴുകി. അവനെന്തൊക്കെയോ ഓർത്തു വിതുമ്പി. അവൻ മുട്ടുകുത്തി ഉപദേശിയുടെ ശയ്യയ്ക്കരുകിലിരുന്നു. എന്നിട്ട് നിയോഗത്തെ ഏറ്റുകൊണ്ട് കണ്ണീരോടെ ദൈവത്തിനു നന്ദി പറഞ്ഞു.

പുറത്തു പകലിന്റെ കെട്ടടങ്ങുന്ന ആരവാരങ്ങൾക്കൊപ്പം തോമസുകുട്ടിയുടെ മനസ്സ് ജാഗരംകൊള്ളാൻ തുടങ്ങി.

അന്ന് വെള്ളിയാഴ്ചയായിരുന്നു. സന്ധ്യ അണഞ്ഞതോടെ ഉപദേശി മരണപ്പാറയെ നോക്കി വ്യസനിക്കുവാൻ തുടങ്ങി. അനാഥമായ പാറയുടെ മുകൾപ്പരപ്പിനെ നോക്കി അയാൾ ചിന്താധീനനായിത്തീർന്നു.

തമ്പിയുടെ വരവൊന്നു മാത്രമേ നടന്നുകാണേണ്ടതുള്ളു. അതോടെ സംവത്സരങ്ങൾക്കുമേലുള്ള ദാനിയേലുപദേശിയുടെ ദൗത്യം അവസാനിക്കുകയാണ്.

നിനച്ചിരിക്കാതെ രാത്രി മരണപ്പാറയിൽനിന്നും സ്വർഗീയദൂതന്റെ വിശുദ്ധശീലുകൾ താഴ്വാരങ്ങളെ തഴുകിയെത്തി.

ഏറ്റെടുക്കപ്പെട്ട നിയോഗത്തിന്റെ ആദ്യദൂതിനു തോമസുകുട്ടിയുടെ സ്വരമായിരുന്നു.

"ഹല്ലേലൂയ്യാ!"

ഉപദേശി സ്വരംതാഴ്ത്തി വിളിച്ചു.

അരുകിൽ തയാറായിരിക്കുകയായിരുന്ന ദീനാമ്മ ഒപ്പം ചൊല്ലി.

"ഹല്ലേലൂയ്യാ!" —അത് മോനായിയുടെ കിളുന്നുശബ്ദമായിരുന്നു.

"ഹല്ലേലൂയ്യാ!" —ആ ശബ്ദം ആരും കേട്ടിരുന്നില്ല.

ശാരദയുടെ ഉള്ളിൽ ആ വാക്ക് പൊട്ടിപ്പുറത്തുവരാതെയണഞ്ഞു.

എങ്കിലും ഉപദേശി അതു കേട്ടു. അയാൾ വലതുകരം നീട്ടി അവളുടെ ശിരസിനെ തഴുകി.

രാത്രി നിശബ്ദം വളരുന്നു. മരണപ്പാറ നിശ്ശബ്ദതയിലമർന്നു.

രാത്രിയുടെ സ്നേഹവായ്പുകൾ അനുഭവിച്ചുകൊണ്ട് ഉപദേശി മുറ്റത്തേക്കിറങ്ങിവന്നു. കാറ്റു വീശുന്നുണ്ട്. കാറ്റിനു തണുപ്പുണ്ട്. അയാൾ രണ്ടുചാൽ മുറ്റത്തിനു നെടുകേ നടന്നു. മൂന്നാമത്തെ തവണ നടക്കും മുമ്പ് അയാൾ കമിഴ്ന്നു വീണു.

ആ കിടപ്പിൽ കിടന്നുകൊണ്ട് അയാൾ ഭൂമിയെ വരിഞ്ഞുമുറുക്കി. പിടികിട്ടിയില്ല. എത്താവുന്നിടങ്ങളിലൊക്കെ അള്ളിപ്പിടിക്കുവാൻ ഉപദേശി ശ്രമിച്ചു. എഴുന്നേൽക്കുവാനുള്ള തിടുക്കത്തിൽ അയാൾ ഭൂമിയുടെ പുറമാകെ മാന്തിപ്പൊളിച്ചു.

അയാൾക്ക് എഴുന്നേൽക്കുവാൻ കഴിഞ്ഞില്ല.

അയാൾക്കു മീതെയുള്ള ഭൂമിയുടെ പിടി അത്രയ്ക്കു ശക്തമായിരുന്നു.

“വരൂ...മോനേ, എന്റെ കുട്ടാ, മടങ്ങിവരൂ.”

ഭൂമിയാൾ അയാളെ വിളിച്ചു.

മറ്റൊന്നുമോർക്കാതെ ദാനിയേലുപദേശി ചെന്നു.

ഇറങ്ങിയിറങ്ങിച്ചെന്നു.

അമ്മേ, അമ്മേ എന്നു കേണുകൊണ്ട് ഉപദേശി ചെന്നു.

പിന്നെ ചരാചരങ്ങളുടെ പരിപാലകൻ അവിടെനിന്നും താങ്ങിയെടുക്കുവോളം ഉപദേശി ഇറങ്ങിച്ചെന്നുകൊണ്ടേയിരുന്നു.

www.ingramcontent.com/pod-product-compliance
Lightning Source LLC
LaVergne TN
LVHW100434051026
849518LV00004B/1490
* 9 7 8 8 1 2 6 2 0 6 0 5 6 *

www.ingramcontent.com/pod-product-compliance
Lightning Source LLC
LaVergne TN
LVHW100431051026
849518LV00004B/1455
* 9 7 8 8 1 9 7 7 3 8 8 8 3 *